D1679970

இஸ்லாமிய வெறுப்புத் தொழில்

இந்தச் சுருக்கமான, எளிதில் கிடைக்கக்கூடிய புத்தகம் நமது கால கட்டத்தின் மிக அவசரத் தேவைகளில் ஒன்றை நிறைவேற்றுகிறது. மேற்கத்திய சமூகங்களுக்கே உரித்தான சகிப்புத்தன்மையை அரித்துவரும் இஸ்லாமிய வெறுப்பைப் பரப்பி வருவோரின் ஆர்வங்களையும் நோக்கங்களையும் நாதன் லீன் வெளிப்படுத்துகிறார். இது அவசியம் படிக்கவேண்டிய புத்தகமாகும்.

– காரென் ஆம்ஸ்டிராங்,
நூலாசிரியர்: *A History of God, Muhammad.*

இஸ்லாமிய வெறுப்பு என்பது அறியாமை, அச்சம் பற்றியது மட்டுமல்ல. சிலர் அதை வேண்டுமென்றே ஊட்டிவளர்த்து, அரசியல் ஆட்டமாகப் பயன்படுத்துகின்றனர். முஸ்லிம்களுக்கு எதிரான இந்தப் புதிய வகுப்புவாத உணர்வை வளர்த்துவருவோரின் நோக்கங்களைப் புரிந்துகொள்ள விரும்பும் எல்லோருக்கும் அவசியமான புத்தகம்.

– தாரிக் ரமளான்,
பேராசிரியர், ஆக்ஸ்ஃபோர்டு பல்கலைக்கழகம்.

அச்சமும் பண்பாட்டு நம்பிக்கையின்மையும் நிறைந்த சூழல் தற்செயலாக ஏற்படுவதல்ல. படிக்கத் தூண்டும் இந்தப் புத்தகத்தில் சொல்லப்படுவது போல, அச்சம் என்பது நல்ல விலைபோகும் சரக்கு; அதில் இலாபமீட்டுவோருக்குப் பணத்தையும் அதிகாரத்தையும் அள்ளித் தரக்கூடியது. முஸ்லிம்களுக்கு எதிராக மக்களின் கருத்து களைத் திசைதிருப்பவிட முயல்வோரின் கேவலமான இரகசியங்களை இந்தப் புத்தகம் வெளிச்சமிட்டுக் காட்டுகிறது. உண்மையையும் கலாச்சாரங்களுக்கிடையிலான நல்லிணக்கத்தையும் மதிப்பவர்கள் அனைவரும் படிக்கவேண்டிய புத்தகம்.

– மார்க் யூர்கென்ஸ்மெயர்,
நூலாசிரியர்: *Terror in the Mind of God.*

இது மிகவும் முக்கியத்துவம் வாய்ந்த புத்தகம். பல கோடி டாலர்கள் புரளும் இஸ்லாமிய வெறுப்புத் தொழில்துறையின் திரையை விலக்குவதன்மூலம், அதிகார வர்க்கப் பாகுபாடுகளைப் பயன்படுத்தி, தங்கள் நலன்களை மேம்படுத்திக்கொள்ளும் தனிமனிதர்கள்,

வணிகம், அரசியல், மதம்சார்ந்த அமைப்புகளின் சூழ்ச்சிமிக்க வலையங்களை லீன் வெளிச்சமிட்டுக் காட்டுகிறார்.

— ரெஸா அஸ்லான்,
நூலாசிரியர்: No God But God.

முஸ்லிம் எதிர்ப்பு உணர்வில் திடீரென்று ஏற்பட்ட உச்சநிலை விண்ணிலிருந்து இறங்கி வந்த அதிசயமல்ல—அது பல்வேறு வலையமைப்பால் உருவாக்கப்பட்டது. அதன் வேரோடிய ஆழங்கள் வரை சென்று அவற்றின் தன்மையை லீன் தனது விறுவிறுப்பூட்டும் நடையில் விளக்குகிறார்.

— எபூ படேல்,
நூலாசிரியர்: Acts of Faith Sacred Ground.

இஸ்லாமிய வெறுப்புத் தொழிலாளர்களை எல்லாம் வெளியே இழுத்து வெளிச்சத்திற்குக் கொண்டுவந்து, தேசத்திற்கு உண்மையான தொண்டுபுரிவதால், இந்தப் புத்தகம் விலைமதிப்பற்ற கருவூலம்.

— கிளென் க்ரீன்வால்ட்,
நூலாசிரியர்: Liberty and Justice For Some.

நமது அரசியல் ஆட்டங்களின் இருண்ட பகுதியைத் தெளிவாகவும் நுணுக்கமாகவும் ஆராய்ந்து, அச்ச அரசியலுக்குக் காரணம் இஸ்லாமிய வெறுப்புத் தொழிலே என்று ஆணித்தரமாய்க் கூறுகிறார் லீன்.

— ரிச்சர்ட் வொல்ஃப்,
நூலாசிரியர்: Renegade: The Making of a resident.

இஸ்லாமிய வெறுப்புத் தொழிலைப் படிக்காத, அது சொல்லும் செய்தியை மனதில் வாங்கிக்கொள்ளாதவர் பத்திரிகையாளரோ, வல்லுநரோ, கொள்கைவரைவாளரோ, புலனாய்வாளரோ, யாராக இருந்தாலும் அவர் தொழில் தர்மத்தை மீறுகிறார் என்றுதான் கூற வேண்டும்.

— மார்க் லெவின்,
நூலாசிரியர்: Heavy Metal Islam.

அச்ச வியாபாரிகள் நடத்திவரும் குடிசைத்தொழிலைக் கவனமாகப் பிரித்து வெளிப்படுத்தும் இந்த நூல் தக்க சமயத்தில் எழுதப் பட்டிருக்கிறது.

— வஜாஹத் அலீ,
விருதுபெற்ற நாடக ஆசிரியர்.

இஸ்லாமிய வெறுப்புத் தொழில்

வலதுசாரிகள் முஸ்லிம் அச்சத்தை
உற்பத்தி செய்வது எப்படி

நாதன் லீன்

ஆங்கிலத்திலிருந்து தமிழில்
உமா பாலு

பின்னுரை
அ. மார்க்ஸ்

மீள்பார்வை
அடையாளம் பதிப்புக்குழு

அடையாளம்

முதல் பதிப்பு 2018

© நாதன் லீன்

©தமிழ் மொழிபெயர்ப்பு: அடையாளம்

வெளியீடு: அடையாளம், 1205/1, கருப்பூர் சாலை, புத்தாநத்தம் 621310, திருச்சி மாவட்டம், இந்தியா. தொலைபேசி: 04332 273444

நூல் வடிவம்: த பாபிரஸ், அச்சாக்கம்: அடையாளம் பிரஸ், இந்தியா

ISBN 978 81 7720 256 4

விலை: ₹ 330

Islaamiya Verupputh Thozhil is the Tamil translation of *The Islamophobia Industry* in English by Nathan Lean, Translated by Uma Balu, Published by Adaiyaalam, 1205/1 Karupur Road, Puthanatham 621310, Trichy Dist., Tamilnadu, India, email: info@adaiyaalam.net

என் நாயகியும் காதலியும் வாழ்வுமான
நயீமாவிற்கு

உள்ளடக்கம்

	நன்றி	ix
	முன்னுரை – ஜான் எல். எஸ்பொஸிட்டோ	xiii
	அறிமுகம்	xix
1	நம்மிடையே அரக்கர்கள்: அமெரிக்காவில் அச்சத்தை விதைத்ததன் வரலாறு	1
2	சூழ்ச்சிவலை: இணையதளத்தின் வழியே வெறுப்பைத் தூண்டுதல்	41
3	ஊடக ஊனம்: முஸ்லிம் எதிர்ப்பு மனநோயைப் பரப்புதல்	82
4	நாங்கள் சிலுவைகளைச் சுமந்து வருகிறோம்: கிறிஸ்தவ வலதுசாரியின் முடிவிலாப் போர்	102
5	அரசியலும் ஆரூடமும்: இஸ்ரேல் ஆதரவு வலதுசாரிகளின் கூட்டணி	171
6	வாஷிங்டனுக்கும் அதற்கு அப்பாலும்: அரசுக் கொள்கையாக இஸ்லாமிய வெறுப்பு	200

7 குளத்தின் மறுகரையில்: ஐரோப்பாவில் வெறுப்பின் கொடிய விளைவுகள்	233
முடிவுரை	275
பின்னுரை: அமெரிக்காவில் மட்டுமா நடக்கிறது இந்தத் தொழில்? – அ. மார்க்ஸ்	281
குறிப்புகள்	299
உசாத்துணை	338

நன்றி

இந்தப் புத்தகம் என் வாழ்வில் ஒரு குறிப்பிட்ட முக்கியமான கட்டத்தில் தோன்றியது. என்னுடைய திருமணம் முடிந்து ஒரு வாரம் கடந்த பின் முதல் அத்தியாயத்தை எழுதினேன். அடுத்த ஓராண்டு காலத்தில் (பெரும்பாலும் எல்லா இளம் தம்பதிகளும் புதிய திருமண வாழ்வின் பரவசங்களில் ஆழ்ந்துகிடக்கும் நேரத்தில்), நான் பல சந்தர்ப்பங்களில் என் மேஜையில் அமர்ந்தபடி கணினித் திரையை வெறித்துப் பார்த்துக்கொண்டிருப்பேன்; அல்லது இரவு உணவின் போது சிந்தனையில் மூழ்கியிருப்பேன். வேறு எந்தப் பெண்ணாக இருந்தாலும் இத்தகைய ஆழ்ந்த ஈடுபாட்டைச் சகித்துக்கொள்ள முடியாமல் எப்பொழுதோ பிரிந்துபோயிருப்பாள். ஆனால் என் மனைவி நயீமா எனக்கு மாபெரும் உறுதுணையாக இருந்து வந்திருக்கிறாள். அவள் என்னை அளவு கடந்து நேசித்திருக்கிறாள்; ஓயாமல் உற்சாகப்படுத்தியிருக்கிறாள்; அழகான விதங்களில் பல விதமாக ஊக்குவித்திருக்கிறாள். பலரும் தங்கள் வாழ்க்கைத் துணையை இறுதியில்தான் பாராட்டுவார்கள். ஆனால் என்னவளை நான் முதலில் வைப்பேன். இந்தப் புத்தகத்தை, அத்துடன் சில வகைகளில் என் வாழ்க்கையையும் உருவாக்கித் தருவதில் பெரும்பங்கு வகித்தவர் களின் பட்டியலில் முதலிடம் அவளுக்குரியது.

எப்பொழுதும் போல என் குடும்பத்தினர் பெரிதும் ஆதரவளித்து உற்சாகப்படுத்தினர். என் ஓயாத புலம்பல்களைச் சகித்துக்கொண்டு, இந்தச் செயல்திட்டத்தின் ஒவ்வொரு பகுதியும் கூடிவரும் பொழுது என்னில் கொப்பளித்த பூரிப்பையும் பகிர்ந்துகொண்டனர். என்னுடைய தந்தை லாரி, தாயார் லின்டா ரோஸ், சகோதரி கேத்தரின் என ஒவ்வொருவரும் பிற்காலத்தில் நான் எப்படி வரவேண்டும் என்று எண்ணியிருந்தேனோ, அதற்கான முன்னோட்டங்களைத் தங்கள் வாழ்வினூடே எனக்கு அளித்து வந்தனர். எஎன்னுடைய பாட்டிக்கும் என் இதயத்தில் தனி இடம் உண்டு. என் முன்னேற்றத்தை அவ்வப் போது கேட்டுத் தெரிந்துகொண்டு, ஒரு பாட்டியால் மட்டுமே செய்யக்

கூடிய விதத்தில் தமது பரிவான ஆதரவை வெளிப்படுத்துவார். என்னுடைய மாமனாரும் மாமியாரும் தொலைவையும் பொருட்படுத்தாது இந்த முயற்சியை ஆதரித்தனர். அவர்களுக்கும் என் இதயத்தில் தனி இடம் உண்டு.

ஜார்ஜ் டவுன் பல்கலைக்கழகத்தில் நண்பர்களும் அறிஞர்களும் உள்ள அற்புதமான சமூகத்தால் சூழப்பட்டிருந்த நான் மிகவும் கொடுத்துவைத்தவன். அவர்களுள் பலரும் மிகவும் பயனுள்ள குறிப்புகளும் கருத்துகளும் அளித்து உற்சாகப்படுத்தினர். நீண்ட காலமாய் நான் ஆராதித்துவந்த அனுபவமிக்க அறிஞர் ஜான் எஸ்பொஸிட்டோ அவருடைய பொன்னான நேரத்தை இந்தத் திட்டத்திற்காகத் தாராளமாக அளித்தார். கல்வி கேள்விகளில் பேரறிஞரும், எனது ஆதர்ச நாயகருமான அவர் தமது கருத்துகளை என்னோடு பகிர்ந்து கொண்டதைப் பெரும் கௌரவமாகவும், மகிழ்ச்சியாகவும் கருதுகிறேன். என் பேராசிரியர்கள் ஜான் வோல், எவாங், ஹாதத் ஆகியோரை நான் பெரிதும் ஆராதிக்கிறேன். அவர்கள் பல்வேறு அர்த்தம் மிகுந்த யோசனைகளை வழங்கியதுடன், என்னைப் பெருமளவில் ஊக்குவித்தனர். தற்கால அரபு ஆய்வு மையத்தில் *(சென்டர் ஃபார் கண்டம்போரரி அராபிக் ஸ்டடீஸ்)* ஜெய்னா ஸெய்க் அலீ புள்ளிகளை இணைத்துத் தந்தார் — அப்புள்ளிகள் இருக்கின்றன என்பதைக்கூட நான் அறிந்திராத போது. சேட் லக்ஸ்ம்பர்க் இயல்களின் தொடக்ககால வடிவங்களைப் படித்து, சுவையான, பயனுள்ள கருத்துகளைத் தந்தார். சமந்தா ப்ராட்மேன் நான் என் சிந்தனையில் போட்டு வைத்திருந்த முடிச்சுகளைத் தெளிவுபடுத்திக் கொள்ள தாராள மனதுடன் உதவினார். ப்ரென்டா பிக்கெட் என் ஆராய்ச்சிக்கு மிகவும் பயனளிக்கும் பல்வேறு கருவூலங்களை உசாத்துணையாகத் தந்தார். முஸ்லிம்- கிறிஸ்தவ நல்லிணக்க மையத்தைச் சேர்ந்த ஸௌரவ் தபா எனது முடிவிலாமல் தொடரும் மின்னஞ்சல் வேண்டுகோள்களைப் பொறுத்துக்கொண்டு, இந்தச் செயல்திட்டத்திற்கு உதவிய மைய உறுப்பினர்களுடன் நான் கலந்துரையாடவும் பணியாற்றவும் பெருந்தன்மையுடன் ஏற்பாடுகள் செய்து தந்தார். அவருக்கும் நான் மிகவும் கடமைப்பட்டிருக்கிறேன்.

வட கரோலினாவில் பட்டப்படிப்பு மாணவனாக இருந்த நான், என் பேராசிரியரும் ஆசானுமாகிய டெரெக் மாஹெரின் நிழலில் இருந்தபடி, அவருடைய வழிகாட்டுதலுடன் முன்னேறிச் சென்ற பாதையில் பல்வேறு புதிய, பரவசமூட்டும் வாய்ப்புகள் கிட்டின.

அப்பொழுதுதான் எழுத்தில் எனக்கிருந்த ஆர்வத்தைக் கண்டறிந்தேன். என் சிந்தனையில் கலங்கிக்கிடந்த உருவக முடிச்சுகளைப் பொறுமையாய் அவிழ்த்து, என் வார்த்தைகளுக்கிடையில் சிக்கிக் கிடக்கும் அர்த்தங்களோடு போராடி, என்னை மேலும் நல்ல மாணவனாகவும் அறிஞனாகவும் உருவாக்கினார். அதை விடவும் அவருடைய விடாப்பிடியான நட்பை நான் பொக்கிஷமாகக் கருதுகிறேன்.

ரெஸா அஸ்லான் தமது நேரத்தைத் தாராளமாக அளித்தார் — அவருடைய அழகிய இரட்டைப் பிள்ளைகள் பிறந்த பரபரப்பான நேரத்தில்கூட. எனது இந்தச் செயல்திட்டம் கருவாய் உருவானது முதல் அதன்மீது நம்பிக்கை வைத்து, அவருக்கு மிகவும் அறிமுகமான எழுத்துப் பாதையில் என்னையும் வழிநடத்திச் சென்றார். அவருடைய ஆதரவு கிட்டுவது மிகப் பெரிய கௌரவம். அஸ்லான் மீடியாவிலுள்ள எனது சக ஊழியர்கள் கையெழுத்துப் பிரதிக்கு இறுதிவடிவம் தருவதற்காக எனது உதவி ஆசிரியர் பணிகளிலிருந்து சற்று விடுப்பு எடுத்துக்கொண்ட போதெல்லாம் பொறுமை காட்டி ஆதரித்தனர்.

என்னுடைய முகவர் லின்டா லாங்டன் புத்தகப் பதிப்பக உலகின் ஆர்ப்பரிப்புகளைத் தமது திறமையாலும் தன்னம்பிக்கையாலும் கடந்து வந்ததுடன் என் எழுத்துத் திறனின் மீது தொடக்ககாலம் முதலாகவே நம்பிக்கை வைத்திருந்தார்.

இந்த நூலின் ஆங்கிலப் பதிப்பை வெளியிட்ட புளுட்டோ பிரஸ்ஸின் ரோஜர் வான் ஸ்வானென்பெர்க் நான் எழுதத் தொடங்கு வதற்குள்ளாகவே அன்போடு முன்வந்து உதவினார். இந்தப் புத்தகம் வெளியாகும் என்பதை நான் கற்பனை செய்வதற்கு முன்பாகவே அவர் மகிழ்ச்சியுடன் என்னோடு தொடர்புகொண்டு தமது யோசனை களைப் பகிர்ந்துகொண்டார். அவர் எப்பொழுதுமே எனக்கு நிலையான உந்துசக்தியாகவும் ஊக்குவிப்பாகவும் இருந்தார்; இப்பொழுதும் இருக்கிறார். எனது பதிப்பாசிரியர் டேவிட் ஷுல்மேன் எல்லாப் பகுதிகளையும் சிதறிவிடாமல் தொகுப்பதிலும் அவற்றைத் திறம்பட, அழகுறச் சீர்செய்து தருவதிலும் பெரிதும் உதவினார். பிரதியின் பல்வேறு வடிவங்களையும் ஆய்ந்து, தனது மதிப்பிட இயலாத விமர்சனங்களை அளித்ததுடன், என் எழுத்துகளையும் நான் சொல்ல விரும்பிய செய்தியையும் மேம்படுத்த யோசனைகள் கூறினார். ராபர்ட் வெப் நுணுக்கங்களில் காட்டிய திறன், மெலானீ பாட்ரிக்குடன் இணைந்து பணியாற்றிய வடிவமைப்புக் குழுவின்

படைப்புணர்வு ஆகியவை என்னை வியப்பில் ஆழ்த்தின. அலெக் க்ரிகரி, ஜோனதன் மான்டர் ஆகியோர் உதவி என்பதற்கும் மேலாகவே செய்தார்கள்; ஜேன் ப்ராடியும் அப்படித்தான்.

டான் பவுலுஸ், கரோலின் டேவிஸ், நான்ஸி ராபர்ட்ஸ் மற்றும் பால்க்ரேவ் மக்மிலன் குழுவிற்கும் தனிப்பட்ட நன்றியைத் தெரிவித்துக்கொள்கிறேன்.

முடிவாக, அமெரிக்காவிலும் உலகெங்கிலும் வாழும் என் முஸ்லிம் நண்பர்கள் பலருக்கும் நான் நன்றிக்கடன்பட்டிருக்கிறேன். என் பயணங்களின் போதும் ஆய்வின் போதும் எங்களின் பழக்கம் எப்பொழுதும் நல்ல பலன்களைத் தந்துள்ளது. அவர்கள் பெருந் தன்மையுடனும் அன்புடனும் என்னை நடத்தி வந்துள்ளனர். அதற்குப் பிரதிபலனாக அவர்களும் அவர்களைப் போன்றவர்களும் மிகச் சுலபமாக இரையாகிவிடும் சித்திரிப்புகளுக்கு எதிராகப் போராடுவதை எனது கடமையாகக் கருதுகிறேன். ஏனெனில், நபிகள் நாயகம் அவர்கள் ஒருமுறை கூறியது போல, 'வார்த்தைகளால் ஏற்படும் காயங்கள் வாளால் ஏற்படும் காயங்களைக் காட்டிலும் வலி மிகுந்தவை' என்பது யாருக்காவது தெரியும் என்றால் நிச்சயம் அவர்களுக்குத் தெரியும்.

முன்னுரை

ஜான் எல். எஸ்பொஸிட்டோ*

இஸ்லாமிய வெறுப்பு என்பது 9/11 நிகழ்வுகள் முடிந்தவுடன் ஏற்பட்டுவிடவில்லை. யூதப்பகைமை, இனவெறி ஆகியவற்றைப் போலவே, அதற்கும் நீண்ட, ஆழ்ந்த வரலாற்றுப் பின்னணி உண்டு. அது தற்போது மீண்டும் உருவெடுத்துள்ளதற்குத் தூண்டுகோலாக அமைந்தவை: இருபதாம் நூற்றாண்டின் பிற்பகுதியில் மேற்கத்திய நாடுகளில் குறிப்பிடத்தக்க அளவில் முஸ்லிம்கள் குடியேறியது, ஈரானியப் புரட்சி, கடத்தல்கள், பணயக் கைதுகள், 1980களிலும் 1990களிலும் நடந்த தீவிரவாதச் செயல்கள், உலக வர்த்தக மையத் திற்கும் பென்டகனுக்கும் எதிராக 2001 செப்டம்பர் 11 அன்று நடந்த தாக்குதல்கள் மற்றும் அதைத் தொடர்ந்து ஐரோப்பாவில் நடந்த தீவிரவாதிகளின் தாக்குதல்களாகும்.

இந்தப் புதுமையான தொற்றுநோயின் பின்னணி என்ன?

முன்பின் அறிமுகமில்லாத இஸ்லாத்துடன் அமெரிக்கர்கள் பலருக்கு முதலாவது நேரடி அனுபவம் 1978இல் நடந்த ஈரானியப் புரட்சியும் அமெரிக்கத் தூதரகத்தில் பணயக் கைதிகளை இட்டுச் சென்றதும்தான். இதன் விளைவாக இஸ்லாத்தை அறிவதில் பெரிய அளவிலான ஆர்வமும், அந்த மதம் பற்றிய செய்திகளும், மத்திய கிழக்கு, முஸ்லிம் உலகம் தொடர்பான தகவல்களும் பரவின. ஆண்டுகள் செல்லச் செல்ல அவை வேகமாய் வளர்ந்துவருகின்றன.

இன்று இஸ்லாமும் மத்திய கிழக்கும் எதிர்மறையான செய்தித் தலைப்புகளில் அடிக்கடி ஆதிக்கம் செலுத்துகின்றன. இஸ்லாம் உலகின் இரண்டாவது பெரிய மதம்; அமெரிக்காவில் மூன்றாவது

---

* பல்கலைக்கழகப் பேராசிரியர். அத்துடன் வாஷிங்டன் டிசியிலுள்ள ஜார்ஜ் டவுன் பல்கலைக்கழகத்தில் முஸ்லிம்-கிறிஸ்தவ நல்லிணக்கத்திற்கான இளவரசர் அல்-வலீத் பின் தலால் மையத்தின் நிறுவனரும் நிர்வாகியும் ஆவார்.

பெரிய மதம்; அத்துடன் இருபத்தியோராம் நூற்றாண்டு அமெரிக்கச் சமூகத்தில் அமெரிக்க முஸ்லிம்கள் முக்கியப் பங்கு வகித்து வருகின்றனர்; இருந்தபோதிலும், கடந்த முப்பது ஆண்டுகளாகத் தீவிரவாதிகளின் செயல்பாடுகள் இஸ்லாமியப் பீதியை இந்த நாடெங்கிலும் பரவச் செய்துள்ளன.

9/11க்குப் பிந்தைய சூழ்நிலை

9/11 பேரழிவுகள், முஸ்லிம் நாடுகளில் மட்டுமின்றி, லண்டன், மாட்ரிட் போன்ற நகரங்களிலும் தொடர்ச்சியாக நடைபெறும் தாக்குதல்கள் பல நல்ல வளர்ச்சிகளை முடக்கி, இஸ்லாமியப் பீதியைப் பெருமளவில் விரிவடைய வைத்துள்ளன. இஸ்லாமும் முஸ்லிம்களும் நிரபராதி என்று நிரூபிக்கப்படுவதற்கு முன்பே குற்றவாளிகளாகக் கருதப்பட்டு வருகின்றனர். இது அமெரிக்கச் சட்டத்தின் புகழ்பெற்ற பொன்மொழிக்கு நேர் எதிரானது: 'குற்றவாளி என்று நிரூபிக்கப்படும்வரை நிரபராதி என்று கருதப்பட வேண்டும்'. புரட்சிவாதம், தீவிரவாதம், பயங்கரவாதம் ஆகியவற்றுக்கான சூழல் என்பதைவிட அதற்கு காரணம் இஸ்லாம்தான் எனும் கருத்து அடிக்கடி விதைக்கப்படுகிறது. இஸ்லாம்தான் குற்றவாளி என்றுக் கூறுவது எளிய தீர்வு — முஸ்லிம் உலகத்தில் நிலவும் அரசியல் பிரச்சினைகள், குறைகள் ஆகியவற்றைக் கருத்தில் கொள்வதைவிட மிகவும் எளிது. —அதாவது பல்வேறு முஸ்லிம் அரசாங்கங்களும் சமூகங்களும் தழுவிய தோல்விகள்; குறுக்கீடு, ஆதிக்கம் ஆகியவை அடங்கிய அமெரிக்க வெளியுறவுக் கொள்கை; ஆதிக்கம் செலுத்தும் அரசுகளுக்கு மேற்கத்திய நாடுகள் தரும் ஆதரவு, இராக் மீது படையெடுத்து ஆக்கிரமித்தது அல்லது காஸா மற்றும் லெபனானில் இஸ்ரேல் போர்களுக்கு ஆதரவு என. இஸ்லாம், முஸ்லிம் உலகில் நிலவிவரும் நிகழ்வுகள் போன்றவற்றைத் தேர்வு செய்து ஆராயும் கட்டுரைகள் — அதாவது, பிரச்சினைகளை நோக்காகக் கொண்டு, தலைப்புச் செய்திகளுக்கு முக்கியத்துவம் தந்து, சில குறிப்பிட்ட மாதிரிகள், அச்சங்கள், பாரபட்சங்கள் ஆகியவற்றை விசிறிவிடும் கட்டுரைகள் கிட்டுவது ஒன்றும் அவ்வளவு சிரமமில்லை. இஸ்லாம் அரசியல், நாகரிகம், மக்கள்தொகை என ஒரு மும்முனை மிரட்டலை எதிர் கொண்டிருக்கிறது என்ற சித்திரிப்பைப் பல பத்திரிகையாளர்களும் அறிஞர்களும் பூதாகாரமாகக் கிளப்பிவிட்டுள்ளனர். அதேசமயம், முஸ்லிம் உலகில் நிலவும் அரசியல், சமூக, மத அடிப்படையிலான சிக்கல்களை லேசாக எடுத்துக்கொண்டுவிடுகிறார்கள்.

இதன் விளைவாக, ஆதிக்க அரசுகளுக்கு மேற்கத்திய நாடுகள் அளித்துவரும் தொடர் ஆதரவின் எதிர்மறை விளைவுகளையும், மத்திய கிழக்கில் அமெரிக்க, ஐரோப்பிய வெளியுறவுக் கொள்கைகளின் வலிமையான திருப்பித் தாக்குதலையும் (பாலஸ்தீனம்-இஸ்ரேல் ஆகியவற்றுக்கிடையிலான பிரச்சினை முதல் ஈரான் மீதான படையெடுப்புவரை) மட்டுப்படுத்தப்பட்டுள்ளன. அமெரிக்கத்துவம் அல்லது மேற்கத்திய நாகரிகத்துக்கு எதிர்ப்பு என்பது (இது முஸ்லிம் உலகில் குறிப்பிடத்தக்க அளவு பெருகியுள்ளது; மேலும் இந்தக் கொள்கைகளின் விளைவாக உலகெங்கிலும்கூடப் பரவி வருகிறது) அடிக்கடி நமது மேற்கத்திய வாழ்க்கை முறையை முஸ்லிம்கள் வெறுக்கிறார்கள் என்ற அர்த்தத்தில்தான் எடுத்துக்கொள்ளப்படுகிறது.

இன்று, இஸ்லாமிய வெறுப்பு தங்களுடைய உள்நாட்டில் வாழும் முஸ்லிம்கள் மீதான பார்வையைச் சீர்குலைத்துள்ளது. முஸ்லிம் எதிர்ப்பு சொல்லாட்சியும் வெறுப்பு அடிப்படையிலான குற்றங்களும் மிகுதியாகி வருகின்றன. முஸ்லிம்களின் சமூகச் சுதந்திரங்களை விட்டுக்கொடுக்கும் வகையில் சிறையிலிடுதல், தீவிரவாதத்திற்கு எதிரான சட்டங்களைத் தவறாகப் பயன்படுத்துதல், நியாயமற்ற கைதுகள் ஆகியவை குறித்து அமெரிக்காவிலும் ஐரோப்பாவிலும் உள்ள உள்நாட்டுப் பாதுகாப்பிற்கான சட்ட நிறுவனங்கள் மிகவும் அதிருப்தி அடைந்துள்ளன. வெற்றிகரமான வழக்குத் தொடுத்தலுக்குத் தேவையான வலுவான ஆதாரம் எதுவும் இல்லாமலே, முக்கிய இஸ்லாமிய நிலையங்கள் (சமூக உரிமைக் குழுக்கள், அரசியல் செயல் திட்டக் குழுக்கள், அற நிறுவனங்கள்) தீவிரவாதச் செயல்களுக்குத் தேவையான நிதியைத் திரட்டி வருவதாகக் கூறி, தனிமனிதர்களும் சிலசமயம் அரசாங்கங்களும் சற்றும் நியாயமற்ற முறையில் குற்றம் சாட்டி வருகின்றன.

முஸ்லிமல்லாத அமெரிக்கர்களுள் குறிப்பிடத்தக்க அளவிலான சிறுபான்மையினர், முஸ்லிம்களைச் சோதனையிடுவதற்கும், சிறப்பு அடையாள அட்டைகள் வழங்குவதற்கும், அனைத்து முஸ்லிம் குடிமக்களின் விசுவாசத்தைச் சோதித்துப் பார்ப்பதற்குமான கொள்கைகள் விஷயத்தில் நன்கு ஒத்து ஓதுகிறார்கள். 2006இல் நடந்த யூஎஸ்ஏ டுடே–கால்அப்* கருத்துக்கணிப்பில் முஸ்லிமல்லா அமெரிக்க சிறுபான்மையினரில் பெரும்பாலோர், முஸ்லிம்களுக்கு

* கால்அப்: புகழ்பெற்ற கருத்துக்கணிப்பு நிறுவனம்.

எதிரான கருத்துகளும் உணர்வுகளும் கொண்டிருப்பதாக ஒப்புக் கொண்டனர். முஸ்லிம்களுக்கான பாதுகாப்புச் சோதனைகள் மேலும் கடுமையாக்கப் படுவதை அவர்கள் ஆதரித்தனர். இது தீவிரவாதத்தைத் தடுக்க உதவும் ஒருவழி என்று கருத்துத் தெரிவித்தனர். வாக்களித்தவர்களில் பாதிக்குக் குறைவானோர் அமெரிக்க முஸ்லிம்கள் அமெரிக்காவிற்கு விசுவாசமாக இருக்கிறார்கள் என்று நம்பிக்கை தெரிவித்தனர். ஏறத்தாழ கால்பகுதி அமெரிக்கர்கள் (22 சதவீதம்) தங்களின் அண்டை வீட்டுக்காரராக ஒரு முஸ்லிம் இருப்பதைத் தாங்கள் விரும்பவில்லை என்று கூறினர். 31 சதவீதத்தினர் தங்கள் விமானப் பயணத்தின்போது விமானத்தினுள் ஒரு முஸ்லிம் ஆண் மகனைக் கண்டால் அச்சம் கொள்வோம் என்றனர். 18 சதவீதத்தினர் தங்கள் விமானத்தில் ஒரு முஸ்லிம் பெண்மணியைக் கண்டால் அச்சம்கொள்வோம் என்றனர். 10 அமெரிக்கர்களில் 4 பேர் அமெரிக்கக் குடிமக்களுக்கு உள்ளதைவிட முஸ்லிம்களுக்கு அதிகக் கடுமையாகப் பாதுகாப்புச் சோதனைகள் நடத்தப்பட வேண்டும் என்றனர். அமெரிக்கக் குடியுரிமை பெற்றுள்ள முஸ்லிம்கள் சிறப்பு அடையாள அட்டைகள் வைத்திருக்க வேண்டும்; அமெரிக்காவில் விமானங் களில் ஏறுவதற்கு முன் சிறப்பான, மேலும் கடுமையான பாதுகாப்புச் சோதனைகளுக்கு உட்படுத்தப்பட வேண்டும் என்று தெரிவித்தனர்.

கால்அப் உலக வாக்கெடுப்பில் அமெரிக்க வாக்காளர்களிடம் 'முஸ்லிம் உலகத்தில் நீங்கள் ஆராதிக்கக்கூடிய விஷயங்கள் என்னென்ன?' என்று கேட்டபோது மிக அதிக அளவில் கிட்டிய விடை 'ஒன்றுமில்லை' (33 சதவீதம்); அடுத்தபடியாக வந்த விடை 'எனக்குத் தெரியாது' (22 சதவீதம்). கால்அப், பிஇடபிள்யூ ஆகிய பெரிய அளவிலான கருத்தெடுப்புகளில் அமெரிக்க முஸ்லிம்கள் பொருளாதார ரீதியாகவும் அரசியல் ரீதியாகவும் நன்கு ஒருங்கிணைந் துள்ளனர் என்பது தெளிவானது. என்றாலும், 10 அமெரிக்கர்களில் 4க்கும் மேற்பட்டோர் (43 சதவீதம்) முஸ்லிம்களுக்கு எதிராகத் தாங்கள் 'சிறிதளவு' முன்முடிவைக் (தப்பெண்ணம்/முற்சாய்வு) கொண்டு இருப்பதாக ஒப்புக்கொண்டனர். பிற மதங்களுக்கு எதிராக இதே விதமான கருத்தைக் கொண்டிருந்தவர்களின் எண்ணிக்கையைவிட இது இருமடங்கிற்கும் அதிகமாக இருந்தது. உதாரணமாக கிறிஸ்தவர்கள் (18 சதவீதம்), யூதர்கள் (15 சதவீதம்), புத்தமதம் சார்ந்தவர்கள் (14 சதவீதம்). 9 சதவீத அமெரிக்கர்கள் முஸ்லிம்களுக்கு எதிராகத் தாங்கள் 'மிக அதிக அளவில்' முன்முடிவு கொண்டிருப்பதாக ஒப்புக்கொண்டனர்; 20 சதவீதத்தினர் 'சிறிதளவு' முன்முடிவை

உணர்வதாக ஒப்புக்கொண்டனர். வியப்பூட்டும் வகையில், கால்அப் தரவுகள் யூத எதிர்ப்பிற்கும் இஸ்லாமியப் பீதிக்கும் இடையில் தொடர்பு இருப்பதை வெளிப்படுத்தின. அதாவது யூதர்கள் மீதான வெறுப்புணர்வுள்ள நபர் 'முஸ்லிம்களுக்கு எதிராகவும் அதே அளவு வெறுப்புணர்வு தோன்றுவதாகக் கூறுவதற்கு சுமார் 32 மடங்கு அதிக வாய்ப்பு இருக்கிறது' என்று அது நிரூபித்தது.

தீவிரவாத எண்ணங்களிலும் செயல்களிலும் ஈடுபட்டுவரும் சிறுபான்மை முஸ்லிம்களால் பெரும்பான்மையினர் மட்டுமின்றி, இஸ்லாமிய சமயமும் பெருமளவுக்குப் பாதிக்கப்பட்டுள்ளது. இது பெரிய அளவிலான வாக்குப் பதிவுகளில் மட்டுமின்றி, மன்ஹட்டன், ஸ்டாடென் தீவு முதல் டென்னெஸ்ஸீ, கலிஃபோர்னியாவரை உள்ள பகுதிகளில் பள்ளிவாசல்கள் கட்டுவதற்கு எதிர்ப்புத் தெரிவிப்பதிலும் காணப்படுகிறது. இது வட்டார அளவில் மட்டுமின்றி, தேசிய அளவிலும் பெரும் அரசியல் பிரச்சினையாக உருவெடுத் துள்ளது. 2008ஆம் ஆண்டு அமெரிக்க அதிபர் தேர்தலின் போதும் 2010 காங்கிரஸ் தேர்தலின் போதும் பள்ளிவாசல் மற்றும் ஷரீஆவிற்கு எதிராக நிலவிய பரபரப்பான இஸ்லாமிய வெறுப்பு பெரும்பான்மை யினரிடையே பரவியிருப்பதை நிரூபித்தது.

உலக வர்த்தக நிறுவனம் உள்ள இடத்திலிருந்து சில அடுக்குகள் தள்ளியிருக்கும் பகுதியில் இஸ்லாமியச் சமூக மையம் ஒன்று கட்டப் படுவது குறித்து அமெரிக்கா முழுதும் பெருமளவில் சர்ச்சைகள் எழுந்தன. 2010ஆம் ஆண்டு ஜூன் 22 அன்று *நியூயார்க் போஸ்ட்* பத்திரிகையின் தலையங்கம் கூறியது: 'முழுப் பூசணிக்காயைச் சோற்றில் மறைக்க முடியாது. அதே சமயம், பள்ளிவாசல் விஷயத்தில் எந்தக் குதூகலமும் தென்படவில்லை. ஏனெனில் எங்குப் பள்ளி வாசல்கள் இருக்கின்றனவோ அங்கு முஸ்லிம்களும் இருப்பார்கள்; எங்கு முஸ்லிம்கள் இருக்கிறார்களோ அங்குப் பிரச்சினைகளும் இருக்கும்.' தலையங்கக் கட்டுரையின் ஆசிரியர் நியூயார்க் என்பது 'நியூயார்க்கிஸ்தான்' ஆக மாறிவிடலாம் என்று எச்சரிக்கிறார். லண்டன் எப்படி 'லண்டன்ஸ்தான்' ஆகி, ஒரு முஸ்லிம் சமுதாயத்தால் 'தீவிர வாதிகளின் உந்துகளமாகச்' சீர்குலைந்து போயுள்ளதோ அதுபோல.

நாதன் லீனின் 'இஸ்லாமிய வெறுப்புத் தொழில்' இதைவிடப் பொருத்தமான நேரத்தில் வெளிவரவும் முடியாது; இதைவிட அதிகமான விதத்தில் விமர்சிக்கவும் முடியாது. இது மிகமிக முக்கியமான, முன்மாதிரியான ஆய்வாகும். பல மில்லியன்

டாலர்களை உள்ளடக்கிய பீதியைக் (வெறுப்பைக்) குடிசைத் தொழிலாய் நடத்தி, வகுப்புவாதம், அந்திய நாட்டினர் பற்றிய அச்சம், வெறுப்பு, வகுப்புவாதம் ஆகியவற்றை ஆதரித்து, ஊக்குவித்து, பீதி நிரம்பிய சூழலை ஏற்படுத்தி, அதன் மூலம் அச்சுறுத்தும் ஒரு சமூகப் புற்றுநோய் தொடர்ந்து நிலவும்படி செய்துவரும் நிதி உதவியாளர்களையும் அமைப்புகளையும் கொண்ட வளையத்தை இந்தப் புத்தகம் வெளிச்சமிட்டுக் காட்டுகிறது.

யூதர்களுக்கு எதிரான உணர்வுகளைப் போலவே, இஸ்லாமியப் பீதியையும் அவ்வளவு எளிதாகவோ, விரைவாகவோ ஒழித்துக் கட்டிவிட முடியாது. இஸ்லாமிய வெறுப்பு என்பது முஸ்லிம்களுக்கு மட்டுமான பிரச்சினையல்ல; நம் அனைவரின் பிரச்சினையாகும். அரசாங்கங்கள், கொள்கைகளை உருவாக்குபவர்கள், ஊடகங்கள், கல்வி நிலையங்கள், மதம், நிறுவனத் தலைவர்கள் என அனைவருக்கும் பொதுவான முக்கியப் பொறுப்பு ஒன்று உள்ளது: நமது சமூகத்தில் சீர்திருத்தங்கள் செய்து மக்கள் மத்தியிலும் கொள்கைகளிலும் ஒரு நல்ல தாக்கம் ஏற்படுத்தி, வெறுப்புக் குரல்களையும் 'சிறப்புரிமை பெற்ற' இறையியலாளர்களாக காட்டிக்கொள்பவர்களையும் (இராணுவம், மதச்சார்பான, மதச்சார்பற்ற அடிப்படைவாதிகள் போன்றவர்களையும்) உள்ளடக்க வேண்டும். அப்பொழுதுதான் உலக அளவில் நல்லிணக்கமும் அமைதியும் நிலவச் செய்ய முடியும். அமெரிக்காவில் யூத எதிர்ப்பு, வகுப்புவாதம் போன்ற வரலாற்றுப் பின்னணிகளிலிருந்து நாம் அறிந்துகொள்வது போல, பிரிவினைவாதிகளும் வகுப்புவாதிகளும் அப்படியே பிறந்து விடுவதில்லை. ஸவுத் பஸிஃபிக் என்ற இசைவடிவின் பாடல் வரிகள் நமக்கு நினைவூட்டுவது போல, 'வெறுப்பும் அச்சமும் உங்களுக்குக் கற்பிக்கப் படவேண்டும்; ஒவ்வோர் ஆண்டும் கற்பிக்கப் படவேண்டும்; உங்கள் செவிகளுக்குள் அது முரசு கொட்டப்பட வேண்டும்; கவனத்தோடு கற்பிக்கப்பட வேண்டும்.'

அறிமுகம்

வங்கதேசத்தைச் சேர்ந்த 48 வயது டாக்ஸி ஓட்டுநர் அஹ்மது ஷரீஃபிற்கு மன்ஹட்டனின் மூலை முடுக்குகள் அனைத்தும் அத்துப்படி. கான்கிரீட் காடுகளாகிவிட்ட நகரின் சந்துபொந்துகளில் பெரும்பாலும் அறிமுகமில்லாத தனது வாடிக்கையாளர்களை அவர்கள் போக வேண்டிய இடத்திற்கு அழைத்துச் செல்வதுதான் அவருடைய வேலை. பதினைந்து ஆண்டு பணிக்காலத்தில், மிகவும் அனுபவப்பட்ட நகர ஓட்டுநர்களைக்கூட குழப்பமடையச் செய்யும் எண்ணற்ற தெருப் பெயர்களையும் வட்டாரங்களையும் அவர் நன்கு அறிந்து வைத்திருந்தார். அதுமட்டுமன்றி, அந்தப் பணி ஆயிரக்கணக்கான அறிமுகங்களையும் தந்தது. 5 நிமிட நண்பர்கள் — நீலநிற தோல் குஷனாலான முன் இருக்கையில் அமர்ந்துகொண்டு மெட்ஸின் (Mets) பயங்கரமான தோல்வி மரபைப் பற்றிப் பேசியபடி, அல்லது ஓய்வின்றி நடந்துவரும் கட்டுமானப் பணிகளைச் சபித்தபடி வருவார்கள். அப்படியே பின்னே உள்ளவற்றைப் பார்ப்பதற்காகப் பொருத்தியுள்ள ரியர்-வியூ கண்ணாடியில் அவர் தொங்கவிட்டுள்ள அலங்காரக் குஞ்சங்களையும் பாராட்டுவார்கள்.

2010இல் ஆகஸ்ட் 24 அன்று மாலை ஷரீஃபின் முதல் சவாரியின் போது கொழுகொழுவென்று குழந்தை முகமும் இடது வகிடு கச்சிதமாக எடுக்கப்பட்ட தங்கநிற முடியுமாய் ஓர் இளைஞன் இரண்டாம் அவென்யூ சாலையும் கிழக்கு 24ஆவது தெருவும் இணையும் இடத்தை நோக்கி வந்தான். ஆறு மணி ஆவதற்குச் சில நிமிடங்களே இருந்தன. கூட்டுச் சாலைகள் அந்த வேளையில் மிகவும் பரபரப்பாகக் காணப்படும்—காப்பிக் கடைகளும், பல மாடி ஸ்டூடியோ கட்டிடங்களும், சிறப்புப் பள்ளிகளுமாய்! மைக்கேல் என்ரைட் போன்ற பிள்ளைகள் வகுப்புகள் முடிந்ததும் நகரின் பரபரப்பிலிருந்து தப்பியோடி, சற்று அமைதியான இடத்தில் மாலைப் பொழுதைக் கழிக்க விரும்புவார்கள். கையை நீட்டி, சுதந்திரத்தைத் தேடிப் பயணிக்கும் தன்னை இட்டுச் செல்லுமாறு சைகை

காட்டினான். ஜே டி பேக்கரிக்கு நேர் எதிரிலிருந்த பாதையோரமாக வண்டியை நிறுத்தியபடி அஹ்மது ஷரீஃப் அவனுடைய சைகைக்குப் பதிலளித்தார். என்ரைட் பின்சீட்டில் குதித்து ஏறிக்கொண்டான்.

42 இரண்டாவது அவென்யூ - அதுதான் அவன் செல்ல வேண்டிய இடம். அவர்களின் எட்டு நிமிட கார்ப்பயணம் 14 அடுக்குகளை உட்கொண்டது — தெருமுனையிலுள்ள ஸ்டார் பக்ஸில் இரண்டு வென்ட்டி லாட்டே காபிகளுக்கு ஆகும் செலவுதான். கார் ஓட்டுநருக்கு என்ரைட் ஒரு காப்பி வாங்கி அளித்திருந்தாலும், ஷரீஃப் ஏற்க மறுத்திருப்பார். அது ரமளான் மாதம். அவர் நான்கு குழந்தைகளின் தந்தை - க்வீன்ஸிலுள்ள ஜமைக்காவில் வாழும் முஸ்லிம். தமது மதக்கோட்பாடுகளைத் தவறாமல் கடைப்பிடிப்பவர். ரமளான் மாதம் முழுதும் அதிகாலை சூரிய உதயம் முதல் மாலை சூரியன் மறையும் வரை நோன்பு இருப்பவர். உண்பதற்கோ, பானம் அருந்துவதற்கோ இன்னும் இரண்டு மணி நேரங்கள் மட்டுமே இருந்தன.

‘சலாம் அலைக்கும்’ என்றான் என்ரைட். அரபு மொழியிலான அந்த வாழ்த்துக்கு ‘உன்மீது அமைதியும் சாந்தமும் நிலவுவதாக’ என்பது பொருள். ஷரீஃபிற்கு எதுவும் நினைக்கத் தோன்றவில்லை. ஒரு இருபத்தியொரு வயது வெள்ளைக்காரச் சிறுவன், அரபு வம்சா வழியில் வராதவன், பேச்சைத் தொடங்குவதற்கு இப்படியொரு வாழ்த்தைப் பயன்படுத்தியது விநோதமாக இருந்தது. எல்லா வற்றுக்கும் மேலாக, இது வங்கதேசத்தைச் சேர்ந்த அந்த ஓட்டுநரை பழுப்புத் தோலும் தாடியும் கொண்ட, அராபியர்கள் என்று கருதப்பட்ட ஆண்களுடன் சேர்த்துவிட்டது போலிருந்தது; அவருடைய தாய்மொழி வங்கமொழி. அவர் பேசும் ஆங்கிலமும் ஓரளவிற்கு நன்றாகவே இருந்தது.

‘உங்கள் ரமளான் எப்படி இருக்கிறது?’ என்ரைட் அவரிடம் கேட்டான். ‘நன்றாக இருக்கிறது’ அவர் பதிலளித்தார். இந்தக் கட்டத்தில் ஒன்று தெளிவானது. திரைப்படத்துறையில் பயின்றுவரும் அந்த மாணவன் சற்றுமுன் கூறிய வாழ்த்து பிற எல்லாவற்றையும்விட அவர் முஸ்லிம் என்பதால்தான்.

என்ரைட்டிற்கு ரமளான் நோன்பு வேடிக்கையும் கிறுக்குத்தனமும் மிக்கதாகத் தோன்றியது. அதை அவன் ஷரீஃபிடம் வெளிப்படை யாகக் கூறவும் செய்தான். அவர்களின் உரையாடலில் முதலில் இருந்த மரியாதை விரைவில் ஒருதலைப்பட்சமான ஒன்றாக மாறியது. ஒரு

போக்குவரத்து விளக்கில் ஷரீஃப் அமைதியாக அமர்ந்திருந்தார். அவரைப் பொறுத்தவரை அவர்களின் உரையாடல் முடிந்திருந்தது. தமது இளைய வாடிக்கையாளர் இஸ்லாத்தை - தமது மதத்தை இவ்வாறு வார்த்தைகளால் பழிப்பதை அவர் கேட்கவே வெறுத்தார். வாய்ச்சண்டையில் இறங்கிவிடாமல் இருப்பதுதான் நல்லது என்று அவர் கருதினார். திட்டமிடப்பட்ட இஸ்லாமியக் கலாச்சார மையம் — சிலர் அழைப்பது போல 'க்ரௌண்ட் ஜீரோ பள்ளிவாசல்' — தொடர்பாக இரண்டாகப் பிளவுபட்டுக் கிடக்கும் நகரத்தில் முஸ்லிம் களுக்கு எதிரான உணர்வுகளுக்குப் பஞ்சமே இல்லை. வாய்ப்புக் கேடாக, அவை சர்வசாதாரணமான ஒன்றாவே அங்கு இருந்தன.

'ஆகவே அவனுடன் பேசுவதை நிறுத்திக்கொண்டுவிட்டேன்' என்று ஷரீஃப் பின்னர் நினைவுகூர்ந்தார். 'அவனும் பேசுவதை நிறுத்திவிட்டான்.' என்ரைட் இறங்கும் இடத்திற்கு இன்னும் மூன்று அடுக்குமாடிக் கட்டடங்களே இருந்த கட்டத்தில் அந்த அமைதி திடீரென்று கலைந்தது. 'இதுதான் உனக்கு நான் வைக்கும் ஆப்பு. தே... பயலே, உன்னைக் கொல்லாமல் விடமாட்டேன்.' அதிர்ச்சியில் உறைந்து போன ஷரீஃப், காரை நிறுத்தினார். 'அவன் ஏதோ படைவீரனைப் போல் பேசிக்கொண்டிருந்தான்' என்றார் அவர். என்ரைட் படைவீரன்தான்; ஆனால் அந்தச் செவ்வாய் மாலையில் அவன் புரிந்துகொண்டிருந்த செயலுக்கும் ஆஃப்கானிஸ்தானின் ஹெல்மன்ட் மாகாணத்தில் டாஸ்க்ஃபோர்ஸ் லெதர்நெக் படையுடன் செலவிட்ட காலத்திற்கும் சிறிதளவும் தொடர்பில்லை. இருப்பினும், அவன் தனது நோக்கை அதற்கு ஒப்பாகத்தான் கண்டான். மனித குலத்தைக் காப்பது அவனது கடமை.

என்ரைட் தனது கால்சட்டைப் பையில் கைவிட்டு தனது லெதர்மானை வெளியே எடுத்தான். அது குறிப்பாகச் சாரணர்கள் பயன்படுத்தும் பலவகையான கத்திகளும் கூரிய ப்ளேடுகளும் அடங்கிய கொத்து. அதைப் 'பட்'டென்று திறந்தவன் காரின் இருக்கை களுக்கிடையிலான மறைப்பின் குறுக்கே தனது கரத்தை இட்டு நீட்டிக்கொண்டிருந்த ப்ளேடின் பளபளக்கும் கூரிய முனையை ஷரீஃபின் தொண்டைக்குக் குறுக்காக இழுத்தான். கசிந்தோடிய இரத்தம் கீழ்நோக்கி அவருடைய மடியில் விழுந்தது. அதிர்ச்சியில் திரும்பிய ஓட்டுநர், மீண்டும் என்ரைட்டின் ஈவு, இரக்கமற்ற கத்திக்கு இரையானார் —இம்முறை அவருடைய முகம், கைகள், கட்டை விரல்களில் வெட்டுகள் நேரடியாக விழுந்தன. 'உன்னைக்

கெஞ்சிக் கேட்டுக் கொள்கிறேன்' ஷரீஃப் கதறினார். 'என்னைக் கொன்றுவிடாதே. நான் மிகவும் கடுமையாக உழைத்து வந்திருக் கிறேன். எனக்கு ஒரு குடும்பம் இருக்கிறது.'[1]

கார் மெல்ல நகர்ந்துகொண்டு இருந்தது. என்றாலும் பின்கதவு வழியே கண்மூடித்தனமாய்ப் பாய்ந்து வெளியேறி, பதுங்கிக்கொள்ள இடம் தேடிய என்ரைட்டிற்கு அது தடையாக இருக்கவில்லை. காலப்போக்கில் அவன் ஒரு காலி ஸ்காச் பாட்டிலுடன் பிடிபட்டான். 'அந்த நபர் என்னிடம் கொள்ளையடிக்கப் பார்த்தான்' – அவன் போலீசாரிடம் கத்தினான். 'அவன் என்னைக் கொள்ளையடிக்க விரும்பினான்; நான் தற்காத்துக்கொண்டேன். இதில் என் தவறு என்ன இருக்கிறது?' – அவன் வீறிட்டான். 'நான் இப்பொழுதுதான் ஆஃப்கானிஸ்தானிலிருந்து திரும்பி வந்திருக்கிறேன். எனக்கு என் அம்மா வேண்டும்.'[2] கைகள் பின்புறமாக விலங்கிடப்பட்ட நிலையில், என்ரைட் கோபத்தில் குமுறினான். 'சலாம் அலைக்கும்' —இரத்தக் கறைபடிந்த அவனது பயணத்தைத் தொடங்கி வைத்த அதே அரபுமொழி முகமனை அவன் போலீஸ்காரர்களைப் பார்த்துச் சொன்னான்: 'இந்த நாட்டில் குண்டுவைத்துக் கட்டடங்களைத் தகர்ப்பதற்கு, முஸ்லிம்களுக்கு அனுமதி அளித்தது போலீசாரின் குற்றம்' என்று விளக்குவதற்கு முன், மற்றொரு போலீஸ் அதிகாரியைப் பார்த்துக் கேட்டான்: 'உங்களுக்கு சலாமியும் பேக்கனும் பிடிக்குமா?'[2]

நல்லவேளையாக, ஷரீஃப் தாக்குதலிலிருந்து உயிர் தப்பினார். ஆனால் அந்த நிகழ்வு, அதுபோல் மற்றொன்று மீண்டும் நடக்கக் கூடுமோ என்ற அச்சத்தை அவருக்குள் வளர்த்தது. அவர் தமது குடும்பத்தோடு மன்ஹட்டனிலிருந்து பஃபலோவிற்குக் குடிமாறும் அளவிற்கு இட்டுச் சென்றது. சில அறிக்கைகள் என்ரைட்டின் குற்றம் —பின்னர் அது வெறுப்பால் தூண்டப்பட்ட குற்றம் என்று வரையறுக்கப்பட்டது—போதையால் விளைந்தது என்று பரிந்துரைத்தன. அவன் சில காலமாகக் குடிப்பழக்கத்திலிருந்து மீளப் போராடிவந்தான். புலனாய்வு செய்ய வந்தவர்களிடம் 'ஜானிவாக்கர் புட்டி தன்னைத்தானே குடித்துத் தீர்க்காது' என்றான். அவனது குடிபோதை எந்த நிலையில் இருந்தாலும், அவனது போதைக்கு விஸ்கி மட்டுமே காரணமாக இருக்கவில்லை. காலிக் கண்ணாடிப் புட்டியுடன் ஒரு சிறிய கறுப்பு டைரியையும் போலீசார் கண்டெடுத்தனர். அதன் பக்கங்கள் 'முஸ்லிம்களுக்கு எதிரான

உணர்வுகளால்' நிரம்பிக் கிடந்தன. சில ஆதாரங்களின்படி என்ரைட்டின் குறிப்பேட்டில் முஸ்லிம்கள் 'கொலையாளிகள், தங்களுக்கு அளிக்கப்பட்ட உதவிகளுக்குச் சிறிதும் மதிப்பளிக்காத நன்றிகெட்டவர்கள், மனசாட்சி இல்லாத கேடுகெட்ட கொலை காரர்களுக்குச் சமமாகச் சித்திரிக்கப்பட்டிருந்தனர்.'[3]

***

2010இல் நிலவிய சமூக, அரசியல் சூழல் வெறுப்பை வெளிக்காட்டு வதற்கு ஏற்ற வகையில் பதப்பட்டிருந்தது. 2001 செப்டம்பர் 11 சம்பவம் நடந்து ஒன்பது ஆண்டுகளுக்குப்பின் பலரும் முஸ்லிம்களுக்கு எதிரான உணர்வுகள் குறைந்திருக்கும் என்று எதிர்பார்க்கக்கூடிய நேரத்தில், அதற்கு மாறாக நடந்தது. உண்மையில், பிற எப்போதையும் விட அதிகமாக — பயங்கரமான அந்த இலையுதிர்காலச் சம்பவத்தைத் தொடர்ந்துவந்த நாள்களையும் வாரங்களையும்விட — அதிகமாக. ப்யூ ஆராய்ச்சி மையம் 2001இலிருந்து நடத்தி வரும் வாக்கெடுப்புகள் இரட்டை கோபுரங்கள் சரிந்து இரண்டு மாதங்களுக்குப் பின்னரும்[4] 59 சதவீத அமெரிக்க மக்களுக்கு முஸ்லிம்கள் பற்றிய சாதகமான கருத்து இருந்ததாகக் கூறுகின்றன. அந்த ஆண்டு மார்ச் மாதம் கடத்தல் விமானி முஹம்மத் அத்தா தனது பயங்கர, தீவிரவாத சகாக்களோடு வந்திறங்கிப் பொதுமக்கள் மனதில் பரவலாக ஒரு பீதியை ஏற்படுத்தும்வரை, 45 சதவீத அமெரிக்க மக்கள் முஸ்லிம்கள் பற்றிய தங்கள் கருத்துகள் பொதுவாக நல்ல விதமாகவே இருந்ததாகக் கூறியுள்ளனர்.[4]

விரைவிலேயே சூழல் தலைகீழாக மாறத் தொடங்கியது— முஸ்லிம்களால் விளைந்த வன்செயல் மிகவும் குறைந்த அளவாகவே இருந்த போதிலும். 2002இல் எஃப்பிஐ (ஃபெடரல் பீரோ ஆஃப் இன்வெஸ்டிகேஷன்) வெளியிட்ட வருடாந்திர அறிக்கையில் முஸ்லிம் களுக்கு எதிரான வெறுப்பு விளைவித்த குற்றங்கள் 1600 சதவீதம்வரை அதிகரித்து விழிபிதுங்க வைத்தன. 2000இல் 28 நிகழ்வுகளும் அதற்கு இரண்டு ஆண்டுகள் கழித்து 481 நிகழ்வுகளும் நடந்தன.[5] 2004இல் நான்கு அமெரிக்கர்களுள் ஒருவர் மட்டுமே இஸ்லாம் பற்றி நல்ல கருத்தைக் கொண்டிருந்தனர். 46 சதவீத மக்கள் 'வன்செயலை ஊக்குவிக்க பிற எல்லா மதங்களையும்விட இஸ்லாம்தான் அதிக வாய்ப்பு பெற்றுள்ளது' என்று நம்புவதாக ஒரு ப்யூ ஆராய்ச்சி மைய வாக்கெடுப்பு தெரிவிக்கிறது.[6]

இவ்வாறு வெறுப்பின் மேல்நோக்கிச் செல்லும் இயல்பைக் கண்டறிந்த நிறுவனம் ப்யூ மட்டுமல்ல அடுத்த ஆண்டே *ஏபிசி நியூஸ்* ஓர் அறிக்கை வெளியிட்டது. அது 43 சதவீத அமெரிக்க மக்கள் இன்னமும் 'முஸ்லிம்கள் பிற மதத்தினரைச் சிறிதும் மதிப்பதில்லை' என்று கருதுவதாகத் தெரிவித்தது. 2005க்குள் பத்து அமெரிக்கர்களில் ஏறத்தாழ ஆறுபேர் இஸ்லாம் வன்செயல் எளிதில் பீடிக்கக்கூடிய மதம் என்று கருதினர். வாக்காளர்களில் பாதி பேர் முஸ்லிம்களை மிகவும் குறைவாகவே மதித்தனர்.[7] ஐந்து ஆண்டுகளில் எண்ணிக்கைகள் தலைகீழாகி விட்டிருந்தன — ஒரு காலத்தில் இஸ்லாத்தை நல்ல கண்ணோட்டத்தோடு பார்த்த அதே சதவீத மக்கள் தற்போது அதற்கு நேர் எதிரான கருத்தைக் கொண்டிருந்தனர்.

2006 வந்ததும் சென்றதும் முஸ்லிம்களுக்கு எதிராக அமெரிக்க மக்களின் மனதில் தோன்றியிருந்த அசௌகரியமான உணர்வைச் சிறிதும் மாற்றவில்லை. *வாஷிங்டன் போஸ்டின்* வாக்கெடுப்பு ஒன்று இராக் போர் நான்காவது ஆண்டு நோக்கி நகர்ந்துகொண்டிருக்கும் நிலையில் அமெரிக்கர்களில் பாதிபேர் இஸ்லாத்தின் மீது எதிர்மறை யான கண்ணோட்டம் கொண்டிருந்தனர் என்று தெரிவித்தது.[8] 2008இல் அமெரிக்க அதிபர் தேர்தலின் போது, 'போருக்கு முற்றுப்புள்ளி வைப்பேன்' என்று பரப்புரை செய்த வேட்பாளர் அசுர வேகத்தில் பரவிவந்த முஸ்லிம் எதிர்ப்பு அலையால் சூழப்பட்டார். ஜனநாயகக் கட்சி வேட்பாளர் பராக் ஒபாமா 'வின்டி சிட்டி'யிலிருந்து வந்த மெலிந்த உடல்கட்டு கொண்ட அரசியல்வாதி. அவருடைய பெயர் அறிமுகமற்ற ஒன்றாகவும், பின்னணியானது இந்தோனேஷியா வழியே அவரது முஸ்லிம் தந்தையின் கென்யா நாட்டுப்புறப் பகுதி வரை எட்டியது என்பதாலும், முஸ்லிம் எதிர்ப்புச் சம்பவங்களை உருவாக்குவதற்காகவே காத்திருப்போருக்கு எளிதில் குறியாகி விட்டார். 47 வயதான அந்த வேட்பாளர், நாட்டின் முதல் ஆப்பிரிக்க அமெரிக்க அதிபராகப் பதவியேற்க இருப்பவர், ஒரு முஸ்லிம் என்று போட்டியாளர்களால் (அவரைப் பற்றிய தவறான வர்ணனையை வேண்டுமென்றே அவதூறு ஆக்கியவர்கள்) முத்திரை குத்தப்பட்டார். இது ஏற்கனவே அதிருப்திப்பட்டுப் போயிருந்த வாக்காளர்களுள் சில பகுதியினரைக் குமுறச் செய்தது. கிறிஸ்துவரான ஒபாமா, தமக்கு இஸ்லாத்துடன் தொடர்பு இருப்பதுபோல் காட்டும் எந்த ஒரு சூழ்நிலையும் ஏற்படுவதைத் தவிர்க்கும் பொருட்டு மிகுந்த கவனம் செலுத்தும் அளவிற்கு அரசியல் சூழல் மெல்லுணர்வு கொண்டிருந்தது. டியர்பார்னில் மிஷிகன் பிரச்சார உதவியாளர்கள் ஒரு போட்டோவில்

எதிர்கால அதிபருடன் பதிந்துவிடாத வகையில் அங்கிருந்த முகத்திரை அணிந்த இரண்டு முஸ்லிம் பெண்களை அப்புறப்படுத்தினர். நிச்சயமாக அவர் பள்ளிவாசலுக்குச் சென்றிருந்தால், போட்டியாளர்கள் தரப்பிலிருந்து பெருத்த, ஆவேசமான எதிர்ப்பு கிளம்பியிருக்கும். ஜார்ஜ்டவுன் பல்கலைக்கழகத்தில் இஸ்லாமிய ஆய்வுப் பேராசிரிய ராகப் பணியாற்றும் ஜான் எஸ்பொஸிட்டோ கூறுவதுபோல, இந்த விஷயத்தில் பிரச்சாரம் கொண்டிருந்த மிக ஆழ்ந்த மெல்லுணர்வானது பனிப்போர், கெடுபிடிப்போர் சமயத்தில் கம்யூனிஸ்ட் ஆதரவாளர்கள் என்று கருதப்பட்டவர்கள் தெரிவித்த மறுப்பை எதிரொலித்தது. 'நான் முஸ்லிம் அல்ல; ஒருபோதும் இருந்ததுமில்லை.' விரைவில் அதிபராகவிருந்தவரின் வாக்கியத்தில், அவர் வேண்டுமென்றே சொன்னாரோ இல்லையோ, முஸ்லிமாக இருப்பது ஒரு கெட்ட விஷயம் என்ற அனுமானம் பொதிந்திருந்தது.[9] இஸ்லாமியப் பீதி அலை அதே ஆண்டு ஐரோப்பாவின் கடலோரங் களைத் தொட்டது. ப்யூ ஆய்வுக் கட்டுரை அந்தக் கண்டத்தில் முஸ்லிம் களுக்குச் சாதகமான கருத்துகள் மிகக்குறைவு என்று தெளிவாக்கியது. ஸ்பெய்ன் மற்றும் ஜெர்மனியைச் சேர்ந்த வாக்காளர்களில் சரிபாதி பேர் இஸ்லாமிய மதம் சார்ந்தவர்களுக்கு எதிரான கண்ணோட்டம் கொண்டிருப்பதாகத் தெரிவித்தனர். போலந்து வாக்காளர்களில் 46 சதவீதத்தினரும், பிரான்ஸ் வாக்காளர்களில் 38 சதவீதத்தினரும் அதே போன்ற உணர்வைக் கொண்டிருந்தனர்.

***

முன்முடிவு, பிறருக்கு எதிர்ப்புத் தெரிவித்து பாரபட்சம் காட்டுவது என்பது பல்லாண்டுகளாக நிலவிவரும் ஒன்று. ஐரோப்பிய, அமெரிக்கச் சமூகங்கள் தங்கள் வரலாறுகளில் தங்களின் நாட்டின் தனித்தன்மையான கலாச்சாரத்தோடு பொருந்தாத அந்நிய நாட்டினரைச் சகித்துக்கொள்ள முடியாமலும், அவர்களோடு போராடிக் கொண்டும் இருந்துவந்துள்ளனர். இந்தச் சகிப்புத்தன்மையற்ற நிலைக்கு, பகுதியாகவோ முழுமையாகவோ, மூலகாரணம் 'பிரதேசப் பீதி' என்று அழைக்கப்படும் ஒன்றாகும். அதாவது அந்நிய நாட்டினரைக் கண்டால் எழும் அச்சம் அல்லது தீவிர வெறுப்பு.

பெரும்பாலும் 'அந்நிய நாட்டினர்' என்பது அந்தச் சொல்லைப் பயன்படுத்துபவர்களின் குழுவில் பொருந்தாதவர்களைக் குறிக்கும். அவர்கள் பிற நாடுகளிலிருந்து வந்தவர்களாகவும், கருத்துகளாலும் கலாச்சாரங்களாலும் வேறுபட்டவர்கள் என்றும் கருதப்படுகின்றனர்.

முஸ்லிம்கள் பற்றிய பல வலதுசாரி அமெரிக்கர்களின் ஆணித்தரமான கருத்து, எடுத்துக்காட்டாக, அவர்கள் 'நமது' நாட்டில் வரவேற்கத் தகுந்தவர்கள் அல்லர் என்பதுதான். இதுபோன்ற வெறித்தனமான, விடாப்பிடியான தேசியவாதம் இந்த ஊகத்தின் அடிப்படையில்தான் முன்முடிவு செய்யப்படுகிறது: முஸ்லிம்கள் குடியேறிகள்; இஸ்லாமியம் நெகிழ்வுதன்மையோ எல்லையற்ற நம்பிக்கை கொண்ட ஓர் இயக்கமோ அல்ல; அது வெகு தொலைவில் தோன்றியது மட்டுமல்ல — மொராக்கோவிலிருந்து பஹ்ரைனுக்கு இடம்பெயரும் மக்கள்கூட்டம் — அமெரிக்காவுக்குள்ளும் படையெடுத்து இருக்கிறது.

அமெரிக்காவிலும் ஐரோப்பாவிலும் உள்ள பல முஸ்லிம்கள் கண்டிப்பாக எங்கிருந்தோ வந்தவர்கள். இதைப் புள்ளிவிவரங்கள் நிரூபிக்கின்றன. 2005இல் முஸ்லிம்கள் பெரும்பான்மை வகிக்கும் நாடுகளிலிருந்து மேலும் பலர் அமெரிக்காவில் குடியேறினர் — ஏறக்குறைய 96,000 பேர் கடந்த இருபது ஆண்டுகளில் இருந்ததை விடவும் அதிகமாக.[10] இன்று ப்யூ ஆய்வு அறிக்கையில் அமெரிக்கா விலுள்ள முஸ்லிம்களில் 64.5 சதவீதத்திற்கும் மேலானவர்கள் முதல் தலைமுறைக் குடியேற்றக்காரர்கள் என்று தெரிவிக்கின்றன.[11] பிரான்ஸில் 2010ஆம் ஆண்டின் மத்தியில் புதிதாய்க் குடியேறியவர் களில் மூன்றில் இரண்டு பங்கு பேர் முஸ்லிம்கள் என்று எதிர் பார்க்கப்பட்டது. அதுபோலவே, இங்கிலாந்தில் நான்கில் ஒரு பங்கிற்கும் அதிகமானவர்கள் முஸ்லிம்களாக இருந்தனர்.[11] மைக்கேல் என்ரைட் போல, முஸ்லிம்கள் எதிர்மறையான, மிரட்டும் இயல்பு உடையவர்கள் என்ற கண்ணோட்டம் கொண்டவர்களுக்கு இந்தப் புள்ளிவிவரங்கள் அதிர்ச்சியூட்டுபவையாய் இருந்தன. குடியேறுபவர்கள் மீது அவர்களுக்கு இருந்த அச்ச உணர்வு வெளிப்படையான வகுப்புவாதமாக உருவெடுத்தது. அமெரிக்காவில் இஸ்லாமிய பீதியின் பிதாமகராகப் பலரால் போற்றப்படும் அரசியல் விமர்சகரான பழமைவாத கட்சியைச் சேர்ந்த டானியல் பைப்ஸ், 1990இல் *நேஷனல் ரிவ்யூ*விற்காக எழுதிய கட்டுரையில் குடியேறுபவர் களுக்கு எதிரான இந்த வகுப்புவாதமும் இஸ்லாமியப் பீதியும் இணையும் விதத்தைத் தெளிவாக விளக்கியிருந்தார்:

> மேற்கு ஐரோப்பிய சமூகங்கள் பெரும் திரளாய் வந்து குடியேறும் பழுப்புநிறத் தோல்கொண்டவர்களை, விநோதமான உணவு களைச் சமைத்துக்கொண்டு, ஜெர்மானிய தரத்திற்கு ஈடான சுகாதாரம் பேணாதவர்களை ஏற்கத் தயாராகவில்லை. குடியேறு

பவர்கள் அனைவரும் பல விசேஷமான பண்பாடுகளையும் மனோபாவங்களையும் கொண்டுவருகிறார்கள். ஆனால் மற்றெல்லாவற்றையும்விட முஸ்லிம் பண்பாடுகள்தாம் மிகவும் தொல்லை கொடுக்கின்றன. அத்துடன் உள்வாங்கிக்கொள்வதற்கு அவை மிகுந்த எதிர்ப்பு காட்டுகின்றன.[12]

9/11 நடந்து ஏழு ஆண்டுகளுக்குப்பின், 'இஸ்லாமிய வெறுப்பின் ஏழு அம்சங்கள்' என்ற தமது பட்டியலில் ஒன்றாக 'குடியேறுபவர்களுக்கு எதிரான வகுப்புவாதம்' என்பதையும் ரன்னிமீட் அறக்கட்டளை உட்படுத்தியிருந்தது.

பைப்ஸ் விவரித்த காரணிகளுக்காகப் பலர் இஸ்லாத்தையும் முஸ்லிம்களையும் விமர்சித்தனர். தாங்கள் குடியேறும் நாட்டின் கலாச்சாரத்திற்கு ஏற்பப் பொருந்திக்கொள்ள அவர்கள் விரும்புவ தில்லை; அல்லது அவர்களால் முடிவதில்லை. அமெரிக்க வரலாற்று அடிப்படையில் ஒரு குறிப்பிட்ட வகையிலான மக்கள் ஒரு மைய அமைப்பைக் கடைப்பிடித்தபடி வாழும் சமூகம் என்ற தவறான எண்ணத்தின் பின்னணியில் எழுந்த கருத்து இது. இருந்தும் அமெரிக்காவில் தேசிய மதமோ, வகுப்புப் பிரிவுகளோ, ஆதிக்கம் செலுத்தும் ஒழுக்கக் கோட்பாடுகளோ இல்லை. ஆகவே, இப்படிப் பட்ட சமூக அமைப்பை முஸ்லிம்களோ, வேறு எந்தக் குழுவினரோ ஏற்க மறுக்கிறார்கள் என்று கருத வாய்ப்பே இல்லை. இருந்தும், பொருளாதாரக் கொள்கைகளும் சமூகக் கொள்கைகளும் இணைந்து அமெரிக்கா அல்லது ஐரோப்பிய சமூகங்களுக்கே உரித்தான சுதந்திரம், வளமைக்கான வாய்ப்புகள் ஆகியவற்றை மரபுவழி, வகுப்பு, மதம்சார்ந்த சிறுபான்மையினர் சாதகமாகப் பயன்படுத்திக் கொள்கின்றனரோ என்ற ஐயங்களைத் தோற்றுவித்துள்ளன.

காலப்போக்கில் குழப்பமான, தொடர்பற்ற நிலைக்குத் தள்ளப் பட்டுவிட்ட பூகோள அடிப்படையிலான அம்சங்களிலும் அந்நிய நாட்டினர் மீதான இந்தப் பயம் உருவாகக் காரணமாகி உள்ளன எனலாம். இஸ்லாமியப் பீதியில் ஆழ்ந்துள்ளவர்கள் அந்நிய நாட்டிலிருந்து குடியேறுபவர்களைப் போலவே, அமெரிக்காவிலும், பிரான்ஸ் இங்கிலாந்து போன்ற நாடுகளிலும் பிறந்து வளர்ந்த முஸ்லிம் களையும் அந்நிய நாட்டினராகவே காண்கின்றனர். குடியேறிய நாட்டில் இயல்பாகப் பிறந்து இயல்பாகவே வளர்ந்திருந்தாலும், அவர்களின் வித்தியாசமான மதங்கள், நம்பிக்கைகள் காரணமாக விநோதமான ஒரு கூட்டமாகவே கருதப்பட்டு —அதையே காரண மாகக்கொண்டு சமூகத்திலிருந்து விலக்கிவைக்கப்படுகிறார்கள்.

அமெரிக்க, ஐரோப்பிய முஸ்லிம்கள் முஸ்லிம்களாகவே, பிற மதம்சார்ந்த அந்நிய நாட்டினராகவே முத்திரை குத்தப்படுகிறார்கள். ஆகவே, முஸ்லிம்களல்லாத அமெரிக்கர்களையும் ஐரோப்பியர்களையும்விட அவர்கள் தாழ்ந்தவர்களாகவே சித்திரிக்கப்படுகிறார்கள்.

ஒருவரின் தனித்தன்மையை இவ்வாறு பிளவுபடுத்துவது அதாவது ஒருவரின் பல்வேறு அம்சங்களில் ஒன்றை மட்டும் கட்டாயமாகத் தனியே பிரித்து வைப்பது அரசியல்தன்மை வாய்ந்த செயலாகும். பெரும்பான்மையான மக்களை சிறுபான்மையினருக்கு எதிராகத் திருப்பிவிட்டு, அவர்களுக்கிடையே உள்ள வேறுபாடுகளைப் பெரிதுபடுத்துவதன் மூலம் சில உலகத் தலைவர்கள் மிகவும் பயங்கரமான செயல்திட்டங்களை வகுக்க வகைசெய்திருக்கிறார்கள்.

1947இல் வெளிவந்த, வகுப்புவாதத்திற்கு எதிர்ப்புத் தெரிவிக்கும் *டோண்ட் பி ஏ சக்கர்* செய்திப்படத்தில் போர்த்துறையின் 15 நிமிடப் பகுதி ஒன்று வகுப்புவாதத்தைத் தூண்டிய சூழ்நிலை நாஸி ஜெர்மனியின் வளர்ச்சிக்கு எவ்வாறு உதவியது என்பதை விவரிக்கிறது. கலகக்காரன் ஒருவன் அமெரிக்காவின் தெருமுனை ஒன்றில் ஒரு தற்காலிக மேடையின் மீது ஏறி நின்றுகொண்டு 'கறுப்பு இனத்தவரான நீக்ரோக்கள் மற்றும் வெளிநாட்டவர் பற்றிய உண்மைகளை' உரக்கக் கூறிக்கொண்டிருக்கிறான். குடியேற்றக்காரர்கள், யூதர்கள், கத்தோலிக்கர்கள், ஃப்ரீமேஸன்கள், கறுப்பு இனத்தவர் என அனைவரையும் தாக்கிப் பேசுகிறான். கூடியிருந்த மக்களுள் ஆண்கள் அதை ஆமோதித்தபடி தலையாட்டிக் கொண்டிருக்கிறார்கள் — தாங்களும் கலகப்பேச்சில் ஈடுபடுவோருடன் முழுவதுமாக இணைந்துகொள்ளும்வரை.

ஹங்கரியைச் சேர்ந்த நாகரிகமான, மெல்லப் பேசும் ஒருவர் நடப்பவற்றை வேடிக்கை பார்த்துக் கொண்டிருக்கும் ஓர் இளைஞனிடம் ஜெர்மனியில் இரண்டாம் உலகப்போருக்கு முன் இதே போல நடந்தது என்று விளக்குகிறார். இப்போது தாக்கப்படும் மக்கள் கூட்டம் மாறியிருக்கிறது — அவ்வளவுதான். 'ஒருமித்து நிற்கும் ஒரு நாட்டைக் கைப்பற்றும் வலிமை தங்களுக்கு இல்லை என்பதை நாஸிகள் நன்கு உணர்ந்து இருந்தார்கள். ஆகவே அவர்கள் ஜெர்மனியைச் சிறு சிறு குழுக்களாகப் பிளந்தனர். நாட்டை முடக்கிப்போடுவதற்குப் பாரபட்சத்தை (முன்முடிவை) ஒரு நடைமுறை ஆயுதமாகவே பயன்படுத்தினார்கள். மனிதர்களாகிய நாம் பாரபட்ச உணர்வுகளோடு பிறப்பதில்லை. அவை எப்பொழுதும்

நமக்காக உருவாக்கப்படுகின்றன; ஏதோ ஒன்றை விரும்புபவரால் உருவாக்கப்படுகின்றன.'

அடால்ஃப் ஹிட்லர் ஏதோ ஒன்றை விரும்பினார். அவர் அதிகாரத்தை விரும்பினார். ஜெர்மனியின் மக்கள் தொடர்ந்து அச்சமூட்டும் ஒரு சூழலில் இருந்துவந்தால் அவர்கள் அடிபணிந்து நடப்பவர்களாகவும், அப்பாவிகளாகவும் இருப்பார்கள் என்பதை அவர் புரிந்துகொண்டார். 1933க்குள் பெரும் வீழ்ச்சி ஏறத்தாழ 6 மில்லியன் ஜெர்மன் மக்களை வேலையின்றித் தவிக்கவிட்டது. ஆண்கள் தங்கள் குடும்பங்களை எப்படிக் காப்பாற்றப் போகிறோம் என்று எண்ணியபடி செய்வதறியாமல் வீதிகளில் உலவிக்கொண்டு இருந்தனர். அரசாங்கம் தரும் உதவிப் பணமோ வெறும் 6 மாதங்கள் மட்டுமே நீடித்தது —இது எரிகிற நெருப்பில் எண்ணெய் ஊற்றுவது போல, அவர்களை அவமானப்படுத்துவது போல இருந்தது. இந்த அவலநிலை ஒருபோதும் முடிவடையப் போவதில்லை என்று பலரும் கருதினர். வாழ்வில் அடிபட்டுக் கிடக்கும் தங்கள் நிலையை எண்ணி விரக்தியின் எல்லைக்கே சென்றுவிட்ட 2,24,000 பேருக்கு இந்தத் தாங்க முடியாத துயரத்திலிருந்து விடுதலையளிக்கக்கூடிய ஒரே வழி தற்கொலைதான் என்று தோன்றியது. இந்தக் கையறுந்த நிலை உலகெங்கிலும் பரவிக் கிடந்தது — ஜெர்மனி அதன் மிகக் கசப்பான, இடர்ப்பாடுகள் மிகுந்த பகுதியில் இருந்தது.

ஹிட்லர் அதிபராக அதிகாரத்தைக் கையில் எடுத்துக்கொண்ட பொழுது அவர்முன் ஏறக்குறைய எலும்புக்கூடுகளாகிவிட்ட மக்கள் கூட்டமும் பூதாகாரமாக வளர்ச்சியடைந்திருந்த நாஸி இயக்கமும் இருந்தன. தனது அதிகாரத்தையும் செல்வாக்கையும் பயன்படுத்தி அவர் தொடங்கிவைத்த அச்சமூட்டும் பிரச்சாரம், இன அழிப்பில் முடிவடைந்தது. ஜெர்மனியின் துன்பங்களுக்கெல்லாம் ஹிட்லர் யூதர்களைப் பழித்தார். பெரும் போரின் போது ஜெர்மனிக்கு உண்டான பெருத்த இழப்பிற்கு யூதர்கள்தான் காரணம் என்று குற்றம் சாட்டினார். ஹிட்லரைப் பொறுத்த அளவில், வெர்செய்ல்ஸ் உடன்படிக்கை, 1923இன் பெருத்த பணவீக்கம் ஆகியவையும் ஜெர்மனியை முடக்குவதற்கு யூதர்கள் செய்த சதித்திட்டங்களே. 'யூத இளைஞன் பல மணிநேரம் காத்திருப்பான் — தான் கற்பழிக்கத் திட்டமிடும் ஒன்றுமறியாத அப்பாவி ஜெர்மானியப் பெண்ணை நோட்டமிட்டபடி' என்று *மைன் காம்ப்ஃப்* (எனது போராட்டம்) என்னும் தமது வாழ்க்கை வரலாற்றில் அவர் எழுதினார். 'அவன் அவளது

இரத்தத்தைக் களங்கப்படுத்தி, அவளுடைய இனத்தைச் சேர்ந்த மக்களிடமிருந்து பிரித்துவிட விரும்புகிறான். யூதன் வெள்ளை இனத்தை வெறுக்கிறான்; அதன் கலாச்சாரத்தைத் தாழ்த்தி, யூதர்கள் ஆதிக்கம் செலுத்த வகை செய்ய விரும்புகிறான்.'

பேருந்துகள், உணவுவிடுதிகள், ரயில்கள், பார்க் பெஞ்சுகள் என அனைத்திலும் யூதர்கள் அவர்களுக்கென்று ஒதுக்கப்பட்ட இருக்கைகளில் மட்டுமே அமர வேண்டியிருந்தது. யூதர்களான பள்ளிச் சிறார்கள் துன்புறுத்தப்பட்டனர்; ஜெர்மானிய இளைஞர்கள் தங்கள் வகுப்புத் தோழர்களை வெறுக்கக் கற்றுத் தரப்பட்டனர்; 1935 நியூரெம்பெர்க் சட்டங்கள் நடைமுறைக்கு வந்தபோது, ஜெர்மனியின் குடிமக்களாக இருக்கும் உரிமையை யூதர்கள் இழந்தனர்; யூதரல்லாதவர்களை மணந்துகொள்ள அனுமதிக்கப்படவில்லை; மருத்துவர்களும் மருந்துக்கடைக்காரர்களும் அவர்களுக்கு அடிப்படை மருத்துவ வசதிகளைக்கூட அளிக்க மறுத்துவிட்டனர். யூதர்களுக்கு எதிரான உணர்வுகள் ஒரு விஞ்ஞானரீதியான வகுப்புவாதமாக உருவாகி, புதிய உயரங்களை எட்டின. இரண்டாம் உலகப் போரின்போது நாஸி ஆட்சியால் படிப்படியாகச் செயல்படுத்தப்பட்ட 6 மில்லியன் யூதர்களின் ஒழிப்புத் திட்டம் ஹிட்லரைப் பொறுத்த அளவில் 'யூதப் பிரச்சினைக்கு ஓர் இறுதித் தீர்வு.'

***

இருபத்தியோராம் நூற்றாண்டின் பிற்பகுதி பாரபட்சத்திற்கும் வகுப்பு வாதத்திற்கும் கச்சிதமாகத் தயாராகியிருந்தது. இரண்டாயிரம் ஆண்டுகளின் பிற்பகுதியில் ஏற்பட்ட நிதி நெருக்கடி நிலை, அதாவது 'பெரும் வீழ்ச்சி' (கிரேட் டிப்ரஷன்) என்று அழைக்கப்பட்ட காலகட்டம் — 1930களின் பிற்பகுதியில் ஏற்பட்ட பெரும்வீழ்ச்சிக்குப் பிறகு நிகழ்ந்த மிகப்பெரிய பொருளாதார வீழ்ச்சி என்று பல பொருளாதார வல்லுநர்களும் ஆய்வாளர்களும் கருதினர். வீட்டுவசதிக் குமிழ் மிகப்பெரிய அளவிற்கு வீக்கமடைந்ததன் காரணமாக வெடித்தது. இதன் விளைவாக அமெரிக்க வீட்டுமனைத் தொழிலோடு தொடர்புடைய பங்குகள் பெரும் வீழ்ச்சியடைந்தன. தங்கள் கடன்களில் தாங்களே மூழ்கிக்கிடந்த வங்கிகளுக்கு அமெரிக்க அரசாங்கம் ஜாமீன் அளித்தது. வாகனத் தொழில் பாதிக்கப்பட்டது; பங்குச்சந்தை சரிந்திருந்தது; ஒன்றுமறியாக் குடிமக்களிடமிருந்து வட்டிக்கடைக்காரர்கள் அவர்களின் பணத்தைப் பறித்துக்

கொண்டிருந்தார்கள். பன்னாட்டு நிதியம் வெளியிட்ட அறிக்கையின்படி, 2007 முதல் 2009 வரையிலான காலத்தில் அமெரிக்க, ஐரோப்பிய வங்கிகள் மோசமான முதலீடுகளிலும் கடன்களிலுமாக 1 ட்ரில்லியன் டாலர்களுக்கும் மேல் நஷ்டப்பட்டிருந்தன. 2009 அக்டோபருக்குள் அமெரிக்காவில் வேலையில்லாத் திண்டாட்டம் 10.1 சதவீதமாக உயர்ந்திருந்தது.

பொருளாதாரச் சீர்கேடு சமூகப் பிரச்சினைகளுக்கு வழிவகுத்தது — பல ஆண்டுகளுக்கு முன் தேசிய உணர்விற்கும் அந்நிய எதிர்ப்பு உணர்வுகளுக்கும் அடித்தளம் இட்டிருந்ததுபோல. சமூக ஆத்திரங்கள் முஸ்லிம்களின் மீது கொட்டித் தீர்க்கப்பட்டன. வலதுசாரிக் கட்சியோ, அச்ச உணர்வின் வலிமையை நன்கு உணர்ந்து, நிலைமையின் நிச்சயமற்ற தன்மையைச் சாதகமாக்கிக்கொண்டது. பார்க் 51இல் இஸ்லாமிய சமூக மையம் கட்டப்படுவது பற்றிய சர்ச்சையைத் தொடர்ந்து சமூகத்தைப் பிளவுபடுத்தும் அளவிற்கு அச்சுறுத்தும் வார்த்தைகளும் சொற்றொடர்களும் தோன்றின. 'க்ரவுண்ட் ஜீரோ பள்ளிவாசல்', 'யூரேபியா,' 'மரணக் குழுக்கள்', 'ஊர்ந்துவரும் ஷரீஆ', 'பதுங்கு ஜிஹாத்','பயங்கரக் குழந்தைகள்' போன்ற வார்த்தைகள் பொது அரசியல் மேடைப்பேச்சுகளில் புகுந்து அச்சத்தைப் பரப்புவதில், வலதுசாரிகளுக்கு அதிகம் சிரமம் இன்றி எளிதாகக் கைகொடுத்தன. எதிர்ப்புத் தெரிவித்தவர்கள் கவலைப்பட்டது பள்ளிவாசல் கட்டப்படும் இடத்தைப் பற்றியல்ல. நாட்டின் பல்வேறு பகுதிகளிலும் — டென்னெஸ்ஸீ, கலிஃபோர்னியா, கென்டகி, வியோமிங், ஓஹையோ உள்பட — இஸ்லாமிய மையங்களும் பள்ளிவாசல்களும் கட்டப்படுவதற்குப் பலத்த எதிர்ப்பு கிளம்பியது. இஸ்லாமியச் சட்டமான ஷரீஆ பற்றிய அச்சம் பரவலாய் ஆங்காங்கே வெடித்தது — மக்கள் மத்தியில் வானம் இடிந்து விழுவது முஸ்லிம் களால்தான் என்று அழுது புலம்பியது ஒரு கூட்டம் —*சிக்கன்லிட்டில்* பாணியில். சதியாலோசனை பற்றிய பிதற்றல்களும் அச்சங்களுமாய் அது வளர்ந்துவந்தது.

ஃபுளோரிடாவிலுள்ள ஒரு தீவிர கிறிஸ்தவ போதகர் கூறியபடி, இணையதளத்திலுள்ள கூகுள் தேடுபொறியில் 'e' என்னும் ஆங்கில எழுத்திற்குப் பதிலாக இஸ்லாமியப் பிறைச் சின்னத்தை இடும் அளவிற்கு, ஊடுருவியுள்ள, ஒரு மதம்சார்ந்த கூட்டத்தினருக்குப் பதிலடி கொடுக்கச் சிறந்தவழி குர்ஆனின் பிரதிகளைத் தீயிட்டுக் கொளுத்துவதுதான். அவர்களைப் பொறுத்த அளவில் முஸ்லிம்கள்

ஒவ்வொரு தேடலின் மூலம் படிப்படியாக இந்த உலகை ஆக்கிரமித்துக்கொண்டு வருகிறார்கள்.

2010இல் ஏபிசி நியூஸ், வாஷிங்டன் போஸ்ட் ஆகியவை வெளியிட்ட செய்திகளின்படி 2001 அக்டோபருக்குப் பிறகு இஸ்லாத்தின் மீது நல்ல கண்ணோட்டம் கொண்ட அமெரிக்கர்களின் சதவீதம் மிகவும் குறைவாக இருந்தது. வெறும் 37 சதவீத அமெரிக்கர்கள் மட்டுமே முஸ்லிம்களின் மதத்தின்மீது சாதகமான கண்ணோட்டம் கொண்டிருந்தனர்.[13] அந்த ஆண்டு டைம் இதழ் நடத்திய ஆய்வில் 'முன்முடிவு' மேலும் வளர்ந்துவருவது தெளிவானது. 28 சதவீத வாக்காளர்கள் (புள்ளிவிவரங்களின்படி) உச்சநீதிமன்றத்தில் நீதிபதியாக அமரும் தகுதி முஸ்லிம்களுக்கு இருப்பதாகக் கருதவில்லை. மூன்றில் ஒரு பங்கினர் அந்த மதத்தைப் பின்பற்றுபவர்கள் அதிபர் தேர்தலில் போட்டியிடுவதற்குத் தடைவிதிக்க வேண்டும் என்றனர். அப்போதிருந்த மக்கள் தொகையில் ஏறத்தாழ 25 சதவீதத்தினர் 'ஓவல் ஆஃபீஸ்' வளாகத்தில் உள்ள பராக் ஒபாமா ஒரு முஸ்லிம்தான் என்று உறுதியாக நம்பினர்.[14]

2011இல் 9/11இன் பின்னணியில் இயங்கிய தீவிரவாதத் தலைவர் உஸாமா பின் லாதெனின் மறைவு, முஸ்லிம்கள் பற்றி மக்களின் மனதில் பெருமளவிற்கு ஒரு மாற்றத்தைக் கொண்டுவரும் வலிமை பெற்றிருந்தது. வியப்பூட்டும் வகையில், அது அவ்வாறு செய்யவில்லை. அல்-காயிதா தலைவரை அமெரிக்கப் படைகள் கொன்றுவிட்டன என்ற செய்தி வெளியாகி இரண்டு மாதங்களுக்குப் பிறகு மதச் செய்திச் சேவை முஸ்லிம் எதிர்ப்பு உணர்வு அதிகரித்து இருப்பதாக அறிவித்தது.[15] மேலும் சி்எ்ன்ஸ் வெளியிட்ட அறிக்கை அமெரிக்கர்களில் சரிபாதியினர் புர்க்கா அணிந்த பெண் தம்மிடையே இருந்தாலோ, தங்கள் வட்டாரத்தில் ஒரு பள்ளிவாசல் கட்டப்பட்டாலோ, விமான நிலையத்தில் ஒரு முஸ்லிம் தொழுகை நடத்தினாலோ மிகவும் அசௌகரியமாக உணர்வார்கள் என்றது. 41 சதவீதத்தினர் தங்கள் சமுதாயத்தில் ஒரு தொடக்கப்பள்ளி ஆசிரியை முஸ்லிமாக இருந்தால் அசௌகரியமாக உணர்வோம் என்று கூறினர்.[16]

இத்தகைய அச்சம் மிகுந்த சூழல் உருவானதற்கு முஸ்லிம் தீவிரவாதிகள் பரவலாகக் காணப்பட்டது காரணமாக இருந்திருக்க முடியாது. அப்படியொன்றும் அதிக அளவில் அவர்கள் காணப்படவில்லை. தீவிரவாதிகளின் தாக்குதலும் அப்படியொன்றும் தொற்றுநோய் போலப் பரவவில்லை. தீவிரவாதம் மற்றும் தேசியப்

பாதுகாப்புக்கான ட்ரயாங்கிள் மையம் 2011 பிப்ரவரியில் செய்த ஆய்வின்படி 9/11க்குப் பிறகு அமெரிக்காவில் பதினொரு முஸ்லிம் அமெரிக்கர்கள் தீவிரவாதத் தாக்குதலை வெற்றிகரமாக முடித்திருந்தனர். 9 ஆண்டிற்கும் மேற்பட்ட காலத்தில் அவர்கள் 33 பேரைக் கொன்றிருந்தனர். அதனுடன் ஒப்பிடுகையில், அதே காலகட்டத்திற்குள் நாட்டில் ஏறத்தாழ 150,000 கொலைகள் நடைபெற்றிருந்தன.[17] ஒரு பில்லியனுக்கும் மேற்பட்ட முஸ்லிம்கள் வாழும் உலகில், அவர்களுள் பெரும்பான்மையினர் வன்முறையான எண்ணங்கள் கொண்டவர்களாகக் கருதப்படும் சூழ்நிலையில், உண்மையில் நடந்த தாக்குதல்கள் மிகவும் குறைவாகவே இருந்தன. சாப்பல் ஹில்லில் அமைந்துள்ள வடக்கு கரோலினா பல்கலைக் கழகத்தில் சமூகவியல் பேராசிரியரான சார்ல்ஸ் குர்ஸ்மன் தமது *தி மிஸ்ஸிங் மார்டிர்ஸ்* (காணமல் போகும் தியாகிகள்) என்னும் நூலில் கூறுவதுபோல, உலக அளவில் தீவிரவாதிகள் பணிக்கு அமர்த்தப் படுவதும் குறைந்து வருவதை அது சுட்டிக் காட்டியது. ‘உலக இஸ்லாமியத் தீவிரவாதிகள் கடந்த கால் நூற்றாண்டில் 15000 முஸ்லிம்களுள் ஒருவருக்கும் குறைவாகவே பணிக்கு அமர்த்தி உள்ளனர்; 9/11க்குப் பிறகு, 100,000 முஸ்லிம்களுள் ஒருவருக்கும் குறைவாக.[18]

***

அப்படியென்றால் இத்தகைய நிலையான, பிடிவாதமான விதத்தில் முஸ்லிம் எதிர்ப்பு உணர்வு அதிகரித்து வருவது ஏன்? செப்டம்பர் 11,2001 சம்பவம் நிகழ்ந்து பத்து ஆண்டுகள் கடந்த நிலையில் முஸ்லிம்கள் மீதான பயம், நம்பிக்கையின்மை, வெறுப்பு என அனைத்தும் இதுவரை இல்லாத உச்சத்தை எட்டியிருப்பது ஏன்?

பிறகுதான் ஓர் உண்மை தெரியவந்தது: ஒரு பத்தாண்டு காலத்தில் அமெரிக்க மக்களிடையே ஊடுருவிய இஸ்லாமிய பீதி என்பது, பின்னிப்பிணைந்து கிடக்கும் வலதுசாரி அச்ச உணர்வு வியாபாரிகள் உருவாக்கிய சதி என்பதுதான் அது. விமானங்கள் இரட்டை கோபுரங் களைத் தகர்த்த நாளில் தொடங்கி, அவர்கள் ஓயாமல் உழைத்து முஸ்லிம்கள் மேற்கத்திய நாடுகளில் ஆபத்தான செல்வாக்குப் பெற்று வருவதாகத் தங்கள் சக குடிமக்களை நம்பவைத்திருக்கிறார்கள். மதவெறி பிடித்த வலைப்பூ எழுத்தாளர்கள், வகுப்புவாதிகளான அரசியல் பிரமுகர்கள், அடிப்படைவாதிகளான மதகுருமார்கள், *ஃபாக்ஸ் நியூஸ்* அறிஞர்கள், மதம்சார்ந்த ஸியோனிஸ்டுகள் என

அவர்களின் தொழில்துறை வெறுப்பை அடிப்படையாகக் கொண்டது: இஸ்லாமிய வெறுப்புத் தொழிற்சாலை அரபு அமெரிக்க நிலையத்தின் தலைவர் ஜேம்ஸ் ஜாக்பி கூறினார்: '(இஸ்லாமிய வெறுப்பின்) தீவிரம் இன்னமும் குறையவில்லை. மேற்பரப்புக்கு வெகு அருகில் ஒரு மெல்லிய நரம்புபோல இழைந்தோடிக் கொண்டிருக்கிறது. எந்தக் கணமும் வெளியே தெறிக்கத் தயாராக...'[18] *எங்கேஜிங் த முஸ்லிம் வேர்ள்ட் (முஸ்லிம் உலகைப் பயன்படுத்துதல்)* எனும் நூலின் ஆசிரியர் யுவான் கோல், மிஷிகன் பல்கலைக்கழகத்தில் தற்கால மத்திய-கிழக்கு மற்றும் தெற்கு ஆசிய வரலாற்றுப் பேராசிரியராகப் பணியாற்றி வருகிறார். அவர் இந்தக் கருத்தை ஆமோதிக்கிறார். அவருடைய கண்ணோட்டத்தில், 'அமெரிக்க அரசியல் பிரமுகர்களும் ஊடகங்களும் சில குறிப்பிட்ட நோக்கம் கொண்டவர்களுமாகச் சேர்ந்து இப்படித்தான் பதிலளிக்க வேண்டும் என்ற செய்தியை அமெரிக்கர்களுக்குச் சொல்லிக் கொடுத்திருக்கிறார்கள்.'[18]

ஒரு பெரிய நிறுவனக் குடையின் கீழ் தயாரிப்புகளை அளிக்கும் பெரும்பாலான தொழில்துறைகளைப் போலல்லாது, இஸ்லாமிய வெறுப்புத் தொழிற்சாலை சற்று வேறுபட்டு நிற்கிறது. அது ஆற்றல் மிகுந்தது; வளைந்து கொடுக்கக்கூடியது. ஒரே கிளையோடு இணைக்கப்படாத, தனித்தனியே இயங்கும் பகுதிகளைக் கொண்டது. இருந்தபோதிலும் அதைத் தருவிப்போரும் விற்பனையாளர்களும் ஒரே களத்தில் உலாத்தியபடி பல்வேறு குறிப்பிடத்தக்க வழிகளில் இணைக்கப்பட்டிருக்கிறார்கள். ஒருவரின் பணியை மற்றொருவர் சட்டரீதியாக்குவது அவர்களின் செயல்திறனின் சிறப்புக் கூறாகும். இஸ்லாமிய வெறுப்புத் தொழிற்சாலை இணையதளத்தின் நுகந்தடியைப் பூட்டிக்கொண்டு, தனது சிறு குழுக்கள் தேசிய அளவிலும் சர்வதேச அளவிலும் மாபெரும் அமைப்புகளாக விரிவடையச் செய்துள்ளது. பல சந்தர்ப்பங்களில், முஸ்லிம்களுக்கு எதிரான வெறுப்பை உமிழும் உரைகளை ஆற்றிவரும் ஒரு சிறு குழு காலப் போக்கில் வளர்ச்சியடைந்து, ஒவ்வொரு கட்டத்திலும் பல்வேறு குழுக்களை உருவாக்குகிறது. இவை அதே அல்லது அதுபோன்ற தலைமையின்கீழ் இயங்கும். வலைப்பூ எழுத்தாளர் பமேலா கெல்லர் தொடங்கிவைத்த 'அமெரிக்கா இஸ்லாமியமாவதை நிறுத்துங்கள்' (*ஸ்டாப் இஸ்லாமைசேஷன் ஆஃப் அமெரிக்கா —*SIOA - எஸ்ஐஓஏ) என்னும் இஸ்லாமிய வெறுப்புச் செயல்பாட்டுக்குழு இதற்கு ஓர் எடுத்துக்காட்டு. இந்தத் தீவிரவாதக் குழு 'ஐரோப்பா இஸ்லாமியமாவதை நிறுத்துங்கள்' (*ஸ்டாப் இஸ்லாமைசேஷன் ஆஃப் ஈரோப் —*

SIOE - எஸ்ஐஓஈ) என்னும் தாய் அமைப்பின் சிறு கிளையாகும். இரண்டு குழுக்களும் அவரவர் கண்டங்களில் முஸ்லிம்களுக்கு எதிரான உணர்வுகளைத் தூண்டிவிட்டன. 2010 ஜூனில் நியூயார்க்கில் நடந்த புகழை எட்டிப்பிடிக்கும் பேரணியில் அவை இணைந்தன — இது பார்க் 51 இஸ்லாமிய சமூக மையத்தை அமைக்கும் திட்டத்திற்கு எதிராக. தங்களின் பீதித் தொழிற்சாலையை மேலும் ஒருபடி முன்னே கொண்டு செல்வதற்காக எஸ்ஐஓஏ, எஸ்ஐஓஈ ஆகியவை தாங்களும் இணையப் போவதாக 2011இல் அறிவித்தன. இவ்வாறு உருவானது தான், 'தேசங்கள் இஸ்லாமியமாவதை நிறுத்துங்கள்.'

சில சூழ்நிலைகளில், தொழில்துறை நிதியால் கட்டுண்டுக் கிடக்கிறது. முதலாளி- ஊழியர் உறவில் ஒருவித எதிர்பார்ப்பு கலந்த சூழல் நிலவுகிறது. எடுத்துக்காட்டாக, வலைப்பூ எழுத்தாளரான ராபர்ட் ஸ்பென்ஸருக்கும் அவருடைய மேலதிகாரி டேவிட் ஹொரோவிட்ஸுக்கும் உள்ள தொடர்பு. ஒருவருக்கு மாதம்தோறும் கிடைக்கும் சம்பளப் பணம் அவர் இஸ்லாமிய வெறுப்புத் தொடர்பான சொற்பொழிவுகளில் எந்த அளவிற்கு மும்முரமாகப் பணியாற்றுகிறார் என்பதைப் பொறுத்து இருந்தது—ஸ்பென்ஸரைப் பொறுத்த வரையில் அது ஏராளமாய் ஈட்டித் தரவும் செய்தது. ஸ்பென்ஸர், டேவிட் ஹொரோவிட்ஸ் ஃப்ரீடம் சென்டரின் ஓர் அங்கமான *ஜிஹாத் வாட்ச்* என்னும் தினசரி வலைப்பூ இதழில் எழுதிவருகிறார். தவிர, ஹொரொவிட்ஸ் நடத்திவரும் *ஃப்ரண்ட்பேஜ் மாகஸீன்* என்னும் மற்றொரு ஆன்லைன் அரசியல் இதழிலும் தொடர்ந்து எழுதி வருகிறார். ஹொரோவிட்ஸ் கூறுவது போல, இருவரும் இணைந்து ஒரு 'சிறிய, ஆனால் வெளிப்படையான திறன்மிக்க ஒரு குடும்பத்தை' உருவாக்கியுள்ளனர்.[19]

ஒரு தொழில்துறை தயாரிக்கும் பொருள்களை வாங்குவதன் மூலம் அதை ஆதரிப்போர், தங்கள் தேவைக்காகத்தான் அப்படிச் செய்கின்றனர். இஸ்லாமிய வெறுப்புத் தொழிற்சாலைக்கு நிதியுதவி செய்வோரும் இதிலிருந்து எவ்விதத்திலும் வேறுபடவில்லை. டேவிட் ஹொரோவிட்ஸ், ராபர்ட் ஸ்பென்ஸர் போன்ற தனிமனிதர்களின் பின்னணியில் அவர்களைவிடவும் மங்கலான கருத்தியல் பாணிக்கு ஆளானவர்கள் மிக அதிகம் உள்ளனர். ஆயிரக்கணக்கான மைல் களுக்கு அப்பால் எங்கோ வெஸ்ட் பாங்க்கில் நிகழ்ந்துவரும் விண் வெளிப் போரில் தங்களின் கை ஓங்கியிருக்கவேண்டும் என்பதற்காக முஸ்லிம் எதிர்ப்புணர்வுகளைத் தூண்டிவிடுவதை அவர்கள்

வழிமுறையாகக் காண்கின்றனர். பாலஸ்தீனத்திற்குள் புகுந்து தன் ராஜ்ஜியத்தை விரிவடைய வைக்க முயலும் இஸ்ரேலை வலிமையாக ஆதரிப்போர் பெரும்பாலும் இஸ்லாமிய வெறுப்புத் தொழிற்சாலை உருவாக்கிவரும் போலியான அறிவுசார்ந்த குத்துச்சண்டையை ஆதரிப்பவர்களாகவே உள்ளனர். அவர்களைப் பொறுத்த வரையில், இஸ்லாத்தையும் முஸ்லிம்களையும் அச்சுறுத்தலாக தாங்கள் பார்ப்பதற்குக் கூடுதல் அழுத்தம் தருவது மூலம், பாலஸ்தீனியர் களுக்கு எதிரான அவர்களின் கொள்கைகளுக்கு குறைந்த எதிர்ப்பு ஆற்றல்கொண்ட சூழல் உருவாக்கப்படுகிறது; அவர்களிடம் குவிந்து கிடக்கும் ஏராளமான பணம் இஸ்லாத்திற்கு எதிரான மாபெரும் பிரச்சாரங்களுக்கு விலைக்குறைப்பு செய்வதோடு, முஸ்லிம் எதிர்ப்பு பேச்சாளர்களைச் சம்பளப்பட்டியலில் வைத்திருக்கிறது. முஸ்லிம்களை இரத்தம் சிந்த வைக்கும் வகையில் பேசும் இவர்கள் தான் இஸ்ரேலின் தீர்வுக் கொள்கைகளைத் தீவிரமாய் ஆதரிக்கவும் செய்கிறார்கள் என்பது தற்செயலானதல்ல. தங்கள் மதம் அல்லது அரசியல் நம்பிக்கைகள் எதுவாக இருந்தாலும், இத்தகைய சொற்பொழிவுகளால் அவர்களின் பணப்பைகள் நிரம்பி வழிகின்றன.

கருத்தியல் நோக்கங்கள் வலதுசாரி ஸியோனிசத்தை விடவும் ஆழ ஊடுருவியுள்ளன. பிரச்சாரக் கிறிஸ்தவ சமூகத்தின் ஒரு பகுதியினர் அவர்களுடைய மத போதனைகளையும் கதைகளையும் முஸ்லிம் களோடு போட்டியிட்டுக் கொண்டு நடத்திவருகிறார்கள். நாடெங்கிலும் மேடைகள் அமைத்து, பிரச்சாரகர்கள் ஒரு போட்டி உலக மதம் தங்கள் சமூத்திற்குள் நுழையும் அச்சத்தைப் பற்றி ஆவேசமாகவும் கவர்ச்சியாகவும் பேசிவருகின்றனர். வலதுசாரிக் கிறிஸ்தவர்கள் முதன்முதலாக முஸ்லிம்களுக்கு (மற்றும் அந்நிய மதத்தினருக்கு) எதிராகக் கொதித்து எழுந்தபோது ஜெர்ரி ஃபால்வெல், பாட் ராபர்ட்சன், ஜான் ஹாகீ போன்றவர்கள் முன்னணி வகித்தனர். அதே சமயம் இஸ்ரேலுக்கு ஆதரவான, பைபிள் ஏந்திய புதிய இனமான ‘சுதந்திரப் போராட்ட வீரர்கள்’ அவர்களிடையே தோன்றினார்கள். நீலநிற ஜீன்ஸ் அணிந்த, பான்டு வாத்தியங்களைப் பின்னணியாகக் கொண்ட ஞாயிறுக் கூட்டங்களில் உற்சாகத்தோடு பங்குகொள்ளும் மக்களிடையே ஓர் இளைஞர் பட்டாளத்தைக் கவரும் வகையில் தங்கள் செய்தியை அவர்கள் மாற்றியமைத்தனர். அந்த இளைஞர்கள் கிறிஸ்துவ மதத்தின் உண்மைத் தத்துவத்தில் தீவிர நம்பிக்கை கொண்ட தொண்டர்கள் மட்டுமின்றி, அந்தப் புனிதச் செய்தியை தேவாலயத்தின் கதவுகளுக்கு வெளியே கொண்டுவந்து வீதிகள்வரை

கேட்கச் செய்பவர்கள். அவர்களைப் பொறுத்தவரை, இது நம்பிக்கைக்கும் ஒருபடி மேலானது. இதற்குச் செயலாக்கம் தேவை.

ஒரு விநோதமான மும்முனைக் கூட்டணியாக, பழமைவாதக் கிறிஸ்தவக் குழுக்கள் இஸ்ரேல் ஆதரவுக் கூடாரங்களுடனும், 'டீ பார்ட்டி' அங்கங்களுடனும் இணைந்துகொண்டுள்ளன.[20] 'டீ பிரச்சாரகர்கள்' என்று, அழைக்கப்பட்ட அவர்கள் நாட்டையும் உலகையும் தம் இரும்புப் பிடிக்குள் சிறை வைத்திருக்கும் ஷரீஆ வெறுப்பு/அச்சம் பற்றிய செய்திகளில் முன்னணி வகிக்கும் உணர்ச்சிக்குரல்களுக்குச் சொந்தக்காரர்கள். இஸ்லாமியச் சட்டம் அமெரிக்காவைக் கைவசப்படுத்துகிறது என்றும், கிறிஸ்துவமதம் தான் ஒரேவழி என்றும், பாலஸ்தீனியர்கள் தங்கள் நாட்டை யூதர்களிடம் ஒப்படைத்துவிடவேண்டும் என்றும் வலியுறுத்தும் அவர்கள், ஐம்பது மாகாணங்களிலும் வட்டாரச் செயல்வீரர்களை நியமித்துள்ளனர். உருவெடுத்து வருவதாகக் கூறப்படும் முஸ்லிம் பிரச்சினையைத் தடுக்கத் தேவையான சட்டங்களை நடைமுறைப்படுத்தும்படி அவர்கள் தேர்ந்தெடுக்கப்பட்ட அதிகாரிகளிடம் தொடர்ந்து கோரி வருகின்றனர்.

அவர்களின் பிரச்சாரம் எழுப்பிய கூக்குரல் பரவலாகக் கவனத்தை ஈர்த்தது—முன்னாள் சபாநாயகர் நியூட் கிங்ரிஹ்கூட அந்த அச்ச/வெறுப்பு வலையில் சிக்கி, 2012 அதிபர் தேர்தலில் குடியரசுக் கட்சி வேட்பாளராக நிற்கையில் அதனைத் தமது பிரச்சாரத்தின் மையக் கருவாகக் கொள்ளும் அளவிற்கு. கிங்ரிஹ் முஸ்லிம் எதிர்ப்புணர்வு களைத் தமது பிரச்சாரத்திற்காக எடுத்துக்கொண்டது, பலரும் அறிந்திருந்தாலும் அரசியல் காரணங்களுக்காகக் கூறத் துணியாத ஒன்றை வெளிப்படுத்தியது; இஸ்லாமியப் பீதி/வெறுப்பு என்பது அரசியல் வலதுசாரியின் கருவி. பல்வேறு வாக்கெடுப்புகளும் இதை நிரூபித்தன. 2010இல் நடந்த *நியூஸ்வீக்* வாக்கெடுப்பில் குடியரசுக் கட்சியினரில் 52 சதவீதத்தினர் பராக் ஒபாமா முஸ்லிம் அடிப்படை வாதிகளுக்குப் பரிவுகாட்டி வருகிறார் என்றும் ஷரீஆ சட்டத்தை நடப்பில் கொண்டுவர விரும்புகிறார் என்றும் கருதினர்.[21] ஏறத்தாழ இரண்டு ஆண்டுகள் கடந்த பின்னரும் இந்த உணர்வு மாறியிருக்க வில்லை — குறிப்பாக அலபாமாவிலும் மிஸிஸிபியிலும் உள்ள குடியரசுக் கட்சி வாக்காளர்களிடையே. 2012 தேர்தல் பரபரப்புகளோடு வழக்கமான போலிக் குற்றச்சாட்டுகளும் அதிவேகமாய்ப் பரவும் மின்னஞ்சல்களும் ஒபாமா ஒரு முஸ்லிம் என்று கூறின. பொதுக்

கொள்கை வாக்கெடுப்பு 2012 மார்ச்சில் சில விவரங்களை வெளியிட்டது: மிஸிஸிபி குடியரசுக் கட்சியினரில் 52 சதவீதத்தினர் அதிபர் ஒரு முஸ்லிம் என்று திடமாக நம்பினர்; 36 சதவீதத்தினர் உறுதியாகக் கூற முடியாத நிலையிலிருந்தனர்; 12 சதவீதத்தினர் அவர் கிறிஸ்துவர் என்று கூறியதை வார்த்தை பிசகாமல் அப்படியே ஏற்றுக்கொண்டனர். அருகிலிருந்த அலபாமாவிலும் ஒபாமா சற்று அதிகமாகத் தேறினார் எனலாம். குடியரசுக் கட்சி வாக்காளர்களில் 45 சதவீதத்தினர் ஒபாமா ஒரு முஸ்லிம் என்றனர்; 41 சதவீதத்தினருக்குத் தீர்மானமாகத் தெரியவில்லை; 14 சதவீதத்தினர் அவர் ஒரு கிறிஸ்தவர் என்று நம்பினர். மதச்சார்பான கருத்துகள் வகுப்பு சார்பான கருத்துகளோடு கைகோர்த்துக்கொண்டன. ஒவ்வொரு நான்கு பேரிலும் ஒருவர் ஒபாமாவின் பெற்றோர் கலப்புத் திருமணம் செய்துகொண்டது சட்டத்திற்குப் புறம்பானதாக இருந்திருக்க வேண்டும் என்றனர்.[22]

இதேபோல், ப்ருக்கிங்ஸ் நிலையம் 2011இல் வெளியிட்ட அறிக்கையில் குடியரசுக் கட்சியினருள் மூன்றில் இரண்டு பங்கினர், டீ பார்ட்டி இயக்கத்தோடு தங்களை ஐக்கியப்படுத்திக்கொண்டுள்ள அமெரிக்கர்கள், ஃபாக்ஸ் நியூஸில் மிகுந்த நம்பிக்கை வைத்துள்ள அமெரிக்கர்கள் என அனைவருமே இஸ்லாமியக் கருத்துகள் அமெரிக்கக் கருத்துகளுக்கு எதிராக உள்ளன என்று கருதுவதாகக் கூறியுள்ளது.[23] என்றாலும் ஜனநாயகக் கட்சியில் பெரும்பான்மையினர் இதை ஒப்புக்கொள்ளவில்லை.

கட்சிப் பிளவு அரசியலோடு ஒன்றியிருக்கும் நிலையில் குடியரசுக் கட்சிக்கு இந்தப் பிரச்சினை ஒரு ஆப்பு போல, ஆதாரமாய் விளங்கியது. இதை வைத்துக்கொண்டே எதிரிகளான ஜனநாயகக் கட்சியினரைக் காட்டிலும் ஒருபடி மேலே இருக்க முடியும் என்று அவர்கள் கண்டறிந்தனர்; அதுமட்டுமின்றி, ஜனநாயகக் கட்சியினர் தீவிரவாதத்தை மென்மையாகக் கையாளுகிறார்கள் என்றும் கூறிவந்தனர். முஸ்லிம் எதிர்ப்பு உணர்வு வாக்குகளை அள்ளித் தரும் வரையில், அச்சம் பரப்பும் சுழற்சியாக அது வலம் வந்துகொண்டு தான் இருக்கும்.

முஸ்லிம்கள் பற்றிய எதிர்மறையான நம்பிக்கையாளர்களின் மொத்த விளைவு ஆபத்தானதாக இருந்தது. இஸ்லாமிய வெறுப்புத் தொழிற்சாலை விஷத்தன்மை வாய்ந்த ஓர் அச்சத்தைக் கிளறி விட்டிருந்தது. வன்முறை என்ற ஒரே ஒரு தர்க்கரீதியான முடிவை

நோக்கி அது வழிந்தோடியது. மைக்கேல் என்ரைட், அவரைத் தொடர்ந்துவந்த கொலைகள், அச்ச/வெறுப்புக் குற்றங்கள் என முஸ்லிம்களுக்கு எதிரான செயல்களை உருவாக்கிய அதே சூழல், பின்னர் 2011இல் அதைவிடவும் இரத்தக்களரியான, வேதனை மிகுந்த சம்பவத்திற்கு வழிவகுத்தது.

நார்வேயில் உள்ள ஆஸ்லோவில், முப்பதைக் கடந்த வெள்ளைக் கார தேசியவாதி ஒருவன் இஸ்லாத்தின் வளர்ச்சியாலும் தாக்கத்தாலும் பித்தம் தலைக்கேறி, ஒரு தொடர்கொலையில் இறங்கிவிட்டான். 77 பேரைக் கொன்று குவித்து எண்ணிலடங்காதவர்களைக் காயப் படுத்தினான். இறந்தவர்களுள் ஐரோப்பாவை இஸ்லாமிய மயமாக்கும் முயற்சியில் குடியேற்றம் தொடர்பான கொள்கைகளை எளிதாக்குவதில் பங்களித்ததாக அவன் கருதிய அரசாங்கத் தலைவர் களும் தொழிலாளர் கட்சியைச் சேர்ந்த இளம் செயல்வீரர்களும் அடங்குவர். இரத்தக்களரியான அவனின் தொடர் கொலைகள் தொடங்குவதற்குச் சற்றுமுன், தமது நண்பர்களுக்கும் ஆதரவாளர் களுக்கும் அவன் ஒரு மின்னஞ்சல் அனுப்பினான். அதில் 1500 பக்கங்கள் கொண்ட அவனுடைய வாக்குமூலமும் அடக்கம். அதன் பக்கங்களுள் இஸ்லாமிய வெறுப்புத் தொழிற்சாலையைச் சேர்ந்த வெறுப்பு வணிகர்கள் பற்றிய நூற்றுக்கணக்கான செய்திகள் இருந்தன. அவர்களின் எழுத்துக்கள்தான் அவனுடைய உலகநோக்கை ஊக்குவித்து, அவனுடைய பலவீனமான மனதில் மிகப்பெரிய அச்சத்தை விதைத்திருந்தன. அதன் விளைவு ஒன்றே ஒன்றுதான் — எரிபொருளும் உரமும் சேர்ந்த விபரீதக் கலவை; உயிர்குடிக்கும் தோட்டாக்கள் தெறித்துப் பரவும் கோரத் தாண்டவம்.

***

இந்த நூல் அரக்கர்களை உருவாக்கும் இருண்ட உலகம் பற்றி ஆய்வு செய்கிறது. இஸ்லாம் குறித்த அச்ச/வெறுப்பு உணர்வை மக்களிடையே பரப்புவதையே குறிக்கோளாகக் கொண்ட வெறுப்புத் தொழிற் துறையின் வாழ்க்கைமுறையை நோட்டமிடுகிறது. அமெரிக்காவிலும் ஐரோப்பாவிலும் நிலவிவரும் முஸ்லிம் எதிர்ப்பு உணர்வு அண்மையில் திடீரென்று அதிகரித்ததற்கான காரணம் சந்தேகம் மிகுந்த ஒரு சூழல் இயல்பாகவே உருவாகி வந்ததல்ல; கடந்த பத்து ஆண்டு காலமாக மிகவும் கவனத்துடனும் முறைப்படியும் திட்டமிடப்பட்ட ஒன்றாக, இருபத்தியோராம் நூற்றாண்டின் இரண்டாவது பத்தாண்டில்

தற்போது முன்னேறிய வண்ணம் தனது இலக்கை நோக்கிப் பயணித்து வருவது.

இஸ்லாமிய வெறுப்பு பற்றி அண்மைக்காலத்தில் கல்வி நிலையங்களுக்குள்ளும், பொதுச் சொற்பொழிவுகளிலும் பேசப்பட்ட கருத்துகள் ஒரு பொருத்தமான தீர்வை எட்டும் என்ற நம்பிக்கையில் புதிய கொள்கையை முழுமையாக அலசி ஆராய்ந்துள்ளன. செய்துள்ளன. இத்தகைய கருத்துப் பரிமாறல்களில் அவற்றை உருவாக்கும் விதிமுறைகளைத் தெளிவாக வகுப்பது முக்கியம்தான் என்றாலும், தேவையற்ற பழங்கதைகளில் சிக்கி உழன்றுகொள்வதும் எளிது. இஸ்லாமிய வெறுப்பு/ பீதி என்பது ஒரு சமூகக் கவலை, சிலவகை அனுபவங்களால் ஏற்படும் மனச்சஞ்சலம் என்றெல்லாம் வகைப்படுத்தப்பட்டாலும், மிக எளிமையாகச் சொல்ல வேண்டுமென்றால் இஸ்லாம், முஸ்லிம்கள் ஆகியவை பற்றிய அச்சம் எனலாம். இந்த அச்சம்தான் வெறுப்பு, பகைமை, வகுப்புவாதம் என்பனவற்றுக்கு வழிவகுக்கிறது. இதே அம்சங்களைத்தான் ரன்னிமீட் ட்ரஸ்ட் தனது 1997ஆம் ஆண்டு அறிக்கையில் இஸ்லாமியப் பீதியை விவரிக்கப் பயன்படுத்தியது.[24]

இத்தகைய அருவருப்பான அம்சங்களை வெளிப்படுத்துபவர் அதைச் சிறிதளவாவது தூண்டுதலின்றிச் செய்வதில்லை. மதம், இனம் அல்லது சாதி அடிப்படையிலான சிறுபான்மையினருக்கு எதிராக இத்தகைய சமூகக் கேடுகள் நிகழ்வதில் ஒருவகையான திட்டமிட்ட வடிவத்தை உணர்கையில் மனம் கலங்குகிறது. என்றாலும், அவை அதனினும் மிகப்பெரிய புற்றுநோய்க்கான அறிகுறிகள் என்பதை நாம் மறந்துவிடக்கூடாது. மற்றபடி இயல்பாக இருந்துவரும் மனித சமுதாயத்திற்கு இடையே நாசம் விளைவித்து, ஒரு குறிப்பிட்ட திசையில் செலுத்துவது இந்த அச்ச உணர்வுதான். 2009இல் வெளிவந்த ஏ சிங்கிள் மேன் என்ற திரைப்படத்தில் ஜார்ஜ் ஃபால்கனர் என்ற ஆங்கிலப் பேராசிரியர் கதாபாத்திரத்தை ஏற்று நடித்த காலின் ஃபிர்த் இந்த அனுபவத்தைத் தொகுத்து வழங்குகிறார்:

அச்சம்தான் நமது உண்மையான எதிரி. அச்சம் நமது உலகை ஆட்கொண்டு வருகிறது. நமது சமூகத்தில் அச்சம் என்பது எல்லோரையும் விருப்பம்போல் ஆட்டிவைப்பதற்கான கருவியாகப் பயன்படுத்தப்படுகிறது. இந்த முறையில்தான் அரசியல் வாதிகள் கொள்கைகளை விலைபேசுகிறார்கள்; மாடிசன் அவென்யூ நமக்குத் தேவைப்படாதவற்றையெல்லாம் நம் தலையில்

> கட்டுகிறது. யோசித்துப் பாருங்கள். நாம் தாக்கப்படப் போகிறோம் என்ற அச்சம்; ஒவ்வொரு முக்கு, மூலையிலும் கம்யூனிசம் பேசுபவர்கள் ஒளிந்துகொண்டிருக்கிறார்கள் என்ற அச்சம்; நமது வாழ்க்கை முறையில் நம்பிக்கை கொள்ளாத ஏதோ ஒரு சிறு கரீபிய நாடு நம்மை மிரட்டுகிறது என்ற அச்சம்/வெறுப்பு; உலகைக் கறுப்பு இனத்தவரின் கலாச்சாரம் கவர்ந்துகொண்டுவிடும் என்ற அச்சம்; எல்விஸ் ப்ரெஸ்லியின் இடுப்பு பற்றிய வெறுப்பு — ஒருவேளை அதுமட்டும் நிஜமான அச்சமாக இருக்கலாம். நமது வாய் துர்நாற்றம் நமது நட்புகளை இல்லாமல் செய்துவிடுமோ என்ற அச்சம். வயதாகி, யாருமற்றுத் தன்னந் தனியாகிவிடுவோமோ என்ற அச்சம்.

அச்சம் காரணமாக எழும் நடுக்கத்தின் இயல்புக்கு மாறான, நியாயத்திற்குப் புறம்பான தன்மை பற்றி திமோத்தியின் இரண்டாம் நிருபம் கூடச் சில கருத்துகளைக் கூறுகிறது: 'இறைவன் நமக்கு அச்சத்தைத் தரவில்லை; மாறாக, வலிமையை, அன்பை, தெளிந்த அறிவை அருளியிருக்கிறான்.'[25]

முஸ்லிம்கள் பற்றிய பொதுமக்களின் வெறுப்பும் கவலையும் முழுக்க முழுக்கக் கட்டுக்கதை என்று வாதிடும் தைரியம் வெகுசில எழுத்தாளர்களுக்கும் அறிஞர்களுக்கும் மட்டுமே வரும். அவர்களின் அந்தஸ்தை உடைத்தெறிந்து, நிலையற்ற பதவி என்பது நிச்சயமாகத் தெரிந்த ஒன்றின் ஆழத்திற்குள் மூழ்க எனக்கு அவசரமில்லை. முதலாம் அத்தியாயத்தில் நான் கூறியுள்ளதுபோல, உலக நடப்புகள் பெரும்பாலும் மனிதர்களின் பார்வையைத் திரையிட்டு மறைத்து, சக மனிதர்களிடம் காட்டும் உணர்வுகளுக்குச் சாயம்பூசிவிடுகின்றன. முஸ்லிம்களுக்கு எதிரான வன்செயலும் இதற்கு விதிவிலக்கல்ல. ஆகவே 2001 செப்டம்பர் 11க்குப் பிறகு இஸ்லாம் பற்றி அசௌகரியமான கேள்விகள் கேட்பதை இயல்பானது; சரியானது என்று ஒரு சிறு அளவிற்காவது ஏற்றுக்கொள்ளலாம். அதேபோல, வரலாற்றுப் புத்தகங்களும் செய்திப்படங்களும் கூறுவதை மட்டும் வைத்து பனிப்போரை அறிந்திருப்பவர்களுக்கு *ரெட் ஸ்கேர்* (கம்யூனிசத்தின் வளர்ச்சி பற்றிய அச்சம்) என்பது எந்தளவுக்கு விநோதமாகத் தோன்றுகிறதோ, அந்தளவுக்குச் சோவியத் யூனியனுக்கும் அமெரிக்காவிற்கும் இடையிலான பூசல்களும் அந்தக் காலகட்டத்தில் நிலவிய மனஇறுக்கங்களும் கவலையும் பலபேருக்கு நிஜமான அனுபவங்கள்.

ஆனால் இது வேறொன்று பற்றியதும்கூட. அந்நிய நாட்டவரை வெறுக்கும் ஒரு சிறுகூட்டம் தனது தனிப்பட்ட இலாபத்திற்காக அச்சத்தை உருவாக்குவதற்கு எடுத்துக்கொள்ளும் முயற்சிகள் பற்றியது. மக்கள்தொகையின் ஒரு பகுதியைப் பலிகொடுத்து அல்லது காயப் படுத்தி, அதன்மூலம் பேரழிவைக் குறிக்கும் உலக நோக்குகளைப் பரவச் செய்தல் பற்றியது. மனித அறிவின் சிந்திக்கும் திறனை முடக்கி, அதை மரத்துப் போகச் செய்யும் அச்ச உணர்வை ஊட்டி, மேலும் மேலும் வேண்டும் என்று கெஞ்ச வைக்கும் அளவிற்கு அதற்கு அடிமையாக்கி வைத்திருக்கிறார்களே, அது பற்றியது.

இது மேற்பரப்புக்குக் கீழே நடக்கும் கதை —இந்தப் பக்கங்களில் நாம் பேசும் பலருடைய அன்றாடச் செயல்களால் அடிக்கடி சிலுப்பப்படும் கதை. இஸ்லாம், முஸ்லிம்கள் பற்றிய நியாயமற்ற, சரிசமமற்ற சித்திரிப்பைச் சரிசெய்ய நான் எடுத்துக்கொள்ளும் முயற்சி. இதற்கு மற்றவர்களை வேதனைப்படுத்தி, அதன்மூலம் சுய இலாபம் ஈட்டும் சிறுகூட்டத்தினரின் மீது பார்வையைப் பதிக்கும்படி அழைப்புவிடுக்கிறேன். நியூயார்க் பல்கலைக்கழகத்தின் இஸ்லாமிய ஆய்வு மற்றும் வரலாற்றுக் கழகத்தில் பேராசிரியராகப் பணிபுரியும் ஜக்காரி லாக்மானின் வரிகளை இங்கு கோடிட்டுக் காட்ட விரும்புகிறேன்: 'எனது உலகப் பார்வைக்கு நேரெதிரான உலகப் பார்வை கொண்டவர்கள் பின்வரும் பக்கங்களைத் தீவிரமாக எடுத்துக்கொள்ள வேண்டும் என்று எதிர்பார்க்கிறேன். அவர்களின் எதிர்ப்புகள் எனக்குப் பூரிப்பு ஊட்டுகின்றன. நான் விவரிக்கும் கதை அவர்களுக்குக் களிப்பூட்டுமானால், நான் மாபெரும் அநீதி இழைத்துவிட்டதாக உணர்வேன்.'[26]

1

நம்மிடையே அரக்கர்கள்: அமெரிக்காவில் அச்சத்தை விதைத்ததன் வரலாறு

ஆஃப்கானிஸ்தானின் மலைப் பிரதேசங்களினூடே வளைந்து நெளிந்து அமைந்துள்ள காய்ந்துபோன சிலேட்டுப் பாறைத் திட்டுகள். அவற்றில் ஒன்றின் மீது சரிந்து கிடந்தது ஒரு கலாஷ்நிக்கோஃப் குழல் துப்பாக்கி. பொடிந்து போகும் தன்மைகொண்ட சுண்ணாம்புச் சத்து மிகுந்த படிமங்கள் ஒரு குகைபோன்ற அமைப்பை ஏற்படுத்தி யிருந்தன. இந்தப் பின்னணிக்கு நேர்மாறாக, குச்சியான உடலுடன் கறுத்த உருவம் ஒன்று சப்பணமிட்டு அமர்ந்துகொண்டு காமிராவை உற்றுநோக்கிக் கொண்டிருந்தது. ஒரு காலத்தில் பளபளவென்று இருந்த அவருடைய கறுத்ததாடி தற்போது சரிவரப் பராமரிக்கப்படாமல், நரைத்துப் போயிருந்தது; அது கீழ்நோக்கி வளர்ந்து, அவருடைய தோள்களைப் போர்த்தியிருந்த பெரிய பச்சோந்தி ஜாக்கெட்டில் படிந்தது. தேளாய்க் கொட்டும் இலையுதிர் காலத்தின் குளிர் காற்றி லிருந்து அவருக்கு அது இதமளித்தது.

இதுபோன்று அவர் வெளிவருவது அரிது. இருபது ஆண்டு களுக்கும் மேலாக, தனது கரடுமுரடான நிலம் சூழ்ந்த தெற்கு மத்திய ஆசியக் குகையில் ஒளிந்துகிடந்தார். இருந்தாலும், எப்பொழுதாவது முன்பதிவு செய்யப்பட்ட செய்திகளில் உலகிற்கு முன் தோன்றுவார் —தோரா போரா குகைகளின் இரகசியப் பொந்துகளிலிருந்து வெளிவந்து, பேரழிவை அறிவித்துக்கொண்டு. இதுபோன்ற தோற்றத்தைப் பொதுவாகக் கட்டியம் கூறுபவர்களிடமும் இறைத் தூதர்களிடமும்தான் காணலாம். 2001 அக்டோபர் 7 அதுபோன்ற ஒரு சந்தர்ப்பமாக இருந்தது.

கூரிய கன்ன எலும்புகளுக்கு மேல் இருந்த நிழல்படிந்த குழிவுகளுக் குள்ளிருந்து கரித்துண்டுகளாய் மின்னின அவருடைய கண்கள்; அவருக்குள் கொதித்த வன்மத்தை அவை வெளிப்படுத்தின. அவருடைய மஞ்சள் தலைப்பாகையின் முனை காற்றிலாடியது —

அதைத் தட்டிவிட்டபடியே அவருடைய வலிமையான கைகள் இறங்கிவந்து மடியில் கிடந்த ஒலிவாங்கியைப் பற்றிக்கொண்டன. அதை எடுத்துக்கொண்டவர், தமது கடுமையான செய்திக்குப் பொருந்தாத, வியக்கவைக்கும் மென்மையான குரலில் பேசினார்: 'அமெரிக்கா கிழக்கு முதல் மேற்குவரை, வடக்கிலிருந்து தெற்குவரை பீதியால் நிரம்பியிருக்கிறது. எல்லாப் புகழும் வாழ்த்துகளும் இறைவனுக்கே.' 'வானத்தை விரலால் உயர்த்திப் பிடித்த எல்லாம் வல்ல இறைவன்மீது ஆணையிட்டுக் கூறுகிறேன்; அமெரிக்காவுக்கோ, அங்கு வாழ்பவர்களுக்கோ பாதுகாப்பு என்பது எங்களுடைய பாதுகாப்பு நிஜமாகும்வரை அவர்கள் தங்களுடையதை அனுபவிக்க முடியாது."[1] என்றார் அவர். கிரவுண்ட் ஜீரோவின் புகை கக்கும் ஆழங்களிலிருந்து எட்டாயிரம் மைல்களுக்கு அப்பால் பொத்திக் கிடக்கும் கிராமத்தின் காட்டுப் பகுதியில் தோன்றி, அமெரிக்காவின் மிக அதிகமாக வேட்டையாடப்படும் அரக்கனாக உருவெடுத்தார் அவர் —உஸாமா பின் லாதென்.

***

காலை 9.03 மணிக்கு தெற்குக் கோபுரத்தை இரண்டாவது விமானம் தாக்கிய நேரத்திற்குள் மன்ஹட்டன் நகரின் மையத்தை ஒரு புகை மண்டலம் சூழ்ந்துகொண்டு, மிரண்டுபோய் அண்ணாந்து பார்க்கும் மக்களைத் தனது விண்ணைமுட்டும் கோபக் குமுறலுக்கு முன் குள்ளர்களாகத் தோன்ற செய்தது. பயணிகள் ஜெட் விமானம் ஒன்று விபத்துக்குள்ளாகிச் சிதறி விழுந்ததைச் செய்தியாக அறிவிக்கும் பரபரப்பில் எங்கிருந்தோ மொய்த்துக்கொண்டு வந்த பத்திரிகையாளர் கூட்டம் மட்டும் இல்லையென்றால், நம் கற்பனையின் எல்லை களிலிருந்து உதித்து வந்த ஏதோ ஒரு ராட்சத மிருகம், மூக்கு வழியே நெருப்பைக் கக்கிக்கொண்டு நமது நரம்பு மண்டலங்களில் தற்காலிகமாய் நாசம் விளைவிக்க இந்தப் பேரழிவை உண்டாக்கிய தாக நாம் எளிதாகக் கற்பனை செய்திருக்க முடியும். திரைப்படங்களில் காட்டப்படும் கோரக் காட்சிகள் அப்படி — அவை நிஜமல்ல. 'இதே காட்சியை நீங்கள் ஒரு திரையரங்கில் பார்த்தால் இது முழுக்க முழுக்க நிஜமல்லாத ஒன்று என்று எண்ணிக்கொள்வீர்கள்' என்றார் வாட் நியூயார்க்கர் வாட்ச் நியூஸின் லின் பிரவுன், சம்பவங்களின் தொடர்ச்சியை அறிவித்தபடி.[2] 'இது ஒரு திகில் படம் அல்லது பேரழிவு பற்றிய படம்— வாய்ப்புக்கேடாக, எங்களுக்கு இது படமல்ல; முழுக்க முழுக்க நிஜம்.' பிரவுனின் உதவியாளர் ஜிம் ரியான் பதிலளித்தார்.[2]

இந்தத் தாக்குதல் அமெரிக்கர்களை அதிர வைத்தது. இத்தகைய கொடூரச் செயலின் அர்த்தத்தைத் தேடும் முயற்சியில் அவர்களால் யோசனையற்ற வன்செயலைக் காட்டுமிராண்டித்தனம் என்று மட்டும்தான் வர்ணிக்க முடிந்தது. இறுகப் பொதியப்பட்ட ஒரு சரக்கு விமானத்தைத் துல்லியமாகக் குறிவைக்கும் 150 டன் ஆயுதமாக உருமாற்றி, நியூயார்க் நகரின் விண்முட்டும் கோபுரங்களை இலக்காகக் கொண்டு தகர்ப்பதில் மனிதத்தன்மை என்பது சிறிதளவும் இருக்க வில்லை. 'இவன் நிழலுக்குள் பதுங்கிக்கொள்ளும், மனித உயிருக்குச் சிறிதும் மதிப்பளிக்காத எதிரி' என்று அதிபர் ஜார்ஜ் வாக்கர் புஷ் 2001 செப்டம்பர் 12 —அதாவது தாக்குதல் நடந்த மறுநாள் கூறினார்.[3] *ஜெருசலேம் போஸ்ட்* பத்திரிகையின் டாலீ ஷஹாக் கேட்டார்: 'அந்தக் குறிப்பிட்ட சங்கிலித் தொடர் தீவிரவாதத் தாக்குதல்களை இப்படிப் பூதாகரமாய் உருவெடுக்க வைப்பது எது?'[4]

பூதாகரமாய் ஏதாவது உண்டென்றால், 2001 செப்டம்பர் 11 அன்று நடந்த தீவிரவாதிகளின் தாக்குதல்கள் பூதாகரமானவை. அந்தத் துயரச் சம்பவத்தில் நேரடியாகப் பாதிக்கப்பட்டவர்களுக்கு அதில் ஈடுபட்ட 19 கடத்தல்காரர்களும் உண்மையிலேயே அரக்கர்கள்தாம். நேரடியாகப் பாதிக்கப்படவில்லை என்றாலும், அரண்டு போய்க் கிடந்தவர்களும் அப்படித்தான் கருதினார்கள். அந்தச் சம்பவத்தால் விளைந்த பேரழிவையும் பீதியையும் வைத்துப் பார்த்தால் அந்த வர்ணனை பொருத்தமாகவே தோன்றியது.

தொடர்ந்த நாள்களிலும் வாரங்களிலும் பல எழுத்தாளர்களும் அரசியல்வாதிகளும் 'இத்தகைய கொடூரச் செயல்களில் ஈடுபட்டுள்ளவர்கள் மனிதத்தன்மையை இழந்துவிட்டார்கள்' என்று எழுதினர். 'இந்த அரக்கர்களை அழிக்க உலகமே கைகோத்து நிற்க வேண்டும்' என்று *தி எக்ஸ்ப்ரஸ்* நாளிதழின் 2001 செப்டம்பர் 13 தலைப்புச் செய்தி கூறியது.[5] 'தீவிரவாதம் என்ற அரக்கனை நாம் அழிக்க வேண்டும்' — அந்த நாளிதழின் நிருபர் அலிசன் லிட்டில் ஐந்து நாள்களுக்குப் பிறகு எழுதினார்.[6] வழக்கமாகக் கவனமாய்ப் பேசும் பிரிட்டனின் பழம்பெரும் சவூதி தூதர் கஜி அல்கொசைபிகூட இந்தத் தாக்குதலுக்குத் திட்டமிட்டதாகச் சந்தேகிக்கப்படும் உஸாமா பின் லாதெனைப் பற்றிக் கூறுகையில், 'அவர் தீவிரவாதி என்பதில் எனக்குச் சிறிதளவும் சந்தேகமில்லை. ஏனெனில், அவர் கூறுவதை எல்லாம் நான் தொடர்ந்து கேட்டு வருகிறேன். உண்மையிலேயே அவரை ஒரு மனித அரக்கன் என்றுதான் நான் கருதுகிறேன்' என்றார்.[7]

என்றாலும், விரைவிலேயே அந்த 'மனித அரக்கன்' பூதாகரமாய் உருவெடுத்தான் ஒரு லெர்னியன் ஹைட்ராவாக—கிரேக்க இதிகாசங்களில் வரும் பல தலைகளுடன்கூடிய, மூச்சுக் காற்றில் விஷத்தைக் கக்கும் ராட்சத நீர்வாழ் நாகம். 'ஹைட்ராவை அழிக்கும் படலம்; பின் லாதெனை ஒழிப்பது அல்-காயிதா தலை களில் ஒன்றைக் கொய்யும்; எல்லாவற்றையும் அல்ல' என்றது 2001 நவம்பரின் *வால் ஸ்ட்ரீட் ஜர்னல்* தலைப்புச் செய்தி.[8] இதிகாச அரக்கனின் ஒன்பது தலைகள் சவூதித் தீவிரவாதியின் தலைகளோடு ஒப்பிடுகையில் மிகக் குறைவு. 'அரக்கனுக்கு ஆயிரம் தலைகள்' என *த கூரியர் மெயில்* 2006 செப்டம்பரில் எழுதியது. அல் காயிதாவின் கையாட்கள் 2004இல் மாட்ரிட் நகரில் ரயிலில் வெடிகுண்டு வைத்ததையும், 2005இல் லண்டனின் பாதாள ரயில் தாக்குதல்களையும் அது நினைவுகூர்ந்தது.[9] 'தற்கால ஹைட்ராவுடன் போரிடுதல்: அல்-காயிதாவும் தீவிரவாதத்திற்கு எதிரான உலகப் போரும்' என்ற தலைப்பில் கம்பாட் ஆய்வு நிலையம் பின் லாதெனின் விரிவான உலகத் தொடர்புகளைத் தனது அறிக்கையில் குறிப்பிட்டது. அந்தக் கட்டுரை அல் காயிதாவின் 'வளைந்து கொடுக்கும் தன்மை, தாங்கிக்கொள்ளும் வலிமை, சூழலுக்கேற்பத் தன்னை மாற்றி அமைத்துக்கொள்ளும் தன்மை' ஆகியவை அமெரிக்க இராணுவத்தைச் சமாளிக்க உதவுவதை முக்கிய விஷயமாக எடுத்துக் காட்டியது. ஐந்தாம் நூற்றாண்டின் நீர்வாழ் அரக்கனின் வெட்டப்பட்ட ஒவ்வொரு தலைக்கும் பதிலாக இரண்டு தலைகள் முளைக்கும். அதுபோல பின் லாதெனின் தீவிரவாத வளையம் பல்கிப் பெருகி, கைப்பற்று வதற்கு மிகவும் கடினமான ஒன்றாக வளர்ந்து சென்றது.[10]

***

ஹாலிவுட்டின் லிவியாதனோ (ராட்சத மிருகமோ) சதுப்பு நிலத்தில் வாழும் ஹைட்ராவோ, பீதியைத் திட்டமிடும் குகைவாசியோ —மனித இனத்தின் நாகரிகமான வட்டாரங்களை இதுபோன்ற அரக்கர்கள் நீண்ட காலமாய் ஆக்கிரமித்து வந்திருக்கிறார்கள். இந்த அரக்கர்கள் பூதாகரமான உருவம் உடையவர்களா, விரிவான வளையங்கள் உள்ளவர்களா என்பதையெல்லாம்விட, அவர்களுக்கிடையே இருந்த ஓர் ஒற்றுமை —அவர்கள் அந்நிய தேசத்தைச் சேர்ந்தவர்கள் என்பதுதான். அவர்களின் உலகம் மிகவும் மாறுபட்டது —அங்கு ஒழுங்கும் பாதுகாப்பும் மிகவும் குறைவு; மாறாக, கலகமும் ஆபத்தும் வெற்றிக் கொடி நாட்டி ஆதிக்கம் செலுத்துகின்றன. பாதை வகுக்கப்

படாத கடல்கள் இருண்ட கீழ்வானத்தோடு ஒன்றிக் கலந்து வரப்போகும் ஒரு பேரழிவை உறுதிப்படுத்துகின்றன.

பதினாறாம் நூற்றாண்டின் தொடக்க காலத்தைச் சேர்ந்த லெனாக்ஸ் குளோப் என்ற கருவி, தாமிரத்தாலான ஒரு கோள வடிவில் இருக்கும். அது லத்தீன் மொழியில் *ஹிக் சூண்ட் திதரகானேஸ்* (இங்கு பூதங்கள் வசிக்கின்றன) என்ற வாசகத்தைப் பயன்படுத்தியது. இது கண்டறியப்படாத, அரக்கர்கள் மிகுந்த நிலப்பகுதிகளைக் குறித்தது.[11] சீனாவின் கிழக்குக் கடலோரப் பகுதியை, அதாவது கிழக்கு இந்தியா என்று அழைக்கப்படும் பகுதியை ஆக்கிரமித்துக் கொண்டிருக்கும் ராட்சதப் பிராணிகள் 'பிணங்களைத் தின்று கொண்டு, எலும்புகளைப் பொறுக்குபவை' என்று வர்ணித்தார் பி.எஃப். டா கோஸ்ட்டா.[12]

வரைபடத்திலுள்ள அரக்கர்களின் பூதாகரமான உருவம் கடல் பயணத்தின் திகிலை அதிகரித்தது. ஆனால் கப்பலோட்டிகளின் மனதில் அச்சத்தை ஏற்படுத்தியது இருண்ட சூழலில், இனம்புரியாத கடலில் எங்கிருந்தோ தோன்றும் இந்தப் பூதங்கள் மட்டுமல்ல. *ஸ்ட்ரேஞ்சர்ஸ், காட் அண்ட் மான்ஸ்டர்ஸ்* (அந்நியர்கள், கடவுள்கள் மற்றும் பூதங்கள்) என்னும் புத்தகத்தில் ரிச்சர்ட் கியர்னி குறிப்பிட்டது போல, இந்தப் பூதங்கள் எல்லைகளுக்கு அப்பாற்பட்டவை. 'பூதங்கள் நாம் செல்ல முடியாத இடங்களுக்கும் எளிதில் செல்லக்கூடியவை' என்கிறார் அவர். 'முறையான அனுமதிகளோ, பிரச்சினைகளோ, எதுவுமின்றி மனிதப் பயணிகள் எவரும் திரும்பி வராத, பூதங்கள் மட்டுமே திரும்பிவரும் கண்டறியப்படாத பிரதேசங்களுக்குப் பயணிக்க அவற்றால் முடியும்; நன்மை-தீமை, மனிதத்தன்மை உள்ளவை - மனிதத்தன்மை அற்றவை என்று பகுத்தறியக்கூடிய வழக்கமான எல்லைகளைக் கடந்து, நம்மை அச்சத்தின் உச்சத்திற்கே இட்டுச் சென்று, நாம் யார் என்பது நமக்கே தெரியாது என்பதை நினைவூட்டுகின்றன.' (கியார்நி, ப. 117) நாம் பலவீனமானவர்கள்; எந்த ஒரு நிமிடத்திலும் நம் பார்வைக்கு எட்டாமல் ஒளிந்தபடி காத்திருக்கும் விஷமிகள் வெளிவந்து அவர்களின் தீமை மலிந்த உலகத்தின் போர்வைக்குள் நம்மை இழுத்துச் சென்று புலப்படாமல் செய்துவிடுவார்கள். அங்கு நிலவும் இருளின் கலகங்களுக்கிடையே நமது சமூகத்தின் ஒழுங்கு அடங்கிப் போய்விடும்.

இந்தப் பூதங்கள் பற்றிய ஒரு நல்ல விஷயம் உண்டென்றால் அது மிரட்டப்படுபவர்களை ஒன்று சேர்க்கும் திறன். கோபாவேசத்தைக் கட்டவிழ்த்துவிடுவது அவர்களின் குணம் என்றாலும், அது அவர்கள்

இருக்கும் இடத்தில் பெரும்பாலும் ஒருவித உணர்ச்சிப் பெருக்கை ஏற்படுத்தும் —அச்சமூட்டுபவர்களிடையே பாதுகாப்பையும் கண்ணியத்தையும் உறுதி செய்யும் ஒன்றை. 'இந்த நாளில் நீதியையும் சமாதானத்தையும் நிலைநாட்ட உறுதியெடுத்துக் கொண்டு, எல்லா விதமான வாழ்க்கைத் தரங்களில் உள்ள அமெரிக்க மக்களும் ஒன்று கூடியிருக்கிறோம்' —அதிபர் புஷ் செப்டம்பர் 11 தாக்குதல் நடந்த அன்று மாலை கூறினார். 'அமெரிக்கா இதற்கு முன்பும் எதிரிகளைத் தோல்வியுறச் செய்திருக்கிறது; அதை நாம் இப்பொழுதும் செய்வோம்.'[13]

இதில் அச்சுறுத்தும் உண்மை என்னவென்றால், மனிதர்கள் மூளைச் சலவை செய்யப்பட்டு, ஆன்மாக்களை முறுக்கிக்கொண்டால்கூட நினைத்துப் பார்க்க முடியாத செயல்களைச் செய்கிறார்கள் என்பது தான். பின் லாதெனையும் அவருடைய அல்-காயிதா கூட்டாளிகளையும் 'அரக்கர்கள்' என்று முத்திரை குத்தியதன் மூலம் (அவர்கள் கற்பனையில் உதித்த பிராணிகள் அல்ல என்றாலும்) வன்செயலின் விசுவரூபத்தைக் காட்டும் பொறுப்பிலிருந்து மனித இனத்திற்கு விடுதலை கிட்டியது. மனிதர்களால் கனவிலும் செய்ய முடியாத தீய செயல்கள் பூதாகரமான அளவில் பெரிதாக்கப்பட்டு, பேரழிவை முன்கூட்டியே நிலவச் செய்தன. வியக்கத்தக்க வகையில், இந்த அச்சத்திற்கு மத்தியிலும், அரக்கர்களின் கதைகளைக் கேட்டறியும் ஆவல் அமெரிக்கர்களுக்கு உண்டானது. இறையியல் வல்லுநரான திமோத்தி பீலே கற்பனைத் திகில் கதைகளுக்குப் புதிய வரவேற்பு கிட்டியிருப்பதையும், யூனிவர்சல் ஸ்டுடியோவின் கிளாஸிக் மான்ஸ்டர் தொகுப்பு, ட்ராக்குலா கதைகளின் புதிய வடிவங்கள், பல கோடி டாலர்கள் செலவில் எடுக்கப்பட்ட அபார வெற்றியடைந்த திகில் படங்களான *ப்ளட் அண்ட் கோல்ட், தர்ட்டீன் கோஸ்ட்ஸ், ஃப்ரம் ஹெல்;* சற்று விளையாட்டுத்தனமான *மான்ஸ்டர் இங்க், ஹாரி பாட்டர் அண்ட் த சோர்சரர்ஸ் ஸ்டோன், த லார்ட் ஆஃப் த ரிங்ஸ்* ஆகியவற்றுக்குக் கிட்டிய பரவலான உற்சாகத்தையும் இங்குக் குறிப்பிடுகிறார்.[14]

அரக்கர்கள் 'இறப்பதில்லை' என்பதால் அவர்கள் மீண்டும் மீண்டும் தோன்றுவதாக பீலே கூறுகிறார். 2001 செப்டம்பர் 11 என்பது அதை நினைவூட்டும் பயங்கர அனுபவம். 9/11 அனுபவத்திற்குப் பிந்தைய காலத்தைச் சமாளிப்பதற்கு அமெரிக்க மக்கள் பலர் கையாண்ட வழிகளுள் ஒன்று, தங்களின் மிகப்பெரிய அச்சங்களைக் கண்முன்னே திரையில் ஓடவிட்டு, வரவேற்பறை சோபா அல்லது

திரையரங்கத்தின் இருக்கைகளின் பாதுகாப்பில் சரிந்துகொண்டு நிஜத்தை எதிர்கொள்ளுதல். அதில் நடக்கும் கொடூரங்களுக்கு ஒரு பொத்தானை அழுத்தி அல்லது அரங்கிலிருந்து வெளியேறி முற்றுப்புள்ளி வைத்துவிடலாம். பயமுறுத்தும் காட்சிகளைத் துணிந்து பார்ப்பவர்களுக்கும் பெரும் ஆறுதலான ஒரு விஷயம் இருந்தது. முடிவில் எதிரி கைப்பற்றப்பட்டு, படத்தை உருவாக்கியவர்களின் பட்டியல் திரையில் ஓடுவதற்குமுன், திரை அரங்கில் மீண்டும் ஒளிவெள்ளம் படரும் முன், அமைதி ஒரு கணப் பொழுதிற்கு நிலைநாட்டப்படும். 'குறிப்பாக, ஹாலிவுட் அரக்கர்களின் படங்கள் மக்களைப் பதப்படுத்த உதவும் பேயோட்டும் சடங்கு போல. நம்முடைய மனதில் நிழலாடும் அமைதியின்மை ஒரு அரக்கனின் வடிவில் திரையில் காட்டப்பட்டு, பிறகு ஊதித்தள்ளப்பட்டுவிடும்' என்று பீலே எழுதுகிறார். போர் முடிவுக்கு வருமுன் ஓரளவிற்கு நாசம் ஏற்படும் என்றாலும், இறுதியில் அரக்கன் அழிக்கப்பட்டு நாடு மீண்டும் பாதுகாப்பாக இருக்கும்.[15]

கற்பனை பூதங்களும் மந்திரக் குள்ளர்களும் மட்டும்தான் திரைப் படங்களில் வரும் அரக்கர்கள் என்றில்லை. அதைவிடவும் நிஜத்திற்கு ஒப்பான கதாபாத்திரங்களும் இருக்கத்தான் செய்தன. பல அரக்கர்களைப் போல, அவையும் ஒரு குறிப்பிட்ட காலகட்டத்தின் அச்சங்களைச் சித்திரித்தன. 9/11க்குப் பிந்தைய கலங்கிய கால கட்டத்தில், அரபுத் தீவிரவாதிதான், மிகவும் போராட்ட குணம் கொண்ட, ஆபத்தான பிராணிகளுள் ஒருவராகக் கருதப்பட்டார். *ப்ளாக் ஹாக் டவுன், சிரியானா, பாடி ஆஃப் லைஸ், த கிங்டம்* போன்ற திரைப்படங்கள் அனைத்தும் மத்திய கிழக்கு வில்லன்களை அமெரிக்க அரசாங்கத்தின் மிடுக்கான அதிகாரிகள் தோற்கடிப்பதாகச் சித்திரித்து, மாபெரும் வெற்றியும் கண்டன. அத்துடன் தீவிரவாதிகளின் அச்சுறுத்தல் என்பது காலப்போக்கில் ஒழிக்கக்கூடிய ஒன்றுதான் என்று பார்வையாளர்களுக்கு நினைவூட்டின. அமெரிக்க ஐக்கிய நாடுகள், அதாவது நல்லவர்கள், முடிவில் கொடிய அரக்கனை வென்று விடுவார்கள். இதைத் தவிர சாத்தியமான வேறு கதை எதுவும் இருக்கவில்லை. தத்துவபோதகர் ஸ்டீஃபென் அஸ்மா சுட்டிக் காட்டுகிறார்: 'ஹெர்குலிஸ் ஹைட்ராவை வதம் செய்கிறான்; ஜார்ஜ் டிராகனை வதம் செய்கிறான்; அந்நிய வைரஸ் கிருமியை மருந்து வதம் செய்கிறது; இரத்தக் காட்டேரியைச் சிலுவை வதம் செய்கிறது.'[16] எப்பொழுதும் எப்படியோ, இப்பொழுதும் அப்படித்தான். அரக்கர்கள் அழிந்துபோவார்கள்.

உண்மையோ, கற்பனையோ, வெற்றிப் படங்களோ, மாலைச் செய்திகளோ எல்லாவற்றிலும் அச்சமூட்டும் கதைகள் தொடர்ந்து தோன்றி, அரக்கர்களை நிலைபெற்று இருக்கச் செய்கின்றன. தங்களின் பயமுறுத்தும் தன்மையைத் தக்கவைத்துக் கொள்வதற்காக, அரக்கர்கள் அடிக்கடி தோன்றிய வண்ணம் இருக்கவேண்டும். அவர்களின் கோபம் வெடிக்கப் போவதை அறிவிக்கும் கதைகள்தான் அவர்களின் உயிர்மூச்சு; முடிவில்லாத, தொடர் கதையாக எப்பொழுதும் எங்காவது ஒளிந்துகொண்டிருக்கும் அவர்களின் அச்சுறுத்தல் பற்றிய விழிப்புணர்வை மக்களிடையே ஊட்டுவதும் அதுதான். அரக்கர்களைப் பொறுத்தவரை இந்தக் கதைகள்தான் ஒருவகையில் அவர்களுக்கு வாழ்வாதாரமாக விளங்குகின்றன. அவை இல்லாவிட்டால், அரக்கர்கள் உருவாக்கப்பட்டதன் பயனில்லாமல் போய்விடும்.

மனித அனுபவங்கள்தான் கதைகளாக உருவெடுக்கின்றன. நம் கற்பனைக்கு எட்டாத உலகிற்கு அவை அர்த்தமும் வடிவமும் தருகின்றன — தாளமுடியாத சோகங்களும், அறிவற்ற வன்செயல்களும் நிரம்பிய உலகமாக. மனித இனத்தின் அழிவுச் செயல்களுக்கு ஒரு விளக்கம் தேவை, ஒரு தர்க்கரீதியான ஆய்வு தேவை. மனித இனத்தின் தன்மைக்கு அப்பாற்பட்ட கொடுஞ் செயல்கள் ஒரு கதைக்குள் பொதியப்பட்டு, அதில் புனிதமான மனித இனம் இரத்தவெறி கொண்ட அரக்க இனத்திலிருந்து வேறுபடுத்திக் காட்டப்பட்டு, உறுதி செய்யப்படுகிறது.

ஆனால் எச். போர்ட்டர் ஆபட் இதை வேறுவிதமாகக் குறிப்பிடுகிறார் - இத்தகைய கதைகள் சுரண்டலுக்கான கருவிகள் என்று. இவை பொய்யான தகவல்களை அளித்து, நம்மை இருளுக்குள் இழுத்துச் செல்கின்றன — அங்கு நமது அச்சங்களைப் பயன்படுத்திக் கொண்டு, சமூகத்தின் பீதியை அதிகரிப்பதன் மூலம் பயனடையக் காத்திருக்கும் பலர் உள்ளனர்.[17] அவர்களுள் சிலருக்குப் படையெடுத்து வரும் எதிரி, தேசத்தின் சுதந்திரத்தைக் குலைக்க வருபவன் ஆகியோர் பற்றிய கதைகள் தேர்தல்களில் வெற்றியை அள்ளித் தருகின்றன; அரசியல் நிதி அபாரமாய்க் குவிகிறது; தயாராக இருக்கும் இராணுவத்தின் பலத்தால் அச்சுறுத்தல்கள் நசுக்கப்படும் என்ற வாக்குறுதிகள் அதிகாரபீடத்தைப் பலமுறை அனுபவிக்க வாய்ப்பு அளிக்கிறது. சிலருக்கு, கத்தியைக் காட்டி மிரட்டுவது பணம் கொழிக்கும் வழி. அரக்கர்களை ஆராதிக்கும் சமூகத்திலிருந்து ஒருவகை இலாபம் என்றால், அரக்கர்கள் பற்றிய கதைகளால்

ஆறுதல் பெறும் சமூகம் மேலும் இலாபம் தரக்கூடியது. குறிப்பாக அமெரிக்கா நீண்ட காலமாகவே அரக்கர்களுக்கு அமோக வரவேற்பு அளித்து வந்துள்ளது. இதற்குத் தகுந்த காரணமும் இருக்கிறது. நட்சத்திரங்களும் கோடுகளும் எப்போது உருவானதோ, அதிலிருந்தே தேசத்தின் ஆவணங்களின் பின்னணியில் ஒளிந்து கொள்ளும் வில்லன்களும் உருவாகி, அவ்வப்போது வெளிவந்து அவர்கள் இருப்பதை நமக்கு நினைவூட்டி வருகின்றனர். அவர்கள் அப்படிச் செய்கையில், வரலாறு நமக்குக் காட்டியுள்ளது போல, பயங்கர வாதிகளின் குடிசைத் தொழில் ஒன்று தன்னால் விளைவிக்கப்பட்ட அச்சத்தின் பலன்களைக் கைப்பற்றக் காத்திருக்கிறது.

***

1970களின் பிற்பகுதியில் இத்தகைய அரக்கர் அச்சுறுத்தலுக்கு உட்பட்டது பாஸ்டனிலுள்ள சார்ல்ஸ் டவுன். பாஸ்டன் நகரத்திற்கு வடக்கே உள்ள இந்தச் சிறு மஸாச்சூஸெட்ஸ் பட்டினம், சார்ஸ்ல் மிஸ்டிக் ஆறுகளுக்கு இடைப்பட்ட தீபகற்பத்தில் அமைந்திருந்தது. 1775இல் பால் ரெவியரின் 'மிட்நைட் ரைட்' க்கான தொடக்கமாக அது அறியப்பட்டது. இருபத்து மூன்று ஆண்டுகள் கழித்து, அந்த வட்டாரத்தில் பவேரிய இலுமினாட்டி என்ற ஒரு கூட்டத்தின் இரகசியச் செயல்களைத் தொடர்ந்து பெரும் பீதி நிலவியது. இலுமினாட்டி என்பது அறிவொளிக் காலகட்டத்தைச் சேர்ந்த இரகசியச் சங்கம். அதை நிறுவியவர் ஆடம் வைஸ்ஹௌப்ட்—ஜெர்மனியில் பிறந்த ஃப்ரீமேசன். ஐரோப்பாவிலும் அதன் காலனிகளிலும் அரசாட்சிகளையும் மதங்களையும் ஒழித்துக்கட்ட முயற்சி எடுத்துக் கொண்டவர். அறிவொளிச் சிந்தனைகளையும் தேவாலய அதிகாரத் திற்கு எதிரான உணர்வுகள் தொடர்பான கொள்கைகளையும் வலியுறுத்தி வந்த அந்தச் சங்கம், ஜெர்மனி முழுதும் நிறுவப்பட்டிருந்த மேசானிக் லாட்ஜ்களில் நிலையான செல்வாக்குப் பெற்றது.

ஜான் ராபின்ஸன் என்பவர் ஸ்காட்லாந்தைச் சேர்ந்த பிரபல மருத்துவர். கணிதவியல் வல்லுநர். அத்துடன் சைரன் எனும் சங்கு ஒலிப்பான் வடிவமைத்தவரும் அவர்தான் என்பது சற்று விநோதமான உண்மை. இலுமினாட்டி கூட்டத்தினர் ஐரோப்பிய அரசைக் கவிழ்க்கச் சதித்திட்டம் செய்துவருவது பற்றி முதன்முதலில் அபாய அறிவிப்புச் செய்தவர்களுள் அவரும் ஒருவர். அந்தச் சங்கம் 'ஐரோப்பாவின் எல்லா மதச்சார்பான அமைப்புகளையும் வேரோடு பெயர்த்து

எறிவதையும் எல்லா அரசாங்கங்களையும் கவிழ்ப்பதையும் முக்கிய நோக்கமாகக் கொண்டு' நிறுவப்பட்டது என்று ராபின்ஸன் தீவிரமாக நம்பினார். பிரெஞ்சுப் புரட்சியின் மிகவும் மும்முரமான தலைவர்கள்கூட இப்பொழுது இந்த இரகசியச் சங்கத்தில் உறுப்பினர்களாகி இருந்தனர். அது 'ஐரோப்பா முழுவதையும் புளிக்க வைத்துக்கொண்டிருக்கும் மாபெரும், தீய நோக்கம் கொண்ட செயல்திட்டம்' என்றும், விரைவில் அவர்கள் தங்களின் தீய திட்டங்களைப் பிற நாடுகளுக்கும் ஏற்றுமதி செய்து கிறிஸ்தவ மதத்திற்குக் கேடு விளைவிப்பார்கள் என்றும் தமது முடிவைத் தெரிவித்தார்.[18]

அந்தக் கூட்டத்தின் உறுப்பினர்கள் கருச்சிதைவு ஏற்படுத்தக்கூடிய தேநீரைத் தயாரிக்கத் திட்டமிட்டுள்ளதாகவும், 'முகத்தில் தெளித்தால், குருடாக்கவோ, கொல்லவோ செய்யும்' இரகசியக் கலவை ஒன்றைத் தயாரிக்கும் வழிமுறையை அறிந்து வைத்துள்ளனர் என்றும் ராபர்ட்ஸன் தெரிவித்தார்.[18] புரூஃப் ஆஃப் ஏ கான்சிபிரேசி (சதித் திட்டத்திற்கான ஆதாரம்: அனைத்து மதங்களுக்கும் ஐரோப்பிய அரசாங்கங்களுக்கும் எதிராக ஃப்ரீமேசன்ஸ், இலுமினாட்டி மற்றும் படிக்கும் சமூகத்தின் இரகசிய சந்திப்புகளில் நடந்தது) என்னும் தமது புத்தகத்தில் இந்த முறையீடுகளை அவர் விவரித்துள்ளார். இந்தப் புத்தகம் காலப் போக்கில் அமெரிக்காவைச் சென்றடைந்தது. 1798ஆம் ஆண்டு கோடை காலத்தில், ஜார்ஜ் வாஷிங்டன் ஸ்னைடர் என்ற லூதரன் சபை ஊழியர் ஜார்ஜ் வாஷிங்டனுக்கு ஓர் எச்சரிக்கை கடிதம் எழுதினார்—அதில் ராபின்ஸனின் புத்தகத்தின் ஒரு பிரதியையும் இணைத்து அனுப்பியிருந்தார். இலுமினாட்டி தனது மேசானிக் லாட்ஜ் வழியாக அமெரிக்காவிலும் ஊடுருவக்கூடும் என்று ஸ்னைடர் கவலை தெரிவித்திருந்தார். வாஷிங்டன் பதிலுக்கு 1798 செப்டம்பர் 25 என்று தேதியிட்ட ஒரு கடிதத்தை ஸ்னைடருக்கு அனுப்பினார். அதில் இலுமினாட்டியின் இழிவான, ஆபத்தான திட்டங்களையும் கொள்கைகளையும் பற்றி நான் நிறையக் கேள்விப் பட்டிருக்கிறேன்'[19] என்று குறிப்பிட்டிருந்தார். என்றாலும், மேசானிக் லாட்ஜ்களில் அந்தச் சங்கம் மும்முரமாய் ஈடுபட்டிருப்பதாகத் தாம் கருதவில்லை என்றும் கூறியிருந்தார். இதற்கு விளக்கமளிக்குமாறு ராபின்ஸன் வற்புறுத்தியதன் பேரில், வாஷிங்டன் மீண்டும் அந்த ஆண்டு அக்டோபர் இறுதியில் பதில் எழுதினார்: 'இலுமினாட்டியின் கொள்கைகளும், ஜகோபினிசத்தின் தத்துவங்களும் அமெரிக்காவில் பரவியுள்ளனவா இல்லையா என்று சந்தேகிப்பது என் நோக்கமல்ல.

மாறாக, இந்த உண்மையை பொறுத்தவரையில் என்னைவிடத் திருப்தியடைந்துள்ளவர்கள் ஒருவரும் இருக்க முடியாது.'[20] இலுமினாட்டியின் உறுப்பினர்களோ, புது உறுப்பினர்களோ அமெரிக்காவிற்கு எப்பொழுதாவது வந்தார்களா என்பது தெரியவில்லை என்றாலும் ஐரோப்பாவில் அவர்கள் இருப்பதை நன்கு உணர முடிந்தது. அவர்களின் கைப்பற்றுதல் திட்டம் பற்றிய முன்னெச்சரிக்கைகள் பொதுமக்களிடையே கருத்துப் பரிமாறல்களுக்கு வழிவகுத்தன.

1798 நவம்பர் *29* அன்று சார்ல்ஸ் டவுனின் முதல் கூட்டு தேவாலயத்தின் போதகரான மேதகு ஜெதேதியா மோர்ஸ் அவர்கள் இலுமினாட்டியின் அச்சுறுத்தல்கள் பற்றிய மூன்று பொதுச் சொற்பொழிவுகளில் இரண்டாவதை வழங்கினார். ராபின்ஸனின் புத்தகத்தைப் படித்தபின் மோர்ஸ் ஒன்றை முழுதாய்ப் புரிந்து கொண்டார்: அமெரிக்கா இறைமறுப்பைப் பரப்பவும், சிந்தனையின் வலிமையைத் தூண்டவும், ஜெஃபர்சன் பாணி ஜனநாயகத்தை ஊக்குவிக்கவும் தீட்டப்பட்டுவரும் ஒரு சதித் திட்டத்தின் இலக்காகியுள்ளது. மதிப்பிற்குரிய ஃபெடரலிஸ்டான அவர் சார்ல்ஸ் டவுனில் பிரபலமடைவதற்கு முக்கியக் காரணம் பிரெஞ்சுப் புரட்சியில் மக்களுக்கு ஆர்வம் குறைந்ததுதான். வெள்ளையடிக்கப்பட்ட ஆலோசனைக் கூட்ட மாளிகையின் கூண்டில் ஏறி நின்றுகொண்டு, அமெரிக்காவில் அருமையான கிறிஸ்தவ நம்பிக்கைகள் பிரச்சினைக்கு உள்ளாகி இருப்பதை மோர்ஸ் தெளிவுபடுத்தினார்:

> இந்த மதத்தின் (கிறிஸ்துவ மதம்) அடித்தளங்களை அசைக்கவும், அதன் புனித மேடைகளைப் பெயர்த்து எறியவும், சமூகத்தில் நிலவிவரும் அதன் தெய்வீகத் தாக்கத்தை இந்த உலகில் இல்லாமல் செய்யவும் அந்நிய நாடுகளில் வசிக்கும் தீய, ராகச மனிதர்கள் மும்முரமாய்ப் பல இரகசியமான, முறைப்படியான வழிமுறைகளை உருவாக்கிக் கடைப்பிடித்து வருகிறார்கள். இந்தச் சதிகாரர்களும் தத்துவ போதகர்களும் தங்கள் திட்டங்களை ஐரோப்பாவின் பெரும்பாலான பகுதிகளில் முழுமையாக நடைமுறைப்படுத்தியிருக்கிறார்கள். இதே திட்டங்களைக் கிறிஸ்துவம் நிலவும் அனைத்து இடங்களிலும் செயல்படுத்தி, தங்கள் வெற்றிகளின் நிச்சயத் தன்மையை எண்ணிப் பூரித்து, எதிர்ப்பைக் கையாளுவோம் என்று மார்தட்டி வருகிறார்கள். *(ஹோஃப்ஷ்டாட்டர், ப. 9)*

வெளிநாட்டு சிந்தனையால் வரும் அச்சுறுத்தல் பற்றி அமெரிக்கர்களை எச்சரித்த ஒரே நியூ இங்கிலாந்துக்காரர் மோர்ஸ் மட்டுமல்ல; அவருடைய சக காங்கிரிகேஷனிஸ்ட் (சீர்திருத்த பாரம்பரியத்தில் நடத்தப்படும் புரோடெஸ்டண்ட்) திருச்சபை ஊழியரும், யேல் கல்லூரியின் எட்டாவது தலைவருமான திமோத்தி ட்வைட் IV அதே ஆண்டு ஜூலை 4 அன்று நியூ ஹாவனில் ஆற்றிய சொற்பொழிவில் இலுமினாட்டி காலப்போக்கில் செய்யக்கூடிய தாக்குதல்கள் பற்றிய பயங்கரமான முன்னெச்சரிக்கைச் செய்தி ஒன்றை வழங்கினார். ட்வைட் ஆனெக்டிக்கட் பகுதிக்கு ஃபெடரலிஸ்ட் கட்சியின் தலைவர். ஆனால், நியூ டிவைனிடி ஃபேக்ஷன் ஆஃப் காங்கிரிகேஷனலிஸம் என்ற பிரச்சாரக் கிறிஸ்துவக் குழுவின் தலைவராகவும் புகழ் பெற்றிருந்தார். இது அமெரிக்கா முழுதும் கிறிஸ்துவ மதத்தைப் பரப்ப முயற்சிகள் செய்துவரும் பழமைவாத அரசியல் கொள்கைகள் கொண்ட கனெக்டிக்கட் பெருமக்களின் சங்கம். ஜெஃபர்சன் வெற்றியடைதல் என்பது ஒழுக்கக்கேடு மிகுந்த சூழலை ஏற்படுத்தும் என்றும், பிரெஞ்சுப் புரட்சிக்குப் பிறகு ஓராண்டு காலத்திற்கு ஜகோபின்கள் கட்டவிழ்த்துவிட்ட வன்செயல் போல அமெரிக்காவிலும் நிகழலாம் என்றும் அது அச்சம் அரசாட்சி செய்யும் சூழலை உருவாக்கும் என்றும் எச்சரிக்கை விடுத்தார்.

> கிறிஸ்துவுக்கும் கிறிஸ்தவர்களுக்கும் எதிரிகளான இவர்களின் பாவச் செயல்கள் எண்ணவோ, விவரிக்கவோ இயலாத அளவிற்கு மலிந்துகிடக்கின்றன. டிராகனின் வஞ்சகம், தெய்வநம்பிக்கையின்மை; காட்டு விலங்கின் கொடூரம், போலி மதகுருவின் ஏமாற்று வேலை ஆகியவை செய்யக்கூடிய விஷயங்கள் பட்டியலில் பிதுங்கி வழிகின்றன. தேசத்தின், தனிப்பட்ட மனிதனின் தேவைகள் எதுவும் அவர்களின் இலக்கிற்குத் தப்பவில்லை; மனித உணர்வுகள் அல்லது செயல்கள் என இறைவனுக்கு எதிரான எதுவும் விட்டுவைக்கப்படவில்லை; சகோதரர்களே, நாமும் இந்தப் பாவச் செயலில் பங்குகொண்டுவிடுவோமா? அவர்களை நமது அரசாங்கத்தில், பள்ளிகளில், குடும்பங்களில் அறிமுகப்படுத்தி வைப்போமா? நமது பிள்ளைகள் வோல்டேரின் சீடர்களாக, மாராட்டின் டிராகன்களாக ஆகட்டுமா? நம்முடைய பெண் குழந்தைகள் இலுமினாட்டியின் வைப்பாட்டிகள் ஆகிவிடட்டுமா? (ஹோஃப்ஷ்டாட்டர், ப. 9)

அமெரிக்காவை அழிப்பதற்கான ஜகோபின் திட்டம் ஒன்று இருப்பது ஒருபோதும் நிரூபிக்கப்படவில்லை. இருந்தாலும், இதுபோன்ற

அச்சுறுத்தல்கள் குறித்த அச்சம் துன்புறுத்தல் உணர்வுகளை மக்களிடையே உருவாக்கியது—குறிப்பாக, நியூ இங்கிலாந்து ஃப்ரீமேசன்கள். இதற்கு முக்கியக் காரணம், அமெரிக்க எல்லைகளுக்கு அப்பால் உள்ள ஓர் உலகம் பற்றி அவர்களின் எண்ணங்கள்.

பிரான்ஸில் மதத்தை வெற்றிகொண்ட தர்க்கரீதியான சிந்தனை, தனிமனித கொள்கைகளின் அடிப்படையில் உருவாக்கப்பட்ட ஜனநாயகத்தின் வருகை ஆகியவை அமெரிக்க மக்கள் பலரை அச்சமுறச் செய்தன. கலகம் மிகுந்த ஆக்கிரமிப்புகள், அரசியல் கிளர்ச்சிகள், மரண தண்டனைகள் போன்றவையுடன் இணைந்துவந்த புதிய கொள்கைகள் அச்சத்தைப் பெரும் பீதியாக்கின. 1793 ஜனவரியில் அரசர் லூயி XVI கொலை செய்யப்பட்டது பேரதிர்ச்சி அளித்தது. *நியூ இங்க்லாண்ட் அண்ட் பவேரியன் இல்லுமினாட்டி* (இங்கிலாந்தும் பவேரிய இலுமினாட்டியும்) என்னும் புத்தகத்தில் வெர்னான் ஸ்டாஃப்பர் குறிப்பிடுவது போல, அமெரிக்கர்களைப் பொறுத்த வரையில் பிரான்ஸ் நாட்டின் அரசர் கொல்லப்பட்டது 'காட்டுத் தனமான, கட்டுப்பாடுகளற்ற வன்செயலுக்கும் இரத்தக் களரிக்கும் இடையே நிகழ்ந்த ஒரு சிறு சம்பவம்'தான்.[21] இந்தக் களேபரம் பதினேழு ஆண்டுகளுக்கு முன் நிகழ்ந்த இதேபோன்ற பழக்கப்பட்ட காட்சிகளை இரத்தக் கறையோடு நினைவூட்டுவதாக இருந்தது. அதாவது கிழக்கிந்திய கடலோரத்திற்கு மேலாக வானத்தைச் செவ்வொளியில் மூழ்கச் செய்த ராக்கெட்டுகள், அமெரிக்காவை அரசாட்சியிலிருந்து விடுவித்த புரட்சி ஆகியவை. கூட்டாட்சி யினருக்கும் ஜெஃபர்சன் பாணியினருக்கும் அப்படிப்பட்ட ஒரு போரை மீண்டும் நிகழ்த்துவது சகித்துக்கொள்ள முடியாத ஒன்றாக இருந்தது.

த பாரனாய்ட் ஸ்டைல் இன் அமெரிக்கன் பாலிடிக்ஸ் (அமெரிக்க அரசியலின் சித்தபிரமை பாணி) என்ற புத்தகத்தில் ரிச்சர்ட் ஹோஃப் ஷ்டாட்டர் குறிப்பிடுவது போல, நியூ இங்கிலாந்தின் புனித மேடைகளும் மதுபான விடுதிகளும் இலுமினாட்டியையும் ஜக்கோபின் கைப்பற்று தலையும் தூற்றிக்கொண்டிருந்தன —ஏதோ, அந்த அந்நியப் படைகள் கொலைவெறியோடு ஏற்கனவே நாடு முழுவதையும் ஆக்கிரமித்துக் கொண்டுவிட்டதுபோல. (ஹோஃப் ஷ்டாட்டர், ப. 14) பொதுமக்க ளிடையே நிலவிய பீதி அன்றைய காஃபி விடுதிக் கலாச்சாரத்தைச் சேர்ந்த கவிதை ஒன்றில் வெளிப்பட்டது. அதன் சில வரிகள்:

வெற்றிகொண்ட மக்கள் கூட்டம்
கடிவாளங்களைக் கவர்ந்துகொண்டு,

நாடெனும் தேரைச் செலுத்தும் போது,
முடிசூடிய மன்னர்கள் சங்கிலிகளின் ஸ்பரிசத்தை அறிவதோடு,
அவர்கள் கொடுமையான விதிகளைச் சந்திக்கவேண்டும்.
உதாரணத்திற்கு காலிக் கடலோரங்களைப் பாருங்கள்,
ஒரு காலத்தில் பண்பு மிகுந்த நாடு,
அங்கு நிலவும் குழப்பங்களைப் பாருங்கள்,
அவ்வளவு மின்னிவந்த ஒரு நட்சத்திரம்.
பிறகு, கடலின் ஆழங்களிலிருந்து
பீதியோடு பின்வாங்கிவிடுங்கள்,
ஏனெனில் லூயி மறைந்துவிட்டான்,
அவன் தலையைக் கொய்த
காட்டுமிராண்டிகளின் கூட்டம்
அதில் பீறிடும் குருதியைக் குடித்தது. (ஹோஃப்ஷ்டாட்டர் ப. 80)

***

இருநூறு ஆண்டுகளுக்குப் பிறகு, இலுமினாட்டி அச்சுறுத்தல் மீண்டும் தலைதூக்கியது. 2008 அமெரிக்க அதிபர் தேர்தலின் போது, சில வட்டாரங்கள் ஜனநாயகக் கட்சி வேட்பாளர் பராக் ஒபாமா ஒரு இலுமினாட்டி உறுப்பினர் என்றும், அவர் சிகாகோவிலுள்ள தனது சக சதிகாரர்களுடன் சேர்ந்துகொண்டு, தேர்தல் முடிந்ததும் அமெரிக்காவைக் கைப்பற்றத் திட்டமிட்டிருப்பதாகவும் பேசிக் கொண்டார்கள். 'ஒபாமா இலுமினாட்டி திட்டத்தின் ஓர் அச்சுறுத்தும் நிஜம் அமெரிக்கா, மெக்ஸிகோ, கனடா ஆகிய நாடுகளை ஒன்றிணைத்து வட அமெரிக்க ஐக்கியம் என்ற அமைப்பை உருவாக்குவது' என ஓர் அறிக்கை கூறியது:[22] 'இந்த ஐக்கிய அமைப்பு ஒரு புதிய நாணயத்தைப் பயன்படுத்தும் — தற்பொழுது அமெரோ என்று அது அழைக்கப்படுகிறது. மேலும், ஐக்கிய அமைப்பின் பகுதிகள் ஒன்றோடொன்று புதிய நெடுஞ்சாலைகள் மூலம் இணைக்கப்படும். ஒபாமா-இலுமினாட்டி தொடர்பை நாம் மேலும் அதிகமாய் ஆராயும் போது பல பத்தாண்டுகளாகத் திட்டமிடப்பட்டுவரும் புதிய உலக வழக்கைப் படைப்பதில் அவரின் தனித்துவம் வாய்ந்த பங்கை நாம் எளிதாகப் புரிந்துகொள்ளலாம்.'[22]

***

சற்று பின்னோக்கிச் சென்று 1800களை ஆராய்ந்தால், இலுமினாட்டியின் சதித்திட்டங்கள் பற்றிய அம்சங்கள் சற்று ஓயத் தொடங்கிய வேளையில், கத்தோலிக்க ஆதிக்கம் பற்றிய கதைகள் தோன்றிய

வண்ணம் இருந்தன. அமெரிக்க ஜனநாயகத்தின் காவலர்களாகத் தங்களைத் தாங்களே நியமித்துக்கொண்டவர்கள், அயர்லாந்தி லிருந்தும் ஜெர்மனியிலிருந்தும் வந்து குடியேறியவர்களின் எண்ணிக்கை அதிகரித்துவருவது கண்டு சந்தேகம் கொண்டனர். தற்போதுள்ள புராடெஸ்டன்ட் கொள்கைகளை வேரோடு பெயர்த்து எறிந்துவிட்டு, கத்தோலிக்க ஆதிக்கத்தை நிலைநாட்டும் இரகசியத் திட்டம் ஒன்று உருவாகிவருவது பற்றித் தீவிரமாகக் கணிக்கத் தொடங்கினர். 40 லட்சமுள்ள மக்கள்தொகையில் ஆங்காங்கே சிதறிக் கிடக்கும் 30,000 கத்தோலிக்கர்கள் வளர்ந்துவரும் ஓர் ஆதிக்கத்தை நிலைநாட்டுவார்கள் என்று அஞ்சுவதற்கு அவசியம் இருக்கவில்லை. என்றாலும், 1810இல் அவர்களின் எண்ணிக்கை 75000 ஆகி, 1840க்குள் அமெரிக்காவில் குடியேறிய கத்தோலிக்கர் ஏறக்குறைய 10 லட்சத்திற்கும் அதிகமாக இருந்தனர். பிரெஞ்சு அரசாங்கத்தில் ஏற்பட்ட மாற்றங்கள் புதிய குழுக்கள் பலவற்றை வெளியேறச் செய்திருந்தது. அவற்றுள் பல புதிய குடியரசான அமெரிக்காவில் மதச் சுதந்திரத்திற்கும் மனிதச் சுதந்திரத்திற்கும் மதிப்பு மிக அதிகம் என்பதால் அமெரிக்காவில் தஞ்சம் புகுந்தன . இவ்வாறு குடியேறியவர்களுள் பலர் கத்தோலிக்க குருமார்கள். இவர்கள் வளர்ந்துவரும் கத்தோலிக்க மக்கள்தொகைக்காகத் தேவாலயங் களையும் சங்கங்களையும் அமைத்தனர். 1820க்குள் இந்தக் கத்தோலிக்கக் குடியேற்றக்காரர்கள் சார்ல்ஸ் டவுன், சிகாகோ, டெட்ராய்ட், பிட்ஸ்பர்க், க்ளீவ்லான்ட், கால்வெஸ்டன் ஆகிய இடங்களில் தேவாலயங்களை நிறுவியிருந்தனர். மேலும், தங்களின் மதபோதனைகளை வகுப்பறைகள்வரை இட்டுச் சென்றனர் — இதனால் கத்தோலிக்க ஆரம்பப் பள்ளிகளும், சில மாகாணங்களில் இறையியல் பள்ளிகளும் தோன்றலாயின.

கத்தோலிக்கக் குடியேற்றக்காரர்களிடையே தோன்றிய இந்தத் திடீர் மத ஆர்வம் புராடெஸ்டன்ட் வட்டாரங்களின் கவனத்திலிருந்து தப்பவில்லை. தேசிய ஒற்றுமை உணர்வை மிகவும் வலுவடையச் செய்திருந்த அமெரிக்கப் புரட்சி, குடியேறுபவர்களைப் பற்றிய எச்சரிக்கை உணர்வையும் அமெரிக்கர்களுக்குப் போதித்தது. கத்தோலிக்க குருமார்கள், அருட்சகோதரிகள் ஆகியோரில் பெரும் பான்மையினர் பிரான்ஸ், பெல்ஜியம் அல்லது அயர்லாந்தி லிருந்து வந்தவர்கள். அவர்களுள் பலர் அந்நிய நாட்டுப் பெயர்களைக் கொண்டிருந்தனர். ஐரோப்பியத் தூதுவர்கள் இந்தப் புதிய சமூகங்களுக்கு நிதியுதவி அளித்தனர் . இதுவே சதித்திட்டங்கள் நடந்து

வருகின்றனவோ என்ற ஐயத்தை ஏற்படுத்தியது. இது தொடர்பாக முதன்முதலில் பொதுமக்களுக்கு முன் பேசியவர்களுள் ஒருவர் சாமுவேல் எஃப்.பி. மோர்ஸ்—இவர் தந்தி இயந்திரத்தை உருவாக்கியவர். அவரின் தந்தை யெதேதியா மோர்ஸ் முப்பத்து ஏழு ஆண்டுகளுக்கு முன்பாகவே இலுமினாட்டி அச்சுறுத்தல் பற்றிய தமது எச்சரிக்கைகளைக் கவனித்துக் கேட்கும்படி நியூ இங்கிலாந்துக் காரர்களிடம் வேண்டுகோள் விடுத்திருந்தார். 1835இல் மோர்ஸ் 'அமெரிக்காவின் சுதந்திரத்திற்கு எதிராக அந்நிய சதித்திட்டம்' என்ற தமது புத்தகத்தில் கத்தோலிக்கத் திட்டம் ஒன்று உள்ளது என்று நிரூபிக்க முயன்றிருந்தார். 'ஒரு சதித்திட்டம் உள்ளது' என மோர்ஸ் எளிமையாக எழுதினார். 'அதன் திட்டங்கள் ஏற்கனவே செயல்படுத்தப் பட்டுவருகின்றன. நமது கப்பற்படைகளோ, துறைமுகங்களோ, இராணுவமோ பாதுகாக்க முடியாத பலவீனமான பகுதியில் தாக்கப்பட்டு வருகிறோம்.' (ஹோஃப்ஷ்டாட்டர், ப. 19) மார்ஸின் வாதத்திற்கு ஒரு வலிமையான ஆதாரம் இருந்தது—வியன்னா காங்கிரஸ் என்ற அமைப்பை நிறுவிய ஜெர்மானிய ஆஸ்ட்ரிய அரசியல்வாதியும் அரசியல் தலைவருமான கிளமென்ஸ் ஃபான்மெட்டர்னிஹ் என்பவரின் அரசியல் நடவடிக்கைகள் புதிய குடியரசுக்கும் அதன் தேசியக் கொள்கைகளுக்கும் எதிராகப் பழம்பெரும் அரசாட்சி முறையை மீண்டும் நிலைநாட்டுவதற்கான அவரின் முயற்சிகள் — 'இந்த தேசத்தில் இப்போது ஆஸ்ட்ரியா மும்முரமாய்ச் செயல்பட்டு வருகிறது' என்று எழுதினார் மோர்ஸ்.

'அந்த நாடு பெரிய அளவில் ஒரு திட்டம் வகுத்துள்ளது. இங்கு ஏதோ ஒன்றைச் செய்வதற்காகப் பெரிய யோசனைகள் செய்துவருகிறது. தனது ஜெசூட் தூதுவர்களை நாடு முழுவதும் அனுப்பி வந்திருக்கிறது. அவர்களுக்குத் தேவையான அளவு பணமும் தந்திருக்கிறது. அதை அவ்வப்போது நிரப்புவதற்காக ஒரு கருவூலத்தையும் அமைத் திருக்கிறது.' இதை மேலும் தெளிவாகச் சித்திரிக்கத் தமது கற்பனைத் திறனைப் பயன்படுத்தினார் —'ஒரு ராட்சத நாகம் ஏற்கனவே நமது அங்கங்களைச் சுற்றி இறுக்கிக்கொண்டிருக்கிறது. அதன் விஷமூச்சு நம் எல்லோரையும் பீடித்துக்கொண்டிருக்கிறது' என்று அவர் தமது வாசகர்களை எச்சரித்தார். (ஹோஃப்ஷ்டாட்டர், ப. 20)

மார்ஸின் கருத்துகள் வளர்ந்துவரும் கத்தோலிக்க சமூகத்திற்கு எதிரான உணர்வுகளுக்கு வலுவூட்டின. தங்களுக்கு எதிராகத் தீவிர சதித்திட்டம் நடக்கிறது என்ற எண்ணம் புராடெஸ்டன்ட்

சமூகத்தினரின் மனதில் ஆழப் பதித்திருந்தது. புதிய குடியேற்றக் காரர்கள் பெருமளவில் வந்து நமது நாட்டை ஆக்கிரமித்துக்கொண்டு விடுவார்களோ என்ற அச்சம் அவர்களிடையே நிலவியது. மார்ஸின் புத்தகம் வெளியான அதே ஆண்டு, கத்தோலிக்கர்களுக்கு எதிரான மற்றொரு புத்தகம் சந்தையில் வெளிவந்து ஏற்கனவே பீதியில் நடுங்கிக்கொண்டிருந்த அமெரிக்க சமுதாயங்களுக்கிடையே பரவலாக விநியோகம் செய்யப்பட்டது. நியூ ஹவெனைச் சேர்ந்த லைமன் பிக்சர் என்ற பிரெஸ்பிடெனியத் திருச்சபை ஊழியர் *பிளீ ஃபார் த வெஸ்ட்* (மேற்கிற்காக ஒரு வேண்டுகோள்) என்னும் புத்தகத்தை வெளியிட்டார். இது எழும்பிவரும் கத்தோலிக்க அலையிலிருந்து மேற்கத்திய நாடுகளைக் காப்பதற்கு மத தூதர்களிடமிருந்தும் போதகர்களிடமிருந்தும் நிதி உதவி கேட்டு வேண்டுகோள் விடுத்தது. அந்த மதம் அமெரிக்கத் தன்மைக்கு எதிராகச் செயல்படுவதை வலியுறுத்திய பீச்சர், ‘முறைப்படியும் விடாமுயற்சியோடும் தங்கள் நலனுக்காகச் செயல்பட்டுவரும் கூட்டம்’ விரைவில் ‘நமது தேசத்தை (அமெரிக்கா) வீக்கமடையச் செய்து, பிளவுபடுத்தி, நமது ஒற்றுமையைக் குலைத்து, சுதந்திரச் சிந்தனையைப் பெயர்த்தெறிந்துவிடும்’ என்று தமது கருத்தை முன்வைத்தார். (ஹோஃப்ஷ்டாட்டர், ப. 21) புரொடெஸ்டண்ட் வட்டாரங்களில் பீச்சர் ஒரு பெரும் சக்தியாகத் திகழ்ந்தார்.

பிரச்சாரத்திற்கான ‘புதிய வழிமுறைகளை’க் கண்டறிந்த அவர், கத்தோலிக்கத்தைக் கிறிஸ்தவ மதத்திற்கு மட்டுமின்றி, அமெரிக்காவிற்கும், ஏன் உலகத்திற்கே பெரும் அச்சுறுத்தலாகக் கருதினார். இதுகுறித்த அவரின் சொற்பொழிவுகள் அவருடைய தொண்டர்களை வன்முறையில் இறங்கத் தூண்டின. 1834இல் தமது புதிய புத்தகம் பற்றிய ஒரு சொற்பொழிவு ஆற்றியதைத் தொடர்ந்து புராடெஸ்டண்ட் சமுதாயத்தினர் பாஸ்டனில் உள்ள ஒரு கத்தோலிக்க உர்சுலின் பள்ளிக்குள் புகுந்து, அதை எரித்துத் தரைமட்டமாக்கினர். பீச்சரின் செய்தி வலிமைமிக்கதாக இருந்தது — இரண்டாவது பெரும் விழிப்புணர்வு என்ற இயக்கத்தில் அவரைப் பங்குகொள்ளச் செய்தது. இது இயேசுநாதர் மீண்டும் அவதரிப்பதற்கு முன்பு சமூகத்தின் கேடுகளைக் களைவதற்காக உருவாக்கப்பட்ட மதம் சார்ந்த இயக்கமாகும். பீச்சரையும் மற்றவர்களையும் பொறுத்த வரையில், கத்தோலிக்கம் என்பது இத்தகைய ஒரு சமூகக் கேடாகவே இருந்தது.

1840களின் தொடக்கத்தில், கத்தோலிக்கத்திற்கு எதிரான உணர்வுகள் உச்சத்தை அடைந்திருந்தன. பொதுவாக நிலவிய சந்தேகமும் அச்சமும் ஒரு கத்தோலிக்க எதிர்ப்புத் (புரோடெஸ்டன்ட்) தொழிலாக உருவெடுத்திருந்தன. முதல் கத்தோலிக்க எதிர்ப்பு வார இதழான *புராடெஸ்டன்ட்* 1830இல் வெளிவந்தது. அதைத் தொடர்ந்து *ரிஃபார்மேஷன் அட்வொகேட், நேடிவ் அமெரிக்கன், ப்ரீஸ்ட்ஹுட் எக்ஸ்போஸ்ட்* போன்றவை வெளிவந்தன. இவை அனைத்துமே போப்பினால் விளையக்கூடிய கேடுகளை வெளிச்சமிட்டுக் காட்டின. போப்பிற்கு எதிரான உணர்வுகள் நாளிதழ்களில் தலையங்கமாக இடம்வகித்தன. இதில் 1855 செப்டம்பர் 15 அன்று வெளிவந்த *டெக்ஸாஸ் ஸ்டேட் டைம்ஸ்* நாளிதழும் அடங்கும்.

> ஐரோப்பாவின் மன்னர்களும் ரோமாபுரியின் போப்பாண்டவரும் இந்தக் காலகட்டத்தில் நமது அழிவுக்குத் திட்டமிட்டு, நமது அரசியல், சமூக, மத, அமைப்புகளை அச்சுறுத்தி வருகிறார்கள் என்பது உண்மை. ஊழல் நமது செயலகத்திற்குள் புகுந்துவிட்டது என்று நம்புவதற்குத் தகுந்த காரணங்கள் உள்ளன; அத்துடன் நமது செயலகத் தலைவர் கத்தோலிக்கத்தின் விஷம் படிந்தவராக இருக்கிறார். போப்பாண்டவர் தமது தூதரை நம் நாட்டிற்கு இரகசியமாக அனுப்பி வைத்திருக்கிறார்; அதன் விளைவாக, கத்தோலிக்கப் பீடம் அமெரிக்கா முழுவதும் அசாத்திய தைரியத்துடன் செயல்பட்டுவருகிறது. போப்பாண்டவரின் இந்தக் கையாட்கள் நம்முடைய அரசாங்கத் தலைவர்களைத் தைரியமாக அவமதிக்கிறார்கள்; நமது அரசியல் தலைவர்களைத் திட்டு கிறார்கள்; அவர்களின் பீடத்தையும் நாட்டையும் இணைக்க முயற்சி செய்கிறார்கள்; கத்தோலிக்கரல்லாத எல்லா அரசாங்கங்களையும் தூற்றுகிறார்கள்; புரொடெஸ்டன்ட் பண்பாடு தொடர்பான அனைத்திலும் கசப்பைப் பொழிகிறார்கள். (ஹோஃப்ஷ்டாட்டர், ப. 9)

வரலாறு கூறுவதுபோல பெரும்பாலும் புரொடெஸ்டன்டுகளால் ஆன அமெரிக்க அரசாங்கத்தைத் 'தொற்றிக்கொள்ளும் கத்தோலிக்க விஷ'த்தால் பீடிக்கச் செய்வதற்கான சதித்திட்டம் எதுவும் இருக்க வில்லை. 1800களில் இங்கிலாந்திலும் அயர்லாந்திலும் புகுந்து விட்டதோ என்ற அச்சம் நிலவியது. அயர்லாந்தின் பாராளு மன்றத்தில் கத்தோலிக்கர்களுக்கு உறுப்பினர் பதவிவேண்டும் என்று கோரிக்கை விடுத்த குரல்களுள் டானியல் ஓ'கொனெலுடையது மிகவும் சத்தமாய் ஒலித்தது. அயர்லாந்தின் அரசியல் போராளியும் பின்னர் டப்ளினின்

நகரசபைத் தலைவருமான ஓ'கொனெல் 1823இல் கத்தோலிக்க சங்கத்தை நிறுவினார். இங்கிலாந்து அரசாங்கத்தை வெற்றிகரமாகக் கையாண்டு சட்டங்களை இயற்றும் பொறுப்பைக் கத்தோலிக்கர் களுக்குப் பெற்றுத் தந்த அழுத்தம்மிக்க அமைப்பு. ஓ'கொனெலின் பிரச்சாரம் அத்துடன் முடிந்துவிடவில்லை. 1850களின் போது ஏறத்தாழ அயர்லாந்து முழுவதும் தொடர்ச்சியாக 'அரக்கர் கூட்டங்களை' நடத்தினார் — 1801இல் இங்கிலாந்து மற்றும் அயர்லாந்தின் பாராளுமன்றங்களை இணைத்துவைத்து 'ஐக்கியச் சட்டத்தை திரும்பப் பெறும்படி கோருவதற்குத் தேவையான பொதுமக்கள் ஆதரவைத் திரட்டுவதற்காக. இந்தக் கூட்டங்களில் ஒரு லட்சத்திற்கும் மேற்பட்டோர் கலந்துகொண்டார்கள். முடிவில் அவர்கள் வெற்றி பெறவில்லை என்றாலும், இங்கிலாந்து அரசாங்கத்திற்கு அது பெரும் கவலையூட்டுவதாகவே இருந்தது.[23]

ஐரோப்பாவின் அரசியலில் கத்தோலிக்க ஆதிக்கம் அதிகரித்து வந்தது தூரத்திலிருந்து இந்தக் காட்சிகளைக் கவனித்து வந்த புரொடெஸ்டன்ட் அமெரிக்கத் தலைவர்களுக்கு அச்சமூட்டுவதாக இருந்தது. ஆனால் 1855க்குள் அமெரிக்க அரசாங்கத்தைக் கவிழ்ப் பதற்குக் கத்தோலிக்கர்கள் திட்டம் தீட்டுவது குறித்த அச்சம் மிகப் பெரிய அளவிற்கு வளர்ந்திருந்தது —அமெரிக்காவின் ஒரு மூலையில் அது வன்செயலாய் வெடித்தது. 1855 ஆகஸ்ட் 6 அன்று (பின்னர் 'இரத்தக் கறைபடிந்த திங்கள்கிழமை' என்று அழைக்கப்படும் அளவுக்கு) தேர்தல் கலவரங்கள் வெடித்தன—ஜனநாயகக் கட்சியினருக்கும் நோ நத்திங் இயக்கத்திற்கும் இடையில் நடந்த போட்டியில் வாக்களிப்பிற்கு மத்தியில் கத்தோலிக்கர்கள் தலையிட்டதாக வதந்திகள் பரவியபோது நோ நத்திங் இயக்கம் என்பது ஒரு அமெரிக்க தேசியவாதக் குழு; அது பொதுமக்களின் அச்சத்திற்கு வலுவூட்டியது; குடியேற்றக்காரர்களுக்கு எதிரான பகைமை உணர்வுகளில் பிறப்பெடுத்தது.

நோ நத்திங் (Know Nothing) என்னும் பெயருக்கு ஒரு காரணமும் இருந்தது. அந்த அமைப்புத் தொடர்பாக யார் எந்தக் கேள்வி கேட்டாலும் 'தெரியாது' என்று பதிலளிக்குமாறு அதன் உறுப்பினர்கள் பயிற்சி அளிக்கப்பட்டிருந்தனர். 1843இல் நியூயார்க்கில் அமெரிக்கக் குடியரசுக் கட்சியாக அது உருவெடுத்தது. பெரும்பாலான உறுப்பினர்கள் புரொடெஸ்டன்டுகளாகவும் வெள்ளை இனத்தவரான ஆண்களாகவும் இருந்தனர். அப்போது இருந்த பிற கட்சி அமைப்புகள் குலைந்துவர,

இந்தக் கட்சி பொதுமக்களின் அமோக ஆதரவு பெற்றிருந்தது. தற்கால டீ பார்ட்டி போல, அந்தச் சங்கத்தைச் சேர்ந்த வேட்பாளர்கள் நிலை பெற்ற அரசியல்வாதிகளுக்குச் சவால்விட்டனர்; சரிந்துவரும் பொருளாதாரம் பற்றி விரக்தியடைந்து, அமெரிக்காவிற்கே உரித்தான தனித்துவம்பெற்ற கொள்கைகள் உருக்குலைந்துவிடுமோ என்று அஞ்சும் மக்கள்வெள்ளத்திடையே அவர்களின் செய்தி எதிரொலித்தது.

நோ நத்திங் ஆட்சியினரின் தேசியவாதம் மிகவும் வீரியம் கொண்டதாக இருந்தது. கென்டகியிலுள்ள லூயிவில்லின் வீதிகளில் ஒரு பெரும் கூட்டம் திரண்டு கத்தோலிக்க தேவாலயத்தைச் சூழ்ந்து கொண்டு ஜெர்மனியையும் அயர்லாந்தையும் சேர்ந்த 22 கத்தோலிக்கக் குடியேற்றக்காரர்களை அடித்துக் கொன்றது. இந்த வன்செயலுக்குத் தூண்டுதலாய் (ஓரளவிற்காவது) இருந்தவர் ஜார்ஜ் ப்ரென்டிஸ். இவர் *லூயிவில் ஜர்னல்* இதழின் ஆசிரியர். கத்தோலிக்கத்திற்கு எதிரான உணர்வுகொண்டவர். நோ நத்திங் கட்சியின் தீவிர ஆதரவாளரான ப்ரென்டிஸ், இரத்தக் களரிக்கு இரண்டு நாட்கள் முன்பு அச்ச நெருப்பை விசிறிவிட்டார் — ஜெர்மனி மற்றும் அயர்லாந்தின் குடிமக்கள்தாம் 'குடியேறிய அந்நியர்களிலேயே, மிக மோசமான கொள்ளை நோயை உண்டாக்குகிற பெரிய கும்பல்'[24] என்று கூறினார். பின்னர் தமது கருத்துகளுக்காக அவர் மன்னிப்புக் கோரினார் — அவை அந்தப் படுகொலைக்கான ஊக்கிகளாக இருந்தன என்று பலர் கருதியதால். *லூயிவில் ஜர்னலுக்கு* வந்த பல காரசாரமான பதில்களில், 'ஒரு கென்டகி கத்தோலிக்கர்' என்ற பெயரில் ஒருவர் எழுதியிருந்தது ப்ரென்ட்டிஸின் அச்சத் தூண்டிலைச் சாடியது:

> ப்ரென்டிஸ் கத்தோலிக்கப் பீடத்திற்கு எதிராகக் கூறும் குற்றச் சாட்டுகளில் ஒரு பகுதியையாவது நம்பும் அளவிற்கு மதவெறி பிடித்தவரா? என்னைப் பொறுத்த அளவில், என்னால் இப்படி நினைக்காமலிருக்க முடியவில்லை — அவர் எதிர்த்துப் போரிடும் அரக்கன் அவரே உருவாக்கிய, கொடூரமான வண்ணங்கள் தீட்டப்பட்ட, அட்டைகளாலும் பகையாலும் ஆன வெறும் உருவம். இதை அவர் உருவாக்க இரண்டு காரணங்களுண்டு: நோ நத்திங் அமைப்பின் வெகுளித்தனத்தை அச்சுறுத்துதல்; ஒன்றுமறியாத, அச்சத்தால் மருண்டு போயிருக்கும் சாதாரண மக்களுக்கு, தான் உள்ளபோது கவலைப்படத் தேவையில்லை என்று காட்டுதல். அவர்கள் தேவையானவற்றைத் தந்துகொண்டே இருக்க, அவர் போரைத் தொடர்ந்து நடத்துவார்.[25]

1880களின் இறுதியில் கத்தோலிக்கத்திற்கு எதிரான சொற் பொழிவுகள் மூலம் வேறு சிறு சிறு அரசியல் இயக்கங்களாக மாறின. முதல்முதலாக 887இல் அமெரிக்கப் பாதுகாப்புக் கழகம் (ஏபீஏ) தொடங்கப்பட்டது. இது தனது உச்சநிலையில் 30 லட்சத்திற்கும் அதிகமான உறுப்பினர் களைக் கொண்டிருந்தது. இவர்களுள் பலர் அயர்லாந்தைச் சேர்ந்த புரொடெஸ்டன்ட் ஆவார்கள். அத்துடன் அவர்கள் ஆரஞ்ச் ஆர்டர் அமைப்பின் உறுப்பினர்கள். ஆரஞ்ச் ஆர்டர் என்பது வடக்கு அயர்லாந்தில் பைலிளை ஆதரித்து — கத்தோலிக்கத்திற்கு எதிராக வன்செயல் கலந்த போராட்டங்களை நடத்திவந்த ஒரு சகோதர அமைப்பாகும். எந்த அரசியல் கட்சியோடும் இணையாவிட்டாலும் அரசியல் வட்டாரங்களில் அமெரிக்கப் பாதுகாப்புக் கழகம் (ஏபீஏ) தனது செல்வாக்கை நிலைநாட்டியது. ஜனநாயகக் கட்சியிலும் குடியரசுக் கட்சியிலும் உள்ள மதநல்லிணக்கத்தை ஆதரிப்போர், கத்தோலிக்கக் கொள்கைகளில் ஈடுபாடு கொள்வோர் ஆகியோரைத் தாக்கியது. கத்தோலிக்கர்கள் குடியேறுவதைத் தடுப்பதுடன், அந்தச் சங்கத்தின் குறிக்கோள்கள் பல இருந்தன — அரசுப் பள்ளிகளிலிருந்து கத்தோலிக்க ஆசிரியர்களைப் பதவிநீக்கம் செய்தல், அரசாங்க அலுவலகங்களில் பணியாற்றக் கத்தோலிக்கர்களுக்குத் தடைவிதித்தல், அமெரிக்கக் குடியுரிமை பெற ஆங்கிலம் சரளமாய்ப் பேசுவது அவசியம் என்று சட்டம் மூலம் வலியுறுத்துதல். ஏபீஏயின் முக்கியக் கொள்கை இதுதான்: ‘அமெரிக்கக் குடிமக்கள் உருவாக்காத, கட்டுப்படுத்தாத எந்த ஒரு அதிகாரத்திற்கும் அடிபணிவதோ, அதனை ஆதரிப்பதோ, அமெரிக்க அரசாங்கத்திற்கு மேலான அல்லது நிகரான வலிமை உள்ளதாகக் கூறும் அதிகாரத்தை ஏற்றுக்கொள்வதோ அமெரிக்கக் குடியுரிமையாகக் கருதப்பட மாட்டாது.’[26]

1890களில் கத்தோலிக்கக் குடியேற்றம் அரசியல் வட்டாரங் களிலிருந்து மேலும் விரிவடைந்து பொதுமக்களை வந்தடைந்தது. புரொடெஸ்டன்ட்-கத்தோலிக்க மதக் கோட்பாடுகளுக்கு இடை யிலான வேறுபாடுகள் குறிப்பாக திருப்பலி விளக்கங்கள் பிராம் ஸ்டோக்கரின் ட்ராக்குலா வழியாக வடிகட்டிவிடப்பட்டன. 1897இல் முதன்முதலாக வெளியிடப்பட்ட ஸ்டோக்கரின் கதை ட்ரான்ஸில்வேனியாவைச் சேர்ந்த இரத்தம் குடிக்கும் கவுன்ட்டின் கதை. இதில் கத்தோலிக்க ‘உருவகங்கள்’ மிகுதியாக இருந்தன. இது புரொடெஸ்டன்டுகளுக்கிடையில் பிரபலமாக இருந்தது: அவர்கள் கத்தோலிக்கர்களைப் போலல்லாது, ரொட்டியும் மதுவும் இயேசுநாதரின் சதையையும் இரத்தத்தையும் குறிப்பவை என்ற

நம்பிக்கைகொண்டவர்கள் (கத்தோலிக்கர்கள் உருமாற்றத்தில் நம்பிக்கை கொண்டவர்கள் —ரொட்டியும் மதுவும் 'உண்மையிலேயே' இயேசுநாதரின் சதையாகவும் இரத்தமாகவும் மாறிவிட்டவை என்று). கவுன்ட் ட்ராக்குலா கிறிஸ்துவுக்கு எதிரான ஒரு ஆக்கிரமிப்பாளனாகச் சித்திரிக்கப்படுகிறார் — இயேசுநாதரின் இரத்தமாகக் கருதப்படும் மதுவையல்ல, 'உண்மையான' மனித இரத்தத்தை உறிஞ்சிக் குடித்தால் நிலையான வாழ்வு கிட்டும் என்று உறுதியளிக்கிறார். அவர் கூறும் வார்த்தைகளில் புனிதத் தன்மையையும் மீறி ஒரு அரக்கத்தனம் வெளிப்படுகிறது: 'என் சதையைத் தின்று இரத்தத்தைக் குடிப்பவன் நிலையான வாழ்வைப் பெறுகிறான்.'[27] வரலாறு முழுவதும் அரக்கர்கள் இதுபோன்ற உணவுப் பழக்கங்கள் கொண்டிருப்பதைக் காணலாம். ஒருபுறம், இரத்தம் என்பது இரத்தக் காட்டேரிகளின் வாழ்வாதாரம்; அது க்ரீக் எம்ப்யூஸ், ரோமன் ஸ்ட்ரிக்ஸ், தற்கால *எல் சுபகாப்ரா*[*] போன்ற பிராணிகளை இக்காலத்திலும் வாழ்வித்து வந்தது. மறுபுறம், சதையானது க்ரெண்டெல், க்ரீக் மினோடார், வியர்வுல்வ்ஸ் போன்ற பேய்களின் வாழ்வாதாரமாக விளங்கியது. பிந்தைய காலத்தில் அவற்றுள் வியர்வுல்வ்ஸை 18ஆம் நூற்றாண்டின் கத்தோலிக்கர்கள் உள்ளூர்த் திருச்சபைக் குழாமிலிருந்து விலக்கி வைக்கப்பட்ட விலங்கு அவதாரமாகக் கருதினர்.

***

வரப்போகும் கத்தோலிக்கப் போர் பற்றிய கதைகள் இருபதாம் நூற்றாண்டிலும் பரவலாகக் காணப்பட்டன. பவேரியாவின் இலுமினாட்டி ஏற்படுத்திய அச்சுறுத்தல்கள் 2008 தேர்தல்களின் போது அரசியல் சூழலில் புகுந்துகொண்டதுபோல, கத்தோலிக்க அச்சுறுத்தல்களும் அமெரிக்க அரசியலில் சண்டையிடுகிற கால கட்டத்தில் மீண்டும் தோன்றின. 1960இல் ஜான் எஃப். கென்னடி அமெரிக்காவின் முப்பத்து நாலாவது அதிபர் தேர்தலில் ரிச்சர்ட் நிக்ஸனுக்குப் போட்டியாக நின்றார். மஸாச்சூசெட்ஸைச் (இங்குதான் பவேரிய இலுமினாட்டி பற்றிய அச்சம் 1890களின்

[*] *எல் சுபகாப்ரா:* என்பது பயங்கர உருவமும், சிவந்த கண்களும், முள்போன்று துருத்திக் கொண்டிருக்கும் முடிகளையும்கொண்ட பிராணியாகும். தென் அமெரிக்காவை ஆக்கிரமித்துக் கொண்டு, மக்களைக் கொன்று அவர்களின் இரத்தம் குடிக்கும் பிராணி. 2006 பிப்ரவரியில் இந்தப் பிராணி பற்றிய வதந்திகள் பரவியபோது, டெக்ஸாஸில் உள்ள சில பெற்றோர் தங்கள் குழந்தைகளை அரக்கனின் அடுத்த இரையாகிவிடாமல் பாதுகாப்பாக வீட்டினுள்ளேயே வைத்துக்கொண்டனர்.

பிற்பகுதியில் பரவியது) சேர்ந்த ஐரிஷ் கத்தோலிக்கரான கென்னடி அவரின் மதச் சார்புக்காகத் தாக்கப்பட்டார். நாட்டின் முதல் கத்தோலிக்க அதிபராக ஒருவர் பொறுப்பேற்கும் வாய்ப்பு என்பது சிலரைப் பொறுத்தவரையில் போப்பாண்டவரின் ஆட்சிக்கு வழி வகுப்பது போலிருந்தது. நாட்டின் மிகவும் புகழ்பெற்ற புரொடெஸ்டன்ட் சபை ஊழியரான நார்மன் வின்செண்ட் பீலே, நேஷனல் கான்ஃபெரன்ஸ் ஆஃப் சிட்டிஸன் ஃபார் ரெலிஜியஸ் ஃப்ரீடம் (மதச் சுதந்திரத்திற்காகக் குடிமக்களின் தேசிய மாநாடு — என்சிசிஆர்எஃப்) என்ற அமைப்பிற்கும் தலைவராக இருந்தார். ஒரு கத்தோலிக்க அதிபர் ரோமின் கத்தோலிக்கப் பீடத்தின் தொடர்பி லிருந்து தன்னை விடுவித்துக்கொள்ளும் திறன் கொண்டவராக இருப்பாரா என்று அவர் கேள்வி எழுப்பினார். 'ஒரு கத்தோலிக்கரை அதிபராக்கும் அளவுக்கு நமது பண்பாடு கெட்டுப்போய்க் கிடக்கிறது. ஒரு கத்தோலிக்க அதிபர் தமது மதபீடத்திலிருந்து மிகுந்த வலியுறுத்தல்களை எதிர்நோக்க வேண்டியிருக்கும் —அந்நிய நாட்டில் தமது கொள்கைகளை நிலைநாட்டுவது தொடர்பான அவற்றை அவரால் சமாளிக்க முடியுமா என்பது சந்தேகம்தான்' என்றார் பீலே.[28]

***

> ஓ, சிறிய ஸ்புட்னிக்கே, மாஸ்கோவில் தயாரான ஒலியுடன் உயரே பறக்கிறாய்! 'வானம் கம்யூனிஸ சாயலாக இருக்கிறது. 'அங்கிள் சாம் உறங்குகிறார்' என்று உலகிற்குச் சேதி சொல்கிறாய்! 'நல்ல காலமும் கேடுகாலமும் க்ரெம்லினே அறியும்' என்கிறாய்! பந்தைக் கச்சிதமாக அடிக்க நம் ஆட்டக்காரருக்குத் தெரியும் என்று நம்புகிறோம்...[29]

மிச்சிகனின் ஜனநாயக ஆளுநர் ஜி. மென்னென் வில்லியம்ஸ் 1951 அக்டோபரில் இந்தக் கவிதையை இயற்றியபோது சோவியத் யூனியன் பற்றிய ஐயம் வளர்ந்து வந்து, மிகவும் இறுக்கமான அரசியல் சூழலை ஏற்படுத்தியது. குறிப்பாக, தேசமெங்கும் தோல்வியும் அவமானமும் சேர்ந்த உச்ச உணர்வு நிலவியது. ஸ்புட்னிக் ஏவப்பட்டதைத் தொடர்ந்து (உலகை வலம்வரும் முதல் செயற்கைக்கோள்) சோவியத் யூனியன் அமெரிக்காவிற்கு விண்வெளிப் போட்டியில் மரணஅடி கொடுத்தது — உலக வல்லரசுகள் இரண்டும் பரந்த விண்வெளியின் கண்டறியப்படாத பாதைகளில் தமது வலிமையை நிலைநாட்டும் போட்டி அது. இத்தகைய சாதனையைக் கண்டு அசந்துபோன

அமெரிக்க மக்கள் அதிபர் ஐஸென் ஹோவரின் மீது குற்றம் சாட்டினார்கள் — அமெரிக்கர்களை சோவியத்காரர்கள் வெற்றி கொள்ள வாய்ப்பளித்ததற்காக. விண்வெளி யுகம் தொடங்கி வைக்கப்பட்ட சில நாள்களுக்குள்ளாகவே கால்ஃப் மைதானத்திற்கு விளையாடச் சென்றுவிட்டது அவர் பற்றிய எண்ணத்தை மேம்படுத்த எந்த விதத்திலும் உதவவில்லை. '(ஐஸென் ஹோவர்) ஒரு புன்னகை புரியும், திறமை குன்றிய, ஒன்றும் செய்யாத, கால்ஃப் விளையாடிக் கொண்டிருக்கும் அதிபர் - சூழ்நிலைகளைத் திறமையாக நிர்வகிக்கத் தெரியாதவர்' என்றார் நாசா (அமெரிக்க விண்வெளி ஆய்வுநிலையம்) வரலாற்று அறிஞர் ரோஜர் லௌனியஸ்.[30] தலைமையகத்தின் பெரும்பான்மைக் கட்சித் தலைவர் லின்டன் ஜான்ஸன் நாட்டு மக்கள் அதிர்ச்சியாலும் அவசரநிலையாலும் பீடிக்கப்பட்டு இருக்கிறார்கள் என்று சுட்டிக்காட்டினார். 'திறந்த வெளியான மேற்கத்திய நாடுகளில் விண்வெளி என்பது நம் வாழ்வோடு இணைந்த ஒன்று என்று கற்று வந்திருக்கிறோம். நம் வாழ்வில் அது இன்றியமையாத பகுதி. ஆனால் இப்பொழுது, எப்படியோ ஏதோ ஒரு வகையில், வானம் நமக்கு ஏறத்தாழ அந்நியமாகத் தெரிகிறது. என்றாவது ஒரு நாள் சோவியத்காரர்கள் விண்வெளியிலிருந்து நம்மீது குண்டுகளை வீசப்போகிறார்கள்—மேம்பாலத்தில் செல்லும் கார்களிலிருந்து குழந்தைகள் வேடிக்கையாகக் கற்களைக் கீழ்நோக்கி வீசி எறிவார்களே, அதுபோல.'[31] ராக்கெட்டால் ஏவப்பட்ட அந்த டைட்டானியக் கோளம் ஒரு பீச் பந்து அளவிலானது —அதைவிடப் பெரிதான ஒரு சிந்தனைவாத அரக்கனைச் சித்திரித்தது. பத்து ஆண்டுகளுக்கும் மேலாக உலகின் அரசியல் சூழலைத் தூண்டி விட்டுக்கொண்டிருக்கும் அந்த அரக்கன்: கம்யூனிசம்.

***

1946இல் அமெரிக்கத் தலைமையகத்திற்கு ஜோஸஃப் மக்கார்த்தி தேர்ந்தெடுக்கப்பட்டபோது, கம்யூனிசத்தின் விஷப்பீதி பல கொடிய வழிகளில் வெளிப்படத் தொடங்கியது. செகோஸ்லொவாக்கியாவின் ஜனநாயக அரசு கவிழ்க்கப்பட்டு, சீனப் போர் ஆசிய கண்டம் முழுவதையும் புரட்டிப் போட்டு, பசிபிக் பெருங்கடலையும் கடந்து அதிர்ச்சி அலைகளை எழுப்பியது. சோவியத்தின் தாக்கம் பரவியது தெளிவாகத் தெரிந்தது. ரஷ்யாவின் முதல் அணுகுண்டு வெடிப்பு, வடகொரியாவில் நிகழ்ந்த இரத்தக்களரி ஆகியவற்றைத் தொடர்ந்து உலக அரசியல் நிலவரம் இருள் சூழ்ந்து கிடந்தது.

சில விதிவிலக்குகள் தவிர, பெரிய அளவில் நிகழ்ந்த உலகச் சம்பவங்கள் அனைத்துமே தூரத்தில் நிகழ்ந்தவை. அரக்கர்கள் 'அதோ, அங்கே' —அதாவது அமெரிக்க எல்லைகளுக்கு அப்பால் உலவி வந்தனர் என்றாலும் அவர்கள் இருப்பது நாடு முழுவதும் என உணரப்பட்டது. பனிப்போர் தொடங்கிய போது, தாங்கள் அடக்கி யாளப்படுகிறோம் என்ற உணர்வு நாடெங்கிலும் தோன்றியது. அச்சத்தில் தவித்தோரைப் பொறுத்தவரையில் கம்யூனிசம் என்பது அமெரிக்கக் கொள்கைகள் மீது மட்டுமன்றி, தனிப்பட்ட முறையில் தங்கள் மீதான தாக்குதல் என்று அவர்கள் கருதினர். அச்சமும் பரபரப்பும் கூடிவரும் இந்தச் சூழலில் அமெரிக்காவில் முன்பு நிலவிவந்த சதித்திட்டங்களைப் பற்றிய கதைகளை மீண்டும் தட்டி எழுப்ப மக்கார்த்திக்குச் சந்தர்ப்பம் கிட்டியது. சமீபத்திய நிகழ்வுகளை விரைவில் வரப்போகும் பயங்கரச் சூழலுக்கு ஆதாரமாகச் சுட்டிக்காட்டிய அவர், உள்நாட்டு அச்சுறுத்தல்கள் என்று தாம் கருதியவற்றை அமெரிக்க மக்களுக்கு வெளிச்சமிட்டுக் காட்டி அவர்களைப் பேரழிவிலிருந்து பாதுகாத்து, அதன்மூலம் அரசியலில் நட்சத்திர அந்தஸ்தை எட்டுவது அவருடைய நோக்கமாக இருந்தது.

இதற்கு முன்பு வரலாற்றில் நிகழ்ந்த சதித்திட்டங்கள் போலன்றி (அதைத் தீட்டியவர்கள் அந்நிய நாட்டினர்) இப்பொழுது மக்களிடையே நிலவும் மிகவும் பயங்கரமான அச்சுறுத்தல்கள் 'அமெரிக்க ஆட்சி பீடத்தில் அமர்ந்துள்ள உயர்நிலை அதிகாரிகள்தாம்' (ஹோஃப்ஷ்டாட்டர், பக்:24) என்றும், கம்யூனிசம் அமெரிக்க அரசியலில் புகுந்துவிட்டது என்றும் மக்கார்த்தி எடுத்துக் கூறினார். கம்யூனிஸ்டாக இருப்பது சட்டவிரோதமல்ல என்பதால், மக்கார்த்தியின் குற்றச்சாட்டுகளுக்கு உள்பதிந்த காரணம் இருந்தது. அவரைப் பொறுத்தவரையில், ஒரு தீவிரமான திட்டம் ஏற்கனவே செயல்பட்டுவந்தது —உள்ளுக்குள் இருந்தபடியே அமெரிக்க அரசியல் அமைப்பை உருக்குலைப்பதற்கு. 1950 பிப்ரவரி 9 அன்று மேற்கு வர்ஜினியாவிலுள்ள வீலிங்கில் மக்கார்த்தி கம்யூனிசக் கைப்பற்றல் பற்றிய தமது முதல் எச்சரிக்கையை விடுத்தார்:

> இன்று நாம் போர்க் கடவுளின் முணுமுணுப்புகளையும் உறுமல்களையும் ஏறத்தாழ நம் காதுகளால் கேட்க முடிகிறது. அவற்றைப் பார்க்கலாம், உணரலாம், கேட்கலாம் — இந்தோ-சீன மலைப் பிரதேசங்களிலிருந்து, ஃபார்மோஸாவின் கடலோரங்களில்

இருந்து ஐரோப்பாவின் மையப் பகுதிவரை. இன்று கம்யூனிசம் கலந்த நாத்திகத்திற்கும் கிறிஸ்துவ மதத்திற்கும் இடையிலான போரில் ஈடுபட்டுள்ளோம். கம்யூனிசத்தின் தற்காலத் தூண்களாக விளங்குபவர்கள் இந்தக் காலகட்டத்தைத் தேர்ந்தெடுத்திருக் கிறார்கள். மக்களே, காய்கள் நகர்த்தப்பட்டுவிட்டன. உண்மை யிலேயே ஆட்டம் தொடங்கிவிட்டது.[32]

கிறிஸ்துவ மதம் பிழைத்துக்கொள்ளும் முயற்சியில் சூழ்ச்சிப் போரில் தவிப்பதைத் தனது வார்த்தைகள் மூலம் ஒரு சகுனமாய் அறிவித்த மக்கார்த்தி, தேசத்தை ஆட்டிப் படைக்கவிருக்கும் சதித்திட்டத்தின் விவரங்களை அடுக்கத் தொடங்கினார்:

நாம் இயலாமையால் வாடும் நிலையில் இருப்பதற்கான காரணம் நமது வலிமை பொருந்திய எல்லாம்வல்ல எதிரி, நமது நாட்டைக் கைப்பற்றத் தனது படைகளை அனுப்பி வைத்திருப்பது அல்ல; நம் தாயகம் ஊட்டி வளர்த்தவர்களே துரோகிகளாகி யிருப்பதுதான். இந்தத் துரோகிகள் ஏழை, எளிய மக்களோ சிறுபான்மை இனத்தவரோ அல்ல; இந்த உலகின் மிகச் செல்வச் செழிப்புள்ள நாட்டில் எல்லா விதமான வசதிகளையும் அனுபவித்து வந்தவர்கள் — சிறந்த இல்லங்கள், சிறந்த கல்லூரிக் கல்வி, நாம் அளிக்கக்கூடிய சிறந்த அரசாங்கப் பதவி என எல்லாமே இவர்களுக்குக் கிட்டின. இது நம் மாகாண அரசாங்கத்தில் அதிர்ச்சியூட்டும் உண்மை. வெள்ளிக் கிண்ணத்தில் பால் அருந்தும் இந்த இளைஞர்கள்தாம் மிகப்பெரிய துரோகிகள். இதோ, என் கையில் உள்ளது 205 பேர் அடங்கிய பட்டியல். அரசாங்கத்திற்கு இவர்கள் கம்யூனிஸ்ட் கட்சியின் உறுப்பினர்கள் என்பதைத் தெரிவித்த பின்னும், தொடர்ந்து நாட்டின் கொள்கைகளை வகுப்பவர்கள் இவர்கள்தாம் (லேட்லி தாமஸ், ப. 94).

விரைவில் அமெரிக்க மக்களிடையே ஆவேசம் எழுந்தது. கம்யூனிஸ்டுகள் என்று சந்தேகிக்கப்படுபவர்கள் தங்களின் ஆபத்தான விளிம்புகளை எட்டுவதற்குள் அவர்களை வேரோடு பெயர்த்து எறிந்துவிட வேண்டியிருந்தது. பல அரசியல்வாதிகளின் பலத்த எதிர்ப்புக் கிடையில், மக்கார்த்தி பின்னர் விட்ச்-ஹன்ட் (பலிவேட்டை) என்று அழைக்கப்பட்ட செயல்திட்டத்தைத் தொடங்கிவைத்தார் —அது அரசியல், சமூக வட்டாரங்களில் கம்யூனிஸ்டுகள் என்று சந்தேகிக்கப் படுபவர்கள் அனைவரையும் சல்லடையிட்டுச் சலித்தெடுத்தது. தீவிர அச்சுறுத்தல், சிறைத்தண்டனை, மிரட்டல் போன்ற தந்திரங்களைப்

பயன்படுத்தி, அந்த விஸ்கான்சின் தலைமையக அதிகாரி மேலும் முன்னேறினார். தமது வாதங்களுக்கு எந்தவித அடிப்படை ஆதாரங்களும் இல்லை என்ற போதிலும்கூட கம்யூனிஸ்டுகள் என்று சந்தேகிக்கப்படும் நூற்றுக்கணக்கான பேரை அவர் வெளிச்சமிட்டுக் காட்டினார். பலருடைய தொழில் வாழ்க்கையும் பெயரும் மீட்க முடியாத அளவிற்குப் பாதிக்கப்பட்டன. சந்தேகத்திற்குரிய நூற்றுக் கணக்கான கம்யூனிஸ்டுகள் சிறையில் அடைக்கப்பட்டு, பத்தாயிரத் திற்கும் மேற்பட்ட அமெரிக்கர்கள் வேலையிழந்தனர். முடிவில் அமெரிக்காவை அழிக்கும் திட்டத்தில் ஈடுபட்டதற்காக ஒருவரும் சிறையிடப்படாத நிலை வந்தது. 'அரசியல் ஆதாயங்களுக்காக, தற்போதைய அரசாங்கம் மக்கார்த்தியிசத்தை முழுமையாய் அங்கீகரித்துவிட்டது தெளிவாகப் புரிகிறது' – 1953இல் ஹாரி ட்ரூமன் தமது பதவியைவிட்டு விலகிச் சென்ற போது கூறினார்:

> நான் விஸ்கான்சின் தலைமையக அதிகாரியைப் பற்றிக் குறிப்பிடவில்லை. அவருடைய பெயர் அகராதியில் அர்த்தம் பெற்றுள்ளது என்பது மட்டுமே இதில் அவருடைய பங்கு. இது சத்தியத்திற்குக் கேடு; நியாயமான சட்டத்தைக் கைவிட்ட நிலை. அமெரிக்கத்துவம், பாதுகாப்பு என்ற பெயரில் பெரும் பொய் ஒன்றைக் கூறிக்கொண்டு, அப்பாவி மக்களின்மீது சுமத்தப்பட்ட ஆதாரமற்ற குற்றச்சாட்டு. பொய்யை வசிப்பிடமாகக்கொண்ட அரக்கனின் வலிமை பொருந்திய வளர்ச்சி. சமூகத்தின் ஒவ்வொரு நிலையிலும் அச்சத்தைப் பரப்பி, நம்பிக்கைகளைப் பாழாக்கும் முயற்சி.[33]

அப்போதைய சூழலில் பனிப்போர் குறித்த மக்களின் அச்சம் எதிர்பார்த்த, புரிந்துகொள்ளக்கூடிய ஒன்றுதான். இவ்வளவு விரைவில் உலகையே ஆட்டிப்படைக்கும் வல்லமை பெற்றவர்களைத் தொண்டர்களாகக் கொண்ட அரசியல் அமைப்பைக் கண்டு யார்தான் அஞ்ச மாட்டார்கள்? ஆனால் மக்கார்த்தி பரப்பிய, மற்ற அரசாங்க அதிகாரிகள் ஊக்குவித்த அச்சம் —கேடு விளைவிக்கும் இயக்கம் ஒன்று நாட்டில் வேரூன்றி வருகிறது என்ற அச்சம் புரிந்துகொள்ள முடியாத ஒன்றாக இருந்தது. அவர்களின் பார்வையில் கம்யூனிசம் என்பது அந்நிய அரசியல் சிந்தனை மட்டுமல்ல; எஃப்பிஐ அதிகாரி ஜெ எட்கர் ஹூவர் கூறியதுபோல, 'அமெரிக்க மக்களைக் கவர முயலும், பல முகங்கள் கொண்ட அரக்கன்'[34] *மான்ஸ்டர்ஸ் அண்ட் த மான்ஸ்ட்ரஸ்* (அரக்கர்களும் பயங்கரமும்) என்னும் நூலை எழுதிய நியால் ஸ்காட் கூறுகிறார்: கம்யூனிசத்தை அருவருப்பான தோற்றம் கொண்ட, விஷத்தன்மைவாய்ந்த, அட்லாண்டிக் பெருங்கடலின்

இரு கரைகளிலும் உள்ள நாடுகளின் 'இரத்த ஓட்டத்தில் விஷம் சேர்க்கும்' வலிமைகொண்ட ஒரு பிராணியாக உருவகப்படுத்துவது இருபதாம் நூற்றாண்டின் முதல் பாதியில் வார்த்தை வடிவிலும், உரை வடிவிலும், சித்திர வடிவிலும் வழக்கமாகக் காணப்பட்டது.[35] இது தொடர்பான பல உதாரணங்களுள் மிகப் பிரபலமானவை 'போல்ஷெவிக்கின் அரக்கன்' பற்றிய சித்திரிப்புகளாகும். முதலாம் உலகப் போரின்போது ஜெர்மானிய ஊடகங்கள் இடது சாரிக்காரர் களையும், மார்க்ஸியம் போற்றும் ரஷ்யப் பிரிவினரையும் காட்டு மிருகங்களாக, ஐரோப்பா முழுவதையும் நாசம் செய்து பெண்களையும் குழந்தைகளையும் தமது பசிக்கிரையாக்கிவரும் அரக்கர்களாகச் சித்திரித்தன. எழுத்தாளர்கள் சோஷலிசப் பிரிவைச் சேர்ந்தவர்களை ஜாக் த ரிப்பருடன் இணைத்து எழுதினர்; சில ஓவியர்கள் அதன் தொண்டர்களைச் சிவப்புமயிர் கொண்ட, குண்டாந்தடி ஏந்திய, அப்பாவி யான அரண்டு போன பெண்ணை, அவளது இரத்தக்களரியான தலை விதியை நோக்கி இட்டுச் செல்லும் கொரில்லாக்களாகச் சித்திரித்தனர்.[35]

அமெரிக்காவில் கம்யூனிசம் பற்றிய அச்சங்களைப் பரப்ப விரும்பியவர்கள் திரைப்படங்களைத் தேர்வு செய்துகொண்டனர். வேற்று கிரக மனிதர்கள் மூலம் நாட்டிற்குள் ஊடுருவியுள்ள விரும்பத்தகாத சோவியத்காரர்களைச் சித்திரித்தனர். ஹெர்பர்ட் ஹுவர் மக்கார்த்தியிசத்தை எதிர்த்துப் பேசிய அதே ஆண்டு, அதாவது 1953இல் *இன்வேடர்ஸ் ஃப்ரம் மார்ஸ்* (செவ்வாய் கிரகத்துப் படையெடுப்பாளர்) என்னும் திரைப்படம் அமோக வெற்றி பெற்றது. ஜிம்மி என்ற சிறுவன் நள்ளிரவு கண்விழித்து, தனது வீட்டுப் பின்புறத்தில் ஒரு பறக்கும் தட்டைக் காண்கிறான். காலப்போக்கில் அவனது நண்பர்களும் குடும்பத்தினரும் அவன் வசிக்கும் பட்டினத்தைத் தாக்கும் வேற்றுகிரக மனிதர்களால் சிறையெடுக்கப்படுகிறார்கள். அவர்கள் அவனை விழுங்க முற்படும்பொழுது, அது வெறும் கனவுதான் என்று உணர்ந்துகொள்கிறான். அதே கரு மூன்று ஆண்டுகளுக்குப் பிறகு *இன்வேஷன் ஆஃப் த பாடி ஸ்னாட்சர்ஸ்* (பிணந்திருடிகளின் படையெடுப்பு) என்னும் பெயரில் வெளிவந்தது. அந்தக் கதையில் கலிஃபோர்னியாவைச் சேர்ந்த மருத்துவர் ஒருவரின் நோயாளிகள் தங்கள் மனதிற்கு நெருங்கியவர்கள் மனித உருவம்கொண்ட வேற்று கிரக மனிதர்கள் என்று குற்றம்சாட்டி வந்தனர். 1958இல் *ஐ மாரீட் ஏ மான்ஸ்டர் ஃப்ரம் அவுடர் ஸ்பேஸ்* (வேற்றுகிரகத்து அரக்கரை நான் திருமணம் செய்திருக்கிறேன்) வெளியானது.

***

1961க்குள் சோவியத் யூனியனின் அணுஆயுத வளர்ச்சி பற்றிய கவலை மேலும் வலுவடைந்திருந்தது. அச்சத்தை விளைவிக்க அணு ஆயுதப் போட்டியே போதுமானதாக இருந்தாலும், கம்யூனிஸ்டுகள் அமெரிக்க அரசியல், சமூக வாழ்வில் ஊடுருவியுள்ளனர் என்ற நிஜம் அச்சத்தை மேலும் ஒருபடி கூட்டியது. அணுஆயுதத் தாக்குதல் பற்றிய அச்சத்தை மக்களிடையே ஓரளவு குறைக்கும் முயற்சியாக கூட்டாட்சி அரசாங்கம் சமுதாயப் பதுங்கு அறைத் திட்டம் என்ற அமைப்பை உருவாக்கியது. இந்தச் சமூகப் பாதுகாப்பு நடவடிக்கை கான்க்ரீட்டாலான பாதாளப் பதுங்கு அறைகளைக் கட்டி, அதன்மூலம் கதிர்வீச்சுக்கு ஆளாகாமல் மக்கள் தங்களைப் பாதுகாத்துக்கொள்ள வகை செய்தது. அந்த ஆண்டு ஜூலை மாதம் அதிபர் கென்னடி இதுபோன்ற பாதுகாப்பு அறைகளின் முக்கியத்துவத்தை உணர்ந்து, 'அப்படியொரு தாக்குதல் நடக்குமானால், அணுஆயுதத்தாலோ நெருப்பாலோ தாக்கப்படாத குடும்பங்கள் பாதுகாக்கப்பட இன்னமும் வாய்ப்புள்ளது —அவர்கள் இந்தப் பாதுகாப்பு அறைகளில் தஞ்சம் புகுவார்கள் என்றால், அப்படிப்பட்ட பாதுகாப்பு அறைகள் இருக்கும் என்றால் நம் நாட்டிற்கும் நாட்டு மக்களுக்கும் அத்தகைய உத்தரவாதத்தை அளிப்பது நமது கடமை' என்றார் அவர்.[36] விரைவில் பாதுகாப்பு அறைகள் அமெரிக்கா முழுவதும் தோன்றின. குடும்பங்கள் சோவியத் குண்டுகளின் தாக்குதலுக்கும் அதைத் தொடர்ந்து நிச்சயமாக ஏற்படவிருக்கும் கதிர்வீச்சிற்கும் மெல்லத் தயாராயினர்.

பிற நடவடிக்கைகளும் எடுக்கப்பட்டன. அணுஆயுதத் தாக்குதல் நடக்கப்போவதை முன்கூட்டியே அறிவிக்கும் வண்ணம் நாடு முழுவதிலும் தொலைபேசிக் கம்பங்களிலும் போக்குவரத்து விளக்குக் கம்பங்களிலும் சைரன்கள் பொருத்தப்பட்டன. அணுகுண்டு வீச்சு நெருங்கிவருவதை அறிவிக்க 'க்ரே வார்னிங்' என்று அழைக்கப்பட்ட சங்கேத ஒலி பயன்படுத்தப்பட்டது. இதில் இரண்டரை நிமிட நேரத்திற்குக் காதைச் செவிடாக்கும் பட்டாசு போன்ற வெடிப்புகள் ஒலிக்கும்; தொடர்ந்து அதே நேரத்திற்கு அமைதி நிலவும். 'கிறீச்' என்ற அந்த ஒலிகள் அமெரிக்கர்கள் அருகிலுள்ள பாதுகாப்பு அறைகளில் பதுங்கிக்கொள்ள வேண்டும் என்று தெளிவுபடுத்தின. 'ப்ளாக் வார்னிங்' என்பது மூன்று குறுகிய வெடியோசைகளைத் தொடர்ந்து மூன்று நீண்ட வெடியோசைகள் எஸ்ஓஎஸ் அல்லது மோர்ஸ் சமிக்ஞை போல. இது ஆபத்து நெருங்கிவிட்டதைக் குறித்தது. ஏற்கனவே பாதுகாப்பு அறைகளில் பதுங்கியிராவிட்டால், காலம் கடந்துவிடலாம்.

சமூகப் பாதுகாப்பு நடவடிக்கைகள் 1950களிலும் 1960களிலும் தொடர்ந்தன. இதில் 'ஒடுங்கிப் பதுங்குதல்' பயிற்சிகள் அரசுப் பள்ளிகளில் இன்றைய சுழல்காற்றுக்கான பயிற்சிகள் போல நடத்தப் பட்டன. பள்ளியின் வளாகத்தில் பொருத்தப்பட்டுள்ள சைரனின் ஒலிபெருக்கிகள் வழியே வரும் எச்சரிக்கை ஒலியைக் கேட்டவுடன் மாணவர்கள் தங்கள் மேசைகளின் கீழோ, கூடங்களிலோ தங்கள் தலைகளை மூடிக்கொண்டு குந்தி அமரவேண்டும். அந்தத் தொழில் நுட்பம் அணுக்கரு வீச்சிலிருந்து பாதுகாப்பு அளிக்கவில்லை — வெப்பம், அதிர்வலைகள், கதிர்வீச்சு போன்றவை மாணவர்கள் ஒளிந்துகொள்ள முற்படும் முன்னரே அவர்களைத் தாக்கிக் கொன்றுவிடும்.

சைரன்கள் சூழ்ந்த பள்ளி வளாகங்கள், பாதுகாப்பு அறைகளைக் கொண்ட பின்கட்டுகள் ஆகியவற்றிலிருந்து எட்டாயிரம் மைல்களுக்கு அப்பால், ஓர் இராணுவ மோதல் வெடித்துக்கொண்டு இருந்தது. அது தேசத்தின் கவனத்தை ஈர்த்துக் கம்யூனிசத்தின் இரத்தக்களரி படர்வது குறித்த அச்சத்தை மேலும் கூட்டியது. வடக்கு வியத்நாமைச் சேர்ந்த கம்யூனிஸ்ட் போராளிகளுக்கு எதிரான வெறித்தாக்குதலில் அமெரிக்கப் படைகள் மாண்டுபோயின. போர் ஆதரவை இழந்துவரும் நிலையிலும் அமெரிக்க அரசாங்கம் வியத்நாம் விஷயத்தில் ஈடுபட்டதற்கு அதன் தீமையைக் கட்டுப்படுத்தும் இயல்புதான் காரணம்: தெற்கு வியத்நாமைக் கம்யூனிஸ்டுகள் கைப்பற்றுவதைத் தடுத்தல். 1962க்குள் அந்த வட்டாரத்தில் அமெரிக்கப் படைகள் மும்மடங்காக அதிகரித்திருந்தது. அந்த ஆண்டு தனது உரையின்போது அதிபர் கென்னடி கூறினார்: 'தாங்கள் பேராபத்தில் இருக்கும் பொழுதும் சுதந்திரத்திற்குப் போராடும் பெரிய பொறுப்பு வரலாற்றில் வெகு சில தலைமுறைகளுக்கு மட்டுமே கிட்டியுள்ளது. இது நமது நல்வாய்ப்பாகும்."[37]

ஆனால் வரலாறு முன்னோக்கிச் செல்லச் செல்ல, அது அமெரிக்காவின் அதிர்ஷ்டம் அல்ல என்பதைப் பலரும் உணரத் தொடங்கினர். உண்மையில், வியத்நாம் ஒரு தேசிய சிம்ம சொப்பனமாகவே இருந்தது. 1968இல் கம்யூனிஸ்ட் படைகள் டெட் ஒஃபென்சீவ் என்ற திடீர் தாக்குதலைத் தெற்கு வியத்நாமின் நூறு முக்கிய நகரங்களில் நடத்தின. இது அமெரிக்கப் படைகளைத் திக்குமுக்காடச் செய்துவிட்டது. திடீர் தாக்குதலின் பெரிய அளவும் வீரியமும் கம்யூனிஸ்ட் படைகள் அமெரிக்கர்கள் நினைத்ததை

விடவும் திறன் பெற்றவை என்பதை நிரூபித்தன. அந்தக் கால கட்டத்தில் அமெரிக்க வரலாற்றில் மிக நீண்ட காலத்திற்கு நடந்த போர் வியத்நாம் போராகத்தான் இருந்தது. மக்களின் எதிர்ப்புக் குரல்களும் கூடிவந்தன. லின்டன் ஜான்ஸனுக்கு ஆதரவு குறைந்துவந்தது. அவர் வியத்நாமிற்கு மேலும் அதிக அளவில் படைகளை அனுப்பி வைக்க மறுத்ததை அமெரிக்கர்கள் தோல்வியை ஒப்புக்கொள்வதற்கு அடையாளமாக எடுத்துக்கொண்டனர். மீண்டும் தேர்தலில் நிற்பதில்லை என்று முடிவு செய்து ரிச்சர்ட் நிக்ஸன் அதிபர் பதவியேற்று பின்வாங்குதலைத் தொடங்கி வைத்தார். வியத்நாம் போர் 1974இல் முறைப்படி முடிவுக்கு வந்தது. கம்யூனிஸ, ஜனநாயக நாடுகளுக்கிடையிலான இராணுவ மோதல்கள் மெல்லக் குறைந்து வந்தன. 1979 ஜனவரியில் சீனாவும் அமெரிக்காவும் நல்லுறவு ஒப்பந்தங்களை நிலைநாட்டின. ஜூன் மாதம் உத்திப்பூர்வ ஆயுத வரம்பு பற்றிய பேச்சுவார்த்தையின் (ஸ்ட்ராடெஜிக் ஆர்ம்ஸ் லிமிட்டெஷன் டாக்ஸ்) இரண்டாவது சுற்றுப் பேச்சு வார்த்தைகள் அணுஆயுதங்களைத் தயாரிப்பதில்லை என்று சோவியத் யூனியனும் அமெரிக்காவும் ஒப்பந்தம் செய்துகொள்வதில் முடிவுபெற்றன.

1980களின் முடிவில் 'கம்யூனிச அரக்கன்' தனது முதுமையை அடைந்தது போலவும், விரைவில் தோற்கடிக்கப்படுவான் என்றும் தோன்றியது. 1989 பிப்ரவரியில் சோவியத் யூனியன் ஆஃப்கானிஸ்தானிலிருந்து பின்வாங்கியது —அங்கு முஜாஹிதீன் படைகள் அமெரிக்காவிலிருந்து நிதியும் ஆயுத உதவியும் பெற்று சோவியத் யூனியனை முடக்க முயன்றுகொண்டிருந்தன. சோவியத் படைகளைப் பின்வாங்கும் கட்டம்வரை அவை துரத்தியடித்தன. (பின்னர், 2001 செப்டம்பர் 11 சம்பவங்களுடன் ஆஃப்கானியப் படைகள் தொடர்புகொண்டிருந்ததை அறிந்த பல அமெரிக்க மக்கள், அவற்றை 'ப்ராங்கென்ஸ்டைன் அரக்கர்' என்று அழைத்தனர் — அதாவது, அமெரிக்க அரசாங்கத்தால் உருவாக்கப்பட்டு, முடிவில் உருவாக்கியவர்களையே பேரழிவிற்கு உள்ளாக்கியவர்கள்).

1989 நவம்பரில் பெர்லின் சுவர் விழுந்தது - இது சோவியத் யூனியனின் சரிவைக் குறிக்கும் வரலாற்று முக்கியத்துவம் கொண்ட நிகழ்வு. சுவரின் இருபுறமும் உள்ள மக்கள் வீதிகளில் வெள்ளமாய்த் திரண்டு அதைத் தரைமட்டமாக்குவதில் உதவினர். 'அந்தச் சுவர் ஓர் அரக்கன். அதற்கு இரையானவர்கள், துன்பம், தடுப்புகள் என அது அருவருப்பாக, அழகற்றதாக, வெறுக்கத்தக்கதாக இருந்தது.' – ஒரு

ராட்சதத் தடுப்பாக, தங்களை இத்தனை காலமாகப் பிரித்து வைத்த அதனை இடித்துத் தரைமட்டமாய் ஆக்குவதற்கு ஆவலுடன் முண்டியடித்துக்கொண்ட மக்களின் கைவரிசையில் காங்கிரீட் கட்டைகள் நொறுங்கி விழுந்தபடி இருந்ததைக் கண்டவாறு ஒரு பார்வையாளர் கூறினார்.[38] ஒரு மாதம் கழித்து, டிசம்பரில் கம்யூனிச ருமேனியாவின் கொடுங்கோல் அதிபர் நிகோலய சியவ்செஸ்குவும் அவருடைய மனைவி எலீனாவும் ருமேனியப் புரட்சியைத் தொடர்ந்து கொல்லப்பட்டனர்.

ஒரு வார காலம் நீடித்த வன்செயல் கலகங்களின் முடிவில் அந்த நாட்டின் அரசாங்கம் தூக்கியெறியப்பட்டது. 'ருமேனியாவின் சிவப்பு இரத்தக் காட்டேரி' என்று அழைக்கப்பட்ட அவர், அமெரிக்க ஊடகங்களில் 'பத்துத் தலைகள் கொண்ட அரக்கனாக, நகரங்கள், கிராமங்கள், மலைகள், கடல்கள், இளைஞர்கள், முதியவர்கள், பாலினம், தேசம், மதம் என்ற பாகுபாடின்றி —எதையும் மன்னிக்காமல், எதையும் தவிர்க்காமல் எல்லா இடங்களிலும் ஊடுருவும் ஒருவராகச் சித்திரிக்கப்பட்டார்.[39] சில அறிக்கைகள் அவரை 'செய்வதறியாது அலறும் பச்சிளம் குழந்தைகளின் இரத்தம் குடித்து வளரும் 'நரகத்தின் மிருகம்' என்று வர்ணித்தன. பெர்லின் சுவரைப் போலவே சியவ்செஸ்கு சரிந்து மண்ணில் விழுந்தார். அடக்க முடியாத ஒரு மிருகத்தைச் சுட்டு வீழ்த்தும்படி உத்தரவு பிறப்பிக்கப்பட்டபின், ருமேனிய துப்பாக்கிப் படையின் குண்டுகளால், அவருடைய உயிரற்ற உடல் சல்லடையாய்த் துளைக்கப்பட்டிருந்தது. கிழக்குப் பகுதியில் கம்யூனிசத்திற்கு எதிரான கிளர்ச்சிகளில் இறுதிக்கட்டம் இவ்வாறிருக்க, அமெரிக்காவின் அரக்கன் ஒழிந்தது போல் இருந்தது. ஆனால் அரக்கர்களற்ற வெற்றிடம் ஒன்று கம்யூனிசத்திற்குப் பிந்தைய உலகில் தோன்றும் முன்பே மற்றொரு அந்நிய, சிந்தனை அரக்கன் பத்து ஆண்டுகளுக்கு முன்பாகவே உருவெடுத்திருந்தான் —அந்த வெற்றிடத்தை நிரப்புவதற்குக் காத்திருந்தபடி.

***

9/11க்குப் பிறகு நாங்கள் கூறினோம்: 'கடவுளே, இது எங்களால்தான் தொடங்கியது.'[40] டெஹ்ரானில் உள்ள அமெரிக்கத் தூதரகத்தின் முன்னாள் நிர்வாகி ப்ரூஸ் லெங்கன் 1979 நவம்பர் 4 அன்று நடந்த கொடூரத்தை நினைவுகூர்ந்தார். இமாமின் வமிசத்தைச் சேர்ந்த முஸ்லிம் மாணவர் அணி அவரையும் வேறு 51 அமெரிக்கக் குடிமக்களையும் பணயக் கைதிகளாக வைத்துக்கொண்டு, 444 நாள்கள் நீடித்ததன்

மூலம் கண்காணா தூரத்திலிருக்கும் ஒரு தேசத்தில் பீதியைத் தோற்றுவித்தனர்.

கலவரக் காலத்தின்போது, மாலைச் செய்திகள் அந்தக் காட்சிகளின் அச்சுறுத்தும் புகைப்படங்களை அமெரிக்காவின் தொலைக்காட்சிப் பெட்டிகளுக்குள் கொண்டுவந்து சேர்த்தன. நாளிதழ்களின் தலைப்புச் செய்திகள் கவலையில் ஆழ்ந்துள்ள குடிமக்களுக்குச் சமீபத்திய நிகழ்வுகளைக் கூறியவண்ணம் இருந்தன. சிம்மசொப்பனம் சற்று புரியத் தொடங்கியபோது, ஒரு புதிய, வன்முறை மிக்க அந்நிய மிரட்டல் தோன்றியிருப்பது தெளிவானது —தீவிர முஸ்லிம் அரக்கன் விழித்துக்கொண்டிருந்தான். முன்பு அமெரிக்காவில் உலவிவந்த சிந்திக்கும் பிராணிகள் போலவே, இந்தப் புதிய எதிரி சுதந்திரத்தையும் நீதியையும் களைந்து, செய்வதறியாத, விருப்பமற்றவர்களின் மீது தனது ஆபத்தான வலிமையைத் திணிக்க ஆவல்கொண்டிருந்தான். இதுவும் முன்பிருந்த அரக்கர்கள் போலவே அரசியல் புரட்சியால் விளைந்ததுதான்: 1979இல் ஈரானிய அரசாட்சி ஆயத்துல்லாஹ் குமைனியின் ஆதரவாளர்களால் தூக்கியெறியப் பட்டது. கறுத்த கண்களும் பாறை போன்ற இறுக்கமான முகமும் கொண்ட குமைனி இஸ்லாத்தை மிகத் தீவிரமாகவும் கண்டிப்பாகவும் கடைப்பிடித்தவர். இது ஓர் இறுக்கமான, மேற்கிற்கு எதிரான கிளர்ச்சியைத் தூண்டியது. 'அமெரிக்காதான் சாத்தான்; அடிபட்ட நாகம்' என்று குமைனி கூறினார். 'சகோதர சகோதரிகள் ஒன்றைப் புரிந்துகொள்ள வேண்டும் —அமெரிக்காவும் இஸ்ரேலும் இஸ்லாத்தின் அடிப்படைத் தத்துவங்களுக்கு எதிரானவை.'[40]

இந்தப் புரட்சி, பனிப் போரின் போது தலைப்புச் செய்திகளில் மிகவும் குறைவாகவே தோன்றிவந்த உலகின் ஒரு பகுதியை அதிக கவனத்திற்குக் கொண்டுவந்தது. கிரெம்ளினின் மீது சோவியத் கொடி கடைசி முறையாகத் தாழ்த்திப் பறக்கவிடப்பட்டபோது, அமெரிக்கர்கள் ஏற்கனவே மத்திய கிழக்கிலிருந்து வந்தவண்ணம் இருந்த சோகக் கதைகளில் மூழ்கி இருந்தனர். குமைனி ஈரானிய பேரரசின் கடிவாளங்களைக் கையில் எடுத்துக்கொண்ட பிறகு ஒன்பது மாதங்களே ஆகியிருந்த நிலையில், ஈரானுக்கும் இராக்கிற்கும் இடையே போர் மூண்டது. அமெரிக்கா ஈரானியப் புரட்சிக்குப் பிறகு வலுப்பெற்று, தங்களுடைய தாக்கத்தைப் பரவவிடும் ஷியா சிறுபான்மையினரை அடக்கி வைக்கும் எண்ணத்துடன் இராக்கிற்கு ஆதரவளித்தது. இரு நாடுகளுக்கும் இடையிலான போர் எட்டு

ஆண்டுகள் நீடித்தது. முடிவில் விக்கித்து நின்றுவிட்டது. ஆனால் இந்த மோதலினூடே முஸ்லிம் போராளிகளின் ராட்சத குணத்தையும் மேற்கத்திய நாடுகளுடன் ஒவ்வாத தன்மையையும் வலுப்படுத்தும் பல்வேறு சம்பவங்கள் நடந்தன. 1982இல் 25 அமெரிக்கர்கள் கடத்தப் பட்டனர் (16 பிரெஞ்சுக்காரர்கள், 12 இங்கிலாந்துக்காரர்கள் 7 ஸ்விட்சர்லாந்துக் காரர்கள், 7 ஜெர்மானியர்களுடன்). இதைச் செய்தது ஹிஸ்புல்லாஹ்வுடன் தொடர்புகொண்டிருந்த லெபனான் குழு ஒன்று. இஸ்லாமிய ஜிஹாத் என்று அழைக்கப்பட்ட அந்தக் குழு, பிடிக்கப்பட்டவர்கள் பலரைச் சித்திரவதை செய்து கொன்றது. இதில் முன்னாள் சிஐஏ தலைவரும் போரில் பதக்கம் வென்ற வீரருமான வில்லியம் பக்லியும் ஒருவர். பக்லியின் சடலத்தைக் காட்டும் புகைப்படமொன்று பெய்ரூத் நாளிதழில் 1985இல் வெளிவந்தது. அவருடைய எலும்புகள் 6 ஆண்டுகளுக்குப் பின் பெய்ரூத் விமான நிலையத்திற்கு அருகில் ஒரு குறுக்குச் சாலையோரமாக ஒரு பிளாஸ்டிக் பையில் கண்டெடுக்கப்பட்டன.

1983 ஏப்ரல் மாதத்தில் பெய்ரூத்தில் உள்ள அமெரிக்கத் தூதரகம் வெடிவைத்துத் தகர்க்கப்பட்டது. அதுவரையிலான காலத்தில் ஒரு அமெரிக்க நல்லுறவுத் தூது அமைப்பின் மீது நடந்த மிகக் கொடிய தாக்குதல் அதுவே ஆகும். அறுபதுக்கும் மேற்பட்டோர் கொல்லப் பட்டனர். இதில் பெரும்பாலோர் தூதரக ஊழியர்கள், அமெரிக்க கடற்படையினர், கப்பலோட்டிகள்; அமெரிக்க அரசின் மத்திய புலனாய்வு அமைப்பான சிஐஏயின் மத்திய கிழக்கு அலுவலகமும் இடித்துத் தரைமட்டமாக்கப்பட்டது. ஆறு மாதங்கள் கழித்து, அந்த ஆண்டு அக்டோபர் மாதம், இரண்டு வாகனங்களில் ஏற்றி வரப்பட்ட குண்டுகள் பெய்ரூத்திலுள்ள அமெரிக்கக் கடற்படை வீரர்களின் வசிப்பிடங்களை வெடிவைத்துத் தகர்த்தன. இதில் 241 சிப்பாய்களும் கப்பலோட்டிகளும் கொல்லப்பட்டனர். 1985 ஜூனில் ரோமிலிருந்து ஏதென்ஸ் செல்லும் ட்ரான்ஸ் வேள்ட் ஏர்லைன்ஸ் விமானத்தை இரண்டு ஹிஸ்புல்லாஹ் போராளிகள் ஆக்கிரமித்தனர். அதிலிருந்த 145 பயணிகளை 17 நாள்களுக்குப் பணயக் கைதிகளாக வைத்திருந்தனர். மூன்று ஆண்டுகளுக்குப் பிறகு 1988 டிசம்பரில் அதாவது ஈரான்-இராக் போர் முடிந்து நான்கு மாதங்களுக்குப் பிறகு பான் அமெரிக்கன் வேள்ட் ஏர்வேஸ் 103 விமானம் ஸ்காட்லாந்தின் லாக்கர் பீக்கு மேலாக லிபியாவைச் சேர்ந்த தீவிரவாதிகளால் வெடி வைத்துத் தகர்க்கப்பட்டது. அதிலிருந்த 259 பயணிகளும் கொல்லப்பட்டனர்.

1990களில் மத்திய கிழக்கில் தொடர்ந்து இராணுவ நடவடிக்கைகள் நிலவிவந்தன. அத்துடன் அமெரிக்கர்களுக்கு எதிரான வன்செயல்களும் தொடர்ந்தன. 1991இல் அமெரிக்கா வளைகுடாப் போரில் நுழைந்தது —இராக்கினால் கைப்பற்றப்பட்ட குவைத்திற்கு ஆதரவாக. 1993இல் உலக வர்த்தக மையம் அல்-காயிதா தீவிரவாதிகளால் தகர்க்கப்பட்டது. 1995இல் அல்ஜரெத் பி. முர்ரா கூட்டாட்சிக் (ஃபெடரல்) கட்டடம் வெடித்துச் சிதறியபோது அமெரிக்கா மத்தியகிழக்கு விஷயத்தில் மிகவும் தீவிரம் காட்டிவந்தது. ஆகவே பலரும் இது முஸ்லிம் போராளி களின் வேலை என்றே கருதியிருந்தனர். அந்தக் காலகட்டத்தில் அமெரிக்க மண்ணில் நடந்த மாபெரும் தீவிரவாதத் தாக்குதல் அதுவே. 'இங்கு பந்தயம் வைப்பது மத்தியகிழக்குத் தீவிரவாதிகளின் மீதுதான்' என்றார் *சிபிஎஸ் நியூஸின்* ஜிம் ஸ்டுவார்ட் —குண்டு வெடிப்பு நிகழ்ந்து சில மணி நேரங்கள் ஆகியிருந்தபோது.[41] 'ஒக்லஹோமா நகரில் வெடித்தது மிக வலிமையான குண்டு என்ற ஒன்றை வைத்தே புலனாய்வுத் துறையினர் மத்தியகிழக்கை ஆதாரமாகக் கொண்ட பல்வேறு சம்பவங்களை அதற்கு ஒப்பீடு செய்ய முடிந்தது' - ஏபிசியின் ஜான் மக்வெர்த்தி குறிப்பிட்டார். 'மத்திய கிழக்கின் கார்குண்டு வெடிப்பாளர்களின் லட்சணங்கள் ஒவ்வொன்றும் பொருந்தி இருக்கின்றன' என்று *சிகாகோ ட்ரிப்யூன்* நாளிதழின் ஜார்ஜி ஆனி கெயர் எழுதினார்.[41] இவ்வளவு பெரிய அளவில் வன்செயல் காட்டப்பட்டது தென்அமெரிக்காவைச் சேர்ந்த வெள்ளைக்கார ஆண் என்பது பலருக்கும் புரிந்துகொள்ள இயலாத புதிராகவே இருந்தது.

புதிய ஆயிரமாவது ஆண்டு நெருங்கிவரும் வேளையில் முஸ்லிம்கள் பெரும்பான்மையினராக வாழும் நாடுகளுக்கும் அமெரிக்காவிற்கும் இடையிலான உறவுகள் குறிப்பாக நலிவடையத் தொடங்கின. இருபது ஆண்டுகளுக்கும் மேலாக மோதல்கள் தொடர்ந்துவந்த நிலையில், பரஸ்பர உறவுகள் மேம்படுவதற்கான அறிகுறிகள் மிகக் குறைவாகவே இருந்தன. சிலர் இந்த நிலை மேலும் மோசமடையத் தான் வாய்ப்புகள் அதிகம் என்று கருதினர். ஒருவேளை அவர்கள் கருதியது சரியாகவே இருக்கலாம். 2001 ஆகஸ்ட் 28 அன்று முஹம்மத் அத்தா என்ற எகிப்திய போராளி, ஆஃப்கானிஸ்தானில் அல்-காயிதா முகாம்களில் எடுத்துக்கொண்ட பயிற்சி தவிர, ஃபுளோரிடாவிலுள்ள விமானப் பயிற்சி நிலையத்தில் விமான ஓட்டுநர் உரிமமும் பெற்றிருந்தார். அவர் அமெரிக்கன் ஏர்லைன்ஸ் விமானம் 11இல் பாஸ்டனிலிருந்து லாஸ் ஆஞ்செலஸிற்கு இரண்டு பயணச் சீட்டுகள் வாங்கியிருந்தார்.

***

மாலை 5 மணிக்குச் சற்றுப் பின்னர் பின் லாதென் வானொலியில் அமெரிக்கச் செய்தி நிலையங்கள் வழியே நிகழ்ச்சிகளின் போக்கைக் கேட்டறிந்தார். 'முதல் விமானம் கட்டடத்தைத் தாக்கிய போது அவர்கள் பூரித்துப் போனார்கள்' என்று அமெரிக்கப் படைகளுக்குக் கிட்டிய ஒரு வீடியோ படத்தில் அவர் பின்னர் கூறினார். 'ஆகவே நான் அவர்களிடம், *பொறுமையாய் இருங்கள்* என்றேன். செய்தியின் முடிவில் மற்றொரு விமானம் அப்பொழுதுதான் உலக வர்த்தக நிறுவனத்தைத் தாக்கியிருப்பதாகக் கூறினார்கள். எல்லாப் புகழும் அல்லாஹ்விற்கே.'[42]

தாக்குதல்கள் நிகழ்ந்த சில நாள்களுக்குப்பின், அமெரிக்க அரசு அதிகாரிகள் லோகன் பன்னாட்டு விமான நிலையத்தில் நிறுத்தப் பட்டிருந்த ஒரு காரில் அத்தாவின் பயணப் பெட்டிகளைக் கண்டெடுத்தார்கள். அவனுடைய பையில் கையால் எழுதப்பட்ட ஒரு குறிப்பு இருந்தது. அத்தாவின் வாழ்வில் கடைசி இரவுக்கான பின் லாதெனின் ஆலோசனைகள், அவருடைய கடுமையான செயல்களுக்கான பட்டியல் ஆகியவற்றுடன்:

> உயிரை விடப்போவதாக உறுதியெடுத்துக்கொள். உன் உத்தேசங் களுக்கு உயிரூட்டு. காலைப் பிரார்த்தனையைக் குழுவினரோடு செய்து, அந்தப் பிரார்த்தனை அளிக்கும் மாபெரும் பரிசுகளை எண்ணிப்பார். வாடகை ஊர்தி உன்னை விமான நிலையத்திற்கு அழைத்துச் சென்றுகொண்டிருக்கையில், அதன் உள்ளே அமர்ந்தபடி நீ இறைவனை நினைத்துக்கொள். விமானத்தில் செல்லும் பொழுதும் அதில் ஏறுவதற்கு முன்பும் தொழுது பிரார்த்தனை செய். இது இறைவனுக்கான போர் என்பதை நினைவில் வைத்துக்கொள். பின்னர் நாம் எல்லோரும் மிகவும் மேலான சொர்க்கத்தில் மீண்டும் சந்திப்போம்.'[43]

அந்தக் குறிப்புடன் அடர்நீல நிறத்தில் சூட் ஒன்றும் இருந்தது —அது விமான ஓட்டியின் சீருடை என்றுதான் முதலில் கருதப்பட்டது. பின்னர் அந்த நீலநிற ஆடையும் மொடமொடவென்ற வெள்ளைச் சட்டையும் அது அத்தாவின் 'சொர்க்கத் திருமண உடை' என்றும், பெட்டிகள் வரத் தாமதமாகிவிட்டதால் அவை பாஸ்டனிலேயே பின்தங்கி விட்டன என்றும் தெரியவந்தது. ஆடைகளுடன் ஒரு புட்டி கொலோனும் (நறுமணப் பொருள்) இருந்தது. பையின் பூட்டப்பட்ட அடிப்

பகுதியில் தோலால் உறையிடப்பட்ட திருக்குர்ஆனின் பிரதி ஒன்று சொருகி வைக்கப்பட்டிருந்தது —தங்க வண்ணப் பூச்சோடு.[43]

***

இஸ்லாத்திற்கும் வன்செயலுக்கும் இடையே தொடர்பு இருப்பதாகப் பல அமெரிக்கர்கள் சந்தேகித்ததை உறுதிசெய்த அந்தத் துக்கம் நிரம்பிய காலைப் பொழுதிற்குப் பிறகு ஒன்பது ஆண்டுகளுக்கு மேல் கடந்த நிலையில் இஸ்லாத்துக்கு எதிரான கருத்துகள் அதிகரித்த வண்ணம் உள்ளன. உலகின் 1.3 பில்லியன் முஸ்லிம்களுள் 19 பேர் உலக வர்த்தக மையத்தையும் பென்டகனையும் தகர்த்து இரண்டு ஆண்டுகள் கழிந்த பின்னர் ஏபிசி ஒரு வாக்கெடுப்பு நடத்தியது. அதில் அமெரிக்க மக்களில் 34 சதவீதம் பேர் இஸ்லாம் வன்செயலை ஊக்குவிப்பதாகக் கருதுகின்றனர் என்று கண்டறியப்பட்டது.[44] ஐந்து ஆண்டுகள் கழித்து 2008இல், மதச்சார்பான தாக்குதல்கள் மிக அரிதாகவே இருந்த போதிலும் அந்த எண்ணிக்கை 48 சதவீதமாக உயர்ந்தது.[44] இன்றும் அந்தச் சந்தேகக்கீற்று தொடர்ந்து வருகிறது. 2010 செப்டம்பரில் வெளியிடப்பட்ட வாஷிங்டன் போஸ்ட் - ஏபிசி நியூஸ் வாக்கெடுப்பு அமெரிக்கர்களில் ஐம்பது சதவீதத்தினர் இஸ்லாத்திற்கு எதிரான உணர்வுகள் கொண்டுள்ளனர் என்றும் 2001இல் நடந்த அல்-காயிதா தாக்குதல்களுக்குப் பிறகு இது மிகவும் உயர்ந்த எண்ணிக்கையாகும் என்றும் தெரிவித்தது.[44]

அதிகரித்துவந்த முஸ்லிம் எதிர்ப்பு உணர்விற்கு மத்தியில் அதற்கேற்ப முஸ்லிம் வெறுப்புக் குற்றங்களும் அதிகரித்து வருவது போல தெரிகிறது. 2000இலிருந்து 2001வரை அமெரிக்காவில் மத்திய கிழக்கைச் சேர்ந்தவர்களுக்கு எதிரான வெறுப்புக் குற்றங்கள் 324 சதவீதத்திற்கும் மேல் அதிகரித்தன; 2000இல் 354 தாக்குதல்களும் 2001இல் 1501 தாக்குதல்களும் நிகழ்ந்தன.[45] அமெரிக்க இஸ்லாமிய உறவுக்குழு(சிஏஐஆர்) என்னும் அமைப்பு 2003இலிருந்து 2004 வரையிலான காலத்தில் அமெரிக்காவில் முஸ்லிம்களுக்கு எதிரான வெறுப்புக் குற்றங்கள் 50 சதவீதத்திற்கும் மேலாக அதிகரித்தன என்று குறிப்பிட்டது.[46] 2009க்குள் இதில் பெரிய மாற்றங்கள் எதுவும் நிகழவில்லை. பியூ ஆராய்ச்சி நிறுவனம் '9/11 தாக்குதல்களுக்குப் பிறகு எட்டு ஆண்டுகள் கழித்து அமெரிக்கர்களின் பார்வையில் பிற எந்த மதத்தினரையும்விட முஸ்லிம்கள்தான் அதிக அளவில் ஒதுக்கி வைக்கப்படுகிறார்கள்' என்று அறிக்கை வெளியிட்டது.[47] அமெரிக்க

இஸ்லாமிய உறவுக்குழுவின் (சிஏஐஆர்) செய்தி தொடர்பாளர் இப்ராஹீம் ஹுப்பர் 2010 இலையுதிர் காலத்தில் 'நான் மற்ற முஸ்லிம்களின் சார்பாகக் கடந்த 30 ஆண்டுகளுக்கு மேலாகப் பணியாற்றி வருகிறேன். இதுவரை இதுபோல் பார்த்ததே இல்லை; 9/11 தாக்குதல்களுக்குப் பிறகுகூட வெறுப்புணர்வு தான் பெரும்பாலும் வெறுப்புக் குற்றங்களுக்கு வழிவகுக்கிறது. நாம் இப்போது கண்டுகொண்டிருப்பதும் அதுதான் என்று நினைக்கிறேன்.'[48]

அதிபர் ஜார்ஜ் வாக்கர் புஷ், அதிபர் ஒபாமா, பல்வேறு காங்கிரஸ்* உறுப்பினர்கள், அமெரிக்க முஸ்லிம் அமைப்புகள் ஆகியவை தனிப்பட்ட முஸ்லிம்களின் வன்செயல்களையும், அவர்களின் முஸ்லிம் மதநம்பிக்கையின் தன்மையையும் வேறுபடுத்திக் காட்டுவதற்குப் பெரும் முயற்சிகள் எடுத்துக்கொண்டனர். இருந்தும் அவற்றுக்கு எதிர்மறையான கருத்துகள் கதைகளாய் உருவெடுத்து, நிஜமாய் நிலவிவரும் அச்ச உணர்வைச் சாதகமாக்கிக்கொண்டு அமெரிக்கக் கொள்கைகளுக்கு மட்டுமின்றி, அமெரிக்காவின் எதிர்காலத்திற்கே ஊறு விளைவிக்கும் வன்செயல்மிக்க அச்சுறுத்தலாக இஸ்லாத்தைச் சுட்டிக் காட்டியபோது, அதன் வலிமைக்கு முன் அவர்களின் முயற்சிகள் பெரும்பாலும் தோற்றுப்போயின.

அமெரிக்காவின் நீண்ட அரக்கர் வரலாற்றில் இஸ்லாமிய அரக்கன் தான் மிகச் சமீபத்திய அத்தியாயமாக விளங்குகிறான். முஸ்லிம் போராளிகள் பெரிய அளவில் செயல்படுத்திய வன்செயல்களின் பின்னணியில், இத்தகைய வளர்ச்சி தவிர்க்க முடியாத ஒன்றாகவே தோன்றியது. 1790களின் இறுதியில் பவேரிய இலுமினாட்டியின் அச்சுறுத்தல், 1850களில் கத்தோலிக்கர்களின் சந்தேகிக்கப்பட்ட ஊடுருவல், 1900களில் கம்யூனிசக் கைப்பற்றல் பற்றிய அச்சம் ஆகிய உண்மையான உலகச் சம்பவங்கள் நாட்டின் சில பகுதிகளில் அச்சம் பெருமளவில் தோன்றக் காரணமாக இருந்தன. இஸ்லாமியப் பீதியும் இதற்கு விதிவிலக்கல்ல. ஆனால் நாட்டில் முன்பு நிலவிவந்த அரக்கர்களைப் போலவே, சில தனிமனித குழுக்கள், இஸ்லாமிய வெறுப்புத் தொழிற்சாலையினர், உருவகங்கள், உணர்ச்சிகரமான மொழி, வலிமையூட்டப்பட்ட சின்னங்கள், திரும்பத் திரும்பக் கூறுதல் போன்ற உத்திகள் மூலம் பிரம்மாண்டமான, நிலையான

* அமெரிக்க கூட்டாட்சி அரசாங்கத்தின் இருசபைகள்: செனட், பிரதிநிதிகள் சபைகள். இந்த இரண்டையும் காங்கிரஸ் என்று அழைப்பர். (ப-ஆ)

முஸ்லிம் அச்சுறுத்தல் பற்றிய அச்சங்களைத் தொடர்ந்து நிலவச் செய்து வருகின்றனர். இந்தத் தொழிற்துறை பெரும்பாலும், குறிப்பாக என்று சொல்ல முடியாவிட்டாலும், கொள்கைப் பற்றுடைய, வலதுசாரி போராளிகளைக் கொண்டது —அவர்களில் பலர் பிரச்சாரக் கிறிஸ்துவர்களாகத் தங்களை அடையாளம் காட்டிக்கொள்வதுடன், டீ பார்ட்டி இயக்கம், பல்வேறு அரசியல், சமூகக் குழுக்கள் ஆகிய வற்றில் ஒத்த கருத்துடைய ஆதரவாளர்களையும் கண்டறிந்துள்ளனர். அமெரிக்க சமூகத்தின் விளிம்புகளில் மட்டுமே இவர்கள் காணப்பட்டாலும் முஸ்லிம் ஆக்கிரமிப்பு பற்றிய சந்தேகம் எழுப்பும் அவர்களின் குரல்கள் பெரும்பான்மையினர் மற்றும் மிதவாத சமுதாயங்களிடையே வலிமை பெற்றுள்ளன.

***

2010இன் கோடைகாலத்தில் முஸ்லிம்களுக்கு எதிரான உணர்வும் வன்செயலும் கலந்த பேரலையொன்று அமெரிக்கா முழுதும் பரவியது —லோயர் மன்ஹட்டன் பகுதியில் ஓர் இஸ்லாமிய சமுதாய மையம் கட்டுவது தொடர்பான சர்ச்சையிலிருந்து இது தொடங்கியது. 2001இல் உலக வர்த்தக மையத்தின் மீதான தாக்குதல் நடந்த இடத்திலிருந்து இரண்டு அடுக்குகள் மட்டுமே தள்ளி இருந்த பார்க் 51 என்று அழைக்கப்பட்ட அந்த இடம் அந்தத் துயரச் சம்பவத்தால் ஆழமாகக் காயப்பட்டிருந்த தேசத்தின் அடக்கிவைக்கப்பட்ட உணர்வுகளைத் தட்டி எழுப்பியது. இந்தச் செயல்திட்டத்தை எதிர்த்தவர்கள் அதற்காகத் தேர்ந்தெடுக்கப்பட்ட இடத்தைத் தங்கள் எதிர்ப்புக்கு ஆதாரமாகக் கொண்டனர். அவர்களைப் பொறுத்தவரையில் கிரவுண்ட் ஜீரோவிற்கு இவ்வளவு அருகில் ஒரு 'பூதாகரமான பள்ளிவாசலை'க் கட்டுவது ஏற்றுக்கொள்ள முடியாததாக இருந்தது. ஏனெனில் பெரும்பான்மையான மக்களிடமிருந்து மத அடிப்படையில் வேறுபட்டிருந்தாலும் இந்த முஸ்லிம்கள்தாம் ஒன்பது ஆண்டு களுக்குமுன் அங்கு நடந்த படுகொலைகளுக்குப் பொறுப்புடையவர் களாக இருந்தனர். மேலும் பார்க் 51 கட்டுபவர்களும் முஸ்லிம்கள் என்பதால் ஏதோ ஒரு வகையில் தொடர்பு இருந்திருக்க வேண்டும். ஏனெனில், முஹம்மத் அத்தாவின் பையில் கண்டெடுக்கப்பட்ட திருக்குர்ஆனிலும் இந்தப் பள்ளிவாசலில் தொழுகைக்கு வரும் முஸ்லிம்களுக்குப் போதிக்கப்படும் அதே வாசகங்கள்தான் இருந்தன என்பது அவர்களின் கருத்து. அந்த மையமும் மேலும் பெரிய அளவிலான முஸ்லிம் கைப்பற்றல் நிகழப் போகிறது என்பதற்குக்

கட்டியம் கூறும் அடையாளமாகவே கருதப்பட்டது. லோயர் மன்ஹட்டனில் ஊடுருவுவதன் மூலம் முஸ்லிம்கள் வன்செயலுக்கான ஒரு கட்டுப்பாட்டு மையமாக அந்தப் பள்ளிவாசலைப் பயன் படுத்துவதுடன், அமெரிக்கா முழுவதும் தீவிரவாதிகளை அனுப்பி வைத்து, ஒவ்வொரு மாகாணமாக அரசாங்கங்களைக் கவிழ்த்து, அமெரிக்க அரசியல் சாசனத்தை நீக்கி, ஷரீஅத் சட்டம் முழுவதுமாக ஆட்சி செலுத்தும்வரை ஓயமாட்டார்கள் என்று அவர்கள் வாதிட்டனர். வரலாறு கண்ட அரக்கர்களின் ஆக்கிரமிப்புகள் பற்றிய சதித்திட்டக் கதைகள் மீண்டும் இந்தப் புதிய அத்தியாயத்தில் தோன்றலாயின. ஆனால் முன்பு தேவாலயங்களின் புனித மேடைகள், வீட்டுத் திண்ணைகள், அரசு அலுவலகங்கள் போன்றவற்றில் தோன்றிய அச்சுறுத்தல்கள் போலன்றி, இந்தக் கிளர்ச்சி இணைய தளத்தில் உருக்கொண்டது — அங்கு மௌஸின் ஒரே க்ளிக் மூலம் அது விஷக் காய்ச்சல் போல் பரவி ஒரே இரவுக்குள் நாட்டின் மூலை முடுக்குகளையெல்லாம் எட்டிவிட்டது.

2

சூழ்ச்சிவலை: இணையதளத்தின் வழியே வெறுப்பைத் தூண்டுதல்

சர்ச்சை நெருப்பு லோயர் மன்ஹட்டனை இன்னமும் முழுமையாகப் பீடித்திருக்கவில்லை என்றாலும், அது நெருங்கி வந்துகொண்டிருப்பது பமேலா கெல்லருக்குத் தெரிந்திருந்தது. அதுவும் அவருடைய திட்டத்தில் ஒரு பங்குதான். 2010 மே 6 அன்று இரவு பதினொரு மணிக்குச் சற்று முன்பாக, அவர் தமது வலைப்பூக் கட்டுரையின் கடைசி வரிகளைச் செப்பனிட்டுக் கொண்டிருந்தார். பொய்களாலும் முஸ்லிம் எதிர்ப்பு உணர்வுகளாலும் நிரம்பி வழிந்த அது, விரைவில் ஊடகங்களின் கண்மண் தெரியாத பரபரப்புக்கும் தேசியக் கிளர்ச்சிக்கும் தூண்டுகோலாக அமையவிருந்தது. அவருடைய கட்டுரைத் தலைப்பு மென்மை காட்டவில்லை: ‘பூதாகரமான பள்ளிவாசல் உலக வர்த்தக மையத்தின் நிழலில் நின்றுகொண்டு, இஸ்லாத்தால் உண்டாகக்கூடிய உயிரிழப்பையும் பேரழிவையும் முன்னோக்கிச் செலுத்துகிறது.’ தரைமட்டமாக்கப்பட்ட இரட்டைக் கோபுரங்களின் வடக்கே இரண்டு அடுக்குமாடி கட்டடத்திற்குத் தள்ளிக் கட்டப்படவிருக்கும், இஸ்லாமிய சமுதாய மையத்திற்குத் தனது கடுமையான அதிருப்தியை அதன்மூலம் வெளிப்படுத்தி இருந்தார்.

தொடங்கப்பட்ட புதிதில் பார்க் 51 என்று அழைக்கப்பட்ட திட்டங்களுக்குப் பெரிதாக எவ்வித எதிர்ப்பும் இருக்கவில்லை. அவை ஓராண்டிற்கும் மேலாகவே நடந்துவந்திருந்தன. அதற்காகத் தேர்ந்தெடுக்கப்பட்டிருந்த மனை — ஒரு தற்காலிகப் பள்ளிவாசல் அமைந்திருந்த — இடம் பயன்பாடற்ற, நிராகரிக்கப்பட்ட பர்லிங்டன் கோட் தொழிற்சாலையாகும். அது பார்க் பிளேஸ் முழுதும் நீண்ட கற்களாலான பலாசோ பாணிக் கட்டடங்களோடு ஒன்றிக் கலந்து

காணப்பட்டது. தெற்குப்புறமாக அமைந்திருந்த ட்ரிபாக்கா வட்டாரத்தில் உள்ளவர்கள் டகோட்டா ரோட் ஹவுசிற்குச் செல்லும் வழியில் அந்தப் பாழடைந்த கட்டடத்தைக் கடந்துதான் செல்வார்கள் —அது உண்மையில் ஒரு சரணாலயம் என்பதை அறியாமலே.

லோயர் மன்ஹட்டன் சமுதாய வாரியம் அங்கீகாரம் அளித்த நிலையில் பார்க் 51க்கு ஆதரவளிப்பவர்கள் பலர் இருந்தனர் — நகரமன்றத் தலைவர் அலுவலகம், அந்த வட்டார வியாபாரிகள், 9/11இல் இறந்தவர்களின் குடும்பங்கள் உள்பட. 'கிரவுண்ட் ஜீரோவிற்கு அருகிலேயே ஒரு நிலம் வாங்குவதற்கு மிகுந்த துணிச்சல் வேண்டும்' என்றார் கலிஃபோர்னியாவின் லாஸ் காட்டோஸைச் சேர்ந்த ஆலிஸ் ஹோக்லான்ட். மார்க் பிங்ஹாம், பென்சில்வேனியாவின் வயல் ஒன்றில் விழுந்து நொறுங்கிய கடத்தப்பட்ட விமானத்தில் உயிரிழந்த பயணிகளுள் அவருடைய மகனும் ஒருவன். அவர் 'ஆனால் இது ஒரு நல்ல முயற்சி' என்றார். தேசிய செப்டம்பர் 11 நினைவாலயம் மற்றும் அருங்காட்சியகத்தின் செய்தித் தொடர்பாளரான லின் ராசிக் இந்தச் செயல்திட்டத்தைப் பாராட்டினார். 'முஸ்லிம்களுக்கும் பிற எல்லா மதங்கள், பின்னணிகளைச் சேர்ந்தவர்களுக்கும் இடையிலான உறவை வலுப்படுத்தக்கூடிய ஒரு பண்பாட்டு மையம் என்பது நல்ல யோசனை' என்றார் அவர்.[1] பழமைவாத அரசியல் விமர்சகர் லாரா இன்க்ரஹாமிற்குக்கூட இந்த யோசனை பிடித்திருந்தது. 'இதைப் பிரச்சினையாகக் கருதக் கூடியவர்கள் அதிகம் பேரை என்னால் காணமுடியவில்லை' என்ற அவர், அதை அங்கீகரிப்பதுபோல் தலையாட்டினார்.[2]

சமுதாய மையம் பற்றிய தொடக்கநிலைச் செய்திகளைத் தொடர்ந்து, ஐந்து மாதங்களுக்குப் பார்க் 51ஐப் பற்றிய செய்திகள் எதுவும் காணப்படவே இல்லை. 2010 வசந்தகாலத்தில் பரபரப்பான தலைப்புச் செய்திகள் தோன்றிய வண்ணம் இருந்தன —நியூயார்க் நகரத்தில் ஒய்எம்சிஏ (யங் மென்ஸ் கிறிஸ்டியன் அசோசியேஷன்) போன்ற வசதிகளுடைய அமைப்புக்கான திட்டத்தைவிட ஈர்ப்புமிக்கதாக அவை அமைந்திருந்தன. ஜனவரியில் ஹைதியில் தோன்றிய மிகப்பெரிய அளவிலான பூகம்பம், 2,30,000 உயிர்களைப் பலி கொண்டு ஏறத்தாழ ஒரு மில்லியன் மக்களை வீடுவாசலின்றித் தவிக்க விட்டது. பிப்ரவரிக்குள் பெரும்பாலான ஊடகங்கள் குளிர்கால ஒலிம்பிக்ஸை நோக்கிப் பாய்ந்தன - அமெரிக்கா மூன்றாம் இடத்தைப் பெற்று ஒன்பது தங்கப்பதக்கங்களை வென்றிருந்தது. உடல்நலன்

மற்றும் கல்விக்கான சமரசத் தீர்மானத்தை காங்கிரஸ் நிறைவேற்றிய போது மார்ச்சில் உடல்நலம் பேணுதலில் வந்த சீர்திருத்தங்கள் பற்றிய அரசியல் சர்ச்சைகள் முன்னணி வகித்தன. நோயாளிகளின் உரிமைகள், பணம் செலுத்தக் கூடிய வாய்ப்புகள் போன்றவை பற்றிய காரசாரமான விவாதங்கள் ஏப்ரலுக்குள் ஓய்ந்துபோயின. ஏப்ரலில் லூசியானா கடலோரத்திலிருந்து 50 மைல்கள் தள்ளி 'டீப்வாட்டர் ஹொரைசன்' என்ற எண்ணைய் ஆராய்ச்சிக் கிணறு வெடித்ததில் அதிலிருந்து ஊற்றெடுத்த 185 மில்லியன் காலன்கள் எண்ணைய் மெக்ஸிகோ வளைகுடாவில் பாய்ந்து பரவியது. சரித்திரத்தின் மிகப்பெரிய எண்ணைய்க் கசிவு அதுதான்.

பார்க் 51 பற்றிப் பெரிய அளவிலான ஊடகச் செய்திகள் எதுவும் வெளிவராத நிலையில், 140 மில்லியன் டாலர்கள் செலவில் எழுப்பப் படவுள்ள 13 மாடிக் கட்டடம் பிரச்சினைகள் ஏதுமின்றி முன்னோக்கிச் செல்லும் என்று தோன்றியது. என்றாலும் மௌஸின் ஒரே ஒரு 'க்ளிக்' பெரும் சீற்றத்தோடும், ஆவேசத்துடனும் அந்தக் கதையைப் பரபரப்பான தலைப்புச் செய்திகளால் வெளிக்கொணர்ந்தது. 'இது இஸ்லாத்தின் ஆதிக்கம்; அதைப் பரப்பும் திட்டம்' என பமேலா கெல்லரின் எழுத்துகள் தெறித்து வந்தபோது, அவை இணையதளத்தின் அறைகளில் எதிரொலித்தன. 'வறண்ட பூமியாய்க் கிடக்கும் உலக வர்த்தக மைய வளாகத்தில் ஒரு பிரம்மாண்டமான பள்ளிவாசலை நிறுவுவதைவிடச் சிறப்பாகத் தங்கள் எல்லைகளை அவர்கள் எவ்வாறு வரையறுக்க முடியும்? அருவருப்பாக இருக்கிறது' என லோயர் மன்ஹட்டனின் சமுதாய வாரியம் 29-1 என்ற கணக்கில் வாக்களித்து, அந்தத் திட்டம் முன்னோக்கிச் செல்ல அங்கீகாரம் அளித்திருந்தது குறித்து அவர் பொருமினார்.[3]

'மனித உரிமைப் போராளி' என்று தன்னை அழைத்துக்கொண்ட 52 வயதான கெல்லர், லாங் ஐலன்டின் ஃபைவ் டவுன்ஸ் பகுதியில் ஒரு ஆசாரமான யூதக் குடும்பத்தில் வளர்ந்தவர்.[4] நான்கு பெண்களில் மூன்றாவதாக, தனது தந்தை ரூபனின் ஆடைத் தொழிற்சாலையில் அவருக்கு உதவியாக இருந்தார். தந்தை அவர் ஜிப்புகளுக்கான ஆர்டர்களை எடுக்கும்பொழுது கெல்லர் அவர் பின்னால் தொற்றிக் கொண்டபடி, ஜாக்கெட்டுகளுக்கும் பான்ட்டுகளுக்கும் வடிவங்களைக் கத்திரித்துக் கொண்டும் வாடிக்கையாளர்களுக்கான மாதிரிகளைத் தைத்துக்கொண்டும் இருந்தார். காலப்போக்கில் கெல்லர் தனது தந்தை ஸ்பெய்ன் நாட்டு வாடிக்கையாளர்களுடன் அவருடைய

ப்ரூக்ளின் கடையில் உரையாடுவதைக் கேட்டுக் கேட்டு ஸ்பானிய மொழியில் சரளமாகப் பேசக் கற்றுக்கொண்டார். ‘நான் அவரை நினைத்து மிகவும் ஏங்குகிறேன்’ என்று உருகினார் கெல்லர். ‘அவருக்கு என்னைத்தான் மிகவும் பிடிக்கும். எனக்குத் தெரிந்ததை எல்லாம் நான் அவரிடமிருந்துதான் கற்றுக்கொண்டேன். அவர் பயமறியாதவர்; நானும் அப்படித்தான்.’[5]

லின் ப்ரூக் உயர்நிலைப் பள்ளியில் தேர்ச்சி பெற்றபின், கெல்லர் ஹோஃப்ஸ்ட்ரா பல்கலைக்கழகத்தில் சேர்ந்துகொண்டார். ஆனால் பட்டம் பெறாமலே விலகிவிட்டார். காலப்போக்கில் 1980களின் இறுதியில் *நியூயார்க் டெய்லி நியூஸ்* பத்திரிகையில் நிதி ஆய்வாளராகச் சேர்ந்துகொண்டார். என்றாலும் எண்களைக் காட்டிலும் எழுத்துகள் அவருக்குப் பிடித்திருந்தன. திரைமறைவிலுள்ள வாழ்க்கையில் சிறப்புள்ளதாக அவர் கருதவில்லை; அவர் முன்னணியில் இருக்க ஏங்கினார் - அங்குதான் அவருடைய தைரியமான வெளிப்பாடுகளும் நேரடியான கருத்துகளும் தழைத்து வளரும். *நியூயார்க் அப்சர்வர்* அத்தகைய ஒரு களத்தை ஐந்து ஆண்டுகளுக்கு அளித்தது. அங்கு உதவி ஆசிரியராகப் பணிபுரிந்த கெல்லர் காரசாரமான தொடர் கட்டுரைகள், தலையங்கங்கள் மட்டுமின்றி, விளம்பரத்திலும் தனது திறமையைக் காட்டினார்.[4]

பல அமெரிக்கர்களைப் போல, கெல்லரும் தனது வாழ்க்கை இரண்டு உலகங்களாகப் பிளவுபட்டிருப்பதாக உணர்ந்தார்; 2001செப்டம்பர் 11க்கு முன் வாழ்ந்தது; அதற்குப் பின் தேர்ந்தெடுத்தது. கடத்தப்பட்ட விமானங்கள் இரட்டை கோபுரங்களைத் தாக்கிய நாளின் காலையை நினைவுகூர்ந்தபடி அவர் புலம்பினார்; ‘இந்த நாட்டைத் தாக்கியது யாரென்று எனக்குத் தெரிந்திருக்கவில்லை என்பதில் குற்றவுணர்வு அடைந்த நான் வலைப்பூவில் எழுதத் தொடங்குவதற்கு முன் இது குறித்துப் பல ஆண்டுகள் ஆய்வு செய்து வந்தேன்.’[6] கெல்லரைப் பொறுத்தவரையில் இணையதளம் என்பது அச்சு அடிப்படையிலான பத்திரிகைத் தொழிலின் சிறைகளிலிருந்து விடுவித்துக்கொள்ள அவருக்கு வழிவகை செய்தது. மேலும் தனது கருத்துகளைத் தடையின்றிக் கூறவும் சுதந்திரம் அளித்தது.

2005 பிப்ரவரியில் கெல்லர் *அட்லஸ் ஷ்ரக்ஸ்* என்னும் இணையதளப் பத்திரிகையைத் தொடங்கினார். தீவிரப் பழமைவாதியான, ரஷ்ய குடியேற்றக்காரர் அய்ன் ராண்ட் எழுதிய நாவலைத் தழுவி பெயரிட்டு அது அவ்வாறு அழைக்கப்பட்டது. பல்வேறு பிரச்சினைகள் பற்றி

அவர் தனது வெளிப்படையான கருத்துகளைக் கூறிய போதும் — பெரும்பாலும் அவை இஸ்லாம் பற்றியதாகவே இருந்தன — தனது கனல் தெறிக்கும் எழுத்துப் பாணி, நியூயார்க் வாடை கலந்த மொழி ஆகியவற்றைக் காட்டிலும் 'முஸ்லிம் ஆவேச'த்தை வெளிக் கொணர்வதில் அவர் காட்டிய ஆர்வம்தான் முன்னே நின்றது. 'இதோ, என் புர்க்காவை அணிந்திருக்கிறேன்' என்று இஸ்லாத்தின் 'உலக ஆதிக்கத்திற்கு எதிராகப் போர்க்கொடி உயர்த்தும் தனது பல வீடியோ வலைப்பூக்களுள் ஒன்றில், காமிராவின் முன் நின்றபடி நகைச்சுவை யாகப் பேசினார். பழுப்பு நிற பிகினியும் புதிதாய்ச் சூரியக் குளியல் செய்த நிறமுமாய் இஸ்ரேல் கடலோரமாக உல்லாசமாய்த் துள்ளியபடி இருந்த அவர், பின்னர் தனது நேயர்களுக்குச் சற்று தீவிரமான செய்தி ஒன்றைக் கூறினார்: 'அமெரிக்காவில் மிகத் தீவிரமான சோதனை யொன்று தேவைப்படுகிறது. அதை உங்களுக்கு அளிக்கத்தான் நான் வந்திருக்கிறேன். நான் போதிய அளவு பெரியவளாக இல்லை. நான் என்ன சொல்வது? அதே குறிப்போடு கடலில் நீந்தப் போகிறேன், அம்மாவைச் சென்று பார்க்கப் போகிறேன்,[7] பிறகு சுதந்திர உலகத்திற்காகப் போராடப் போகிறேன்.'

யூ-ட்யூபில் பதிவு செய்யப்பட்ட மற்றொரு வீடியோ வலைப்பூவில் சூரியக் குளியலில் மூழ்கிக் கொண்டு தன் பெருமைக்குரிய விஷயங் களைக் காட்டிக்கொண்டு, ஃபுளோரிடாவில் தனது விடுமுறையைக் கழித்து வந்த அவர், வெளிநாடுகளில் பணியாற்றி வந்த அமெரிக்கப் படைவீரர்களுக்குக் கிறிஸ்துமஸ் வாழ்த்து அட்டைகள் அனுப்பினார். 'அமெரிக்கப் படைவீரர்கள் எல்லாவற்றையும் தியாகம் செய்து விட்டதற்காக நான் அவர்களுக்கு நன்றி கூற விரும்புகிறேன். அதனால்தான் என்னால் இப்படி நீச்சல் உடையில் இங்கு இருந்து கொண்டு, என் வாயை அகலத் திறந்து பேசிக்கொண்டு, மனதில் பட்டதையெல்லாம் அப்படியே சொல்ல முடிகிறது' என்றார் அவர். ஒரு ஹோட்டலின் வரவேற்பறையில் கண்டெடுத்த ஃபாஷன் பத்திரிகையைக் கையிலெடுத்துக்கொண்டு அதில் தலைப்புச் செய்தியாக வெளிவந்திருந்த 'ஹிஜாப்களின் புதிய பாணிகள்' (ஹிஜாப் என்பது முஸ்லிம் பெண்கள் தலையில் கட்டிக்கொள்ளும் துணி) பற்றிக் கூறுகையில், கெல்லர் அவற்றை முட்டாள்தனமான வர்ணனைகள் என்றார். அந்தப் பத்திரிகைகளில் இருந்த பெண்கள் கிறிஸ்துவ சிலுவையணிந்த ஆண்களின் அருகில் நின்றபடி விளம்பரங் களில் நடித்ததற்காக முஸ்லிம் பெரும்பான்மையுள்ள நாடுகளாக இருந்தால் தலையை வெட்டியிருப்பார்கள் என்று தனது நேயர்களுக்கு

எச்சரிக்கை விடுத்தார். 'ஆனால் நான் இஸ்லாத்தைப் பற்றிப் பேசப் போவதில்லை' என்று உறுதியளித்த அவர், பேச்சை வரப்போகும் அதிபர் தேர்தலுக்கு மாற்றினார். 'எந்த வேட்பாளர் ஜனநாயகக் கட்சியின் கிறிஸ்துவுக்கு எதிரான வேட்பாளரைத் தோற்கடிக்கிறாரோ, அவரை நான் ஆதரிக்கிறேன். முதலில் என் தேர்வு 'ஒரு முஸ்லிம்' என்றவர், பராக் ஒபாமாவைத்தான் குறிப்பிட்டார். அவருடைய கிறிஸ்துவ நம்பிக்கை, அவருடைய பல கலாச்சாரங்கள் கலந்த பின்னணியைச் சந்தேகிக்கும் வலதுசாரிக் கட்சியினருக்கு ஒரு இலக்காகியிருந்தது. 'ஆமாம், அவர் ஒரு முஸ்லிம்தான். அவர் மதரஸாவிற்குச் சென்றார்; இந்தோனேஷியாவில் கல்வி பயின்றார்; அவரது தந்தை ஒரு முஸ்லிம்; தாத்தாவும் ஒரு முஸ்லிம்; மாற்றான் தந்தை ஒரு முஸ்லிம்; மேலும் அவர் நேர்மையானவராக இல்லை. எப்படி இருந்தாலும், அதைக் கூறிக்கொண்டு அற்புதமான அமெரிக்கப் படைகளுக்கு நன்றி கூற விரும்புகிறேன். நான் உங்களை மிகவும் நேசிக்கிறேன்.' சூரியக்குளியலில் நிறம் மாறிய மார்புடன் இணைந்து அவருடைய புன்னகை மின்னியது. நான்கே நிமிடங்களில் கெல்லர் தனது கிறிஸ்துமஸ் வாழ்த்தை முஸ்லிம்களுக்கு எதிரான வலிய தாக்குதலாக மாற்றியிருந்தார் — அவர் முடிவில் படைகளுக்குக் கூறிய 'நன்றி'கூட ஓர் இடைச்செருகல்தான்.[8]

தாம் முஸ்லிம்களுக்கு எதிரானவர் என்ற கருத்தை கெல்லர் மறுத்திருந்தார். என்றாலும் அவருடைய உணர்ச்சி மிகுந்த எழுத்து களும், இஸ்லாம் தொடர்பான எந்த விஷயமாக இருந்தாலும் அது எவ்வளவு சிறு விஷயமாக இருந்தாலும் அதற்கு எதிர்ப்புத் தெரிவிப்பதில் காட்டிய ஆர்வமும் அவருக்கு 'வெறுப்பை ஊக்குவிப்பவர்' என்ற பெயரைப் பெற்றுத் தந்தன. அவருடைய விமர்சகர்கள் அவரின் சாதனைகளைச் சுட்டிக் காட்டுகின்றனர். 2005 பிப்ரவரியில் அவர் நைக்கி நிறுவனத்தின் தயாரிப்புகளைப் புறக்கணிக்குமாறு வேண்டுகோள் விடுத்தார். அந்த நிறுவனம் ஒரு வரிசை டென்னிஸ் காலணிகளைப் பூத்தையலோடு வடிவமைத் திருந்தது. அந்தப் பூத்தையல் 'அல்லாஹ்' என்று அரபு மொழியில் எழுதியதை ஒத்திருந்ததால் அந்த நிறுவனம் முஸ்லிம்களிடம் மன்னிப்புக் கோரியிருந்தது. இதைத் தொடர்ந்து வந்ததுதான் கெல்லரின் வேண்டுகோள். அந்தக் காலணிகள் திரும்பப் பெற்றுக் கொள்ளப்பட்ட போது, 'எவ்வளவு கோழைத்தனமானது இந்தச் செயல்' என்று பொருமினார் கெல்லர். 'அந்த நிறுவனம் தனது சின்னத்தை இஸ்லாத்தை அவமதிப்பது போல் இல்லையென்றால், சரி பிறகு சிறு பெட்டையைப்

போல ஓடிவிடுங்கள் என்று மாற்றிக்கொள்ள வேண்டும். ஐஹோப் உணவகத்தில் எனது ஃபிரெஞ்ச் டோஸ்டில் (ஒருவகை ரொட்டி) கூடத்தான் முஹம்மத் என்று இருந்தது. அதை அவர்கள் என்ன கரிக்கியா போட்டுவிட்டார்கள்?[9]

பல மாதங்கள் கழித்து, நார்த் சியாட்டில் ஃபேமிலி சென்டர், (வடக்குச் சியாட்டில் குடும்ப மையம்) முஸ்லிம் பெண்களுக்கான தனிப்பட்ட நீச்சல் பயிற்சி அளிக்க ஏற்பாடு செய்ததைக் கண்டித்தார்.[10] இஸ்லாம் பொது இடங்களில் கண்ணியமாக உடையணிய வேண்டும் என்று வலியுறுத்துவதால், பொது நீச்சல் குளங்களிலோ, கடலிலோ நீந்துவது பலருக்கு இயலாத காரியமாக இருந்தது. இதற்கு மாற்றுவழி காணும் முயற்சிகள் அந்தச் சமுதாயத்தினரிடையே நல்ல வரவேற்பைப் பெற்றன. — விரைவில், சியாட்டில் முழுவதும் உள்ள பல அரசுப் பள்ளிகளும் சேர்ந்துகொண்டன. பல்வேறு மதங்களைச் சேர்ந்தவர்களுக்கான தனிப்பட்ட நீச்சல் பயிற்சி வகுப்புகளோடு. 'சியாட்டில் இன்னமும் முஸ்லிம்களுக்கு ஒரு புது சமுதாயம்தான்' என்றார் அஜீஜ் ஜுனெஜோ — இவர் வாராந்தர கேபிள் செய்தி நிகழ்ச்சியைத் தொகுத்து வழங்குபவர்; தனிப்பட்ட நீச்சல் பயிற்சி வகுப்புகளில் அடிக்கடி கலந்துகொள்பவர். 'ஏறத்தாழ பத்து ஆண்டுகள் ஆகியிருக்கலாம்; மிக நல்லமுறையில் வளர்ச்சியடைந்துள்ளோம்' என்றார். பயிற்சி வகுப்புகளில் கலந்துகொள்ளும் மனல் ஃபாரெஸ். இவர் மூன்று குழந்தைகளுக்குத் தாய். 'நான் பதினைந்து ஆண்டுகளாகச் சியாட்டிலில் வசிக்கிறேன். இப்போது என்னுடைய முஸ்லிம் சகோதரிகளுடன் நீந்த முடிகிறது.'[11] கெல்லரைப் பொறுத்த வரையில் இந்த விதமான சலுகைகள், டென்னிஸ் காலணிகளின் விஷயத்தில் நடந்தது போலவே, முட்டாள்தனமானது மட்டுமல்ல, முஸ்லிம் கோரிக்கைகளுக்கு அளிக்கப்படும் சலுகைகளில் அரச எதிர்ப்பு பாணியின் ஒரு பகுதியாகும். 'முஸ்லிம் சகோதரிகளுக்கான நீச்சல் பயிற்சி என்பது முஸ்லிம் பெண்களுக்கு மட்டும்தான்; தரம்கெட்ட பிற பெண்கள் விண்ணப்பிக்கத் தேவையில்லை' என்று கெல்லர் தனது வலைப்பூவில் பொரிந்து தள்ளினார். 'பார்க்கலாம், இது திம்மித்துவத்திற்கு அடிபணியும் மூன்றாவது மாகாணம்' என்று தொடர்ந்தார் அவர். (திம்மித்துவம் என்பது முஸ்லிம்களிடம் சரணாகதி அடைவதைக் குறிக்கும் ஒரு வார்த்தையாகும்.)[10]

டென்னிஸ் காலணிகளும் தனிப்பட்ட நீச்சல் பயிற்சி வகுப்புகளும் கெல்லரை உசுப்பிவிட்டதுடன் ஒரு பரபரப்பூட்டும் கதைக்காகக்

காத்துக்கிடப்போர் மத்தியில் இணையதளம் மூலம் பரபரப்பைக் கிளறிவிட முடிந்தது என்றால், 'பூதாகரமான பள்ளிவாசல்' ஒன்று 'புனித நிலத்தின்' மீது கட்டப்படுவது பற்றிய கதை அவருடைய வலைத்தளத்திற்கு வருவோரின் எண்ணிக்கையை வெள்ளமெனப் பெருகச் செய்யும் என்பதில் சந்தேகம் ஏதும் இருக்கவில்லை. இதில் கிடைத்த ஊக்குவிப்பு அவரை இரவோடிரவாகப் புகழின் உச்சத்திற்குக் கொண்டு சென்றது. பார்க் 51 பற்றி முதலில் ஒரு வலைப்பூ பதிவை எழுதியபின், கெல்லர் பல்வேறு சமூக வலையங்களுக்குச் சென்றார்—தனது கருத்துகளில் ஓர் ஆர்வத்தை உருவாக்குவதற்காக. ப்ளாக் எழுதுவது கெல்லரின் தொழில். இன்றைய காலத்தில் தனது எதிர்கால வாடிக்கையாளர்களைத் தேடும் விற்பனையாளர் போல, சமூக வலையங்கள் வலிமைமிக்க ஊடகமாக இருந்தன. ஆர்வம்கொண்ட நேயர்கள் எண்ணிலடங்காத தலைப்புகளில் தங்களது கருத்துகளைப் பகிர்ந்துகொள்வதன் மூலம் 'நட்புகளை' உருவாக்கி தங்களைப் போன்ற அதே ஆர்வங்கள் உடையவர்களுடன் கூட்டமைத்துக்கொள்வார்கள். கெல்லர் தனது வலைப்பூ பதிவுகளுக்கு 'ட்வீட்' செய்யும் வலிமை மிகுந்த ஆதரவாளர்கள் கூட்டத்தைச் சேர்க்க முடிந்தது; அவர்கள் அவரின் *அட்லஸ் ஷ்ரக்ஸ்* பக்கத்தை 'லைக்' செய்து, தங்களுடைய 'ஸ்டேட்டஸைப்' புதுப்பித்த வண்ணம் இருந்தார்கள் —'பூதாகரமான பள்ளிவாசல்' பற்றிய தங்களுடைய கருத்துகள் மற்றும் விமர்சனங்களுடன்.

அவருடைய பதிவு வெளிவந்த ஒரு மணி நேரத்திற்குள் முகநூலிலும் ட்விட்டரிலும் அதற்கான தொடுப்புகளையும் பதிவு செய்தார். இன்னமும் தோன்றிய நிலையிலேயே உள்ள சர்ச்சைக்குரிய விஷயத்தை எதிர்கால வாசகர்களிடையே பரப்புவதற்குத் தயாரானார்—அவர்கள் தங்கள் இரவு நேரப் படிப்பிலிருந்தும் வெட்டியான வலைத்தள மேய்தலில் பொழுதைக் கழிப்பதிலிருந்தும் ஒரு பரபரப்பான மாறுதலைத் தேடிக்கொண்டிருந்தனர். 'இதற்கு மேல் இது மோசமாகிவிட முடியாது என்று நினைக்கையில், அது அப்படி ஆகிவிடுகிறது' என்று ஒரு பயனர் கருத்துத் தெரிவித்தார். 'நம்ப முடியாத திமிர்!' என மற்றொருவர் சீறினார். 'இந்த மக்களுக்கு இன்னமும் புரியவில்லை. இஸ்லாம் என்பது அமைதி பரப்பும் மதமல்ல; அது அடக்கி ஆளுதல், கட்டுப்பாடு, கொலை ஆகியவை நிரம்பிய மதம்!' வெகு விரைவில் மின்வெளி முஸ்லிம்வெறி பற்றிய பேச்சுகளால் ரீங்காரமிட்டது.

வாசகர்கள் அதிகரித்துவந்த நிலையில், கெல்லர் 'அறிவுஜீவி', 'தீர்க்கதரிசி' என்று விசிறிகளால் புகழப்பட்டார். *அட்லஸ் ஷரக்ஸ்* தொடர்ந்து வாசகர் ஆதரவைப் பெற்று வந்தாலும், பார்க் 51 எதிர்ப்பாளர்களுக்குத் தலைவி என்று அவர் தனக்குத்தானே சூட்டிக்கொண்ட பதவி அவருடைய முயற்சிக்கு வலுவான ஆதரவைத் திரட்டிக்கொண்டு வந்தது. இப்போது நியூயார்க்காரர்களுக்கும் பிற அமெரிக்கர்களுக்கும் தங்களை வழிநடத்திச் செல்ல ஓர் அஞ்சா நெஞ்சம் படைத்த தலைவி கிட்டினார். தனது வலைத்தளத்திலும் முகநூல் பக்கத்திலும் கெல்லர் அணிந்திருந்த உடலை இறுகப் பிடிக்கும் 'சூப்பர்வுமன்' உடை அவரை வலிமை மிகுந்த புயலாகக் காட்டியது. இஸ்லாமிய ஆதிக்கத்திலிருந்து உலகை மீட்டு அதனைக் காக்கும் போரிலிருந்து அவரும் சரி, அவருடைய ஆதரவாளர்களும் சரி, பின்வாங்குவதாக இல்லை.

2010 ஏப்ரலில் *அட்லஸ் ஷ்ரக்ஸிற்கு* வரும் வாசகர்களின் எண்ணிக்கை மாதத்திற்கு 180,000 ஆக இருந்தது. ஆனால் மே மாதம் 'பூதாகரமான பள்ளிவாசல்' பற்றிய பேச்சு அடிபடத் தொடங்கிய போது, எண்ணிக்கை சட்டென்று கூடி 200,000க்கும் மேலானது.[12] தனது பங்குக்குக் கெல்லர் பார்க் 51 பற்றி மக்கள் திடீரென்று ஆர்வம் கொள்ள அவர்தான் காரணம் என்ற கருத்தை மறுத்தார். இதுபோன்ற கருத்துகள் அர்த்தமற்றவை என்றும் அமெரிக்க மக்களின் தரத்தைத் தாழ்த்துவது போல உள்ளது என்றும் கூறினார். என்றாலும் சட்டென்று ஒன்றைச் சேர்த்துக்கொண்டார் —அந்த மாதத் தொடக்கத்தில் தனது முதல் பதிவிற்கு முன் பார்க் 51 பற்றி ஒருவரும் பேசிக்கொண்டிருக்க வில்லை என்று. வாசகர் எண்ணிக்கை அதிகரித்ததைவிட ஆச்சரியம் என்னவென்றால் அவருடைய வாசகர்கள் எதைத் தேடிவந்தார்கள் என்று நடத்தப்பட்ட ஆய்வில் கிட்டிய புள்ளி விவரங்கள்தான். *அட்லஸ் ஷ்ரக்ஸிற்கு* வருவோர் மிக அதிகமான வலைத்தளத்தில் என்ன கேள்வி கேட்கிறார்கள் என்று ஆராய்ந்ததில், கெல்லரின் வாசகர்களில் 90 சதவீதம் பேர் 'இமாம் ஃபைசல் அப்துர் ரவூஃப்' என்று தேடி, அவருடைய வலைப்பூக்கு வந்துசேர்ந்தவர்கள் எனத் தெரியவந்தது.[12]

***

குவைத்தில் பிறந்த ரவூஃப் 62 வயது நிரம்பியவர். 1983 முதல் தொண்டு செய்து வந்த நியூயார்க் நகரின் ட்ரிபெக்கா மாநிலத்திலுள்ள மஸ்ஜித்

அல்ஃபரா என்ற பள்ளிவாசலின் இமாம். பல்வேறு உலகங்களைக் கண்ட ரவூஃப் 1960களில் அமெரிக்காவிற்குக் குடிபெயர்ந்தார். அவருடைய பதின்பருவத்தில் சமூக உரிமைப் போரின் கலவரக் காட்சிகளைக் கண்டார். அது வகுப்புவாதம், மக்கள் புரட்சி, வன்செயல் ஆகியவை கலந்த காலகட்டமாக இருந்தது. மக்கள் கலகத்திற்கு மத்தியில் அவருடைய தந்தை முஹம்மத் அப்துர் ரவூஃப்—அவர் பேரறிஞர்; மேலும், மதத்தலைவர் — வகுப்பு வேற்றுமைகள் மிகுந்த சமூகத்தில் சகிப்புத்தன்மையும் அமைதியும் நிரம்பிய சூழ்நிலையை உருவாக்கப் பாடுபட்டார். மேற்கு 72ஆம் தெருவைச் சுற்றி அமைந்துள்ள வட்டாரங்களில் வாழும் சிறுபான்மைக் குழுக்களைச் சந்தித்துப் பேசி, 1965இல் நியூயார்க் இஸ்லாமிய மையத்தை நிறுவினார். இது அராபியர்களையும் ஆப்ரிக்க-அமெரிக்கப் பின்னணி கொண்டு மதம் மாறியவர்களையும் காத்து அவர்களுக்கான சேவைகள் செய்து வந்தது. இளம் வயதான ஃபைசலுக்கு —அப்போது அவருக்கு வயது பதினேழு — தந்தையின் முயற்சிகள் அவரது பிற்கால அமைதி நடவடிக்கைகளுக்கு முன்னோடிகளாக இருந்தன. மேலும் அவை தேசிய அளவில் துக்ககரமான சம்பவத்தினால் விளைந்திருந்தன. 2001 செப்டம்பர் 11 அன்று விடியலில் மென்மையான குரலுடைய ரவூஃப் இஸ்லாத்தின் பெயரில் செய்யப்படும் வன்செயலைக் கண்டித்தார்: ‘அந்தத் தாக்குதல்கள் என்னை மாற்றிவிட்டன’[13] அமெரிக்க உளவுத்துறை (எஃப்பிஐ) மற்றும் அமெரிக்க மாகாணத் துறையுடன் இணைந்துக்கொண்ட அவர் உலகின் பேச்சாற்றல் மிக்க முஸ்லிம் தலைவர்களுள் ஒருவராகப் போற்றப்பட்டார். கொள்கை வகுப்போருக்குச் சிறுகுறிப்புகள் தந்து, உள்நாட்டு, வெளிநாட்டு அரசாங்கங்களுக்கு முன் பேசி, உலகெங்கிலுமுள்ள முஸ்லிம்களிடம் மரியாதை, மன்னிப்பு, சகிப்புத்தன்மை ஆகியவற்றைக் கடைப்பிடிக்குமாறு அவர் வேண்டுகோள் விடுத்தார்.

2009இல் ரவூஃப் தம் மனைவி டெய்ஸிகானுடன் பார்க் 51க்கான திட்டங்களை அறிவித்தார். இதை அமைதியை நிலைநாட்டுவதற்காக அவர்கள் கண்டெடுத்த பெரும் செயல்திட்டமாகவே கருதினர். தங்கள் முயற்சி செப்டம்பர் 11 சம்பவத்திற்கு ‘எதிர்ப்பதமான’ செய்தியைத் தெரிவிக்கும் என்று ரவூஃப் கருதினார். ‘நாங்கள் தீவிரவாதிகளுக்கு எதிர்ப்புத் தெரிவிக்க விரும்புகிறோம்’[14] என்றார் அவர். சமுதாய மையம் என்பது குடும்பங்களுக்கான எல்லா வசதிகளையும் உள்ளடக்கிய 500 இருக்கைகள் கொண்ட அரங்கம், திரை அரங்கம், கலையரங்கம், நீச்சல் குளம், உடற்பயிற்சி நிலையம், குழந்தைப்

பராமரிப்பு நிலையம், உணவு விடுதிகள் மற்றும் எல்லா நியூயார்க் வாசிகளுக்கும் அமெரிக்கர்களுக்கும் வெறுப்பூட்டும் ஒரு பள்ளிவாசலும் அதில் இருக்கும். பார்க் 51இன் நோக்குகளில் ஒரு பகுதி 'இனம், மதம், பாலினம், பண்பாட்டுப் பின்னணி என்ற பாகுபாடின்றி அனைத்து மக்களிடையே பரஸ்பர பரிமாற்றம், நல்லுறவு ஆகியவற்றை ஊக்குவிப்பதாகும்.'[15] ரவூஃப் தமது வயதுவந்த பருவத்தின் பெரும் பகுதியை ஒரு முஸ்லிம் மதகுருவாக பணிபுரிவதிலேயே கழித்திருந்தாலும், பார்க் 51ற்குள் இருந்த அந்தப் பள்ளிவாசலின் இமாமாக அவர் வகித்த பொறுப்புதான் அந்த அடக்கமான, ஆனாலும் வசீகரமான மதத்தலைவரை வதந்திகளுக்கும், கணிப்புகளுக்கும், வார்த்தைச் சாடுதல்களுக்கும் இலக்காக்கியது. பார்க் 51 என்பது உண்மையிலேயே 'பூதாகரமான பள்ளிவாசல்' தான் என்றால் ரவூஃப் சந்தேகமின்றி அங்கு வசிக்கும் அரக்கனாகக் கருதப்படுவார்.

இதுநாள்வரை சமுதாய மையம் பற்றிய கெல்லரின் விமர்சனங்கள் நழுவிச் செல்லும் முகமற்ற எதிரிகளை இலக்காகக் கொண்டிருந்தன. 'முஸ்லிம் சமுதாயம்', 'இஸ்லாம்' ஆகியவற்றை அவர் வன்மையாகச் சாடினாலும் பார்க் 51இன் அபாயங்களை எந்த ஒரு குறிப்பிட்ட 'முஸ்லிமுடனும்' தொடர்புபடுத்தவில்லை. தனது விசிறிகளுக்கு இடையே அச்ச உணர்வை அதிகரிப்பதற்கும் தான் எச்சரித்த அச்சுறுத்தல் நிஜமானது என்று காட்டுவதற்கும் கெல்லருக்குத் தெளிவான இலக்கொன்று தேவைப்பட்டது. அந்நிய நாட்டுப் பெயர், மத்திய கிழக்குச் சாயல், ஆயத்துல்லாஹ் குமைனி போல ஊடுருவும் கறுத்த கண்கள் ஆகியவை ஃபைசல் அப்துர் ரவூஃபைப் பொருத்தமான தேர்வாக்கின. சில நாள்களுக்குள்ளாகவே, பல்வேறு மதங்களைச் சேர்ந்தவர்களின் நல்லிணக்கத்திற்காகப் பாடுபடுவதை நோக்கமாகக் கொண்ட ஒருவர், தீவிரவாதத்தின் இரகசியத் தலைமையகமாகச் சந்தேகிக்கப்பட்ட ஒரு சமுதாய மையத்தின் சதித்திட்டம் தீட்டும் தலைவராகச் சித்திரிக்கப்பட்டார்.

தற்போது பூதாகரமாக உருவெடுத்துவரும் சர்ச்சைகளின் முன்னணிக்கு ரவூஃபைத் தள்ளிவிட்ட கெல்லர், பார்க் 51 பற்றி இமாமிடம் நேர்முகம் காணும் ஒரு வீடியோ பதிவைப் பார்க்கும்படி தனது நேயர்களை ஊக்குவித்தார். அதில், உலக வர்த்தக மையத்தில் நடந்த தீவிரவாதத் தாக்குதலுக்குப் பதிலளிக்கச் சென்றிருந்த நியூயார்க் நகர தீயணைப்புப் படை உறுப்பினர் டிம் பிரவுன் ரவூஃபிடம் சமுதாய

மையத்திற்குக் கிட்டும் நிதிஉதவி பற்றிக் கேட்டார். 'இது எங்களுடைய புனித பூமிக்குள் உருட்டிக்கொண்டுவரப்பட்ட ட்ராய் குதிரையோ என்று எங்களுக்குக் கவலையாக இருக்கிறது' என்றார் பிரவுன். 'இந்த நிலத்தை வாங்குவதற்கான பல மில்லியன் டாலர்கள் எங்கிருந்து வந்தன?'[16] ரவூஃப் '(நியூயார்க் நகரத்தின்) வருவாய் மாகாணத்தில் வசித்து, வேலைபார்த்துவரும் ஆயிரக்கணக்கானவர்'களின் பெயர்களை வெளியிட மறுத்தது கெல்லரை உசுப்பிவிட்டது. அவர் ரவூஃபின் வார்த்தைகளை 'முழு ஏமாற்றுவேலை' என்று கூறினார். சாட்சிகள் ஒரு பொருட்டாக இருக்கவில்லை—கெல்லரைப் பொறுத்தவரையில் பார்க் 51-க்கு நிதியுதவி அளித்தவர்களின் பெயர்களை இமாமால் அப்பொழுது சட்டென்று நினைவுபடுத்திக் கொள்ள முடியவில்லை என்பதே போதுமான ஆதாரமாக இருந்தது. ஆனால் அவர் எதையோ மறைக்கிறார் என்று கூறி அதை நிரூபிக்க முயன்றார். 'இவர் குர்ஆன், ஹதீஸ் ஆகியவற்றிலுள்ள வன்செயல் கலந்த போதனைகளைத் தகர்த்தெறிவதற்காகவே அர்ப்பணிக்கப்பட்ட ஓர் இஸ்லாமிய மையத்தை ஏன் நிறுவுவதில்லை?' - கெல்லர் சீறினார். 'நமக்குப் பக்கபலமாக யார் இருக்கிறார்கள்? நாம் ஒரு திடமான செயல்திட்டம் தீட்டிவருகிறோம். நாம் போராடுவோம்; தேர்ந்தெடுக்கப்பட்ட அதிகாரிகள் இதற்குப் பொறுப்பு என்று சாதிப்போம்; இதை நாம் அனுமதிக்கப் போவதில்லை. இந்த ராட்சத அமைப்புக்கான நிதி எங்கிருந்து வந்தது?' அவருடைய வார்த்தைகள் பதிவின் வரிகள் தோறும் சூழலின் அவசரத்தைப் பறைசாற்றின.[17]

ரவூஃபின் சமுதாய மையத்திற்கான நிதி சந்தேகத்திற்குரியது என்று தனது நேயர்கள் நம்புவதற்கு, தனது வார்த்தைகளைக்கூடப் பெரிதாக எடுத்துக்கொள்ளாமல், தகுந்த ஆதாரங்கள்கொண்ட பல்வேறு வலைப்பூ பதிவுகளைப் பார்க்கும்படி அவர்களைக் கேட்டுக்கொண்டார். 'இந்தப் பள்ளிவாசல் பற்றிய பமேலா ஹாலின் அருமையான தகவல் தொகுப்பைப் பாருங்கள்' என்று எழுதிய கெல்லர், பமேலா ஹால் என்ற நியூயார்க் நகரப் போராளியின் வலைப்பூக்கான இணைப்பையும் தந்தார். புரூக்லினில் உள்ள ஒரு அரபுமொழிப் பள்ளி தனது வகுப்பறைகளில் தீவிர இஸ்லாமியக் கட்டுப்பாடுகளைத் திணித்து வந்ததை எதிர்த்து 'மதரஸாவிற்கு முடிவு கட்டுங்கள்' என்ற இயக்கம் உருவானபோது, அதன் சார்பாக 2007இல் தனது முழக்கத்தால் தலைப்புச் செய்திகளில் இடம்பிடித்த செய்தித் தொடர்பாளர் பமேலா ஹால்.[18] ஹாலின் வலைப்பூவான *நோ மோஸ்க்ஸ் அட் க்ரவுண்ட் ஜீரோ* (கிரவுண்ட் ஜீரோவில் பள்ளிவாசல்கள்ட் கூடாது) கெல்லர் பார்க் 51க்கு

எதிரான ஒரு கருத்துச் செறிவுள்ள, தகவல் பொதிந்த குற்றச்சாட்டு' என்று வர்ணித்தார்.[17] ஹாலின் வலைத்தளத்தைச் சென்றடைந்த நேயர்களை இளஞ்சிவப்பும் மஞ்சளும் கலந்த ஆயிரக்கணக்கான நெருப்புக் கோளங்கள் உலக வர்த்தக மையத்திலிருந்து வழிந்தோட, புகை மண்டலத்தினூடே அதன் சிதிலங்கள் மெல்ல மெல்லச் சாம்பல் நிறமும் கறுப்பு நிறமும்கொண்ட மேகங்களின் மூட்டத்தில் மறைந்துபோகும் காட்சி வரவேற்றது. அந்த வலைத்தளத்தில் ஒருபுறம் தெரிந்த கோரக் காட்சிகளுக்கு இணையாக, மறுபுறம் அவ்வளவு அச்சுறுத்துவதாக இல்லாவிட்டாலும், அதே அளவு மனதை நெருடும் படங்கள் இருந்தன - மன்ஹட்டனில் பொதுக் கட்டாயமாய் முஸ்லிம்கள் பிரார்த்தனை செய்யும் காட்சிகள். '9/11இல் இஸ்லாம் செய்ததை நாம் ஒருபோதும் மறக்கக்கூடாது' என்றது பதிவின் முதல்வரி. இரத்தக் களரியான படங்களின் தொகுப்புக்கு இடையே ஆங்காங்கே இதுபோன்ற சில கருத்துகளும் காணப்பட்டன: 'இஸ்லாம் அமெரிக்காவின் மீது நடத்திய 9/11 தாக்குதல் ஒரு தவிர்க்க முடியாத உண்மை.' தகர்ந்து விழுந்த இரட்டைக் கோபுரங்களின் நினைவுகளால் தனது நேயர்கள் அச்சம் கொள்ளவில்லை என்றால், மற்றொரு படுகொலைக்குத் தயாராக இருக்குமாறு அவர்களை அவர் எச்சரித்தார். 'நம்மையும் நமது குடும்பங்களையும் நமது எதிர் காலத்தையும் மேலும் சில நிடால் ஹசன்களிடமிருந்து பாதுகாத்துக் கொள்ள நமக்கு உரிமை இருக்கிறது' என்றார் அவர். நிடால் அமெரிக்க இராணுவத்தின் ஃபோர்ட் பிரிவில் மனநல மருத்துவராகப் பணிபுரிபவர்; அவர் ஓர் ஆவேச நிமிடத்தில் நடத்திய துப்பாக்கிச் சூட்டில் பதின்மூன்று பேர் உயிரிழந்தனர்; முப்பது பேர் காயமடைந்தனர்.

கெல்லரைப் போலவே, ஹாலும் பார்க் 51இன் நிதி ஆதாரங்களைக் கணித்து வருகையில், 'ஃபைசல் ரவூஃப் சவூதி அரசின் கைப்பாவை யாக' இருக்கலாம் என்றார். அவர்கள் அவரைப் பயன்படுத்தி லோயர் மன்ஹட்டனில் விலையுயர்ந்த நிலங்களை வளைத்துப் போட வழிதேடுவதாக அவர் கற்பனை செய்தார். அங்கு மக்காவிலுள்ள புனிதப் பள்ளிவாசல் போன்ற ஒரு பிரம்மாண்ட பள்ளிவாசலைக் கட்டத் திட்டமிட்டு வருவதாகக் கூறினார். 'இது (பார்க் 51க்கான நிதி) 2001இல் ரூடி (கியூலியானி) ஏற்க மறுத்த அதே சவூதி வஹாபி பணமாக இருக்குமோ?' அவர் வினா எழுப்பினார். 'அப்படித்தான் என்றால், சூஃபிகளுக்கு மிகப் பொருத்தமான ஏதோ ஒன்று நிகழ இருக்கிறது. ஒரு மாபெரும் நோக்கத்திற்குக் கச்சிதமாகப் பொருந்துபவர்கள்

அவர்களாக இருக்கலாம். சவூதிக்காரர்கள் அவர்களுடன் சேர்ந்து ஒரு பெரிய நோக்கத்தை — ஒரு பள்ளிவாசலை —ஒரு பெரிய பள்ளி வாசலை கிரவுண்ட் ஜீரோவில் நிலைநாட்டுவார்கள்.'[18] ஹாலின் கணிப்புகள் சரியாக இருந்தால், பார்க் ஸ்ட்ரீட் விரைவில் புதிய மக்கா ஆகிவிடும்; விண்ணைமுட்டும் கோபுரங்களும், சலவைக்கல் தூண்களும் மன்ஹட்டன் வாசிகளுக்கு வரவேற்பளிக்கும்; தொழுகைக்கான அழைப்பின் அலறலில் நியூயார்க் பேருந்துகளின் கிறீச்சிடும் ஒலி மூழ்கிப் போய்விடும்.

ஹாலின் உருவகங்களும் உணர்ச்சிப் பெருக்கும் கலந்து வெளிப் பட்ட *நோ மோஸ்க்ஸ் அட் க்ரவுண்ட் ஜீரோ* (கிரவுண்ட் ஜீரோவில் பள்ளிவாசல்கள் கூடாது) வலைப்பூவுக்கு ஈடுகட்டும் வகையில் கெல்லரும் ஒரு வலைப்பூவில் எழுதினார் — கல்வித்துறையின் சாயலோடு. தன்னுடைய வாசகர்களைத் திட்டமிட்ட ஆற்றல் முதலீட்டுக் குழுவின் (*ஸ்ட்ரடெஜிக் எனர்ஜி இன்வெஸ்ட்மெண்ட் குரூப்*— எஸ்இஐஜி) தலைமை நிர்வாகி யூசுஃப் எம். இப்ராஹீமின் எழுத்துகளுக்கு அறிமுகப்படுத்தி வைத்தார். ஹட்ஸன் இன்ஸ்டிட் யூட்டிற்காக எழுதிவரும் இப்ராஹீம், ஒரு தொடர்கட்டுரை எழுத்தாளர். தனது சக ஊழியர்கள் பலரையும் போல, அடிக்கடி இஸ்லாம் தொடர்பான விஷயங்கள் பற்றிப் பேசிவந்தார். சந்தேகமின்றி, பார்க் 51உம் அதுபோன்ற ஒரு விஷயம்தான். சமுதாய மையம் பற்றியும் ஃபைசல் அப்துர் ரவூஃப் பற்றியும் இப்ராஹீம் தனது கருத்துகளை நேர்மையாகப் பகிர்ந்துகொண்டார். அமெரிக்கா முழுவதும் உள்ள நூற்றுக்கணக்கான பள்ளிவாசல்கள் பண்பாட்டு மையங்களாகவும் விளங்குகின்றன. ஆகவே பார்க் 51உம் பிறவற்றிலிருந்து எந்த வகையிலும் மாறுபடவில்லை என்று சுட்டிக் காட்டினார். ஆனால் அந்த மையங்கள் நீச்சல்குளங்கள், திரையரங்குகள், பல மதத்தவரை ஒருங்கிணைத்து அவர்களிடையே நல்லுறவை ஏற்படுத்துவதற்கென்று வடிவமைக்கப்பட்ட நிகழ்ச்சிகள் என அனைத்தையும் கொண்ட பதின்மூன்று மாடிக் கட்டடங்களல்ல என்றும் குறிப்பிட்டார்.

இப்ராஹீமைப் பொறுத்தவரையில் பள்ளிவாசல்கள் என்பவை மறைமுக கட்டுப்பாட்டு மையங்களாகவும் அவற்றின் தலைவர்கள் மேற்கத்திய கலாச்சாரத்திற்கு எதிரான பிரச்சாரங்கள் —'உண்மையில், இஸ்லாமியப் பிரச்சாரங்களை' — விநியோகித்து வருபவர்களாகவும் இருந்தனர். அவர்களின் நோக்கம் பமேலா ஹாலின் படை வன்மையாக எதிர்த்த 'புரூக்ளின் அரபுமொழிப் பள்ளி போன்ற

ஒன்றாக இருந்தது' என்றார் அவர். அதாவது ஆங்கிலம் பேசும் சராசரி அமெரிக்கர்களுக்கு எளிதில் புரியாத மொழிகளைப் பயன் படுத்துவதன் மூலம் முஸ்லிம்களை தீவிரக் கொள்கைகள் கொண்டவர்களாக ஆக்குதல் —பண்பாட்டு மையங்கள், தெரியாத இடங்களிலிருந்து வந்து புரியாத மொழி பேசும் இமாம்களைக் கொண்டுள்ளன. அவர்களில் பலருக்கு ஒரு வார்த்தைகூட ஆங்கிலம் தெரியவில்லை. ஆனால் அரபுமொழியிலும் உருது மொழியிலும் போதனை செய்கிறார்கள்; பெரும்பாலும் அவை தீவிரவாதச் செய்திகளாகவே இருக்கின்றன.'[19] ஆக, பார்க் 51க்குத் தாம் கொண்டுள்ள நோக்கம் பற்றி ஃபைசல் அப்துர் ரவூஃப் எவ்வளவு தான் அழகாக விளக்கிக் கூறியிருந்தாலும், அவர் பிரார்த்தனைக் கூடத்தில் ஆற்றிய உரைகள் அமைதிக்கான ஆங்கில உரைகளாகத் தான் இருக்கும் என்று அமெரிக்கர்கள் ஏன் நம்பவேண்டும்? மேலும், பமேலா ஹால் போலவே, இப்ராஹீமும் தனது வாசகர்களுக்கு ஒன்றை நினைவுபடுத்தினார்: '2001 செப்டம்பர் 11 தாக்குதல்களுக்குப் பொறுப்பானவர்கள் ஃபோர்ட் ஹுட்டில் படுகொலை நடத்துவதற்கு முன்பு நிடால் ஹஸனுக்கு ஆலோசனை வழங்கிய அதே ஏமனிய மதகுருவைப் பின்பற்றுபவர்கள்தான்' என்று. அவருடைய செய்தி தெளிவாக இருந்தது: அமெரிக்கர்கள் மீண்டும் ஒருமுறை இரத்தக் களரியைப் பார்க்க விரும்பவில்லை என்றால், அவர்கள் உண்மையைக் கண்டறிய வேண்டும் — அவர் கூறியது போல, அந்த மர்ம இமாம் பற்றி, அதற்கு எதிராக ஏதேனும் கருத்து எழுந்தால், அது பமேலா கெல்லர் கூறியதுபோல வெறுப்புப் பேச்சாகவே இருக்கும்.

கெல்லர் தனது வாசகர்களை இப்ராஹீமின் வலைப்பூ பதிவிற்குத் திருப்பிவிட்டதில் ஆச்சரியமில்லை. இருவருக்குமே 2006 முதலாகவே வரலாறு ஒன்று இருந்தது. *த நியூயார்க் சன்* பத்திரிகைக்கு எழுதிவந்த இப்ராஹீம், கெல்லரின் கண்களில் பட்டது அவர் எழுதிய 'தீவிரவாதிகளைப் பொறுத்தவரை, அமெரிக்கா தோற்ற இடத்தில் இஸ்ரேல் வெல்லட்டும்' என்ற கட்டுரைக்குப் பின்தான். அந்தக் கட்டுரை பலவித வேண்டுகோள்களை விடுத்தது: 'மத்திய கிழக்கைச் சேர்ந்த சுரண்டல் கேடுகளான' 'கெட்டழுகும் அரபு சர்வாதிகாரி களுக்கு' எதிராக இஸ்ரேலிய இராணுவப் படைகள் போரிட வேண்டும் என்பதுதான் அது. சிரியாவிலும் பாலஸ்தீனத்திலும் உள்ள அடிப்படைவாதத் தலைவர்களைக் கவிழ்த்துவிட வடிவமைக்கப் பட்ட இஸ்ரேல் திட்டத்திற்கு ஆதரவு தருமாறு அமெரிக்காவைக் கேட்டுக்கொண்ட இப்ராஹீம், 'இஸ்ரேலின் முதல் பணி காஸாவிலுள்ள

சூழ்ச்சி வலை ❋ 55

இராணுவச் செயல்திட்டங்களை ஆழப்படுத்தி, விரிவடையச் செய்வதுதான்' என்றார்.[20] கெல்லரின் முஸ்லிம்-எதிர்ப்புப் பதிவுகள் ஆங்காங்கே இஸ்ரேல் ஆதரவுக் கருத்துகளைக் கொண்டிருந்தன. அவற்றுள் 591 பதிவுகள் 'இஸ்ரேல்: நன்மைக்கும் தீமைக்கும் இடையிலான போராட்டம்' என்ற வகுப்பில் காணப்பட்டன. அவை இப்ராஹீமை 'உண்மை விளம்பி' என்று புகழ்ந்ததுடன், தீவிரவாதிகளை வேரோடு பெயர்த்து எறிய அமெரிக்கர்களுக்குத் தேவையான சரியான வகையைச் சேர்ந்த முஸ்லிம் என்று பாராட்டின.[21]

காலப்போக்கில், கெல்லர் ஹட்ஸன் இன்ஸ்டிட்யூட்டில் இப்ராஹீமுடன் சேர்ந்துகொண்டார். அது ஆலோசனைகளுக்கு முக்கியத்துவம் தரும் ஒரு பழமைவாத அமைப்பு. 'நம் காலகட்டத்தின் முக்கிய விஷயங்கள் பற்றி மக்களுக்கான கருத்துப் பரிமாறல் களை ஊக்குவித்தல்'தான் தமது நோக்கு என்று அந்த அமைப்பு கூறிக் கொண்டது.[22] அதற்குப் பங்களிக்கும் வலைப்பூ எழுத்தாளர்கள் என்ற முறையில் அவர்கள் அரசியல்வாதிகள், அறிஞர்கள், செயல் வீரர்கள் அடங்கிய பெயர்பெற்ற குழுவுடன் இணைந்துக்கொண்டனர் — இஸ்ரேல் ஆதரவு, முஸ்லிம் எதிர்ப்பு உணர்வு ஆகியவற்றில் அவர்கள் கருத்தொருமித்து இருந்தனர். அவர்களின் சக ஊழியர்களில் மார்டின் கிராமரும் ஒருவர் —அவர் ஒரு மத்தியகிழக்கு ஆய்வாளர். முஸ்லிம் பெரும்பான்மையுள்ள நாடுகளில் நிலவும் உயர்மட்ட கருத்தரிப்பு விகிதங்கள்தான் மேற்கத்திய நாடுகளுக்கு மிகப்பெரிய அபாயம் விளைவிக்கக்கூடியவை என்பது அவருடைய கருத்து.[23] மற்றொருவர் டச்சு அரசியல்வாதி ஜியார்ட் வைல்டர்ஸ் —இவர் குர்ஆனை பாசிச வாதிகளின் புத்தகம் என்று வர்ணித்து, பிறகு 'எனக்கு முஸ்லிம்களின் மீது வெறுப்பில்லை; ஆனால் இஸ்லாத்தை வெறுக்கிறேன்'[24] என்று கூறினார். மேலும் ஐக்கிய நாடுகளுக்கான முன்னாள் அமெரிக்க தூதர் ஜான் பால்ட்டன் 'அரசியல்வாதிகள் (நாம்) விரும்பினாலும் விரும்பாவிட்டாலும் மதச் சகிப்புத்தன்மையையும் பரஸ்பர நல்லிணக்கத்தையும் அதிகரிக்கச் செய்வதையே விரும்புகின்றனர்' என்று சாடினார்.[25]

***

வெறுப்பையும் சந்தேகத்தையும் தூண்டுவதில் இணைய தளம் ஆற்றும் பங்கை நாம் குறைத்து மதிப்பிட முடியாது. முன்பு அச்சப் பிரச்சாரங்கள் மரபுவழிப்பட்ட தொடர்பாடல் முறைகளையே நம்பி

இருந்தன. அதுபோலன்றி, வலைப்பூ (ப்ளாக) உலகம் சாதாரண மக்களாக இருந்தாலும் ஏதாவது விஷயம் இருந்தால் அதை அவர்கள் மூலம் உலகெங்கிலும் பரப்ப வகை செய்துள்ளது. தேவையெல்லாம் ஒரு மடிக்கணினி, இணையதளச் சேவை —அவ்வளவுதான்.

மக்கள் எழுச்சியை ஒருங்கிணைக்க எண்ணுபவர்களுக்கு காப்பி விடுதிகளிலும் வரவேற்பறையிலும் கூடிப்பேசுவது பழைய பாணி. இவை ஒரு காலத்தில் ஒரு தொடக்கத்தைக் குறித்தன —பொதுவான ஒரு பகைவனுக்கு எதிராக அணிவகுப்புகளும் பேரணிகளும் நடத்துவதற்கான செயல்களம். கடைக்காரர்கள், அதிகாரவர்க்கத்தினர், சிறுவியாபாரிகள், ஏன் வேலையற்றவர்கள்கூட இப்பொழுது மரபுவழிப்பட்ட வகுப்பு பேதங்களைக் கடந்து வலைத்தளத்தைப் பயன்படுத்தி ஆதரவு திரட்டலாம்; சிறு வட்டாரங்களில் மட்டுமே நிலவிவந்த யோசனைகளை மாநில, தேசிய, ஏன் உலக அளவில் கூடப் பரவச் செய்யலாம்.

இணையதளத்தில் எல்லோருக்கும் இடம் உண்டு; ஆகாதவர்கள் ஒருவருமில்லை. நாம் யாரென்பது ஒருவருக்கும் தெரியாமல் இருப்பது (நாம் பைஜாமா அணிந்து வீட்டில் அமர்ந்துகொண்டு இணையதளத்தில் வெறுப்புக் கட்டுரைகள் எழுதியே பெரும் பொருள் ஈட்டலாம்) சிலருக்குப் பிடிக்கிறது என்றால் வலைப்பூ, முகநூல் எழுத்தாளர்களுக்குப் பரஸ்பரம் தகவல்களைப் பகிர்ந்துகொண்டு, கூட்டாக உருவாகும் கட்டுரைகளுக்கு ஒவ்வொருவரும் சொந்தக் காரர்கள் என்று பெருமைகொள்வது அதே அளவு பிடித்தமானது. ஃபேஸ்புக், ட்விட்டர் ஆகிய சமூக வலைத்தளங்களில் நாம் பதிவுகளை ‘லைக்’ செய்யலாம் அல்லது மற்றவர்களுக்கு ‘ரீ-ட்வீட்’ செய்யலாம். புகைப்படங்கள் பகிர்ந்துகொள்ளப்படுகின்றன; பரிமாறிக்கொள்ளப்படுகின்றன. யூ-ட்யூப் வீடியோக்கள் பதிவு செய்யப்பட்டு, ஆயிரக்கணக்கானவர்கள் பார்க்க வழி செய்கின்றன. கருத்துகள் பதிவு செய்யப்பட்டு, ஆதரவாளர்கள் திரட்டப் படுகின்றனர். சமூக வலைத்தளங்களில் ஒருவர் எவ்வளவுக் கெவ்வளவு முனைப்போடு இருக்கிறாரோ, அவ்வளவு பிரபலமாகி, அவர்களுக்கென்று ஒரு தனிப்பட்ட அடையாளம் உருவாகி, அதுவே ஈடுபாட்டையும் அளிக்கிறது. பகலில் மனநல மருத்துவர்கள், பல் வைத்தியர்கள், வங்கி அதிகாரிகள் என்று இருப்பவர்கள் இரவானால் வலதுசாரி அரசியல் போராளிகள் ஆகிவிடுகின்றனர். காப்புறுதி முகவர் அலுவலகத்தின் ஓய்ந்துபோன வரவேற்பாளர்

பெண்மணி, வீட்டிற்குத் திரும்பியதும் முஸ்லிம் எதிர்ப்பு மங்கையாகவோ, இஸ்லாம் எதிர்ப்பு ஐரீன் புயலாகவோ உருவெடுப்பாள்.

வலதுசாரிகளின் முஸ்லிம் எதிர்ப்பு இணையதளங்கள் ஒரேயொரு குணாதிசயத்தில்தான் கவனம் செலுத்துகின்றன. உதாரணமாக, பமேலா கெல்லர் போன்ற தனிப்பட்ட மனிதர், ஒரு வட்டாரத்திற்குத் தலைவி. அது ஜனநாயகமல்ல. ஆனால் அவரே அது எப்படி இருக்க வேண்டும் என்று தீர்மானித்து, உரையாடலைக் கட்டுப்படுத்தி, அவர் செலுத்திவிடும் கதைகள், வதந்திகள், பழிகளுக்குப் பிறகு உள்ள, பெரிதாக்கப்பட்ட சொல்லாட்சிக்கு மேலும் வலுவூட்டுகிறார். அவருடைய ஆவேசத்தில் பங்குகொள்ளும் இஸ்லாமிய வெறுப்பாளர்கள் ஓர் அரசியல் கூட்டத்திற்கு முன்போ மக்கள் கூட்டத் திற்கு முன்போ கூறத் தயங்கும் கருத்துகளை இணையதளத்தில் சொல்லும் துணிவும் திறனும் கொண்டுள்ளனர்; காரணம் வலைப்பூ, முகநூல் போன்ற சமூக ஊடக உலகிலுள்ளவர்கள் உடலளவில் மிகவும் தொலைவில் உள்ளதுதான். இணையதளம் சொல்லாட்சி களைப் பெரிதாக்கும் தன்மைகொண்டது; காரணம், ஒரே விதமான வெறுப்புணர்வு கொண்டிருப்பவர்கள் பல மைல்களுக்கு அப்பால், ஏன், பல கண்டங்களுக்கு அப்பால்கூட இருக்கலாம். என்றாலும் அவர்களுக்கு இடையில் நெருங்கிய தொடர்பு நிலவுவதுதான்.

ராபர்ட் ஸ்பென்ஸர், டானியல் பைப்ஸ், மார்ட்டின் கிராமர் என யாராகட்டும், எல்லோரும் இணையதள இஸ்லாமிய வெறுப்பாளர்தாம். அவர்கள் ஒருவருக்கொருவர் பதிவுகளையும் கட்டுரைகளையும் பகிர்ந்துகொண்டு, தமது நேயர்களுக்கு அளிக்கிறார்கள். ஒரே வெறுப்புக் கருத்து பல வலைத்தளங்களில் காணப்படுவதும் சமூக வலைத்தள உலகெங்கும் பதிவு செய்யப் படுவதும் அசாதாரணமான ஒன்றல்ல. ஒரு வதந்தி, உதாரணமாக மால்கம் எக்ஸின் இரகசியக் காதல் உறவில் பிறந்த குழந்தைதான் பராக் ஒபாமா என்று சமூக ஊடக எழுத்தாளராக மாறிய ஒரு வகுப்பு வாதியின் மின்னஞ்சல் பெட்டியிலிருந்து புறப்பட்ட வதந்தி, போகும் போக்கில் சூடேறி, முன்பின் தெரியாத ஏதோ ஒரு சின்னஞ்சிறு பட்டணத்தின் மூலையிலிருந்து தொடங்கி ஐரோப்பிய மாகாணங்களின் மூலை முடுக்குகளுக்கெல்லாம் செல்கிறது. மவுஸ் ஒவ்வொரு முறை புதிதாய்க் 'க்ளிக்' செய்யப்படும் பொழுதும், அந்தக் கதை வீச்சில் மட்டுமின்றி, உட்கருத்திலும் வளர்ந்தபடியே செல்கிறது. யாரோ ஒருவர் பிரமைபிடித்த நிமிடத்தில் தொடங்கி

வைத்த வகுப்புவெறி, மிக விரைவில் ஒரு முழுநீளக் கதையாய் வளர்ந்துவிடுகிறது —ஆப்பிள் பை, பேஸ்பால், சுதந்திரம் என அமெரிக்க வாழ்க்கை முறையின் அம்சங்கள் அனைத்தையும் வெறுக்கும் சோஷலிச ஆதரவு முஸ்லிம்கள் அமெரிக்காவைக் கைப்பற்றப் போவதாக.

***

மே மாதம் இரண்டாம் வாரத்திற்குள் '911 பள்ளிவாசலைத் தடை செய்யுங்கள்' என்ற போராட்டத்திற்கான திட்டம் உருவானது. 'நாங்கள் ஜூன் 6ஐப் போராட்டத்திற்கான தேதியாகத் தேர்ந்தெடுத்தோம்' என்று பமேலா கெல்லர் பெருமை பொங்கக் கூறினார். 'ஏனெனில் அது வரலாற்று முக்கியத்துவம் வாய்ந்த நாள். 1944இல் அமெரிக்கர்கள் நாஸிஸத்திற்கு எதிராக நடவடிக்கை எடுத்தனர். இப்போது அமெரிக்கர்கள் இஸ்லாமிய ஜிஹாத் தீவிரவாதம், இஸ்லாமிய ஆதிக்கம் ஆகியவற்றுக்கு எதிராக நிற்கவேண்டிய நேரம் வந்து விட்டது'[26] என நேயர்களைக் கலந்துகொள்ளும்படி முகநூல் வழியே அழைப்பு விடுத்த கெல்லர், அடுத்த மூன்று நாள்களுக்குள் அந்த நிகழ்ச்சிக்கான ஏறத்தாழ ஒரு டஜன் விளம்பரங்களைத் தமது சமூக ஊடகங்களில் பதிவு செய்தார். அவர் தமது வலைத்தள நேயர்களை கிரவுண்ட் ஜீரோவின் தென்கிழக்கு மூலை நோக்கிச் செலுத்த விழைந்தார் —இதில் வேடிக்கை என்னவென்றால் போராட்டக் காரர்கள் லிபர்ட்டியும் சர்ச் வீதிகளும் சந்திக்கும் இடத்தில் கூடவிருந்தனர். ஆனால் தாம் எதிர்பார்க்கும் பெருந்திரளான மக்கள் கூட்டத்திற்குத் தம் இணையதள விசிறிகள் மட்டும் இருந்தால் போதுமா என்று கெல்லர் சிந்தித்தார். 'நமக்கு நியூயார்க் நகரம் முழுவதும் வேண்டும்' என்றார் அவர்.

அந்தச் சம்பவத்திற்குச் சில வாரங்கள் முன்னதாக, ஒரு மாபெரும் ஆதரவு *நியூயார்க் போஸ்ட்* இதழின் எழுத்தாளர் ஆன்ட்ரியா பெய்சரிட மிருந்து வந்தது. அது பமேலா கெல்லரை இணையதளத்தின் மேல் நிலைகளிலிருந்து அமெரிக்காவின் ஆறாவது பெரிய நாளிதழின் பக்கங்களுக்குச் சட்டென்று உயர்த்திவிட்டது. நியூயார்க்கைச் சேர்ந்த பெய்சரின் நேர்மையான கட்டுரைகளும் காரமான வார்த்தைகளும் அவருக்குச் சம அளவில் ஆதரவாளர்களையும் எதிரிகளையும் சம்பாதித்துத் தந்திருந்தன. 2010 மே 13 அன்று பெய்சர் கெல்லரை 'கிரவுண்ட் ஜீரோவில் பள்ளிவாசல் ஆவேசம்' என்ற தனது

கட்டுரையில் குறிப்பிட்டு, திட்டமிடப்பட்ட போராட்டத்தின் தேதியை விளம்பரம் செய்தார்.[27] நியூயார்க் நகரம் முழுதும் 5,25,000 பிரதிகளுக்குமேல் விநியோகம் செய்யப்படும் *நியூயார்க் போஸ்ட்* மூலம் செய்தி மிகவும் வேகமாகப் பரவியது. அட்லஸ் ஷ்ரக்ஸ் வலைத்தளம் பற்றி அறிந்திராத மக்களையும் அது சென்றடைந்தது. 'இன்றைய *நியூயார்க் போஸ்ட்* இதழில் ஆன்ட்ரியா பெய்சரின் காரசாரமான கட்டுரை ஒன்று வெளிவந்துள்ளது' என்று அன்றைய *போஸ்ட்* கடைகளை எட்டிய சில மணி நேரங்களில் கெல்லர் அறிவித்தார்.[28] 'அது முழுவதையும் படியுங்கள்' என்றார் அவர். பெய்சர் தமக்குச் செய்த உதவிக்குப் பதிலாகத் தமது வலைப்பூவில் பெய்சரின் வலைத்தளத்திற்கான தொடுப்பையும் (இணைப்பையும்) அளித்தார். ஜூன் 6 நெருங்கிவர, கெல்லரின் நேயர்கள் பன்மடங்காகி, 8,88,000 மாதாந்தர வாடிக்கையாளர்களும் அவருடைய பக்கங்களைப் படிப்பவர்கள் ஒரு மில்லியனுக்கும் அதிகமாகவும் இருந்தனர்.

***

லிபர்ட்டி ஸ்கொயரின் பூங்கா ஒன்றில் இருந்த பெஞ்சில் அவன் அமர்ந்திருந்தான். அவனுடைய உடல் ஆச்சரியப்படும்படி விறைப் பாக இருந்தது. முகத்தில் ஆறாச் சோகத்தின் ஆழமான ரேகைகள். மன்ஹட்டனின் காற்றில் மெல்ல மிதந்துவரும் அவனின் இறந்து போன சகோதரர்களின் சாம்பல் துகள்கள் அவனுடைய உடலின் மீது படிந்தன. அவனை 'உயிர் பிழைத்தவன்' என்று அழைத்தார்கள் - தீயணைப்பு வண்டி எண் 54இன் முதல் குழு அங்கு வந்து சேர்வதற்குள் தனிமையின் நிழல் படிந்த அவனின் மௌனப் பார்வை அந்த செப்டம்பர் காலையில் நடந்த சம்பவத்தின் கோரமான விளைவைப் பிரதிபலித்தது.

அவனுடைய பெட்டி திறந்து கிடந்தது. அதனுள் இருந்தவை எல்லாம் மெல்லச் சாம்பலாகி எப்பொழுதோ அவனின் காலடியில் குவிந்துவிட்டிருந்தன. கனன்று கொண்டிருக்கும் இடிபாடுகளினூடே மீட்புக் குழுவினர் அவனைக் கண்டு அதிர்ந்து போயினர். நியூயார்க் நகர் வருவாய் மாவட்டத்தைச் சேர்ந்த அவன் இப்படி ஒரு சிம்மசொப்பனச் சூழலில் மூழ்கிக் கிடந்தான். அவர்கள் உதவிக்கு வருவதாக அவனை நோக்கிக் கூவினார்கள். ஒரு காலத்தில் அமெரிக்காவின் கவர்ச்சிமிகு சின்னங்களாக இருந்த இரட்டைக் கோபுரங்களின் இடிபாடுகளுக்கிடையே சூரிய வெளிச்சம் எட்டிப்

பார்த்துக்கொண்டிருக்க, அவனது நெற்றி அதில் மின்னியது. அடிபட்டுக் காயமடைந்து, சிலையாய் அமர்ந்திருந்த அந்தப் பழுப்பு நிற மனிதன் விரைவில் அதிர்ச்சியில் மூழ்கவிருந்த தேசத்திற்கு நம்பிக்கையூட்டும் செய்தியாக விளங்கினான்.

அந்த வேதனை மிகுந்த செவ்வாய்க் கிழமைக்குப் பிறகு ஒன்பது ஆண்டுகள் உருண்டோடின. லோயர் மன்ஹட்டன் இயல்பான வாழ்க்கைக்குத் திரும்பிக்கொண்டிருந்தது. நண்பகல் உணவு இடைவேளையின் போது தங்கள் உடைமைகளைக் குடைந்து கொண்டிருக்கும் வியாபாரிகளின் கூட்டங்களுக்கிடையே இப்பொழுது பிரபலமாகியிருக்கும் அந்தச் சிலை கலந்துவிட்டிருந்தது. என்றாலும் பார்க் 51ஐ எதிர்த்துப் போராடும் மக்கள் கூட்டங்களின் ஆரவாரம் லிபர்ட்டி மற்றும் சர்ச் வீதிகளை ஆக்கிரமித்துக்கொண்டிருக்க, அவனுடைய அமைதியான தோற்றம் அதனோடு பொருந்தாதது போல் தோன்றியது. நண்பகல் வேளை நெருங்கிவர, சில அடுக்குகள் தள்ளி சிவப்பும், வெள்ளையும், நீலமும் கடலாய்க் கலந்து தெரிந்தன. பிளாஸா நெய்ல் சலோனுக்கு (நக அலங்கார நிலையத்திற்கு) வெளியே சில போராட்டக்காரர்கள் அமெரிக்கக் கொடியை வீசியபடி இருந்தனர். மேலும் சிலர் முஹம்மதின் கேலிச்சித்திரங்களை ஏந்தி நின்றனர் — அவருடைய தலை கொளுத்தப்பட்ட ஒரு கைவெடிகுண்டாகச் சித்திரிக்கப்பட்டிருந்தது. ‘இஸ்லாம் ஒருபால் உறவுக்காரர்களை வெறுக்கிறது’ என்று ஒருவர் கத்த, கீச்சுக் குரலில் அருகிலிருந்த பெண்மணி கத்தினார்: ‘இஸ்லாம் பெண்களை வெறுக்கிறது.’ லிபர்ட்டி பார்க்கைப் பச்சைக் குடைபோல் போர்த்திய மரங்களின் பசுமைக்குக் கீழே ‘உயிர்பிழைத்தவன்’ அல்லது அவனை வடிவமைத்தவர் அழைப்பது போல ‘டபுள் செக்’ இன்னமும் அமைதியாக அமர்ந்திருந்தான். விரைவிலேயே அவனுடைய கையில் ஒரு வாசகமும் அமெரிக்கக் கொடியும் காணப்பட்டன. தன் இறந்து போன சக தேச பக்தர்கள் சார்பாக ‘கிரவுண்ட் ஜீரோ பள்ளி வாசலுக்கு’ அவன் எதிர்ப்புத் தெரிவித்துக்கொண்டிருந்தான்: ‘நகர்மன்றத் தலைவர் புளூம்பெர்க் உயிரிழந்த நியூயார்க் நகர தீயணைப்புப் படையினருக்கு நீங்கள் மரியாதை காட்டத் தவறியது மலைப்பாக இருக்கிறது. கிரவுண்ட் ஜீரோவில் ராட்சத பள்ளிவாசல் கட்டுவது கூடாது!’ என்றது அவனுடைய வாசகம்.

***

ஜூன் 6 அன்று நடந்த '911 பள்ளிவாசலைத் தடை செய்யுங்கள்' போராட்டம் முழுக்க முழுக்க பமேலா கெல்லரின் முயற்சியல்ல — அமெரிக்கா இஸ்லாமியமாவதை நிறுத்துங்கள் *(ஸ்டாப் இஸ்லாமைசேஷன் ஆஃப் அமெரிக்கா —எஸ்அய்ஓஏ)* என்னும் வளர்ந்துவரும் அமைப்புதான் அதைச் செய்தது. அது மனித உரிமைகளையும், பேச்சுரிமை, மதச் சுதந்திரம் ஆகியவற்றையும் நோக்காகக் கொண்ட வலைத்தள அடிப்படையிலான அமைப்பாகும். ஐரோப்பாவில் ஐரோப்பா இஸ்லாமியமாவதை நிறுத்துங்கள் *(ஸ்டாப் இஸ்லாமைசேஷன் ஆஃப் ஈரோப் —எஸ்அய்ஓஈ)* என்னும் அமைப்பு உள்ளது. அதன் பாணியில் உருவான இந்த அமைப்பு, இணையதளப் போராளிகளின் வலதுசாரிப் பிரிவினர் கூடி ஒருங்கிணைத்த ஒன்றாகும். முஸ்லிம்களுக்கு எதிரான உணர்வுகளும் இஸ்ரேலுக்கான ஆதரவும் அவர்களின் அடிப்படைச் செயல் பாடுகளாக இருந்தன.

2007இல் நிறுவப்பட்ட ஐரோப்பா இஸ்லாமியமாவதை நிறுத்துங்கள் என்னும் அமைப்புக்கு வித்திட்டவர்கள் ஸ்டீஃபென் காஷ், ஆண்டர்ஸ் கிராவர்ஸ். காஷ் ஓர் ஆங்கில தேசியவாதி; முஸ்லிம் எதிர்ப்பாளர். கிராவர்ஸின் டென்மார்க் குழுவான டென்மார்க் இஸ்லாமியமாவதை நிறுத்துங்கள் மேலும் விரிவான ஒரு ஐரோப்பிய இயக்கத்திற்கான முயற்சிகளை ஊக்குவித்தது. மூன்று ஆண்டுகளுக்கும் மேலாக ஐரோப்பா இஸ்லாமியமாவதை நிறுத்துங்கள் அமைப்பு இங்கிலாந்து மற்றும் டென்மார்க் முழுதுமான பள்ளிவாசல்களுக்கு எதிராகப் பிரச்சாரம் செய்துவந்தது. 2009 செப்டம்பர் 11 அன்று, அதாவது உலக வர்த்தக மையத்திலும் பென்டகனிலும் தாக்குதல் நடந்து எட்டு ஆண்டுகளுக்குப்பின், அந்தக் குழு தேசிய அளவிலும் உலக அளவிலும் ஊடகங்களை ஈர்த்தது. இங்கிலாந்திலுள்ள ஹாரோவில் பள்ளிவாசல் கட்டப்படுவதற்கான திட்டத்தை எதிர்த்துப் போராட்டம் நடத்திய ஐரோப்பா இஸ்லாமியமாவதை நிறுத்துங்கள் அமைப்பின் ஊழியர்கள் செங்கற்களை ஏந்திய எதிரணியோடு மோதலில் இறங்கினர். கோபாவேச அலையில், செங்கற்களும் கண்ணாடிப் புட்டிகளும் பட்டாசுகளும் மேல்நோக்கி வீசி எறியப்பட்டன. காலப்போக்கில் காவல்துறை தலையிட்டு பத்து பேரைக் கைது செய்தது.

கெல்லரைப் பொறுத்தவரையில் போராட்டங்கள் பூரிப்பை வழங்கின. செப்டம்பர்11இன் காயங்கள் இன்னும் ஆறவில்லை என்று அவை காட்டின. ஓர் ஒற்றைப் பெரும் சக்தியாக இருந்து கொண்டு, அமெரிக்கர்களையும் ஐரோப்பியர்களையும் மொத்தமாய்

அழிப்பதற்குத் தனது ஆபத்தான உச்சங்களோடு காத்துக் கொண்டிருக்கும் இஸ்லாம் பற்றிய செய்திகள், நல்ல வரவேற்பைப் பெற்றது மட்டுமின்றி, போராளிகளின் ஆவேசப் படையையும் உருவாக்கவல்லதாக இருந்தது. சுதந்திரம் பேணும் நாட்டை அது களங்கப்படுத்தவிடாமல் தடுப்பதே அவர்களின் உயிர்மூச்சாகவும் லட்சியமாகவும் இருந்தது. கெல்லர் ஐரோப்பா இஸ்லாமியமாவதை நிறுத்துங்கள் அமைப்பைப் பல ஆண்டுகளாகத் தொடர்ந்து வந்திருந்தாலும் சமீபத்திய இந்தச் சர்ச்சை அவர்களுடன் நேரடியாகத் தொடர்புகொள்ளத் தூண்டியது.

2010 பிப்ரவரியில் கெல்லரும் கிராவர்ஸூம் சந்தித்தனர். இருவரும் வாஷிங்டன் டிசியில் நடைபெற்ற பழமைவாத அரசியல் நடவடிக்கை மாநாட்டில் (சிபீஏசி) பங்குகொண்டனர். அங்கு கெல்லர் *ஜிஹாத் வாட்ச்* என்னும் சர்ச்சைக்குரிய வலைப்பூ எழுத்தாளர் ராபர்ட் ஸ்பென்ஸருடன் இணைந்து *அமெரிக்கன் ஃப்ரீடம் டிஃபென்ஸ் இனிசியேடிவ்* (அமெரிக்க சுதந்திரத் தற்காப்பு முயற்சி - எஃப்டிஐ) என்னும் தங்கள் புதிய பெருவணிக முயற்சிக்கான திட்டங்களை அறிவித்தார்.[29] அவர்களின் உறவு பல ஆண்டுகளுக்கு முன்பே தொடங்கியிருந்தாலும், *அமெரிக்கன் ஃப்ரீடம் டிஃபென்ஸ் இனிசியேடிவ்* ஸ்பென்ஸரும் கெல்லரும் இணைந்து எடுத்துக் கொண்ட முதல் வணிக முயற்சியாகும். அவர்கள் சந்தித்தது 2006இல் அமெரிக்காவின் உண்மைக் கருத்தரங்கம் என்ற இஸ்லாம் தொடர்பான மாநாட்டில். ஒருநாள் முழுதும் நடந்த அந்தக் கருத்தரங்கம், அதில் பங்குபெற்ற பழமைவாத எழுத்தாளர்கள், செயல்வீரர்கள், வணிகப் பெருமக்கள் ஆகியோர் மூலம் அமெரிக்காவை முஸ்லிம்கள் கைப்பற்றும் திட்டத்தைக் கூறி எச்சரித்தது. அங்கு கூடியிருந்தவர்களிடம் ஸ்பென்ஸர் உரையாற்றத் தொடங்குவதற்கு முன்பாக, கெல்லர் தமது சமூக ஊடங்கள் மூலம் நேரடியாகக் கருத்தரங்கின் விவரங்களைப் பகிர்ந்துகொண்டார்:

> *ஜிஹாத் வாட்ச்* இதழ்தான் இஸ்லாம் பற்றிய மிக விரிவான, விளக்கமான வலைத்தளம். (ஸ்பென்ஸரின்) சமீபத்திய படைப்பான *த ட்ரூத் அபௌட் முஹம்மத்* (முஹம்மத் பற்றிய உண்மை) அது பற்றிய சிறந்த புத்தகமாகும். இப்போதைய சூழலில் நிச்சயமாகப் படிக்க வேண்டிய ஒன்று. இவ்வளவு பரந்த அறிவுள்ள, ஆழ்ந்த ஆராய்ச்சிகள் செய்யும் ஒருவர் மிகவும் கலகலப்பான, கவர்ச்சியாக, புத்திகூர்மையுள்ள, சுருக்கமாகவும் தெளிவாகவும்

பேசும் வேடிக்கையான மனிதர் ஸ்பென்ஸர் என்பதையும் நீான் நிச்சயமாக உங்களுக்குக் கூறத்தான் வேண்டும்.[30]

ஒரு பரஸ்பர நட்பு அவர்களிடையே மலர்ந்துவர, கெல்லரும் ஸ்பென்ஸரும் பாராட்டுகளைப் பரிமாறிக்கொண்டு, ஒருவருடைய எழுத்துகளை மற்றொருவர் தங்களின் வாதங்களுக்கு ஆதாரமாகக் காட்டினர். 'அச்சமற்ற, புத்திசாலியான, அழகான பமேலா கெல்லர் தமது 'சூப்பர்கேர்ள்' உடையையும் நன்றாகவே உடுத்துகிறார்' என்றார் ஸ்பென்ஸர். இதைக் கெல்லர் பெருமையோடு தமது வலைத்தளத்தில் ஓரண்மாய்ப் பதித்துக்கொண்டார்.[31]

அமெரிக்க சுதந்திர தற்காப்பு முயற்சியைத் தொடங்குவதற்கான நோக்கத்தைக் கெல்லரும் ஸ்பென்ஸரும் விவரித்தனர் —தேசிய, மாநில, வட்டார அரசுகள், ஊடகங்கள் மற்றும் பலர் உலகளாவிய ஜிஹாத், இஸ்லாத்தின் ஆதிக்கம் ஆகியவற்றுக்கு அளிக்கும் ஆதரவின் பேரில் செய்யும் சதியை எதிர்த்துப் போராடுவதாகும். தவிர, 'அமெரிக்க மக்களின் மீது சோஷலிசத்தையும் மார்க்ஸியத்தையும் திணிக்கும் முயற்சிகளை முறியடிப்பதும்' அதன் நோக்கமாக இருந்தது.[32] இதைச் சாதிப்பதற்கு, தங்கள் வலைத்தள நேயர்கள் மத்தியில் ஆர்வம் காட்டும் தொண்டர்களை ஒன்றுகூட்ட இருவரும் முடிவு செய்தனர். அவர்களின் வலைத்தளம் கூறியதாவது:

> (எஃப்டிஐ செய்யும்) *அட்லஸ் ஷ்ரக்ஸ், ஜிஹாத் வாட்ச்* ஆகிய வலைத் தளங்கள் வழியே (கடந்த பன்னிரண்டு மாதங்களில் இரண்டும் சேர்ந்து 22 மில்லியன் பக்கப் பார்வைகள் பெற்றிருந்தன.) தொடர்ந்து நிலவும் பிரச்சினைகள் பற்றிய விழிப்புணர்வை ஏற்படுத்தி, எங்கள் தனிப்பட்ட பக்கப் பார்வைகளைப் பயன் படுத்தி (*ஜிஹாத் வாட்ச்* நாளொன்றுக்கு 30,000 பக்கப் பார்வைகள், அட்லஸ் 25,000, என இரண்டும் சேர்ந்து மாதமொன்றுக்கு 2 மில்லியன் பக்கப் பார்வைகள்) ஓர் இயக்கத்தை உருவாக்குவோம்.[32]

இந்த இயக்கத்தை உருவாக்குவதில் முதல் படியாகக் கெல்லரும் ஸ்பென்ஸரும் கருதியது அதை நிறுவனமாக்குவதுதான். எஃப்டிஐ இலாபமீட்டா நிறுவனமாக உருவாக்குவதன் மூலம் பொதுமக்களிட மிருந்தும் அரசிடமிருந்தும் உதவித்தொகை பெற்று எதிர்கால நன்கொடையாளர்களுக்கு வரிச்சலுகைகளும் அளிக்க முடியும். தங்களின் போர் சமூக ஊடக உலகின் எல்லைகளைக் கடந்து அமெரிக்காவின் வீதிகள் வரை சென்றடைய அவர்களுக்கு இத்தகைய நன்கொடைகள் தேவைப்பட்டன. ஸ்பென்ஸரின் சொந்த ஊரான

நியூ ஹாம்ப்ஷயர் இதற்குப் பொருத்தமான இடமாகத் தெரிந்தது — இருவருக்கும். ஸ்பென்ஸரின் பெட்ஃபோர்ட் முகவரி அலுவலக முகவரியானது. நியூ ஹாம்ப்ஷயர் சட்டங்களின்படி, அங்குள்ள இலாபமீட்டா நிறுவனங்கள் குறைந்தது ஐந்து தனிப்பட்ட அறங்காவலர்களை நிர்வாக இயக்குநர்கள் குழுவாகக்கொண்டிருக்க வேண்டும். ஆக, கெல்லருக்கும் ஸ்பென்ஸருக்கும் மேலும் மூன்று பேர் தேவைப்பட்டனர். ஒத்தசிந்தனை கொண்ட வலதுசாரிப் போராளி களின் களமாக விளங்கிய பழமைவாத அரசியல் நடவடிக்கை மாநாடு (சிபீஏசி) அவர்களைக் கண்டறிய மிகவும் கச்சிதமான வாய்ப்பைத் தந்தது.

ஜான் ஜோசஃப் ஜே குடியரசுக் கட்சிக்கு ஆதரவளிக்கும் விரக்தி அடைந்த இளைஞரில் ஒருவர். லிம்பா மற்றும் கிளென் பெக்கின் பொறி பறக்கும் வார்த்தைகளை மிகவும் இரசிப்பவர். தம்மை ஒரெகானிலுள்ள மில்டன்-ஃப்ரீவாட்டரைச் சேர்ந்த ஒரு 'சூப்பர் சியோனிஸ்ட்' என்றும் 'எரிச்சலூட்டும் கிழவன்' என்றும் வர்ணித்துக் கொண்டார். அவருடைய *சம்மர் பேட்ரியட், விண்டர் சோல்ஜர்* என்னும் வலைப்பூ ஆத்திரமும் கோபமும் நிரம்பிய ஒன்றாக விளங்கியது. தம் வலைத்தளத்தில் தமது ஆர்வங்களாக அவர் 'நிர்வாணமான பெண்கள்; எனக்கு வயதாகும்போதும் மேலும் வயதான நிர்வாண மான பெண்கள்; அதற்கு மேலும் வயதாகும் போது வயதான நிர்வாணமான பெண்களைப் பற்றி எண்ணுதல்' என்று கூறியிருந்தார்.[33] குறிப்பாக ஒரு சர்ச்சைக்குரிய பதிவில், ஜே கூறினார்: 'ஆளும் வகுப்பை நீக்கம் செய்வதால் அது வன்செயல் மூலமாகத் தாம் இருக்கும். துப்பாக்கிகளும் ஆயுதங்களும் வாங்கிக்கொள்ளுங்கள்; உங்கள் சுதந்திரங்களைக் காத்துக்கொள்ளுங்கள். அத்துடன் இதையும் நினைவில் கொள்க: உங்கள் உறவினர்களை, மாமாக்களை, மகன்களை, மகள்களையெல்லாம் கொல்ல வேண்டியிருக்கும் — அந்தச் சுதந்திரங் களைக் காத்துக்கொள்வதற்காக.'[34] பின்னர் அவர் எழுதினார்: 'இஸ்லாம் முழுமையாக நம்மோடு போர் தொடுத்துக் கொண்டு இருக்கிறது; இஸ்லாமியர்கள் அனைவரும் போரிடு கிறார்கள். இஸ்லாத்தில் அப்பாவிகளும் இல்லை; அப்பாவித்தனமும் இல்லை.'[35] ஜே கெல்லரின் *அட்லஸ் ஷ்ரக்ஸ்* வலைப்பூவைப் பல ஆண்டுகளாகத் தொடர்ந்து படித்து வந்திருந்தார். அதை 'அமெரிக்காவின் மிகச்சிறந்த வலைப்பூ' என்று வர்ணித்தார்.[36] நிச்சயமாக இந்த ஆதரவு கெல்லரின் *அமெரிக்கன் ஃப்ரீடம் டிஃபென்ஸ் இனிசியேடிவ்* (எஃப்டிஐ) நிறுவனத்திற்கு ஒரு கையெழுத்தைப் பெற்றுத்தர

வாய்ப்பிருந்தது. சிறிதளவே பேசவேண்டியிருந்தது— ஜே ஆவணத்தில் கையெழுத் திட்டு எஃப்டிஐ நிர்வாகக் குழுவின் வாக்குரிமையுள்ள உறுப்பினர் ஆனார். அவர் கெல்லரின் நியூயார்க் அஞ்சல்பெட்டியைத் தனது முகவரியாகக் கொண்டார்.[37]

அந்தக் குழுவில் ரிச்சர்ட் டேவிஸூம் இருந்தார். அவர் பென்சில்வேனியாவிலுள்ள வெஸ்ட் செஸ்டரைச் சேர்ந்த பழம்பெரும் கப்பற்படை அதிகாரி. *ஷீப்டாக்ஸ்* என்னும் அவருடைய வலைப்பூ நடப்பு நிகழ்வுகள் பற்றிய பழமைவாதக் கருத்துகளை அளித்தது. தமக்கு ஆபத்து வருமென்று தெரிந்தும் பிறருக்கு உதவும் மனம் கொண்டவர்களைக் குறிக்கும் வகையில் அந்தப் பெயர் அமைந்திருந்தது. செஸ்டர் கவுன்டியின் *ஷீப்டாக்ஸ்* சிறுபான்மை யினரை எதிர்க்கும் டீ பார்ட்டி ஆர்வலர்களின் குழு. 'தயவு செய்து உங்களுக்கு நீங்களே உதவிக்கொள்ளுங்கள். ஏதாவது ஒரு வேலையில் சேருங்கள். போய்ப் படியுங்கள், முட்டாள்களே' என்று ஆப்பிரிக்க அமெரிக்கர்களின் கூட்டம் ஒன்றை நோக்கி அந்தக் குழுவின் உறுப்பினர் ஒருவர் கத்தினார். மற்றவர்கள் பராக் ஒபாமா அரபுத் தலைவர்களுக்குக் குனிந்து வணக்கம் தெரிவிப்பது போன்ற படங்களை ஏந்தி நின்றனர். 'அடிபணிதல் அரங்கேறிவிட்டது' என்றது அது.[38] குழுவின் வலைத்தளம் கொடியின் பின்னணியைக் கொண்டிருந்தது. டேவிஸ், பமேலா கெல்லரை 'நீண்ட நாள் தோழி, ஆதரவாளர்' என்றும் 'அசாதாரண உண்மை விளம்பி' என்றும் வர்ணித்தார்.[39] 'நான் அவரை ரோஜர் டால்ட்ரே போலக் கருதுகிறேன்' என 2010 அக்டோபரில் டேவிஸ் *நியூயார்க் டைம்ஸிடம்* கூறினார். அவர் குறிப்பிட்டது த ஹூவின் எக்செண்ட்ரிக் இசையைப் பிரபலமாக்கிய முன்னணிப் பாடகரை. 'அவர் பார்க்க நன்றாக இருப்பார், வலிமையான குணாதிசயம்; கெல்லரையும் அப்படிப் பட்டவர் என்றுதான் நினைக்கிறேன். ஒரே சிந்தனையைப் பகிர்ந்து கொள்ளும் என் போன்றவர்களுக்கு அவர்தான் தலைவராக விளங்குகிறார்.'[4] டேவிஸூம் கையொப்பமிட ஒப்புக்கொண்டார். ஜேயைப் போலவே அவரும் கெல்லரின் அஞ்சல் பெட்டியைத் தமது முகவரியாகக் கொண்டார்.

கெல்லரும் ஸ்பென்ஸரும் காலப்போக்கில் ஆண்டர்ஸ் கிராவர்ஸைச் சந்தித்தனர். அவர் தங்களின் குழுவில் இருப்பது எவ்வளவு வலிமை சேர்க்கும் என்பதை அவர்கள் உணர்ந்து கொண்டனர். ஜே, டேவிஸ் ஆகியோரின் வலைத்தளங்களால்

பயனேதும் இருக்கவில்லை என்றாலும் அவர்களின் கையெழுத்து உதவியாக இருந்தது. ஆனால் கிராவர்ஸின் வலைத்தளம் அப்படி அல்ல. ஐரோப்பா முழுவதும் நடந்த அவரின் முஸ்லிம் எதிர்ப்புப் போராட்டங்கள் ஏற்கனவே கெல்லரின் ரேடாரில் பதிவாகியிருந்தன. கிராவர்ஸும் எஃப்டிஐயில் ஒரு வாக்களிக்கும் உறுப்பினராகச் சேர்ந்துகொண்டு கையொப்பமிட்டார். இதன்மூலம் அந்த அமைப்பு முறைப்படியான அங்கீகாரம் பெற்றது. ஸ்பென்ஸர், கெல்லர் இருவரையும் நீண்ட காலமாகவே எஸ்ஐஓஏவை விரிவுபடுத்தும் தனது முயற்சியில் உதவும்படி கிராவர்ஸ் கேட்டு வந்திருந்தார். அதைப் பதிலுதவியாகப் பெற்றுக்கொள்ள இது கச்சிதமான சந்தர்ப்பமாக அமைந்திருந்தது. 'ஸ்டீஃபெனும் (காஷ்) நானும் பல காலமாகவே எஸ்ஐஓஏ நாங்கள் விரும்பிய விதத்தில் வளர்ச்சி அடையவில்லை என்று பேசி வந்திருக்கிறோம்' என்றார் அவர்.[40] 'இஸ்லாத்தின் அபாயங்கள் குறித்து எழுதுபவர்கள் பலர் இருக்கிறார்கள். ஆனால் மேற்கத்திய நாகரிகம் இஸ்லாமிய மாவதைத் தடுத்து நிறுத்த உண்மையிலேயே ஏதாவது செய்பவர்கள் மிகவும் குறைவு. எஸ்ஐஓஏ அப்படிச் செயலில் இறங்கும் ஒரு குழுவாக இருக்க வேண்டும்; அது போராட்டங்கள், நிகழ்ச்சிகள் போன்றவற்றை நடத்தி அமெரிக்கா இஸ்லாமியமாவதை எதிர்த்து நிற்கவேண்டும் என்று விரும்பினோம்.'[40] கெல்லரும் ஸ்பென்ஸரும் தனது அமெரிக்கப் பிரதிநிதிகளாக இருக்கவேண்டும் என்று கிராவர்ஸ் கேட்டுக் கொண்டார் —அங்கிருந்தபடி எஸ்ஐஓஏயின் கடிவாளங் களைக் கையில் எடுத்துக்கொள்ளும்படியாக அவர்களும் சம்மதித்தார்கள். ஆக, 2010 ஏப்ரல் 2 அன்று குழுவின் வலைத்தளத்தில் பதிவு செய்த ஓர் அறிவிப்பில் கிராவர்ஸ் எழுதினார்:

> எஸ்ஐஓஏயின் தலைவர்கள் பமேலா கெல்லர், ராபர்ட் ஸ்பென்ஸர். இதை ஏற்றுக்கொள்ளும்படி அவர்களுடன் நீண்ட நாள் பேச்சு வார்த்தைகள் நடத்திய பிறகு, பமேலா கெல்லர், ராபர்ட் ஸ்பென்ஸர் இருவரிடமும் அதன் தலைவர்களாக இருப்பதற்கு சம்மதம் பெற்றிருக்கிறோம். அமெரிக்காவில் இஸ்லாமியமாவதை எதிர்த்து நடக்கும் போரில் எஸ்ஐஓஏவை முன்னணியில் நிறுத்தக்கூடிய சரியான மனிதர்கள் அவர்கள் தாம் என்று நினைக்கிறோம்.[40]

இரண்டு நாள்கள் கழித்து, கிராவர்ஸின் கையொப்பத்துடன் நியூ ஹாம்ப்ஷயரின் மாநிலச் செயலாளருடன் எஃப்டிஐ (அமெரிக்கன்

ஃப்ரீடம் டிஃபென்ஸ் இனிசியேடிவ்) நிறுவுவதற்காக நிறுவனம்சார் ஒப்பந்த நிபந்தனைகளைத் தாக்கல் செய்தார் ஸ்பென்ஸர்.

அதற்குச் சிறிதுகாலம் கழித்து கெல்லர் *ஸ்டாப் இஸ்லாமைசேஷன் ஆஃப் அமெரிக்கா (அமெரிக்கா இஸ்லாமியமாவதை நிறுத்துங்கள்)* என்னும் பொருத்தமான தலைப்பில் புத்தகம் ஒன்றுக்கான திட்டத்தை வழங்கி அதன் முக்கிய பகுதியையும் எழுதினார். இந்தத் திட்டத்தின் படி ராபர்ட் ஸ்பென்ஸர் அதன் நிழல் ஆசிரியராக இருப்பார். 'இந்தப் புத்தகம் நமது பள்ளிகள், பட்டணங்கள், கலாச்சாரம், அரசாங்கம் மற்றும் பொருளாதாரத்தில் ஷரீஆ மெல்ல ஊர்ந்துவருவதை எதிர்த்துப் போரிடுவற்கான வழிகாட்டியாக இருக்கும்' என்று எழுதினார் கெல்லர். 'அமெரிக்க வாழ்க்கையில் படிப்படியாக ஊடுருவிவரும் இஸ்லாத்தின் ஆதிக்கத்தை விளக்கி, எதிர்த்துப் போரிட இந்தப் புத்தகம் அமெரிக்கர்களுக்குக் கற்றுத் தரும்.'[41] அமெரிக்கா இஸ்லாமியமாவதை நிறுத்துங்கள் (எஸ்ஐஓஏ), எஃப்டிஐ போல அவர்களின் புத்தகமும் இணையதளத்தின் வலிமையைப் பெறும். Atlas Shrug.com, Jihadwatch.org ஆகிய வலைத்தளங்கள் வழியே இணையதள அறிவிப்புகளையும் விளம்பரங்களையும் ஒருங் கிணைக்கலாம். இரு வலைத்தளங்களுக்கும் சேர்த்து ஏறத்தாழ மொத்தம் 150,000 அன்றாடப் பார்வையாளர்கள் உள்ளனர். இரண்டிலும் புத்தகத்திற்கான பேனர் விளம்பரங்கள் ஓடலாம். எங்களுடைய ஃபேஸ்புக் (முகநூல்) ஆதரவாளர்களுக்கு அமெரிக்கா இஸ்லாமியமாவதை நிறுத்துங்கள் இயக்கத்தில் வெளியீடு பற்றி அறிவித்து புத்தகத்தின் முதல் பக்கத்திற்கு இட்டுச் செல்வோம்' என்று இருவரும் எழுதினர்.[41] அவர்களின் பரிந்துரை முகவரின் மேசையை எட்டுவதற்குள், அவர்களின் முதல் புத்தகம் *த போஸ்ட் அமெரிக்கன் பிரசிடென்ஸி (அமெரிக்க மாகாணத்திற்குப்பின்)* இரண்டாம் பதிப்புக்குத் தயாராக இருந்தது. ஆறு இலக்க முன்பணம், அவர்களின் நேர்வருகைக்கான கட்டணமாக ஆயிரக்கணக்கான டாலர்கள் எனக் கெல்லரும் ஸ்பென்ஸரும் இஸ்லாமியப் பீதி தொடர்பான ப்ளாக் எழுத்துகளால் ஒரு குடிசைத் தொழிலையே உருவாக்கியிருந்தனர்.

***

'அமெரிக்கா இஸ்லாமியமாவதை நிறுத்துங்கள் இயக்கத்தில் என் கூட்டாளரான ராபர்ட் ஸ்பென்ஸரை அறிமுகப்படுத்த

விரும்புகிறேன்.' பமேலா கெல்லரின் வார்த்தைகள் 'பள்ளிவாசலைத் தடைசெய்யுங்கள்' போராட்டத்திற்காக மூடப்பட்டிருந்த நான்கு அடுக்குமாடி குடியிருப்புகள் முழுதும் எதிரொலித்தன. அந்தக் கட்டத்தில் உற்சாகம் சற்று மிதமாகியிருந்த கூட்டம் ஸ்பென்ஸருக்குக் கண்ணியமான கைதட்டல் அளித்தது. சிலர், 'ராபர்ட், நாங்கள் உங்களை நேசிக்கிறோம்' என்று கத்தினர்.[42] ஆனால் தன்னை 'அறிஞர்' என்று அழைத்துக்கொண்ட அந்தக் குட்டையான, பருத்த இளைஞரிடம் அவர்கள் காட்டிய பாசம், கெல்லருக்கு அவர்கள் தந்த அபரிமிதமான வரவேற்போடு ஒப்பிடுகையில் கணிசமான அளவு குறைவாகவே இருந்தது.

சூட்டும் பேஸ்பால் தொப்பியும் அணிந்துகொண்டு, அவர் மேடை யேறி ஒலிவாங்கியைச் சரிசெய்தார் — கவனமாகத் தயாரிக்கப்பட்ட தனது உரையை வகுப்பில் அளிப்பதற்கு ஆவலாக உள்ள பேராசிரியரைப் போலத் தனது கருத்துகளை மக்கள் முன்பு வைப்பதற்காக. 'உங்களிடம் கூறப்பட்ட பொய்களைக் கேட்டு ஓய்ந்துபோய் இருக்கிறீர்களா?' என்று அவர் கேட்டார். 'நீங்கள் பழி கூறப்பட்டு ஓய்ந்து போயிருக்கிறீர்களா? நியூயார்க் அரசியல்வாதிகள் ஒவ்வொருவரும் சரி, ஊடகங்கள் ஒவ்வொன்றும் சரி, இந்தக் கதையில் இது பிரிவினைவாதத்திற்கு எதிரான சகிப்புத்தன்மை பற்றிய கதை என்று சொல்லியிருக்கிறார்கள். இதில் அவர்கள் பிரிவினை வாதிகள் என்று அழைப்பது யாரை என்று நினைக்கிறீர்கள்?' கலைந்து செல்லும் கூட்டத்தினரை மீட்டுக்கொள்ளும் முயற்சியில் ஸ்பென்ஸர் சட்டென்று வினவினார்: 'இந்தக் கிரகத்திலேயே சகிப்புத்தன்மை சிறிதும் இல்லாத, வெறுப்புக்குரிய ஒரு நிரலை எதிர்த்து அமெரிக்கக் கொள்கைக்காகப் போராடி வரும் அமெரிக்கர் களை.' திடீரென்று லிபர்ட்டி, சர்ச் தெருக்களின் முனைகள் ஆரவாரத்தில் முழங்கின. சற்று முன்வரை ஓய்ந்து கிடந்த அமெரிக்கக் கொடிகள் உயிர்த்தெழுந்தன.[42]

ராபர்ட் ஸ்பென்ஸர் இஸ்லாத்தில் ஆர்வம் காட்டத் தொடங்கியது 1980களின் தொடக்கத்தில். கத்தோலிக்கக் குடும்பத்தில் வளர்ந்த அவர், தமது துருக்கிய பாரம்பரியம் பற்றித் தமது தாத்தா, பாட்டியிடமிருந்து அறிந்துகொண்டார். அவர்கள் முதலாம் உலகப் போர் முடிந்த சிறிது காலத்திற்கெல்லாம் அமெரிக்காவில் குடியேறி இருந்தனர். ஸ்பென்ஸருக்குத் தனது நியூ இங்கிலாந்து எல்லைகளுக்கு அப்பாலுள்ள பிரதேசங்களின் கதைகள் சிறுவர்களுக்கான தேவதைக்

கதைகள் அல்லது மர்மநாவல் போன்றதொரு ஆர்வத்தை ஊட்டின. 'அவர்கள் எப்பொழுதும் அங்குள்ள வாழ்க்கைபற்றி ஒரே போல மிகவும் நல்லவிதமாகவே பேசிவந்தார்கள்' என்று நினைவுகூர்ந்தார் ஸ்பென்ஸர். '(அவர்கள்) எனக்கு அதில் மிகுந்த ஆர்வமூட்டினார்கள். அதனால் நான் கல்லூரியில் சேர்ந்தபின் எனக்குக் கிட்டிய முதல் வாய்ப்பிலேயே குர்ஆனைப் படிக்கத் தொடங்கி விட்டேன். அதன்பின் இஸ்லாமிய தத்துவம், வரலாறு என்று எல்லாவற்றையும் ஆழ்ந்து கற்கத் தொடங்கினேன்.'[43]

சாப்பெல் ஹில்லில் உள்ள வடக்கு கரோலினா பல்கலைக் கழகத்தில் சேர்ந்துகொண்ட ஸ்பென்ஸர் தொடக்ககால கிறிஸ்தவ வரலாற்றைப் படித்து, காலப்போக்கில் பட்டப்படிப்பை முடித்து மதக்கல்வியில் முதுகலைப் பட்டம் பெற்றார். இருந்தாலும் இஸ்லாத்தில் அவர் காட்டிய ஆர்வம் ஏதோ மேலோட்டமாகத்தான் இருந்தது. அது கல்வித்திட்டத்துடனோ, முறையான பயிற்சியுடனோ பொருந்தவில்லை. என்றாலும் அவரது ஆதரவாளர்கள் அவரை அந்தத் துறையில் 'முன்னணி அறிஞர்' என்றுதான் அழைக்கின்றனர். 1986இல் பட்டம் பெற்ற ஸ்பென்ஸர், ஆராய்ச்சி தொடர்பான பல பணிகளை மேற்கொண்டார் — கத்தோலிக்க மதம் சார்ந்த வெளியீடு களுக்காக. என்றாலும் பல்கலைக்கழகத்திற்குப் பிந்தைய வாழ்க்கை பற்றி விசாரித்தால் அவரிடமிருந்து மிகக் குறைவான தகவல்களே கிட்டின. நிபுணர் என்று தன்னை அறிவித்துக்கொண்ட ஒருவருக்கு — 'பதினொன்று தனிக்கட்டுரைகள், ஜிஹாத் மற்றும் இஸ்லாமிய வன்முறை பற்றிய முந்நூறுக்கும் மேற்பட்ட கட்டுரைகள்' எழுதியுள்ள ஒருவருக்கு, பட்டம் பெற்றபின், முதல் புத்தகம் வெளியிடும் வரையிலான பதினாறு ஆண்டுகள் நிச்சயமாக இஸ்லாமிய அறிஞராகத் தன்னை உருவாக்கிக்கொள்ளும் குறிப்பிடத்தக்க முயற்சிகளால் நிரம்பியிருக்கும்.

பின்னர் தெரியவந்தது போல, ஸ்பென்ஸர் பட்டம் பெற்ற சிறிது காலத்திலேயே பிராங்க்ஸிற்குச் சென்று ஒரு தனியார் கத்தோலிக்க உயர்நிலைப் பள்ளியில் மதம் போதிக்கும் ஆசிரியராகப் பணியாற்றி வந்தார். கூடவே மதம்சார் பத்திரிகைகளான *ஹோமிலெடிக் அண்ட் பாஸ்டோரல் ரிவ்யூ, கிரைசிஸ், குரோனிக்கல்ஸ், த ராக்* போன்றவற்றுக்குக் கட்டுரைகள் எழுதிவந்தார். இதில் *த ராக்* தன்னை 'கத்தோலிக்க நியாயத்திற்கும் பிரச்சாரத்திற்குமான இதழ்' என்று கூறிக்கொண்டது. அவருடைய எழுத்துகள் ஞான மார்க்கம் பற்றிய கட்டுரைகளிலிருந்து

போப்பாண்டவர் தலைமை பற்றி நீண்ட விமர்சனக் கட்டுரைகள் வரை தொடர்ந்தன. தனது சொந்தக் கருத்துகளை அவர் ஆங்காங்கே சிறு குறிப்புகள் மூலம் வெளிப்படுத்தியிருந்தார். 'நான் ஒரு தவறிழைக்காதவனாக மாறினேன் - அதாவது போப்பாண்டவர் இயேசு கிறிஸ்துவின் புரோகிதர் என்றும் புனித பீட்டரின் வாரிசு என்றும் நம்பும் கத்தோலிக்கனாக' என்றார் அவர். இதை அவர் கூறியது மத குருமார்கள் 'கறுப்பு ஆடுகள் அல்லது ஓநாய்கள்' என்று குற்றம் சாட்டப்பட்டு கத்தோலிக்கத் தலைமைப் பீடத்தை உலுக்கிய சில நிமிடங்களுக்குப் பின்னர். 'அவர்களில் பெரும்பாலானவர்கள் மதக்கொள்கைகளில் ஈடுபாடு காட்டுவதற்கு நேரமில்லாத அளவிற்குக் குடியிலும் பெண் சகவாசத்திலும் மயங்கிக் கிடந்த பொறுக்கிகள்' என்று தொடர்ந்தார் அவர்.[44]

கெல்லரைப் போலவே, ஸ்பென்ஸரும் ஒன்றை உணர்ந்தார் — பரபரப்பூட்டும் செய்திகளைத் தருவதில் தனக்குள்ள ஆர்வம் பத்திரிகைகளின் கொள்கைகளால் தடுக்கப்படுவதாக — குறிப்பாகத் தேவாலயங்கள் வெளியிடும் புத்தகங்களில். ஆகவே தனது கருத்துகளை எழுதுவதற்கு அவர் வேறு வாய்ப்புகள் தேடிக்கொண்டு இருந்தார்.

ஒரு பொது அறிஞராகத் தன்னை நிலைநிறுத்திக்கொள்ள விரும்பிய அவருக்கு ஒரு சிறப்புவழி தேவைப்பட்டது. தொடக்ககால கிறிஸ்தவ வரலாற்றில் புலமை பெற்றிருப்பதெல்லாம் பிரதான நேரங்களில் வரும் தொலைக்காட்சி நேர்காணல்களைத் தராது; அவரை ஒரு புகழ்பெற்ற மனிதராக ஆக்கவும் செய்யாது. *ஏ கேடலிஸ்ட்* (கிரியா ஊக்கி) அமெரிக்காவின் கவனத்தை ஈர்க்கும் பரபரப்பான நிகழ்ச்சி; 'அறிஞர்'களின் கருத்துகளைக் கேட்கும் நிகழ்ச்சி —அதுதான் அந்தக் காலகட்டத்தில் அவருக்கு ஒரே வாய்ப்பாக இருந்தது. செப்டம்பர் 11 தீவிரவாதத் தாக்குதலுக்குப்பின் அவரின் இஸ்லாம் தொடர்பான ஆர்வங்கள் பேராற்றலுடன் உறுமியபடி பாய்ந்து வந்தன — துக்கத்தில் ஆழ்ந்துள்ள ஒரு தேசத்தின் காயங்களைத் தனக்குச் சாதகமாக்கிக் கொள்ள வாய்ப்பும் அளித்தன. இப்போது அவரால் தன்னை ஒரு ஆதரவுமிக்க சக அமெரிக்கனாகக் காட்டிக்கொண்டு தவறாகப் புரிந்துகொள்ளப்பட்ட ஒரு மதத்தைப் பற்றிய கேள்விகளுக்கு அறிவுபூர்வமான விடைகள் தரமுடியும்.

'9/11க்குப் பிறகு *இஸ்லாம் அன்வெய்ல்ட்* (இஸ்லாத்தின் திரை விலக்கம்) என்னும் என் முதல் புத்தகத்தை எழுத வாய்ப்பளித்தனர். இது அந்தக் காலகட்டத்தில் இஸ்லாம் பற்றிப் பரவியிருந்த

தவறான கவலைகளைத் திருத்துவதற்காக' என்று எழுதினார் ஸ்பென்ஸர்.[45] அவர் இஸ்லாம் பற்றியோ அது தொடர்பான துறைகளைப் பற்றியோ படித்தவரல்ல என்பதெல்லாம் என்கவுண்ட்டர் புக்ஸ் என்னும் பதிப்பகத்தாருக்கு ஒரு பிரச்சினையாகவே இருக்கவில்லை. அவருடைய பழமைவாத அரசியல் கருத்துகள் அமெரிக்க தனித்துவம் மற்றும் யூத-கிறிஸ்துவப் பாரம்பரியத்தை ஆதரிக்கும் அந்த நிறுவனத்தின் பெயருடன் நன்கு பொருந்தின. அவர் கத்தோலிக்க இதழ்களுக்கு எழுதிவந்ததையே அவருடைய மதம் தொடர்பான புலமைக்குப் பின்புலமாக ஆக்கி, தெளிவற்ற பத்திரிகைகளைத் தாண்டிச் சென்று, மற்றொரு தீவிரவாதத் தாக்குதல் பற்றிய அச்சத்தில் இலாபமீட்டும் எழுத்துத் தொழிலை வளர்த்துக்கொள்ள வாய்ப்பளித்தது. பல அமெரிக்கர்கள் இஸ்லாத்தின் வரலாறு, பாரம்பரியம், மொழி என எதையுமே அறிந்திராதவர்கள். அவர்களை எட்டுவதற்கு ஸ்பென்ஸருக்கு இது பொன்னான வாய்ப்பாக அமைந்தது.

அவருடைய திட்டம் எளிமையானது. முதலில் செப்டம்பர் 11ஐத் தொடர்ந்துவந்த தமது வாசகர்களின் அச்சங்கள் நியாயமானவை என்று புரிய வைத்தார். பிறகு, மீண்டும் அதுபோல் வரக்கூடிய தாக்குதல்கள் பற்றி எச்சரித்து, அவர்களின் அச்சத்தை மேலும் உச்சத்திற்குக் கொண்டு சென்றார். அன்றைய தினம் நடந்தவை யாவும் அதைக் காட்டிலும் மிகப் பெரிய திட்டத்தின் ஒரு பகுதியே என்று கூறினார். இவை அமெரிக்கர்களை அச்சுறுத்தி, அரசியல் அமைப்புச் சாசனத்தைப் பாழடித்து, இஸ்லாமியப் பேரரசை நிலைநாட்டுவதற்கான திட்டங்கள் என்றார். இந்தக் கெட்ட செய்திகளுக்கெல்லாம் மத்தியில் ஒரு நல்ல நம்பிக்கையும் இருந்தது. அது நிச்சயமாக ஸ்பென்ஸரின் புத்தகங்களில் இருக்கும் — அதன் பக்கங்களில் தனது வாசகர்களின் அச்சங்களை உறுதி செய்து அவர்களுக்கு அடைக்கலம் அளித்து, அவர்களின் கேள்விகளுக்கு விடையளித்து, இன்னமும் தாமதமாகி விடவில்லை என்று அவர் நினைவூட்டினார். முஸ்லிம்களை இப்பொழுதுகூடத் தடுத்து நிறுத்தலாம். *இஸ்லாம் அன்வெய்ல்ட்* (இஸ்லாத்தின் திரைவிலக்கம்) புத்தகத்தின் துணைத் தலைப்புகளுக்கு இடையே பல அரபுச் சொற்றொடர்கள் அந்நிய தன்மையைக் கூக்குரலிட்டன. 'ஜிஹாத்', 'ஷரீஆ', 'திம்மி', 'காஃபிர்' போன்றவை தீவிரவாதத்திற்கான அவருடைய சங்கேதக் குறிகளாக ஆயின. இந்த அச்சுறுத்தும் சொற்களின் தொகுப்பு அவருடைய புலமையை நிரூபிக்கவும் ஒரு அந்நியப் பகைவனின் வருகைக்குப் பின்வருமாறு கட்டியம் கூறவும் பயன்படுத்தினார்: வாசகர்கள்

ஒளிந்திருக்கும் இஸ்லாமிய அச்சுறுத்தலைத் 'திரை விலக்க' விரும்பினால், மூன்று ஆண்டுகளுக்குப் பிறகு அவர்கள் 'உலகிலேயே மிகவும் சகிப்புத் தன்மையற்ற மதத்தை' நிறுவியவர் பற்றிய 'உண்மை'யைக் கண்டறிவதற்காகப் புத்தகக் கடைகளை நிச்சயம் மொய்த்துக் கொள்வார்கள்.

ஆனால் இஸ்லாம் பற்றி எழுதுவதையே முழுநேரத் தொழிலாகக் கொள்ளுமுன், தனது பல்கலைக்கழகத்திற்குப் பிந்தைய சிந்தனைகளில் முதலில் ஆர்வத்தோடு படித்து ஏற்றுக்கொண்ட வாசகர்களை மீண்டும் சந்திக்க வேண்டும் என்று அவருக்குத் தோன்றியது. செப்டம்பர் 2003இல் அவர் இராக்கைச் சேர்ந்த, முஸ்லிமிலிருந்து கிறிஸ்துவராக மதம் மாறிய டானியல் அலீ என்பவருடன் கூட்டு சேர்ந்துகொண்டார் —*இன்சைட் இஸ்லாம்: ஏ கைட் ஃபார் கதோலிக்ஸ்* (இஸ்லாத்தின் உள்பக்கம்: கத்தோலிக்கர்களுக்கான வழிகாட்டி) என்னும் தமது இரண்டாவது புத்தகத்தை எழுதுவதற்காக. ஸ்பென்ஸர் கத்தோலிக்க மதம் பற்றி எழுதி, தமது மதப் பின்னணியைப் பற்றி வெளிப்படையாகப் பேசியிருந்தாலும், தமது கவனத்தைக் கிறிஸ்தவ மதத்திலிருந்து இஸ்லாத்திற்குத் திருப்பி இருப்பது தனிப்பட்ட முறையில் தனது மதநம்பிக்கையை மாற்றிக்கொள்ளும் எண்ணத்தால் அல்ல என்று தொடர்ந்து வலியுறுத்திவந்தார். சொல்லப்போனால், ஒரு மதத்தின் ஒப்புயர்வின்மை பற்றிய ஆழ வேரூன்றிய நம்பிக்கைகளால் மற்றொரு மதத்தின் மீது வெறுப்புத் தோன்றுவது புலமையின் இலக்கணத்திற்குப் பொருந்தாது: 'எனக்கென்று எந்த மதக் கோட்பாடும் இல்லை' என ஸ்பென்ஸர் வெளிப்படையாகக் கூறினார். ஜிஹாத் பற்றிய அவருடைய கருத்துகள் அனைத்தும் பாரபட்சமற்ற ஆய்வு, பல ஆண்டு ஆராய்ச்சியால் விளைந்தவை என்றார்.[45] இருந்த போதிலும், *ஜெனித் டெய்லி டிஸ்பாட்ச்* இதழுக்கு அளித்த பேட்டியில் *இன்சைட் இஸ்லாம்: ஏ கைட் ஃபார் கதோலிக்ஸ்* பற்றி உரையாடுகையில் ஸ்பென்ஸர் ஓர் அசரவைக்கும் வாக்குமூலம் அளித்தார்:

> இஸ்லாம் திருச்சபைக்கும் ஒவ்வொரு கிறிஸ்துவருக்கும் அதிக அளவில் சவால்விட்டு வருகிறது. எப்படிப் பார்த்தாலும் உலகில் மிக வேகமாகப் பரவிவரும் மதம் இஸ்லாம்தான். ஒருவர் ஒரு முஸ்லிமைச் சந்தித்ததே இல்லை என்றாலும் சரி, அதைவிட அரிதாக ஒரு முஸ்லிமிற்கு வேதத்தைப் போதித்ததுகூட இல்லை என்றாலும் சரி, இஸ்லாம் பற்றி அறிந்திருத்தல் ஒவ்வொரு கிறிஸ்தவரின் கடமையாகும். ஏனெனில், ஆத்மாக்களைப்

பொறுத்தவரை கிறிஸ்துவ தேவாலய பீடத்திற்கு எதிரான மிக வலுவான மதம் அதுதான்.[46]

முஸ்லிம்-கிறிஸ்துவ உறவுகள் பற்றிக் கேட்டபோது ஸ்பென்ஸர் பதிலளித்தார்: 'குர்ஆனை முத்தமிட்டதால் திருத்தந்தையும் வாடிகன் IIஉம் எல்லா மதங்களும் ஒரே இறைவனைத்தான் கூடுதலாகவோ குறைவாகவோ வணங்குகிறார்கள் என்றும், முஸ்லிம்கள் ஈடேற்றப் பாதையில் சேர்த்துக்கொள்ளப்படுவர் என்றும், அதனால் அவர்களிடம் ஊழியம் (பிரச்சாரம்) செய்யக்கூடாது என்றும் போதித்ததாகப் பலர் நம்புகின்றனர். அது உண்மையல்ல.'[46] அந்த நேர்மையான கணத்தில் தனக்கு இஸ்லாத்தின் மீது திடீரென்று தோன்றிய ஆர்வத்திற்கான கருத்தியல் அடிப்படையை ஸ்பென்ஸர் வெளிப்படுத்தினார். அவரைப் பொறுத்தவரையில், அவர் விமர்சித்த போராளிகளைப் போலவே, இது ஆத்மாக்களுக்கான போர்; சொர்க்கத்தில் பூஜ்யத் தொகை இருக்கையைக் கைப்பற்ற நடக்கும் போர். இறைவனின் தேர்ந்தெடுக்கப்பட்ட வீரர்களுள் ஒருவன் என்ற முறையில் இஸ்லாத்தின் பொய்ப் பிரச்சாரத்தை வெளிச்சமிட்டுக் காட்டுவது அவருடைய கடமையாக இருந்தது.

***

2003இல் வலைப்பூ உலகிற்கு வந்த ஸ்பென்ஸர் மேலும் பெருமளவு நேயர்களுக்குத் தனது செய்தியைச் சொல்ல விரும்பினார். அவர் *ஜிஹாத் வாட்ச்* என்ற இணையதள நாளேட்டைத் தொடங்கினார் —அது 'இன்றைய உலகில் ஜிஹாத் இறையியலின் பங்கைப் பொதுமக்களின் கவனத்திற்குக் கொண்டுவரும்' என்று அவர் நம்பினார்.[47] *ஜிஹாத் வாட்ச்* தொடக்கத்தில் டேவிட் ஹொரோவிட்ஸ் ஃப்ரீடம் சென்டரின் நிதியுதவியுடனும் தொடர்ந்த ஆதரவுடனும் நடந்தது. அந்த மையம் பழமைவாதக் கொள்கையைப் பின்பற்றிய ஒருவரின் பெயரால் அழைக்கப்பட்டது. ஒருமுறை அவர் கூறினார்: பல்கலைக்கழகங்களில் உள்ள முஸ்லிம் மாணவர் கழகங்கள் தீவிரக் குழுக்களாகும் — அவை முஸ்லிம் சகோதரத்துவம் என்ற அமைப்பின் உறுப்பினர்களால் அமைக்கப்படுபவை. அந்த அமைப்பில் உள்ளவர்கள்தாம் அல்-காயிதா, ஹமாஸ் போன்றவற்றுக்கு ஞானத் தந்தைகள். அவர்கள் ஜிஹாதை அமெரிக்க உயர்கல்வித் திட்டத்திற்குள் இரகசியமாகச் செலுத்துவதற்கு மாணவர் கழகங்கள் மூலம் முயல்கின்றனர்.'

இலாபமீட்டாக் கல்வி நிறுவனமாகப் பதிவு செய்யப்பட்ட ஜிஹாத் வாட்சை ஸ்பென்ஸர் 'சர்வதேசக் கல்வி' வரிசையில் சேர்த்துவிட்டார். அந்த வலைத்தளத்தில் இரண்டாவது பதிவில் திம்மி வாட்சை அறிவித்தார். இது ஜிஹாத் வாட்ச்சின் மற்றொரு வடிவம். இஸ்லாமிய வரலாற்றைச் சாதகமான முறையில் போதிக்கும் எழுத்துகளைச் சாடிய இந்த வலைத்தளம், இத்தகைய ஆக்கங்கள் இஸ்லாத்தின் கொடிய இயல்பை விளக்காததுடன், நிபந்தனையின் பேரில் உடன்பாட்டுத்தன்மை கொண்டவை என்றது.[48] 'இதோ ஒரு உதாரணம்' என்றார் ஸ்பென்ஸர். 'குர்ஆனில் யூதர்களும் கிறிஸ்துவர்களும் வேதம் அருளப்பட்ட மக்கள் என்று கூறிக் குறிப்பாகப் பாதுகாக்கப்படுகிறார்கள்[48] (என்று சிலர் கூறுகின்றனர்). இந்தப் பாதுகாப்பிற்கு விலையாக இஸ்லாமியச் சட்டத்தில் உள்ளடங்கி இருக்கும் அடிமைத்தனமும் அவமானமும் ஏற்றுக்கொள்ளப்பட வேண்டும்.[48] மற்றொரு உதாரணத்தில், ஸ்பென்ஸர் கருத்து தெரிவித்தார்: 'இன்று மத்திய கிழக்கில் சில குழுக்கள் அமெரிக்க வெளியுறவுக் கொள்கைகளை ஒப்புக்கொள்வதில்லை; மேலும் இது மதம் தொடர்பானதல்ல, அரசியல் தொடர்பானது (என்கிறார்கள்). ஆனால் இது மதத்துடன் எல்லா வகையிலும் தொடர்புகொண்டது — குறிப்பாக இஸ்லாமியத் தீவிரவாதிகளோடு. அவர்களைப் பொறுத்த வரை இஸ்லாத்தின் சட்டங்களைப் பின்பற்றாத எந்த அரசாங்கமும் அங்கீகரிக்கப்பட்டதல்ல.'[48]

இஸ்லாத்தை நல்ல விதமாகப் பிரதிபலிக்கும் எந்த ஒரு நிகழ்ச்சி அல்லது நூல் பற்றிய கருத்துக்கும் ஸ்பென்ஸர் ஒரு பதில் வைத்திருந்தார் — இத்தகைய கருத்துகள் அனைத்தும் கற்பனையானவை; மக்களின் மனதைத் திசைதிருப்புபவை என்று. மிதமான, சகிப்புத்தன்மை கொண்ட இஸ்லாம், வன்முறையைக் கண்டித்து, சகிப்புத்தன்மையை போதிக்கும் இயல்புகொண்ட இஸ்லாம் என ஒன்று இல்லவே இல்லை என அவர் உறுதியாக நம்பினார்: 'தன்மீது நம்பிக்கை வைக்காதவர்களை எதிர்த்துப் போராடுவதையும் அடக்கி வைப்பதையும் போதிக்காத பாரம்பரிய முறையிலான இஸ்லாமோ, இஸ்லாமியச் சட்டக்கல்வி நிலையமோ இல்லை.'[49] இதுபோன்ற ஒரு பொதுப்படையான கருத்திற்கு வலுவூட்ட, ஸ்பென்ஸர் உலகெங்கிலுமுள்ள செய்தி நிறுவனங்களின் தலைப்புச் செய்திகளைத் திரட்டி, மிகக் கொடூரமான, பரபரப்பான கதைகளை அன்றாடம் தமது வலைப்பூவில் பதித்தார். இதில் அவர் எந்தப்

பாகுபாடும் காட்டவில்லை—முஸ்லிம்கள் சந்தேகத்திற்குரிய வகையான அல்லது வன்செயலில் ஈடுபட்டுள்ளதைக் கூறும் எந்தச் செய்தியாக இருந்தாலும் எடுத்துக்கொண்டார். மற்றவர்களுக்குச் சாதாரண உள்ளூர்ச் செய்தியாகத் தோன்றியது ஸ்பென்ஸரைப் பொறுத்தவரை ஒரு ஜிஹாத் கைப்பற்றலாக இருந்தது.

அவருடைய பதிவுகளில் பின்வருவன போன்ற தலைப்புச் செய்திகள் காணப்பட்டன: 'ஈரானிய சாக்லேட் திருடனின் கைகள் வெட்டப்படும்', 'இஸ்லாமிய நீதிமன்றம்: உங்கள் மனைவியை அவருடைய உடலில் அடையாளங்கள் இல்லாதவாறு அடிப்பது சரி', 'சவூதி அரேபியா: கணவரைத் தமாஷுக்காக அடித்ததால் மனைவி விவாகரத்து', 'தொடக்கப் பள்ளி ஜிஹாத்.' ஸ்பென்ஸரின் வலைத் தளம் ஓர் ஓரமாக அவருக்குக் கிட்டிய பாராட்டுகளைப் பெருமையுடன் வெளியிட்டது—அவற்றுள் பல அவருடைய சக வலைப்பூ எழுத்தாளர்கள் அனுப்பியவை. *காம்ப்பஸ் வாட்சின்* டானியல் பைப்ஸ் அவரை 'இஸ்லாம் குறித்து ஆய்வு செய்யும் அமெரிக்கர்களிலேயே தலைசிறந்தவர்' என்றார். பமேலா கெல்லர் 'ராபர்ட் ஸ்பென்ஸர் பைத்தியம் பிடித்திருக்கும் இந்த உலகில் ஆழ்ந்த அறிவும் சிந்தனை வளமும் உள்ளவர்' என்று எழுதியிருந்தார்.[50]

ஜிஹாத் வாட்ச் தொடங்கிய ஏழு ஆண்டுகளில் ராபர்ட் ஸ்பென்ஸர் இஸ்லாம் பற்றி மேலும் ஐந்து புத்தகங்கள் எழுதினார். புகழ்பெற்ற இஸ்லாமிய அறிஞர்கள் பலர் அவருடைய எழுத்துகளைப் புறக்கணித்தனர்—இவர்களுள் கார்ல் எர்னெஸ்ட்டும் ஒருவர்.* அவர் ஸ்பென்ஸர் படித்த கல்லூரியில் இஸ்லாமிய ஆய்வில் பேராசிரியராகப் பணிபுரிந்துவந்தார். 'ஸ்பென்ஸரின் புத்தகங்கள் வலதுசாரி அமைப்புகள் ஊக்கமளித்து, ஆதரித்துவரும் இஸ்லாமிய வெறுப்புக்கான தீவிரவாதப் பிரிவைச் சேர்ந்தவை. அந்த வலதுசாரி அமைப்புகள் யூத எதிர்ப்புக்கும் இனவாத முன்முடிவுக்கும் இணையான ஒருவகை நிரந்தர வீடியோ விளையாட்டைப் போல

* இதில் வேடிக்கை என்னவென்றால், ஸ்பென்ஸர் ஒரு காலத்தில் எர்னெஸ்ட்டை 'இஸ்லாத்தில் புலமை பெற்றவர்' என்று பாராட்டி தனது *த ட்ரூத் ஆஃப் முஹம்மத்* (முஹம்மத் பற்றிய உண்மை) என்னும் புத்தகத்திற்கு எர்னெஸ்ட்டின் *ஃபாலோவிங் முஹம்மத்* (முஹம்மதைப் பின்தொடர்தல்) என்னும் நூல்தான் ஆதாரம் என்று கூறினார். பல ஆண்டுகளுக்குப் பிறகு எர்னெஸ்ட் 'இஸ்லாமிய வெறுப்புகொண்டவர்' என்று ஸ்பென்ஸரை முத்திரை குத்தியபோது, ஸ்பென்ஸர் தனது பாராட்டுகளைக் கைவிட்டு எர்னெஸ்ட்டை ஒரு 'கல்விசார் பிரச்சாரகர்' என்றார்.

ஒளிபரப்பிக் கொண்டிருக்கின்றன' என்று எழுதினார் எர்னெஸ்ட். 'இஸ்லாம் பற்றி நம்பகமான, அறிவுபூர்வமான தகவல் பெற விரும்பும் யாராக இருந்தாலும் அவற்றைச் சந்தேகக் கண்ணோட்டத்தோடுதான் பார்க்க வேண்டும்.'[51] இருந்தபோதிலும், ஸ்பென்ஸரின் புத்தகங்கள் உடனடியாகவே பிரபலமாகி, அவருடைய வலைப்பூவும் ஒரு விசுவாசமான, நம்பிக்கை மிகுந்த வாசகர்களைக்கொண்ட களமாக விளங்கியது. 2010 அக்டோபருக்குள் அவர் 31,000க்கும் மேற்பட்ட பதிவுகள் செய்திருந்தார். தினசரிப் பார்வையாளர் எண்ணிக்கை 30,000க்கும் மேலாக இருந்தது. 'ஜிஹாத்' என்று கூகுளில் தேடும் பொழுது கிட்டும் முடிவுகளில் இரண்டாவதாக இருந்தது. அவருடைய முயற்சி இலாபகரமானதாகவும் இருந்தது; ஆண்டிற்கு அது 1,40,000 டாலர்களுக்கும் மேலாக ஈட்டித் தந்தது.

***

'முட்டாளே! இது ஜிஹாத்' - ஒருவர் அலறினார். அவருடைய கண்கள் துருத்திக்கொள்ள, வியர்வைத் துளிகள் அரும்பி முகத்தில் வழிந்தோடின. அவருடைய துடிக்கும் முஷ்டிகளில் ஒரு வெண்ணிற நுரைப் பொருளாலான அட்டை — அதில் ஆங்கிலத்தில் 'ஷரீஆ' என்ற வார்த்தை பெரிய சிவப்பு எழுத்துகளில் இருந்தது. அவற்றிலிருந்து இரத்தம் வழிந்தோடுவதுபோல் சித்திரிக்கப்பட்டிருந்தது. 'நியூயார்க்வாசிகளுக்கு ஜிஹாத் அலுத்துவிட்டது. நாங்கள் திருப்பித் தாக்கப் போகிறோம்' என மற்றொருவர் நொடித்தார். அவரின் வெண்ணிறச் சுவரொட்டியிலும் 'இஸ்லாமியச் சட்டம்' என்ற அர்த்தமுள்ள (ஷரீஆ) மூன்றெழுத்துச் சொல் இரத்தம் சிந்திக் கொண்டிருந்தது. '911 பள்ளிவாசலைத் தடைசெய்யுங்கள்' போராட்டத்தின் போது ஜிஹாத், ஷரீஆ என்று எழுதப்பட்ட அட்டைகள் ஏராளமாய்க் காணப்பட்டன. ஒரு காலத்தில் ஒரு கூட்டத்தினருக்கு மட்டுமே புரிவதாக இருந்த சொற்கள் திடீரென்று வழக்கிலிருந்து விலகிக்கொள்ளப்பட்டு முஸ்லிம்களின் மீது திரும்பவும் வீசியெறியப்பட்டன —அவர்களின் வன்செயல் திட்டங்களுக்கும் உத்தேசங்களுக்கும் சாட்சியாக.

மேடையிலிருந்து கூட்டத்தினரைப் பிரிக்கும் எஃகுக் கம்பிகளுக்குச் சில அடிகள் தள்ளி ஒரு பெண்மணி ஒரு படுதாவைப் பிடித்துக் கொண்டிருந்தார். 'இமாம் ஃபைசலின் கார்டோபா ஹவுஸ் பள்ளிவாசல் ஷரீஅத் (இஸ்லாமியச்) சட்டத்தைப் பின்பற்றும்படி

கோரும்.' ராபர்ட் ஸ்பென்ஸர் பேசத் தொடங்கியபோது, காற்றில் ஆடிய அந்தப் படுதா அவருக்கு ஓர் உரைகாட்டும் கருவியாகவும் பயன் அளித்திருக்கும். 'அமெரிக்காவிற்கு இஸ்லாமியச் சட்டமாகிய ஷரீஆவைக் கொண்டு வருவதில் சாதனை நிகழ்த்தியவர் இமாம் ஃபைசல் அப்துர் ரவூஃப்' என்றார் அவர், காற்றில் தனது முஷ்டியால் குத்தியபடி.

> ஷரீஆ பேச்சுச் சுதந்திரம் அளிப்பதில்லை. ஷரீஆவின் கீழ், நீங்கள் ஒரு முஸ்லிமாக இருந்து இஸ்லாத்தைவிட்டு விலகினால், நீங்கள் கொல்லப்படலாம். ஷரீஆவில் பெண்களுக்கும் முஸ்லிமல்லா தவர்களுக்கும் எதிராகப் பாரபட்சமான விஷயங்கள் நிலைப் படுத்தப்பட்டுள்ளன. இது அமெரிக்கர்களுக்கு, சுதந்திரத்திற்கு, ஏன் மனித சமுதாயத்திற்கே எதிரானது; அதை நாம் அனுமதிக்கக் கூடாது. நாம் அமெரிக்காவிற்கு ஆதரவு அளிப்பதற்காகக் கூடியிருக்கிறோம்.[42]

கைதட்டலின் ஆரவாரத்தில் அவருடைய குரல் கரைந்து போனது. 'அந்தத் தவறை மட்டும் ஒருபோதும் செய்துவிடாதீர்கள்' —அவர் மீண்டும் பேசுவதற்காக ஒலிவாங்கிக்கு அருகே வந்தபோது தொடர்ந்தார். 'இது வித்தியாசமாக இருக்கும் என்றெல்லாம் அவர்கள் கூறுவார்கள்; ஆனால் இதே குர்ஆனைப் படித்துத்தான், இதே இஸ்லாமியச் சட்டத்தைப் போதித்துத்தான் உலக வர்த்தக நிறுவனத்தைத் தகர்ப்பதற்கும் மூவாயிரம் அமெரிக்கர்களைக் கொல்வதற்கும் 19 விமான கடத்தல்வாதிகளுக்கு வழிவகுத்துத் தந்தார்கள்.'[42]

பமேலா கெல்லரின் 'பள்ளிவாசல் பூதம்' விமர்சனங்கள் இணையதளத்தைச் சுழற்றியடித்ததைத் தொடர்ந்து மறுநாள் *ஜிஹாத் வாட்ச்* பார்க் 51 பற்றிய சர்ச்சையில் இறங்கியது. அந்தச் சமயத்தில் ராபர்ட் ஸ்பென்ஸர் 'மேற்கத்திய நாடுகளில் வளர்ந்துவரும் இஸ்லாமிய சமுதாயத்தினரின் பிடிவாதத்தையும் போர்க் குணத்தையும்' பற்றிப் பார்வையாளர்களை எச்சரிப்பதற்காக 2010இல் நடந்த வியென்னா கருத்தரங்கில் கலந்துகொண்டிருந்தார். இந்தக் கருத்தரங்கத்திற்கான செலவுகளை ஏற்றிருந்தது ஹட்ஸன் இன்ஸ்டிட்யூட் (கெல்லர், யூசுஃப் இப்ராஹீம் ஆகியோரின் எழுத்துகளை அளித்த அதே பழமைவாதச் சிந்தனைக் களம்). அங்கு பேசவிருந்த பல பேச்சாளர்களுக்கு அது பணியும் விடுமுறையும் கலந்த ஓர் அனுபவமாக இருந்தன. 'ஒருங்கிணைப்பா, பிரிவினையா?',

'இஸ்லாத்துடன் வாழ்தல்', 'நாம் செய்ய வேண்டியது என்ன' போன்ற தலைப்புகளிலான பேச்சுகளுக்கு இடையே, பச்சைப் பசேலென்ற மலைப்பிரதேசங்கள், ஆஸ்திரிய கட்டடக்கலை அற்புதங்கள் ஆகியவற்றின் பின்னணியில் ஸ்பென்ஸர் இல்லாத வேளைகளில் அவரின் சக ஊழியர் மரிசோல் செய்போல்ட் இடம்பெற்றார். 'கிரவுண்ட் ஜீரோ பள்ளிவாசல் பற்றிய தனது கருத்துகளை ஒரு அறிஞரின் பாணியில் அவர் விளக்கினார் (செய்போல்ட் ஒருமுறை தனது *ஜிஹாத் வாட்ச்* நேயர்களை 'எல்லோரும் முஹம்மதை வரையுங்கள்' தினத்தில் பங்குகொள்ள ஊக்குவித்தார்). பார்க் 51 சகிப்புத்தன்மையைப் போதிக்கும் என்ற ஃபைசல் அப்துர் ரவூஃபின் வாதத்திற்கு மறுப்புத் தெரிவிக்கும் வகையில் 'இதில் இரண்டு விதமான பிரச்சினைகள் உள்ளன' என்று எழுதினார் அவர். 'அந்தத் தாக்குதல்கள் இஸ்லாத்தின் ஊக்குவிப்போடுதான் நடந்தன. இஸ்லாத்தின் எழுத்துகளும் போதனைகளுமே சகிப்புத்தன்மை தொடர்பாக அது கொண்டுள்ள பிரச்சினைகளைத் தெளிவாகக் காட்டுகின்றன.' தொடர்ந்து குர்ஆனிலிருந்து இரண்டு வசனங்களைத் தேர்ந்தெடுத்து உதாரணம் காட்டினார், அவற்றின் அர்த்தத்தைப் புரிந்துகொள்வதற்கான பின்னணி எதையும் தராமலே.[52]

மூன்று நாள்களுக்குப் பின், ஸ்பென்ஸர் ஆஸ்ட்ரியாவிலிருந்து திரும்பி வந்தார். வியென்னாவில் எடுத்த பல வண்ணப் புகைப்படங் களைத் தொகுத்தளித்தபின் பார்க் 51 பற்றிய சர்ச்சைக்கு வந்தார். 'இஸ்லாமிய வரலாறு முழுவதிலும் பள்ளிவாசல்கள் பதிக்கப் பட்டிருப்பது முஸ்லிமல்லாதவர்களின் மீது படையெடுத்திருப்பதை யும் ஆதிக்கம் செலுத்தியிருப்பதையும் வெளிப்படுத்துகிறது' என்று அவர் எழுதினார்: 'வஞ்சகத்திற்கான சாத்தியக் கூறுகளை நாம் ஒதுக்கி வைத்துவிட முடியாது — அப்துர் ரவூஃப் அமெரிக்கக் கொள்கை களையும் உணர்வுகளையும் அங்கீகரிப்பதுபோல் தோன்றும் வாக்கியங்களைத் தருவது காலங்காலமாய் நடந்து வருவதுதான். ஆனால் கூர்ந்து கவனித்தால், அவர் ஷரீஅத் சட்டத்தை ஆதரிப்பது தெரியும்.'[53] அடுத்த மூன்று வாரங்களில் ஸ்பென்ஸர் தனது வலைப்பூவில் பார்க் 51 பற்றி முப்பதிற்கும் மேற்பட்ட பதிவுகளை அளித்தார் —அவற்றுள் பெரும்பாலானவை ஃபைசல் அப்துர் ரவூஃப், 2008இல் வெளிவந்த ஸ்பென்ஸரின் புத்தகத்தின் தலைப்பான *ஸ்டெல்த் ஜிஹாத்* (பதுங்கு ஜிஹாத்) போன்றவற்றில் கவனம் பதித்தன. ஸ்பென்ஸரைப் பொறுத்தவரை, தீவிரவாதிகள் அமெரிக்காவைத் துப்பாக்கிகள், குண்டுகள், ஏன் கடத்தப்பட்ட

விமானங்கள் போன்றவற்றால் அடக்க மாட்டார்கள் — மாறாக மருத்துவர்கள், வழக்கறிஞர்கள், வங்கியாளர்கள், பத்திரிகையாளர்கள், சராசரியாகத் தோன்றும் அமெரிக்கர்கள் வழியே சமூகத்திற்குள் ஊடுருவுவார்கள். ஜனநாயகத்தை வேரோடு பெயர்த்து, சுதந்திர தேவியை வாய்மூடச் செய்து, அமெரிக்காவை இஸ்லாமியச் சட்டம் மூலம் அடக்கி ஆளுவதற்காக 'ஊர்ந்துவரும் ஷரீஆ'வை நிலைநாட்டுவதுதான் அவர்களின் நோக்கம். 'இது ஒரு ஜிஹாத்' என்றார் ஸ்பென்ஸர். 'ஆனால் அமெரிக்கச் சமுதாயங்களிலும் அமைப்புகளிலும் பணியாற்றும் அதன் தலைவர்கள், பலமுறை அவர்களின் முஸ்லிமல்லாத சக ஊழியர்களின் நன்மதிப்பையும் நன்றியையும் பெற்றுள்ள ஒன்று'[54] என்று எழுதினார். சந்தேகமின்றி, ஃபைசல் அப்துர் ரவூஃப் இப்படிப்பட்ட ஒரு 'பதுங்கு ஜிஹாதி'தான் என்று ஸ்பென்ஸர் கருதினார். அவரின் அமைதியான தோற்றம் ஒரு முகமூடி. அவருடைய திட்டம் சட்டென்று முறியடிக்கப்பட வில்லை என்றால், சுதந்திரப் பறவைகளின் நாடு மிக விரைவிலேயே இஸ்லாமிய அமெரிக்க நாடுகளாகிவிடும். 'அட, இது என்ன ஆச்சரியம். பதின்மூன்று மாடி இமாம் தீவிரவாதக் கூட்டத்தைச் சேர்ந்தவராமே' — ஒரு *ஜிஹாத் வாட்ச்* சந்தாதாரர் *அலாம்ட் பிக் ஃபார்மர்* (பயந்துபோன பன்றி வளர்ப்பவர்) என்ற புனைபெயருடன் எழுதினார். 'அது நகமும் சதையும் போலக் கச்சிதமாகப் பொருந்துகிறது' என்றார் மற்றொருவர். 'இதை நான் மற்றவர்களுக்கும் சொல்கிறேன்.'[55] ஜூனில் ஸ்பென்ஸரின் வலைப்பூ 361,000 மாதாந்தரப் பார்வையாளர்களைக் கொண்டிருந்தது. ஆனால் ஜூலைக்குள் '911 பள்ளிவாசலைத் தடைசெய்யுங்கள்' போராட்டத்தைத் தொடர்ந்து, எண்ணிக்கை 1.3 மில்லியனுக்கு உயர்ந்து விண்ணைத் தொட்டது.

***

நியூட் கிங்ரிஹ் 2010 ஜூலையில் அமெரிக்கன் எண்டர்பிரைஸ் இன்ஸ்டிட்டியூட்டில் அமெரிக்கா அட் ரிஸ்க் (ஆபத்தில் அமெரிக்கா) என்னும் அமைப்பு ஏற்பாடு செய்த கருத்தரங்கில் சிறப்புரை ஆற்றினார். இரண்டு மணிக்குள் வோல்ஸ்டெட்டர் மாநாட்டு மையத்தில் குறிப்பிடத்தக்க அளவு கூட்டம் சேர்ந்திருந்தது — அவர்களில் பலர் ஆதரவு திரட்டுபவர்கள், போராளிகள், கொள்கை வரைவாளர்கள், பத்திரிகையாளர்கள் ஆவர். கிங்ரிஹ் அமைதியாக மேடையேறிப் பார்வையளர்களை வரவேற்றார். அவருடைய மரியாதையான வணக்கம் விரைவில் அவர்களை அவர் எச்சரிக்கப் போகும்

பயங்கர அபாயத்திற்கு முன்னறிவிப்பாக இருக்கவில்லை. 'ஆபத்தில் அமெரிக்கா' (அமெரிக்கா அட் ரிஸ்க்) என்று அவர் சாதாரணமாகச் சொன்னார். தமது எச்சரிக்கை சற்று நிதானமடைவதற்குச் சில கணங்கள் அவகாசம் தந்தார். பிறகு தீவிர இஸ்லாம் தரும் மிரட்டலைப் பற்றிப் பேசத் தொடங்கினார். ஆபத்தில் அமெரிக்கா — இம்முறை அவர் மீண்டும் கூறியபோது சென்ற முறையைவிட மேலும் அவசரம் தொனித்தது. அந்தச் சொற்றொடர் ஒரு பல்லவியாகவே ஆனது. இதன்மூலம் அந்த அபாயம் வரப்போகும் சாத்தியக்கூறு அல்ல, வந்துவிட்ட நிஜம் என்பதைக் கூட்டத்தினருக்கு அவ்வப்போது நினைவூட்டியது. தலைகள் ஆமோதித்தன; பத்திரிகையாளர்கள் அவசர அவசரமாக அவருடைய வார்த்தைகளைக் குறிப்பெடுத்துக் கொண்டார்கள்; அவர்களின் பேனாக்கள் குறிப்புப் புத்தகங்களின் பக்கங்களின் மீது பாய்ந்து ஓடி, அடுத்த சிந்தனைத் துளியைக் கைப்பற்றத் துடித்தன. 'இது தீவிர இஸ்லாமியர்களுடனான ஒரு போராட்டம் —அவர்களுடைய கலக உருவிலும் பதுங்கு உருவிலும்' என்றார் அவர்:

> கலக உருவம் ஏதேனும் ஒரு வடிவில் இராணுவத்தைப் பயன் படுத்துகிறது. பதுங்கு உருவம் கலாச்சார, அறிவுபூர்வமான, அரசியல் ரீதியான முயற்சிகளைச் செய்கிறது—ஆனால் இரண்டின் நோக்கமும் ஒன்றுதான். ஷரீஆவிற்கும் பள்ளிவாசல்களில் வெறுப்பையும் வெறியையும் போதிக்கும் மதரஸாக்களுக்கும் எதிரான இந்தப் போர், இயக்கத்தின் மையமாக விளங்குகிறது. தீவிரவாதிகள் தோன்றுவதும் அதிலிருந்துதான்.[56]

கிங்ரிஷ் ஸ்பென்ஸர் இட்ட தூண்டிலில் சிக்கியிருந்தார். முன்னாள் சபாநாயகர் இப்போது 'பதுங்கு ஜிஹாத்' (ஸ்டெல்த் ஜிஹாத்) என்னும் சொற்றொடரை மீண்டும் கூறுவது வலதுசாரியினரிடையே மிகுந்த இழுவையைப் பெறவிருந்தது. அவர்கள் நாகரிகங்கள் மோதிக்கொள்ளப் போவது பற்றி முன்கூட்டியே எச்சரிக்கை விடுத்திருந்தார்கள்.

3

ஊடக ஊனம்
முஸ்லிம் எதிர்ப்பு மனநோயைப் பரப்புதல்

எந்தத் தொழில்துறையிலும் பொதுவாகக் காணப்படுவது போல, ஒரு தயாரிப்பின் வெற்றிக்கு விளம்பரம் மிகவும் முக்கியமாகும். மக்கள் வெள்ளத்தை நேரடியாகச் சென்றடைய விளம்பரத் தொழிலில் உள்ளவர்கள் காட்டும் மோகத்தைப் புரிந்துகொள்வதற்கு சூப்பர்பௌலைவிடச் சிறந்த வழியை நாம் தேடவேண்டிய அவசியமே இல்லை. ஒவ்வோர் ஆண்டும் மிக அதிக அளவில் பணம் கட்டி யிருப்பவர்களுக்கு —அது கொக்ககோலாவோ, நைக்கி காலணிகளோ, இல்லை பலகோடி டாலர்கள் புரளும் நிறுவனங்களோ, எது வேண்டுமானாலும் ஆகட்டும் — அவர்களின் தயாரிப்பு விளம்பரங் களின் கவர்ச்சியான சிறு பகுதிகள் திரையிட வாய்ப்பு அளிக்கப்படும்.

இஸ்லாமிய வெறுப்புத் தொழிலும் தனது செய்தியை மக்களுக்கு விற்கப் பெரிய அளவில் முயன்றுவருகிறது. இருந்தாலும், வேறுபாடு என்னவென்றால் பல சூழ்நிலைகளில் தங்களின் தயாரிப்பைப் பரப்பும் வலைப்பின்னல்கள்தான் முஸ்லிம்கள் பற்றிய அச்சத்தைப் பொதுமக்களிடையே தூண்டிவிடும் ஆட்டத்தில் ஈடுபட்டு வருகின்றன. இது வாங்குவோர் — விற்போருக்கு இடையிலான உறவல்ல —அங்கு அச்சத்தை/வெறுப்பை விலைபேசும் கதா பாத்திரங்கள் பிரபல தொலைக்காட்சி வலைப்பின்னல்களில் குறிப்பிட்ட கால அளவுகளை வாங்கிக்கொண்டு தங்கள் சரக்குகளை விற்பனை செய்யும். மாறாக, இது ஒருவருக்கொருவர் பயனளிக்கும் உறவாகும். இங்கு சிந்தனைகளும் அரசியல் சாகசங்களும் ஒரே நிகழ்ச்சி நிரலை முன்னோக்கிச் செலுத்துவதற்காகக் குவிந்துவரும்.

'நியாயமானது, நிதானமிக்கது' என்று தன்னைத்தானே பிரகடனப் படுத்திக்கொள்ளும் அமெரிக்கத் தொலைக்காட்சி நிலையமான

ஃபாக்ஸ் நியூஸ் இத்தகையதொரு உறவின் சிகரமாக விளங்குகிறது. கடந்த பத்தாண்டின் பெரும் பகுதியில் இஸ்லாம் பற்றிய பீதியைப் பொதுமக்களிடையே தூண்டிவிடுவதில் அது மையமாகச் செயல்பட்டு வந்துள்ளது. அண்மையில் முஸ்லிம்களைப் பற்றிய கருத்துகளை ஆதரிக்கும் வகையில் உண்மை நிலையைக் குலைக்கும் எண்ணத்துடன் தொலைக்காட்சியில் தவறாமல் தோன்றும் வலதுசாரிப் போராளிகளின் சரணாலயமாகியுள்ளது. 2011 செப்டம்பரில் புக்கிங்க்ஸ் நிலையம் அமெரிக்கர்களிடையே நடத்திய கருத்துக் கணிப்பில் குடியரசுக் கட்சியின் ஏறத்தாழ மூன்றில் இரண்டு பங்கு உறுப்பினர்கள், டீ பார்ட்டி இயக்கத்தோடு தம்மை ஐக்கியப்படுத்திக்கொள்ளும் அமெரிக்கர்கள், ஃபாக்ஸ் நியூஸின் மீது ஏராளமான நம்பிக்கை வைத்துள்ள அமெரிக்கர்கள் ஆகியோர் ஒரு விஷயத்தில் ஒருமித்த கருத்தைக்கொண்டிருப்பது தெரியவந்தது: ஐக்கிய அமெரிக்க நாடுகளின் கொள்கைகளும் இஸ்லாத்தின் கொள்கைகளும் எதிரும் புதிருமாக உள்ளன என்று. மேலும், குடியரசுக் கட்சியினரில் பத்தில் ஏறத்தாழ ஆறுபேர் தாங்கள் ஃபாக்ஸை ஆதரிப்பதாகவும், அமெரிக்க முஸ்லிம்கள் அமெரிக்காவில் இஸ்லாமியச் சட்டதிட்டங்களை நிலைநிறுத்த முயன்று வருகின்றனர் என்று நம்புவதாகவும் கூறுகின்றனர். இதற்கு மாறாக, வேறு தொலைக்காட்சி வலையங்களைப் பார்க்கும் குடியரசுக்கட்சியினரின் கருத்துகள் பொதுமக்களோடு சீராக ஒத்துப்போகின்றன.[1]

2009 டிசம்பரில் ஃபாக்ஸ் நியூஸின் லாரா இன்கிரஹாம் பார்க் 51 சமூக மையத்தின் ஆரம்பகட்ட ஊக்கத்திற்குத் தலைமை வகித்து வந்த இமாம் ஃபைசல் அப்துர் ரவூஃபின் துணைவியார் டெய்ஸி கானை நேர்முகம் கண்டார். அந்தச் சமயத்தில் திட்டமிடப்பட்ட கட்டடம் தொடர்பான சர்ச்சைகள் மிகவும் குறைந்த அளவிலேயே இருந்தன. அதாவது, கானும் அவரது கணவரும் செய்துவரும் பணிகள் தனக்குப் பிடித்திருப்பதாக இன்க்ரஹாமே ஒத்துக்கொள்ளக்கூடிய அளவிற்குக் குறைவாக. 'இதனால் தங்களுக்கு உண்மையிலேயே பிரச்சினை உள்ளதாகக் கூறுபவர்களை நான் அதிக அளவில் காண முடியவில்லை' என்று அவர் நிகழ்ச்சியின் போது நேரடியாகவே ஒத்துக்கொண்டார். மேலும் 'உங்கள் குழு மக்களை அமெரிக்கத்துவம் நோக்கி இட்டுச்செல்வதில், ஒருமுகப்படுத்துவதில் ஒரு மிதவாத அணுகுமுறையைக் கடைப்பிடிக்கிறது. இதை நான் கைதட்டி வரவேற்கிறேன். இது மிகவும் அற்புதமாக இருக்கிறது என்று கருதுகிறேன்'[2] என்றார்.

என்றாலும் விரைவில் இது அற்புதமாக இருக்கப் போவதில்லை —குறைந்தது லாரா இன்கிரஹாமைப் பொறுத்தவரை. ஏனெனில், அவர் திடீரென்று பமேலா கெல்லரும் ராபர்ட் ஸ்பென்ஸரும் விசிறி விடும் கோபாவேச உணர்விற்குத் தாவினார். 'என்னைக் கேட்டால், தீவிரவாதிகள் வெற்றி கண்டுவிட்டதாகக் கூறுவேன்' என்று 2010 ஆகஸ்ட் மாதம் *ஏபிசி நியூஸு*க்கு அளித்த நேர்காணலின் போது அவர் சீறினார். மேலும் 'எங்கள் சக அமெரிக்கர்கள் அரசியல் இஸ்லாம் என்ற பெயரில் ஆயிரக்கணக்கில் எரியூட்டப்பட்டுக்கொண்டிருக்க, அங்கிருந்து அறுநூறு அடி தூரத்தில் நின்றுகொண்டு நாங்கள் என்ன கைதட்டி ஆரவாரிக்க வேண்டும் என்கிறார்களா? அப்படிச் செய்யவில்லை என்றால், சகிப்புத்தன்மை இல்லாதவர்கள் என்று கருதிவிடுவார்களா என்ன?'[3] என்று வினவினார்.

எட்டு மாதங்களுக்குச் சற்று மேலாகியிருந்தது. அந்த ஆண்டு கோடை காலத்தில் சர்ச்சையே இல்லாதிருந்த இடத்தில் அதை உருவாக்கிய வலைப்பூ எழுத்தாளர்களின் கூட்டம் ஆதிக்கம் செலுத்தியது. கிரவுண்ட் ஜீரோ பள்ளிவாசல் பற்றி 2010 மே மாதத்தின் தொடக்கத்தில் பமேலா கெல்லர் எழுதிய கொதிப்பான கட்டுரையைத் தொடர்ந்து ஃபாக்ஸ் நியூஸின் தலைமைப் பொறுப்பிலிருந்த ருபெர்ட் முர்டாஹிற்குச் சொந்தமான பழமைவாத *நியூயார்க் போஸ்ட்* செய்தித்தாளின் ஆண்ட்ரியா பெய்சர் அதை மையமாக வைத்து எழுதிவந்தார். கெல்லரின் கோபாவேசத்தைப் பெய்சர் முழுமையாய் வெளிக்கொண்டுவர, அது லட்சக்கணக்கான மக்களைச் சென்றடைந்தது. இதனால் ஒருகாலத்தில் இணையதளத்தில் உலவிவரும் யாரோ முகம்தெரியாத வலதுசாரிக்காரர்களின் சதித் திட்டமாக இருந்த ஒன்று பூதாகரமான புதிய கதையாக உருவெடுத்தது.

*ஃபாக்ஸ் நியூஸி*ன் ஷான் ஹானிட்டி பெய்சரின் கட்டுரையைப் படித்திருந்தார். அவருக்குப் பமேலா கெல்லரும் அறிமுகமானவர் தான். ஆகவே 2010 மே 13 அன்று, அதாவது இந்தக் கட்டுரை தேசிய அளவில் பேசப்பட்ட நிலையில், தனது தொலைக்காட்சி நிகழ்ச்சியில் கெல்லரைப் பேச அழைத்தார். 'கிரவுண்ட் ஜீரோவிற்கு மிக அருகிலுள்ள பகுதியில் பிரம்மாண்ட பள்ளிவாசல் ஒன்று கட்டத் திட்டமிடப்பட்டு வருகிறது' என்றார் அவர். உண்மையில் மன்ஹட்டன் நகரின் மத்தியில் உள்ள வீதிகளைச் சூழ்ந்துள்ள விண்முட்டும் அடுக்குமாடிக் கட்டடங்களோடு ஒப்பிடுகையில்

பார்க் 51 சமூக மையத்தின் பதின்மூன்று மாடிகள் மிகவும் சிறிதாகவே இருந்தன. என்றாலும் 'பிரம்மாண்ட' என்பதில் தொனித்த ஒருவித அச்சமூட்டும் உணர்வைத்தான் ஹானிட்டியும் கெல்லரும் கடைச்சரக்காக்க எண்ணினார்கள். 'ஆன்ட்ரியா பெய்ஸர் இன்றைய *நியூயார்க் போஸ்ட்* இதழில் அதுபற்றி எழுதியுள்ளார்' என்றார் அவர். வலைப்பூ எழுத்தாளரும் தொடர் கட்டுரை எழுத்தாளருமான *அட்லஸ் ஷ்ரக்ஸ்* வலைப்பூவின் பமேலா கெல்லர் ஜூன் 6 அன்று கிரவுண்ட் ஜீரோவில் பள்ளிவாசல் கட்டுமானத்திற்கு எதிர்ப்புத் தெரிவித்து, '9/11 பள்ளிவாசலைத் தடை செய்யுங்கள்' என்று ஒரு பேரணி நடத்தவிருக்கிறார். இப்போது அவர் நமது செய்தித் தயாரிப்பாளர் வரிசையில் இணைந்துகொள்கிறார்.'[4]

மீடியா மாட்டர்ஸின் அறிக்கைப்படி 2010 மே மாதம் 13 முதல் 2012 ஆகஸ்ட் 12 வரையில் —அதாவது 91 நாட்கள் — *ஃபாக்ஸ் நியூஸ்* நிகழ்ச்சிகளில் குறைந்தபட்சம் 47 வெவ்வேறு பிரமுகர்கள் இந்தச் செயல்திட்டம் பற்றிக் கலந்தாலோசிக்க அழைக்கப் பட்டிருந்தனர். அதில் 75 சதவீதத்தினர் திட்டத்திற்கு எதிர்ப்புத் தெரிவித்தனர்.[5] அந்தப் பதின்மூன்று வார கால *ஃபாக்ஸ் நியூஸ்* செய்திகளின் நெக்சிஸ் குறிப்புகள் பரிசீலிக்கப்பட்டதில், நிகழ்ச்சியில் பங்குபெற்ற 47 பிரமுகர்களில் வெறும் 9 பேர் மட்டுமே மையத்திற்கு ஆதரவு தெரிவித்திருந்தனர். சிலர் தனிப்பட்ட முறையில் மையத்திற்கு எதிர்ப்புத் தெரிவித்தாலும், அதை எப்படியாவது தடுத்துவிட முடியும் என்ற யோசனையை நிராகரித்துவிட்டனர். நேஷனல் பப்ளிக் ரேடியோவின் (என்பீஆர்) முன்னாள் செய்தியாளர் யுவான் வில்லியம்ஸ் அவர்களுள் ஒருவர். ஹானிட்டி நிகழ்ச்சியில் இடம்பெற்றபோது ஃபாக்ஸ் வழங்குநரிடம் 'அவர்கள் பள்ளிவாசல் கட்டக்கூடாது என்ற உங்கள் கருத்தை நான் ஒத்துக்கொள்கிறேன். ஆனால் அதன் பொருள் அமெரிக்கர்களாகிய நாம் அவரிடம் (ரவூஃப்) இல்லை, நீங்கள் இங்கு கட்டமுடியாது என்று கூறலாம் என்பதல்ல. அது தவறு' என்றார்.[5] வில்லியம்ஸ் தனது கருத்தை வெளிப்படையாகத் தெரிவித்தார். இது அவர் வழக்கமாகச் செய்யும் ஒன்றாக, அத்துடன் இரண்டு மாதங்களுக்குப் பிறகு அவருடைய வேலைக்கே உலை வைக்கப் போகும் ஒன்றாக இருந்தது.

***

2010 அக்டோபர் 18 அன்று மீண்டும் வில்லியம்ஸ் *ஃபாக்ஸ் நியூஸில்* விருந்தினராகத் தொலைக்காட்சியில் தோன்றினார். இம்முறை

ஷான் ஹானிட்டி நிகழ்ச்சியில் பங்கேற்பதற்குப் பதிலாக பில் ஓ'ரெய்லியுடன் உரையாடினார். பேச்சு பார்க் 51இல் வந்து நின்றது. நேஷனல் பப்ளிக் ரேடியோ ஆய்வாளர் என்ற முறையில் வில்லியம்ஸிற்கு இது மிகவும் அறிமுகமான களம்தான். இதற்கு முன்பும் அரசியல் பிரச்சினைகளின் குத்தலான பிரதேசங்களில் எல்லாம் புகுந்து விளையாடியிருந்தாலும் தனது தனிப்பட்ட கருத்துகள் வெளியாகிவிடாதவாறு கவனமாகப் பார்த்துக்கொண்டார். ஆனால் ஃபாக்ஸ் நியூஸும் பில் ஓ'ரெய்லியும் நிகழ்ச்சி நிரலைத் தெளிவாக வரையறுத்திருந்தார்கள். அதே ஆண்டு சில நாள்களுக்கு முன்பு, '9/11 அன்று முஸ்லிம்கள் நம்மைத் தாக்கினார்கள்' என்று ஒரு சிறிய சர்ச்சைக்குத் திரியைக் கொளுத்திவிட்டபோது, தனக்கு ஆதரவாக நிற்கக்கூடிய ஒருவரை பில் ஓ'ரெய்லி தேடிவருவது தெளிவாகப் புரிந்தது.

'அரசியலில் நேர்மை என்பது சில சமயம் ஒருவித முடக்கத்திற்கு இட்டுச் சென்றுவிடும் —அங்கு நம்மால் உண்மை நிலையை கண்டுகொள்ள முடியாமல் போய்விடுகிறது' என்றார் வில்லியம்ஸ். 'அதாவது பாருங்கள் பில், நான் ஒரு வகுப்புவாதி அல்ல. இந்த தேசத்தின் குடியுரிமை இயக்கம் பற்றி நான் எழுதிய புத்தகங்கள் எப்படிப்பட்டவை என்று உங்களுக்கு நன்றாகத் தெரியும். ஆனால் நான் விமானத்தில் ஏறும்பொழுது (இதை நான் உங்களிடம் கூறியே ஆகவேண்டும்) முஸ்லிம் ஆடைகளை அணிந்திருப்பவர் களைக் கண்டாலே அவர்கள் தங்களை எல்லாவற்றுக்கும் மேலாக முஸ்லிம்களாக அடையாளம் காட்டிக்கொள்கிறார்கள் என்று எண்ணத் தோன்றுகிறது. இது எனக்குக் கவலையூட்டுகிறது. நான் பதற்றத்திற்கு உள்ளாகிவிடுகிறேன்.'[6]

இந்தக் கருத்து ஓ'ரெய்லிக்குத் திகைப்பூட்டியதாகத் தெரியவில்லை. சொல்லப்போனால், அவர் பின்னிவந்த உரையாடல் வலைக்குள் அது கனகச்சிதமாகப் பொருந்தியது: முஸ்லிம் மக்கள் நாம் கண்டு அஞ்ச வேண்டியவர்கள். குறிப்பாக விமானங்களில் உள்ள முஸ்லிம்கள். இருந்தாலும், நேஷனல் பப்ளிக் ரேடியோ தரப்பிற்கு இந்த விமர்சனங்கள் குறித்து வெளிவந்த செய்திகள் திருப்தியளிக்கவில்லை. அரசியல் ஆய்வாளர் என்ற முறையில் இத்தகைய விஷயங்களில் தனது தனிப்பட்ட கருத்துகளை அளிப்பது வில்லியம்ஸின் பொறுப்பு அல்ல. மேலும், அவருக்குச் சம்பளம் தரப்படுவது அவரின் தனிப்பட்ட கருத்துகளைத் தெரிவிப்பதற்காகவே அல்ல. அத்துடன்

முஸ்லிம்களைக் கண்டால் அவருக்குள் சந்தேகம் உருவெடுக்கிறது என்பதற்காக ஒட்டுமொத்த முஸ்லிம் சமுதாயத்தின் மீது இப்படிக் கண்மூடித்தனமாக ஒரு பழியைச் சுமத்துவது நேஷனல் பப்ளிக் ரேடியோவின் பத்திரிகை தர்மத்திற்கு உகந்ததல்ல. அதன்பின் குறுகிய காலத்திற்குள்ளாகவே வில்லியம்ஸ் அவருடைய பொறுப்பிலிருந்து பணிநீக்கம் செய்யப்பட்டார். பதவி பறிபோனது அவருக்கு முதலில் சிறிது அதிர்ச்சியைத் தந்தாலும், அதில் ஒரு நல்ல செய்தியும் அடங்கியிருந்தது. அவருடைய அச்சில் வார்த்தது போன்ற வழக்கமான கருத்துகள் 2 மில்லியன் டாலர்கள் மதிப்பு பெற்றன — இது தங்கள் நிறுவனத்துடனான ஒப்பந்தம் மேலும் 3 ஆண்டுகாலம் நீட்டிக்கப்படுவதற்கு ஃபாக்ஸ் நியூஸ் வில்லியம்ஸிற்கு அளித்த தொகையாகும்.[7] ‘ஒரே ஒரு திமிர்பிடித்த நீக்கத்தின் மூலம் நேஷனல் பப்ளிக் ரேடியோ தனது ‘இடதுசாரிச் சிந்தனைகள்கொண்ட போலீஸ்’ என்ற உண்மையான உருவத்தை வெளியுலகத்திற்குக் காட்டிக் கொண்டுவிட்டது’ என்றது அந்த வானொலி வலைத்தளத்தில் ஒரு நேயரின் கருத்து.[7] ஒருவேளை அப்படியும் இருக்கலாம் . ஆனால் இப்படியொரு நீட்டிக்கப்பட்ட பொறுப்பை வில்லியம்ஸிற்கு வழங்குவதன் மூலம் ஃபாக்ஸ் நியூஸ் இஸ்லாமிய வெறுப்பை ஊக்குவித்ததுடன், அதற்கு நிதி உதவியும் அளித்திருந்தது.

ஃபாக்ஸ் நியூஸ் நேயர்கள் இஸ்லாத்திற்கு எதிர்மறையான கருத்துகளை வளர்த்துக்கொண்டிருப்பது அந்தத் தொலைக் காட்சி நிலையத்தின் நிகழ்ச்சிகளைக் கண்டதால் அல்ல என்றும், ஏற்கனவே நிலவும் ஆழ்ந்த முஸ்லிம் எதிர்ப்பு மனச்சாய்வை (முன்முடிவை) வலுப்படுத்தி உறுதிசெய்யும் நிகழ்ச்சிகளைக் காண அவர்கள் பெருமளவில் திரள்வதால்தான் என்றும் சிலர் வேறுவிதமாக வாதிட்டுள்ளனர். அப்படியே வைத்துக்கொண்டாலும், ஃபாக்ஸ் நியூஸ் இத்தகைய உணர்வுகளுக்குச் சாதகமான ஒரு சூழலை உருவாக்கியுள்ளது. இஸ்லாம் பற்றியோ, முஸ்லிம்கள் பற்றியோ குறிப்பாக எந்தக் கருத்தும் இல்லாத நடுநிலையான நேயர்கள் தற்செயலாக ஹானிட்டி அல்லது ஓ’ரெய்லியின் நிகழ்ச்சியைக் காண நேர்ந்தால், ‘நீதியும் நியாயமும் பொருந்திய’ உணர்வோடு அதிலிருந்து வெளியேற வாய்ப்பில்லை. நேயர்களின் எண்ணிக்கையே அதற்குப் போதிய சான்று.

2011 பிப்ரவரியில் *திங்க் புரோக்ரெஸ்* என்ற வலைத்தளம் ஓர் ஆய்வை வெளியிட்டது. முஸ்லிம்களும் இஸ்லாமும் நாம் கண்டு

அஞ்ச வேண்டியவை என்று குறிப்பாலோ, பல சூழ்நிலைகளில் வெளிப்படையாகவோ உணர்த்தும் வகையில் வார்த்தைகளை வைத்து விளையாட ஃபாக்ஸ் நியூஸ் கையாளும் குறிப்பிட்ட உத்திகளை அது விவரித்தது. நவம்பர் 2010 முதல் ஜனவரி 2011 வரையிலான பல்வேறு தொலைக்காட்சி நிகழ்ச்சிகளிலிருந்து திரட்டிய மூன்று மாத காலக் குறிப்புகளைப் பயன்படுத்தி, ஒரு வரைபடம் தயாரிக்கப் பட்டது. தனது போட்டியாளர்களை விடவும் அதிக அளவில் முஸ்லிம்களுக்கு எதிர்மறையான உணர்வுகளை வெளிப்படுத்தும் வார்த்தைகளைச் சீரற்ற விகிதத்தில் ஃபாக்ஸ் நியூஸ் பயன்படுத்தி இருப்பதை நிரூபிப்பதே அதன் நோக்கம். உதாரணமாக, ஃபாக்ஸ் நியூஸ் மூன்றுமாத காலத்தில் 'ஷரீஆ' என்ற சொல்லை 58 முறை பயன்படுத்தியிருந்தது; மாறாக, சிஎன்என் தொலைக்காட்சி அதை 21 முறையும், எம்எஸ்என்பிசி தொலைக்காட்சி 19 முறையும் பயன்படுத்தியிருந்தன. அதேபோல, ஃபாக்ஸ் நியூஸ் நிகழ்ச்சிகளை வழங்குபவர்கள் 'புரட்சிகர இஸ்லாம்' அல்லது 'தீவிரவாத இஸ்லாம்' என்ற சொற்றொடர்களை மூன்று மாத காலத்தில் 107 முறை பயன்படுத்தியிருந்தனர்; மாறாக சிஎன்என் தொலைக்காட்சி அவற்றை 78 முறையும் எம்எஸ்என்பிசி தொலைக்காட்சி 24 முறையும் மட்டுமே பயன்படுத்தியிருந்தன. மேலும் 'ஜிஹாத்' என்ற சொல்லை ஃபாக்ஸ் 65 முறை பயன்படுத்தியிருந்தது. சிஎன்என் தொலைக்காட்சி அதை 57 முறையும், எம்எஸ்என்பிசி தொலைக் காட்சி 13 முறையும் பயன்படுத்தியிருந்தன.[8]

உண்மையான பிரச்சினை இத்தகைய சொற்களைப் பயன்படுத்தும் வலையங்களுள் ஃபாக்ஸ் நியூஸ் தொடர்ந்து முதலிடம் வகித்துவந்தது என்பதல்ல; அவற்றை எப்படிப் பயன்படுத்தியது என்பதுதான். ஏதோ ஒரு வன்செயலிலோ ஐக்கிய அமெரிக்க நாடுகளின் அரசியல் பின்னல்களுக்குள் தம்மை நுழைத்துக்கொள்ளும் முயற்சியிலோ ஈடுபட்ட, கொடியவர்களாகக் கருதப்படும் முஸ்லிம்கள் பற்றி விவரிக்கும் கதைகளின் ஒரு பகுதியாக அவை அடிக்கடி பயன் படுத்தப்பட்டன. உதாரணமாக, 2006 ஆகஸ்ட் மாதம் ஃபாக்ஸ் நியூஸின் விருந்தினர் மைக் கல்லகர் அமெரிக்க விமான நிலையங்களில் 'அனைத்து முஸ்லிம்களுக்கான பரிசோதனைப் பகுதி' ஒன்றை அமைக்கவேண்டும் என்று பரிந்துரைத்தார்.[9] சான்றாக, 2009இல் நடந்த ஃபோர்ட் ஹுட் துப்பாக்கிச் சூட்டில் ஃபாக்ஸ் நியூஸ் நிகழ்ச்சி வழங்கும் பிரையன் கில்மீட் அமெரிக்கப் படையிலுள்ள முஸ்லிம்களுக்கென 'சிறப்புப் பரிசோதனைகள்'

ஏற்பாடு செய்யவேண்டும் என்று பரிந்துரைத்தார்.[10] 2010இல் *தி ஓ'ரெய்லி ஃபாக்டர்* என்ற நிகழ்ச்சியை வழங்கும் பில் ஓ'ரெய்லி 'இந்த உலகில் முஸ்லிம் பிரச்சினை என ஒன்று உள்ளது என்பதில் சந்தேகமே இல்லை' என்று அப்பட்டமாகக் கூறினார்.[11] *த கிளென் பெக் ஷோ* நிகழ்ச்சியின் 2010 ஆகஸ்ட் 10 பகுதியில் க்ளென் பெக் கூறினார்: 'அரசாங்கம் முஸ்லிம்களுக்கான நலத்திட்டங்களை நிறுத்த வேண்டும், சரியா? எனக்கு அலுத்துவிட்டது. உலகின் பிற பகுதிகள் பற்றி எனக்கு அக்கறையில்லை; அக்கறையே இல்லை.'[12] முஸ்லிம்களை விநோதமாகவோ, எதிர் மறையாகவோ சித்திரிக்கும் எந்த ஒரு கதையானாலும் அந்த நெட்வொர்க் (வலையமைப்பு) காட்டிய அதீத ஆர்வம் 2011 மார்ச்சில் அதில் வெளியிடப்பட்ட ஒரு கட்டுரையைத் தொடர்ந்து அதைத் தர்மசங்கடமான நிலைக்கு ஆளாக்கியது: பாகிஸ்தானிலுள்ள ஓர் இஸ்லாமியக் குழு பெண்கள் அணியும் பஞ்சு பொதிந்த உள்ளாடைகளின் விற்பனைக்குத் தடை விதித்துள்ளதாக அந்தக் கட்டுரை வலியுறுத்தியிருந்தது.[13] இந்தச் செய்திக் குறிப்பிற்கான ஆதாரத்தைத் தேடிய போது, அது சமூகத்தில் நிலவும் விநோதங்களைக் கிண்டல் செய்வதற்காக *தி ஆனியன்* என்ற நகைச்சுவை வலையமைப்பு (நெட்வொர்க்) வழக்கமாக வெளியிட்ட பல்வேறு நையாண்டிக் கட்டுரைகளுள் ஒன்று என்பது தெரியவந்தது.

ஆம், இவை ஃபாக்ஸ் நியூஸ் நிகழ்ச்சிகளில் வரும் ஏராளமான முஸ்லிம் எதிர்ப்புக் கருத்துகளிலிருந்து தேர்ந்தெடுக்கப்பட்ட சில எடுத்துக்காட்டுகள் மட்டுமே. மேலும் அவை ஃபாக்ஸ் நியூஸின் தலைவர் ரோஜர் ஐல்ஸ் நடத்திவரும் பழமைவாத அச்சத் (வெறுப்புத்) தொழிலின் தயாரிப்புகளும் ஆகும். அந்தத் தொலைக்காட்சி நிலையத்தின் சதித்திட்டம் மிகவும் அச்சத்தைப் பரப்பும் செய்திகளுக்குப் பின்புலமாக விளங்கும் எழுபத்தியொரு வயதான ரோஜர் ஐல்ஸ், ஃபாக்ஸ் தொலைக்காட்சியின் நிகழ்ச்சி நிரல்களைத் திட்டமிட்டு வழிநடத்தத் தனது தனிப்பட்ட வெறுப்புகளைப் பயன்படுத்துகிறார்.

குடியரசுக் கட்சியின் நீண்ட நாள் ஆலோசகரும், திட்ட வரைவாளருமான ஐல்ஸ் ஒருமுறை அதிபர் ரொனால்ட் ரேகனிடம் ஜனநாயகக் கட்சியைச் சேர்ந்த போட்டி வேட்பாளர் வால்டர் மொண்டேலை எதிர்த்துச் செய்யும் பிரச்சாரத்தில் உண்மைகளையும் புள்ளிவிவரங்களையும் ஒதுக்கிவிடுமாறு கூறினார். *ரோலிங்*

ஸ்டோன் இதழுக்காக எழுதிய ஒரு கட்டுரையில், அதிபருக்கு ஐல்ஸ் ஆலோசனை வழங்கிய விதத்தை டிம் டிக்கின்ஸன் விவரிக்கிறார்: 'நீங்கள் நுண்ணிய விவரங்களின் அடிப்படையில் தேர்ந்தெடுக்கப் படுவதில்லை; செய்தித் தலைப்புகளின் அடிப்படையில்தான் தேர்ந்தெடுக்கப்படுகிறீர்கள்.' ஃபாக்ஸில் அவர் தமது ஆலோசனை யைத் தாமே பின்பற்றினார். உணர்ச்சிகளின், குறிப்பாக அச்சத்தின் வலுவான பிடியை அவர் நன்றாகவே அறிந்திருந்தார். அச்சம் அவரை ஆட்டிப்படைத்தது—ஒவ்வொரு நாளும் தனிப்பட்ட பாதுகாப்பு ஏற்பாடுகளோடு பணிக்குச் செல்லும் அளவிற்கு. தமது பாதுகாப்பு வட்டத்தை விரிவுபடுத்திக்கொள்வதற்காக 1.6 மில்லியன் டாலர்கள் மதிப்புள்ள தனது தோட்டத்தைச் சுற்றியுள்ள நிலத்தையும் வாங்கி வளைத்துப்போட்டார். அல்-காயிதா குறிவைத்துள்ள புள்ளிகளின் பட்டியலில் தான் முதலிடம் வகிப்பதாக அவர் உறுதியாய் நம்புகிறார். 'உங்களுக்குத் தெரியுமா, அவர்கள் என்னைப் பிடிக்க வந்துகொண்டிருக்கிறார்கள்' என்று ஒரு நண்பரிடம் அவர் கூறினார். 'நான் என்னை முழுமையாய்த் தயார் செய்துகொண்டுவிட்டேன். அதற்கான எல்லாவித ஏற்பாடுகளையும் கவனமாய்ச் செய்து முடித்துவிட்டேன்.'

அல்-காயிதா ஐல்ஸின் மீது குறிவைத்திருக்க வாய்ப்புள்ளதாகத் தெரியவில்லை; என்றாலும் அப்படி எதுவும் இல்லை என்று கூறி அவரைச் சமாதானம் செய்வது இயலாத காரியமாக இருந்தது. ஒருமுறை ஐல்ஸ் தனது ஃபாக்ஸ் நியூஸ் அலுவலகத்தில் இருந்தபடி கண்காணிப்பிற்காக நிறுவியிருந்த தொலைக்காட்சிப் பெட்டிகள் வழியே கூடங்களில் நடப்பவற்றைப் பார்வையிட்டுக் கொண்டிருந்தார். அப்பொழுது 'முஸ்லிம் ஆடை' போன்ற ஒன்றை அணிந்த கறுத்த நிறமுள்ள ஒருவன் கடந்துசெல்வதைக் கவனித்தார். ஐல்ஸ் பதறிப்போய் மொத்த அலுவலகக் கட்டடத்தையும் மூடிவிட உத்தரவிட்டார். 'என்ன அநியாயம் இது!' என்று உரக்கக் கூவினார் அவர். முடிவில் தீவிரவாதிகள் அவரைத் தேடிக் கண்டு பிடித்து விட்டதாகவே எண்ணிவிட்டார். 'இந்த ஆள் என்மீது குண்டு வீசலாம்' என்றார் அவர். பின்னர் ஆராய்ந்ததில், அந்த ஆள் ஒரு துப்புரவுத் தொழிலாளி என்பது தெரியவந்தது. 'ரோஜர் அந்தத் தளத்தையே தலைகீழாகப் புரட்டிப்போட்டுவிட்டார்' என ஐல்ஸிற்கு நெருக்கமான வட்டாரத்தைச் சேர்ந்தவர் ஒருவர் பின்னர் நினைவுகூர்ந்தார்.மேலும் அவர் 'முஸ்லிம் மக்கள் யாரைக் கண்டாலும் அவருக்குத் தனிப்பட்ட முறையில் ஓர் அச்சம் உண்டு

—இது அவருடைய வலைப்பின்னலின் கொள்கையோடு ஒத்துப் போகிறது' என்றார்.

ஐல்ஸ் ஒரு மிகச்சிறந்த பிரச்சாரகர் என்றும், தமது ஃபாக்ஸ் நேயர்களின் சமூக அசைவுகள் பற்றிய நுண்ணிய அறிவு பெற்றவர் என்பதால் ஒரு கதையை எப்படி, எப்பொழுது, எங்கு செய்தியாக் கினால் அதன் தாக்கம் மிகவும் அதிகமாக இருக்கும் என்பதைக் கச்சிதமாகக் கணக்கிடத் தெரிந்தவர் என்றும் *ரோலிங் ஸ்டோன்* பத்திரிகையின் டிம் டிக்கின்சன் கூறுகிறார்:

> ஹானிட்டியின் தனிப்பட்ட பார்வையாளர் எப்படியிருப்பார் என்பதற்கு மிகவும் கச்சிதமான உதாரணம் கூறவேண்டும் என்றால், வியாபாரத்தில் நாட்டமுள்ளவர் (86%), கிறிஸ்தவ மதத்தைக் கடைப்பிடிக்கும் பழமைவாதி (78%), டீ-பார்ட்டி ஆதரவாளர் (75%), கல்லூரியில் பட்டம் பெறாதவர் (66%), ஐம்பது வயதைக் கடந்தவர் (65%), என்ஆர்ஏஐ ஆதரிப்பவர் (73%), ஒருபாலுறவு உரிமைகளுக்காகப் போராடாதவர் (78%). அத்துடன் அரசாங்கம் 'மிக அதிக அளவில் செய்கிறது' என்று கருதுபவர் (84%).

இதில் ஒவ்வொரு குழுவையும் நோக்காக வைத்து அவர்களுக்காக நிகழ்ச்சிகளைத் தொகுத்து வழங்குவது ஒரு வெற்றிகரமான செயல் திட்டம் என்று நிரூபணமாகியிருந்தது. உள்வட்டத்தைச் சேர்ந்த ஒருவர் கூறியதன்படி, ஐல்ஸ் தொலைக்காட்சி நிகழ்ச்சிகள் ஒளிபரப்பப்படுவதற்கு முன்பாகவே அவற்றை வழங்குபவர்களைச் சந்தித்து, பேசவேண்டிய விஷயங்களுக்கான குறிப்புகளையும் செய்தி களைத் தெரிவிக்கும் முறைகளையும் சொல்லித் தருவதை வழக்கமாகக் கொண்டிருந்தார். பார்வையாளர்களுக்கு மிகவும் இயல்பான உரையாடலாகத் தெரிவது உண்மையில் எழுதித் தயாரிக்கப்பட்ட வசனமாகும். 2008 அதிபர் தேர்தலின்போது நடந்த ஒன்றை டிக்கின்ஸன் குறிப்பிடுகிறார்: 'மிகவும் விரைவிலேயே *ஃபாக்ஸ் - ஃப்ரெண்ட்ஸ்* நிகழ்ச்சியில் ஒபாமாவின் நடுப்பெயர் (ஹுஸைன்) பற்றிய குறிப்புகள் பரவலாய்ப் பேசப்பட்டன. காலையில் வழங்கப்படும் இந்தக் கலகலப்பான உரையாடல் நிகழ்ச்சி ஊடகங்களின் இரத்த ஓட்டத்தில் தனது விஷத்தை ஏற்றுவதற்காக ஐல்ஸ் பயன்படுத்தும் முதன்மையான வழிகளில் ஒன்றாகும்.[14] அதே நிகழ்ச்சியில்தான் அதிபர் பராக் ஒபாமா ஒரு முஸ்லிமா, மதரஸாவில் பயிற்சி பெற்றவரா என்பன போன்ற சந்தேகங்கள் முதன் முதலில் தோன்றின.

***

அச்சத்தை உற்பத்தி செய்வதிலும் வியாபாரம் செய்வதிலும் ஃபாக்ஸ் நியூஸிற்கு எந்தவிதமான ஏகபோக உரிமையும் இல்லை. அந்த வலையத்தின் பெரும்புள்ளிகள் புரளியைக் கிளப்பிவிடுவதில் எவ்வளவுதான் கில்லாடிகளாக இருந்தாலும், அவர்களின் அரசியல் திட்டங்கள் எவ்வளவுதான் வெளிப்படையாக, திசைதிருப்பிவிடப் பட்டதாக இருந்தாலும், பல செய்தி நிலையங்கள் முஸ்லிம்கள், இஸ்லாம் ஆகியவை பற்றிய அச்ச மனநோயைத் தொடர்ந்து நிலவச் செய்வதில் பங்களித்துள்ளன.

கவரிங் இஸ்லாம் என்னும் புத்தகத்தில் எட்வர்ட் சைத் இதைப் பற்றி எழுதுகிறார். 1995 ஏப்ரல் 19 அன்று அவரின் அலுவலகத் தொலைப்பேசி வழக்கத்தைவிட அதிகமாக ஒலித்தது. அன்று பிற்பகல் முக்கிய செய்தி வலையங்கள், செய்தித்தாள்கள், செய்தியாளர்கள் என 25 அழைப்புகள் அவரின் தொலைப்பேசியை ஆக்கிரமித்துக் கொண்டன — ஒக்லஹோமா நகரிலுள்ள ஆல்ஃப்ரெட் பி. முர்ரா வளாகத்தின் மீதான தாக்குதல் பற்றி அறிய. (நார்த்வெஸ்ட் ஃபிப்த் ஸ்ட்ரீட்) வடமேற்கு ஐந்தாம் தெருவின் பிணக் குவியல்களிலிருந்து புகை மண்டலம் மேலெழும்பியவாறு இருக்க, ஆர்வம் கொப்பளிக்கும் ஊடகங்கள் சம்பவ இடம்நோக்கிப் பாய்ந்தன—இரண்டு ஆண்டுகளுக்குமுன் உலக வர்த்தக மையத்தில் நடந்த குண்டு வெடிப்பைத் தொடர்ந்து அந்நிய நாட்டிலிருந்து வருபவர்களைச் சந்தேகக்கண்ணோடு பார்க்கும் அரண்டுபோன பார்வையாளர் களுக்குச் செய்திகளைத் தெரிவிப்பதற்காக. ஒக்லஹோமா குண்டு வெடிப்புச் சம்பவம் நடந்த அன்று காலை சைதிடம் கேட்கப்பட்ட கேள்விகளும் இதைத்தான் நிரூபிக்க முயன்றன: தங்கள் மதமான இஸ்லாத்தின் வழிகாட்டுதலுடன் 168 பேரின் உயிரைப் பறித்து, 700 பேரைக் காயப்படுத்திய அமெரிக்கரல்லாத அரக்கர் கூட்டம் அதில் ஈடுபட்டிருந்ததை. மத்திய கிழக்கைச் சேர்ந்தவர் என்ற முறையில், புனித பூமியான பாலஸ்தீனத்தில் பிறந்து வளர்ந்தவர் என்பதே அவர் வாழ்வின் பணிக்கு உருவம் கொடுத்தது என்ற முறையில், தீவிரவாதிகள் செயல்படும் வழிமுறைகள் நன்கு தெரிந்தவராக எட்வர்ட் கருதப்பட்டார். மேலும், அப்போதைய சம்பவக் கதைகளின்படி இது முஸ்லிம்களால் நடத்தப்பட்ட தாக்குதல்; அதைத் திட்டமிட்டவர்கள் அதே வட்டாரத்தைச் சேர்ந்தவர்கள். ‘நான் மத்திய கிழக்கிலிருந்து வந்தவன்; மத்திய கிழக்கு பற்றி எழுதி யிருக்கிறேன் என்பதால் பெரும்பாலானவர்களை விடவும் எனக்குச் சற்று அதிகமாகத் தெரிந்திருக்கவேண்டும் என்ற அனுமானத்தோடு

தான் அனைவருமே நடந்துகொண்டனர்' என்று எழுதினார் சைத். 'அராபியர்கள், முஸ்லிம்கள், தீவிரவாதம் ஆகியவற்றுக்கு இடையிலுள்ள மொத்தத் தொடர்பும் இதைவிட வலுவாக ஒருபோதும் எனக்குத் தெளியவைக்கப்பட்டதில்லை; அதில் ஈடுபட்டதாக என்னையும் மீறிச் சுமத்தப்பட்ட குற்ற உணர்வு என்னைத் தாக்கியது—ஒருவேளை இதுதான் எனக்கு இருந்திருக்க வேண்டிய உணர்வோ?'[15]

சைதை நோக்கித் தொடுக்கப்பட்ட கேள்விக் கணைகள் திடீரென்று முளைத்துவிடவில்லை. ஒரு சம்பவம் பற்றிய செய்திகள் மெல்ல மெல்ல அவிழும்பொழுது, அவற்றின் விவரங்களை வழங்குவதற்காகச் செய்தித் தொலைக்காட்சி நிலையங்கள் பெரிதும் நம்பியிருக்கும் 'நிபுணர்'களின் தயாரிப்புகளாகும். இதில் முதலில் களமிறங்கியவர் களுள் சிபிஎஸ் நியூஸ் தொலைக்காட்சி நிறுவனமும் ஒன்று. குற்றம் நடந்த விதம் குறித்து ஆய்வு நடத்துவதற்காக அவர்கள் நியமித்தது ஸ்டீவென் எமர்ஸன்—தீவிரவாதம் தொடர்பான அனைத்து விஷயங்களுக்கும் அவர்கள் நாடிச்செல்லும் மனிதர். கட்டடத்தின் தீய்ந்துபோன பகுதி ஒன்றின் முன்னே நின்றபடி எமர்ஸன் விவரித்தார்: 'இது கூடியமட்டும் உயிர் இழப்பு விளைவிப்பதற்காகவே திட்டமிடப்பட்ட முயற்சி. அது மத்திய கிழக்கிற்கே உரிய ஒரு மரபு. என்னைக் கேட்டால், மத்திய கிழக்கிற்கு வெளியே இஸ்லாமிய தீவிரச் செயல்கள் நடைபெறும் மிகப்பெரிய மையங்களுள் ஒன்றாக ஒக்லஹோமா நகரம் கருதப்படலாம்.'[16] இந்த எளிய கருத்து பிற பத்திரிகை நிறுவனங்களை மேலும் எழுதத் தூண்டிவிட, நழுவிச் செல்லும் குற்றவாளியை அடையாளம் காண்பதற்கான மடைகளைத் திறந்துவிட்டன. சிபிஎஸ் நியூஸ் தேசிய பாதுகாப்பு நிருபரும், தீவிரவாத வல்லுநரும், முன்னாள் அமெரிக்க இராணுவ இரண்டாம் நிலை தளபதியுமான ஜிம் ஸ்டுவார்ட் எமர்ஸனின் கருத்துகளை எதிரொலித்தார். அதற்குச் சற்றுப் பின்னர் பேசுகையில், 'இப்போது இங்கு பந்தயம் கட்டுவது மத்திய கிழக்குத் தீவிரவாதிகளின் பேரில்' என்றார்.[17] ஏபிசி நியூஸின் தலைமை தேசிய பாதுகாப்புச் செய்தியாளரான ஜான் மக்வெர்த்தி இதை ஆமோதித்தார்: 'ஒக்லஹோமா நகரில் இவ்வளவு வலிமைமிக்க குண்டுவெடிப்பு நிகழ்ந்தது என்ற உண்மை, உடனடியாகப் புலன்விசாரணை வல்லுநர்களுக்கு மத்திய கிழக்கில் வேரூன்றியிருக்கும் இதுபோன்ற கொடிய நிகழ்வுகளை நினைவூட்டி, கருத்தில் கொள்ளவைத்தது.'[17]

இந்த ஆரம்பகாலச் செய்தித் தொகுப்புகளைக் கொண்டு, ஒரு கதை பின்னப்பட்டு, விரைவில் வளர்ந்தது. தொடர்ந்த நாள்களில் பல்வேறு 'வல்லுநர்கள்' தாக்குதலின் 'மத்தியகிழக்குச்' சாயல் குறித்துத் தங்கள் ஊகங்களை வெளியிட்டனர். தன்னை இஸ்லாத்திலும் தீவிர வாதத்திலும் கரைகண்டவராக அறிமுகப்படுத்திக்கொண்ட டானியல் பைப்ஸ் யூஎஸ்ஏ டுடேயிடம் கூறினார்: 'இது வெறும் தொடக்கம் மட்டுமே என்பதை மக்கள் புரிந்துகொள்ளவேண்டும். அடிப்படை வாதிகள் பொங்கி எழுந்துவருகிறார்கள். அவர்களின் இலக்கு நாம்தான் என்பதைத் தெளிவுபடுத்துகிறார்கள்.'17 பைப்ஸின் கருத்துகள் முஸ்லிம்களையோ, மத்திய கிழக்குத் தீவிரவாதிகளையோ குறிப்பிட்டுச் சொல்லவில்லை என்றாலும், அடிப்படைவாதம் பற்றிய அவருடைய கருத்துகளில் அது அவர்களின் கூட்டுக்குற்றம் என்ற பொருள் தொனித்தது. அவரும் அவர் பேசிய செய்தி நிறுவனமும் உரையாடலைப் பின்னியிருந்த விதமே அதற்குக் காரணம். இஸ்லாத்தை ஆழக் கற்றறிந்தவர் என்ற முறையில் சூழ்நிலையை ஆராய அழைக்கப்பட்டவர் என்பதால், அவருடைய கணிப்பு தெளிவாக இருந்தது.

முன்னாள் சிஐஏ நிபுணரும், ரேகன் அரசாங்கத்தில் பணியாற்றிய தீவிரவாத எதிர்ப்பு ஆய்வாளருமான வின்செண்ட் கானிஸ்ட்ராரோ வாஷிங்டன் டைம்ஸ் பத்திரிகையிடம் கூறினார்: 'தற்போது பார்ப்பதற்கு இது, தொழிலில் மிகவும் கைதேர்ந்தவர்கள் செய்தது போல இருக்கிறது. அத்துடன் ஒரு மத்திய கிழக்குக் கும்பலின் அடையாளங்களும் அதில் காணப்படுகின்றன.'17 அதே நாளில், தன்னைத் தீவிரவாத நிபுணர் என்று பறை சாற்றிக் கொண்டவரும், தீவிரவாதம் மற்றும் துணை-தேசிய முரண்பாடு (இன்ஷ்டிட்யூட் ஆன் டெர்ரரிஸம் அண்ட் சப்நேஷனல் கான்ஃபிலிக்ட்) என்னும் நிறுவனத்தை உருவாக்கியவருமான நீல் லிவிங்ஸ்டன் லண்டன் டெய்லி மெயில் நாளிதழிடம் கூறினார்: 'பனிப்போர் முடிவுபெற்ற திலிருந்து, அமெரிக்காவிற்கு வந்த மிகப்பெரிய மிரட்டல் மத்திய கிழக்கி லிருந்துதான். ஒக்லஹோமாவில் நிகழ்ந்துள்ள சம்பவம் அதை நிரூபித்துள்ளதோ என்று அஞ்சுகிறேன்.'17

அன்று நண்பகல் குண்டுவெடிப்பில் ஈடுபட்டிருந்ததாகச் சந்தேகிக்கப்படுபவர்கள் மத்தியகிழக்கைச் சேர்ந்தவர்கள் என்பது ஏறத்தாழ உறுதியாகிவிட்டது போல தோன்றியது. செய்தித் தலைப்புகள் நேரடியாக உலகின் அந்தப் பகுதியைச் சுட்டிக்காட்டின:

- *நியூஸ் டே* 'ஒக்லஹோமா நகரில் இஸ்லாமிய அடிப்படை வாதப் போராளிகள் குறிப்பிடத்தக்க அளவில் ஒரு சமூகமாகவே இருந்துவந்ததை அதிகாரிகள் அலட்சியம் செய்துவிட்டதாகப்' பரிந்துரைத்தது.

- *நியூயார்க் போஸ்ட்* 'கார் குண்டுவெடிப்புச் சம்பவம் மத்திய கிழக்கைச் சேர்ந்த தீவிரவாதிகள் செயல்பட்டு வருவதைக் குறிக்கிறது என்பது புரிந்துவிட்ட நிலையில், நாடெங்கும் அச்ச உணர்வையும் அராஜகத்தையும் பரவவிட்டு, அமெரிக்க வாழ்க்கையை நிலைகுலையச் செய்வதுதான் அவர்களின் நோக்கம் என்பதை நாம் அனுமானித்துக்கொள்வது நல்லது' என்று அறிவித்தது.

- *சிகாகோ ட்ரிப்யூன்* 'மத்திய கிழக்கில் கார் குண்டுவெடிப்பில் ஈடுபட்டுவரும் இஸ்லாமியப்படையின் அத்தனை அடையாளங்களும் பொருந்தியுள்ளன' என்று தனது கருத்தை முன்வைத்தது.

- *நியூ யார்க் டைம்ஸ்* 'அமெரிக்கர்களுக்கு எதிராக இயங்கும் முக்கியத் தீவிரவாத மிரட்டலான மத்திய கிழக்குத் தீவிர வாதத்தை ஒழிக்க நாம் எவ்வளவுதான் நடவடிக்கைகள் எடுத்தாலும், அது எவ்விதப் பலனையும் தரவில்லை' என்றது.[17]

ஒக்லஹோமா நகரின் மீதான தாக்குதலுக்குப் பின்னணியில் உள்ளவர் எவ்வித 'மத்தியகிழக்கு மரபு'களையும் கொண்டிருக்கவில்லை என்று இப்பொழுது நமக்கு நிச்சயமாகத் தெரிகிறது. அவர் முஸ்லிமும் அல்ல; மேலும் செய்தி வலைப்பின்னல்கள் இதில் அந்நிய நாட்டு ஈடுபாடு உள்ளதாக வர்ணித்துவருவதற்கு மாறாக, திமோத்தி மக்வெய் ஒரு வெள்ளைக்காரர்; நியூயார்க்கில் பிறந்த அடிப்படைவாதி; முன்பு அமெரிக்கப் படையில் பணியாற்றியவர்; அமெரிக்க அரசாங்கத்தின் மீது தீவிர வெறுப்பு கொண்டிருந்தவர். இவ்வாறிருக்க, ஊடகங்கள் இவ்வளவு தவறாகப் புரிந்துகொண்டது எப்படி? மதங்களின் வரலாற்று ஆய்வாளரும், சிகாகோ பல்கலைக்கழகப் பேராசிரியருமான *ஜோனதன் ஸிட்டெல் ஸ்மித்* கூறுவது இங்கு பொருந்தலாம்: 'பரிசீலனைக்கு எடுத்துக்கொள்ளப்பட்ட பல்வேறு புள்ளிவிவரங்கள், தந்திரத் திட்டங்கள் ஆகிய அனைத்திலும் ஊடுருவிச் செல்லும் ஒரு பின்னணிக் கதை உண்டென்றால், 'இது எந்த வகையிலும் அப்பாவித்தனமான ஒரு முயற்சியாக இருக்க முடியாது' என்பதுதான் அது.'[18]

நிச்சயமாக இது விதிவிலக்காக இருக்கவில்லை. செய்தி ஊடகங்களில் வெளியாகும் இஸ்லாத்திற்கும் தீவிரவாதத்திற்கும் உள்ள தொடர்பு பற்றிய செய்திகள் இத்தகைய நம்பிக்கைகளைப் பெருமளவில் நிலவச் செய்வது தங்களின் தொழிலுக்கு அவசியம் என்ற வகையில் செயல்பட்டுவரும் தனிமனிதர்களின் கைவண்ண மாகும். இத்தகையவர்களின் 'நிபுணத்துவம்' என்பது நிலவும் சூழலின் தன்மையை ஆய்வதல்ல; ஏற்கனவே முஸ்லிம்களையும் கிழக்கத்திய நாட்டவரையும் வன்முறையாளர்களாகச் சித்திரித்து வரும் கதைகளை மேலும் விரிவுபடுத்துவதாகும். திமோத்தி மிட்ஷெல் எழுதுகிறார்: 'வல்லுர்களின் அனுபவ அறிவு சமூக உறவுகளை— அவை தொடர்பான தகவல்களையோ படங்களையோ அளிப்பதற்கு மட்டுமல்ல வரையறுப்பதற்குத்தான் செயலாற்றுகிறது.'[19]

முதலில் கணிப்புகள், பொதுப்படையான கருத்துகள் என செய்தி உலகையே ஒரு கலக்குக் கலக்கிய ஸ்டீவென் எமர்ஸனின் முந்தைய கருத்தை அவருடைய பணியின் எல்லைகளுக்குள் பொருத்திப் பார்க்க வேண்டும். ஒக்லஹோமா நகரம் தாக்கப்படுவதற்குச் சில மாதங்கள் முன்பு நிறுவப்பட்ட எஸ்ஏஇ புரொடக்ஷன்ஸ் என்ற இலாபமீட்டும் நிறுவனத்தின் நிர்வாகி என்ற முறையில், எமர்ஸனின் குழுவிற்கு அவரின் மற்றொரு இலாபமீட்டா நிறுவனமான ஐபிடி (*இன்வெஸ்டிகேட் புரொஜெக்ட் ஆன் டெர்ரரிஸம்*—தீவிரவாதம் தொடர்பான புலனாய்வுத் திட்டம்) 3 மில்லியன் டாலர்களுக்கும் அதிகமாக அளித்தது —வெளிநாடுகளில் செயல்பட்டுவரும் முஸ்லிம் தீவிரவாதிகளுக்கும், ஐக்கிய அமெரிக்க நாடுகளில் உள்ளதாகக் கருதப்படும் அவர்களின் துணைக் குழு உறுப்பினர்கள் செய்துவரும் தாக்குதல்களுக்கும் இடையே உள்ள தொடர்பை ஆராய்வதற்காக.[20] *ஜிஹாத் இன் அமெரிக்கா* (அமெரிக்காவில் ஜிஹாத்) என்ற அவரின் செய்திப்படம் பொதுமக்களிடையே அச்சத்தைப் பரவச் செய்து, அதனையே வியாபாரமாக்கியது; மக்கள் அவருடைய இலாபமீட்டா நிறுவனத்திற்குப் பெருமளவில் நன்கொடை அளிக்கத் தூண்டியது — 1993இல் உலக வர்த்தக மையத்தின் மீதான முதல் தாக்குதலுக்குச் சற்றுப் பின்னர். அந்தச் செய்திப்படத்தைத் தொடர்ந்து எமர்சன் இரண்டு வெற்றிகரமான புத்தகங்களை வெளியிட்டார்: ஜிஹாத் *இன்கார்போரேடட்: ஏ கைடு டு மிலிடண்ட் இஸ்லாம் இன் த யூஎஸ்* (ஜிஹாத் குழுமம்: அமெரிக்காவில் தீவிர இஸ்லாத்திற்கான வழிகாட்டி) *அமெரிக்கன் ஜிஹாத்: த டெர்ரரிஸ்ட் லிவிங் அமங் அஸ்* (அமெரிக்க ஜிஹாத்: நம்மிடையே வாழும் பயங்கரவாதிகள்)[20] எமர்சனோ, செய்தி

நிறுவனங்களோ உரையாடலுக்கு எடுத்துக்கொள்ளாத இந்த உண்மை அவரின் அச்சத்திற்கான காரணங்களை ஓரளவிற்கு விளக்கின.

எமர்சன் போலவே டானியல் பைப்ஸும் அச்சத்தை வியாபார மாக்குவதில் ஆழமாய் முனைந்திருந்தார். 1980களின் முடிவிலும் 1990 களின் தொடக்கத்திலும் வலதுசாரிக் குழுக்களான ஃபாரின் பாலிஸி ரிசர்ச் இன்ஸ்டிட்டியூட் (வெளிநாட்டுக் கொள்கைக்கான ஆராய்ச்சி நிலையம்), வாஷிங்டன் இன்ஸ்டிட்டியூட் ஃபார் நியர் ஈஸ்ட் பாலிஸி (அண்டைக் கிழக்குக் கொள்கைக்கான வாஷிங்டன் நிறுவனம்) ஆகியவற்றுடன் இணைந்துகொண்டார். 1994இல் நிறுவப்பட்ட பைப்ஸின் சிந்தனைக் களஞ்சியமான மிடில் ஈஸ்ட் ஃபோரம் (மத்திய கிழக்கு மன்றம்) தனது நோக்கை இவ்வாறு விவரிக்கிறது: 'தீவிர இஸ்லாத்தை எதிர்ப்பது உள்பட மத்தியகிழக்கில் அமெரிக்கர் களுக்கான ஆதரவு, பாலஸ்தீனம் இஸ்ரேலை ஏற்றுக்கொள்ள செய்வதற்காக உழைத்தல், சவூதி அரேபியா மூலம் அமெரிக்கர்களுக்குக் கிடைக்கும் அனுகூலங்களை வலிமையாக வலியுறுத்துதல், இராக்கைக் கையாளுவதற்கும் ஈரானை உள்ளடக்கம் செய்வதற்கு மான திட்டங்களை வகுத்தல்.'[21] இதன் விளைவாக முஸ்லிம்கள், இஸ்லாம், அராபியர்கள், மத்தியகிழக்கு ஆகியவை கோணல் மாணலான கொள்கைகள் உள்ள விதத்தில் சித்திரிக்கப்பட்டன. இவற்றுள் குறைந்தபட்ச செய்திகூட 1990இல் அவர் கமெண்டரி பத்திரிகையில் எழுதிய கட்டுரையில் இடம்பெறவில்லை:

இஸ்ரேல் அல்லது பாலஸ்தீனம் —இவற்றுள் ஏதேனும் ஒன்றுதான் இருக்கலாம்; இரண்டுமல்ல. ஜோர்தான் நதிக்கும் மத்தியதரைக் கடலுக்கும் இடைப்பட்ட சிறு பகுதியில் இவ்விரு அரசுகளும் சீராகவும் சமாதானமாகவும் நிலவமுடியும் என்று கருதுவது ஒன்று வெகுளித்தனமானது அல்லது இரட்டைக் குற்றம். கடந்த எழுபது ஆண்டுகள் நமக்கு எதையேனும் கற்றுத் தந்துள்ளன என்றால், அது ஜோர்தான் நதிக்கு மேற்கே ஒரு நாடு மட்டுமே இருக்க முடியும் என்பதுதான். ஆகவே, பாலஸ்தீனம் ஓர் அரசை ஏன் இழக்க வேண்டும் என்று கேட்பவர்களுக்கு விடை மிகவும் எளிமையானது: அவர்களுக்கு அதை அளித்துப் பாருங்கள்— அதிலிருந்து சங்கிலியாய்த் தொடரும் சம்பவங்கள் ஒன்று, அதனையே அழித்துவிடும்; அல்லது இஸ்ரேலின் அழிவுக்கு இட்டுச் சென்றுவிடும்.[22]

தாக்குதல்களைத் தொடர்ந்து நீல் லிவிங்ஸ்டனின் அறிவிப்புகள்

பரவலாகப் பேசப்பட்டன. அவர் ‘மத்தியகிழக்கு’ குற்றவாளி ஒருவரை உதாரணம் காட்ட விரும்பினார் — தமது ஆராய்ச்சி நிதியுதவிகளுக்காக இதுபோன்ற தொடர்புகளை நம்பியிருக்கும் இன்ஸ்டிட்டியூட் ஆன் டெரரிஸம் அண்ட் சப்-நேஷனல் கான்ஃபிளிக்ட் (தீவிரவாதம் மற்றும் துணை-தேசிய முரண்பாடு களுக்கான நிறுவனம்) என்னும் நிறுவனத்தில் அவர் ஆற்றும் பணி, தீவிரவாதம் பற்றிய ஆலோசனைகளை ஏறத்தாழ முழுமையான அடிப்படையாகக் கொண்ட அவருடைய தனிப்பட்ட களம் ஆகியவை தொடர்பான காரணங்களுக்காக. இந்தக் கொடிய செயல்களைச் செய்தது மக்வெய்தான் என்பதற்கான ஆதாரங்களை அளித்தும், லிவிங்ஸ்டன் மத்தியகிழக்கு அமைப்புகளுடனான தொடர்புகளைத் தொடர்ந்து தேடிவந்தார். மே மாதத்தில், மக்வெய் கைது செய்யப்பட்டதற்கு ஏறத்தாழ ஒரு மாதத்திற்குப் பிறகு, *பாஸ்டன் குளோப்* இதழுக்கான நேர்காணலில் லிவிங்ஸ்டன் இவ்வாறு கூறினார்:

> பெய்ரூத்தின் கடற்படைவீரர்கள் வசிப்பிடத்தில் நடந்த குண்டு வெடிப்பு, உலகவர்த்தக மையத்தின் மீதான தாக்குதல், ஒக்லஹோமாவில் நடந்த குண்டுவெடிப்பு ஆகியவற்றில் இஸ்லாமியத் தீவிரவாதிகள் பயன்படுத்திய முறைகளில் குறிப்பிடத்தக்க அளவு ஒற்றுமை காணப்படுகிறது. வண்டி நிறைய வெடிகுண்டுகள் ஏந்திய வாகனம் வெறும் கையொப்பம் அல்ல, ஏறத்தாழ ஒரு முகவரி அட்டை போல இந்தக் குழுக் களிடையே மிகவும் விரும்பத்தக்க ஆயுதமாகவும் விளங்குகிறது. குறிப்பாக, உண்மையான குண்டுவெடிப்புகளில் போலிகளாகப் பயன்படுத்துவதற்கென்றே உள்நாட்டில் வளர்க்கப்பட்ட தீயசக்தி களையும் தீவிரவாதிகள் கண்டறிந்துள்ளனர். தேவையான பணம், தொழில்நுட்பம், திட்டத்தை வழிநடத்துவதற்கான திறன்மிக்க செயல் வல்லுநர்கள் ஆகிய அனைத்தையும் அளித்து விட்டு, பிடிக்கப்படுவதற்குள் நகரைவிட்டு வெளியேறி விடுகின்றனர்.[23]

முஸ்லிம்களின் மீது குற்றம் உள்ளதாகப் பொதுமக்கள் கருதுவதற்கான சாத்தியக் கூறுகள் அனைத்தையும் அளித்துவிட்டு, தனது குற்றங்களை மக்வெய் ஒப்புக்கொண்ட பிறகு, *மீட் த பிரஸ்* நிகழ்ச்சியில் உள்நாட்டு வலதுசாரித் தீவிரவாதிகள் பற்றி லிவிங்ஸ்டன் கலந்துரையாடினார். ‘இந்தச் சம்பவங்கள் நிகழும்வரை அவர்கள் இந்த அளவிற்குத் தீவிரமான மிரட்டல் சக்திகளாக இருப்பார்கள் என்று நாங்கள் கருதியிருக்கவில்லை. இவர்களை நாங்கள் தீவிரவாதிகளாகக்

காணவில்லை. ஆனாலும், அவர்களுள் சில கலகக்காரர்கள் இருக்கத் தான் செய்கிறார்கள்.'[17] வியப்பூட்டும் வகையில், பதினேழு ஆண்டுகளுக்குப் பிறகு, 2011இல் சென்டர் ஃபார் பப்ளிக் இன்டக்ரடி (பொதுநல ஒருங்கிணைப்பு மையம்) வெளியிட்ட அறிக்கை ஒன்றில், மக்வெய் தாக்குதல்களை நடத்துவதற்காக முஸ்லிம் தீவிரவாதி களோடு இணைந்து செயல்பட்டிருக்கலாம் என்று பரிந்துரைத்தார் லிவிங்ஸ்டன்.

***

இஸ்லாமிய வெறுப்பை உருவாக்கி, ஊட்டி வளர்ப்பதில் ஊடகங்களின் பங்கு பற்றிய கலந்துரையாடல்கள் பெரும்பாலும் இந்தத் தலைப்பை ஒருபக்கத்திலிருந்து அணுகுகின்றன: அதாவது ஃபாக்ஸ் போன்ற செய்தி நிறுவனங்களும், வல்லுநர்கள் அடங்கிய கொள்கைக் குழுவும் முஸ்லிம்கள் பற்றியும் இஸ்லாம் பற்றியும் தொடர்ந்து எதிர்மறையான முத்திரை பதிக்கும் சித்திரிப்புகளைப் பயன்படுத்துவதற்கு எடுக்கும் கடினமான முயற்சிகள். ஆனால் ஊடகங்கள் இஸ்லாமிய வெறுப்புத் தொழிலின் தாக்கத்தால் தங்கள் பிரச்சாரத்தை அடுத்த கட்டத்திற்கு எடுத்துச்சென்று முஸ்லிம்கள் பற்றி நிலவும் நல்ல கருத்துகளையும் அழிக்க முயல்கிறார்கள். அதற்காக எத்தகைய வழிமுறைகளைப் பின்பற்றுவார்கள் என்பதை எண்ணிப் பார்ப்பதும் பயனளிக்கும். வலதுசாரிகள் ஊக்கப்படுத்தி வரும் இருண்ட, அச்சுறுத்தும் தோற்றத்திற்கு நேர்மாறாக, அமெரிக்க சமூக, அரசியல் சூழல்களோடு இணைந்துகொண்டு, நளினமாய்ப் பொருந்திக்கொள்ளும் நிலைபெற்ற, எளிமையான முஸ்லிம் குடும்பங்கள் பற்றிய கதைகளும் இருக்கத்தான் செய்கின்றன.

2011 நவம்பரில் டீஎல்சி நெட்வொர்க்கில் வெளியிடப்பட்ட ஆல் அமெரிக்கன் முஸ்லிம் நிகழ்ச்சி 1.7 மில்லியன் பார்வையாளர்களைப் பெற்று சாதனை படைத்தது. உண்மைக் கதைகளைப் பேசும் இந்த நிகழ்ச்சி மிஷிகனின் டியர்பார்ன் பகுதியில் வாழும் ஐந்து முஸ்லிம் குடும்பங்களின் வாழ்க்கையைப் பற்றியது. அந்த நிகழ்ச்சியில் அவர்களின் அன்றாட வாழ்க்கை, அவர்களின் தேர்வுகளில் மதம் என்பது எத்தகைய பங்குவகிக்கிறது போன்ற விவரங்களோடு இடம்பெற்றன. 'ஒரு முஸ்லிமைத் திருமணம் செய்துகொள்வது எப்படி' என்ற தலைப்பிலான அத்தொடர் நிகழ்ச்சியின் முதல் தொடரை அந்தத் தொலைக்காட்சி ஞாயிறு இரவுகளுக்கான நிகழ்ச்சியாக ஒளிபரப்பியது.

அந்த நிகழ்ச்சியைப் பார்த்த பார்வையாளர்களில், 18 முதல் 34 வயதுடைய பெண்கள் பிரிவு, கடந்த ஆண்டுகளிலேயே மிக 'அதிகம் பேர் பார்த்த நிகழ்ச்சி' என்ற எண்ணிக்கையைத் தொட்டது.[24] *நியூ யார்க் டைம்ஸ், யூஎஸ்ஏ டுடே, வாஷிங்டன் போஸ்ட், டைம்* பத்திரிகை என அனைத்து ஊடகங்களும் நிகழ்ச்சியைப் பாராட்டின. *ஹாலிவுட் ரிபோர்ட்டர்* அதை 'வசீகரமானது' என்றது. மேலும் 'அவர்களின் வாழ்க்கையைப் பார்ப்பது இஸ்லாத்தைத் தழுவிய அமெரிக்கர்களின் கலாச்சாரம், அவர்கள் நம்மை எவ்வாறு ஒத்திருக்கிறார்கள், நம்மிடமிருந்து வேறுபட்டு எவ்வாறு தனித்துவத்தோடு விளங்கு கிறார்கள் என்று நமக்கு மிக அதிக விஷயங்களைக் கற்றுத்தருகிறது.'[25] என்றும் கூறியது.

முதல் நிகழ்ச்சி வெளியாகிய சிறிது காலத்திற்குள்ளாகவே, இஸ்லாமிய வெறுப்புத் தொழிலைச் சேர்ந்த சிறிய, ஆனால் செல்வாக்குமிக்க நடிகர் ஒருவர் அந்த நிகழ்ச்சி பற்றி உருவாக்கிய பரபரப்பு தேசிய அளவிலான ஆவேசப் பேச்சுகளுக்கு இட்டுச் சென்றது. டேவிட் காட்டன் நடத்திவரும் மதம்சார்ந்த வலதுசாரி அமைப்பான ஃபுளோரிடா ஃபேமிலி அசோசியேஷன் (ஃபுளோரிடா குடும்பக் கழகம்-எஃப்எஃப்ஏ), முஸ்லிம்களை இவ்வாறு நல்லவர் களாகச் சித்திரிப்பதால் 'உண்மையான' முஸ்லிம்கள், அதாவது கெட்டவர்கள் வெளிப்பூச்சிட்டு மறைக்கப்படுகிறார்கள் என்று வாதிட்டது. *ஆல் அமெரிக்கன் முஸ்லிம்* நிகழ்ச்சி 'இஸ்லாமிய அடிப்படைவாதம், ஷரீஅத் சட்டம் ஆகியவற்றை ஊக்குவிக்கும் பல முஸ்லிம்கள் பற்றி தற்போது நிலவிவரும் சட்டரீதியான கவலைகளுக்கு எதிரான, தெளிவாக வடிவமைக்கப்பட்ட பிரச்சாரம்' என்றார் அவர்.[24] ஃபுளோரிடா ஃபேமிலி அசோசியேஷன் உறுப்பினர்களுக்கு அவர் அனுப்பிய மின்னஞ்சல் ஒன்றில் 'இந்த நிகழ்ச்சி சாதாரண மக்களான முஸ்லிம்களைப் பற்றி மட்டுமே பேசுகிறது. அதேசமயம், பெருவாரியான அமெரிக்க மக்கள் போற்றிவரும் சுதந்திரம், பாரம்பரியம் ஆகியவற்றுக்கு நடப்புக் காலத்தில் தெளிவாக ஊறுவிளைவிக்கும் இஸ்லாமியர்களைக் கருத்தில் கொள்ளவில்லை' என்று எழுதினார்.[24] அந்தத் தொலைக் காட்சி நிறுவனத்திற்கு விளம்பரம் செய்துவரும் பல்வேறு நிறுவனங்களை அணுகி, அவர்களின் ஆதரவை விலக்கிக் கொள்ளும்படி கோரிக்கை விடுக்குமாறு காட்டன் தமது தளத்தினரை ஊக்குவித்தார்.

விரைவிலேயே பமேலா கெல்லரும் ராபர்ட் ஸ்பென்ஸரும் விளம்பரதாரர்கள் தங்கள் ஆதரவை விலக்கிக்கொள்ள வேண்டும் என்று குரலெழுப்பியபடி வளர்ந்துவரும் கூட்டத்தில் இணைந்து கொண்டனர். 'ஒவ்வொரு நிறுவனத்திற்கும் விளம்பரத்திற்கென்று ஒதுக்கிய டாலர்களை எங்கு முதலீடு செய்வது என்பதைத் தேர்வு செய்யும் சுதந்திரம் உண்டு' என்று எழுதினார் கெல்லர். மேலும் '64 நிறுவனங்கள் தங்கள் விளம்பரங்களைத் திரும்பப்பெற்றன. அதில் நியாயமும் இருந்தது. பிரச்சினை இந்த நிகழ்ச்சி முஸ்லிம்கள் பற்றியது என்பதல்ல. ஒரு பொய்யான கூற்றின் அடிப்படையில் அது இஸ்லாமிய ஆதிக்கவாதிகளைப் பற்றி இடைவிடாமல் வதந்தி களைப் பரப்பி வருகிறது என்பதற்காகத்தான்'[26] என்று கூறினார். லோவஸ் ஹோம் இம்ப்ரூவ்மென்ட் என்ற வன்பொருள் சங்கிலித் தொடர் நிறுவனம்தான் விளம்பர ஆதரவை முதன்முதலாகப் பின்வாங்கிக்கொண்ட நிறுவனங்களுள் ஒன்று. அதன் தொடர்பு விவரங்களைக் கெல்லர் தமது வலைப்பூவில் பதிவுசெய்தார். ராபர்ட் ஸ்பென்ஸரும் இந்த முரண்பாட்டை வலியுறுத்தினார். அவருடைய பார்வையில், பிரச்சினை முஸ்லிம்கள் அன்றாட அமெரிக்கர்களாகச் சித்திரிக்கப்பட்டது அல்ல; சொல்லப்போனால், அந்த நிகழ்ச்சி வன்செயலில் ஈடுபடும் முஸ்லிம்களையும் சேர்த்துச் சித்திரிக்க வில்லை என்பதுதான். அதாவது, பொதுமக்களிடையே அது கூட்டுக் குற்றத்தின் பாரத்தை ஆணித்தரமாகப் பதிக்கவில்லை.[27]

மொத்தம் 65 விளம்பரதாரர்கள் தங்கள் நிதிகளை நிகழ்ச்சி யிலிருந்து பின்வலித்துக் கொண்டார்கள். முடிவில் அது பெரிய விஷயமாகக் கருதப்படவில்லை. ஏனெனில் தனக்கு இன்னமும் விளம்பர ஆதரவு இருப்பதாக டீஎல்சி நெட்வொர்க் அறிவித்தது.[28] இருந்தபோதிலும் இஸ்லாமிய வெறுப்புத் தொழிலின் வலிமையை அது எடுத்துக் காட்டியது. ஃபுளோரிடாவிலுள்ள சிறிய, பெரிதாக அறியப்படாத கிறிஸ்துவ வலதுசாரிக் குழு ஒன்று தேசிய அளவில் முக்கியத்துவம் பெற்று இத்தகைய பரபரப்பை ஏற்படுத்த முடிந்தது என்பது உண்மையிலேயே பிரமிப்பூட்டியது. முஸ்லிம்களை இலக்காக்கி, பலியாடு ஆக்குவதற்கு பைபிளின் பக்கங்களில் தகுந்த காரணங்களைக் கண்டறிந்த பல்வேறு கிறிஸ்துவப் பிரச்சாரக் குழுக்கள் இருந்தன —ஃபுளோரிடா ஃபேமிலி அசோசியேஷன் (எஃப்எஃப்ஏ) என்பது அவற்றுள் ஒன்று மட்டுமே.

4

நாங்கள் சிலுவைகளைச் சுமந்து வருகிறோம்: கிறிஸ்துவ வலதுசாரியின் முடிவிலாப் போர்

'இவர்கள் எல்லோரும் இறந்து, நரகத்தில் எரிந்து போவார்கள்' என்று ஃபுளோரிடாவைச் சேர்ந்த இணையதளப் பிரச்சாரகர் பில் கெல்லர் முழங்கினார் — பார்க் 51 கலாச்சார மையத்தின் ஆதரவாளர்களுக்கு எதிராக. ஒரு கையில் சிவப்புத்தோல் உறையிட்ட பைபிளை வைத்துக் கொண்டு அவர் முன்னும் பின்னுமாய் ஆடினார் —அவரின் வலிமையான சொற்களுக்கு ஏற்றாற் போலக் கைகளை மேலும் கீழுமாய் வீசியபடி. 'இஸ்லாம் ஒருபோதும் சமாதானம் பரப்பும் மதமாக இருப்பதில்லை; இருந்ததுமில்லை' என்று உறுமினார் அவர். 'தங்கள் முஸ்லிம் சகோதரர்களிடம் ஒரு விமானத்தை இரட்டைக் கோபுரங்களுக்குள் செலுத்தி ஆயிரக்கணக்கான அப்பாவி மக்களைக் கொல்லச் சொல்லும் மனிதர்களுடன் எப்படி உறவுப்பாலம் அமைத்துக்கொள்வது?'[1]

நியூயார்க்கின் மரியட் டவுன்டவுன் ஹோட்டலின் ஆடம்பர மான, மஞ்சள் ஒளிபடர்ந்த நடன அரங்கில் கூடியிருந்த ஐம்பது பேரிடம் 59 வயதான தங்க நிறம் பூசிய தலைமுடி கொண்ட அந்தத் தீப்பொறிப் பேச்சாளர் தனது '9-11 கிறிஸ்துவ மைய'த்தின் தொடக்கத்தை அறிவித்தார். அவரைப் பொறுத்தவரையில் சில அடுக்குகள் தள்ளிக் கட்டப்படவிருந்த வெற்றிவிழாப் பள்ளிவாசல், 'மாபெரும் முஸ்லிம் இராணுவ சாதனை' ஆகியவற்றுக்கு மாற்று மருந்தாக அது விளங்கியது.[2] இஸ்லாத்திற்கு எதிரான கெல்லரின் போரில் சாமர்த்தியமான அவதூறு ஒன்றிக் கலந்திருந்தது. நன்மைக்கும் தீமைக்கும் எதிரான போரின் அணிவகுப்பாக அவர் தனது பேச்சுகளில் வழிந்தோடிய தாக்குதல்களைப் பயன்படுத்தினார். '(முஸ்லிம்கள்) தங்கள் பள்ளிவாசலுக்குச் சென்று இஸ்லாத்தின் பொய்களைப் போதிக்கலாம்; நான் வேத புத்தகத்தின் சத்திய

வாக்குகளைப் போதிப்பதற்காக இங்கு வருவேன்' என்று குறைந்து வரும் கூட்டத்தை நோக்கி அவர் கூறினார்.[2] பார்க் 51க்கு எதிரான தேசிய சர்ச்சை உச்சத்தை அடைந்துகொண்டிருக்க, ஓரமாய் ஒதுங்கியிருந்த கெல்லர் மையத்திற்கு வந்து இத்தகைய தாக்குதல்களை அடிப்படையாகக் கொண்ட ஒரு தொழில் வாழ்க்கைக்குப் புத்துயிர் ஊட்டினார்.

ஓஹையோவிலுள்ள டேடனில் வசித்துவந்த மெதடிஸ்ட் குடும்பம் ஒன்றின் மூத்தமகனான கெல்லர், பன்னிரண்டே வயதான இளம்வயதில் பிரச்சாரக் கிறிஸ்துவராகி இறையியல் கல்லூரிப் போதகராக விருப்பம்கொண்டிருந்தார். பர்சனல் கம்ப்யூட்டர்கள் 1978இல் பெரும் வளர்ச்சி கண்டு, அவரின் பிரச்சாரக் கனவுகளை ஓரம் கட்டியது. செல்வம் ஈட்டுவதில் ஈர்க்கப்பட்ட அவர், தனது விற்பனைத் திறமையை உணர்ந்து ஓஹையோ மாகாணப் பல்கலைக் கழகத்திலிருந்து விலகி, பல மில்லியன் டாலர்கள் புரளும் தொலைக் காட்சிச் சந்தைப்படுத்துதல் திட்டத்தை உருவாக்கினார் — மடிக் கணினிகள் மற்றும் அலுவலகப் பொருள்களின் விற்பனைக்காக.[3] ஆனால் அவரின் கட்டுக்கடங்காத பணத்தாசை அரசாங்கத்துடனான பிரச்சினைக்குரிய மோதலில் முடிந்தது. 'பேராசை என்னைக் கிடுக்கி போலப் பற்றிக்கொண்டது' என்று அவர் நினைவுகூர்ந்தார்.[4] 1990இல் பங்குகள் மற்றும் அஞ்சல் மூலம் மோசடி செய்ததற்காக கெல்லருக்கு இரண்டு ஆண்டுகள் சிறைத்தண்டனை விதிக்கப்பட்டது — ஃபுளோரிடாவிலுள்ள பென்சகோலாவின் ஸாஃப்ல் ஃபீல்டில் உள்ள ஃபெடரல் சிறை முகாமில்.[4] அங்குள்ளபோது அவருடைய கட்டுப்பாடான சமூக, மத உணர்வுகளுக்கு உரமிட்டு ஊதிவிட்டவர் ஜெர்ரி ஃபால்வெல் என்ற அடிப்படைவாதப் பிரச்சாரகர். அவருடைய மாரல் மெஜாரிட்டி எனும் அமைப்பு கிறிஸ்துவ வலதுசாரியின் மொழியையும் ஆர்வங்களையும் அமெரிக்க அரசியலின் மையத்திற்குக் கொண்டுவந்தது.

சிறைக் கம்பிகளுக்குப் பின்னால் இருந்துகொண்டு, அந்த வளர்ந்து வரும் பிரச்சாரகர் லிபர்ட்டி பல்கலைக்கழகத்தில் சேர்ந்துகொண்டார். அது 1971இல் ஃபால்வெல் நிறுவியது. அங்கு தொலைதூரக் கல்வி மூலம் அவர் வேதப் புத்தக ஆய்வில் இளங்கலைப்பட்டம் பெற்றார். 'பத்து ஆண்டுகளுக்கு முன் நான் பெற்றிருக்க வேண்டிய இறையியல் கல்லூரி அனுபவத்தை அது எனக்குத் தந்தது' என்றார் அவர்.[3] 'என்மீது நம்பிக்கை வைத்த ஒரு பள்ளிக்கும் ஜெர்ரி

ஃபால்வெல்லுக்கும் என் மனதில் தோன்றும் ஆழ்ந்த நன்றியுணர்வை என்னால் ஒருபோதும் வெளிப்படுத்த இயலாது.'[4]

விடுதலையான பிறகு, கெல்லர் குறுகிய காலத்திற்குப் பயணிக்கும் பிரச்சாரகராகப் பொழுதுபோக்கி வந்தார். பின் ஒரு பிரச்சாரப் பயணம் மேற்கொண்டு மிகப்பெரிய தேவாலயங்களின் சரணாலயங்கள் முதல் கிராமப்புறங்களிலுள்ள சின்னஞ்சிறு தேவாலயங்களின் பின்கட்டுகள் வரை எல்லாவற்றையும் கண்டார்.[3] இந்தக் களத்தில்தான் அவர் தனது திறமையை வளர்த்துக்கொண்டு ஆடம்பரத்திற்கான பசியைத் தூண்டிக்கொண்டு, ஆன்மிகம், கல்வி, அரசியல், ஊடகங்கள் ஆகியவற்றைக் கலந்து கனல் தெறிக்கும் கிறிஸ்துவ சாம்ராஜ்யத்தை உருவாக்கிய ஃபால்வெல்லின் தாக்கத்தையும் உள்வாங்கிக் கொண்டார். ஆனால் கெல்லருக்கு மேடையில் நின்றுகொண்டு பிரச்சாரம் செய்யும் பாரம்பரிய வழக்கம் சற்று வரையறைப்படுத்துவ தாகத் தோன்றியது. ஆன்மாக்களைக் காக்கும் வர்த்தகத்தில் அவருக்கு மேலும் பெரிய பார்வையாளர்கள் கூட்டம் தேவைப்பட்டது — பூகோள அமைப்பு, வானொலி ஒலிபரப்பு, துணைகோள் பதிவு ஆகியவற்றால் வரையறுக்கப்படாத ஒன்று.

1999இல் அவர் மீண்டும் தனது கணினி ஆதாரங்களுக்கே திரும்பி, *லைவ்பிரேயர்.காம்* என்னும் வலைத்தளத்தைத் தொடங்கினார். இதில் தொண்டர்களான பிரச்சாரகர்கள் ஆன்லைனில் பிரார்த்தனைகளுக்கான கோரிக்கைகளைப் பெற்று அன்றாட பக்திப்பாடல்களைப் பாடுவார்கள் - 24 மணி நேரமும், வாரத்தின் ஏழு நாள்களும். ஏஸ் மோட்டார்ஸ் என்ற அழுக்கான, சாலையோரக் கார் உதிரிபாகங் களின் கடையொன்று ஃபுளோரிடாவின் பென்சகோலாவில் இருந்தது. அதன் பின்கட்டில்தான் கெல்லரின் தலைமையகம் இயங்கியது. அன்றாடம் ஆயிரக்கணக்கானவர்கள் பார்த்துவரும் ஒரு வலைத் தளத்தின் தலைமையகம் என்று ஒருவரும் எதிர்பார்க்க முடியாத வகையில் அது இருந்தது.[5] அவருடைய அலுவலகம் துருப்பிடித்த ஃபோர்ட் தண்டர்பேர்ட்ஸ், டாட்ஜ் டார்ட்ஸ் ஆகியவற்றின் உதிரிபாகங்களால் சூழப்பட்டு, ஒலிப்பதிவுக் கூடமாகவும் செயல்பட்டது. ஒரு முக்காலியில் பொருத்தப்பட்டிருந்த வீடியோ காமிரா ஆட்டம் கண்டிருந்த மரக்கதவு ஒன்றின் முன்னால் இருந்தது — வலைத்தளத்தின் சின்னத்தைப் பெரிதாக்கிக் காட்டியவாறு. சின்னம் ஒட்டுநாடாவால் இணைத்து ஒட்டப்பட்ட இரண்டு பிரிண்டர் காகிதங்களில் வண்ணப் பேனாவால் வரையப்பட்டிருந்தது.[3]

‘நாளொன்றுக்கு ஏறத்தாழ நாற்பதாயிரம் மின்னஞ்சல்களுக்குப் பதிலளிக்கிறோம். பலரை இயேசு கிறிஸ்துவிடம் அழைத்துச் செல்லும் கௌரவத்தைப் பெற்றுள்ளோம்’ என்றார் கெல்லர்.[4] முன்னாள் சிறைக் கைதியும் பின்னாள் மதப்போதகருமான அவரின் தனிப்பட்ட தெய்வீக நிகழ்ச்சிகள் 2.5 மில்லியன் சந்தாதாரர்களை எட்டின - இதனால் அவர் உலகின் மிகப்பெரிய இணையதளப் பிரச்சாரகராக விளங்கினார். பெரும் தேவாலயங்களும் ஞாயிறு காலையில் ஒளிபரப்பாகும் தொலைக்காட்சி நிகழ்ச்சிகளும் திரட்ட முடியாத கூட்டத்தைக் கவர்ந்துகொண்ட பில் கெல்லர், பேரழிவை அறிவிக்கும் தனது செய்திகளை காலைதோறும் மின்னஞ்சல்களில் அனுப்பி வைப்பார். இவை எதிரிகளுக்கு அன்றாடத் தாக்குதல்களாக இருந்தன. பெரும்பாலான காலை வேளைகளில் அந்த எதிரிகள், கிறிஸ்துவ மதத்தின் அழிக்க முடியாத சக்தியாகக் கருதப்பட்ட எதிரிகள் என வழக்கமாகச் சந்தேகிக்கக் கூடியவர்கள் தாம்: ஒருபால் உறவில் ஈடுபட்டுள்ளவர்கள், கருக்கலைப்புவாதிகள் (அபார்சனிஸ்ட்) அல்லது சுதந்திரப் போக்குடையவர்கள். ஆனால் 2001 செப்டம்பர் 11 அன்று 19 முஸ்லிம் கடத்தல்காரர்கள் கெல்லருக்கு ஒரு புதிய எதிரியைப் படைத்துத் தந்தனர். இந்தத் துயரச் சம்பவத்தைக் கைப்பற்றிக்கொண்டு, அன்றைய இரவே, உறங்குவதற்கு முன்பாக அன்றைய நிகழ்வுகளைத் தனித்துவமான மதம்சார்ந்த மொழியில் விளக்கியிருந்தார்.

‘இன்று செப்டம்பர் 11, செவ்வாய் இரவு பத்து மணி. இப்பொழுது இந்தத் தெய்வீகச் செய்தியை எழுதிக்கொண்டிருக்கிறேன்’ என்றார் கெல்லர். ‘என் ஆன்மிகச் சிந்தனையின்படி, இந்த நாள் பொதுவாகவே நிகழ்வுகள் முடிவுபெறும் காலகட்டத்தின் மிகப்பெரிய நாளாகும்.’ துயரச் சம்பவமாகவே இருந்தாலும், தீவிரவாதத் தாக்குதல்களை இறைவனிடமிருந்து வந்த ஓர் அடையாளமாகவே கருதினார் கெல்லர். சொர்க்கத்தில் அமைக்கப்பட்டு, பூவுலகில் அரங்கேற்றப்பட்ட அவை, இஸ்லாத்திற்கு எதிராகக் கிறிஸ்தவ மக்களை ஒன்று கூட்டுவதற்காகவே நிகழ்ந்தன: ‘எதிரி கொல்வதற்கும், திருடுவதற்கும், அழிப்பதற்கும் புறப்பட்டு வந்திருக்கிறான். கடவுள் இது போன்ற ஒரு தருணத்திற்காக உங்களை அழைத்திருக்கிறார்.’[6]

தொடர்ந்து வந்த நாள்களிலும் வாரங்களிலும் கெல்லர் டஜன் கணக்கில் இஸ்லாம் பற்றிய தெய்வீகக் கட்டுரைகள் எழுதிவந்தார். மனத்தைத் தொடும் ஒரு முக்கிய கட்டுரையில் அவர் உஸாமா பின்

லாதெனின் மதம்சார்ந்த மொழிகளை எதிரொலித்தார்: 'போர் வகுப்புகள் விரைவில் மதம், நம்பிக்கை ஆகியவற்றைப் பற்றி யிருக்கும். கிறிஸ்துவத்தைச் சித்திரிக்கும் நாடாக அமெரிக்காவைக் காணும் உலகில், அது இஸ்ரேலுடன் சேர்ந்துகொண்டு இஸ்லாத்தை எதிர்க்கிறது. முடிவில் இது தீவிரவாதம் தொடர்பான போரிலிருந்து தெய்வீகப் போராக மாறும்.'⁷ காலப்போக்கில் 9/11 சம்பவத்தைக் கடவுள் மதமாற்றத்திற்கான கிரியா ஊக்கியாகக் கருதினார் என்று அறிவித்தார். அதில் அவரின் கணக்குப்படி 2000 பேர் அந்தச் சம்பவத்தைத் தொடர்ந்து கிறிஸ்தவத்திடம் தஞ்சம் புகுவார்கள்.⁸

அவர் இஸ்லாத்தைப் பற்றி எழுதிய கட்டுரை ஒரு சிக்கலான காலகட்டத்தில் உருவமானது: அதில் இஸ்லாம் 'கொலைகாரனும் குழந்தைகளோடு உடலுறவு கொள்பவனுமான ஒருவன்', 'கனவு கண்ட' ஒரு 'பொய்யான மதம்' எனவும் 'பக்தி இயக்க'மாகவும் சித்திரிக்கப்பட்டிருந்தது; அதை 'நரகவயப்பட்ட', கவனம் சிதறடிக்கப்பட்ட ஒரு பில்லியன் ஆன்மாக்கள் பின்பற்றிவந்தன. அமெரிக்கர்கள் ஆர்வம் காட்டியது இஸ்லாம் பற்றிய கேள்விகளுக்கு விடையறிவதில் மட்டுமல்ல; சொல்லப்போனால், 9/11 வரை அந்த மதம் மக்களிடையே பேசப்படவே இல்லை —அவர்கள் விடைகளை இணையதளத்திலும் தேடினார்கள். பியூ இண்டர்நெட் அமைப்பும் அமெரிக்க லைஃப் புரொஜெக்ட் நிறுவனமும் இணைந்து வாக்கெடுப்பு ஒன்றை 2001 டிசம்பரில் நடத்தியது. அதில் 28 மில்லியன் அமெரிக்கர்கள் மதம், ஆன்மிகம் தொடர்பான தகவல்களைப் பெற இணையதளத்தைப் பயன்படுத்துகிறார்கள் என்றும் இணையதளப் பயனீட்டாளர்களில் 41 சதவீதத்தினர் செப்டம்பர் 11க்குப்பின் இணையதளத்தில் பிரார்த்தனைகள் அல்லது தெய்வீகப் பாடல்களுக்கான கோரிக்கைகளைப் பெறவோ அனுப்பவோ செய்வதாகக் கூறினர். முக்கியமாக பியூ 'மதம் சார்ந்த பயனர்கள்' என்று குறிப்பிட்ட 23 சதவீதத்தினர் இணையதளம் வழியாக இஸ்லாம் பற்றிய தகவல்களைத் தேடியதாக அந்த வாக்கெடுப்பு கூறியது.⁹ 2003க்குள் 69% அமெரிக்கப் பிரச்சாரகர்கள் மதம் சார்ந்த செயல்பாடு களுக்காக இணையதளத்தைப் பயன்படுத்துவதாகவும் 44% அமெரிக்கர்கள் மற்றெந்த மதத்தையும்விட 'தன்னில் நம்பிக்கை கொண்டவர்களை வன்செயலில் ஈடுபடத் தூண்டும்' வாய்ப்பு இஸ்லாத்திற்கே அதிகம் உள்ளதாகக் கருதுவதாகவும் கூறினர்.¹⁰

தனது வளர்ந்துவரும் நிறுவனத்தின் விதைகளைத் தூவச் செழிப்பான நிலமும் 850,000 டாலர்களுக்கும் அதிகமான மதிப்புள்ள மின்னஞ்சல் முகவரிப் பட்டியலும் தயராக இருக்க, பில் கெல்லரின் கிறிஸ்தவ ஊழியச் சபை தனது பிரச்சார நடவடிக்கைகளை வலைத்தளத்தின் எல்லைகளைத் தாண்டி விரிவுபடுத்தியது. 2003 மார்ச்சில் *லைவ் பிரேயர் வித் பில் கெல்லர்* (பில் கெல்லருடன் நேரடிப் பிரார்த்தனை) என்னும் நள்ளிரவுத் தொலைக்காட்சி நிகழ்ச்சியைத் தொடங்கியது. 250,000 பார்வையாளர்களைக் கொண்டிருந்த அது, அதன் ஒளிபரப்பு நேரத்தில் இரண்டாவது அதிக எண்ணிக்கை பெற்றிருந்தது — கானன் ஒ ப்ரூவிற்கு அடுத்தபடியாக.[3] அதிகாலை வேளைகளில் மனம் சஞ்சலப்படும் பார்வையாளர்கள் கெல்லரை அழைப்பார்கள் —அவரும் அவர்களுக்கு ஆன்மிக ஆலோசனைகள் அளிப்பார். அத்துடன் இஸ்லாம் பற்றியும் முஸ்லிம்கள் பற்றியும் அவ்வப்போது கடுமையான விமர்சனங்கள் தந்தார். இவற்றுள் மிகக் கடுமையானவை 2007 மே மாதம் வெளிவந்தன. அப்போது அந்த மதத்தை அவர் 'நரகத்தின் படுகுழிகளிலிருந்து வந்த 1400 ஆண்டுகள் பழமையான பொய்' என்று வர்ணித்ததுடன், இறைத்தூதர் முஹம்மத் ஒரு 'கொலைகாரக் காமவெறியன் (குழந்தைகளோடு உடலுறவு கொள்பவன்)' என்றும் சேர்த்துக்கொண்டார்.[11] அந்தக் குறிப்பு முஸ்லிம் மற்றும் கிறிஸ்துவ அமைப்புகளிடையே ஒன்றுபோலக் கிளர்ச்சியைத் தூண்டியது. முடிவில் அந்த நிகழ்ச்சி ரத்து செய்யப்பட்டது.

கெல்லர் துன்பங்களுக்குப் பழக்கப்பட்டவர். தேசிய அளவில் ஒளிபரப்பப்பட்ட தொலைக்காட்சி நிகழ்ச்சியிலிருந்து வெளியேற்றப் படுவதைக் காட்டிலும் மிகவும் கடுமையான சோதனைகளைச் சந்தித்தவர். என்றாலும் ஆயிரக்கணக்கான இரவுப் பார்வையாளர்களைத் திடீரென இழந்தது அவருக்குச் சற்று மனத்தை நெருடியது. மீண்டும் இணையதள நட்சத்திர அந்தஸ்திற்குத் திரும்பிச் செல்லும் வாய்ப்பை அவர் வெறுத்தார். நல்வாய்ப்பாக, 2008 அதிபர் தேர்தல் சூடான விஷயங்களை வைத்து ஆதாயமடைய ஒரு வாய்ப்பளித்தது. கெல்லரின் பார்வை முதலில் குடியரசுக்கட்சி வேட்பாளர் மிட் ராம்னியின் மீது பதிந்தது. அவரின் மோர்மோன் நம்பிக்கை (பார்க்க: ப. 170, அடிக்குறிப்பு - ப-ஆ) பிரச்சாரக் கிறிஸ்தவ (இவாஞ்செலிஸ்ட்) சமூகத்தினரால் சந்தேகத்துடன் பார்க்கப்பட்டது. 'மிட் ராம்னிக்கு ஒரு வாக்கு என்பது சாத்தானுக்கு ஒரு வாக்காகும்' என்று எழுதிய கெல்லர், அந்த முன்னாள் மசாச்சூசெஸ்ட் ஆளுநர்

பற்றிய கடுமையான விமர்சனங்களுடன் தமது வாசகர்களின் முகவரிப் பட்டியலை நிரப்பினார். இதுதவிர அவர் ஒரு ராம்னி எதிர்ப்பு வலைத்தளத்தையும் தொடங்கினார்: வோட்டிங்ஃபார்சாடான்.காம். அதில் 'ராம்னி ஒரு வெட்கமற்ற, மோர்மோன் சமூகத்தின் பெருமை மிகு உறுப்பினர். அந்தச் சமூகம் ஏறத்தாழ 200 ஆண்டுகளுக்குமுன் ஜோஸஃப் ஸ்மித் என்ற கொலைகார, பல மனைவிகள் கொண்ட (குழந்தைகளோடு உடலுறவுகொள்ளும்) காமவெறியன் நிறுவிய ஒன்று' என்று எழுதினார் கெல்லர்:

> மோர்மோன் சமூகத்தின் போதனைகள் இறைவனின் சத்திய வாக்கிற்குக் கொள்கைரீதியாகவும் சிந்தனைரீதியாகவும் நேர் எதிரானவை. இதில் பொதுவான களம் எதுவும் இல்லை. மோர்மோன் நம்பிக்கை உண்மையென்றால் கிறிஸ்தவ மதம் என்பது முழுப்பொய். ஸ்மித் அந்தச் சமூகத்தைத் தொடங்கியதில் இருந்தே அது சாத்தானின் பணி என்பதிலும், அவர்களின் பொய்யான போதனைகளைப் பின்பற்றுபவர்கள் இறந்து போவதுடன், காலா காலத்திற்கும் நரகத்தில் உழல்வார்கள் என்பதிலும் எந்தச் சந்தேகமும் இருக்கவில்லை.[12]

கெல்லரின் விமர்சனங்கள் சில செய்தி வலையங்களில் வாய்ப்புகள் பெற்றுத் தந்தன — தேசத்தின் மிகவும் பிரபலமான நாளிதழ்களின் பக்கங்களில்கூட. ஆனால் பில் கெல்லரின் ஊழியச் சபை அமெரிக்க அரசின் உள்நாட்டு வருவாய் சேவையின் (ஐஆர்எஸ்) கவனத்தையும் ஈர்த்தன. அவை இலாபமீட்டா நிறுவனங்களுக்கான வரி விதிமுறைகளை மீறுவதன் மூலம், அரசியல் விளையாட்டுகளில் ஈடுபட்டதாக ஒரு புலனாய்வு நடத்தியது. அத்துடன் அவரின் அமைப்பு தேர்தலில் நிற்கும் வேட்பாளர்களை ஆதரிக்கவோ, எதிர்க்கவோ கூடாது என்று அமெரிக்க அரசின் உள்நாட்டு வருவாய் சேவை தடைவிதித்தது.[13]

இதுபோன்ற புலனாய்வுகளுக்கு அசைந்து கொடுக்காமல், கெல்லர் சூடேறிக் கிடந்த அரசியல் சூழலை நன்கு பயன்படுத்திக்கொண்டார். ஜனநாயக வேட்பாளர் பராக் ஒபாமா அதிபர் ஆகலாமா என்பது பற்றிய கேள்விகள் எழுந்த போது கெல்லர் கணிப்புகளில் ஈடுபட்டு, வேட்பாளரின் பல்வேறு கலாச்சாரங்கள் கலந்த பின்னணி ஓவல் ஆஃபிஸில் ஒரு சதித்திட்டத்திற்கான முன்னறிவிப்பு என்றார். 'இந்த மனிதர், அதாவது பராக் ஒபாமாதான் இஸ்லாமிய வேதவாக்கின் பரிபூரண வடிவமா?' என்று கெல்லர் ஒரு லைவ் பிரேயர் வீடியோவில் கேட்டார். குர்ஆனிலிருந்து ஒரு வாசகத்தை, மேற்கோள்காட்டி,

‘அல்லாஹ்வின் தூதர் கூறினார்: சூரியன் மேற்கில் உதித்தாலொழிய காலம் கனியப்போவதில்லை; அதை மக்கள் காணும் பொழுது, உலகில் உயிர்வாழ்வோர் அனைவருக்கும் நம்பிக்கை உண்டாகும்’ என்றார் கெல்லர். பின்னர் ஆசிய மற்றும் மத்திய கிழக்குக் கலாச்சாரங்களின் சின்னங்களுக்கு உள்ள முக்கியத்துவத்தை விவரித்தார். அவர் பேசப்பேச, வீடியோ படம் மங்கலாகி, ஒபாமாவின் ‘ஹோப் (நம்பிக்கை)’ பிரச்சாரச் சின்னத்தில் பதிந்தது. ‘மேற்கத்திய நாடுகளின் சின்னமாய் விளங்கும் அமெரிக்கக் கொடியின் மீது சூரியன் உதிப்பதை பராக் ஹுசைன் ஒபாமா தனது பிரச்சாரச் சின்னமாய்க் கொண்டிருப்பது வெறும் தற்செயலான ஒன்றா?’[14]

2008 மே மாதத்திற்குள் பில் கெல்லர் ஊழியச் சபைகள் (மிஷனரீஸ்) ஏறத்தாழ 2.5 மில்லியன் டாலர்கள் மதிப்புள்ள சொத்துகளை ஈட்டியிருந்தன — தனிநபர் கணக்கர் ஒருவரின் அறிக்கைப்படி இதில் 1.4 மில்லியன் டாலர்கள் தனிப்பட்ட நன்கொடைகளாக வந்தன; இதில் அவரின் *கோல்ட் ஃபார் சோல்ஸ்* (ஆன்மாவுக்குத் தங்கம்) நிகழ்ச்சியும் அடங்கும். அந்தப் பிரச்சாரத்தில் விசுவாசிகளிடமிருந்து தங்க நகைகளை நன்கொடையாகப் பெற்று, கடவுளின் அருளும் வரிவிலக்கும் பெற்றுத் தருவதாகக் கூறப்பட்டது. இருந்தாலும் தமது ஊழியச் சபை என்பது விரைவில் பணம் புரட்டும் திட்டத்திற்கானது அல்ல என்றும், தனது ஆண்டு வருமானம் வெறும் 30,000 முதல் 35,000 டாலர்கள்தான் என்றும் கெல்லர் வலியுறுத்துகிறார். இத்தனை முயற்சிகளும் திக்குத் தெரியாமல் வாடும் ஆன்மாக்களை இயேசுவிடம் சேர்ப்பிக்கும் திருப்தியை அளிப்பதால் பயனுள்ளவையே என்றார் அவர்.

‘9/11 கிறிஸ்தவ மைய’த்திற்கான திட்டங்கள் நிதிவசதி குறைந்ததால் காலப்போக்கில் குலைந்தன. இதனால் கலவரமடைந்த கெல்லர் தனது விசுவாசிகளுக்கு மின்னஞ்சல் ஒன்றை அனுப்பி வேண்டிக்கொண்டார் — கடன்களை அடைக்கும் பொருட்டு 34,000 டாலர்களுக்கும் மேல் நன்கொடையாக அனுப்பி வைக்கும்படி. ஆனால் அந்தப் பணம் ஒருபோதும் கிட்டவில்லை. பார்க் 51 சமூக மையத்தை எதிர்த்துப் பொதுமக்கள் காட்டிய உணர்வுகள் முக்கியமற்ற செய்திகளுக்கிடையில் கரைந்து போயின — கெல்லரின் திடீர் ஆவேச வெளிப்பாடுகளும் அப்படித்தான்.

***

மதச்சார்பு வலதுசாரிகள் இயேசு கிறிஸ்துவின் போதனைகளுக்கு அதீத முக்கியத்துவம் அளித்தாலும், இருபது ஆண்டுகளுக்கும் மேலாக சிறுபான்மையினருக்கு எதிராகச் செயல்பட்டுவரும் தப்பெண்ணத் திற்கு (முன்முடிவு கருத்திற்குப்) பின்புலமாக இருந்துவருகிறது. தங்களுடைய மதநம்பிக்கைகள் காரணமாக, அடிப்படைவாதக் கிறிஸ்துவர்கள் தாங்கள் சுடுவதற்கான இலக்குகளாக வைத்திருக்கும் வரிசையில் முஸ்லிம்களை ஒரு நிலையான இடத்தில் வைத்திருக் கின்றனர். அமெரிக்க உளவியல் வல்லுநரும் முன்னாள் ஹார்வர்ட் பல்கலைக் கழகப் பேராசிரியருமான கார்டன் ஆல்போர்ட் குறிப்பிடுவது போல, இத்தகைய எதிர்ப்புணர்வுகள் உலகின் முக்கிய மதங்களின் போதனைகளிலும் நம்பிக்கைகளுக்குள்ளும் செயல்படும் உள்பதிந்த, தீவிர சகிப்பின்மை அமைப்புகளின் விளைவுகளாகும். ஆக, 'உங்கள் அண்டை வீட்டுக்காரரை நேசியுங்கள்' என்று ஒருபுறம் முழங்கிக் கொண்டு, மறுபுறம் அந்த அண்டைவீட்டாரின் மதத்தை மோசமான வார்த்தைகளால் பழிக்கும் சிலரைக் கண்டால் வியப்பாக இருக்கிறது; அதேசமயம், மோட்சம் அளிப்பதாகக் கூறும் வாக்குறுதிகளும் மதங் களுக்கும் அரசியலுக்கும் இடையிலுள்ள தொடர்பும் அசௌகரிய மான நிலையை ஏற்படுத்துகின்றன.[15]

இறைவெளிப்பாடு என்பது பல கிறிஸ்துவ வலதுசாரிக்காரர் களையும், பொதுவாக மதவெறியர்கள் பலரையும் நிலையான சத்தியத்தைத் தாங்கள் கைக்கொண்டிருப்பதாக நம்ப வைக்கிறது. அவர்களைப் பொறுத்தவரையில் அது கடவுள் அருளிய சத்தியவாக்கு; அதைப் பிறருடன் பகிர்ந்துகொள்ளவும் வேண்டும்; போற்றிப் பாதுகாக்கவும் வேண்டும். மனித இனத்தின் மொத்த தலையெழுத்தும் அவர்களின் கையில்தான் இருக்கிறது —இதில் கிறிஸ்துவ சமூகத்தினரும் மற்றவர்களும் அடங்குவர். வேதவாக்கைச் சற்றுத் தீவிரமாக விளக்குபவர்களுக்கு இது பிரச்சினையாக இருக்கும் — குறிப்பாக பிற மதங்களிலும் இதுபோன்ற வாக்கியங்கள் இருப்பதை உணரும் பொழுது. பில் கெல்லரின் வாசகங்கள் காட்டியுள்ளது போல, முஸ்லிம்களும் இறைவாக்கையும் சத்தியத்தையும் பெற்றிருப்பார்கள் என்ற எண்ணமே ஏற்றுக்கொள்ளக்கூடியதாக இல்லை என்பதுடன், அது அளவிற்கு மிஞ்சிய குற்றமாகவும் இருப்பதால், நிறுத்தப்பட வேண்டும். எவ்வளவு பொருளாதாரப் பிரச்சினைகள் இருந்தாலும், எவ்வளவு இறுக்கமான அரசியல் சூழல் நிலவினாலும், உலகின் மாறிவரும் இயல்புபற்றிக் கவலைப்படுபவர்கள் தங்களுக்கு மோட்சம் கிட்டுவது உறுதி என்ற எண்ணத்தில் சுகம்

காண்கிறார்கள். ஆகவே மற்றவர்களுக்கும் இதுபோன்ற ஒரு தனித்துவமான, உறுதியான பரிசு கிட்ட வாய்ப்பு இருக்கிறது என்று கருதுவது தங்களுக்கு இறைவனுடன் தனிப்பட்ட உறவு உள்ளது என்ற எண்ணத்தை அழித்துவிடுகிறது.[15]

மதம்சார்ந்த கொள்கைகளுக்கும் அரசியல் திட்டங்களுக்கும் இடையே உள்ள தொடர்பும் தீவிர சகிப்பின்மைக்குத் தூண்டுகோலாக விளங்குகிறது. கிறிஸ்துவ வலதுசாரி என அது மதத்தின் பழமைவாதப் பகுதியோடு பொருந்துவதால் மட்டுமல்ல; அவர்களின் வலதுசாரி அரசியல் தேர்வுகளும் மத நம்பிக்கைகளும் பொதுவான அம்சங்களைக் கொண்டிருப்பதாலும் தான். கிறிஸ்டியன் கொயலிஷன் (கிறிஸ்துவக் கூட்டணி), மாரல் மெஜாரிட்டி (ஒழுக்கப் பெரும்பான்மை) ஆகியவை 1990களில் மிகப் பிரபலமாக விளங்கிய குழுக்கள். ஆனால் தற்போது அவை செயல்பாட்டில் இல்லை. இந்த நிலையில்தான் குடியேற்றங்கள், ஒருபாலுறவுத் திருமணங்கள், வகுப்புவாதம், கருக்கலைப்பு ஆகியவை அதிகரித்து பிரச்சினைகளாய் வெடிக்கின்றன. இந்தக் கலவையில் முஸ்லிம்களும் அடங்குவார்கள் என்பதில் வியப்பு இல்லை. அமெரிக்க சமூகங்களில் வளர்ந்துவரும் அவர்களின் மக்கள்தொகை; பள்ளிகள், பணியிடங்கள், அரசாங்க அமைப்புகள் போன்றவற்றில் அவர்கள் மிகுதியாகக் காணப்படுவது ஆகியவை முஸ்லிம் எதிர்ப்பு கிறிஸ்துவ வலதுசாரிக்கு ஒரு விஷயத்தைத் தெளிவுபடுத்துகின்றன: கிறிஸ்துவ நம்பிக்கைகளுக்குப் பெயர்பெற்ற ஒரு சமூகத்தில் அவர்களின் தாக்கம் அதிகரித்துவருகிறது. மேலும், அரசியலும் மதமும் கலந்து நிலவும் இந்தச் சூழலில் இஸ்ரேல் பிரச்சினையும் இடம் வகிக்கிறது. கிறிஸ்துவ வலதுசாரிக் கட்சியைச் சேர்ந்தவர்கள் பலரும் — இயேசு யூதர் சமூகத்தில் பிறந்தார் என்பதால்—கடவுள் இஸ்ரேலுடன் நிபந்தனைகளற்ற நிலையானதொரு உறவு வைத்திருப்பதாக நம்புகின்றனர். அதன் விளைவாக, அதன் நலனை மட்டுமின்றி, அதன் எதிரிகளையும் கருத்தில்கொண்டு செயலாற்ற வேண்டிய கடமை அவர்களுக்கு உள்ளது.

ஆகவே கிறிஸ்துவ வலதுசாரிகள் பாலஸ்தினியர்களைக் குறைவாக மதிப்பிடுவதுடன் அவர்களுடைய மேடைப்பேச்சுகளில் வெளிப்படும் முஸ்லிம்களுக்கு எதிரான சூடேறிய வார்த்தைகள்கூட பெரும்பாலான சூழ்நிலைகளில் பாலஸ்தீன-இஸ்ரேல் பூசல்கள் என்னும் —லென்ஸ் வாயிலான — வக்கரிப்புக் கோணத்தைக் கொண்டும் இருக்கின்றன. உலக முடிவு காலங்களைப் பற்றிய தேவவாக்குகள், இஸ்ரேலுக்கு

அளிக்கப்படும் தீவிர ஆதரவு, ஈரானுக்கு எதிரான இராணுவ மோதல் (இதை இஸ்ரேலுக்கான அச்சுறுத்தலாக அவர்கள் கண்டனர்) போன்றவை கிறிஸ்துவ வலதுசாரியில் உள்ள சிலரை (மதபோதகர் ஜான் ஹாகீ உள்பட) பைபிளில் கூறப்பட்டுள்ள இயேசுவின் இரண்டாம் வருகை மிகவும் உறுதியானது என வலியுறுத்தவைத்தது.

***

எர்கன் கானர் ஒரு காலத்தில் புனிதப்போர் படைவீரராக உருவாவதற்கான பயிற்சியில் இருந்தார்; அல்லது அப்படித்தான் அவர் தமது நேயர்களிடம் கூறினார். லிபர்ட்டி பல்கலைக்கழகத்தின் இறையியல் பள்ளியின் முன்னாள் தலைவர்; நாற்பது வயது தாண்டியவர்; உறுதியான நெஞ்சும், குறுந்தாடியும், மழுங்கச் சிரைத்த தலையுமாகத் தோற்றமளித்த அவர் 9/11க்குச் சற்று பின்னர் பழமைவாதப் பிரச்சாரகராகப் பிரபலமடைந்தார். ஜிஹாத் ஆதரவாளராக இருந்து, பிறகு கிறிஸ்துவராக மாறியவர் என்று தம்மை அறிமுகப்படுத்திக்கொண்ட அவர், தீவிரவாதத்தின் பிடியிலிருந்து தப்பியோடி இயேசு கிறிஸ்துவின் மோட்சப் பாதைக்கு மாறிவிட்டதாகக் கூறினார்.[16] கலிஃபோர்னியாவின் பிரெமான்டில் 2006 செப்டம்பர் 22 அன்று நடைபெற்ற கலிஃபோர்னியா கிறிஸ்துவ மன்னிப்புக் கோருவோர் மாநாட்டில் எர்கன் கானர் மேடையில் சரிந்து நின்றுகொண்டு, தம் மூக்குக் கண்ணாடியை ஏற்றித் தலைமேல் வைத்துக்கொண்டு கவனமாய்க் கேட்டபடி அமர்ந்திருக்கும் பார்வையாளர்களை நோக்கினார். 'நான் உங்களை வெறுத்தேன்' என்றார் அவர், மென்மையான குரலில்.

> இது சற்றுக் கடுமையாக இருக்கலாம். ஆனால் என் மதரஸா அதாவது என் பயிற்சிநிலையம் பெய்ரூத்தில் இருந்தது. நான் அமெரிக்காவிற்கு வருவதற்குமுன், நாங்கள் உங்களிடம் மத போதகர்களாக வந்தோம். ஆயத்துல்லாஹ் குமைனி கூறியிருந்தார்: 'அமெரிக்கா இஸ்லாமிய நாடாகும் வரை ஓயாதீர்கள்' என்று. அதனால்தான் நாங்கள் வந்தோம். எனக்கு உங்களைப் பற்றி எதுவும் தெரியாது; நான் ஒருபோதும் தேவாலயத்திற்குச் சென்றதில்லை; ஒருபோதும் பள்ளிவாசலைவிட்டு வெளியே வந்ததில்லை. ஆனால் இது மட்டும் எனக்குத் தெரிந்திருந்தது. நான் உங்களை வெறுத்தேன்; நீங்கள் என்னை வெறுக்கிறீர்கள் என்று நினைத்தேன்.[17]

கானரின் சாட்சிமொழி தெற்கு அமெரிக்கா முழுவதும் அவர் நடத்திய சாலையோரப் பிரச்சாரங்களுக்கு ஆதாரமாக விளங்கியது. இஸ்லாத்தின் தீவிர இயல்பு பற்றி அமெரிக்கர்கள் கேள்வி கேட்கும் பொழுது ஆலோசனைக்காக அவர்கள் தேடிச்செல்ல அவரைவிடச் சிறந்த ஒருவர் ஏது? ஏனெனில் அவர் தன்னை ஒரு முன்னாள் போராளி யாகத்தான் (ஜிஹாதியாகத்தான்) வர்ணித்துக்கொண்டிருந்தார். மேற்கத்திய நாடுகளின் மீது தனக்குள்ள வெறுப்பை வெடிகுண்டு களின் மூலம் வெளிப்படுத்துவதற்காகவே அவர் வளர்க்கப்பட்டார். கானரின் பார்வையாளர்களுக்கு அவருடைய உள்நோக்கு தங்களுக்கு எதிராகச் சதித்திட்டம் தீட்டும் வெளிநாட்டு மதக்கொள்கையின் விவரங்களை அளித்தது; அத்துடன் அவரின் சோகமயமான மதமாற்றக் கதை தங்கள் மதத்தின் மேன்மையை அவர்களுக்கு உறுதியளித்தது.

இது உண்மையிலேயே புனிதப்போர் என்றால், கடவுள் நேரடியாக ஒரு வகுப்பினருக்கு எதிராகவும் மற்றவர்களுக்குச் சாதகமாகவும் இருந்தால், தவறிழைப்பது பல நிலையான தொடர் விளைவுகளைக் கொண்டிருக்கும்.

கானரை இஸ்லாம் குறித்த ஆலோசனைகளுக்காக முதலில் அணுகிய தேவாலயங்களுள் ஒன்று பிரெஸ்டன்வுட் பாப்டிஸ்ட் தேவாலயம். இது டெக்ஸாஸிலுள்ள பிளானோவில் 28,000 உறுப்பினர்களைக் கொண்ட மாபெரும் குழு. கத்தோலிக்க தேவாலய பீடத்திற்கு அடுத்தபடியாக அமெரிக்காவில் இரண்டாவது பெரிய கிறிஸ்துவ அமைப்பான தெற்கத்திய பாப்டிஸ்ட் மாநாட்டின் உறுப்பினர்களில் இவர்கள் பெரும்பான்மை வகித்தனர்.[18] 2001 நவம்பரில் கானர் தனது கதையைப் பகிர்ந்துகொள்வதற்கான ஓர் அழைப்பை ஏற்றுக்கொண்டார். 'தொலைக்காட்சிக் கருத்தரங்குகள் ஒவ்வொன்றிலும் அல்லாஹ், ஜெஹோவா இருவரும் அடிப்படையில் ஒரே இறைவன்தான் என்று கேட்டிருப்பீர்கள்' என்றார் அவர். மேலும் 'நீங்கள் தெய்வீகப் புனைபெயர்கள் பற்றிப் பேசுகிறீர்கள். தயவுசெய்து இதுகுறித்து நான் சொல்வதைக் கேளுங்கள். இந்த உலகில் ஆச்சாரமான முஸ்லிம் ஒருவர்கூட அல்லாஹ்வும் ஜெஹோவாவும் ஒரே இறைவன்தான் என்று ஒப்புக்கொள்ளமாட்டார் — இந்த உலகின் ஒரு முஸ்லிம்கூட. அதேபோல், நேர்மையான, முறைப்படியான, புத்திசாலியான ஒரு கிறிஸ்துவரும் அந்த வாக்கியத்தைக் கூற மாட்டார்கள் என்று கருதுகிறேன்'[19] என்றார்.

பிரச்சார சமூகத்தில் கானரின் தாக்கம் மிகப்பெரிய அளவில் இருந்தது. 9/11ஐத் தொடர்ந்து நிலவிய இஸ்லாமியப் புறக்கணிப்பு, ஆவேசம் ஆகியவற்றுக்கு மத்தியில் பழமைவாதக் கிறிஸ்துவர் களுக்குக் 'கல்வி புகட்டு'வதில் அவரைவிடத் திறமையான, வெளிப் படையான இஸ்லாமிய விமர்சகர் ஒருவரும் இருக்கவில்லை.[20] மிகவும் பிரபல போதகர்களான ஃபிராங்க்ளின் கிரஹாம், ஜான் ஹாகீ, ராட் பார்ஸ்லீ ஆகியோரைவிடவும் அவருடைய வீச்சு விரிவாகவும் வலிமையானதாகவும் இருந்தது. அவர்கள் மிகத் திறமையாகப் பேசினாலும், ஒரு வட்டத்திற்குள் மட்டுமே பெயர் பெற்றனர். கானரின் சொற்பொழிவுகளில் நண்பர்குழாம் நகைச்சுவைகள் முதல் குழந்தைப் பருவ நிகழ்ச்சிகள்வரை இருந்தன. அவருடைய கச்சிதமான, மெருகூட்டிய நிகழ்ச்சிகள் தேவாலயம் செல்லும் ஏராளமான இளைய சமுதாயத்தினரைக் கவர்ந்தன. குறிப்பாக அவருடைய தனிப் பாணியிலான அதிர்ச்சியளிக்கும் நகைச்சுவை. கானரின் குறும்புத்தனம் மிக்க வார்த்தைகளைப் பீட்டர் மான்ட் கொமரி நினைவுகூர்கிறார்:

> பெரும்பாலும் வெள்ளை இனத்தவர் கூடியிருந்த அரங்கில் உரையாற்றுகையில், கானர் கறுப்பின மக்களுக்கான தேவாலயங் களில் நடக்கும் பிரார்த்தனைகள் பற்றி நகைச்சுவையாகக் கிண்டல் செய்தார். அவர்கள் தட்டுகளைப் பன்னிரண்டு முறை சுற்றிவரச் செய்கிறார்கள்; பெண்கள் துணைக்கோள் அலை வாங்கித் தட்டு (சாடிலைட் டிஸ்ஸஸ்) அளவிற்குப் பெரிய தொப்பிகளை அணிகின்றனர்; ஆண்கள் நீலநிற சூட்டுகள் அணிகின்றனர் — தங்கள் காலணிகளுக்குப் பொருத்தமாக; மேலும் தங்கள் காருக்குப் பொருத்தமான கைக்குட்டைகள் வைத்துக் கொள்கிறார்கள். ஒரு கறுப்பின பாப்டிஸ்ட் போதகர் மன்னிப்புக் கேட்டார்.

சியாட்டிலில் சில ஆண்டுகளுக்குமுன் நடந்த மாநாடு ஒன்றில் கானர் லிபர்ட்டியிலுள்ள மெக்ஸிகோவைச் சேர்ந்த மாணவர்களை இப்படிக் கிண்டல் செய்தார்: 'எனக்கும் மெக்ஸிகோவைச் சேர்ந்த மாணவர்களுக்கும் இடையே மிகவும் நல்ல உறவு நிலவிவருகிறது. அவர்கள் என் அருமைப் பிள்ளைகள். நான் எப்பொழுதும் அவர்களைக் கிண்டல் செய்வதுண்டு. நான் சொல்வேன்: 'பாரப்பா, நான் எப்பொழுதாவது தத்தெடுப்பதாக இருந்தால் ஒரு மெக்ஸிகனைத்தான் தத்தெடுக்க விரும்புவேன். ஏனெனில்

என்னுடைய கூரையில் சிறிது வேலை செய்ய வேண்டியிருக்கிறது (சிரிப்பலைகள்)' ஆ, மேலும் என் வீட்டில் ஒரு புல்தரையும் இருக்கிறது."[16]

அரசியல் கச்சிதத்தில் கானருக்கு இருந்த வெறுப்பு தற்கால மாபெரும் தேவாலயங்களையும் லிபர்ட்டி பல்கலைக்கழகத்தின் சொற்பொழிவு அரங்கங்களையும் நிரப்பியது. அவர் பாரம்பரிய பிரச்சாரப் பாணிகளிலிருந்து மாறி, தற்காலப் பொதுமக்களின் கலாச்சாரத்தோடு ஒன்றி, புதிய தலைமுறை விசுவாசிகளுக்கு ஏற்றவாறு இருந்தார். 2005இல் இறையியல் பள்ளியின் தலைவராகப் பொறுப்பேற்ற சிறிது காலத்திற்குள்ளாகவே மாணவர்களின் எண்ணிக்கை மும்மடங் கானது. அவருடைய புகழ் புத்தகங்கள், வீடியோக்கள், வலைப்பூக்கள் வலைத்தளங்கள், வீட்டுப் பாடப் பயிற்சிப் புத்தகங்கள் என ஒரு பரந்த ஊடக அமைப்பை உருவாக்க அவருக்கு வழியமைத்துத் தந்தது. இவை அனைத்தும் ஒரு 'உள்ளீட்டாளரின் பார்வையிலிருந்து' இஸ்லாமிய அச்சுறுத்தல் பற்றிப் பொதுமக்களுக்குக் கல்வி புகட்டுவதற் காகவே உருவானவை.

அன்வெய்லிங் இஸ்லாம் (இஸ்லாத்தைத் திரைவிலக்குதல்) என்ற கானரின் புத்தகம் உருவாகி வரும் ஒருவகை 'வெளிப்பாடு' களோடு ஒத்துப்போனது. முஸ்லிம் பெண்கள் சிலர் தலையில் அணிந்துகொள்ளும் ஹிஜாப் என்ற திரையை விலக்குவதுபோல இஸ்லாத்தின் திரையை விலக்கி, ஓர் ஆபத்தான, நிச்சயமற்ற சிந்தனையை அவை வெளிப்படுத்தின. அவருடைய காட்சிகள் ஆறாம் நூற்றாண்டு அரேபியாவைச் சித்திரிக்கும் நடிகர்களோ, கால கட்டங்களோ அரசியல், சமூக செயல்பாடுகளோ இல்லாத ஒன்றாக இருந்தது. குர்ஆனில் உள்ள உணர்ச்சிவயப்பட்ட, வன்செயல் நிரம்பிய பத்திகளுக்கு அருகிலேயே பைபிளில் உள்ள அமைதியான, நற்குணங்கள் போதிக்கும் வசனங்களை எழுதி, புரட்சி செய்தார். இதன்விளைவாக, கிறிஸ்துவம் எப்பொழுதும் மேல்நிலையில் இருப்பதாக ஒருபக்கச் சார்பில் சித்திரிக்கப்பட்டது. அந்தப் புத்தகம் 'புத்தகங்களுக்கான தங்கப்பதக்க விருது' பெற்றதுடன் ஏறத்தாழ 2 லட்சம் பிரதிகள் விற்பனையாயின. ஜெர்ரி வைன்ஸ் உள்பட பல பழமைவாதப் பிரச்சாரகர்களுக்கு அன்வெய்லிங் இஸ்லாம் ஒரு சிறந்த விளக்கப் புத்தகமாக இருந்தது. ஜெர்ரி வைன்ஸ் சதர்ன் பாப்டிஸ்ட் கன்வென்ஷன் (தெற்கத்திய பாப்டிஸ்ட் மாநாடு) முன்னாள் தலைவர்; அன்றைய தேசத்தின் மூன்றாவது பெரிய தெற்கத்திய

பாப்டிஸ்ட் தேவாலயத்தின் போதகர். 2002 ஜூனில் சதர்ன் பாப்டிஸ்ட் கன்வென்ஷனின் வருடாந்திர மாநாட்டில் பேசிய போது வைன்ஸ் சர்ச்சையில் மூழ்கிப்போனார்.

> இன்று மக்கள் எல்லா மதங்களும் ஒன்றுதான் என்கிறார்கள். இஸ்லாமும் கிறிஸ்துவத்துக்கு இணையான நன்மை கொண்டது என்று நம்பவைப்பார்கள். ஆனால் பெரியோர்களே, தாய்மார்களே, இஸ்லாம் கிறிஸ்துவத்தைப் போல் நன்மை பயப்பதல்ல என்று கூற நான் உங்கள் முன் வந்திருக்கிறேன். கிறிஸ்துவ மதத்தைத் தோற்றுவித்தவர் ஒரு கன்னிக்குப் பிறந்த இயேசு கிறிஸ்து. இஸ்லாத்தைத் தோற்றுவித்தவர் முஹம்மத் —பேய்பிடித்த ஒரு (குழந்தைகளோடு உடலுறவுகொள்ளும்) காமவெறியன். அவருக்குப் பன்னிரண்டு மனைவியர் — அதில் கடைசியாக வந்தவள் ஒன்பது வயதுள்ள ஒரு பெண். அல்லாஹ், ஜெஹோவா அல்ல. மக்கள்மீது குண்டு வீசி, ஆயிரக்கணக்கானோரின் உயிரைப் பறிக்கும் தீவிரவாதியாக ஜெஹோவா ஒருபோதும் உங்களை மாற்றப் போவதில்லை.[16]

இந்தக் கருத்துகள் கானரின் புத்தகத்திலிருந்து எழுந்தவை. இரண்டுக்கும் இடைப்பட்ட தொடர்பு பற்றிக் கேட்டபொழுது அவர் மறுக்கவில்லை. கடுமையான சொற்களாக இருந்தாலும், அதிலிருந்த ஊகம் சரியாக இருப்பதை* அவர் கண்டறிந்திருந்தார். 'சர்ச்சைக்குள்ளான கருத்துகள் இஸ்லாமிய புத்தகங்களிலிருந்து எடுக்கப்பட்டிருந்தால் தீவிர சகிப்பின்மை என்று கருதப்பட முடியாது. கிறிஸ்தவர் என்று கூறிக்கொண்டு ஒருவர் கருக்கலைப்பு செய்யும் நிலையத்தைக் குண்டு வைத்துத் தகர்க்கவோ, கருக் கலைப்பு செய்யும் மருத்துவரைச் சுட்டுக் கொல்லவோ செய்துவிட்டு, கடவுள்தான் அப்படிச் செய்யச் சொன்னார் என்றால், அவரின் செயல் பைபிளுக்கு எதிரானது. ஆனால் ஜிஹாதில் தீவிரவாதச் செயல்கள் புரியும் முஸ்லிம் ஒருவன் முஹம்மதின் முழு அங்கீகாரத்தோடுதான் அதைச் செய்கிறான்.'[21]

* இந்த நூலின் திருத்தப்பட்ட வடிவத்தில், கானர் வைன்ஸின் கூற்றைக் கருத்தில் கொள்கிறார். 'முஹம்மத் நரம்புநோய் உள்ளவர் அல்லது பேய் பிடித்தவர் என்று கூறுவதெல்லாம் தெய்வசாட்சிக்கு முன் செல்லுபடியாகாது என்றாலும், இது ஆச்சரியமாகத்தான் உள்ளது: 'அம்ர் இப்னு ஷர்ஹபில் கூறுவதன்படி முஹம்மதே தனது மனைவி கதீஜாவிடம் தனக்குப் பேய் பிடித்திருப்பதாக அஞ்சுவதாகவும், பிறர் தனக்குப் பேய் பிடித்திருப்பதாக எண்ணிக்கொண்டுவிடுவார்களோ என்று கவலைப் படுவதாகவும் கூறியுள்ளார்.'

அன்வெய்லிங் இஸ்லாம் (இஸ்லாத்தைத் திரைவிலக்குதல்) புத்தகத்தைத் தொடர்ந்து, கானர் பல்வேறு ஞானமூட்டும் புத்தகங்களை வெளியிட்டார் — இதில் *மோர் தன் ஏ புரோஃபெட்: அன் இன்சைடர்ஸ் ரஸ்பான்ஸ் டு முஸ்லிம் பிலீஃப் அபௌட் ஜீஸஸ் அண்ட் கிறிஸ்டியானிடி*, (இறைத்தூதருக்கும் மேலாக: இயேசு, கிறிஸ்துவம் பற்றிய முஸ்லிம் நம்பிக்கைகளுக்கு உள்நாட்டவர் ஒருவரின் பதில்), *அவுட் ஆஃப் த கிரசண்ட் சாடோஸ்: லீடிங் முஸ்லிம் விமன் இண்டூ த லைட் ஆஃப் கிறிஸ்ட்* (பிறையின் நிழலுக்கு வெளியே: கிறிஸ்துவின் வெளிச்சத்தை நோக்கி முஸ்லிம் பெண்களை இட்டுச் செல்லுதல்) ஆகிய புத்தகங்களும், *வென் வேள்ட் வியூஸ் கொல்லைட்* (உலகக் கருத்துகள் மோதிக்கொள்ளும் பொழுது), *வேர் இஸ் இஸ்லாம் டேகிங் த வேள்ட்* (இஸ்லாம் உலகத்தை எங்கே இட்டுச் செல்கிறது?) போன்ற தலைப்புகள் கொண்ட பிரபலமான குறுவட்டுக்களின் (டிவிடி) திரட்டும் அடங்கும்.

இஸ்லாத்திற்கு எதிரான எழுத்துகள் இவ்வாறு திடீரென்று பெருகியதும் (அவற்றுள் பெரும்பாலானவை கிறிஸ்தவர்களுக்காக எழுதப்பட்டவை) தொலைக்காட்சிப் பிரச்சாரகர் ஜான் அங்கெர்பெர்க் ‘உலகின் இஸ்லாமிய அறிஞர்களில் முன்னணி வகிப்பவர்களுள் ஒருவர்’ என்று கானரைப் புகழ்ந்தார். அத்துடன் அங்கெர்பெர்க் தியோலஜிகல் ரிசர்ச் இன்ஸ்டிட்டியூட் (அங்கெர்பெர்க் இறையியல் ஆய்வு நிலையம்) மூலமாக கானரின் எழுத்துகளைப் புகழ்பெறவும் செய்தார். ஏடீஆர்ஐ(அங்கெர்பெர்க் தியோலஜிகல் ரிசர்ச் இன்ஸ்டிட்டியூட்) என்பது ஒரு கிறிஸ்தவ ஊடகம். தனது வாராந்தர அரைமணி நேரத் தொலைக்காட்சி நிகழ்ச்சி மூலம் ஏறத்தாழ 147 மில்லியன் பார்வையாளர்கள்; உலகம் முழுதும் 130 நிலையங்களில் ஒலிபரப்பாகும் வானொலி நிகழ்ச்சி; ஏறத்தாழ 200 நாடுகளிலிருந்து ஆண்டிற்கு 3 மில்லியனுக்கும் மேற்பட்ட தனித்துவம்வாய்ந்த பார்வையாளர்கள் உள்ளதாகப் பெருமைப்பட்டுக்கொள்ளும் வலைத்தளம் என ஒரு பேரரசாகவே அது திகழ்ந்தது.

கானர் அடிக்கடி அங்கெர்பெர்குடன் தோன்றி, இஸ்லாத்தின் வளர்ச்சியைப் பற்றி இருள் சூழ்ந்த எச்சரிக்கைகளை விடுத்தார். *த ஜான் அங்கெர்பெர்க் ஷோ*வின் குறிப்பிட்ட ஒரு நிகழ்ச்சியில் ‘ஒவ்வொரு 24 மணி நேரமும் 68,000 பேர் முஸ்லிம்களாக மாறுகின்றனர்’ என்றும் ‘2050க்குள் இந்தப் பூவுலகில் 2.2 பில்லியன் முஸ்லிம்கள் இருப்பார்கள்’[22] என்றும் அறிவித்தார். ஆனால் இது

முழுக்க முழுக்க மக்கள்தொகை ரீதியிலான போக்கிற்கு மிகையான கூற்றாகவே இருந்தது. உலக அளவில் முஸ்லிம்களின் எண்ணிக்கை பெருகிவருவது அவர்களைப் பொறுத்தவரையில் மிகப்பெரிய சதித்திட்டத்தைக் குறிப்பதாக இருந்தது. அங்கெர்பெர்க் கூறினார்: '2013க்குள் ஒவ்வொரு அமெரிக்கக் குடும்பத்தையும் ஒருமுறையேனும் மதமாற்றம் செய்வது முஸ்லிம்களின் நோக்கமாகும்.' இந்தச் சாதனையைச் செய்வதற்கு சவூதி அரேபிய அரசின் உதவியுடன் தலைக்கு 10 டாலர் என்று நன்கொடையாகத் திரட்டிய தொகை உதவும். 'அது நடந்திருக்கிறது. இதோ, இப்போது நாம் பேசிக் கொண்டிருக்கும் இந்த வேளையில்கூட நடக்கிறது' என்று அவர் எச்சரித்தார்.[22] கானர் மேலும் கூறினார்: முஸ்லிம்கள் மதமாற்றம் செய்வதற்கான நோக்கம் '3 பில்லியன் டாலர்களுக்கான வாக்குறுதி ஆகும்.' மேலும், 'அவர்கள் செய்தித்தாள் விளம்பரங்கள் போன்றவற்றை வாங்கிக்கொண்டிருப்பதை நாம் ஏற்கனவே பார்த்து வருகிறோம்.' இதன் விளைவாக இஸ்லாமியச் சட்டம் நடைமுறைக்கு வருவதுடன், அமெரிக்கா விரைவில் வன்செயல் மிகுந்த இரத்தக்களரிக்குக் களமாக மாறிவிடும் என்றும் கூறினார். 'ஷரீஆ சட்டத்திற்கு மிகச்சிறந்த எடுத்துக்காட்டாக விளங்கும் நாடு சூடான். அங்கு இஸ்லாத்தைத் தழுவ மறுத்ததால் மக்கள் கூட்டம் கூட்டமாகப் படுகொலை செய்யப்படுகிறார்கள். அவர்கள் எல்லோரும் கிறிஸ்துவப் பழங்குடியினர் அல்லது கிறிஸ்துவர்களாக மாறிய முஸ்லிம்கள். இதுதான் மொத்தமாகப் படுகொலை செய்வதற்கான காரணம்' என்று கானர் எச்சரித்தார்.[23] இந்தக் கருத்துகளைச் சரிபார்ப்பதற்காகத் தொடர்ந்து கோரிக்கைகள் எழுந்தவண்ணம் இருந்தன. ஆனால் மௌனம்தான் பதிலாகக் கிட்டியது. சந்தேகப் பட்டவர்கள் 'இது இஸ்லாம் பற்றிய அச்சத்தைக் கிறிஸ்துவர்கள் மத்தியில் பரப்புவதற்காகத் தீட்டப்பட்ட திட்டத்தின் ஒரு பகுதி' என்றனர் —ஆயினும் கானரின் *ஜிஹாத் முதல் ஜீஸஸ் வரை* என்ற கதையில் கற்பனையாக இருந்த பகுதி இந்தப் புள்ளிவிவரங்களை மட்டுமே கொண்டது அல்ல.

2010 கோடைகாலத்தில் அவருடைய கதையில் புதிய தகவல்கள் கிட்டின. அவருடைய முஸ்லிம் பின்னணி பற்றி அவர் கூறியிருந்த வற்றில் பெரும் சந்தேகத்திற்குரிய பகுதிகள் இருப்பதாக வலைப்பூ எழுத்தாளர்கள் கண்டுபிடித்தனர். கானரின் எழுத்துகளும் சாட்சி மொழிகளும் 9/11க்குப் பிந்தைய காலத்தில் வளமான கதைகளை உருவாக்கின (லட்சக்கணக்கான புத்தகங்கள் விற்பனையும் ஆயின)

என்றாலும், அவற்றில் உண்மையில்லை.[24] அவர் துருக்கியிலுள்ள இஸ்தான்புல்லில் பிறந்ததாகவும் அவருடைய தந்தை ஒரு பக்தியுள்ள முஸ்லிம் என்றும் அமெரிக்காவிற்கு எதிரான கடுமையான ஜிஹாதியாக (இஸ்லாமியப் போராளியாக) அவரை வளர்த்ததாகவும் கூறியிருந்தார். ஆனால் நீதிமன்றத்தில் சமர்ப்பிக்கப்பட்ட ஆவணங் களின்படி அவர் ஸ்வீடனில் பிறந்து, 1969இல் மூன்று வயதாகும் முன்பே ஓஹையோவிற்குக் குடிமாறியவர்.[25] ஆயினும் கானர் தமது பார்வையாளர்களிடமும், அவர் இஸ்லாம் பற்றிப் பயிற்சியளித்த அமெரிக்கக் கடற்படை வீரர்களிடமும் 'பதினான்கு வயதில் இங்கு வருவதற்குமுன் எனக்கு அமெரிக்காவைப் பற்றி எதுவுமே தெரியாது' என்று திரும்பத் திரும்பக் கூறிவந்தார். அறையில் கூடியிருந்த படைவீரர்களுக்கு இராக்கிலுள்ள 'என் மக்களை'க் காப்பாற்றி விடுதலையளித்ததற்காக நன்றி கூறிய கானர், அமெரிக்காவின் சுதந்திரக் கொள்கையைப் பாராட்டினார். மேலும் தாம் 'இஸ்லாமிய மதவெறி' சூழலில் பல காலம் வாழ்ந்து வந்ததாகக் கூறினார். காமெராவிற்குள் கண்களைப் பதித்தவாறு தமது அசைவூட்டம் (அனிமேஷன்) கொடுக்கப்பட்ட, மிகவும் கட்டிப்போடும் கதை யிலிருந்து ஒரு கணம் ஓய்வெடுத்துக்கொண்டார் — அமைதியாக இருந்த கூட்டத்தில் ஓர் ஆர்வத்தை ஏற்படுத்துவதற்காக. 'என் முகத்தை நீங்கள் மிகவும் கவனமாகப் பார்க்கவேண்டும் என்று விரும்புகிறேன்' — அவர் கடுமையாகச் சொன்னார். 'இது எதிரியாக அறிவிக்கப் பட்டவனின் முகம். நான் ஒரு முஸ்லிமாக மட்டும் இருக்கவில்லை. மதரஸாவில் ஜிஹாதினுடனான எனது பயிற்சி மூன்று தலைமுறைகள் ஆழம் கொண்டது. என் உலகத்திற்கு உங்களை வரவேற்கிறேன்.'[26]

கானர் அரபுச் சொற்றொடர்கள் என்று கூறப்பட்டவற்றைத் தனது உரைகளில் ஆங்காங்கே பயன்படுத்தி வந்தார். ஒருமுறை அவர் கூறினார்: 'இஸ்லாத்தில் அல்லாஹ்தான் இவ்வுலகை உருவாக்கியவர்; அவர்தான் நீதிபதி என்று கற்றுத் தருகிறார்கள். குர்ஆனில் ஒரு வாசகம் *அல்லாஹ் அ'லூஷ் அர்துரூஸ்* என்கிறது. அல்லாஹ்விற்கு மகன் இல்லை. அல்லாஹ்வும் ஜெஹோவாவும் ஒருவரல்ல. முஸ்லிம் தராதரங்களை வைத்துப் பார்த்தாலும் இல்லை; கடவுளின் வாக்கை வைத்துப் பார்த்தாலோ, நிச்சயமாக இல்லை.'[26] என்றாலும் அவர் கூறியவை யாவும் வெறும் உளறல்களே. இது அரபுமொழி பேசுவோர் பலரின் கவனத்தை ஈர்த்தது. அவர்கள் கானரின் திட்டத்தைச் சுட்டிக்காட்டினர். ஃபாக்ஸ்எக்ஸ்முஸ்லிம்ஸ்.காம் என்னும் இணையதளத்தைச் சேர்ந்த முஹம்மத் கான் ஜேம்ஸ் வைட்டுடன்

இணைந்துக்கொண்டு (ஜேம்ஸ் வைட் ‘ஆல்ஃபா அண்ட் ஒமேகா மினிஸ்ட்ரீஸ் என்னும் அமைப்பின் நிர்வாக அதிகாரி) இணையதள வீடியோ தொடர் ஒன்றை வெளியிட்டார். அவர்கள் கானரின் வாக்கியங்கள் ஒவ்வொன்றையும் துருவி ஆராய்ந்ததில் அரபுமொழி அல்லாத பல சொற்களை ‘அய்ன்’ அல்லது ‘இன்’ என்று இறுதியில் சேர்ப்பதன் மூலம் அரபுமொழி போன்றதொரு உணர்வைத் தோன்றச் செய்திருந்தது கண்டறியப்பட்டது. பல இடங்களில், புரியாத ஓசைகளை இணைத்து வார்த்தைகளை உருவாக்கிப் பயன்படுத்தியிருந்தார்.[27]

எர்கன் மைக்கேல் கானர் (அவர் 9/11க்குச் சிறிது காலம் கழித்து தனது நடுப்பெயரை ‘மெஹ்மெத்’ என்று மாற்றிக்கொண்டார்). 1970களில் ஓஹையோவிலுள்ள கொலம்பஸில் பிற எல்லாக் குழந்தைகளையும் போலவேதான் தோற்றத்திலும் செயல்பாட்டிலும் இருந்துவந்தார். மணவிலக்கு செய்துகொண்ட பெற்றோரால் வளர்க்கப்பட்ட அவரின் தொடக்க ஆண்டுகள் நரகத்தில் கழிந்தன — குழந்தைகளை யார் பொறுப்பில் விடுவது என்ற கசப்பான விவாதங்கள் நீதிமன்றத்தில் நடந்துகொண்டிருந்த காலத்தில்.* அவருடைய தந்தை அகார், இளம் வயதான எர்கனையும் அவருடைய சகோதரனையும் முஸ்லிம்களாக வளர்க்க வேண்டும் என்று வலியுறுத்தினார்; அவருடைய தாய் அதற்கு மறுப்புத் தெரிவித்தார். காலப்போக்கில் ஓஹையோ நீதிமன்றம் தலையிட்டு அகாருக்கு ஆண்டில் ஐந்து வாரங்கள் சென்று பார்க்கும் உரிமையைப் பெற்றுத் தந்தது. இதில் இரண்டு வாரத்திற்கு ஒருமுறை வார இறுதி நாள்களும், முக்கிய இஸ்லாமிய விடுமுறை நாள்களும் அடக்கம். மற்ற சமயங்களில் கானர் சகோதரர்கள் தமது ஸ்வீடன் நாட்டைச் சேர்ந்த லூதரன் தாய் மோனிகாவின் பாதுகாப்பில் இருந்தனர்.[28] ‘என்னுடைய தாய் என் தந்தையின் பல மனைவியருள் ஒருவர்’ என்று *இஸ்ஸூஸ் எக்ஸ்ட்ரா* என்னும் வானொலி நிகழ்ச்சியின் நேயர்களிடம் அவர் கூறினார்.[29] கானரின் தந்தைக்கு அவரின் வாழ்நாளில் இரண்டு மனைவியர் இருந்தாலும், அது ஒரே நேரத்தில்

* ஆவணங்களின்படி கானர் 1969 முதல் குறைந்தது 1975இன் மத்தியப் பகுதி வரை அமெரிக்காவில் இருந்தார். அந்த ஆண்டுதான் அவருக்கு ஒன்பது வயதானது. 1978இல் கானரின் தாய்க்கு முழுப்பாதுகாப்புப் பொறுப்பு அளிக்கப்பட்டது. இந்தக் காலகட்டத்தில் அவர் கொலம்பஸிலிருந்து வெளியே செல்ல அனுமதி மறுக்கப்பட்டிருந்தது. 1975-78இல் ஒரு மூன்று ஆண்டு இடைவெளி காணப் பட்டாலும், அந்தக் காலகட்டத்தில் கானர் வெளிநாடு சென்றிருக்க வாய்ப்பில்லை; மேலும் அவர் தீவிரவாதியாகப் பயிற்சி பெற்றிருக்க வாய்ப்பு மிக மிகக் குறைவாகவே இருந்தது - ஏனெனில் அவருக்கு அப்போது வயது வெறும் பன்னிரண்டுதான்.

அல்ல. கானரின் தாயை மணவிலக்குச் செய்தபின் அகார் மற்றொரு பெண்ணைத் திருமணம் செய்துகொண்டார். இது கானர் தனது கதை யிலிருந்து வேண்டுமென்றே விலக்கிவைத்த ஒரு முக்கிய விவரமாகும்.

மத்திய கிழக்கின் மதரஸாக்களிலிருந்து மிகத் தொலைவில், கஹானா லிங்கன் உயர்நிலைப் பள்ளியில் 1981 முதல் 1984 வரை கானர் கல்வி பயின்றார். அங்கு அவர் கால்பந்தில் சிறப்பாகத் தேர்ச்சி பெற்று, பாடத்திட்டம் சாராத செயல்பாடுகளில் அதிகம் பங்கு கொண்டார் — இதில் குழந்தைகள் நாடகம், *ஃபிரெஞ்ச் கிளப், ஃபிரெஷ்மான் காயர், இன்ட்ராம்யூரல்ஸ்* ஆகியவையும் அடக்கம்.[30] 'துருக்கியின் துருவிப் பார்க்கும் சூழலுக்கு வெளியே' அமைந்த தொலைக்காட்சி நிகழ்ச்சிகளைப் பார்த்துக் கற்றுக்கொண்டதுதான் ஆங்கிலமும் மேற்கத்திய நாகரிகமும் என்கிறார் அவர்.

ஆனால் அவருடைய ஆண்டுமலரைப் புரட்டிப் பார்த்தால் கலைந்த முடியுடன்கூடிய மேற்கத்திய பாணி இளைஞனின் தோற்றம் அப்பட்டமாய்த் தெரிகிறது. அவருடைய கவர்ச்சிதான் *ஃபாதர் ஆஃப் த ப்ரிட்ஜ், ஹோம்கமிங்* போன்ற நாடகங்களில் முழுநீள வசனங்கள் பேசும் கதாபாத்திரங்களை ஈட்டித் தந்தது.[30] 'என் பேசும் பாணி என்னுடைய மனைவியிடமிருந்தும் மாலை நிகழ்ச்சிகளில் பேச அழைத்தவர்களாலும் கிட்டியது' என்று அவர் தமது வலைத்தளத்தில் எழுதினார்.[31] 'புரியும் வகையிலும் தெளிவான உச்சரிப்போடும் பேசுவதற்கு நான் மிகவும் சிரமம் எடுத்துக்கொள்கிறேன். பிரச்சினை என்னவென்றால் ஆங்கிலம் எனது முதல் மொழியும் அல்ல, இரண்டாவது மொழியும் அல்ல. சில நேரம் பெரிய போராட்டமாகவே உள்ளது.'[31]

அவர் தமது பேச்சில் இடம்பெறும் ஆங்கில எழுத்து 'r - ஐ இழுத்து, சுழித்து உச்சரித்தபடி பேசினார். சில வேளைகளில் சற்றுக் கடினமான மத்தியகிழக்கு உச்சரிப்பு — இஸ்லாம் பற்றிப் பேசுகையில் இது சர்வ சாதாரணமாக வரும். அமெரிக்கர்களுக்கு எதிரான ஒரு ஜிஹாதியின் கதை (*அண்டி அமெரிக்கன் ஜிஹாதிஸ்ட்*), சுதந்திரத்தைக் கொண்டாடும் மக்கள் நிரம்பிய நாட்டில் கலகம் உண்டாக்கி நாசம் செய்வதற்கென்றே தன் மதத்தால் விதிக்கப்பட்ட ஒருவன், கடைசி நிமிடத்தில் இயேசு கிறிஸ்துவால் காப்பாற்றப் பட்டுக் கரை சேர்ந்தவன் என ஒரு திகில் நிரம்பிய அபார வெற்றிப் படத்திற்குரிய அனைத்து அம்சங்களும் அதில் இருந்தன. அவருடைய கவர்ச்சிமிகுந்த சாட்சி மொழிகள் சந்தேக விதைகளைத் தூவின —

முஸ்லிம்கள் அனைவரும், அதாவது பார்ப்பதற்கு மேற்கத்தியர் போல, ஆங்கிலம் பேசும், ஓஹையோ நகரில் வாழும் இளைஞர்கள் அனைவரும்கூடப் போராளிகள்தாம் என்றன.

2010 ஜூனில் நடந்த புலனாய்வைத் தொடர்ந்து லிபர்ட்டி பல்கலைக்கழகம் கானரைத் தலைவர் பதவியிலிருந்து விலக்க இருப்பதாக அறிவித்தது; காரணம் 'தேதிகள், இடப்பெயர்கள், வசிப்பிடம்' போன்ற தகவல்களில் ஒன்றுக்கொன்று முரண்படும் வாக்கியங்களும் தகவல்களும் உள்ளன.'[32] அவர் மேலும் ஓராண்டு காலத்திற்கு அங்குத் துணை உறுப்பினராக இருந்து, பிறகு 2011 ஜூனில் லிபர்ட்டியைவிட்டு விலகி, டெக்ஸாஸிலுள்ள ஆர்லிங்டனில் ஆர்லிங்டன் பாப்டிஸ்ட் கல்லூரியில் நிர்வாகத்துறை மற்றும் கல்வி விஷயங்களுக்குத் துணைத் தலைவராகப் பதவியேற்றார்.' 'நான் டாக்டர். எர்கன் கானரின் மீது மிகப்பெரிய நம்பிக்கை வைத்து இருக்கிறேன்' என்று தலைவர் டி.எல். மூடி எழுதினார். மேலும் 'இயேசு கிறிஸ்துவிற்காக நாங்கள் ஒரு பேராற்றல்மிக்கவர்களின் தலைமுறையை உருவாக்கி வருகிறோம். அந்த முயற்சியில் ஆர்லிங்டன் பாப்டிஸ்ட் கல்லூரியின் பணியையும் நிர்வாகப் பொறுப்பையும் மேம்படுத்தும் திறமையும், அறிவும் ஆர்வமும் அவருக்கு ஏராளமாய் உள்ளன என்று நான் நம்புகிறேன். பைபிளின் வாசகங்களில் புலமை, பிரச்சாரம் செய்வதில் தீவிரம் கலந்த ஆர்வம், தெய்வீகத்தன்மை ஆகியவற்றில் எனது கொள்கைகளை அவரும் பகிர்ந்து கொண்டிருக்கிறார்'[33] என்று எழுதினார்.

***

டோன்ட் ட்ரீட் ஆன் மீ (என்னை மிதிக்காதே) என்று அறிவித்தது ஒரு மஞ்சள் வண்ண காட்ஸ்டென் கொடி. போர்க்காலப் புரட்சிகர ஆடைகள், சிவப்பு மற்றும் வெள்ளை கோடுகளிட்ட தொப்பிகள், நிறுவனத் தந்தையரின் படங்கள் என வண்ணமயமான பின்னணியுடன் விசுவாச உறுதிமொழி மற்றும் அரசியல் சாசனத்திலிருந்து வாசகங்கள் படிக்கப்பட்டன. கூட்டத்தில் எழுந்த பரவசமான முழக்கங்களுக்கேற்ப 'அமெரிக்காவை ஆண்டவன் ஆசீர்வதிக்க வேண்டும்' என்று எழுதப்பட்ட படுதா மேலும் கீழுமாக அசைந்தது. சுதந்திர நாளின் கொண்டாட்டங்களுக்கு இணையானதொரு சூழல் நிலவியது. பலர் சாய்வு நாற்காலிகளும் செல்லப் பிராணிகளுமாக ஏதோ சுற்றுலாவிற்கு வருவதுபோல் வந்திருந்தனர்.

ஆனால் அது சுற்றுலா அல்ல. போராட்டம். இஸ்லாமிக் சர்கிள் ஆஃப் நோர்த் அமெரிக்க ரிலீஃப் யூஎஸ்ஏ என்னும் அமைப்பின் தெற்கு கலிஃபோர்னியா கிளை தனது பல்வேறு மனிதநலச் செயல்திட்டங்களுக்காக நிதி திரட்டும் பொருட்டு ஒரு விருந்துக்கு ஏற்பாடு செய்திருந்தது. அவற்றுள் பெண்களுக்கு வீட்டுவசதி, பசியைத் தடுத்தல், குடும்பநல ஆலோசனைகள், மருத்துவ உதவி ஆகியவையும் அடங்கும். நிகழ்ச்சியில் பங்குபெற்றவர்கள் கட்டடத்தை நோக்கிச் சென்றுகொண்டிருக்க வெளியே கூடியிருந்த டீ பார்ட்டிக் காரர்களின் கூட்டம் வார்த்தைகளால் கொட்டியது — அவற்றுள் பெண்களையும் குழந்தைகளையும் பற்றிக் கூறப்பட்டவை விஷம் தோய்ந்தவையாய் இருந்தன. ‘வீட்டிற்குத் திரும்புங்கள், வீட்டிற்குத் திரும்புங்கள்’ என்று அவர்கள் உரக்கக் கத்தினார்கள். அது அவர்கள் குடியிருந்த வீடுகளைக் குறிக்கவில்லை; அவர்கள் பிறந்த அந்நிய தேசங்களைக் குறிப்பதாக இருந்தது. ‘முஹம்மத் பிள்ளை களைக் கெடுப்பவன்; அவன் ஒரு குதர்க்கமான, காமவெறியன்’ என்று கத்தினான் ஒருவன். வேறொரு பெண்மணி கட்டடத்தை நெருங்கிவந்து கையில் ஒலிபெருக்கியைப் பிடித்தபடி ‘ஒவ்வொரு இரவும் செய்வது போல உங்கள் மனைவியைப் போய் அடித்து நொறுக்குங்களேன்! ஒன்பது வயதுச் சிறுமியோடு உடலுறவு வைத்துக் கொள்ளுங்களேன் — அவளைத் திருமணம்கூடச் செய்து கொள்ளுங்கள்!’ என்று கூவினார். ஆரஞ்சு கவுன்டியிலுள்ள யோர்பா லின்டா சமூக மையத்திற்கு வெளியே தேசியவாதம் ததும்பிய சூழலில் தேசபக்த முகப்பு மறைந்தது. பிரியமான தேசபக்திப் பாடல்கள் கீழ்த்தரமான முஸ்லிம் எதிர்ப்பு வாசகங்களோடு ஒன்றிக் கலந்து ஒலித்தன.

டீ பார்ட்டியுடன் இணைந்திருந்த குடியரசுக் கட்சி அரசியல்வாதிகள் இந்தப் போராட்டத்திற்கு வந்திருந்தார்கள் — இனவெறிப் பிதற்றல் களால் கூட்டத்தைத் தூண்டிக்கொண்டு. தெபோரா பவுலி என்ற வில்லா பார்க் நகர்மன்ற உறுப்பினர் மேடையேறி, இலவச இரவு விருந்திற்கு ஏற்பாடு செய்யப்பட்டிருந்த கட்டடத்தைக் கோபத்தோடு சுட்டிக்காட்டி, ‘இங்கு இப்போது நடந்துகொண்டிருப்பது என்ன வென்றால் சுத்தமான, கலப்படமற்ற தீமை. சொர்க்கத்தில் ஒரு கூட்டம் ஏற்பாடு செய்வதற்கு இந்தத் தீவிரவாதிகளுக்கு மகிழ்ச்சியோடு உதவக் காத்திருக்கும் பல கப்பற்படை வீரர்களை எனக்குத் தெரியும்’ என்று முழங்கினார்.[34] கலிஃபோர்னியாவின் 40ஆவது மாவட்டத்தைச் சேர்த்த பிரதிநிதி எட் ராய்ஸ் ‘கலாச்சார சங்கம’த்தை எதிர்த்தார்.

எல்லாச் சிந்தனைகளுமே சரியானவை என்று கணக்கிலடங்காத குழந்தைகளுக்குப் போதிக்கிறார்கள். இதன் விளைவாக ஒரு சமூகமாய் வளர்ச்சி காண விழையும் அமெரிக்கா முடிவில் அசையக்கூட முடியாத 'வாதம் பிடித்த' நாடாகிவிடும்.[35] காசா லோமா அவென்யூவின் கார் நிறுத்தப் பகுதியிலிருந்து எழுந்த பலத்த கைதட்டலினூடே ஷோஃபார்களின் கிறீச்சிடும் ஒலிகள் கேட்டன. ஷோஃபார் என்பது யூதப் பிரார்த்தனை வேளைகள் அல்லது புனித நாள்களின் தொடக்கத்தை அறிவிக்க ஒலிக்கப்படும் செம்மறியாட்டின் கொம்பாலான இசைக்கருவியாகும். 'இது போர்க்காலங்களிலும் பயன்படுத்தப்படும் — இறைவனின் படை வந்துகொண்டிருப்பதை எதிரிக்கு அறிவிக்க' என்றார் டெனா நியூமான். இவர் ஷோஃபார் கால் இன்டர்நேஷனல் என்ற அமைப்பின் மத்திய கலிஃபோர்னியா மாகாணத் தலைவர். அந்த அமைப்பு நாடு முழுவதிலும் நடக்கும் பொது நிகழ்ச்சிகளுக்காக ஷோஃபார் ஊதுபவர்களுக்குப் பயிற்சி அளித்து, ஒருங்கிணைந்து அனுப்பி வைக்கும் கிறிஸ்துவ சியோனியக் குழுவாகும்.

அமெரிக்க அரசியலில் மதத்தின் தாக்கமானது குடியரசு தோன்றியதிலிருந்தே வளர்வதும் தேய்வதுமாக இருந்துவந்துள்ளது. டீ பார்ட்டிக்காரர்கள் அவ்வப்போது தங்கள் அரசியல் போர்களின் ஊக்குவிப்பிற்காக ஜெஃபர்சன், மாடிசன் ஆகியோரின் காலங்களுக்குத் திரும்பிச் செல்வதுண்டு. இதற்கிடையில் 'இறைவனின் படை' என்பதன் பொருள் ஓர் எதிரி மீது போர்தொடுத்து மதச்சார்பற்ற சிறு போர்களை உருவாக்கிக்கொண்டிருக்கும் — பொதுவாக வரையறைக்கு உட்பட்ட அரசாங்கம், குறைந்த வரிகள், நிதிப் பொறுப்புகள் ஆகியவை தொடர்பான போராட்டங்கள். இந்தக் களங்கள் பொதுவாக மதம் சார்ந்தவையாக இருப்பதில்லை. மேலும் டீ பார்ட்டியின் அரசாங்க எதிர்ப்பு வாசகங்களும் குறிப்பாக மதம் சார்ந்தவையாக இருப்பதில்லை. இயக்கத்தின் தலைவர்கள் ஒருபாலுறவுத் திருமணங்கள், கருக்கலைப்புகள் போன்றவற்றை எதிர்த்துப் போராடுவதைக் காட்டிலும் அரசாங்கத்தின் அவசியமற்ற செலவுகளைக் கண்டிப்பதில் கவனம் செலுத்துவதில்தான் வாய்ப்புகள் அதிகம் இருந்தன.

சில டீ பார்ட்டிக்காரர்கள் கலாச்சாரப் போரில் ஈடுபட வெறுப்புக் காட்டினாலும், அவர்களின் மதச்சார்பற்ற கதைகளில் மதம்சார்ந்த உணர்வுகள் ஊடுருவி, இயக்கத்தின் அரசியல் பிரச்சாரத்தில்

முக்கிய இடம் வகிக்கின்றன. எடுத்துக்காட்டாக, வர்ஜினியாவின் ஆளுநர் பாப் மக்டொனெல் 2010இல் நடந்த ஃபெய்த் அண்ட் ஃப்ரீடம் (மதநம்பிக்கையும் சுதந்திரமும்) மாநாட்டில் ‘வரையறைக்கு உள்பட்ட அரசாங்கம்’, ‘மரபுவழிக் கொள்கைகள்’, ‘நிதிப் பொறுப்புகள்’ என டீ பார்ட்டியின் களங்கள் அனைத்தும் கடவுளால் தீர்மானிக்கப்பட்டவை; கடவுள்தான் தனிப்பட்ட உரிமைகளுக்கான மூலாதாரம் என்று குறிப்பிட்டார்.[36] நியூட் கிங்ரிஹ் இந்தக் கருத்தைப் பகிர்ந்துகொண்டு ‘கடவுள் நமக்கு அரசுரிமை அளிக்கிறார். அரசாங்கம் உரிமைகளை வரையறுப்பதில்லை’ என்றார்.[36]

உண்மையில் டீ பார்ட்டி உறுப்பினர்கள் பலரின் உலகநோக்கு ஒருவிதத்தில் சூழலைப் புரிந்துகொண்டது. அரசாங்கம் என்பது தனிப்பட்ட சுதந்திரத்திற்கு அச்சுறுத்தலாக இருப்பது மட்டுமின்றி, தேசியக் கடன் உயர்த்துதல், வரிகளை அதிகரித்தல், கூட்டாட்சி (ஃபெடரல்) அரசாங்கத்தை வளர்த்தல் போன்றவை மூலம் அந்தச் சுதந்திரத்தைப் பறிக்கும் சாத்தானாக உலா வருகிறது. ஆகவே, தனது திட்டங்களை முன்னோக்கிச் செலுத்த டீ பார்ட்டிக்காரர்கள் தமது படுக்கையறையிலுள்ள சிறு மேசையைப் பார்த்தாலே போதும் — அங்கு வைக்கப்பட்டுள்ள பைபிள் அவர்களுக்குத் தேவையான அரசியல் ஆலோசனைகளைத் தெய்வவாக்கு மூலம் அளிக்கும். பழமைவாத இயக்கத்தின் பொக்கிஷமும் கிறிஸ்துவக் கூட்டணி யின் முன்னாள் செயல் அதிகாரியுமான ரால்ஃப் ரீட், அரசாங்கத்திற்கு எதிரான யூத-கிறிஸ்துவப் பாரம்பரியத்தின் வலிமையை வாழ்த்தினார். நிதி ரீதியாக பழமைவாதமான டீ பார்ட்டியுடன் சமூக ரீதியில் பழமைவாதமான கிறிஸ்துவ வலதுசாரியை இணையச் செய்து, அதன்மூலம் குடியரசுக் கட்சியின் வலிமையை அடிவேரிலிருந்து உறுதிப்படுத்துவதே ரீடின் நோக்கம். அவர் வலிமையான கிறிஸ்தவ ஒழுக்கக் கோட்பாட்டை ஜனநாயகத்திற்குச் சமமாகக் காண்கிறார்: ‘ஒரு நாட்டின் குடிமக்கள் தங்கள் தெய்வநம்பிக்கையிலிருந்து பிறந்த ஒழுக்கக் கோட்பாட்டால் ஊக்குவிக்கப்பட்டாலொழிய ஜனநாயகம் திறம்படச் செயலாற்ற முடியாது.’[36]

அமெரிக்காவின் பொருளாதாரத் திறன் கெட்ட சிந்தனைகள் கொண்டு நகர்வாசிப் பெருமக்களால் கொள்ளையடிக்கப்பட்டுள்ளது என டீ பார்ட்டி கருத்து வெளியிட்டதைத் தொடர்ந்து தங்களின் நாட்டைத் ‘திரும்ப எடுத்துக்கொள்ளும்’ பிரச்சாரம் ஒன்று எழுந்தது. பிரச்சாரகர்கள் இந்தத் தீவிர விலக்க உணர்வை ஆதரிக்கின்றனர்;

அத்துடன் அமெரிக்கா தனது ஒழுக்கத்தில் சற்றுக் குறைந்து விட்டதாகக் கூறி வெறுக்கிறார்கள். அரசாங்கம் கிறிஸ்துவக் கொள்கைகளிலிருந்து வழிமாறி விலகிச் சென்றுவிட்டதாகவும், மதச் சார்பற்ற கொள்கைகளைத் தழுவி, மற்றோர் உலகை நோக்கிச் சென்றுகொண்டிருப்பதாகவும் அவர்கள் கருதுகின்றனர். அந்த உலகில் போட்டி வல்லரசுகள் உலக அரங்கில் அமெரிக்கா வகிக்கும் முன்னணி நிலையைப் பறித்துக்கொண்டு அந்நியச் சிந்தனைகளைப் பரப்பிவிடும். 'கடவுள் அமெரிக்காவை நேசிக்கிறார் என்று நான் நம்புகிறேன்' என்றார் ரீடிற்கு முந்தையவரும், தொலைக்காட்சிப் பிரச்சாரகருமான பாட் ராபர்ட்சன். மேலும் அவர் கூறினார்:

> அவர் கடந்த தலைமுறைகளின் தியாகங்களை நினைவுகூர்வார் என்று எண்ணுகிறேன். அவர்கள் எப்படியெல்லாம் துணிந்து நின்றார்கள், இந்த நாடு எப்படி சுதந்திர ஜோதியாக உலகெங்கிலும் திகழ்ந்தது என்பது அவருக்குத் தெரியும். மேலும் இந்த நாடு கலகத்திற்கு உட்படுவதை அவர் ஒருபோதும் விரும்ப மாட்டார். நாடு அதை நோக்கித்தான் போய்க்கொண்டிருக்கிறது . ஆனால் டீ பார்ட்டிதான் கடவுளின் பதிலா? இருக்கலாம். கடவுள் வேடிக்கை செய்வது போல் உள்ளது — அரசாங்கத்தை மாற்ற ஒரு கொத்து இல்லத்தரசிகளைக் கொண்டுவரப் போகிறார். அது அற்புதம் அல்லவா?[37]

ராபர்ட்சன் சொல்வது சரியாக இருந்தால், அமெரிக்காவைக் காப்பாற்ற டீ பார்ட்டியை அனுப்பி வைப்பது கடவுளின் திட்டம் என்றால், வாக்கெடுப்புகளின்படி அதை வரவேற்க ஒரு பார்வையாளர் கூட்டமே காத்திருந்தது. 2010இல் பொது மத ஆய்வு நிறுவனம் அறிக்கை வெளியிட்டது. டீ பார்ட்டியோடு தம்மை இணைத்துக் கொள்ளும் 55% மக்கள் அமெரிக்கா ஒரு தனித்துவமிக்க கிறிஸ்துவ தேசமாகவே 'எப்பொழுதும் இருந்து வந்திருக்கிறது; இப்பொழுதும் இருக்கிறது' என்று நம்புகிறார்கள். இயக்கத்தில் ஏறத்தாழ பாதிப் பேர் தங்களைக் கிறிஸ்தவ வலதுசாரியைச் சேர்ந்தவர்களாகக் காண்கிறார்கள்.[38] நோத்ரதாமில் அரசியல் இணைப் பேராசிரியரான டேவிட் காம்ப்பெல், ஹார்வார்டில் பொதுக் கொள்கைகளுக்கான பேராசிரியர் ராபர்ட் புட்னம் ஆகியோர் இணைந்து நடத்திய இரு பகுதிகள்கொண்ட ஆய்வில் இந்தப் பொது அம்சங்கள் மேலும் கூர்மையாகத் தெளிவாகின்றன.[39] 2006இல் மாதிரிக் குழுவாக மூவாயிரம் அமெரிக்கர்களை நேர்முகம் கண்டதில், டீ பார்ட்டி உருவாவதற்கு முன்பாகவே இதில்

யாரெல்லாம் அதற்கு ஆதரவாளர்களாக மாறுவார்கள் என்று கணித்துக் கூறினர் காம்ப்பெல்லும் புட்னமும். தேசிய அரசியல் போக்குகளின் மீது அவர்கள் செய்த ஆய்வில் சில குறிப்பிட்ட போக்குகள் தென்பட்டன. அதே குழுவினரை மீண்டும் 2011இல் நேர்முகம் கண்டபோது அந்தப் போக்குகள் உறுதி செய்யப்பட்டன. இந்த முடிவுகள் டீ பார்ட்டியின் 'தோன்றல் கதை' மீது தீவிர சந்தேகங்களை எழுப்பின. அந்த இயக்கத்தில் உள்ளவர்கள் பல்வேறு பின்னணிகளிலிருந்து வந்த, கட்சி சாராத, அரசியல் புதுமுகங்களல்ல; மாறாக, கட்சியில் ஆழ்ந்த பற்றுகொண்ட, தீவிர வெள்ளை இனத்தவரான குடியரசுக் கட்சியினர்; அத்துடன் கறுப்பின மக்கள் மீதும் குடியேறியவர்கள் மீதும் மிகக்குறைந்த மதிப்புகொண்டு இருந்தவர்கள். முக்கியமாக, அடிப்படை டீ பார்ட்டிக்காரர்கள் எண்ணிக்கையில் பொருந்தாத சமூகப் பழமைவாதக் கட்சியினர் என்றாலும், 'அவர்கள் தீவிர மதம்சார்ந்த தேர்ந்தெடுக்கப்பட்ட அதிகாரி களை நாடுபவர்கள்; அரசியலில் மதத் தலைவர்கள் ஈடுபடுவதை அங்கீகரிப்பவர்கள்; அரசியல் சர்ச்சைகளில் மதத்தைக் கலப்பவர்கள்' என்று காம்ப்பெல்லும் புட்னமும் குறிப்பிடுகின்றனர்.[40]

பழமைவாதக் கிறிஸ்துவர்களும் டீ பார்ட்டிக்காரர்களும் இவ்வாறு இணைந்து வந்ததில் அரசியல்வாதிகள், மதத் தலைவர்கள், களச் செயல்பாட்டாளர் ஆகியோர் அடங்கிய புதிய வரிசையொன்று தோன்றியது. அவர்கள் இந்த பூமியிலும் பிறகு சொர்க்கத்திலும் தங்களின் தனிப்பட்ட, பொதுவான பாதுகாப்பை உறுதி செய்து கொள்ள ஒன்றிணைந்தவர்கள். 'டீ பார்ட்டி நற்செய்தியாளர்கள் (டீ இவாஞ்செலிக்கல்ஸ்)' என்று அழைக்கப்பட்ட அவர்கள் தீவிர ஆர்வம்கொண்டவர்களாக இருந்தார்கள்.[41] அமெரிக்காவின் மாறிவரும் அரசியல், சமூக, பொருளாதாரச் சூழல்கள் பொருளாதாரச் சீர்கேட்டி லிருந்து நாட்டை மீட்கவும், தீவிரவாத அச்சுறுத்தல்களிலிருந்து அதைக் காக்கவும் அவர்களுக்குள் ஒரு தணியாத தாகத்தை ஏற்படுத்தியது. இந்தத் தேசியக் கவலை ஓர் அடையாளப் பிரச்சினையைத் தோற்று வித்ததுடன், அமெரிக்காவிற்குக் கடவுள் அருளிய வாக்குறுதிக்குக் குறுக்கே நிற்கும் குழுக்களைப் பழித்துப் பேசும்படி செய்வதில் முடிந்தது. குறிப்பாகக் கிறிஸ்தவக் கொள்கை களில் நிலைபெற்றிருந்த ஒரு தேசத்திற்கு எதிராக இயங்குவதாய் முஸ்லிம்கள் கருதப் பட்டனர். 'டீ பார்ட்டி நற்செய்தியாளர்கள்' இந்த அரக்கனை வளைத்துப் போட்டுக் குடியரசில் ஊடுருவியுள்ளவர்களை எதிர்த்துக் கூக்குரல் எழுப்பினர்.

முஸ்லிம் முன்னேற்றம் தோன்றிவருவதன் முதல் அடையாளம் வாஷிங்டன் டிசியில் 2009 செப்டம்பர் 25 அன்று தொடங்கிய பிரார்த்தனைப் பேரணி என்று அவர்கள் கருதினார்கள். 'இஸ்லாமிய ஒற்றுமை நாள்' என்று தீர்மானிக்கப்பட்ட அந்த நிகழ்ச்சி 'இஸ்லாத்தின் வியப்புக்குரிய பன்முகத் தன்மைகளை விளக்குவதையும்', 'இனம், மதம், தேசம் ஆகிய வேறுபாடுகளின்றி அனைவரின் மேம்பட்ட நலத்திற்காகவும் உழைப்பதற்குப் புதிய தலைமுறை முஸ்லிம்களை ஊக்குவிப்பதையும் நோக்கமாகக் கொண்டிருந்தது.[42] கிறிஸ்துவ வலதுசாரியும் டீ பார்ட்டியும் அமைத்த தீவிரக் கூட்டணிக்கு இது தேசத்தின் தலைநகரில் 'வந்திறங்கி' அமெரிக்க அரசியல் அமைப்புகளில் இஸ்லாமிய தாக்கத்தை ஏற்படுத்துவதற்காக வஞ்சனையான வரைபடத்தின் சாட்சியாகவே தோன்றியது. அந்த ஒருநாள் பிரார்த்தனை நிகழ்ச்சியில் 50,000 முஸ்லிம்கள் பங்கு பெறுவார்கள் என்று அறிக்கைகள் தெரிவித்தன; இது எதிர்க்கட்சியினருக்கு அதிர்ச்சியூட்டுவதாக இருந்தது.

ஆகவே பிரார்த்தனை தடுப்பு முயற்சிகள் மும்முரமாகத் தொடங்கின. முஸ்லிம்கள் கடவுளிடம் வேண்டுவதைத் தடுத்து நிறுத்த முடிந்தால், அதைத் தொடர்ந்து வரக்கூடிய கலவரச் சூழலிலிருந்து அமெரிக்காவைக் காப்பாற்றிவிடலாம் என்று அவர்கள் நம்பினர். பமேலா கெல்லரின் அமெரிக்கா இஸ்லாமியமாவதை நிறுத்துங்கள் என்னும் அமைப்பு 'இஸ்லாமிய பிரார்த்தனை நடக்கும் இடத்தில் ஒரு நாய், பெண் அல்லது கழுதையின் அம்சம் இருந்தால் அதைப் பலனற்றதாகி விடும்' என்று கூறித் தமது ஊழியர்களை 'கழுதை, நாய் அல்லது பெண்ணின் ஏதேனும் ஒரு அம்சத்தைக்கொண்டு' அங்கு கூடியுள்ளவர்களை எதிர்கொள்ளும்படி உற்சாகப்படுத்தியது.[43]

பிரபல பிரச்சாரகர் லூ எங்க்ளே 'மாபெரும் ஆன்மிக எச்சரிக்கை மணி' (மாசிவ் ஸ்பிரிட்சுவல் அலாம்) என்று அவரால் அழைக்கப்பட்ட ஒன்றை ஒலித்தார் — பிரச்சாரக் கிறிஸ்துவர்களை 'அமெரிக்காவில் இஸ்லாமியத் தாக்கத்தின் அலை மெல்ல மெல்லப் பொங்கிவரும் வேளையில்' 'முஸ்லிம்களுக்கு மோட்சமளிக்கும் திருநாளை உருவாக்க' அழைத்தார். 'சர்ச் ஆஃப் அமெரிக்கா (அமெரிக்காவின் தேவாலயம்) என்று அவரால் அழைக்கப்பட்ட ஊழியக்காரர்களைக் கொண்டு வாஷிங்டனில் பிரார்த்தனைக்காகக் கூடும் முஸ்லிம்களை எண்ணிக்கையில் மிஞ்சினால், கடவுள் கிறிஸ்துவர்கள் பக்கம் நின்று நிகழ்ச்சியில் குறுக்கிட்டு 'இருண்ட சக்தி'களின் மீது தனது

கருணை வெளிச்சத்தைப் பொழிவார் என்று எங்க்ளே நம்பினார். இதனால் 'முஸ்லிம்கள் புனித ஆவியால் ஆட்கொள்ளப்பட்டு, இயேசுவின் சாட்சி மொழியால் வளைக்கப்பட்டு, அவர்களின் கனவில் இயேசுநாதர் வரவும் வாய்ப்புள்ளது' என்று அவர் கணித்துச் சொன்னார்.[44]

டீ பார்ட்டி குழுக்கள் அந்த மதமாற்ற இசையில் சேர்ந்து கொண்டார்கள் - இதில் தெற்கத்திய வறுமைச் சட்ட மையத்தால் 'வெறுப்புக் குழு' என்று அழைக்கப்பட்ட வலதுசாரி, பிரச்சார சிந்தனைக் களஞ்சியமான ஃபேமிலி ரிசர்ச் கவுன்சிலும் (குடும்ப ஆய்வுக் கழகம்) அடங்கும். அந்த 455,000 உறுப்பினர்கள் கொண்ட அமைப்பின் தலைவர் டோனி பெர்க்கின்ஸ் முஸ்லிம்கள் 'அமெரிக்காவிற்கும், எங்கள் அரசியல் சாசனம் அளிக்கும் சுதந்திரத் திற்கும் விசுவாசமாக இருப்பதாக உறுதியளிக்க வேண்டும்' என்று வலியுறுத்தினார்.

அத்துடன், 'முஸ்லிம்கள் கிறிஸ்துவர்களாக மதம் மாறுவது தொடர்ச்சியாக மட்டுமல்ல, அதிகரித்தும் வரவேண்டும்' என்று பிரார்த்திக்கும்படி அவர்களை ஊக்குவித்தார்.[45] கிறிஸ்துவத்தின் மீது நடத்தப்பட்ட நீண்ட நாளைய தாக்குதல்களில் மிகச் சமீபத்தில் நடந்த ஒன்றாக இதைக் கருதிய பெர்க்கின்ஸ் அதை விமர்சித்தார். அவரைப் பொறுத்தவரையில் இது ஒரு போர்; இஸ்லாம்தான் எதிரி. தலைநகரில் நடக்கவிருந்த முஸ்லிம் கூட்டுப் பிரார்த்தனைக்கு முந்தைய நாள் இரவு பெர்க்கின்ஸ் தனது சக பிரச்சாரத் தலைவர் களைப் பார்த்து, 'அவர்கள் (முஸ்லிம்கள்) நம் நாட்டின் நலனுக்காகப் பிரார்த்திக்கிறார்களா?' என்று கேட்டார். இதற்கான விடை 'இல்லை' என்று அவரும் மற்றவர்களும் சந்தேகமின்றி நம்பினார்கள். எப்படிப் பார்த்தாலும் அமெரிக்காவின் நலன் யூத-கிறிஸ்தவ மரபைத்தான் நம்பியிருந்தது. இந்தக் கூட்டமைப்பு அதன் இரட்டை இயல்பினால் இஸ்லாத்தை உட்படுத்தியிருக்கவில்லை. ஒருவேளை தேசிய அரங்கத்தில் கூட்டுப் பிரார்த்தனைக்காகக் கூடியிருக்கும் முஸ்லிம்கள் அமெரிக்கக் கிறிஸ்துவர்களின் மீது இரகசியத் தாக்குதல் நடத்தச் சதித்திட்டம் தீட்டுகிறார்களோ என்று அவர் யோசித்தார். 'முஸ்லிம் சமுதாயத்தினர் அமெரிக்காவின் மீதும் அமெரிக்க முஸ்லிம்களின் மீதும் தீவிரவாதத் தாக்குதல்களில் இறங்கிய போது இஸ்லாமிய சமூகம் மௌனம் சாதித்தது' என்று அவர் நேயர்களிடம் கூறினார். 'முஸ்லிம் சமுதாயத்தினர் இத்தகைய

தீவிரவாதச் செயல்களை ஒருபோதும் சகித்துக்கொள்ள முடியாது என்று கூறி அவற்றைப் பழிப்பார்கள் என்று நம்புகிறோம்.' ஆனால் அவர் கூறியபடியே நடந்தாலும் —முஸ்லிம்கள் அமெரிக்காவின் நலனுக்காகப் பிரார்த்திக்கவே கூடியிருந்தாலும், தீவிரவாதத்தைப் பழித்தே இருந்தாலும்—அவருக்கு அது திருப்தியளிப்பதாக இருக்காது. அவரைப் பொறுத்தவரையில் அமெரிக்காவிற்கு வெளிச்சமூட்டக் கூடிய வலிமை ஒன்றே ஒன்றுக்குத்தான் இருந்தது: முஸ்லிம்களைக் கிறிஸ்துவர்களாக்குவது. 'தீவிர இஸ்லாத்தைத் தடுத்து நிறுத்தக்கூடிய ஒரே சக்தி இயேசு கிறிஸ்துவின் அன்பும் மக்களுக்கு விடுதலை யளிக்கும் தெய்வ வாக்கும்தான்' என்றார் பெர்க்கின்ஸ்.[46]

பல வலிமை மிக்க வலதுசாரிக் குழுக்கள் — பாட் ராபர்ட்சனின் கிறிஸ்டியன் கொயலிஷன் (கிறிஸ்துவக் கூட்டணி), ஜெர்ரி ஃபால்வெல்லின் மாரல் மெஜாரிட்டி (ஒழுக்கப் பெரும்பான்மை) ஆகியவை உள்பட—காலப்போக்கில் வலுவிழந்துவிட, பெர்க்கின்ஸின் 'ஆண்டுக்குப் பன்னிரண்டு மில்லியன் டாலர்கள்' செயல்திட்டம் நீண்டகாலம் நீடித்ததோடு அதன் வகையிலான அமைப்புகளுள் மிகுந்த செல்வாக்கும் நிலைத்த பெருமையும்கொண்ட ஒன்றாக உருவானது. அது சிறுபான்மையினர், குறிப்பாக ஒருபாலுறவுக் காரர்கள், கருக்கலைப்புரிமைப் போராளிகள், குடியேற்றக்காரர்கள் ஆகியவர்களுக்கு எதிராக மதப்போரைத் (சிலுவைப் போரைத்) தொடுத்தது. இரண்டாவது குழு 2007இல் அரசியல் பேச்சுகள் 2008இல் அதிபர் தேர்தலுக்கான வேட்பாளர்களின் மீது கவனம் பதித்தபோது முன்னணிக்கு வந்தது. ஜனநாயகக் கட்சியின் ராக்-நட்சத்திர அந்தஸ்துடைய வேட்பாளர்; கறுப்பு இனத்தவர்; சிகாகோவைச் சேர்ந்த இளைஞர்; அந்நியப் பெயரும் பல கலாச்சாரப் பின்னணிகளும் கொண்டவர். அப்போது வெள்ளை மாளிகையில் குடியிருந்த தென்பகுதியைச் சேர்ந்த வெள்ளை இனத்தவரான குடியரசுக் கட்சி வேட்பாளருக்கு நேரெதிராக இருந்தார். பராக் ஒபாமாவின் பிறப்பிடம், கடல்கடந்து கழித்த குழந்தைப் பருவம், அவரின் முஸ்லிம் தந்தை ஆகியவை அவரைப் பற்றிய வதந்திகளைக் கிளப்பின—அவரே ஒரு முஸ்லிம் ட்ராய் குதிரை என்று. இத்தகைய கணிப்புகளை உருவாக்கியவர்களுள் பெர்க்கின்ஸும் ஃபேமிலி ரிசர்ச் கவுன்சிலும் (எஃப்ஆர்சி) இருந்தனர். இனம், மதம் ஆகிய வற்றைப் பிரச்சினைகளாக்கி பிரச்சார எதிர்ப்பை ஊக்குவித்து, குடியரசுக் கட்சிக்கு வலுவூட்ட எண்ணினர்.

2007 பிப்ரவரியில் ஃபேமிலி ரிசர்ச் கவுன்சில் சந்தாதாரர்களுக்கு அனுப்பிய மின்னஞ்சல் எச்சரிக்கை ஒன்றில் பெர்க்கின்ஸ் எழுதினார்: 'நம்பிக்கை மிகுந்தவர்கள் ஏற்கனவே மலிந்துள்ள களத்தில் பராக் ஹுசைன் ஒபாமா (டி-I11) 2008இன் ஜனநாயகக் கட்சி வேட்பாளராகப் போட்டியிட இருப்பதை நேற்று அறிவித்தார்.' ஒபாமாவின் முழுப்பெயரையும் எழுதுவதன் மூலம் — இந்த உத்தி பல வலதுசாரி அரசியல்வாதிகளும் அறிஞர்களும் பயன் படுத்தியதுதான் — பெர்க்கின்ஸ் அவருடைய 'அந்நியத் தன்மை'யை வலியுறுத்தி, இராக்கின் சர்வாதிகார அதிபர் சதாம் ஹுசைனுடன் அவரை இணைத்துவிட எண்ணினார். சதாமைக் கடந்த இருபதாண்டு காலமாக அமெரிக்கர்கள் அறிந்தும் வெறுத்தும் வந்திருந்த தருணம் அது. பின்னர் ஒபாமாவின் மதம் பற்றிக் குறிப்பிட்டுக் கேட்டபோது, 'அந்த ஜனநாயகக் கட்சி வேட்பாளர் ஒரு முஸ்லிம். அமெரிக்காவிற்காக அவர் திட்டமிட்டவற்றுள் அதனை இஸ்லாமிய நாடாக்குவதும் ஒன்று' எனப் பெர்க்கின்ஸ் தெரிவித்தார். 'அவர் தன்னைக் கிறிஸ்துவர் என்று கூறிக்கொண்டாலும், அமெரிக்காவைக் கிறிஸ்துவ நாடல்ல என்கிறார்' என்றார் அவர். மேலும் 'அவர் ஓர் இஸ்லாமிய நாடு பற்றிய சிந்தனையில் முன்னேறிவருகிறார். அது இப்போது அவருடைய கையில் உள்ளது. வெள்ளை மாளிகை தான் அந்தப் பிரச்சினைக்குத் தயாராக வேண்டும்; அதனைக் கையாள வேண்டும். அது என் கையில் இல்லை'[47]

ஒபாமாவிற்கு எதிரான பெர்க்கின்ஸின் கருத்துகளும் அவர் முஸ்லிம்களின் மீது காட்டிய தீவிர வெறுப்பும் வெறும் அரசியல், மதம் தொடர்பான வேறுபட்ட பார்வைகள் என்பதற்கும் மேலான விவரங்களை வெளிப்படுத்துவதாகத் தோன்றியது. *கிங்டம் கமிங்: த ரைஸ் ஆஃப் கிறிஸ்டியன் நேஷனலிசம்* (இராச்சியம் வருகிறது: கிறிஸ்துவ தேசியத்தின் எழுச்சி) என்னும் புத்தகத்தின் ஆசிரியர் மிஷெல் கோல்ட் பெர்க் கூறுகிறார்: 'அமெரிக்க வலதுசாரி இயக்கங்களில் இனவெறியும் ஒரு முக்கியப்பங்கு வகித்துவந்துள்ளது. வேறு பல இடங்களிலும் அது மிக வலிமையாகவே இருந்து வந்துள்ளது.'[48] பிரச்சார கிறிஸ்துவ சமூகம் அண்மைக் காலமாகத் தனது விரிவாக்கத்திற்காகப் பெரிய அளவில் முயற்சிகள் எடுத்து வந்திருக்கும் நிலையில், இனப்பாகுபாடு என்பது இன்னமும் கிறிஸ்துவ வலதுசாரிகள் பலரின் நம்பிக்கைகளிலும் அமைப்புகளிலும் முக்கியப்பங்கு வகிக்கிறது. 2004இல் மின்னசோட்டா பல்கலைக் கழகத்தில் அமெரிக்கன் மொசைக் புரோஜெக்ட் என்னும்

அமைப்பு நடத்திய ஆய்வில் இனம், மதம் என்று வந்துவிட்டாலே வெள்ளை இனத்தவரில் பழமைவாத புரொடெஸ்டன்டுகள் பிற அமெரிக்கர்களை விடவும் வேற்றுமையில் சகிப்புத்தன்மை குறைந்தவர்களாகக் காணத்தான் வாய்ப்புகள் அதிகம். ஆய்வு முடிவுகளின்படி, வெள்ளை இனத்தவரில் 48.3 சதவீதம் (இவர்கள் பழமைவாதக் கிறிஸ்துவர்கள்) பேர் தங்கள் குழந்தை கறுப்பு இனத்தைச் சேர்ந்த ஒருவரைத் திருமணம் செய்துகொள்வதை விரும்பமாட்டோம் என்றனர்.[49]

2011 பிப்ரவரியில் நடந்த ப்யூ ஆய்வு நிறுவனம் ஒரு புதிய தகவலை வெளியிட்டது: *லவிங் எதிர். வர்ஜினியா* வழக்கில் அமெரிக்க உச்சநீதிமன்றம் கலப்பின எதிர்ப்புச் சிலைகளை அரசியல் சாசனத்திற்கு எதிரானவை என்று அறிவித்து, அமெரிக்காவில் திருமணங்களுக்கு இன அடிப்படையிலான சட்டத் தடைகளை நீக்கியது. அதற்கு 44 ஆண்டுகள் கழித்து, இன்னமும் 16 சதவீதப் பிரச்சாரக் கிறிஸ்துவர்கள் கலப்பினத் திருமணங்களை எதிர்த்து வருகின்றனர். அத்துடன் அவற்றை நம்முடைய 'சமூகத்திற்குத் தீங்கு விளைவிப்பவை' என்றும் கூறுகின்றனர்.[50] அதேபோல, இறையியல் வல்லுநரான ரொனால்ட் சைடர் கூறுகிறார்: 'அண்டை வீட்டுக்காரர் வேற்றினத்தைச் சேர்ந்தவராக இருந்தால், எதிர்ப்புத் தெரிவிப்பவர்கள் அனேகமாக வெள்ளை இனத்தவரான பிரச்சாரக் கிறிஸ்துவர் களாகத்தான் இருப்பார்கள்.'[51] தேசத்தின் முன்னணி பழமைவாதப் பிரச்சாரப் பள்ளிகளுள் ஒன்றான பாப் ஜோன்ஸ் பல்கலைக்கழகம் கலப்பின டேட்டிங்கையும் 2000 வரை தடை செய்தது. இது 1964இன் குடியுரிமைச் சட்டமானது வகைப்படுத்துதலை முடிவுக்குக் கொண்டுவந்து, 36 ஆண்டுகள் கழித்து உள்ள நிலை என்பது இங்கு குறிப்பிடத்தக்கது.

பெர்க்கின்ஸ் எல்லா வகையான பின்னணிகளைச் சேர்ந்தவர் களையும் மதிப்பதாகப் பொது அறிவிப்புச் செய்திருந்தபோதிலும், இனவாத அமைப்புகளுடன் அவர் கொண்டிருந்த உறவுகள் வேறொரு விதமான கதையைத் தெரிவிக்கின்றன. 1996இல் உட்டி ஜென்கின்ஸ் அமெரிக்க செனட்டுக்காகப் பிரச்சாரம் செய்துவந்தார். கவுன்சில் ஃபார் நேஷனல் பாலிசி (தேசியக் கொள்கைக் குழு) என்ற இரகசிய வலதுசாரிக்குழு ஒன்று மதம் மற்றும் அரசியல் களப் பணியாளர்களை உறுப்பினர்களாகக் கொண்டிருந்தது. ஜென்கின்ஸ் இதன் தலைவ ராகவும் லூசியானா மாகாணத்தின் சட்ட வரைவாளராகவும்

பணியாற்றி வந்தார். அவரது பிரச்சார மேலாளராக இருந்த பெர்க்கின்ஸ், முன்னாள் கு- கிலாக்ஸ்-கிளான் (கேகேகே) அமைப்பின் ரிங் மாஸ்டர் (ஆட்டுநர்) டேவிட் ட்யூக்கின் சந்தாதாரர் பட்டியலை விலை கொடுத்து வாங்கி, லூசியானாவின் குடியரசுக் கட்சியின் தளத்தை ஒருங்கிணைக்க முயன்றார். 82,000 டாலர்களுக்கு நடந்த இந்த வாங்குதல், காலப்போக்கில் அமெரிக்க தேர்தல் ஆணையத்தால் (எஃப்இசி) வெளிக்கொண்டு வரப்பட்டு, ஜென்கின்ஸின் பிரச்சாரத்திற்கு அபராதம் விதிக்கப்பட்டது.[52] வெள்ளை இனத்தவர் ஆதிக்கம் செலுத்தும் பழமைவாதக் குடிமக்கள் குழுவுடன் பெர்க்கின்ஸ் கொண்டிருந்த உறவு அவரின் அரசியல் தொடர்புகளின் மறுபக்கத்தை விளக்குகிறது. கு-கிலக்ஸ்-கிளானின் துணைத் தயாரிப்பான கவுன்சில் ஆஃப் கன்சர்வேடிவ் சிடிஸன் (பழமைவாத குடிமக்கள் மன்றம் - சிசிசி) 'அமெரிக்காவிற்குள் பெருமளவில் குடியேறிவரும் ஐரோப்பியர் அல்லாத, மேற்கத்தியர் அல்லாத மக்கள் தொகைகளை' எதிர்க்கிறது. 'நமது வாழ்நாளுக்குள்ளாகவே நமது தேசத்தை ஐரோப்பியரல்லாதவர் பெரும்பான்மையாக உள்ள ஒரு நாடாய் மாற்றும் அச்சுறுத்தலைச் செய்துவருகிறது' என்று காரணமும் கூறுகிறது. 'மனித இனங்களைக் கலப்பதற்கான முயற்சிகளையும்' அவர்கள் எதிர்க்கின்றனர்.[53] லூசியானாவில் 1997 மே 17 அன்று பாட்டன் ரூஜிலுள்ள பொனானோ உணவுவிடுதியினுள் இருக்கும் கூட்டமைப்பின் கொடிக்குமுன் நின்றுகொண்டு, தெற்கு மாகாணங் களைப் பாதிக்கும் சட்டப் பிரச்சினைகள் குறித்து வெள்ளை இனத்தவரான தேசியவாதக் குழுவினரிடம் பெர்க்கின்ஸ் பேசினார். ஆறு ஆண்டுகளுக்குப் பிறகு, 2001 மே மாதம் அவர் இரண்டாவது முறையாக அவர்கள்முன் பேசுமாறு வந்த அழைப்பை ஏற்றார். ஆனால் இனவாதக் கருத்துகளைப் பேசுவதை ஏற்க மறுத்துவிட்டார்.

இஸ்லாமிய வெறுப்பும் இனவாதமும் பெரிதும் பொதுவான பகுதிகளைக் கொண்டுள்ளன. கடந்த 60 ஆண்டுகளாக, குறிப்பாக, இனவாத மொழியானது உயிரியல் ரீதியான உணர்வுகளிலிருந்து விலகி, வலிமை மிக்க கலாச்சார ரீதியான உணர்வுக்கு மாறியுள்ளது. எடுத்துக்காட்டாக, கறுப்பு இனத்தவரை இழிவுபடுத்தும் சொற்கள் தடை செய்யப்பட்டுள்ளன. சமூக உரையாடல்களில் அவை ஒரு கீழ்த்தரமான பகுதியில் வைக்கப்பட்டுள்ளன. ஆனால் வேறு மதம் சேர்ந்த (மரபணுக்கள் அல்ல) மக்களை இழிவுபடுத்திப் பேசுவது ஏற்றுக்கொள்ளப்படுகிறது. *கொலோனியல் சப்ஜெக்ட்ஸ்: புவர்டோ ரிகோன்ஸ் இன் ஏ குளோபல் பெர்ஸ்பெக்டிவ்* (காலனித்துவப்

பாடங்களில்: உலகநோக்கில் புவர்டோ ரிகோ மக்கள்) என்னும் நூலின் ஆசிரியரான ராமோன் கிராஸ் ஃபோகெல் எழுதுகிறார்: 'உயிரியல் ரீதியான இனவாதச் சொல்லாடல்கள்' இப்போது 'புதிய இனவாதம்' அல்லது 'கலாச்சார இனவாதச் சொல்லாடல்கள்' போன்றவற்றால் மாற்றியமைக்கப்பட்டுள்ளன.[54] இந்தப் புதிய இனவாதமானது உலகை 'உயர்நிலை' கலாச்சாரங்கள், 'தாழ்ந்த' கலாச்சாரங்கள் எனப் பிரிக்கிறது என்று குறிப்பிடுகிறார் அவர். இதில் பிந்தைய வகையினர் தங்களின் இனப் பின்னணியால் மட்டுமின்றி, பாரம்பரியம், நம்பிக்கைகள், கலாச்சாரச் செயல்பாடுகள் போன்ற வற்றால் விலக்கி வைக்கப்படுகின்றனர். இனவாதம் பேசுபவர்கள் இவர்களை 'நாகரிக மற்றவர்கள்', 'பின்தங்கியவர்கள்', 'ஆதிவாசிகள்', 'காட்டு மிராண்டிகள்' என்கின்றனர். ஃபேமிலி ரிசர்ச் கவுன்சில் (எஃப்ஆர்சி) வழங்கும் வருடாந்தர பழமைவாத அரசியல் மாநாடு 'வேல்யூஸ் வோட்டர் சம்மிட்' என்னும் பெயரில் நடத்தப்படுகிறது. இது 'உள்ளிருந்தும் வெளியிலிருந்தும் வரும் அச்சுறுத்தல்கள்' போன்ற வற்றுக்கு எதிராக ஒரு கோட்டை முகப்பை உருவாக்கி, கிறிஸ்துவ வலதுசாரியைத் தேர்தலுக்குப் பொருத்தமான ஒன்றாக்கி, பிரச்சாரக் குடியரசுக் கட்சியினரை வேட்பாளர்களாக்குவதன் மூலம் அமெரிக்காவின் சூழலை மறுசீரமைக்கத் தயாரானது. மாநாட்டில் இஸ்லாத்திற்கு எதிரான சொல்லாடல்கள் பேச்சாளர்களின் போர் முழக்கமாக ஒலித்தன. பார்வையாளர்கள் உணர்ச்சி மேலீட்டில் ஆரவாரித்தனர்.

2010 உச்சி மாநாட்டில் (9/11இன் ஒன்பதாம் ஆண்டு நிறைவுக்குச் சில நாள்களுக்குப் பிறகு நடந்தது) முன்னாள் ஃபேமிலி ரிசர்ச் கவுன்சில் தலைவரும் குடியரசுக்கட்சி அதிபர் தேர்தல் வேட்பாளர் காரி பவர் கூட்டத்தினரிடையே முஸ்லிம் எதிர்ப்பு உணர்வுகளைத் தூண்டத் தொடங்கினார். 'எல்லா மக்களும் சமமாகப் படைக்கப் பட்டிருக்கிறார்கள் என்றும் அவர்களைப் படைத்த இறைவன் (மக்களே, அது *நிச்சயமாக அல்லாஹ் அல்ல*) அவர்களுக்கென்று சில வேறுபடுத்த இயலாத உரிமைகளையும் தந்திருக்கிறார்' என்று அவர் முழங்க, அந்த அறையில் கூடியிருந்த வெள்ளை இனத்தவரான நடுத்தர வயது பிரச்சார கிறிஸ்துவர்கள் அதை ஆமோதித்து ஆரவாரித்தனர். பவர் பார்வையாளர்களைப் பார்த்துக் கிண்டலாகக் கூறினார்: 'பார்க் 51 சர்ச்சையைத் தொடர்ந்து மதச் சகிப்புத்தன்மை பற்றி ஆற்றிய உரையை ஒபாமா வாஷிங்டனுக்குப் பதிலாக மக்காவில் நிகழ்த்தியிருக்க வேண்டும்.' இந்த வரி கூடியிருந்தவர்களை

மீண்டும் துள்ளச் செய்தது. 65 வயதான அந்த அடிப்படைவாதி, 'தமது தாக்குதல்கள் தீவிரவாதிகளுக்கு எதிரானவை மட்டுமல்ல' என்று கூறினார். மேலும் அவரின் பேச்சுகள் 'ஒரு நாளில் 24 மணி நேரமும் வன்செயலும் முடமாக்குதலும் கலந்த ஒரு விளிம்பில், கோடிக்கணக்கான மக்களை நிறுத்தும் கரடுமுரடான இஸ்லாமியக் கலாச்சாரத்தை'த்தான் இலக்காகக் கொண்டுள்ளன என்றார்.[55] அவர்களின் வன்செயலும் முடமாக்குதலும் அவர்களுடைய மதத்தின் ஓர் உள்ளார்ந்த அம்சமாகக் கருதப்படுகின்றன. அதேசமயம் அவற்றை அடக்கியாள ஒரு வலிமையான கிறிஸ்துவத் தாக்கம் அவசியமானது என்றும் கருதப்படுகிறது.

பவரின் கருத்துகள் மாநாட்டிற்கு வந்தவர்களோடு ஓர் உறவை ஏற்படுத்தின. பார்க் 51க்கும் வளர்ந்துவரும் ஷரீஆ பயம் காட்டுதலுக்கும் எதிரான தேசிய முழக்கம் இஸ்லாத்தை அவர்களின் தாக்குதல் பட்டியலில் முன்னணியில் வைத்தது. இது பேச்சாளர்கள் மற்றும் பார்வையாளர்களிடையே தொடர்ச்சியான முஸ்லிம் எதிர்ப்பு வாசகங்களைத் தோற்றுவித்ததுடன், அதற்கு மேலும் வலுவூட்டவும் செய்தது. அவர்கள் தங்களின் மதச்சார்பான தெளிவுரைகளைக் கிறிஸ்துவ 'எதிரி'க்கு ஒரு சமூக எதிர்ப்பாகவே முன்வைத்தனர். அமெரிக்க குடும்பக்கழகப் பிரச்சினை ஆய்வுப் பிரிவின் தலைவர் பிரையன் ஃபிஷர் 2011 மாநாட்டில் மேடையேறியபோது வேல்யூஸ் வோட்டர் சம்மிட் பார்வையாளர்களின் மனப்பாங்கு, ஒரு புதிய கண்டிப்பான மத, ஒழுக்கப் பாணியில் குறிப்பிடத்தக்கதாக இருந்தது. 'இதில் அச்சுறுத்தல் என்பது தீவிரவாத இஸ்லாமல்ல; இஸ்லாமே தான். இது இஸ்லாமிய வெறுப்பல்ல; இஸ்லாமிய நிஜம்' என அரங்கம் அதிரும் கைத்தட்டல்களுடன் அவரின் தாக்குதல்களை வரவேற்ற பார்வையாளர்களை நோக்கி அவர் முழங்கினார். 'மிதவாதிகளான முஸ்லிம்கள் இருக்கலாம்; ஆனால் மிதவாதமான இஸ்லாம் என்று ஒன்று இல்லவே இல்லை' என்றார்.

பல டீ பார்ட்டி பிரச்சாரக் கிறிஸ்துவர்களைப் போலவே ஃபிஷரின் முஸ்லிம் எதிர்ப்பு உணர்வின் கரு ஒரு சமச்சீரான கலாச்சாரத்தை உருவாக்கும் அவரின் ஆசையில் ஆழ வேரோடியிருந்தது. அந்தக் கலாச்சாரம் பழமைவாத அரசியலாலும் மதக் கொள்கைகளாலும் உருவான ஒன்றாக, சமூகத்தில் உயர்ந்த அந்தஸ்து உள்ளவர்களின் ஆட்சிக்கு உட்பட்ட ஒன்றாக இருக்கும். அதன் அடிமட்டத்தில் இனவாத உணர்வுகளும் ஒளிந்திருந்தன. அவற்றுள் சில, பல்வேறு

இனங்களுக்கு — குறிப்பாக கறுப்பு இனத்தவருக்கும் பூர்வீக அமெரிக்கர்களுக்கும் எதிராக அலைபோல் எழுந்ததும் உண்டு. 2011 பிப்ரவரியில் அமெரிக்கக் குடும்பக் கழகத்தின் (ஏஎஃப்ஏ) வலைப் பூவான ரைட்லி கன்சர்வேடிவில் எழுதினார்: புதிய உலகத்தின் வெள்ளை இன ஐரோப்பியக் குடியேற்றக்காரர்கள் வட அமெரிக்கா வின் பூர்வீக மக்களைக் கட்டுப்படுத்தி, அவர்களின் நாட்டைப் பறித்துக்கொள்வதற்கான ஒழுக்க அதிகாரம் கொண்டவர்களாக இருந்தனர்—கிறிஸ்துவத்தின் மீது அவர்கள் கொண்டிருந்த நம்பிக்கை தான் அவர்களுக்கு இதை அள்ளி வழங்கியது. இதற்காக அவர் பொகஹொன்டாஸ் என்ற பதினேழாம் நூற்றாண்டு அமெரிக்க இந்தியப் பெண்ணை உதாரணம் காட்டினார். ஐதீகத்தின்படி அவள் இங்கிலாந்திலிருந்து வந்து குடியேறிய ஜான் ஸ்மித்தைக் கொல்ல வேண்டாம் என்று கூறித் தன் தந்தையைச் சம்மதிக்க வைத்தாள்; காலப்போக்கில் அவள் கிறிஸ்துவ மதத்தைத் தழுவி, ஒரு வெள்ளை இனத்தைச் சேர்ந்த குடியேற்றக்காரரை மணந்து கொண்டு, அவருக்கு ஒரு பிள்ளையையும் பெற்றுத் தந்தாள் — இது பூர்வீகக் குடிமக்கள் அனைவரும் பின்பற்றியிருக்க வேண்டிய ஒன்று என்றார் அவர். 'மற்ற பூர்வீகக் குடிமக்களும் பொகஹொன்டாஸின் உதாரணத்தைப் பின்பற்றியிருந்தால் அமெரிக்காவின் குடியேற்றம் மற்றும் விரிவாக்கத்தின் வரலாறு எவ்வளவு வித்தியாசமாக இருந்திருக்கும் என்பதை நினைத்தாலே பிரமிப்பாக இருக்கிறது' என்று ஃபிஷர் புலம்பினார்:

> அவள் தனது இன மக்கள் வழிபடும் கடவுள்களைவிடக் குடியேற்றக்காரர்கள் வழிபடும் கடவுள் மேன்மையானவர் என்பதை உணர்ந்து, அவர்களின் கலாச்சாரத்தின் மேன்மையையும் (கச்சிதத்தை அல்ல) உணர்ந்து, அதன் வடிவங்களையும் மொழியையும் தன்னுடையதாக ஏற்றுக்கொண்டாள். வேறு விதமாகச் சொல்ல வேண்டுமென்றால், அவள் மதம் மாறி, ஒன்றிக் கலந்தாள். பிற பூர்வீகக் குடிமக்களும் அவளைப் போலவே செய்திருந்தால், பின்னாளில் அமெரிக்காவாக உருவான தேசத்தில் ஒன்றிக் கலந்து, இணைப்புகளோ, இரத்தப் பிரிவுகளோ இல்லாதவாறு செய்திருப்பார்கள். வாய்ப்புக்கேடாக, அது நடக்க வில்லை.[56]

ஃபிஷரின் பதிவு பூர்வீக அமெரிக்கர்களை நோக்கிச் சொல்லப்பட்ட பல குற்றச்சாட்டுகளில் ஒன்று. ஒரு வாரம் முன்பே எழுதியிருந்த ஒரு கட்டுரையின் கடுமையான தொடர்ச்சியாக, ஃபிஷர் கூறினார்:

'பூர்வீக அமெரிக்கர்கள் கிறிஸ்துவ மதத்திற்கு மாறத் தவறியதால் அவர்கள் ஒழுக்கமற்றவர்கள். அவர்களுக்குத் தங்கள் தாய்நாட்டைத் தக்கவைத்துக்கொள்ளும் உரிமை இல்லை.' இஸ்ரேல் மக்களைக் கடவுள் எச்சரித்திருந்தார்: 'பூர்வீகக் குடிமக்களின் பழக்க வழக்கங்களைக் கடைப்பிடிக்கும் தவறை ஒருபோதும் செய்து விடாதீர்கள். அப்படிச் செய்தால், இதற்குமுன் ஒரு தேசத்தை வெளியே கக்கியது போல் அது உங்களையும் கக்கிவிடும்.' அதே பாணியில், 'ஏற்கவியலாத பழக்கவழக்கங்களைக் கொண்டிருந்த பூர்வீக அமெரிக்கக் குடிமக்கள் தங்கள் நாட்டிலிருந்து கக்கி வெளியேற்றப் பட்டார்கள்.' 'தங்களின் மூடநம்பிக்கைகளையும் பழக்கவழக்கங் களையும் விட்டொழித்து, கிறிஸ்துவ மதத்தின் வெளிச்சத்தையும் நாகரிகத்தையும் ஏற்றுக்கொள்ளுமாறு கிறிஸ்துவ ஐரோப்பியர்கள் கூறியதை அமெரிக்கப் பழங்குடிமக்கள் கடைசிவரையில் எதிர்த்து நின்றனர். ஜார்ஜ் வாஷிங்டன் கூறியது போல, காட்டுவாசி களைக் கிறிஸ்துவர்களாக மாற்ற எடுத்துக்கொள்ளப்பட்ட அனைத்து முயற்சிகளையும் அவர்கள் கடைசிவரை எதிர்த்தார்கள்' என்று எழுதினார் ஃபிஷர். அவர் மேலும் தொடர்ந்தார்: அந்தக் 'காட்டு வாசிகள்' இன்றளவும் 'ஏழ்மையிலும் குடிப்பழக்கத்திலும் உழன்று கொண்டிருக்கிறார்கள்.' இதற்குக் காரணம், அவர்கள் கிறிஸ்துவக் கலாச்சாரத்தோடு இணைந்துகொள்ள மறுத்து, தங்களின் மதப் பாரம்பரியத்தைத் தக்கவைத்துக்கொண்டு அதையே பின்பற்ற முடிவு செய்ததுதான்.[57]

இந்தப் பண்பாட்டுச் சமாச்சாரங்கள் ஃபிஷரின் பார்வையில் மிகவும் தீங்கானவையாக இருந்தன. அதுவும் வெள்ளை இனத்தவர் பெரும்பான்மையாக இருந்த ஒரு அமெரிக்கக் கிறிஸ்தவ நாகரிகத்திற்கு. தனது தொண்டர்களை அவர் எச்சரித்தார்: அதிபர் பராக் ஒபாமா (அவரின் பூர்வீகமும் ஃபிஷருக்கு இரையான ஒன்றுதான்) 'அமெரிக்க தேசம் முழுவதையும் மீண்டும் இந்தியர்கள் வசம் ஒப்படைக்க விரும்புகிறார். இந்தியப் பழங்குடிமக்கள் புதிதாக நம்மை ஆளவேண்டுமென்று அவர் விரும்புகிறார்.'[58] இந்தச் சூழலில் ஓர் உண்மை இருந்தது — ஃபிஷர் நீண்ட காலமாகவே ஒபாமா கிறிஸ்துவரல்ல என்று கூறிவந்திருந்தார். இதற்குச் சாட்சியாக ஒபாமாவின் கூற்றே அவருக்குக் கிட்டியது: இளம் தந்தையான ஒபாமா, தன் மகளிடம் இறப்பிற்குப் பிந்தைய வாழ்க்கை எப்படி இருக்கும் என்ற கேள்விக்கு விளக்கமாகப் பதிலளிக்கத் திணறியதாக ஒப்புக்கொண்டிருந்தார். மத அடிப்படையில் இறப்பிற்குப் பிந்தைய

வாழ்க்கை பற்றி விளக்கமளிக்க அவர் தயக்கம் காட்டியது (கிறிஸ்து வராக இருந்திருந்தால் பரலோக இன்பவாழ்வு பற்றிக் கூறியிருப்பார்) அவர் பிற மதங்களிலும் நம்பிக்கைகொண்டிருந்ததை உறுதிசெய்தது. ஃபிஷரின் உலகநோக்கில் நிச்சயமின்மைக்கு இடமில்லை. 'அது எளிய விடை' என்றார் அவர். மேலும் 'அதை ஒரு முஸ்லிம்கூட அளிக்க முடியும். ஏனெனில் சில நாத்திகர்களை வெடிவைத்துத் தகர்க்காத வரையில், தாம் சொர்க்கத்திற்குச் செல்வோமா என்பதை அவரால் நிச்சயமாகத் தெரிந்துகொள்ள முடியாது'[59] என்றார்.

ஆயினும் ஃபிஷரைப் பொறுத்தவரையில் ஒபாமா கிறிஸ்துவர் அல்லர் என்பது மட்டுமல்ல, அவர் முழுமையான கறுப்பு இனத்தவரும் அல்ல. ஹெர்மன் கெய்ன் என்பவர் 65 வயதான, அட்லான்டாவைச் சேர்ந்த வர்த்தகர். டீ பார்ட்டிக்குப் பிரியமானவர். 2012 அதிபர் தேர்தலில் குடியரசுக் கட்சியின் வேட்பாளராகப் போட்டியிட்ட அவரின் பிரச்சாரம் பெருமளவில், முஸ்லிம் எதிர்ப்பைக் களமாகக் கொண்டிருந்தது. அவரோடு ஒப்பிடுகையில், ஒபாமா மங்கலாய்த் தெரிந்தார். '(ஒபாமாவால்) தான் எந்த அளவிற்கு வெள்ளை இனத்தைச் சேர்ந்தவர் என்றோ தனது பாரம்பரியம் எந்த அளவிற்கு வெள்ளை இனத்தைச் சேர்ந்தது என்றோ விளக்க முடியாது' என்றார் ஃபிஷர்.[60]

> ஹெர்மன் கெய்னுடன் ஒப்பிட்டுப் பாருங்கள். உங்களுக்குத் தெரியுமா, ஹெர்மன் கெய்ன் வேடிக்கைக்காகச் சொன்னார்: 'அதிபர் தேர்தல் போட்டியில் உண்மையான கறுப்பர் இனத்தைச் சேர்ந்தவன் நான்தான்.' அதிபர் ஒபாமா அவர் வேடிக்கைக்காகக் கூறியதை வலுப்படுத்த உதவுவதுபோல் தோன்றுகிறது. அதிபர் ஒபாமா பாதி வெள்ளை இனத்தவர்; பாதி கறுப்பு இனத்தவர். ஹெர்மன் கெய்னோ, முழுமையான கறுப்பு நிறத்தவர்; அவர்தான் இந்தப் போட்டியில் உண்மையான கறுப்பு நிறத்தவர்.'[60]

வலதுசாரியிலிருந்த ஃபிஷரும் அவரின் சக ஊழியர்களும் கெய்னை ஆதரித்தனர். அவர் பழமைவாதப் பிரச்சார வரிசையைப் பின்பற்றிய தால் அவர்களைப் பொறுத்தவரையில் 'நல்ல', 'பண்பு மிக்க' கறுப்பு இனத்தவருள் ஒருவராகக் கருதப்பட்டார். ஒருபால் திருமணம், கருக்கலைப்பு போன்ற சர்ச்சைக்குரிய சமூக விஷயங்கள் பற்றி அவர் வெளிப்படையாகப் பேசினார். மேலும் கிறிஸ்துவ தேசியம் கலந்த அரசியல் உரைகளை நிகழ்த்தினார். ஒபாமாவை மட்டம் தட்டுவதிலும் வேகம் காட்டினார் அவர். ஒபாமா கிறிஸ்தவத்திற்கு எதிரானவர்; ஆகவே அமெரிக்காவிற்கும் எதிரானவர். அமெரிக்காவை

யூத-கிறிஸ்தவ தேசமாக அறிவிக்கத் தவறியதைச் சுட்டிக்காட்டி, அதிபர் வேண்டுமென்றே கடவுளின் பெயரைத் தனது உரைகளில் தவிர்த்து வருவதாகக் கெய்ன் குற்றம் சாட்டினார். மேலும் அவர் 'அவர் முதன் முதலாக அதிபர் பொறுப்பேற்றபோது உரையாற்றுவதற்காகத் துருக்கிக்குச் சென்றார். அங்கு நாம் ஒரு கிறிஸ்துவ தேசமல்ல என்று அறிவித்தார். அவருக்கு நான் ஒரு தகவல் தர விரும்புகிறேன். நாம் யூத-கிறிஸ்துவ தேசத்தவர். நம்மில் பலரும் அப்படி இருப்பதைத்தான் விரும்புகிறார்கள்'⁶ என்றார்.

ஃபிஷரின் வலதுசாரிப் பிரிவில் கெய்ன் சௌகரியமாகப் பொருந்திக் கொண்டாலும், அந்தக் கறுப்பு இனத்தவரான அதிபர் தேர்தல் வேட்பாளருக்குக் கிட்டிய நல்லுறவு ஒட்டுமொத்தமாய் ஆப்பிரிக்க-அமெரிக்க மக்களுக்குக் கிட்டிவிடவில்லை. உண்மையில், கெய்ன் கறுப்பு இனத்தவரில் 'கலப்பற்ற, சுத்தமானவர்' என்று பாராட்டிய சில நாள்களுக்குள்ளாகவே, ஃபிஷர் அமெரிக்க நல்வாழ்வுத் திட்டங்களைச் சாடினார்; 'ஆப்பிரிக்க-அமெரிக்கக் குடும்பங்களை நீங்கள் அழித்திருக்கிறீர்கள். இளம் கறுப்பினப் பெண்களிடம், கணவர்களோ, தந்தைகளோ தேவையற்றவர்கள்; அவர்கள் பயன்பாட்டில் இல்லாதவர்கள் என்று கூறியிருக்கிறீர்கள். திருமண உறவுக்குப் புறம்பாகக் குழந்தைகள் பெற்றுக்கொள்ளும் பெண்களுக்குப் பணமுடிப்புகள் அளிப்பதன் மூலம் முறைப்படி இல்லாத உறவுகளுக்குச் சலுகையளித்திருக்கிறீர்கள்.'⁶² இந்தக் கொள்கைகளின் விளைவாக, பெரும்பான்மையான அமெரிக்கச் சமூகம் தவித்துவருவதாக ஃபிஷர் கூறினார். 'முயல்கள் போல் உடலுறவுகொள்ளும் மக்களால் விளையும் சமூகப் பிரச்சினைகள் ஏற்படுத்தும் தீவிர விளைவுகளின் மத்தியில் நாம் உள்ளோம் — இதில் வியப்பு ஏதுமில்லை' என்று அவர் அமெரிக்கக் குடும்பக் கழகத்தின் வலைத்தளத்தில் எழுதிய இந்தப் பதிவு, விரைவிலேயே அதிலிருந்து நீக்கப்பட்டது.⁶³

ஃபிஷர் முஸ்லிம்களைச் சமூகத்திலிருந்து அகற்ற வேண்டும் என்று கூறியது, அவர் கறுப்பின மக்களுக்கும் பூர்வீக அமெரிக்க மக்களுக்கும் எதிராகப் பயன்படுத்திய இனவாத உணர்வுகொண்ட கருத்துகளின் தொடர்ச்சியாகும். சீரான கிறிஸ்துவக் கலாச்சாரத்திற்கு எதிரான இயல்புகொண்ட இனத்தவரைக் கண்டிக்கும் செய்திகளை முன்னிறுத்துவதை அவர் ஒரு தொடர் பாணியாக்கி வந்திருந்தார். அமெரிக்காவில் வசிக்கும் முஸ்லிம்களை வெளியேற்ற வேண்டும்

நாங்கள் சிலுவைகளைச் சுமந்து வருகிறோம் ✦ 139

என்று அவர் குரலெழுப்பியது, சமூகம் தாழ்ந்த தரமுடைய மக்களால் பீடிக்கப்பட்டுள்ளது என்று அவர் நம்புவதாகக் காட்டியது. 'காட்டுமிராண்டிகள்', 'ஒழுக்கமற்றவர்கள்' என்று பூர்வீக அமெரிக்கர்களையும் 'முறையற்றுப் பிறந்தவர்கள்' என்று நலத் திட்டங்களை நம்பியுள்ள கறுப்பு இனத்தவரையும் அழைத்துப் புலம்பிய ஃபிஷர், முஸ்லிம்களுக்கும் ஒரு சித்திரிப்பு வைத்திருந்தார். 'கலாச்சாரத்தால் தாழ்ந்தவர்கள்' என்ற வர்ணனையிலிருந்து 'உயிரியல் ரீதியாகத் தாழ்ந்தவர்கள்' என்பதற்கு மாறினார். 'பெரிய அளவிலான 'இனக்கலப்பு'தான் இதற்குக் காரணம் என்று கூறிய அவர், இதனால் 'முஸ்லிம்களின் மரபணுக்களில் சரிசெய்ய முடியாத அளவிற்கு அழிவு ஏற்பட்டுள்ளது' என்றும் கூறினார்.[64] இதன் அடிப்படையில் முஸ்லிம்களின் வன்செயலானது மதச்சார்பாகவும், உடற்செயலியல் சார்பாகவும் விளக்கக்கூடியதாக உள்ளது. ஆக, வன்செயலின் பல்வேறு வடிவங்களுக்கு இஸ்லாம் ஒரு பங்களிக்கும் அம்சமாக இருந்திருக்கிறது என்பதுடன், முஸ்லிம்களின் மரபணு அமைப்பில் மதச்சார்பான பாரம்பரியங்கள் மட்டுமின்றி, வன்செயலும் பங்கு வகிப்பது தெளிவாகிறது. 'இதுபோன்ற இனக்கலப்பு அறிவுத்திறன், அறிவுத்தரம் ஆகியவற்றை மிகப்பெரிய விலை கொடுக்கும் நிலைக்கு இஸ்லாமிய மக்களைத் தாழ்த்தியுள்ளது' என ஃபிஷர் புலம்பினார். 'கடைசி வரி: யூத-கிறிஸ்துவ மரபிற்கு இஸ்லாம் ஒரு தீங்கற்ற கிருபையுள்ள, ஒழுக்கத்தில் சமமான மாற்றாக இருக்க முடியாது.'[64]

உதாரணங்கள் ஏராளமாகவும் ஆதாரங்கள் குறைவாகவும் கொண்டு ஃபிஷர் இரண்டு பாரம்பரியங்களையும் ஒப்பிடுகிறார்:

உங்கள் மனைவியின் தலையைச் சீவுவது உங்களை நல்ல முஸ்லிமாக ஆக்கும்; ஆனால் நல்ல கிறிஸ்துவராக ஆக்குவது இல்லை. உங்கள் மகளை உங்கள் பந்தயக் காரால் மோதித் தள்ளுவது உங்களை நல்ல முஸ்லிமாக ஆக்கும்; ஆனால் நல்ல கிறிஸ்துவராக ஆக்குவதில்லை. ஓர் அறையில் கூடியிருக்கும் உங்கள் சக படை வீரர்களை 'அல்லாஹு அக்பர்' என்று உரக்கக் கூவிவிட்டு சுட்டுத் தள்ளுவது உங்களை நல்ல முஸ்லிமாக ஆக்கும்; ஆனால் அதையே இயேசுவின் பெயரில் செய்வது உங்களை நல்ல கிறிஸ்துவராக்குவதில்லை. கட்டடங்களுக்குள் விமானங்களைச் செலுத்துவதும், ஆயிரக்கணக்கான அப்பாவி மக்களின் உயிரைப் பறிப்பதும் உங்களை நல்ல முஸ்லிமாக ஆக்கும்; ஆனால் நல்ல கிறிஸ்துவராக ஆக்குவது இல்லை.[65]

முஸ்லிம்கள் குறித்த கொடூரமான வர்ணனைகள் ஃபிஷருக்கும் அவரின் அமெரிக்க குடும்பக் கழக (ஏஃப்ஏ) சக ஊழியர்களுக்கும் செயல் வடிவமாக இருந்தது. 2010இல் அவர்களின் மொத்த சொத்து ஏறத்தாழ 37 மில்லியன் டாலர்கள். தனிநபர் நன்கொடையாக ஆண்டுக்கு 18 மில்லியன் டாலர்கள் கிடைத்தன; அவர்களின் கிறிஸ்துவ நிகழ்ச்சி மூலம் செய்திகள் மக்களிடம் பரவலாகக் கொண்டு செல்லப்பட்டன. உண்மையா இல்லையா என்பது பற்றிக் கவலைப் படாமல், அவர்கள் 'நல்ல முஸ்லிம்'கள் பற்றிக் கற்பனை வர்ணனை களை அள்ளித் தெளித்தபடி இருந்தனர். அந்த 'நல்ல முஸ்லிம்'களின் வன்செயல் அட்டூழியங்கள் தாங்கள் வகுத்திருந்த மதத் திட்டங் களுக்குள் கச்சிதமாகப் பொருந்தின.

***

2011 மே மாதம் பிரையன் ஃபிஷரும் டானி பெர்க்கின்ஸும் உஸாமா பின் லாதெனின் மரணம் பற்றிப் பேச அமர்ந்தபோது, அந்தத் தீவிரவாதிகள் தலைவரின் மறைவு பற்றிய விவரங்களையும் அவரின் இரத்தம் தோய்ந்த சடலத்தின் புகைப்படங்களையும் நுணுக்கமாக ஒளிபரப்புவதில் அவர்கள் காட்டிய ஆர்வம் ஒன்றைத் தெளிவுபடுத்தியது: உலகின் மிகவும் தேடப்பட்ட குற்றவாளி 3000 அமெரிக்கர்களுக்கு விதித்த கோர முடிவை அவரே அடைந்தது குறித்து அவர்கள் வெறும் திருப்தி மட்டுமின்றி, அதற்கு மேலும் உணர்ந்தார்கள். அவர்களின் பார்வையில் இது மதத்தின் வெற்றியும் கூட—அமெரிக்காவின் கிறிஸ்துவப் படைகள் முஸ்லிம் தீவிரவாதி களைப் போரில் மட்டுமல்ல, ஆன்மிக ரீதியாகவும் இஸ்லாமிய மதத்தை வெற்றிகொள்ளும் என்று உலகெங்கிலும் உள்ள முஸ்லிம் களுக்கு அது ஒரு குறிப்பாக இருந்தது. அமெரிக்கக் குடும்பக்கழகம் வழங்கிய அந்தத் தொலைக்காட்சிக் கலந்துரையாடல் பின் லாதெனின் மரணத்தைத் தனித்துவமிக்க ஒரு மதம்சார்ந்த மொழியில் அளித்தது.

இந்த உரையாடலில் ஃபிஷர், பெர்க்கின்ஸ் ஆகியோருடன் பிரிகிட்டெ காப்ரியலும் கலந்துகொண்டிருந்தார். அவர் லெபனானில் பிறந்த ஆடம்பர அலங்காரமான கிறிஸ்தவர். ஆக்ட் ஃபார் அமெரிக்கா இயக்கத்தின் நிறுவனர். *நியூயார்க் டைம்ஸ்* பத்திரிகை குறிப்பிட்டது போல, அந்த இயக்கம் பிரச்சாரக் கிறிஸ்துவர்கள், இஸ்ரேல் தற்பாதுகாப்பாளர்கள், டீ பார்ட்டியைச் சேர்ந்த குடியரசுக் கட்சிக்காரர்கள் ஆகியோரை ஒருங்கிணைத்து, 'தன்னை ஆய்வு

செய்பவர்களுக்கோ, பின்பற்றுபவர்களுக்கோ அடையாளம் தெரியாதவாறு அழிவிலும் ஆதிக்கத்திலும் முழுமூச்சாக இறங்கியுள்ள இஸ்லாத்தை வெளிச்சமிட்டுக் காட்டும்படி' செய்துவந்தது.[66]

எர்கன் கானர் போலவே, காப்ரியலும் தனது தீவிரக் கருத்துகளைச் சொல்வதற்குத் தன் வாழ்க்கைக் கதையைப் பயன்படுத்தினார். 1970களில் தெற்கு லெபனானில் வளர்ந்த அந்த 47 வயது போர்வீரர், போர்ச்சூழலில் சிக்கி உழன்ற ஒரு நாட்டில், லெபனானிய கிறிஸ்துவராக நடத்திய வாழ்க்கையின் கதையைக் கூறுகிறார். அவர் முதன்முதலாக 'தீவிர இஸ்லாத்தின் உலக ஆதிக்கத்திற்கான போரை' கண்டது ஈரானிய கடத்தல் சம்பவத்திற்கு நான்கு ஆண்டுகள் முன்னதாக. அப்பொழுது அவர் 10 வயதுச் சிறுமி. 'ஒரு நவம்பர் இரவில் ஏவுகணைகள் (அவளுடைய) படுக்கையறையில் வெடித்தன.' ஓர் இரத்தக்களரி படிந்த மோதலில் சிக்கிக்கொண்ட 'கிறிஸ்துவ நாத்திகர்' என்று தன்னையே வர்ணித்துக்கொண்ட அப்பெண், தமது குடும்பம் ஒரு காலத்தில் தங்களின் வீடாக இருந்த இடத்தின் இடிபாடுகளுக்கு அருகே, ஒரு வெடிகுண்டு பாதுகாப்பு முகாமில் ஏழு ஆண்டுகள் ஒளிந்து வாழ்ந்ததாகக் கூறினார். 'அது முஸ்லிம்கள் கிறிஸ்துவர்களின் மீது தொடுத்த மதப்போர்' என்ற அவர், அந்த அனுபவம் அவரை அமெரிக்காவரை தொடர்ந்து வந்ததாகக் கூறினார். 'அங்கு எனது நாட்டை அச்சுறுத்திய அதே முஸ்லிம் தீவிரவாதிகள் எனக்கு ஆதரவளித்த நாட்டைக் கைப்பற்ற திட்டம் தீட்டிவருவதை அறிந்துகொண்டேன்.'[67]

காப்ரியலின் கதை ஏமாற்றுவேலை என்று சொல்ல முடியாவிட்டாலும் ஒருதலைப் போக்காக இருந்தது. சந்தேகப்படாத தனது பார்வையாளர்களுக்கு அவர் கூறும் மரபுவழிக் கதையில் மதமும் அரசியலும் கலந்திருந்த அந்தச் சூழல் கறுப்பு-வெள்ளை இனத்தவரைத் தவிர பிற அனைத்தையும் கொண்டிருந்தது. காப்ரியலின் வாழ்க்கையில் ஒருபோதும் லெபனான் ஒரு கிறிஸ்தவ அல்லது முஸ்லிம் பெரும்பான்மைகொண்ட நாடாக இருந்ததே இல்லை. பல பத்தாண்டுகளாகவே அது பல்வேறு இனங்கள் கலந்த நாடாகவே விளங்கியது. அவர் தப்பியோடியபடி, முஸ்லிம் தாக்குதல்களுக்கிடையே பாதுகாப்புத் தேடி ஒளிந்து வாழ்ந்ததாகக் கூறுகிறார். ஆனால் அவரின் முன்னாள் அண்டை வீட்டுக்காரர்களோ, அவர் எல்லோரையும் போலத்தான் வாழ்ந்தார் என்கின்றனர். 'சூழ்நிலை' என்னவோ இஸ்ரேலியக் கைப்பற்றுதலுக்கிடையே, சிரமமான ஒன்றுதான்; ஆனால்

அவர் நினைவுகூர்ந்து சொல்லும் கொடூரக் கதைகள் எதுவும் நடைபெறவில்லை.[68] ஓர் அண்டை வீட்டுக்காரர் விளக்கினார்: 'அவருக்கு எப்பொழுதுமே இஸ்ரேலியர்கள் லெபனானில் உள்ள மர்ஜயவூன் நகரைக் கைப்பற்றியது பிடித்திருந்தது. காலப்போக்கில், லெபனானைச் சேர்ந்தவள் என்ற முறையில் அரபுப் பெண்ணாகவே இருந்தாலும், அராபியர்களை மொத்தமாக வெறுக்கத் தொடங்கி விட்டாள்.' மற்றொரு அண்டை வீட்டுக்காரர் மறுத்தார்: 'பிரிகிட்டெ ஒருபோதும் தன்னை அரபுப் பெண்ணாகக் கருதிக்கொள்ளவில்லை. மாறாக, தான் ஒரு *ஃபினிஷியப் பெண்* என்று கற்பனை செய்து கொண்டாள். தனது அரபு அண்டை வீட்டாரிடம் அராபியர்கள் கைப்பற்றுவதற்கு நீண்டகாலம் முன்பாகவே, *ஃபினிஷியர்கள் லெபனானில் இருந்தார்கள். ஆகவே அது எங்களுக்குரியது!* என்று சுட்டிக்காட்டினாள்.'[68]

திருப்தியடைந்தது போன்றதொரு சாயலில் காப்ரியல் கூறுகிறார்: '1975இல் ஹிஸ்புல்லாஹ் நாத்திகக் கிறிஸ்துவர்களுக்கு எதிராக ஜிஹாதை அறிவித்தது' என்று. ஆனால் அவருடைய கூற்று அடிப்படை வரலாற்றுக் குறிப்புகளை மாற்றியமைக்கிறது: ஹிஸ்புல்லாஹ் 1982 வரையில் நிறுவப்படவில்லை. அந்தக் குழு உருவாகக் காரணம் தெற்கு லெபனானை இஸ்ரேல் தாக்கிக் கைப்பற்றியதுதானே ஒழிய, லெபனியக் குழுக்களிடையே உருவான மதம் சார்ந்த உட்பூசல்களல்ல. அந்தக் காலகட்டத்தில் காப்ரியல் இஸ்ரேலில் வாழ்ந்துவந்தார் — மிடில் ஈஸ்ட் டெலிவிஷனில் நிகழ்ச்சி வழங்குநராக. இது கிறிஸ்டியன் பிராட்காஸ்டிங் நெட்வொர்க்கின் பாட் ராபர்ட்சன் நிறுவிய நிலையமாகும். அவர்தான் உள்ளூரில் தனது பழமைவாத பெந்தகோஸ்தே நம்பிக்கையைப் பரப்புவதற்காக அந்தக் கைப்பற்றல் பற்றிய மாறுபட்ட கதைகளை முதன்முதலில் பரவவிட்டார்.[66] இந்தத் தொடர்பிலிருந்து காப்ரியலின் மாறுபட்ட சித்திரிப்பில் நுணுக்கம் இல்லாததன் காரணத்தைத் தெரிந்து கொள்ளலாம். இத்தகைய நுணுக்கங்கள், பிரச்சாரம் உருவாக்கிவரும் இருதுருவ அமைப்பைக் குலைத்துவிடும்.

முத்துக்களை அணிந்துகொண்டு, கருஞ்சிவப்பு உதட்டுச் சாயமும் கலைத்துவிட்ட தலையலங்காரமுமாய் காப்ரியல் சட்டென்று இருண்ட சூழல் பற்றிப் பேசிக்கொண்டிருந்தவர்கள் பக்கம் தாவி, டீ பார்ட்டி பிரச்சாரக் கிறிஸ்துவர்களின் வெற்றுவார்த்தைகளை மேற்கொண்டார். பெர்க்கின்ஸ், ஃபிஷர் ஆகியோருடன் சேர்ந்து

கொண்டு, தனக்கு இஸ்லாத்தின் மீதுள்ள காழ்ப்புணர்வையும் ஒபாமா நிர்வாகத்தின் மீதுள்ள வெறுப்பையும் வெளிக்காட்டிய அவர், அமெரிக்கக் கடற்படை வைத்திருக்கும் புகழ்பெற்ற *யூஎஸ்எஸ் கார்ல் வின்சன்* என்னும் கப்பலில் அரசாங்க அதிகாரிகளால் நடத்தி வைக்கப்பட்ட உஸாமா பின் லாதெனின் இறுதிச் சடங்குகள் இஸ்லாமியச் சம்பிரதாயத்தின் ஒரு பகுதியாகும் என்று தொடர்பு படுத்தினார். 'உங்களுக்குத் தெரியுமா, இது வேடிக்கையாக இருக்கிறது: ஏனெனில் நமது அதிபர் தாம் முஸ்லிம் அல்ல என்கிறார்; மேலும் தாம் இஸ்லாத்தின் பிரதிநிதியும் அல்ல என்கிறார். அவர் ஒரே வாயால் இரண்டு விதமாகவும் பேசுவதுபோல் தெரிகிறது.' அவர் இதேபோல் பேச்சைத் தொடர்ந்தார் —வரிசையாக ஆதாரமற்ற குறிப்புகளைத் திட்டமிட்டபடி கூறி, இஸ்லாம் அமெரிக்கக் கடலோரங்களை எட்டிவிட்டதை வலியுறுத்தி, தமது பார்வையாளர் களைப் பயமுறுத்தினார்:

> அமெரிக்க இராணுவத்தில் பல முல்லாக்கள் உள்ளனர். முல்லாவாக உள்ள முஸ்லிம்கள், முஸ்லிம் படைவீரர்கள். மேலும் எனக்குத் தெரிந்த வரையில் அந்தக் குறிப்பிட்ட கப்பல் சவூதி அரேபியாவுடன் மிக நெருங்கிய வர்த்தக உறவு கொண்டி ருக்கிறது. அந்தக் கப்பலிலிருந்து சில முஸ்லிம் ஊழியர்கள் வருடாந்தர ஹஜ் புனிதப் பயணத்துக்காக மக்காவிற்கும் மதீனாவிற்கும் சவூதி அரேபியா விற்கும் அனுப்பி வைக்கப்பட்டனர். எல்லாச் செலவுகளும் நம் வரிப் பணத்திலிருந்துதான் செய்யப்பட்டன — ஒப்பந்தம் மற்றும் சவூதி அரோபியாவுடன் கொண்டுள்ள தொடர்பின் ஒரு பகுதியாக. ஆக, அந்தக் கப்பலில் முனையிலிருந்து முனைவரை திம்மித்துவம் நிரம்பியுள்ளது — அதில் ஒரு முஸ்லிம் முல்லா இருந்தாலும் — வியப்பதற்கில்லை.[69]

ஆனால் காப்ரியல் எச்சரித்தது தீவிரவாதிகளின் அச்சுறுத்தல் பற்றி மட்டுமல்ல. இஸ்லாமும் தீவிரவாதமும் பிரிக்க முடியாதவை என்று அவர் வலியுறுத்தியதுடன், கசப்பான நிஜமொன்றை மாற்று வடிவத்தில் தருவதற்கான 'அரசியல்ரீதியாகச் சரியான' முயற்சி களையும் தன் பார்வையில் விளக்கினார்.[70] ஆஸ்திரேலிய யூதச் செய்தியுடன் 2007 ஜூனில் நடந்த நேர்முகத்தில் காப்ரியல் அவருக்கே உரிய வழக்கமான பேச்சு மற்றும் நேர்முகங்களின் பாணியில் சில ஓரவஞ்சனையான கருத்துகளைக் கட்டவிழ்த்துவிட்டார்: இஸ்லாமியக் கோட்பாடுகளின்படி வாழும் முஸ்லிம்கள் — அதாவது

‘குர்ஆனின் வாசகங்கள் அனைத்தும் அல்லாஹ்வின் வாசகங்கள் என்று நம்புபவர்கள்; இஸ்லாத்தின்வழி நடப்பவர்கள்; பள்ளி வாசலுக்குச் சென்று வெள்ளிக்கிழமைதோறும் பிரார்த்தனை செய்பவர்கள்; தினமும் ஐந்துமுறை தவறாமல் தொழுகை செய்பவர்கள்’ — உண்மையில் தீவிரவாத முஸ்லிம்கள். ‘இஸ்லாத்தின் வழியைப் பின்பற்றி நடக்கும் ஒவ்வொரு முஸ்லிமும் தீவிரவாதிதான் —அவர் குர்ஆனின் வாசகங்களை ஏற்பதாக இருந்தால்; பள்ளிவாசலுக்குச் சென்றால்; ஏனெனில், அவர்களுக்கு அங்குக் குர்ஆனைத் தவிர வேறு எதுவும் போதிக்கப்படுவதில்லை’ என்றார் அவர்.[70] பழங்குடி அமெரிக்கர்கள் குடியேற்றக்காரர்களைவிட மத அடிப்படையிலும் கலாச்சார அடிப்படையிலும் தாழ்ந்தவர்கள் என்று பெர்க்கின்ஸ் கருத்துத் தெரிவித்தது போல, காப்ரியலும் கிறிஸ்துவர்களை உயர்ந்த நிலையில் வைத்துத் தன் கருத்துகளை அடுக்கினார்:

> *இஸ்லாம் இந்த உலகிற்குப் பங்களித்தவற்றைப் பற்றிக் கேட்கும் பொழுது —அல்ஜீப்ரா போன்றவை —அவற்றை உலகிற்கு அளித்தவர்கள் ஒருவரும் முஸ்லிம்கள் அல்ல என்பதை அறிவீர்களா? அவர்கள் அனைவரும் முஸ்லிமல்லாதவர்கள். ஐரோப்பா, ஸ்பெயின், மத்தியகிழக்கின் மீதமுள்ள பகுதி ஆகியவற்றில் இஸ்லாம் தனது ஆதிக்கத்தைச் செலுத்தியபோது இஸ்லாத்தால் கவர்ந்தெடுத்துக்கொள்ளப்பட்டவர்கள் என்பது உங்களுக்குத் தெரியுமா? அந்த மூளைகள் எதுவும் முஸ்லிம் மூளைகள் அல்ல. இஸ்லாத்தின் சரித்திரம் என்பது அவ்வளவுதான், மொத்தமாக.*[70]

அவரைப் பொறுத்தவரை, அறிவீனம் மற்றும் முஸ்லிம் பெரும் பான்மையான நாடுகளில் நிலவிய தரமற்ற கல்வி அமைப்புகள் ஒரு விஷயத்தைக் குறிக்கின்றன. முஸ்லிம் பெண்கள் ‘சமூகத்திற்குப் பெரிதாக எதையும் பங்களித்துவிடவில்லை —குழந்தை பெறுவதும், வீட்டில் சமைப்பதும், வீட்டைப் பராமரிப்பதும் தவிர.’[70]

காப்ரியலின் தீவிரக் கருத்துகளுக்குப் பலனில்லாமலில்லை. தொலைக்காட்சியில் வரும் பரபரப்பான கருத்தரங்குகளின் வட்டத்திற்கு வெளியிலும் அவை பரவி, தலைப்புச் செய்திகளாகி, நாடெங்கிலுமுள்ள 573க்கும் மேலான ஆக்ட்! ஃபார் அமெரிக்கா கிளைகளில் நிலைநாட்டப்பட்டன. ‘தேசியப் பாதுகாப்பிற்காக அடி ஆழத்திலிருந்து பாடுபடும் மிகப்பெரிய இயக்கம் எங்களுடையது தான்’ என்று காப்ரியல் பெருமிதத்தோடு கூறினார்.[71] அவர்களின்

அமைப்பு மதச்சார்பற்ற ஒன்றாகத் தன்னைக் காட்டிக்கொண்டாலும், பிரச்சாரக் கிறிஸ்துவர்கள் தங்கள் பேச்சுக்களில் பரவலாக உட்படுத்தும் கிறிஸ்தவக் கொள்கைகளும் மதச்சார்பான போர்களும் முஸ்லிம்—எதிர்ப்புச் செய்திகளை முன்னுக்குத் தள்ள செயல்களத்தை அமைத்துத் தந்தன. அவர்களின் 170,000 செயலூக்கமுள்ள உறுப்பினர்களைக் கையாளும் பொறுப்பை கை ராட்ஜர்ஸ் ஏற்றிருந்தார். அவர் அந்தக் குழுவின் நிர்வாக இயக்குநர். பாட் ராபர்ட்சனின் கிறிஸ்டியன் கொயலிஷன் (கிறிஸ்துவக் கூட்டணி) அது தோன்றிய காலத்திலிருந்தே பேணி வளர்த்து, மதச்சார்பான வலதுசாரிக் கட்சியின் மிக வலிமையான அரசியல் இயக்கங்களுள் ஒன்றாக உருவாகச் செய்தவர்.

நாட்டின் ஒழுக்கத்தைச் சரியான திசையில் செலுத்தும் தெய்வீகப் பொறுப்பு கிறிஸ்துவர்களுக்குத்தான் உண்டு என்று ராட்ஜர்ஸ் நம்பினார். இது அவர்களுக்கு வலிமைமிக்க அரசியல் பதவிகளைத் தந்ததுடன், பிற மதங்களைச் சார்ந்தவர்களின் தாக்கத்தைக் கட்டுப்படுத்துவதாகவும் இருந்தது. 1992இல் நியூயார்க் நகரில் நடந்த ஒரு நிகழ்ச்சியில் நெப்ராசகாவில் பிறந்த அந்த மதச்சார்பான செயல்வீரர் கிறிஸ்டியன் கொயலிஷனின் புதிய பிரிவு ஒன்றில் பேசும் போது, ‘அரசியல் ஈடுபாட்டிற்குப் பைபிளின் அடிப்படை’ என்பது பற்றி விளக்கினார். அந்தக் கூட்டத்தில் கலந்துகொண்ட ஜோ கொனாசன் நினைவுகூர்கிறார்: ராட்ஜர்ஸ் ‘பழைய நல்ல நாள்களை’ அசை போட்டவாறு இருந்தார். அந்தக் காலகட்டத்தில் நியூயார்க் நகரம் கூடார உயிர்த்தெழல் கூட்டங்களுக்கும் கிறிஸ்துவக் கூட்டங்கள் பலவற்றுக்கும் களமாகத் திகழ்ந்தது. அவர்களின் எதிரிகள்—மதுவும் சூதாட்டமும்— தற்போதுள்ள ‘ஒருபாலுறவு ஆதரவாளர்களை’விட விஷத்தன்மை குறைந்தவை. ‘கிறிஸ்துவர்கள் ஆட்சியில் ஏதேனும் குறை உள்ளதா?’ என்று ராட்ஜர்ஸ் கூட்டத் தினரைப் பார்த்து ஆக்ரோஷத்துடன் கேட்டார். மேலும் ‘பொது அரசாங்கத்தில் ஆதிக்கம் செலுத்தச் சிறந்த தகுதி யாருக்கு இருக்கிறது? விசுவாசம் இல்லாதவர்களுக்கா?’ என்று ராட்ஜர்ஸ் என்று கேட்டதன் மூலம் கிறிஸ்துவ இறையியலை நிலைநாட்ட முயல்கிறார் என்று கூறி, கூட்டணியின் பிரச்சாரத்திற்கு எதிர்ப்புத் தெரிவித்தவர்களை நோக்கி அவர் பதிலளிக்கையில், ‘தனது பணி சொர்க்கத்திலிருந்து இடப்பட்ட கட்டளை’ என்றார். ஆனால் அவர் பூமியில் வாழும் நடிகர்—கடவுளின் அரசியல் விருப்பங்களை நிறைவேற்றுபவர் மட்டுமே. ‘இல்லை, நான் எதையும் நிலைநாட்ட முயலவில்லை. இயேசு கிறிஸ்து அதையெல்லாம் முன்கூட்டியே

செய்துவிட்டார். நான் அதை வாழ்ந்து அனுபவித்துக்கொண்டு இருக்கிறேன், அவ்வளவுதான்' என்றார் அவர்.[72]

கடவுளின் கட்டளையை வாழ்ந்து அனுபவிப்பது என்பது 'அமெரிக்காவின் மிகப்பெரிய வாக்காளர் பட்டியலை' உருவாக்கும் பணியை உள்ளடக்கியது. இதில் ஒருபாலுறவையும் கருக் கலைப்பையும் எதிர்ப்பவர்கள் அடக்கம். அந்த விவரங்களை வைத்துக்கொண்டு அவரும் அவருடைய சீடர்களும் 'அவர்கள் யார் என்பதை மட்டுமல்ல, அவர்கள் எந்தப் பிரிவில் வாக்களிக்கிறார்கள்' என்பதையும் தெரிந்துகொள்ள முடிந்தது.[73] ராட்ஜர்ஸுக்கு இது ஒரு புனிதப் போராக இருந்தது; அதில் எதிரியை உருவகத்தில் கொல்ல வேண்டியிருந்தது. இந்த உருவகத்தைத் தனது ஆதரவாளர்களிடம் இப்படி விளக்கினார்: 'அதோ அங்கு இருக்கிறதே (வாக்காளர் விவரங்கள்) அதுதான் யூசிஸ் இயந்திரத் துப்பாக்கி. கிறிஸ்துவர்கள் என்ற முறையில் நமக்கு இருந்த பிரச்சினைகளில் ஒன்றைத்தான் நாம் யூசிஸின் எதிரி என்று சுட்டிக்காட்டியிருக்கிறோம். ஆனால் விசையை அழுத்தியபோது, நம்மிடம் தோட்டாக்கள் இருக்கவில்லை.'[73]

இதுபோன்ற வன்செயலாலான மொழியில் கூட்டணியின் செயல் நிர்வாகி ரால்ஃப் ரீட் விளக்கினார்: நாடு முழுவதும் ஆதரவாளர் வலையங்களை உருவாக்குவதில் அவர்களின் பிரச்சாரம் திறமை காட்டுவது அவர்களின் பதுங்கு உத்திகளால்தான். பிரிகிட்டெ காப்ரியல், கை ராட்ஜர்ஸ் உள்பட மதரீதியாக வலதுசாரியிலுள்ள பலரும் புலம்பிக்கொண்டிருக்கும் 'பதுங்கு ஜிஹாத்' (பதுங்கு ஜிஹாத் என்பது முஸ்லிம்கள் நாட்டின் அதிகார வட்டங்களில் இரகசியமாக இடம்பெற்று, அங்கு இஸ்லாமியத் தாக்கத்தை ஏற்படுத்துவதைக் குறிக்கும்) என்று கூறப்படும் அச்சுறுத்தல் நிலையில், கிறிஸ்துவக் கூட்டணி தேடித் திரிந்தது ஒரு *மோடுஸ் ஒபராண்டி* செயல்முறையாக இருந்தது. அதாவது, அமெரிக்க அரசியலின் மேல் தட்டுக்களில் பிரச்சாரக் கிறிஸ்துவர்களை அமர்த்துவது, சம அளவில் இரகசிய முனைப்பாக இருந்தது. போர் உருவகத்தை மேலும் முன்னோக்கிச் செலுத்தியபடி ரீட் விளக்கினார்: 'ராடருக்குக் கீழாக, இரவின் இருள் போர்வைக்குள் பதுங்கியபடி, இலை, தழைகளைத் தலைக் கவசங்களில் கட்டிக்கொண்டு முன்னோக்கி நகர்வது எப்படி என்பதைக் கற்றுக் கொண்டுவிட்டோம். திறமையான நீர்மூழ்கிக் கப்பலின் செலுத்துநர் போல மேலே எழும்பி வருவோம், மூன்று ஏவுகணை களைச் சுடுவோம். பிறகு மூழ்கிவிடுவோம்.'[73] கிறிஸ்துவக்

கூட்டணியின் பென்சில்வேனியா கையேடு உறுப்பினர்களிடம் குடியரசுக்கட்சி வட்டாரங்களில் 'கிறிஸ்துவக் கூட்டணி' (கிறிஸ்டியன் கொயலிஷன்) என்ற பெயரை ஒருபோதும் உச்சரிக்க வேண்டாம் என்று ஆலோசனை கூறியது. அதற்குப் பதிலாக, ஒவ்வொரு கூட்டணி பிரிவிலும் பிரபலமான 'குடியரசுக் கட்சித் தொடர்பாளர்' அமர்த்தப் பட்டு, குடியரசுக் கட்சி (இதனை மாபெரும் பழையக் கட்சி -ஜிஓபீ- என்றும் அழைப்பர்) செயல்குழுக்களுடன் மிக வலிமையான உறவுகளை உருவாக்குவார். அதைத் தொடர்ந்து அவர் மூலமாக மதத்தின் தாக்கங்கள் அந்தச் செயல்குழுவில் புகுத்தப்படும்.[73] மேலும் அந்த அமைப்பு தங்களின் அரசியல் செய்தியைக் குறிப்பிட்ட சபைகளில் பரவச் செய்யத் திட்டமிட்டது. தேவாலயத்திற்கு வரும் அன்பர்களுள் பிரச்சார வலதுசாரியைச் சேர்ந்தவர்கள் என்று கண்டறியப்பட்டவர்களை இலக்காகக்கொண்டு, அவர்களுக்கு அரசியல் செய்திகளும் விளம்பரச் சாதனங்களும் அளிக்கப்படும்.

இந்த உத்தி பலனளிப்பதுபோல் தோன்றியது. ரீட், ராட்ஜர்ஸ் ஆகியோரின் வழிகாட்டுதலின் கீழ், கிறிஸ்துவக் கூட்டணி அமெரிக்கா முழுவதும் உள்ள பிரச்சாரக் கிறிஸ்துவ தேவாலயங்களைச் சென்றடைந்தது. அடிமட்ட குடியரசுக் கட்சியினரை ஒருங்கிணைத்து ஒரு வலிமையான வாக்காளர் குழுவை அவர்கள் உருவாக்கினர். 1994 இடைகாலத் தேர்தல்கள் தொடங்கியபோது, அமெரிக்காவின் மாகாணக் கிளைகள் 'குடும்ப வாக்காளர் கையேடு'களை 100,000க்கும் மேற்பட்ட தேவாலயங்களில் (பல்வேறு சூழ்நிலைகளில் திருக் கோயில் இருக்கையில்) விநியோகம் செய்திருந்தன.[74] அந்த ஆண்டு பிரச்சாரக் கிறிஸ்துவர்கள் பெருமளவில் திரண்டதால், குடியரசுக் கட்சி 40 ஆண்டுகளில் முதல்முறையாக காங்கிரசைத் (மகாசபையைத்) தனது கட்டுப்பாட்டிற்குள் வைத்துக்கொண்டது. மேலும், தேசமெங்கும் உள்ள மாகாண சட்டசபைகளில் அபார வெற்றியும் பெற்றனர். டைம் பத்திரிகை ரீடை 'கடவுளின் வலதுகரம்' என்று பாராட்டி, ராட்ஜர்ஸின் மேற்பார்வையில் செயல்படுத்தப்பட்ட கிறிஸ்துவக் கூட்டணியின் களப்பணிகளே குடியரசுக் கட்சியின் வெற்றிக்குக் காரணம் என்று அங்கீகாரமளித்தது. அந்த ஆண்டுத் தேர்தலுக்குப் பிறகு ராட்ஜர்ஸ் தமது களப்பணி மேற்பார்வையாளர் பதவியைவிட்டு விலகிக்கொண்டார். ஆனால் தமது கிறிஸ்துவ செயல்திட்டத்தை ஆற்றவும் அரசியல் அதிகாரத்தைச் செலுத்தவும் ஆக்ட்! ஃபார் அமெரிக்கா அமைப்பின் மூலம் மற்றொரு வழியைக் கண்டார்.

பொலிடிகோ அறிக்கையின்படி 2004இல் காப்ரியலின் குழுவில் சம்பளம் பெறாத மூன்று ஊழியர்கள் இருந்தனர்; 5000 டாலர்களுக்கும் குறைவான மதிப்புடைய சொத்துகள் இருந்தன. ஆனால் 2006இல் நிதி திரட்டல் நிகழ்ச்சி மூலம் ரொக்கப் பணம் பன்மடங்கு பெருகியது. அமைப்பு இலாபமீட்டா நிறுவன அந்தஸ்தைத் தாண்டி வளர்ச்சி யடைந்தது. காப்ரியல் தனது ஊழியர்களை அதிகரித்து வீச்சை விரிவாக்க வேண்டியிருந்தது.[75] கிறிஸ்துவக் கூட்டணி அமைப்பின் செயல்நிர்வாகியாக இருந்த அனுபவத்தை அடிப்படையாகக் கொண்டு, ராட்ஜர்ஸைத் தனது ஒருங்கிணைப்பு முயற்சிகளுக்குத் தலைவராக்கினார். கூட்டணியின் இலக்கான 'வாக்காளர் கையேட்'டின் வெற்றியை உணர்ந்த ராட்ஜர்ஸ், அதே போன்ற ஒரு திட்டத்தை ஆக்ட்! ஃபார் அமெரிக்கா அமைப்பில் செயல்படுத்தினார். அவர் கச்சிதமாக வடிவடைக்கப்பட்ட ஒரு பிரச்சாரத்தைக் கொண்டு வட்டாரச் செயல்வீரர்கள் குழுக்களை உருவாக்கினார் —மற்றொரு செப்டம்பர் 11ஐ எண்ணி அஞ்சிய அவர்கள், அமெரிக்காவில் முஸ்லிம் தாக்கம் ஏற்படக்கூடிய வழிகள் அனைத்தையும் அடைத்து விடுவதில் அவருக்கு உதவுவதாகச் சபதம் எடுத்துக்கொண்டனர்.

2009இல் ஷரீஆ எதிர்ப்புகள் உருவானபோது, காப்ரியலின் அமைப்பு அந்தச் சூழலின் நாடித்துடிப்பாக இருந்தது. ஆக்ட்! அதன் செயலமைப்பை 50 மாகாணங்களிலும் 10 அந்நிய நாடுகளிலும் விரிவுபடுத்தியிருந்தது. அதற்கான வருடாந்தர நிதித்திட்டமாக 1.6 மில்லியன் டாலர்கள் கைவசம் இருந்தன. அந்த ஆண்டு காப்ரியல் 180,000 டாலர்கள் சம்பளமாகப் பெற்றார். அந்த அமைப்பின் வளர்ச்சி, நிதியிலும் கட்டமைப்பிலும் உறுதியாக நின்று, பைபிள்-பெல்ட் என்று அழைக்கப்படும் தென்கிழக்கு மற்றும் தெற்கு மத்திய அமெரிக்கா பகுதிகளை முஸ்லிம் எதிர்ப்பு உணர்வுகளால் ஒன்றிணைத்தது — இதற்கு அரசியல் இலக்குகளும் தாராள நிதியும் உதவின. இதன் பலனாக, தெற்கில் பல முயற்சிகள் வெற்றிகண்டன; முஸ்லிம்களைப் பொதுமேடையில் அழித்து, வட்டாரச் சமூகங்களில் அவர்கள் ஆதிக்கமும் ஈடுபாடும் கொள்ளாதவாறு தடுக்க அச்சத்தைப் பயன்படுத்தின.

ஒக்லஹோமாவில், ஷரீஆ சட்டத்தைத் தடைசெய்வதற்கு மாகாணம் செய்யும் முயற்சிகளின் ஆரம்பகட்ட வெற்றியின் ஒரு பகுதியாகத் தனது ஒருங்கிணைப்பு முயற்சிகளை அந்தக் குழு கண்டது. ஒன் வேல்ட் நௌ (இது பிரையன் ஃபிஷரின் அமெரிக்கக் குடும்பக் கழகத்தின்

செய்திப் பிரிவு) உடனான நேர்காணல் ஒன்றில் காப்ரியல் 'ஒக்லஹோமாவில் செயல்பட்டுவரும் பெரிய அளவிலான தீவிரவாத அமைப்புகள்' பற்றிக் கூறி, நேயர்களை அச்சுறுத்தினார். அத்துடன் ஸூனர் ஸ்டேட்டின் (ஒக்லஹோமாவின் மறுபெயர்) 'பெரிய அளவிலான முஸ்லிம் மக்கள்தொகை' தேசம் முழுதும் இஸ்லாமியச் சட்டம் கொண்டு வருவதற்கான முயற்சியின் உள்ளூர் எடுத்துக்காட்டு என்றார்.[76] ஒக்லஹோமாவாசிகள் 4 மில்லியன் பேரில் முஸ்லிம்கள் 1 சதவீதத்திற்கும் குறைவாகவே இருந்தபோதிலும், காப்ரியலின் எச்சரிக்கையின் தொடர்ச்சியாக, குடியரசுக் கட்சியின் மாகாணப் பிரதிநிதி ரெக்ஸ் டங்கன் 'முன்னரே தாக்கி, தமதாக்கிக் கொள்ளும் முயற்சிகள்' என்று அவரால் அழைக்கப்பட்ட நடவடிக்கைகளை எடுத்து இஸ்லாமியச் சட்டத்தைத் தடுக்கத் தேவையானவற்றைச் செய்தார். ஆனாலும் அந்த மாகாணத்தில் இஸ்லாமியச் சட்டம் நிலவவே இல்லை என்று ஒத்துக்கொண்டார். ஆக்ட்! அமைப்பின் உள்ளூர்க் கிளைகள் மாகாணச் சட்டங்களினூடே ஷரீஆ எதிர்ப்பு தீர்மானத்தைச் செலுத்துவதற்கான டங்கனின் முயற்சிகளுக்கு ஆதரவளித்தன. அந்த அமைப்பு ஏறத்தாழ 600,000 ரோபோ கால்ஸ் (தானியங்கு தொலைப்பேசி அழைப்பு. இது பதிவு செய்த செய்திகளைக் குறிப்பிட்ட நிறுவனத்திற்காக அழைப்பு விடுத்து தெரிவிக்கும்), ஒரு நிமிட வானொலி விளம்பரம் ஆகியவற்றுக்காக 60,000 டாலர்கள் செலவழிந்தன. இரண்டிலும் நியூஜெர்ஸியில் நடந்த வழக்கு ஒன்று நினைவூட்டப்பட்டது. ஒரு மனிதன் தனது மனைவியுடன் கட்டாய உடலுறவுகொள்வதை நியாயப்படுத்து வதற்காக மதச்சார்பான வாதங்களை முன்வைக்க முயன்றிருந்தான். வழக்கில் நீதிபதி அவனுக்குச் சாதகமாகத் தீர்ப்பளித்தார். இந்தத் தீர்ப்பு பின்னர் மாற்றியளிக்கப்பட்டது. ஆனாலும் ஆக்ட்! அமைப்பு அதைத் தனது செய்திகளில் வெளியிட மறுத்துவிட்டது. காரணம், அது தாங்கள் சொல்ல நினைக்கும் வன்செயல் நிலையின் தீவிரத்தைக் குறைத்துவிடும் என்பதுதான்.

ஃபுளோரிடாவிலும் டென்னெஸ்ஸீயிலும் ஆக்ட்! அமைப்பின் மாகாண வாரியான கிளைகள் அதிக அளவில் தோன்றியுள்ளன — தனிமனிதர் வலைத்தளங்கள், லிஸ்ட்சர்வ் (முன்பே திட்டமிட்டு, பட்டியலிடப்பட்ட) மின்னஞ்சல்கள், சமூக வலையங்கள் ஆகியவை மூலமாக. வாலண்டியர் ஸ்டேட்டில்(டென்னெஸ்ஸீயின் மற்றொரு பெயர்) ஒன்பது குழுக்கள் முனைப்போடு செயல்பட்டு வருகின்றன. அவை இஸ்லாம் பற்றிய ஏராளமான தகவல் தொகுப்புகளை அளித்து

வந்துள்ளன. இந்தத் தொகுப்புகள் அவர்களின் சந்தாதாரர்களுக்கு 'ஏறத்தாழ எதிரிகளாக இருப்பவர்களைப் பேசிக் கவர்வதற்குத்' தேவையான திறமைகளை அளித்தன.[77] 'ஏறத்தாழ எதிரி' எனப்படுபவர் இஸ்லாத்திற்காக வக்காலத்து வாங்குபவர். நான் பார்த்தவரையில் அவருக்கு இஸ்லாம் பற்றி எதுவுமே தெரியாது' என்றார் பில் ஃபிரெஞ்ச். அவர் நாஷ்வில்லில் உள்ள நியூ ஹோப் சமுதாய தேவாலயம் செயல்விளக்க நிகழ்ச்சியை ஏற்று நடத்தியவர். தனக்கு இஸ்லாத்தை ஆய்வு செய்வதில் முறையான பயிற்சி அனுபவமோ, அரபு மொழி பேசும் திறனோ இல்லை என்பதை ஃபிரெஞ்ச் ஒத்துக்கொள்கிறார் — இதில் வியப்பு ஏதுமில்லை.[77] இருந்தும், இஸ்லாம் பற்றிய அவரின் கருத்துகளைக் கையிலேந்திக் கொண்டு புதிய பள்ளிவாசல்கள் கட்டுவதை எதிர்த்து, சமூகத்தில் முஸ்லிம்கள் பங்கெடுத்துக்கொள்வதைக் கட்டுப்படுத்தும் சட்டங் களை ஆதரிப்பதற்கென்று பக்தர்கள் கூட்டத்தை ஒருங்கிணைத்துப் பல்வேறு இடங்களுக்கும் அனுப்பிவைக்க அவரால் முடிந்தது. ஃபுளோரிடாவில் அந்த அமைப்பின் உறுப்பினர் எண்ணிக்கை 2009இலிருந்து இரு மடங்குக்கு அதிகரித்து ஏறத்தாழ 19,000 ஆகியிருந்ததாய் ராட்ஜர்ஸ் குறிப்பிடுகிறார்.[78] இத்தகைய பேராதரவு தரும் களத்தின் பின்பலத்துடன் பல்வேறு விஷயங்கள் தொடர்பான பிரச்சாரங்களை அந்தக் குழுவால் மேற்கொள்ள முடிந்தது. இதில் உயர்நிலைப் பள்ளிகளின் பாடத் திட்டத்தில் 'வெள்ளை இனத்தவரான ஆங்கிலோ-சாக்ஸன் புரொடெஸ்டன்டுகளின்' வரலாற்றை வலியுறுத்தும் பாடப்புத்தகச் செயல்திட்டமும், ஜாக்ஸன்வில் மனித உரிமைக் குழுவில் ஓர் இஸ்லாமியப் பேராசிரியர் நியமிக்கப்படுவதற்கு எதிர்ப்புத் தெரிவிக்கும் இயக்கமும், இஸ்லாத்தையோ கிறிஸ்துவத்தையோ சாராத அரசியல்வாதிகளும் சமூகத் தலைவர்களும் ஆவேசமான மோதலில் இறங்கியிருப்பதாகக் காட்டி, அவர்களை இலக்காகக்கொள்ளும் முயற்சிகளும் அடங்கும்.

***

அமெரிக்கா அட் ரிஸ்க் என்னும் தமது முஸ்லிம் எதிர்ப்பு திரைப் படத்தின் வெளியீடு தொடர்பான சுற்றுப்பயணத்தை முடித்த கையோடு நியூட் கிங்ரிஹ் 2010 வேல்யூஸ் வோட்டர் உச்சிமாநாட்டில் மேடை ஏறினார். கூட்டாட்சி நீதிமன்றங்களில் ஷரீஆ சட்டம் அங்கீகரிக்கப் படுவதைத் தடை செய்யும் சட்டத்தை அமெரிக்க அரசாங்கம் நடைமுறைக்குக் கொண்டுவரவேண்டும் என்று அங்கு கூடியிருந்தவர்

களிடம் கூறினார். இந்தச் சட்டம் 'ஷரீஆ சட்டத்தைப் பயன்படுத்தும் ஒரு நீதிபதியும் பதவியில் இருக்கக்கூடாது' என்பதை வலியுறுத்த வேண்டும் என்றார் அவர்.[79] இப்படி ஒரு நிகழ்வு ஒருபோதும் இருந்ததில்லை என்றாலும், இந்த அரசியல் கட்டு நியூயார்க்கின் பார்க் 51 சமுதாய மையத்திற்குக் குடியரசுக் கட்சி காட்டிவரும் எதிர்ப்பை மேலும் விசிறிவிட்டது. அதுமட்டுமின்றி, பரவலாக விநியோகம் செய்யப்பட்ட வலதுசாரித் திட்டமாகவும் அது உருவெடுத்தது—பல்வேறு விஷயங்களுக்கு மத்தியில், அதிபர் ஒபாமா உச்சநீதிமன்றத்திற்குப் பரிந்துரைத்த அவரின் வேட்பாளர் எலீனா ககனுக்கு அது எதிர்ப்புத் தெரிவித்தது. எலீனாவின் எதிரணியினர் அவர் முஸ்லிம்களுக்கு ஆதரவளிப்பதாகக் கருதியதே இதற்குக் காரணம். 'நான் ஒன்றைத் தெளிவாகச் சொல்லிக்கொள்ள விரும்புகிறேன்' என்று 2010 ஜூலையில் அமெரிக்கன் எண்டர்பிரைஸ் இன்ஸ்டிட்யூடில் 68 வயதான முன்னாள் பிரதிநிதிகள் சபையின் சபாநாயகர் கூறினார். துறைத்தலைவர் டீன் ககன் ஹார்வார்ட் பல்கலைக்கழகத்தில் ஷரீஆ கற்பிக்கும் பேராசிரியர்களை நியமிப்பதற்கு சவூதி அரேபியாவில் நிதியுதவி பெற்றுக்கொண்டிருக் கிறார். இந்த விஷயத்தில் அவருடன் அதிகபட்ச முரண்பாடு கொண்டிருக்கிறேன்' என்றார் அவர்.[80]

கிங்ரிஹ் ஷரீஆ பயங்காட்டுவதில் முன்னணியில் இருந்தார். அச்சுறுத்தலின் இருள் தோய்ந்த எழுத்துகளைப் பயன்படுத்தியதால் எங்கோ ஓர் ஓரமாய் நடந்துகொண்டிருந்த பேச்சுகள் அரசியல் மேடைகளில் மையக் கருவாயின. விரைவிலேயே இவற்றை அதிபர் தேர்தலுக்குப் போட்டியிடும் குடியரசுக்கட்சி வேட்பாளர்களும் பின்பற்றத் தொடங்கினர். இஸ்லாமியச் சட்டம் (ஷரீஆ) உள்ளுக்குள் ஊடுருவி ஆக்கிரமித்திருப்பதைச் சுட்டிக்காட்டி வாதிட்ட கிங்ரிஹ், அதன் தாக்கம் அமெரிக்காவின் அரசியல், கல்வி, நீதித்துறை ஆகியவற்றிலும் பரவியிருப்பதால், 1940களிலும் 50களிலும் கம்யூனிசத்தை எதிர்த்து விரட்டியடித்தபோது பயன்படுத்தியது போன்ற ஒரு திட்டத்தை இஸ்லாத்தை வெளியேற்றுவதற்காகவும் வகுக்க வேண்டும் என்றார். 'அமெரிக்காவிற்கு விசுவாசமாக இருக்க நீங்கள் தயாரில்லை என்றால், என் ஆட்சியில் உங்களுக்கு வேலையில்லை. அவ்வளவுதான்' என்றார் அவர். அவரின் குரல் 1950இல் சோவியத் யூனியனுக்கு ஆதரவாக இருந்த அரசாங்க அதிகாரிகளைத் தேடும் 'சூனிய வேட்டை' நடத்திய ஜோஸஃப் மக்கார்த்தியை நினை வூட்டியது.' இதை நாம் நாஸிகளைக் கையாளும் பொழுதும்,

கம்யூனிஸ்டுகளைக் கையாளும் பொழுதும் செய்தோம். இரண்டிலும் அது சர்ச்சைக்குரியதாகவே இருந்தது . அதுமட்டுமல்ல, இரண்டிலுமே சிறிது காலத்திற்குப் பிறகு ஒரு விஷயத்தை—நம் தேசத்திற்குள் ஊடுருவ விரும்பிய, உண்மையிலேயே சில கெட்ட மனிதர்கள் இருக்கிறார்கள் என்பதை— உணர்ந்து கொண்டோம்' என்று அவர் மேலும் கூறினார்.[81]

கிங்ரிஹ் பழமைவாதக் கிறிஸ்துவர்களோடு கொண்டிருந்த தொடர்பு வியப்பூட்டவில்லை. அவரின் தொழில் வாழ்க்கை சந்தர்ப்பவாதத்தில் ஒரு நல்ல பயிற்சியைக் கொண்டிருந்தது. தேர்தல் களத்தில் மக்களிடையே முனைப்போடு ஈடுபட்ட ஒவ்வொரு அரசியல் மேடையிலும் அவர் மையமாக, முன்னணியாக விளங்கினார். அவர்களின் நோக்கிற்கு ஆதரவளிக்கும் ஒரு பிரபல முகமாகத் திகழ்ந்தார். வேல்யூஸ் வோட்டரைச் சேர்ந்த பலர் அவரை ஒழுக்கம் குறைந்தவர் என்று வர்ணித்தனர். கிங்ரிஹின் மூன்று திருமணங்கள், 1990களின் இறுதியில் கொண்டிருந்த இரகசிய உறவு ஆகியவை வெள்ளை மாளிகைக்கு இட்டுச்செல்லும் பாதையில் தடைகளை உருவாக்கின. 2009இல் அவர் கத்தோலிக்கராக மாறினார் —அது தேசத்தின் மிகவும் வேகமாக வளர்ந்துவரும் வாக்காளர் குழுவாக இருந்தது. இதன்மூலம் தன்னைப் புதுப் பிறவியெடுத்த மனிதராக, ஆழ்ந்த மதப்பற்றுகொண்ட ஒருவராக மாற்றி அமைத்துக் கொள்ள முயற்சி செய்தார். மாக்ஸ் ப்ளூமெந்தால் குறிப்பிட்டது போல, 'சபாநாயகராகப் பொறுப்பு வகித்த கிங்ரிஹின் சரிவிற்கு வலுவான காரணமாக இருந்து, உதவிய மதம்சார்ந்த அதே வலதுசாரி யினர் அவரின் உயிர்த்தெழுதலுக்குக் கிரியா ஊக்கியாயினர்.' மேலும் '2012 அதிபர் தேர்தலுக்கான குடியரசுக் கட்சி வேட்பாளராகவும் அவரை உயர்த்தி, போட்டியில் களமிறங்கச் செய்வார்கள்.'[82]

அவர் ரினிவிங் அமெரிக்கன் லீடர்ஷிப் (அமெரிக்கத் தலைமையைப் புதுப்பித்தல்) என்னும் அமைப்பையும் நிறுவினார். அதன் நோக்கு: 'அமெரிக்க நாகரிகத்தின் நான்கு தூண்களான மதநம்பிக்கை, குடும்பம், சுதந்திரம், வணிகத் தற்சார்பு ஆகியவற்றைப் பாதுகாத்து, ஊக்குவிப்பதன் மூலம் அமெரிக்காவின் யூத-கிறிஸ்துவ பாரம்பரியத் தைக் கட்டிக்காத்தல்.' இந்த வலையத்தின் மூலம்தான் மதம்சார்ந்த வலதுசாரியின் எல்லைகளோடு கிங்ரிஹ் கொண்டிருந்த தொடர்புகள் மேலும் தெளிவாக வெளிப்படுகின்றன. அவர் தனது தோழரும் முன்னாள் பிரச்சாரப் பேச்சாளருமான ரிக் டைலர் நடத்திவரும் குழுவிற்காக 150,000 டாலர் நிதி திரட்ட உதவினார் — பதிலுக்கு அந்தக்

குழு 125,000 டாலரை அமெரிக்கக் குடும்பக் கழகம் அயோவாவில் ஆற்றிய பணிக்கான நன்கொடையாக அளித்தது.[83]

2011 மார்ச் மாதத்தில் கிங்ரிஹ் மீண்டும் அமெரிக்கக் குடும்பக் கழகத்திற்குமுன் தோன்றினார். இம்முறை அயோவாவில் 'ரீடிஸ்கவரிங் காட்' — கடவுளை மீண்டும் கண்டடைதல்—என்ற நிகழ்ச்சியில். அங்குத் திரையிடப்பட்ட படத்தில் அந்த முன்னாள் சபாநாயகர் தனது மனைவியுடன் வாஷிங்டனின் வீதிகளில் உலாவியபடி கடவுளும் அரசியலும் சந்திக்கும் பல்வேறு சூழல்களைச் சுட்டிக்காட்டி வந்தார். சர்ச்சைக்குரிய, சுயமாய்க் கற்றறிந்த வரலாற்று வல்லுநர் டேவிட் பார்ட்டனை அவர் பெரிதும் பாராட்டினார். வால்பில்டர்ஸ் என்ற இலாபமீட்டும் பிரச்சாரக் கிறிஸ்துவ நிறுவனத்தைப் பார்ட்டன் தொடங்கினார். அது கிறிஸ்துவ தேவாலயத்திற்கும் அரசுக்கும் இடையே உள்ள தடைகளை முறியடிப்பதையே நோக்காகக் கொண்டிருந்தது. 'டேவிட் பார்ட்டன் பேசுவதைக் கேட்கும் ஒவ்வொரு முறையும் நான் ஏராளமான புதிய விஷயங்களைக் கற்று வந்திருக்கிறேன். அவரின் அபார அறிவும், அதை அவர் தொடர்ந்து பயன்படுத்தி வரும் விதமும் அற்புதமாக இருக்கும்' என்றார் கிங்ரிஹ்.[84] 2005இல் தேசத்தின் மிகுந்த செல்வாக்குள்ள 25 பிரச்சாரக் கிறிஸ்துவர்களில் ஒருவராக *டைம்* பத்திரிகையால் அறிவிக்கப் பட்டதைத் தொடர்ந்து, பார்ட்டன் விரைவில் கிங்ரிஹ் மற்றும் பல்வேறு 'டீ பார்ட்டி பிரச்சாரக் கிறிஸ்துவ' அரசியல்வாதிகளுக்குச் சரித்திரத்தையும் பைபிளையும் போதிக்கும் கலைக்களஞ்சியமாக மாறினார். இதில் மிஷெல் பாஹ்மானும் மைக் ஹக்கபீயும் அடக்கம். மைக் அவரை 'இன்றைய அமெரிக்காவின் ஒரே சிறந்த வரலாற்று அறிஞர்' என்று போற்றியதுடன், அவருடைய போதனை களைச் செவிகூர்ந்து கேட்கும்படி மக்களைத் 'துப்பாக்கி முனையில் வலியுறுத்த' வேண்டும் என்றார்.[85]

பார்ட்டன், கிங்ரிஹ்ஹுடன் நெருங்கிப் பணியாற்றி ரினிவிங் அமெரிக்கன் லீடர்ஷிப் என்னும் அமைப்பைத் தொடங்க உதவினார். அதில் அவர் நிர்வாகக் குழு உறுப்பினராகவும் சமய ஆலோசகராகவும் பொறுப்பு வகித்தார். 68 வயதான முன்னாள் சபாநாயகருடன் இணைந்த இந்த உறவு, குடியரசுக் கட்சித் தலைமை வட்டங்களின் மேலடுக்குகளை எட்ட உதவியது. அத்துடன் *நியூ யார்க் டைம்ஸின்* எரிக் எக்ஹோம் 'மதம்சார் உரிமைக்கு வழிகாட்டும் ஓர் ஆவி என்ற நற்பெயர்' என்று நிலைநாட்டிக்கொள்ளவும் வகை செய்தது.[86]

அமெரிக்கா ஒரு கிறிஸ்துவ தேசம் என்ற கருத்தில் புலமை கொண்ட ஒருவராகத் தம்மைக் காட்டிக்கொண்ட பார்ட்டனின் பேச்சில் இயேசுவைக் கட்சிப் பூசலில் உட்படுத்தும் வழக்கத்துக்கு மாறான கருத்துகளும் பார்வைகளும் நிரம்பியிருந்தன. பிற விஷயங்களுக்கு நடுவில் இயேசு மூலதன ஆதாய வரியையும் குறைந்தபட்ச கூலியையும் எதிர்ப்பார் என்றும், தேவாலயத்தையும் அரசையும் பிரிப்பது அதை நிறுவிய திருத்தந்தையர்களின் புனித நோக்குக்கு ஊறு விளைவிக்கும் என்றும், விஞ்ஞானம் எப்பொழுதுமே பைபிள் சொல்லும் செய்தியை உறுதிப்படுத்துகிறது என்றும் கூறுகிறார்.[87] மேலும், பாபெல் கோபுரம் தொடர்பான கதையிலிருந்து கடவுள் சோஷலிசத்தை வெறுக்கிறார் என்பது நிரூபிக்கப்பட்டுள்ளது என்றும், ஜனநாயகக் கட்சி கறுப்பின மக்களுக்குச் செய்துள்ளது ஏமாற்று வேலை என்றும், அதன் விளைவாக ஆப்பிரிக்க அமெரிக்கர்களுக்குப் பல சமூகப் பிரச்சினைகள் உருவாகியுள்ளன என்றும், முஸ்லிம் சகோதரத்துவ இயக்கத்தின் உறுப்பினர்கள் நாட்டின் பாதுகாப்பு அமைப்பிற்குள் ஊடுருவியுள்ளனர் என்றும் கூறுகிறார்.[84]

வழக்கத்திற்கு மாறான அவருடைய கருத்துகளின் மையத்தில் வால்பில்டர்ஸ் அலெடோவின் டெக்ஸாஸ் தலைமையகத்தில் குவிந்து கிடக்கும் ஒரு லட்சத்திற்கும் மேற்பட்ட வரலாற்று ஆவணங்களைக் குடைந்து எடுத்த தகவல்கள் பொதிந்துள்ளன. பார்ட்டன் தமது பேச்சுக்களில் ஜார்ஜ் வாஷிங்டன், ஜேம்ஸ் மாடிஸன் ஆகியோரின் கருத்துகளைத் தவறாமல் மேற்கோள் காட்டி, அமெரிக்கச் சரித்திரத்தில் தனக்குள்ள புலமையை உலகத்திற்குப் பறைசாற்றுவார். ஒருமுறை மாடிஸன் கூறியதாக பார்ட்டன் ஓர் அறிவிப்பை மேற்கோள் காட்டினார் —அமெரிக்காவைக் கிறிஸ்துவச் சட்டம் ஆளவேண்டும் என்ற வாதத்தை நியாயப்படுத்துவதற்காக. 'அமெரிக்க நாகரிகத்தின் எதிர்காலம் முழுவதையும் பணயம் வைத்திருக்கிறோம் — அரசாங்கத்தின் வலிமையை நம்பியல்ல; அதையெல்லாம் கடந்து' என்றார் அவர். 'இறைவன் அருளிய பத்து கட்டளைகளின்படி நம்மை நாமே ஆண்டுகொள்வதற்கு நம் ஒவ்வொருவருக்கும் உள்ள திறமையை நம்பி அனைத்து அரசியல் அமைப்புகளின் எதிர் காலத்தையும் பணயம் வைத்திருக்கிறோம்.' இந்த வரிகள் குறிப்பிடத் தக்கவையாக இருந்ததால், வரலாற்று அறிஞர்கள் அவற்றின் ஆதாரங்களை ஆய்ந்து முடிவில் அவை முழுவதும் கற்பனை யானவை என்று அறிவித்தனர். காலப்போக்கில் தனது வாதங்கள் பெரும்பாலும் போலியானவை என்று பார்ட்டன் ஒப்புக்கொண்டார்.[88]

பல சூழ்நிலைகளில் அவர் தனது பேச்சுக்களுக்கு உயிரூட்டுவதற்காக உண்மையை விரிவுபடுத்தவோ, முற்றிலும் அலட்சியப்படுத்தவோ செய்திருக்கிறார். இருந்தும் கிறிஸ்துவ மேலாதிக்கம் தொடர்பான அவருடைய உரைகளில் அவர் இவ்வாறு அமெரிக்க வரலாற்றில் செய்த மாற்றங்கள் தொடர்ந்து இடம்பெற்றன.

பார்ட்டன் செவன் மவுண்டென்ஸ் டொமினியனிஸம் (ஏழு மலைகள் ஆதிக்கவாதம்) தீவிரமாய்க் கடைப்பிடித்துவந்தார் — கலாச்சாரத்தை உருவாக்கும் ஏழு பெரும் சக்திகளின் கட்டுப்பாட்டில் கிறிஸ்துவர்களை வைப்பதன் மூலம் இயேசுவை மீண்டும் தோன்றச் செய்வதை நோக்கமாகக் கொண்ட கொள்கை இது. அந்த ஏழு பெரும் சக்திகள்: வணிகம், அரசாங்கம், ஊடகங்கள், கலைகள்-கேளிக்கைகள், குடும்பம், கல்வி, மதம். 'இவைதாம் உங்கள் கையில் இருக்க வேண்டிய ஏழு சக்திகள். இவை உங்களிடம் இருக்குமானால், தேசங்கள், கண்டங்கள், ஏன் உலகெங்கிலும்கூட நடைபெறும் எதை வேண்டுமானாலும் உருவாக்கவும், கட்டுப்படுத்தவும் உங்களால் முடியும்' என்று 2011 ஏப்ரல் மாதத்தில் அவர் கூறினார்.[89]

அவருடைய சீடர் கிங்ரிஹ் போலவே, இஸ்லாம் குறித்த பார்ட்டனின் கருத்துகளும் ஓர் அடிப்படையைக் கொண்டிருந்தன: 'முஸ்லிம்கள் தொழுகைக்கான சுதந்திரத்தைவிடவும் அதிகமாக ஏதோ வேண்டுமென்று விரும்புகிறார்கள்.' ஷரீஆ சட்டத்தை நடைமுறைப்படுத்துவதன் மூலம் மெல்ல மெல்ல அமெரிக்காவின் மதச் சூழலைக் கையிலெடுத்துக்கொள்வதே அவர்களின் நோக்கமாகும். ஷரீஆ சட்டம் அமெரிக்காவின் வகுப்பறைகள், நீதிமன்றங்கள், காங்கிரஸ் அலுவலகங்கள் ஆகியவற்றைத் தனது விதிமுறைகளின் மூலம் அடக்கியாளும். வரலாற்று அறிஞர் குழுவில் உறுப்பினர் என்ற தனது பொறுப்பைப் பயன்படுத்தி, டெக்ஸாஸ் பாடப்புத்தகங்கள் எழுதப்படும் முறையைக் கிறிஸ்துவ தேசிய வாதிகளின் திரிபுவாதத்தை நோக்கித் திசை திருப்ப வழிகாட்டினார் பார்ட்டன். என்றாலும் அரசியல் உலகம் அவருக்கு இன்றியமையாத, முக்கியமான ஒன்றாக இருந்தது. 2006இல் நடந்த தேர்தலில் ஜனநாயகக் கட்சியைச் சேர்ந்த கெய்த் எல்லிசனைத் தேர்வு செய்வது பொதுநலனைப் பாதிக்கக்கூடிய ஒன்றாகும் எனக் கணித்துச் சொன்னார் பார்ட்டன். 'எல்லிசன் சார்ந்துள்ள அதே இஸ்லாமிய நம்பிக்கை கொண்டவர்கள் தான் அமெரிக்காவையும் அமெரிக்கர் களையும் குறிவைத்துள்ளனர். அமெரிக்காவின் எதிரிகளின்

கொள்கைகளை வேண்டுமானால் எல்லிசன் கடைப்பிடிக்காமல் இருக்கலாம்; ஆனால் அவர்கள் சார்ந்துள்ள அதே மதத்தைத்தான் அவரும் சார்ந்திருக்கிறார்' என்று எழுதினார் அவர்.[90] கிறிஸ்துவத் தலைவர்கள் மத நம்பிக்கையில் ஆழ்ந்தவர்களாகவும் கௌரவம் மிக்கவர்களாகவும் விளங்கியதுடன், கல்வியிலும் அறிவிலும் குறைந்த, தாழ்ந்த நிலையிலுள்ள முஸ்லிம்களுடன் செயல்பட்டு வந்ததற்கான பல்வேறு எடுத்துக்காட்டுகளை அமெரிக்க வரலாற்றின் பக்கங்களிலிருந்து தந்த பார்ட்டன், தனது வாசகர் தாமஸ் ஜெஃபர்ஸன் செய்ததுபோல இஸ்லாம் பற்றி நன்கு கற்றறிய ஊக்குவித்தார் (தாமஸ் ஜெஃபர்சன் படித்த குர்ஆனின் மீது ஆணையிட்டுத்தான் எல்லிசன் பொறுப்பேற்றுக்கொண்டார்): 'தாம் எதிர்த்துப் போரிட்டுவரும் பகைவர்களின் மத நம்பிக்கைகளைக் கற்றறிவதற்காக.'[90] இருந்தும் இத்தகையதொரு ஆய்விற்கு முஸ்லிம் வேத புத்தகத்திற்குப் பதிலாக, ராபர்ட் ஸ்பென்ஸர் எழுதிய இரண்டு 'சிறந்த' புத்தகங்கள் எனப் பரிந்துரை செய்தார்: *த ட்ரூத் அபவுட் முஹம்மத்: ஃபவுண்டர் ஆஃப் த வேர்ள்ட்'ஸ் மோஸ்ட் இன்டாலரண்ட் ரெலிஜியன்* (முஹம்மமத் பற்றிய உண்மை: உலகின் மிகவும் சகிப்புத்தன்மையற்ற மதத்தின் நிறுவனர்), *த பொலிடிகலி இன்கரெக்ட் கைட் டு இஸ்லாம்* (இஸ்லாத்திற்கு அரசியல்ரீதியில் தவறான வழிகாட்டி). 'அவை நிலைபெற்ற, தகவல் பொதிந்த எடுத்துக்காட்டுகள்' என்றும் கூறினார்.

கிங்ரிஹின் ரினிவிங் அமெரிக்கன் லீடர்ஷிப் அமைப்பின் மைய ஆளுமையில் டேவிட் பார்ட்டனின் வழிகாட்டுதலும் மத ஆலோசனைகளும் தவிர செவன் மவுண்டென்ஸ் டொமினியனியக் கொள்கையும் ஆழப் பிணைந்திருந்தது. குழுவின் நோக்கு பற்றி பார்ட்டனுடன் கலந்தாலோசித்த பிறகு, கிங்ரிஹ் சான் டியெகோவின் புகழ்பெற்ற போதகரான ஜிம் கார்லோவைப் புதிய வலையத்தின் தலைவராக நியமித்தார். ஜிம் கார்லோ புகழ்பெற்ற கிறிஸ்துவ மறுசீரமைப்புவாதியும் செவன் மவுண்டென்ஸ் ஆதரவாளரும் ஆவார். மதச்சார்பற்ற அரசியல்வாதிகளால் குதறப்பட்டு, பல்வேறு கலாச்சாரங்களால் பாழடிக்கப்பட்ட உலகத்திற்கு ஒரே தீர்வாக ஒரு தனித்துவமுள்ள கிறிஸ்துவ ராஜ்ஜியம் நிலைநாட்டப்பட வேண்டும் என்று பார்ட்டனைப் போலவே கார்லோவும் கருதினார். அவரின் இந்த நோக்கு கலிஃபோர்னியாவின் புரொபொஷிசன்-8 (ஒருபால் திருமணங்களைத் தடைசெய்யும் சட்டம்) என்னும் திருத்த மசோதா தொடர்பான போராட்டத்தில் அவரை வலிமையாய் நிறுத்தியது. அது ஒருபால் திருமணங்கள் நாட்டில் நடைபெறுவதைத்

தடுக்க எடுக்கப்பட்ட சட்ட நடவடிக்கையாகும். அத்துடன், முஸ்லிம்களுக்கு எதிரான ஒரு கலாச்சாரப் போரின் முன்வரிசைக்கும் கொண்டு சென்றது. இந்த சாத்தானின் சக்திகள் உலகில் வலிமையும் செல்வாக்கும் மிக்க ஏழு விசைகளின் கட்டுப்பாட்டைக் கைவசப் படுத்த போட்டியிடுவதாக அவர் நம்பினார். இது கிங்ரிஹின் மதத் தொண்டுடன் இணைந்துகொண்ட கார்லோவிற்கு 'இந்த நாட்டிலும் உலகெங்கிலும் உள்ள மனித மனங்களில் ஆண்டவரின் ராஜ்ஜியத்தை, இயேசு கிறிஸ்துவின் ஆட்சியை நிலைநிறுத்தி, அதன் மூலம் மேற்கத்திய நாகரிகத்தைக் காப்பாற்ற' ஒரு வாய்ப்பளித்தது.[91]

கார்லோ இஸ்லாத்தின் வளர்ச்சி பற்றிய புள்ளிவிவரங்களைத் தனது உரைகளில் தவறாமல் வழங்கிவந்தார். அந்த எண்ணிக்கைகளை அவர் தொகுத்தளித்த விதமே அமெரிக்காவும் அதன் ஆரிய ஐரோப்பிய எதிரிணைகளும் உண்மையிலேயே அந்நிய மண்ணில் இருந்து ஊடுருவி வருவோரால் கைப்பற்றப்பட்டுவரும் அபாயத்திற்கு ஆதாரமாகச் சொல்லப்பட்டது. 'செப்டம்பர் 11க்குப் பிறகு நடந்தது என்ன என்பதை நாம் நிச்சயம் அறிவோம்: ஆனால் உண்மையில் உலகில் 1.4 பில்லியன் முஸ்லிம்கள் உள்ளனர்; அமெரிக்காவில் 7 மில்லியன் உள்ளனர். இதுவரை இருந்தவற்றுள் மிகவேகமாகப் பரவும் மதம் இதுதான்' என்று அவர், கலிஃபோர்னியாவின் லாமேஸாவிலுள்ள ஸ்கைலைன் தேவாலயத்தில் உரையாற்றும் போது கூறினார். பொதுப்பள்ளிகளில் இஸ்லாத்தின் வரலாறு பாடமாகப் போதிக்கப்படுவது குறித்துக் கவலை தெரிவித்த பெற்றோர்களின் மின்னஞ்சல்களை ஏற்றுக்கொண்டார். 'ஒரு மாணவர் அந்தப் பிரார்த்தனைக் கூட்டம் முடிந்ததும் இதோ, இதே இடத்தில் என்னைச் சந்தித்துப் பேசினார் — அவரால் இஸ்லாத்தின் போதனை என்ன என்பதை மிகத் தெளிவாகக் கூற முடிந்தது. அவர் அதைத் தெரிந்து கொண்டதும் பள்ளியிலிருந்துதான்' என்று அவர் வருத்தம் தெரிவித்தார்.[92]

இதை முஸ்லிம்கள் ஏழு மலைகளையும் கைப்பற்றிவிடும் அபாயத்திற்கு கார்லோவும் கிறிஸ்துவ மறுசீரமைப்புவாதிகளும் ஆதாரமாகக் கண்டனர். மார்னிங் ஸ்டார் மினிஸ்ட்ரீஸின் நிறுவனர் ரிக் ஜாய்னர் இந்த வாதத்தை 2011இல் தெளிவாக முன்வைத்தபடி கூறினார். 'செல்வாக்குள்ள ஏழு மையங்களில் ஊடுருவி, முஸ்லிம் சகோதரத்துவ அமைப்பு குறிப்பாக அந்தத் திட்ட வகுப்பைப் பயன்படுத்தி வந்திருக்கிறது. அது அரை நூற்றாண்டிற்கும் மேலாக

நம் நாட்டில் மாபெரும் செல்வாக்குப் பெற்றுள்ளது.'[93] இது உயர்நிலைப் பள்ளிகளைக் கைப்பற்றுவதோடு மட்டும் நின்று விடவில்லை; ஆரம்பப்பள்ளிகள்கூட ஆக்கிரமிக்கப்பட்டு வருகின்றன; மேற்கத்தியக் கல்வி நிலையங்களில் களமிறங்குவதன் மூலம் உருவாக வாய்ப்புள்ள இஸ்லாமிய மேலாதிக்கம் சமூகத்தின் ஒவ்வொரு அம்சத்தையும் கிறிஸ்துவர்களே ஆளவேண்டும் என்ற இறைவனின் திட்டத்திற்கு மாபெரும் அச்சுறுத்தலாக இருக்கிறது என்று அவர் குறிப்பிட்டார். மேலும் அவர் 'வகுப்பறைகளில் பயன் படுத்தப்படும் விளையாட்டுகள் இஸ்லாமிய மதம் பற்றி மாணவர்களுக்குப் போதிப்பதற்காக உருவாக்கப்பட்டவை; ஆனால் அவை மதத்தைத் திணிப்பவையாக இருந்தன. அந்த மதம் பற்றித் தெரிந்துகொள்வதற்குப் பதிலாக 11 அல்லது 12 வயதான குழந்தைகள் அதன் போதனைகளைப் பின்பற்றக் கட்டாயப்படுத்தப்பட்டனர்' என வாதிட்டார். *ஏ கிறிஸ்டியன் ரெஸ்பான்ஸ் டு இஸ்லாம்* (இஸ்லாத்திற்கு ஒரு கிறிஸ்துவ எதிர்வினை) என்னும் தமது புத்தகத்தில் கார்லோ எழுதுகிறார்:

> கலிஃபோர்னியாவின் பைரோனில் ஏழாம் வகுப்பு மாணவர்கள் முஸ்லிம்கள் போல உடையணிந்து, குர்ஆன் ஓதி, அரசு தயாரித்த பாடத்திட்டத்தில் உள்ள ஒரு தாயக்கட்டை ஆட்டம் மூலமாக 'புனிதப் போர்' அல்லது ஜிஹாதை நடத்தும்படி கட்டாயப் படுத்தப்படுகின்றனர். இந்தச் சலுகைகள் எதுவும் கிறிஸ்துவ மாணவர்களுக்கு இல்லை. நியூயார்க் நகரப் பள்ளிகளின் நிர்வாகம் இப்பொழுதெல்லாம் முஸ்லிம் குழந்தைகள் அன்றாடப் பிரார்த்தனைகளுக்காக வகுப்பறையிலிருந்து விலக்களிக்கப் படுகின்றனர். அதே பள்ளிகளில் கிறிஸ்துவக் குழந்தைகள் பிரார்த்தனை செய்யவும் பைபிள் ஆய்வு நடத்தவும் அனுமதி மறுக்கப்படுகின்றனர். மசாச்சூசெட்ஸின் ஆளுநர் (தற்போது முன்னாள்) நாட்டின் பள்ளிப் பாடத்திட்டத்தில் இஸ்லாத்தைப் போதிக்கும் பாடங்களை அறிமுகப்படுத்துவதில் மிகுந்த ஆர்வம் காட்டி வருகிறார்.[94]

இந்த நிகழ்வுகளைக் கார்லோ முஸ்லிம்களுக்கான ஆதரவாகவும் அதனாலேயே அவரின் கிறிஸ்துவக் கொள்கைகளுக்கு எதிரான ஒன்றாகவும் காண்கிறார். இஸ்லாம் பற்றி இளைய சமுதாயத்தினருக்கு அறிமுகப்படுத்துவதற்காக ஆக்கப்பூர்வமான வழிமுறைகளைக் கடைப்பிடிக்கும் அரசுப் பொதுப்பள்ளிகள், அதே இளைய சமுதாயத்தினருக்குத் தமது 'கிறிஸ்துவத்தை மையமாகக்' கொண்ட

செய்தியைத் தெரிவிக்கும் அவரின் முயற்சிகளை முறியடித்தன. மேலும், ஏழாம் வகுப்பு மாணவர்கள் கலிஃபோர்னியாவின் பைரனிலுள்ள யூனியன் ஸ்கூல் மாவட்டத்தின் பாடத்திட்டத்தை அடிப்படையாகக்கொண்டு இஸ்லாம் பற்றிய 'உண்மை'களைக் கற்றுவந்தனர். இவை கார்லோ தனது உரைகளில் அடிக்கடி பயன்படுத்திவந்த கருத்துகளிலிருந்து (அதாவது, குர்ஆன் வேதநூல்கள் மற்றும் இஸ்லாமிய வரலாற்றை முற்றிலும் எதிர்மறையான வெளிச்சத்தில் விளக்குபவை) பெரிதும் மாறுபட்டிருந்தன. 'இஸ்லாம் என்பது நாம் நினைத்திருப்பது போல் ஒரு மதமல்ல. அது ஒரு சட்ட அமைப்பு; ஒருவித அரசாங்கம்; ஒரு கொடுங்கோல் ஆட்சி (யதார்த்தத்தில் ஒவ்வொரு முஸ்லிம் நாட்டிலும் அப்படித்தான்). அமெரிக்கர்களாகிய நாம் அப்பாவிகள்; அவர்களும் நம்மைப் போலத்தான்; வெறும் 'மதம்'தான் என்று நினைத்துக்கொண்டிருக்கிறோம்; நாம் எல்லோரும் அருகருகே ஒன்றாக ஒரே கடவுளை வணங்குகிறோம் என்று. ஆனால் நிஜம் அதுவல்ல!' என்று அவர் 2011 செப்டம்பரில் எழுதினார். மேலும் கூறினார்:

இஸ்லாம் (குர்ஆன் அடிப்படையில்) தன்னைக் கடைப்பிடிப்பவர்களிடம் (முஸ்லிம் அல்லாத) நாத்திகர்களைக்கொன்று குவிக்கும்படி ஆணையிடுகிறது. அதில் நீங்களும் நானும் அடக்கம்! ஜார்ஜ் வாக்கர் புஷ் கூறினார், 'இஸ்லாம் என்பது அமைதியே உருவானது.' நிச்சயமாக இதை அவர் அரசியல் காரணங்களுக்காகத்தான் கூறியிருக்க வேண்டும். நிச்சயம் இறையியல் அடிப்படையிலோ வரலாற்று அடிப்படையிலோ கூறியிருக்க முடியாது. இறையியலும் (குர்ஆனை விளக்குதலும்) வரலாறும் அந்தக் கூற்றை மறுக்கின்றன.[95]

***

இஸ்லாம் அமைதி காக்கும் மதம் என்று புஷ் நம்பியிருந்தாலும், 2003இல் பின் லாதெனையும் சதாம் ஹுசைனையும் தேடும் பொறுப்பை ஏற்றுக்கொண்ட அவரின் மேல்நிலைப் படை அதிகாரி அவ்வாறு கருதவில்லை. அவர் இராணுவத் தளபதி வில்லியம் ஜி. 'ஜெர்ரி' பாய்கின் என்ற அந்தப் புலனாய்வுக்கான தற்காப்புப் பிரிவின் துணைச் செயலாளர்; உயர் பதக்கங்கள் பலபெற்ற, இருமுறை போரில் காயமுற்ற பழம்பெரும் வீரர்; இறைவனின் பணியை மேற்கொண்டு இருந்தார். மத்தியகிழக்கில் அவரின் கால்கள் பதிந்திருந்தாலும், அந்த முன்னாள் டெல்டா ஃபோர்ஸ் வீரரின்

மனம் தெற்கே வெகுதொலைவில் இருந்த எதிரியின் மீது குறி வைத்திருந்தது. 2003 ஜூன் மாதம் ஒரேகானில் ஒரு மதம்சார்ந்த கூட்டத்திடம் இராணுவச் சீருடையும் பளபளக்கும் காலணிகளும் அணிந்திருந்த பாய்கின் கூறினார்: 'நாம் ஒரு கிறிஸ்துவ தேசத்தினர். ஏனெனில் நமது அடித்தளமும் வேர்களும் யூத-கிறிஸ்துவ மதம் சார்ந்தவை. மேலும், நமது எதிரியின் பெயர் சாத்தான்.'

தீவிரவாதிகளை வேரோடு ஒழித்துக்கட்டுவதற்கான போர் பாய்கினைப் பொறுத்தவரையில் முக்கியமானதாக இருந்தது. ஆனால் அவருடைய பார்வையில் அது நாகரிக அடிப்படையிலான மேலும் பெரியதொரு போரின் அம்சம் மட்டுமே. புஷ் அரசாங்கத்தின் 'தீவிரவாதத்துடனான போர்' தொடர்பாக அதிபரிடமிருந்தும் பென்டகனிடமிருந்தும் வந்த ஆணைகளை மேற்கொண்டு பல்வேறு இராணுவக் கொள்கைகளை அவர் நடைமுறைப்படுத்தினாலும், அவரின் முக்கிய ஆணைகள் இறைவனிடமிருந்து வந்தன — பூவுலகின் மக்கள் படைகளை ஒன்று திரட்டும்படி கூறும் ஆன்மிகச் செய்திகளாக. ஆக, பாய்கின் வெறும் இராணுவத் தளபதியாக மட்டுமின்றி, இறைவனின் படையை முன்னின்று நடத்திச் செல்லும் தலைவராகவும் விளங்கினார். 'இறைவனின் படையில், வீட்டில், இராச்சியத்தில் உள்ள நாம் எல்லோரும் இதுபோன்ற ஒரு தருணத்திற்காகத்தான் ஆளாக்கப்பட்டுள்ளோம்' என்றார் அவர்.[96]

பாய்கின் தனது நோக்கையும் போரையும் மத அடிப்படையிலான ஒன்றாகவே வர்ணித்து வந்தார். 2003 ஜூன் மாதம் ஃபுளோரிடாவின் டேய்டன் பீச்சிலுள்ள ஃபர்ஸ்ட் பாப்டிஸ்ட் தேவாலயத்தில் மொகதிஷூ வீரர் உஸ்மான் அட்டோவுடன் நேருக்குநேர் மோதியதை விவரித்தார். அட்டோ 'அல்லாஹ் என்னைப் பாதுகாப்பான்' என்று கூறி, தன்னை ஒருகாலும் சிறைப்பிடிக்க முடியாது என்று பீற்றிக் கொண்டார். பாய்கின் வெற்றிக்காகப் பிரார்த்தனை செய்தபடி 'இறைவா, நாம் அந்த மனிதனைச் சிறைப் பிடிப்போமாக' என்றார். சில நாள்களிலேயே அட்டோ பிடிபட்டார். இந்த நிகழ்ச்சியே இஸ்லாத்தைக் காட்டிலும் கிறிஸ்துவ மதம் உயர்ந்தது என்பதை பாய்கினுக்கு உறுதி செய்தது. அட்டோவைத் தேடிக் கண்டுபிடித்து இடப்பட்டிருந்த சிறையில், பாய்கின் அந்தச் செய்தியை அந்தப் போராளித் தலைவனிடம் தெரிவித்தார். 'நீங்கள்தான் உஸ்மன் அட்டோவா?' என்றார் பாய்கின். அவர் 'ஆம்' என்றார். அதற்கு நான் 'மிஸ்டர் அட்டோ, நீங்கள் எங்களுடைய இறைவனைக் குறைவாக

மதிப்பிட்டுவிட்டீர்கள்' என்றேன்! பிறகு ஒரு சந்தர்ப்பத்தில் அந்த நிகழ்ச்சியை நினைவுகூர்ந்தவாறு, 'அந்த வெற்றி அட்டோவின் இறைவனைவிடத் தமது இறைவன் மேலானவன் என்பதால் கிட்டியது' என்று குறிப்பிட்டார். 'என் இறைவன் நிஜமானவர்; அவருடைய இறைவன் வெறும் சிலை என்பதை நான் அறிந்திருந்தேன்' என்றார் பாய்கின்.[97]

அதிபர் புஷ் திருமுழுக்குச் சடங்கை நிறைவேற்றிய கிறிஸ்துவர்; மேலும், பாய்கின் போலத் தனது மதம் பற்றி வெளிப்படையாகப் பேசக்கூடியவர். ஆனால் அந்தப் படைத்தளபதியின் கருத்துகள் பென்டகன்மீதும் வெள்ளை மாளிகைமீதும் எதிர்மறையான உணர்வுகளை ஏற்படுத்தின. *கோட்டிங் காட்: ஹவ் மீடியா சேப் ஐடியாஸ் அபவுட் ரெலிஜியன் அண்ட் கல்சர்* (இறைவன் அருளியவை: மதம், பண்பாடு பற்றிய சிந்தனைகளை ஊடகங்கள் உருவாக்கும் விதம்) என்னும் புத்தகத்தில் கிளேர் படாராக்கோ குறிப்பிடுவது போல, உலகை நன்மை- தீமை என்று பிரிக்கும் பாய்கினின் முயற்சி (ஏறத்தாழ பின் லாதெனும் அவனின் தீவிரவாதக் கூட்டாளிகளும் செய்வது போல) மக்களிடையே ஒரு கருத்தை நிலவச் செய்தது: 'இந்தப் போர் அமெரிக்க தேசத்தின் பாதுகாப்பை நிலைநாட்ட தேசிய அளவில் எடுக்கப்படும் முயற்சி என்பதைவிட, இஸ்லாத்திற்கு எதிராக மற்றொரு மதத்தை, அதாவது கிறிஸ்துவத்தை வலுப்படுத்தும் நோக்கோடு வடிவமைக்கப்பட்ட ஆன்மிகப் போர் ஆகும்' என்பதுதான் அது.[97] பாய்கினின் மதம்சார்ந்த பேச்சுகளிலிருந்து அரசாங்க அதிகாரிகள் (அதிபர் உள்பட) தங்களை விலக்கி வைத்துக் கொண்டனர்—முறையான நடவடிக்கைகள் எதுவும் எடுக்கப்படவில்லை என்றால்கூட.

பாய்கின் மன்னிப்புக் கடிதத்தின் பல பகுதிகளைப் பென்டகன் நீக்கியிருப்பதை 2003 அக்டோபரில் சிஎன்என் கண்டறிந்தது. தனது கருத்துகளுள் ஒன்றில், இந்தச் சர்ச்சை காரணமாக, மதம் சார்ந்த நிகழ்வுகளில் தான் இனி பேசப்போவதில்லை என்று அவர் விளக்கினார். மற்றொன்றில், அதிபர் புஷ்ஷை வெள்ளை மாளிகையில் இருக்கச் செய்தது இறைவன்தான் என்று தான் நம்புவதாகக் குறிப்பிட்டார்.[98] பாய்கின் கிறிஸ்துவப் போராளிகளை அதிகாரத்தில் உள்ளபோதே முனைப்போடு பணியில் அமர்த்தி வந்ததாக கேத்தரின் யுரிகா அறிவிக்கிறார். இருபத்துமூன்று வெவ்வேறு தேவாலயங்களில் பேசிய அவர் (பெரும்பாலும் பெந்தகோஸ்தே அல்லது பாப்டிஸ்ட்),

அமெரிக்க இராணுவம் மேலும் பெரிய போர் ஒன்றுக்காக ஆன்மிகப் படையை உருவாக்கி வருவதாகக் கூறினார். 2005இல் *வாஷிங்டன் போஸ்ட்* வெளியிட்ட அறிக்கை இதே கருத்தை வலியுறுத்தியது: கொலராடோவிலுள்ள 'தி நாவிகேட்டர்ஸ்' என்ற தனியார் கிறிஸ்துவப் பிரச்சார ஊழியர் குழு ஒன்று படையினரை மதமாற்றம் செய்வதற்காக ஏர்ஃபோர்ஸ் அகடெமிக்கு (விமானப்படை பயிற்சிப் பள்ளிக்கு) அளிக்கப்பட்டது. ஓராண்டிற்குப் பின், பென்டகனுக்குள் படம் எடுக்கப்பட்ட பிரச்சார வீடியோ ஒன்று சுற்றுக்கு விடப்பட்டுள்ளது பற்றி அந்த நாளிதழ் அறிவித்தது. அதில் நான்கு தளபதிகளும் மூன்று கர்னல்களும் வாஷிங்டன் டிசியில் இராணுவத் தளபதிகள், அரசியல் வாதிகள், தூதர்கள் ஆகியோரிடையே பிரச்சாரம் செய்யும் *த கிறிஸ்டியன் எம்பஸி* (கிறிஸ்துவ தூதரகம்) என்ற நிறுவனத்தைப் போற்றும் காட்சி பதிவாகியிருந்தது.[99] மேலும் இராக்கில் பணியமர்த்தப்பட்டிருந்த சில அமெரிக்க வீரர்கள் இராக்கியர்களைக் கிறிஸ்துவத்திற்கு மாறச் செய்யும் பிரச்சாரத்தை மேற்கொண்டனர். அவர்கள் அரபு மொழியிலான பைபிள்களையும், 'நீங்கள் நிலையான வாழ்வை எங்குக் கழிப்பீர்கள்?' என்று பொறிக்கப்பட்ட தங்க நாணயங்களையும், முஹம்மதும் முஸ்லிம்களும் தாங்கள் இறப்பதற்கு முன் இயேசு கிறிஸ்துவைத் தங்கள் இரட்சகராக ஏற்றுக்கொள்ள மறுத்ததற்காக நரகத்தில் எரிவது போன்ற காட்சிகள் கொண்ட சித்திரக் கதைப் புத்தகங்களையும் விநியோகித்து வந்தனர்.[100]

பாய்கின் 2007இல் ஓய்வுபெற்ற போது, தனது பதவியின் கட்டுப் பாடுகளிலிருந்து சற்று ஆசுவாசம் கிட்டியதுபோல உணர்ந்தார். தற்போது இராணுவப் படைகளுக்குத் தலைமையேற்றுப் போர்புரிய வேண்டிய அவசியமில்லாவிட்டாலும், கிறிஸ்துவர்கள் ஆன்மிகப் போரில் ஈடுபட வேண்டிய பொறுப்பு உடையவர்கள் என்ற தமது நம்பிக்கையைத் தொடர்ந்து வலியுறுத்திவந்தார். செவன் மவுண்டென்ஸ் டொமினியனிஸம், கிறிஸ்துவ மறுசீரமைப்புவாதிகள் (கிறிஸ்டியன் ரிகன்ஸ்ரக்ஷனிஸ்ட்), ஆதரவாளர்கள் ஆகியோரின் வரிசையில் பாய்கினும் சேர்ந்துகொண்டார். அவருடன் அவருடைய நண்பர் ரிக் ஜாய்னரும் குடும்ப ஆய்வுக் குழுவின் டோனி பெர்க்கின்ஸும் இணைந்துகொண்டனர். அவர் சொந்தமாக நிறுவிய மதம் சார்ந்த அமைப்பின் மூலம் அமெரிக்கா முழுதும் பிரச்சாரக் கிறிஸ்துவ ஆதரவைத் திரட்டினார். *கிங்டம் வாரியர்ஸ்* (இராச்சிய வீரர்கள்) என்று அழைக்கப்பட்ட அது, 'கிறிஸ்துவின்மீது நம்பிக்கை வைத்துள்ளவர்கள் ஆன்மிகப் போர் பற்றி அறிந்துகொள்ள

உதவுவதை' நோக்கமாகக் கொண்டது என்றார் பாய்கின்.[101] நாடெங்கும் பேரணிகளை நடத்துவதன் மூலம், ஆயிரக்கணக்கான பிரச்சாரக் கிறிஸ்துவர்கள் மாநாட்டு மையங்களுக்கும் விளையாட்டு மைதானங்களுக்கும் திரண்டுவந்தனர் — பாய்கினும் மதம்சார்ந்த வலதுசாரியின் புகழ்பெற்ற தலைவர்களும் தங்களின் ஆன்மிகத் தேடல்களின் அவசரம் பற்றிப் பேசுவதைக் கேட்பதற்காக.

இஸ்லாமியச் (ஷரீஆ) சட்டம் பாய்கினின் ஆடுகுதிரையானது; அது சமூகத்தில் ஊடுருவி வருவதை இகழ்ந்து பேசியதுடன் போலி அறிஞர்களும் வலதுசாரிப் போராளிகளும் அடங்கிய ஒரு குழுவோடு தம்மை இணைத்துக்கொண்டார். அவர்கள் தங்களை வல்லுநர்களாக அறிவித்துக்கொண்டு தேசியப் பாதுகாப்பு தொடர்பான ஆய்வறிக்கை ஒன்றை எழுதினர். ஆதரவாளர்கள் அதை அமெரிக்க, ஐரோப்பிய சமூகங்களை அச்சுறுத்திவரும் ஆதிக்க சக்தி பற்றிய அதிகார பூர்வமான ஆய்வு என்று கொண்டாடினர்.

அமெரிக்காவிற்கு சோவியத் யூனியனின் அச்சுறுத்தலைப் புலனாய்வு செய்வதற்கு, அப்போதைய மத்திய புலனாய்வின் இயக்குநரான ஜார்ஜ் ஹெர்பர்ட் வாக்கர் புஷ் 1976இல் கோட்பாட்டாளர்களும் வல்லுநர்களும் அடங்கிய குழுவை உருவாக்கினார். அந்தக் குழு டீம் பி II என்று அழைக்கப்பட்டது. அந்தக் குழுவுக்கு மரியாதை செலுத்தும் விதமாக பாய்கினும் அவருடைய சக ஊழியர்களான ஃபிராங்க் காஃப்னி (பாதுகாப்புக் கொள்கை மையத்தில் பணிபுரிபவர்), ஆன்ட்ரூ மக்கார்த்தி (முன்னாள் அமெரிக்க துணை வழக்கறிஞர்), டேவிட் யெருஷால்மி (சர்ச்சைக்குரிய அடிப்படைவாதி, சியோனிச வழக்கறிஞர், முஸ்லிம் எதிர்ப்புவாதச் செயல்பாட்டாளரும்கூட) ஆகியோரும் தங்களுடைய குழுவுக்கும் டீம் பி II என்று அதே பெயரைச் சூட்டிக்கொண்டனர். இந்தக் குழு ராபர்ட் ஸ்பென்ஸர் வெளியிட்ட எழுத்துகளை நம்பியிருந்தது. அமெரிக்காவிலுள்ள முஸ்லிம்கள் ஒரு 'பதுங்கு ஜிஹாதைச்' செயல்படுத்தி வருவதாகவும், அதன்மூலம் 'ஊர்ந்துவரும் ஷரீஆ' சட்டத்தை அமைதியான முறையில் புகுத்த முயல்வதாகவும், அமெரிக்காவிலுள்ள அனைத்து முன்னணி முஸ்லிம் அமைப்புகளும் அடிப்படைவாத முஸ்லிம் சகோதரத்துவ அமைப்புடன் தொடர்பு கொண்டிருப்பதாகவும் ஸ்பென்ஸர் கூறினார். பெரிய அளவில் பரவிய இந்த அணுகுமுறை, ஷரீஆவை ஆதரிக்கும் முஸ்லிம்கள் கூட்டாட்சியிலோ (ஃபெடரல்), உள்ளூராட்சியிலோ, இராணுவத்

திலோ பதவி வகிப்பதை அனுமதிக்கக்கூடாது என்று அரசிற்குப் பரிந்துரை செய்தது. மேலும், இஸ்லாமியச் சட்டத்தை (ஷரீஆவை) ஆதரிப்போரை அமெரிக்காவிற்குள் அனுமதிக்கக்கூடாது; அத்துடன் அவர்களைத் தண்டிக்கவும் வேண்டும் என்றும் கோரியது.

இந்த மதிப்பீட்டு அறிக்கை கட்டுப்பாடுள்ள அரசியல் வட்டாரங்களுக்குள் நல்ல வரவேற்பைப் பெற்றது. பீட் ஹெக்ஸ்ட்ரா என்ற பிரதிநிதி, 'த ஃபாமிலி' என்ற காங்கிரஸ் கிறிஸ்துவ அடிப்படைவாதிகள் அடங்கிய இரகசியக் குழுவின் உறுப்பினராகத் தன்னை அறிவித்துக்கொண்டவர். அவர் குழுவின் பத்திரிகையாளர் கூட்டத்தில் கலந்துகொண்டு தமது ஆதரவைத் தெரிவித்தார். அவருடன் அரிசோனா குடியரசுக் கட்சியைச் சேர்ந்த ட்ரெண்ட் ஃபிராங்க்ஸ் (இவர் பிரச்சாரக் கிறிஸ்துவர் ஜேம்ஸ் டாப்சனின் பக்தர்; அத்துடன் அமெரிக்காவின் கிறிஸ்துவப் பாரம்பரியத்தை அங்கீகரிக்கும் தீர்மானத்தை ஆதரித்தவர்களுள் ஒருவர்), அதிபர் தேர்தல் வேட்பாளரும் டீ பார்ட்டியின் விருப்பத்திற்குரியவருமான மிஷெல் பாஹ்மன் ஆகியோரும் இருந்தனர். 2010 மத்திய தேர்தல்களில் வென்றவர்களுக்கும், காங்கிரஸ் உறுப்பினர்களுக்கும், 50 மாகாணங்களின் ஆளுநர்கள் மற்றும் மாகாணத் தலைமை வழக்கறிஞர்கள், முக்கிய நகரக் காவல்துறை அதிகாரிகள், நகர்மன்றத் தலைவர்கள் ஆகியோருக்கும் மதிப்பீட்டு அறிக்கையின் பிரதிகள் வழங்கப்பட்டன.

***

2011 ஆகஸ்ட் இறுதியில் டெக்ஸாஸ் ஆளுநர் ரிக் பெர்ரி (இவர் டீ பார்ட்டிக்குப் பிரியமானவர். மேலும் 2012 அதிபர் தேர்தல் வேட்பாளர்) டெக்ஸாஸில் ஒதுக்குப்புறமாக அமைந்த பண்ணை ஒன்றில் பிரச்சாரக் கிறிஸ்துவத் தலைவர்களுடன் வார இறுதிக் கூட்டமொன்றுக்கு ஏற்பாடு செய்தார். பெர்ரி முன்னாள் மஸாச்சூஸெட்ஸ் ஆளுநர் மிட் ராம்னியுடன் முன்னணி இடத்திற்குப் போட்டியிட்டு வந்தார். இதற்காக அவர் மதம்சார்ந்த பழமைவாதக் கட்சியினரின் ஆதரவை நாடினார். கூடியிருந்தவர்களிடையே தெற்கத்திய பாப்டிஸ்ட் சங்கத் தலைவர் ரிச்சர்ட்லான்ட், ஃபேமிலி ரிசர்ச் கவுன்சிலின் தலைவர் டோனி பெர்க்கின்ஸ், ஃபோகஸ் ஆன் தி ஃபாமிலியின் நிறுவனர் ஜேம்ஸ் டாப்சன் ஆகியோரும் இருந்தனர். இவர்கள் தவிர, ஜிம் கார்லோவும் இருந்தார் — இவர் பெர்ரியின் போட்டியாளர் நியூட் கிங்ரிஹுடன் நெருங்கிய உறவுகொண்டிருந்தார் என்பதால் அவரின் வரவை ஒருவரும் எதிர்பார்த்திருக்கவில்லை.

முன்பு ஒருமுறை மில்லியன் டாலர்கள் மதிப்புள்ள பிரார்த்தனைக் கூட்டம் ஒன்றுக்கு பெர்ரி ஏற்பாடு செய்திருந்தார். அதற்கான செலவுகளை அமெரிக்கக் குடும்பக் கழகம் ஏற்றிருந்தது. அங்குதான் டெக்ஸாஸ் ஆளுநரும் கார்லோவும் சந்தித்திருந்தனர். 'என் மனைவிக்கு புற்றுநோய் 4ஆம் நிலையை எட்டியிருந்தது. பெர்ரி அவளுடன் உரையாடி, அவளுக்காகவும் அவளது உடல்நலம் தேறுவதற்காகவும் பிரார்த்தனை செய்தார். நாங்கள் மேடை தவிர பிற இடங்களில் அதிக நேரம் செலவிட்டோம்' என்றார் கார்லோ.[102]

உயர்ந்த அந்தஸ்தில் உள்ள இவர்களிடம் கலந்துரையாடிய பெர்ரி தமது மத நம்பிக்கை, இள வயதில் இயேசு கிறிஸ்துவை ஏற்றுக் கொண்டது, பொருளாதாரம் தொடர்பான பைபிள் போதனைகள் ஆகியவை பற்றிப் பேசினார். ஆஸ்டினுக்கு 70 மைல்கள் மேற்கே அமைந்திருந்த அந்தச் சிறு நகரத்தில் அமைக்கப்பட்டிருந்த அந்தக் கூடாரத்தினுள் அமர்ந்திருந்த முனைப்பான பிரச்சாரக் கிறிஸ்துவர் களில் பலர் அதில் முன்னணி வகிக்கும் நட்சத்திரங்களாக விளங்கினர். அவர்களின் கருத்துகள் முஸ்லிம்களுக்கு வெளிப்படையாகவே எதிர்ப்புத் தெரிவித்தன. அதிபர் தேர்தலுக்குப் போட்டியிடும் குடியரசுக் கட்சி வேட்பாளர்களும் தங்கள் கட்சியிலுள்ள முஸ்லிம் எதிர்ப்பு அணியினரைச் சந்தோஷப்படுத்துவதற்கு முயன்றனர். மிஷெல் பாஹ்மன் ஷரீஆ எதிர்ப்பு உறுதிமொழியில் கையெழுத்திட்டார்; நியூட் கிங்ரிஹ் அதை முழுவதுமாகத் தடைசெய்யக் கோரும் பிரச்சாரங்களில் முனைப்புடன் ஈடுபட்டார். அமெரிக்காவில் வசிக்கும் முஸ்லிம்கள் ஒரு சிறப்பு 'விசுவாச உறுதிமொழி'யை எடுத்துக் கொள்ளவேண்டும் என்று ஹெர்மன் கெய்ன் வாதிட்டார். பெர்ரியைப் பொறுத்தவரையில் அரசியல் செய்திகளைத் தயாரிப்பதில் பழுத்த அனுபவம் உள்ளவர் என்பதால், பிரச்சாரக் கிறிஸ்துவ சமுதாயத் தினரிடையே உருவாகிவரும் முஸ்லிம் எதிர்ப்பு உணர்வுகளைச் சாதகமாக்கிக்கொள்ள இந்தச் சூழ்நிலை மிகப் பொருத்தமாக இருந்தது. எப்படிப் பார்த்தாலும் அவர் மதத் தலைவர்களோடு நெருங்கிப் பழகிவந்தார்; அவர்கள் அவருடைய சில பேரணிகளுக்கு (ஒரு மாபெரும் பொதுப் பிரார்த்தனைக் கூட்டம் உள்பட) நிதியுதவி அளித்து வந்ததுடன், முஸ்லிம்களைக் கைப்பற்றும் கிறிஸ்துவ முயற்சிகளை வலுவாக ஆதரித்தனர். ஜெர்ரி பாய்கின் ஒரு கூட்டத்தில் கூறினார்: 'ரிக் பெர்ரி மிக அடக்கமாக எங்கள் முன் நின்று கொண்டு, *இதை நாம் செய்ய வேண்டும் என்பது கடவுளின் விருப்பம். ஆகவேதான் இதைச் செய்கிறேன். இது அரசியல் சூழ்ச்சியல்ல*' என்றார்.'[103]

இஸ்லாம் என்னும் இந்த ஆட்டத்தில் டெக்ஸாஸ் ஆளுநர் வியப்பூட்டும் வகையில் மௌனம் சாதித்தார். சில தொடர்புகளை வெளியிட்டால், அவை மதம் சார்ந்த வலதுசாரியினரிடையே தம்மீது பெரும் சந்தேகங்களை ஏற்படுத்தும் என்பதால் அவர் மிகவும் கவனமாக இருப்பது தெரிந்தது. சொல்லி வைத்தாற்போல, நிகழ்ச்சிக்கு இரண்டு வாரங்கள் முன்பு *ஸலோன்* செய்தியாளர் ஜஸ்டின் எலியட் இஸ்லாம் பற்றிய அச்சத்திலுள்ள மக்களை ஆட்டிப் படைக்கும் செய்தியொன்றை இணையதளத்தில் பதிவு செய்தார். அதில் உலகெங்கிலுமாக ஏறத்தாழ 20 மில்லியன் விசுவாசிகள் கொண்ட ஷியா பிரிவான இஸ்மாயிலிகளின் மதத் தலைவர் ஆகா கானுடன் பெர்ரி நெருங்கிய தொடர்பு கொண்டிருப்பது வெளிச்சத்திற்கு வந்தது. உண்மையில், இருவரும் நெருங்கிய நண்பர்கள். எலியட் கூறுவதன்படி, அவர்கள் இருவரும் 2000இல் முதன்முதலாகப் பாரிசில் சந்தித்ததிலிருந்தே தொடர்ந்துவரும் உறவு அது. பலமுறை ஒன்றாக விருந்துண்ட பின்னர், காலப்போக்கில் அவர்களுடைய நட்பு பல கூட்டுமுயற்சிகளுக்கு வழிவகுத்தது. இதில் 2008இல் டெக்ஸாஸ் பல்கலைக்கழகமும் பாகிஸ்தானிலுள்ள ஆகா கான் பல்கலைக் கழகமும் முஸ்லிம் வரலாறு, பண்பாடு ஆகியவற்றில் உயர்நிலைப் பள்ளி ஆசிரியர்களுக்குப் பயிற்சியளிக்கச் செய்துகொண்ட ஒப்பந்தமும் அடங்கும். 'நான் இந்தத் திட்டத்தைத் தொடக்கம் முதலாகவே ஆதரித்து வந்துள்ளேன்.

ஏனெனில் அமைதியும் வளமும் நிறைந்த எதிர்காலத்தை உருவாக்கும் எண்ணம் ஏதேனும் நமக்கு இருந்தால், கிழக்கிற்கும் மேற்கிற்கும் இடையில் ஒருவரையொருவர் புரிந்துகொள்வதிலுள்ள இடைவெளியைப் போக்க ஒரு நட்புறவுப் பாலம் அமைக்க வேண்டியது அவசியம்' என்று ஒப்பந்தத்தில் கையொப்பமிடும் விழாவின்போது பெர்ரி கூறினார்.[104] முன்னதாக 2002இல் ஆகா கான் வழங்கிய ஒரு நிகழ்ச்சியில் இறைத்தூதர் (நபி) முஹம்மதின் வம்சாவழியைச் சேர்ந்த அந்த 74 வயது இமாமைப் பெர்ரி அன்போடு அறிமுகம் செய்து வைத்தார். அப்போது அவர், 'உங்கள் மதம் மக்களிடையே அன்பு, கொடை, அமைதி போன்ற வற்றைப் போதிப்பதால் இவற்றின் மொத்த உருவமாக விளங்குவது மேதகு ஆகா கான், மேதகு அவருடைய துணைவியார் ஆகியோரை விடவும் மேலாக ஒருவரும் இருக்க முடியாது. கிறிஸ்துவ மதத்தில் ஒரு முக்கியக் கொள்கை உண்டு. ஒரு மரத்தை அதன் கனிகள் மூலம் அறிந்துகொள்ளலாம். மேதகு ஆகா கானும் இஸ்மாயிலி மக்களும்

கடைப்பிடித்து வரும் தங்களுடைய மதமானது நல்ல பலன்களை அளிக்கக் கூடியது'[105] என்று கூறினார்.

எலியட் ஊகித்தது போலவே, முஸ்லிம் சமுதாயத்தினருடன் பெர்ரி கொண்டிருந்த நட்புறவு வலதுசாரியினரிடையே மாபெரும் உணர்ச்சிக் கொந்தளிப்பை ஏற்படுத்தியது—குறிப்பாக வலைப்பூ உலகில். கட்டுரை வெளியான இரண்டே நாள்களுக்குள் பமேலா கெல்லரும் ராபர்ட் ஸ்பென்ஸரும் அச்சத்தின் அபாய அறிவிப்பை வெளியிட்டனர் — பெர்ரி இஸ்லாமியர்களின் 'பிரச்சாரச் சூழலுக்குள் கவர்ந்து கொள்ளப்பட்டதாகவும்', அவர் ஓர் 'உள்நாட்டு ஒற்றர்', 'பதுங்கு ஜிஹாதி' என்றும், அவர் தனது சுய இலாபத்திற்காக அமெரிக்காவின் எதிரிகளுடன் இரகசிய உறவு வைத்திருக்கிறார் என்றும் அது கூறியது.[106] முஸ்லிம் வரலாறு, கலாச்சாரம் பற்றிய பாடத்திட்டத்தில் அதன் 'வன்செயலும் ஒடுக்கும் குணமும் அவற்றிலிருந்து நீக்கப்பட்டுள்ளது எனவும், அதனால் இஸ்லாம் அன்பே உருவானது என்ற மாயத் தோற்றத்தை அது கொண்டிருப்பதாகவும்' ஸ்பென்ஸர் குறிப்பிட்டார்.[107]

கெல்லர் மேலும் கூறுகையில், '1941 டிசம்பர் 7 அன்று ஜப்பானியர்கள் நம்மைத் தாக்கியதற்குப் பத்து ஆண்டுகள் கழித்து, எதிரி அழிக்கப்பட்டான். 9/11க்குப் பிறகு பத்து ஆண்டுகள் கழித்து, ஏறத்தாழ நாம் போரில் தோற்றுவிட்டது போன்ற சூழல் உருவாகி உள்ளது. அவர்கள் வரலாற்றுப் புத்தகங்களை எழுதுகிறார்கள்; தங்கள் கொடுஞ்செயல்களை வெள்ளைச் சாயம் பூசி மறைக்கிறார்கள்; பெர்ரியும் அவருடைய குழுவினரும் இவற்றையெல்லாம் ஆதரித்துக் கொண்டு இருக்கிறார்கள்'[108] என்றார். கிளென் பெக்கின் உள்ளிருப்பு அழிவுக் காலங்களை கூறிசொல்லும் தீர்க்கதரிசி இந்த நட்புறவை 'ஆபத்தான முஸ்லிம் சமரசம்' (*டேஞ்சரஸ் முஸ்லிம் கோம்ப்ரமைஸ்*) என்றார். முன்னாள் கொலராடோ பிரதிநிதியான டாம் டான்க்ரெடோ அதை பெர்ரியின் 'முஸ்லிம் குருட்டுப் புள்ளி' (*முஸ்லிம் பிளைண்ட் ஸ்பாட்*) ஆக்கம் என்று அழைத்ததுடன் 'பெர்ரி வரிகட்டுபவர்களின் செலவில் தமது பரிவைச் சட்டத்திற்குப் புறம்பான அந்நியர்கள் மட்டுமின்றி, இஸ்லாத்தின் வன்செயல் மிகுந்த வரலாற்றை வெள்ளையடித்து மறைக்க முயலும் முஸ்லிம் குழுக்கள்வரை விரிவுபடுத்தி வருகிறார்' என்றும் எழுதினார்.[109]

'பெர்ரி ஆகா கானுடன் கொண்டிருந்த நட்புறவு வெளியானவுடன், முஸ்லிம் வரலாறு, கலாச்சாரம் பற்றிய பாடத்திட்டம் தொடர்பான இணைப்புகள் இணையதளத்திலிருந்து நீக்கப்பட்டன. இந்த மீளாய்வு

அதன் கொதிநிலையை எட்டியிருந்தது. பெர்ரியின் பிரச்சாரம் டீ பார்ட்டி பிரச்சாரக் கிறிஸ்துவ சமூகத்தினரிடையே தமது மதிப்பைக் காப்பாற்றிக்கொள்ளும் முயற்சியில் இஸ்லாத்துடன் உறவு கொண்டிருப்பதாகக் கூறப்படுவது அபாயகரமான ஒன்றாக இருந்தது. விரைவிலேயே, பிரச்சாரக் கிறிஸ்துவத் தீவிரவாதிகளுடன் பெர்ரி கொண்டிருந்த உறவுகளும் தெரியவந்தன. டல்லாஸைச் சேர்ந்த பெரிய தேவாலயப் போதகரும் பெர்ரி ஆதரவாளருமான ராபர்ட் ஜெஃப்ரெஸ் ஒரு நிகழ்ச்சியில் ஆளுநரை அறிமுகப்படுத்தும் போது, அமெரிக்காவிற்கு ஒரு கிறிஸ்துவ எதிர்காலத்தை உருவாக்கும் அவரின் நோக்கைப் பாராட்டியதுடன், அவருடைய போட்டியாளரான மிட் ராம்னீயின் மோர்மோன் மதத்தை* ஒரு 'பக்தி இயக்கம்' என்று வர்ணித்தார். இதுபோன்ற தாக்குதல்களை முஸ்லிம்களுக்கு எதிராகவும் செய்த வரலாற்றுப் பின்னணி ஜெஃப்ரெஸுக்கு உண்டு. ஒருமுறை பத்தாயிரம் உறுப்பினர்கள் கூடிய மாநாட்டில் 'இஸ்லாத்தின் ஆழமான, இருண்ட, அருவருப்பான இரகசியம் அது குழந்தைகளுடன் உடலுறவு கொள்வதை ஊக்குவிப்பதுதான். இறைத்தூதர் என்று அழைக்கப்படும் முஹம்மத் ஓர் ஒன்பது வயதுப் பெண் குழந்தையைக் கற்பழித்தார்—அவளுடன் உடலுறவு கொண்டார்.'

இத்தனை களேபரங்களுக்கு நடுவிலும், ஜெஃப்ரெஸ் தமது கருத்துகளில் உறுதியாக நின்றார். பில் கெல்லர் அவருக்கு ஆதரவாக நின்றார். '911 கிறிஸ்துவ மையத்'திற்கான அவருடைய திட்டங்கள் தோல்வியடைந்ததில் சற்று அமைதியாக இருந்தவர் மீண்டும் உயிர்த்தெழுந்து வந்திருந்தார். இந்தச் சூழலைப் பயன்படுத்திக் கொண்டு லாட்டர் டே செயிண்ட்ஸின் நிறுவனர் ஜோஸஃப் ஸ்மித்திற்கு

* மோர்மோனியம் என்பது மிகவும் குறிக்கத்தக்க, பின்னாள் புனிதர் இயக்க மரபைச் சேர்ந்த கிறித்தவ மறுசீரமைப்பு இயக்கமாகும். இதனை 1820களில் இரண்டாம் ஜோஸஃப் ஸ்மித் நிறுவினார். இவ்வியக்கம் தன்னைச் சீர்திருத்தத் திருச்சபையிலிருந்து பிரித்துக்காட்டத் தொடங்கியது. இவர்கள் விவிலியத்தையும் தமது சமய நூல்களில் ஒன்றாகக் கருதுகின்றனர். மோர்மோன் நூல் இவர்களின் மற்றுமொரு மறைநூலாகும். இதை ஜோசஃப் ஸ்மித் தனக்கு ஒரு தேவதை மூலம் கிடைத்த தங்கத் தகடுகளில் இருந்த மறைமொழிகளை மொழிபெயர்த்து உருவாக்கினார் என்பர். இவரை இச்சமயத்தினர் பழைய ஏற்பாட்டில் குறிப்பிட்டுள்ளவர்களைப் போன்ற ஓர் இறைவாக்கினர் எனவும் இரத்த சாட்சியாகவும் கருதுகின்றனர். மோர்மோனியம் ஏனைய கிறித்தவ சமயப் பிரிவுகளின் அடிப்படை நம்பிக்கை முதலாக பலவற்றில் ஒத்தகருத்து கொண்டதாக இல்லை. சில வழிமுறைகளைப் பின்பற்றுவதன் மூலம் மனிதர்கள் கடவுளாக வரலாம் என்பது, பல மனைவிகளை மணப்பது, சமயக் குற்றம் இழைத்தோரைக் கொல்வது, கறுப்பினத்தவரைப் பற்றிய கொள்கைகள் போன்றவை இவற்றுள் அடங்கும். (நன்றி: விக்கிபீடியா – ப-ர்)

எதிராக வழக்கமான குற்றச்சாட்டுகளை ஏவினார். ஸ்மித், 'குழந்தைகளோடு உடலுறவுகொள்ளும், பல மனைவியர் வைத்திருக்கும் ஒரு கொலைகாரர்' என்றும் 'மோர்மோனிய மரபு போதனைகளில் நம்பிக்கை வைப்பவர், ஒரு முஸ்லிம் எந்த அளவுக்கு கிறிஸ்துவராக இருக்கிறாரோ அதே அளவிற்குதான் அவரும்' என்றும் அவர் சாடினார்.

மதச்சார்புள்ள வலதுசாரியைப் பொறுத்தவரையில் மோர்மோன்களும் முஸ்லிம்களும் ஒரே மத வட்டத்தைச் சேர்ந்தவர்கள் — அது அவர்கள் இருவரையும் நேராக நரகத்திற்குத்தான் இட்டுச் செல்லும் என்று நம்பினர். பிரச்சார சமூகத்தினர் பிற மதத்தினர்மீது வெறுப்புக் கொண்டிருந்தாலும் இஸ்ரேலின் புதல்வர்கள் கிறிஸ்துவத்தில் நுணுக்கமாகப் பின்னிப் பிணைந்தவர்கள். யூத, கிறிஸ்தவ மதங்களுக்கு இடையே எவ்வளவுதான் வேறுபாடுகள் இருந்தாலும், இஸ்ரேலியர்களின் துன்பநிலை கிறிஸ்துவர்களின் துன்பநிலைக்கு ஒப்பானதாகக் கருதப்பட்டது. அவர்களின் உறவு பிளவுகளால் இணைந்த ஒன்றாக இருந்தது.

5

அரசியலும் ஆரூடமும்: இஸ்ரேல் ஆதரவு வலதுசாரிகளின் கூட்டணி

ம'ஆலே அடுமிம் நகரம் ஜெருசலேமிற்குக் கிழக்கே 7கி.மீ. தொலைவில் வெஸ்ட் பாங்க்கின் குன்று ஒன்றில் அமைந்துள்ளது. நான்கு புறமும் யூதேயப் பாலைவனத்தால் சூழப்பட்ட அது, ஒரு காலத்தில் இஸ்ரேலிய பாதுகாப்புப் படைகளின் தூசுபடிந்த புறக்காவல் நிலையமாக இருந்தது. இப்பொழுது ஏறத்தாழ 40,000 மக்கள் வாழும் பகுதியாக, ஆக்கிரமிக்கப்பட்ட பகுதிகளின் மூன்றாவது பெரிய குடியிருப்பாக விளங்குகிறது. இருபுறமும் வரிசையாய் ஆலிவ் மரங்கள் நிற்கும் ஹைவே, புனித நகரத்தை டெல் அவீவுடன் இணைக்கும் முக்கிய சந்திப்பாகும். வழியில் வட்டாரங்கள், விற்பனைப் பேரங்காடிகள், வணிக நிறுவனங்கள் என மலிந்து கிடக்கின்றன.

நாகரிகமான தோற்றம் கொண்டிருந்தாலும், அந்த நகரத்தின் வரலாறு ஆழ வேரூன்றிய ஒன்று. அந்தத் தொன்மையான புராதன நகரத்தின் பள்ளத் தாக்குகளிலிருந்து உருவான மதம்சார்ந்த போதனைகள் யூத, கிறிஸ்துவப் பாரம்பரியங்களோடு நுணுக்கமாய்ப் பின்னிப் பிணைந் துள்ளன. ம'ஆலே அடுமிம் தனது பெயரைப் பெற்றது ஜோஷுவா புத்தகத்திலிருந்து. அந்த நூலில் அது பெஞ்சமின், யூதா ஆதிவாசிகளுக் கிடையிலான முறையான எல்லைக்கோடாக வர்ணிக்கப்படுகிறது. அரசர் சாலமனின் மறைவைத் தொடர்ந்து இஸ்ரேல் பிளவுபட்ட பொழுது, தாவீதின் வமிசத்திற்கு விசுவாசமாக நின்றவர் யூதா. 'நல்ல சமாரியன்' கதையும் இங்குதான் நிகழ்ந்ததாகக் கூறப்படுகிறது. இது புதிய ஏற்பாட்டில் வரும் லூக்காவின் கதையாகும்.

புனிதத் தலமாகப் பலரால் கருதப்படும் இந்நகரம் இஸ்ரேலுக்கும் பாலஸ்தீனத்திற்கும் இடையே பல காலமாய் நிகழ்ந்துவரும்

இழுபறிப் போரில் ஓர் அரசியல் பிசகாகக் கருதப்படுகிறது. சர்வதேச தரத்தின்படி அது சட்டத்திற்குப் புறம்பான குடியேற்றமாகும். மேலும் அது ‘வெஸ்ட் பாங்க்கின் வடக்குப் பகுதியைத் தெற்குப் பகுதியில் இருந்து பிரித்து, அங்கு வாழும் 50,000 பாலஸ்தீனியர்களை நெருக்கடிக்கு உள்ளாக்கி வருகிறது.’[1] மேலும், அது பெருகிவரும் மதச்சார்புள்ள சியோனிஸ்டுகளின் இருப்பிடமாகவும் விளங்குகிறது. அவர்களின் கட்டுப்பாடுகள் மிகுந்த இயக்கம் பாரம்பரிய சியோனிசத்தை யூதமதக் கொள்கைகளுடன் இணைத்து, ஒரு யூத அடிப்படையிலான அரசை மீட்டுக்கொண்டுவரும் தெய்வீகப் பணியின் பொறுப்பு யூதர்கள் வசம் ஒப்படைக்கப்பட்டுள்ளது என்றும், ஒரு யுகத்தின் இறுதி நாள்களுக்குத் தயாராகும் சக்திகளைக் கழித்துக் கட்டுவது அவசியம் என்றும் ஒரு நம்பிக்கையைப் பரப்பிவருகிறது.

இஸ்ரேலின் பொது நிர்வாகத்திடமிருந்து 2004இல் கிடைத்த தகவல்களின்படி குடியிருப்புகளில் 86.4 சதவீதம் பாலஸ்தீனத்தின் தனியார் நிலங்களில் கட்டப்பட்டுள்ளது.[2] ஜெருசலேமிற்கும் ஜோர்தானுக்குச் செல்லும் அல்லென்பை பாலத்திற்கும் இடைப்பட்ட பாதையை ஆராய்ந்தால், ம’ஆலெ அடுமிம் கிழக்குப் பகுதியிலுள்ள பாதுகாப்பு அமைப்பாகத் தெரிகிறது. வளர்ந்துவரும் சமூகங்கள் வெளிப்புறமாய் விரிவடைந்து வெஸ்ட் பாங்க் பகுதியை எட்டிப்பிடித்து, பாலஸ்தீனிய அரசு மேலெழும்பி வருவதை மேலும் சிரமமாக்கி வருகின்றன.

***

இரட்டைக் கோபுரங்களை இரண்டு ஜெட் விமானங்கள் தகர்த்த சம்பவத்தைக் கேள்விப்பட்டபோது டேவிட் யெருஷால்மி ம’ஆலெ அடுமிமில் தங்கியிருந்தார். அங்குத் தடையற்ற சந்தை சீர்திருத்தத்தை ஊக்குவிக்கும் பழமைவாத ஆய்வு நிலையத்தில் பணியாற்றினார்.[3] 56 வயதான அந்த ஆச்சாரமான யூதரின் கம்பிக் கொத்து போன்ற தாடியும், வட்டக் கண்ணாடியும், சிவந்த கன்னங்களும் கிறிஸ்துமஸ் தாத்தா சான்டா க்ளவுஸின் சாதுவான தோற்றத்தை நினைவூட்டினாலும், அவருடைய பணி என்னவோ பரிசுகளைச் சுமந்து செல்லும் உற்சாகமான ஒன்றாக இருக்கவில்லை. அவர் புனித பூமியில் வாழும் ஓர் அமெரிக்கர். நாகரிக மோதல் என்று அவர் கருதிய ஒன்றின் கரடுமுரடான முன்னணியில் நிற்கும் வலதுசாரி தேசியவாதி.

உக்ரெய்னிலிருந்து அமெரிக்காவிற்குக் குடிபெயர்ந்த யூத அகதிகளுக்கு மகனாகப் பிறந்த யெருஷால்மி, தனது குடும்பப் பெயரான பேசாக் என்பதை ஹீப்ரூ மொழியில் 'ஜெருசலேமிலிருந்து வந்தவன்' என்று பொருள் தரும் ஒன்றுக்குப் பண்டமாற்றுச் செய்துகொண்டார். இது மதமும் அரசியலும் கலந்த அவரின் பழமைவாத உலக நோக்கிற்கு மேலும் பொருத்தமான ஒன்றாக இருந்தது. ஃபுளோரிடாவில் பிறந்திருந்தாலும், சண்சைன் மாநிலம் (தென்கிழக்கு அமெரிக்காவின் ஒரு மாகாணம்) சித்திரிக்கும் பனைமரங்களும் பாங்கான வாழ்க்கையும் உலகின் இறுதிப் போர் நடக்கும் களத்தில் இறைவனால் தேர்ந்தெடுக்கப்பட்டவர்கள் நிலத்திற்காகப் போராடி வரும் கதையோடு சற்றும் பொருந்தவில்லை. 'ஜெருசலேமை யூத நகராக, தலைநகரமாக நிலைநாட்ட வேண்டும் என்ற குடியேற்றக்காரர்களின் நோக்கை அவர் ஆதரிப்பதாக உங்களுக்குக் கூற விரும்புகிறார்' என்று எழுதினார் எழுத்தாளர் ரிச்சர்ட் சில்வர்ஸ்டைன். 'இறைவன் யூத மக்களுக்கு என்றென்றைக்குமாய் நாடு முழுவதையும் அன்புப் பரிசாக அளித்துவிட்டது தொடர்பான ஒன்பது கஜ நீளமுள்ள ஆச்சாரமான தீவிரவாதத்தில் அவர் நம்பிக்கை வைத்துள்ளதை உங்களுக்குத் தெரிவிக்க விரும்புகிறார்.'[4]

யெருஷால்மி பொறுமினார்: இஸ்ரேல் 'சுதந்திர ஜனநாயகம் என்ற கடிவாளத்தைக் கழற்றி எறியவேண்டும்.' ஏனெனில் அதனோடு தொடர்புடைய கொள்கைகள் —அதாவது பல்வேறு கலாச்சாரங்கள் ஒருங்கே நிலவுவது, எல்லோருக்கும் சம உரிமை ஆகியவை — ஒரே மதம், ஒரே இனம் என்ற கோட்பாட்டினால் இறுகப் பிணைக்கப்பட்ட யூத நாடு உருவாக வேண்டும் என்ற அவரின் ஆசையோடு பொருந்தி வரவில்லை. 'அரபுக் குடியுரிமை, சமத்துவம் என்பனவற்றை உண்மையாகக் கடைப்பிடிப்பதானால், யூதர்களைவிட அராபியர்களின் எண்ணிக்கை பெருகும்பொழுது என்ன செய்வது ?' என்று அவர் ஒரு சந்தர்ப்பத்தில் கேள்வி எழுப்பினார்.[5]

மதச் சார்புள்ள சியோனிஸ்டுகளைப் பொறுத்தவரை, நாடு சுத்திகரிக்கப்பட வேண்டும். இல்லாவிடில், இறைவன் தனது மக்களுக்கு மோட்சம் அளிப்பதற்காக மீண்டும் உலகில் அவதரிப்பது என்பது கற்பனை நிலையாகிவிடும். காப்பாற்றப்படும் உறுதிமொழி களில் பெருமைகொள்ளும் இறைவன் அந்தத் தெய்வ வாக்கை நிறைவேற்றமாட்டான். இந்தத் தெய்வீகத் திட்டத்திற்கு ஊறு விளைவிக்கும் ஒருவருக்கும் மதம் சார்ந்த சியோனிஸ்டுகள் எவ்விதச்

சலுகைகளையும் அளிப்பதில்லை. இறுதி நாள்களுக்கான தயார் நிலை ஏற்பாடுகளின் ஒரு பகுதியாக, அந்நிய நாட்டினர் வெளியேற வேண்டும். யூதரல்லாதவர்கள் (இதில் மதச்சார்பற்ற மக்களும் அடக்கம்) புதிய புனித அமைப்பில் அனுமதிக்கப்படுவதில்லை.[6] யெருஷால்மியின் பார்வையில் 'பாலஸ்தீனர்கள் என்று அழைக்கப்படும் தீய, கொலைகார, மனித வர்க்கத்தில் சேராத இனங்களும் கூட்டங்களும்' வெளியேறுவதை விரைவுபடுத்துவதற்கு இருநாட்டுத் தீர்வுகளும், சமாதான உடன்படிக்கைகளும் சிறிதும் உதவப்போவதில்லை. இத்தகைய நடவடிக்கைகள் அவரைப் பொறுத்தவரை 'தீவிரமான, சுதந்திரவாத யூதர்கள்' வடிவமைத்த இழிவுபடுத்தும் அமைப்புகள். அந்த யூதர்கள் 'இறைவன் மீதும் குறிப்பிட்ட, தேர்ந்தெடுக்கப்பட்ட மக்களுக்காக அவர் பிறப்பித்த கட்டளைகளைக் கொண்ட சட்டப்புத்தகத்தின் மீதும் நம்பிக்கை வைக்காமல் முதுகு காட்டி நிற்பவர்கள்.'[7]

இத்தகைய ஒரு கட்டளை உபாகமம் என்ற ஹீப்ரு பைபிளின் ஐந்தாம் புத்தகத்தில் ஏழாம் அத்தியாயத்தில் காணப்படுகிறது:

உங்கள் இறைவன் நீங்கள் கைப்பற்றவிருக்கும் நாட்டிற்கு உங்களை இட்டுச் சென்று, உங்களைக் காட்டிலும் வலிமைமிக்க இத்தியர், கிர்காசியர், எமோரியர், கானானியர், பெரிசியர், இவ்வியர், எபூசியர் ஆகிய ஏழு நாட்டினரை உங்களுக்கு முன் வெளியேற்றி, அவர்களை உங்களிடம் அளித்து, நீங்கள் அவர்களைத் தோல்வியடையச் செய்தபின், அவர்களை நீங்கள் முற்றிலுமாக அழித்து விடவேண்டும். அவர்களோடு ஓர் உடன்படிக்கையும் செய்து கொள்வது கூடாது. அவர்களுக்கு ஒருவிதத்திலும் கருணை காட்டுவது கூடாது. அவர்களோடு திருமண உறவுவைத்துக்கொள்வது கூடாது. உங்கள் புதல்விகளை அவர்களின் புதல்வர்களுக்கு மணமுடித்துக் கொடுப்பதோ, அவர்களின் புதல்விகளை உங்கள் புதல்வர்களுக்கு மணமுடித்துக்கொள்வதோ கூடாது — ஏனெனில் அவர்கள் உங்கள் குழந்தைகளை என்னிடமிருந்து திசைமாற்றி வேறோர் இறைவனை வழிபடச் செய்துவிடுவார்கள். அப்படி நடந்தால் இறைவனின் கோபம் உங்களைச் சுட்டெரித்துவிடும். விரைவில் உங்களை அழித்துவிடும். நீங்கள் அவர்களுக்குச் செய்ய வேண்டியதெல்லாம் இதுதான்: அவர்களின் வழிபாட்டுப் பீடங்களை உடைத்தெறியுங்கள். அவர்களின் புனிதக் கற்களை நொறுக்குங்கள். அவர்களுடைய அசேராக் கம்பங்களை வெட்டி வீழ்த்துங்கள்.

அவர்களுடைய புனிதச் சிலைகளை நெருப்பிலிட்டுக் கொளுத்துங்கள். ஏனெனில் நீங்கள் உங்கள் இறைவனைப் பொறுத்தவரையில் புனித மக்கள். இறைவன் இப்பூவுலகின் அனைத்து மக்களுக்கிடையே உங்களைத் தேர்ந்தெடுத்திருக்கிறான் —தனது மக்களாக, தனது அருமைப் பொக்கிஷங்களாக.[8]

***

இஸ்ரேல் பிரச்சினை இஸ்லாமிய பீதியோடு நெருங்கிய தொடர்புடையது. ஆனால் இஸ்ரேல் ஆதரவாளரான வலதுசாரிகளில் மதச்சார்புள்ள சியோனிஸ்டுகள் மட்டுமின்றி வேறு பலரும் அடங்கி உள்ளனர். அவர்களின் நோக்கம் சொர்க்க வாழ்விற்குத் தம்மைத் தயார் செய்துகொள்வது. அவர்களின் பார்வையில் யூதரல்லாதவர்கள்—குறிப்பாக பாலஸ்தீன முஸ்லிம்கள் வன்செயல் போதிக்கும் மதத்தில் ஊறியவர்கள். இஸ்லாமிய வெறுப்புத் தொழில் என்பது இஸ்ரேல் ஆதரவாளர்களான வலதுசாரிகளின் பல்வேறு சாயல்களிலிருந்து வந்தவர்களை உறுப்பினர்களாகக் கொண்டது. அவர்களுடைய முஸ்லிம் எதிர்ப்புப் பிரச்சாரங்களின் பின்னணியில் உள்ள காரணங்கள் வேறுபட்டிருந்தாலும், அவர்கள் அனைவரும் ஒரே இஸ்ரேல் ஆதரவு முஸ்லிம் எதிர்ப்புக் கூடாரத்தைச் சேர்ந்தவர்கள்.

மதச்சார்புள்ள சியோனிஸ்டுகளைப் பொறுத்தவரையில், அவர்களின் இஸ்லாமிய வெறுப்பு ஆர்வங்களுக்கு உந்துசக்தியாக விளங்குவது ஆரூடம். அவர்களின் பார்வையில் பாலஸ்தீனர்கள் அழையா விருந்தாளிகள் மட்டுமல்ல; யூத மண்ணில் வாழும் அராபியர்கள் மட்டுமல்ல; வெறும் முஸ்லிம்கள்கூட அல்ல; அவர்கள் யூதரல்லாதவர்கள்—ஒட்டுத்துணி போன்ற அந்நியர்கள். அவர்களைப் பற்றிய இறைவனின் கட்டளைகள் தெளிவாக இருந்தன. கிறிஸ்துவ சியோனிஸ்டுகளும் இதே போன்ற கருத்தைக் கொண்டுள்ளனர். அவர்களும் இஸ்லாம், முஸ்லிம்கள் தொடர்பான தங்களுடைய மதப் பேருரைகளில் யூதர்கள் புனித பூமிக்குத் திரும்புவார்கள் என்றும், அது இயேசு கிறிஸ்துவின் இரண்டாவது வரவிற்கு முன்னோடியாக அமையும் என்றும் கூறப்படும் செய்தியை ஆதரித்துவருகின்றனர்.

மேலும், ஒருபுறம் இஸ்ரேல் ஆதரவு, மறுபுறம் முஸ்லிம்களுக்கு எதிரான பகைமை என்று அரசியல்ரீதியான பின்னணியோடு பேசுபவர்களும் உள்ளனர். எடுத்துக்காட்டாக, அமெரிக்காவிற்கும் இஸ்ரேலுக்கும் இடையிலான தனிப்பட்ட உறவு அவர்களின்

உலகளாவிய கழுகுப் பார்வைக்கு வழிகாட்டியாக விளங்குகிறது. இது தேசப்பற்றோ, மத்தியகிழக்கின் சமநிலை குறித்த கவலையோ எதுவாக இருந்தாலும், இஸ்லாம் அவர்களின் மனங்களில் ஒரு எல்லைகளற்றுப் பரந்து விரிந்த ஓர் அச்சுறுத்தலை விதைத்துள்ளது. அது தற்போதைய அரசியல் சூழலின் பாதுகாப்பு அமைப்பைக் குலைப்பதை நோக்கமாகக் கொண்டுள்ளது. தனிப்பட்ட கொள்கையளவில் வேறுபட்டிருந்தாலும், இஸ்ரேல்-ஆதரவு வலதுசாரிகளின் பார்வையில் இஸ்லாமிய விரிவாக்கத்தால் அச்சுறுத்தப்படும் ஒரு நாடு இஸ்ரேல். இஸ்ரேலில் தங்கள் தேசியவாதத் திட்டங்களை உணர்வுப்பூர்வமாகச் செயல்படுத்த விரும்பும் அரசியல்வாதிகள் இத்தகைய புத்திபேதலிப்பு ஏற்படுத்தும் காட்சிகள் வெளிப்பட முயற்சியெடுத்து வருகின்றனர். கடந்த காலத்தில் இஸ்ரேலுக்கு அதன் கம்யூனிச எதிர்ப்பும் அரபு தேசியவாத எதிர்ப்பும் வலிமையான மேற்கத்திய ஆதரவைப் பெற்றுத் தந்தன. இஸ்லாம் பழைய அச்சங்களுக்குப் பதிலாக, இன்று கடும் வெறுப்புக்குரிய ஒன்றாக ஆகியிருக்கிறது.

***

9/11ஐத் தொடர்ந்து அமெரிக்கர்கள் அதிர்ச்சியில் உழன்றவாறு, தங்கள் கண்முன்னே நடந்த சம்பவங்களை முழுமையாகப் புரிந்துகொள்ள முடியாமல் தவித்திருக்க, பல இஸ்ரேலிய வட்டங்களுக்கு இது அவ்வளவாக வியப்பு தரவில்லை. ‘இஸ்ரேல் தீவிரவாதத்துடன் போரிடத் தொடங்கி நூறு ஆண்டுகளுக்கு மேல் ஆகிவிட்டது’ என்று எழுதினார் டெல்-அவீவிலிருந்து வரும் *ம’அரிவின்* பத்திரிகையாளர் டொவ் கோல்ட்ஸ்டைன். மேலும் அவர் ‘உலகில் எந்த ஒரு நாடும் இவ்வளவு காலமாக, இவ்வளவு வன்மையாகத் தீவிரவாதத்தை எதிர்த்துப் போரிட்டது இல்லை... செப்டம்பர் 11இன் இரத்தக் களரியான நிகழ்வுகள் இஸ்ரேலுக்குத் தேவைப்படவில்லை... அமெரிக்கா தீவிரவாதத்திற்கு இரையாகிப் போன தனது மக்களுக்காக அஞ்சலி செலுத்தத் தொடங்குவதற்குப் பல காலத்திற்கு முன்பே இஸ்ரேல் தீவிரவாதத்திற்கு எதிராகப் போரில் ஈடுபடத் தொடங்கிவிட்டது’[9] என்று குறிப்பிட்டார்.

அன்று மாலை, உலகத் தலைவர்கள் அந்த வன்செயலைக் கண்டித்து மும்முரமாகப் பொது அறிக்கைகள் விட்டுக்கொண்டிருக்க, பெஞ்சமின் நெதன்யாஹு ஜெருசலேமில் பத்திரிகை நிருபர்களிடம் தாக்குதல்கள் ‘மிக நன்றாக’ இருந்தன என்றார். பிறகு தன்னைத் திருத்திக்கொண்டு,

‘அதாவது மிக நன்றாக என்று சொல்ல முடியாது என்றாலும், இரு நாடுகளுக்கும் இடையிலான உறவு மேலும் வலுப்படும் வகையில் அது உடனடியாக ஓர் அனுதாப அலையை ஏற்படுத்திவிடும். ஏனெனில் நாங்கள் பல பதிற்றாண்டுகளாகத் தீவிரவாதத்தை அனுபவித்து வருகிறோம். ஆனால் அமெரிக்கா இப்பொழுதுதான் தீவிரவாதத்தால் மாபெரும் இரத்தக்களரியை அனுபவித்துள்ளது.’[10] பேரழிவை உருவாக்கிய அந்தக் கால கட்டத்தில், அரசியல் பிரிவுகளின் எல்லைகள் மேலும் நுணுக்கமாக வரையறுக்கப்பட்டு, வெஸ்ட் பாங்க்கின் மண்ணைச் சொந்தமாக்கிக்கொள்வதில் முனைப்போடு ஈடுபட்டுவரும் இஸ்ரேல் அரசியல்வாதிகள் மேலும் வலுவோடு செயல்படத் தகுந்ததொரு களத்தைச் செதுக்கித் தந்தது. வாஷிங்டனும் இஸ்ரேலும் ஒரே போரில்தான் ஈடுபட்டுவருகின்றன என்றார் நெதன்யாஹு. யூத நாட்டின் பாலஸ்தீனிய எதிரிகள் அந்த 19 கடத்தல்காரர்களோடு மதத்தாலும் இனத்தாலும் ஒன்றுபட்டவர்கள். அவர்கள் அராபியர்கள்; அத்துடன் முஸ்லிம்கள். இதே வாதத்தை அடிப்படையாகக் கொண்டால் யூதர்களும் பயங்கரவாதத்தில் இயற்கையான போக்காக இணைந்துகொண்டவர்கள்தாம்.

கலவரத்திற்குப் பிந்தைய மன உளைச்சலும் அச்சமும் கலந்த சூழல் குறிப்பிட்ட கருத்துவேறுபாடுகளின் அடிப்படையில் நடந்த போர்களின் நோக்கங்களை மங்கச் செய்தது. ‘பயங்கரத்தின் மீதான போர்’ (*வார் ஆன் டெர்ரர்*) அதன் தெளிவற்ற நோக்கங்களோடு தொடங்கி வைக்கப்பட்டபோது, ஒன்றுக்கொன்று தொடர்பற்ற அரசியல், மதம் சார்ந்த குழுக்களை ஒரே கொள்கைக் குடையின் கீழ் கொண்டுவந்தது. 9/11இன் முதல் ஆண்டு நினைவின்போது இஸ்ரேல் பிரதமர் ஏரியல் ஷரோன் திட்டவட்டமாக அறிவித்தார்:

> பின் லாதெனின் தற்கொலைப் பயங்கரம்; ஹமாஸ், தன்ஸீம், ஹிஸ்புல்லாஹ் ஆகியோரின் பயங்கரவாதம்; பாலஸ்தீன அதிகார வர்க்கம் திட்டமிட்டுவரும் பயங்கரவாதம்; பாலஸ்தீன பயங்கர வாதத்தில் சதாம் ஹுஸைனின் பங்களிப்பு, ஆதரவு; ஈரான் இயக்கிவரும் தீவிரவாத வலையங்கள்—இவை அனைத்தும் ஒரே தீய அச்சில் வார்க்கப்பட்ட இணைபிரியாப் பகுதிகள். அது உலகெங்கிலும் உள்ள அமைதியையும் சீரான நிலையையும் அச்சுறுத்தி வருகிறது.[11]

புதிய தீவிரவாத எதிர்ப்புக் கொள்கை நெதன்யாஹு எதை எதிர் பார்த்தாரோ அதைக் கச்சிதமாகச் செய்தது. பாலஸ்தீனர்களுக்கு எதிரான

இஸ்ரேலின் இரக்கமற்ற கொள்கைகளுக்கு அது மேலும் வலுவும் வேகமும் ஊட்டியது.[12] அரசியல் ஞானி நீவ் கார்டன் குறிப்பிடுகிறார்: இஸ்ரேல் 2001இலிருந்து 2007 வரையிலான காலத்தில், பாலஸ்தீனர்கள் குடியேறிய முதல் 20 ஆண்டுகளில், ஆண்டு ஒன்றுக்கு செய்ததைக் காட்டிலும் அதிக அளவில் பாலஸ்தீனர்களைக் கொலை செய்தது. மேலும் 2000 அக்டோபரில் இஸ்ரேலுக்கு எதிரான இரண்டாவது இன்திஃபாதா எழுச்சி தொடங்கியபோது, கடந்த 34 ஆண்டுகளைக் காட்டிலும் இரண்டு மடங்கு பாலஸ்தீனர்களைக் கொன்று குவித்தது.[12]

இஸ்ரேலிலிருந்து எழுதியவாறு டேவிட் யெருஷால்மி தனது சிந்தனையைப் பகிர்ந்துகொண்டார்: ‘சராசரி முஸ்லிம் தனது முதுகில் வெடிகுண்டைக் கட்டிக்கொள்வதில்லை என்பதால் இத்தகைய செயல்களை ஆதரிப்பதில்லை என்று அர்த்தமாகிவிடாது.’ பாலஸ்தீனர் களில் 70 சதவீதத்திற்கும் அதிகமானோர் யூதக் குடிமக்களை இலக்காகக்கொண்ட தற்கொலைப்படையினருக்கு ஆதரவு தெரிவிக் கின்றனர் என்றார் அவர். முஸ்லிம்களின் இத்தகைய வன்செயல் களுக்கான நோக்கம் குறைந்தபட்சம் இஸ்ரேல், அமெரிக்கா போன்ற ‘அரசாங்கங்களை அழிப்பது’ என்று வாதிட்டார் அவர்.[13] ‘முஸ்லிம் நாகரிகம் யூத-கிறிஸ்துவ நாகரிகத்துடன் போரில் இறங்கியுள்ளது’ என்று ஒருமுறை அவர் எழுதினார்.[14] அவர்களைத் தடுத்து நிறுத்துவது அவரின் குறிக்கோளானது. அதற்கு அடுத்த ஆண்டு அவர் நியூயார்க் கிற்குத் திரும்பிவந்து அச்சம் தொடர்பான தனது அனுபவங்களை நினைவுபடுத்திக் கூறினார். அத்துடன் தேசிய அளவிலான பிரச்சாரம் ஒன்றைத் தொடங்கிவைத்தார் — அமெரிக்காவில் புதிதாய்க் குடியேறியுள்ள முஸ்லிம் எதிரிகளை வெளியேற்றுவதற்கு.

***

யெருஷால்மி 2006இல் சொஸைட்டி ஆஃப் அமெரிக்கன்ஸ் ஃபார் நேஷனல் எக்ஸிஸ்டென்ஸ் (தேசிய நிலைப்பாட்டிற்கான அமெரிக்க சமூகம்) என்ற அமைப்பை நிறுவினார். அரிசோனாவை அடிப்படையாகக் கொண்ட அந்த மக்களைத் திரட்டும் குழு, இஸ்லாமியச் சட்டத்தை (ஷரீஆவை), சட்டத்திற்குப் புறம்பான ஒன்றாக ஆக்குவதன் மூலம் குற்றமுள்ளதாக்கும் முயற்சிகளை மேற்கொண்டிருந்தது. ‘ஜனநாயகத்தையும் கட்சி ஆளுமையையும் ஒதுக்கி வைத்துவிட்டு, அரசியல் சாசன அடிப்படையிலான நிறுவனத் தந்தையரின் குடியரசுக்குத் திரும்பும் முயற்சிக்காகவே அர்ப்பணிக்கப்பட்டதாகத் தன்னை வர்ணித்துக்கொண்டது அந்தக்

குழு. அந்நிறுவனத் தந்தைகள் அமைப்புரீதியாக ‘விசுவாசமுள்ள கிறிஸ்துவர்கள், பெரும்பாலும் ஆண்கள், ஏறத்தாழ அனைவருமே வெள்ளை இனத்தவர்கள்’ என்று தமது வாசகர்களுக்கு யெருஷால்மி நினைவூட்டினார். அதே ஆண்டு, *ஆன் ரேஸ்: ஏ டெண்டேடிவ் டிஸ்கஷன்* (இனம் பற்றி: ஒரு தற்காலிகக் கலந்துரையாடல்) என்னும் கட்டுரையில் ‘கறுப்பின மக்களை மனிதர்களிலேயே மிகவும் கொலைவெறி கொண்டவர்களாக’ வர்ணித்தார்.[15]

முஸ்லிம்கள் உட்புகும் வழிகளைத் தடுப்பதற்கு சொஸைட்டி ஆஃப் அமெரிக்கன்ஸ் ஃபார் நேஷனல் எக்ஸிஸ்டென்ஸ் அமைப்பு தொடங்கிவைத்த முதல் செயல்திட்டங்களுள் ஒன்று *மேப்பிங் ஷரீஆ: நோயிங் த எனிமி* (ஷரீஆவை வரைபடமிடுதல்: எதிரியை அறிதல்) என்ற பிரச்சாரமாகும். இந்த ஆய்வு பள்ளிவாசலுக்குச் செல்வோரின் நடத்தைகளையும் செயல்பாடுகளையும் பரிசீலித்து, ‘அமெரிக்க அரசாங்கத்தைக் கவிழ்க்கும் சதித்திட்டத்தில் ஷரீஆவின் பங்கைச் சோதிப்பதை’ நோக்கமாகக் கொண்டது என்று அந்தக் குழு வெளியிட்ட செய்திக் குறிப்பு தெரிவித்தது.[16] அதற்கு 364,000 டாலர் மதிப்புள்ள நிதிப் பின்னணியும் இருந்தது —அதில் ஒரு பங்கு நவீன பழமைவாத முஸ்லிம் எதிர்ப்புப் போராளியான ஃபிராங்க் காஃப்னி நிறுவிய பழமைவாதச் சிந்தனைச் சுரங்கமான சென்டர் ஃபார் செக்யூரிடி பாலிசி (பாதுகாப்புக் கொள்கைக்கான மையம்) என்ற அமைப்பு அளித்தது. பமேலா கெல்லருக்கும் ராபர்ட் ஸ்பென்ஸருக்கும் செய்தது போலவே காஃப்னிக்கும் யெருஷால்மி பொது ஆலோசகராக இருந்தார்.[17]

செயல்திட்டத்தின் இயக்குநர் டேவிட் கௌபாட்ஸ் யெருஷால்மியைப் போலவே சர்ச்சைகளில் மிகுந்த ஆர்வம்கொண்டவர். குறிப்பாக முஸ்லிம்கள் பற்றியவற்றில். ஒருமுறை அவர் பராக் ஒபாமாவை ‘நமது முஸ்லிம் தலைவர்’ என்றும், இஸ்லாத்தை ‘நமது உயிர்க்கொல்லி நோய்’ என்றும் குறிப்பிட்டார்.[17] 2009இல் அவர் எழுதிய *முஸ்லிம் மாஃபியா* என்ற நூல் அமெரிக்க இஸ்லாமிய உறவுக்குழு (சிஏஐஆர்) என்ற அமைப்பு தீட்டிய ஊடுருவல் திட்டத்திற்கு அமெரிக்க அரசாங்கம் இரையாகிவிட்டது என்று அறிவித்தது. காப்பிட்டால் ஹில்லில் பணிபுரிய ஆர்வம் காட்டிவந்த முஸ்லிம் அமெரிக்கர்களுக்கு அந்தக் குழு ஆதரவளித்ததே ஒரு சூழ்ச்சித் திட்டத்தின் சாட்சிதான் என்று கௌபாட்ஸ் குறிப்பிட்டார். நான்கு அமெரிக்க காங்கிரஸ்காரர்கள் இதை ஆமோதித்தனர். கௌபாட்ஸின் கட்டுரையை ‘அமெரிக்கர்கள் படிக்கும்படி ஊக்குவிக்கப் போவதாக’ அரிஸோனா

பிரதிநிதியான ஜான் ஷேடெக் கூறினார். வடக்கு கரோலினாவின் பிரதிநிதி சூ மைரிக் இந்த நூலில் ஆர்வம் காட்டியதில் வியப்பு ஒன்றுமில்லை. ஏனெனில் அதன் முன்னுரையை எழுதியது அவர்தான். இருவரும் ஜார்ஜியாவின் பிரதிநிதி பால் பிரவுன், அரிஸோனாவின் பிரதிநிதி ட்ரென்ட் ஃபிராங்க்ஸ் ஆகியோருடன் இணைந்து ஹவுஸ் செர்ஜென்ட் அட் ஆம்ஸை (அமெரிக்க வீட்டுவசதி அமலாக்கப் பிரிவை) அழைத்தனர்— அமெரிக்க இஸ்லாமிய உறவுக்குழு (சிஏஐஆர்) முக்கிய அரசுப் பதவிகளில் முஸ்லிம் ஊழியர்களைப் பணிக்கமர்த்தியுள்ளதா என்று புலனாய்வு செய்வதற்கு. பின்னர் கௌபாட்ஸின் மகன் க்றிஸ்ஸே ஊடுருவலில் ஈடுபட்டிருந்தது வெளியானது. அவர் அமெரிக்க இஸ்லாமிய உறவுக்குழுவில் முஸ்லிம் ஊழியராக வேடமிட்டு, புத்தக ஆய்விற்காக 12,000 ஆவணங் களைத் திருடியிருந்தார்.[17]

ஒருபுறம் இஸ்லாமிய நாசவேலை பற்றிய விழிப்புணர்வை மக்களிடையே உருவாக்குவதற்கான தொடர் பேச்சுகளில் ஈடுபட்டவாறு இருந்த கௌபாட்ஸும் சொஸைட்டி ஆஃப் அமெரிக்கன்ஸ் ஃபார் நேஷனல் எக்ஸிஸ்டென்ஸும் (தேசிய நிலைப் பாட்டிற்கான அமெரிக்க சமூகம்) ஏமாற்று வித்தைகளைப் பயன் படுத்திய பின்னணியைக் கொண்டிருந்தனர். 'மாப்பிங் முகவரி' என்ற செயல்திட்டத்தின் இயக்குநராக இரண்டு ஆண்டுகள் பணியாற்று வதற்காக 350,000 டாலர்கள் பெற்றுக்கொண்ட அந்த முன்னாள் அமெரிக்க அரசு முகவர் (பின்னர் முஸ்லிம் வேட்டைக்காரராக மாறியவர்) வேறு இரு ஆராய்ச்சியாளர்களையும் உடன் அழைத்துக்கொண்டு 18 மாதப் பயணம் ஒன்றை மேற்கொண்டார். ஷரீஆவைக் கையாளும் தங்கள் 'இரை'களை அவர்கள் நாட்டின் மூலைமுடுக்குகளில் எல்லாம் தேடி அலைந்தார்கள். அவர்களின் பயணங்கள் நாடெங்கிலுமுள்ள நூற்றுக்கும் மேற்பட்ட பள்ளி வாசல்களின் பிரார்த்தனை அறைகளுக்கு இட்டுச்சென்றன. அங்கு 'ஷரீஆவைப் பின்பற்றுவோரின்' வேடத்தில் —'ஏறத்தாழ ஒரு அங்குல' நீளமுள்ள தாடி, 'மீசையோ தங்க நகைகளோ இல்லாமல்' — விசுவாசமுள்ள முஸ்லிம்களோடு கலந்து பிரார்த்தனைக் கூடங்களுக்குச் சென்று 'தகவல்'களைத் திரட்டினர்: இமாமின் தாடியின் நீளம், தொழுகைக்கு வந்தவர்களில் குல்லாய் அணிந்தவர்களின் சதவீதம், வருவோருக்கு அளிக்கப்படும் கையேடுகள், ஆண்கள் தங்கள் கைக்கடிகாரங்களை வலது கையில் அணிகிறார்களா இடது கையிலா என்பது பற்றிய குறிப்புகளாக.[17]

எதிர்பார்த்தது போலவே அவர்களின் ஆரூடங்களை ஆய்வு முடிவுகள் உறுதி செய்தன. 'அமெரிக்கப் பள்ளிவாசல்களில் பிரச்சினை உள்ளது என்பதற்கு ஆதாரமான தகவல்கள் எங்கள் வசம் உள்ளன' என்றார் யெருஷால்மி.[17] புள்ளிவிவரங்கள் வரத் தொடங்கிய போது, 81 சதவீதப் பள்ளிவாசல்கள் வன்செயலை ஆதரிக்கும் கையேடுகளை விநியோகித்து வந்ததாகவும், 85 சதவீதத்திற்கும் அதிகமானவை அவற்றைத் தமது குழுக்களுக்குப் பரிந்துரைத்து வந்ததாகவும் கண்டறிந்தார்.[18] இந்த அதிர வைக்கும் எண்ணிக்கைகளை வலைப்பூ உலகம் உடனடியாகக் கவ்விக்கொண்டு பரவவிட்டது. ராபர்ட் ஸ்பென்ஸர் எழுதினார்: 'ஒரு புதிய ஆய்வில் இந்த நாட்டின் பள்ளிவாசல்களில் 80 சதவீதம் ஜிஹாத் போர் முறைகளையும் இஸ்லாமிய ஆளுமையையும் போதிக்கின்றன என்பது தெரிய வந்துள்ளது.'[19] 2007இல் இந்தச் செயல்திட்டம் அறிவிக்கப்பட்ட போதே பமேலா கெல்லர் பூரித்துப் போனார்: 'கடவுளே! நல்ல வேளை யாரோ இதைச் செய்கிறார்கள்.' ஆய்வு முடிவுகள் வெளி வந்தபோதும் அதே பூரிப்புடன் காணப்பட்டார். அவர் எழுதினார்:

> 'கடைசியில்' ஆய்வு கண்டெடுத்த ஆதாரங்கள் மிகவும் கவலையூட்டுகின்றன. ஆனால் வியப்பூட்டவில்லை. அமெரிக்கப் பள்ளிவாசல்கள் திகைப்பூட்டும் எண்ணிக்கையில் இஸ்லாமிய போதனை என்று சொல்லிக்கொண்டு வன்முறையான ஜிஹாதை போதித்து, ஊக்குவித்து, ஆதரிக்கின்றன. அமெரிக்க இஸ்லாமிய உறவுக்குழு போன்ற இஸ்லாமிய சகோதரத்துவத்தோடு இணைந்த குழுக்கள் பள்ளிவாசல்களில் சட்ட ஒழுங்கு ஊடுருவல்களைத் தடுப்பதற்குச் சட்டரீதியாகவும் கொள்கைரீதியாகவும் முயற்சி எடுப்பதில் வியப்பு என்ன?[20]

சொஸைட்டி ஆஃப் அமெரிக்கன்ஸ் ஃபார் நேஷனல் எக்ஸிஸ்டென்ஸ் அமைப்பின் மாப்பிங் ஷரீஆ திட்ட முடிவுகள் மக்களை எட்டுவதற்கு முன்பு, யெருஷால்மி அச்சமூட்டுவதில் கொண்டிருந்த ஆர்வம் மற்றொரு முயற்சியில் அவரை இறங்கத் தூண்டியது. டீம் IIஇன் உறுப்பினர் என்ற முறையில் அவருக்குக் கிறிஸ்துவ சியோனிசத் தளபதி ஜெர்ரி பாய்கினின் அறிமுகம் கிடைத்தது. அடிப்படை வாதத்தில் ஊறிய பாய்கினின் மத்தியகிழக்குக் கால் தடங்கள் அமெரிக்கத் தலைமையில் நிகழும் மதச்சார்புள்ள அமைப்பின் சுவடுகளை ஆழப் பதித்திருந்தன. பாய்கினும் யெருஷால்மியும் இஸ்ரேல் ஆதரவாளரும் பாதுகாப்புக் கொள்கையின் தீவிர உழைப்பாளருமான ஃபிராங்க் காஃப்னியுடன் இணைந்து

ஷரீஆ: த த்ரெட் டு அமெரிக்கா (ஷரீஆ: அமெரிக்காவிற்கு ஓர் அச்சுறுத்தல்) என்ற அச்சுறுத்தும் கட்டுரையை எழுதினர்: *த பிரீமினென்ட் டோடலிடேரியன் ஆஃப் அவர் டைம்* (நமது கால கட்டத்தின் ஒப்புயர்வற்ற சர்வாதிகார அச்சுறுத்தல்) என திகிலூட்டும் சுவிஷேச செய்தியாக.[21]

பாலஸ்தீனத்தின் மீதான யூதர்களின் உரிமை அந்த அறிக்கையின் 177 பக்கங்களினூடே புகுந்து வந்தது. யாஸர் அரஃபாத்தின் தேதியிட்ட குறிப்புகள், இஸ்ரேலிய இலக்குகளுக்கு எதிராக ஹிஸ்புல்லாஹ்வும் ஹமாஸும் நடத்திய தாக்குதல்கள் தொடர்பான குறிப்புகள், யூத நாட்டிற்கு எதிராக முஸ்லிம் அரசியல் தலைவர்கள் செய்த அச்சுறுத்தல்களின் நினைவூட்டல்கள் ஆகியவை அதில் காணப்பட்ட பல்வேறு காட்சிக் குறிப்புகளில் அடங்கும். புனித பூமி கைப்பற்றப் பட்டுக் கொண்டிருந்தது. 2011 மே 23 அன்று தேசிய பத்திரிகையாளர் சங்கத்தில் டீம் IIஇன் உறுப்பினர்கள்: 'இஸ்ரேல்: நீ தனியாக இல்லை' (*இஸ்ரேல்: யூ ஆர் நாட் அலோன்*) கூட்டணிக்காக இந்தக் கதைப் பின்னணியை அளித்தார்கள். அந்தக் கூட்டணியின் போராளிகள் பாலஸ்தீனத்துடன் சமாதான உடன்படிக்கை செய்துகொள்ள வேண்டும் என்று பொதுமக்கள் விடுத்த கோரிக்கை களுக்கு எதிர்ப்புத் தெரிவித்தனர். ஏனெனில் அந்த உடன்படிக்கை 1967க்கு முந்தைய எல்லைகள் மீண்டும் நடைமுறைப்படுத்த வேண்டும் என்ற அடிப்படையில் அமைந்திருந்தது. ஆறு நாள் போரின் முடிவில் வென்ற நிலத்தை இஸ்ரேல் எப்படி விட்டுத்தர முடியும்? அதுவும் இறைவன் நேரடியாக அவர்களின் கைகளில் ஒப்படைத்த வாக்களிக்கப்பட்ட பூமியை?

1967 போருக்குப் பிறகு நடந்ததை ஃபிராங்க் காஃப்னி நினைவு கூர்ந்தார். இஸ்ரேல் தனது தற்காப்பு நடவடிக்கை மூலம் பெற்றிருந்த நிலப்பகுதிகளைப் பாதுகாப்பு நடவடிக்கையாக அவர்களிடமே விட்டுத்தர முடியுமா என்று சில இராணுவ அதிகாரி களிடம் கேட்கப்பட்டது. அதற்கு காஃப்னி, 'அவர்கள்தான் முப்படைகளின் கூட்டு ஆயிற்றே' என்றார் கடுமையாக. 'அந்தப் போரில் கைப்பற்றிய வெஸ்ட் பாங்க், கோலன் ஹைட்ஸ், காஸா ஆகிய நிலப்பகுதிகள் இல்லாமல் இஸ்ரேலால் பிழைத்திருக்க முடியாது என்று அவர்கள் கண்டனர். 1967இல் அது எந்த அளவிற்கு உண்மையாக இருந்ததோ, அதே அளவு இன்றும் இருக்கிறது. நம் அச்சத்தினிடையே அதை நாம் அலட்சியப்படுத்தி வருகிறோம்.'

ஷரீஆ அறிக்கையின் பிரதி ஒன்றைக் கையில் உயர்த்திப் பிடித்த படி, 1967க்கு முந்தைய எல்லைகளுக்குத் திரும்புவது எதிரிக்கு அளிக்கும் ஆபத்தான அன்பளிப்பு என்று எச்சரித்தார் காஃப்னி. 'போருக்கு வழிவகுக்கும் அது, ஏற்கனவே பலமுறை தாக்கப்பட்ட இஸ்ரேலை மட்டுமின்றி, வேறு பல பிரதேசங்களையும்கூட விழுங்கி விடும். இது உலகளாவிய பிரச்சினையாக மாறும்' என்றார் அவர். இந்தக் கலந்துரையாடலுக்குள் மதம் சார்ந்த மொழியைப் புகுத்திய ஜெர்ரி பாய்கின், பெரும்பாலும் யூதர்களைக் கொண்டிருந்த அந்தக் கூட்டத்தில், 'யூதர்கள் பாலஸ்தீனர்களாகவும் இருந்தவர்கள்தாம். அது அரபியர்கள் மட்டுமல்ல; ஆகவே நாம் உண்மையில் இப்போது பேசிக்கொண்டிருப்பவர்களை முஸ்லிம் அரேபியர்கள் என்று அழைக்க வேண்டும். அவர்கள் ஏற்கனவே உள்ளதைவிடவும் அதிக அளவில் இஸ்ரேல்மீது வெறுப்பை உமிழ முடியாது.'[22]

அச்சுறுத்தல் வெட்ட வெளிச்சமாகத் தெரிந்தது. ஷரீஆ சட்டத்தை நிறுத்தியே தீர வேண்டிய நிலை. அமெரிக்காவில் அதன் தாக்கத்தைத் தடுக்கக்கூடிய சட்டதிட்டங்களை வகுக்கத் தொடங்கினார் யெருஷால்மி. அமெரிக்க நீதிமன்றங்களுக்கு அமெரிக்கச் சட்டங்கள் என்று அழைக்கப்பட்ட அது நாடெங்கிலும் அறிமுகப்படுத்தப் பட்டது. அதற்கு மாகாண அளவில் பிரிகிட்டெ காப்ரியலின் ஆக்ட்! ஃபார் அமெரிக்கா போன்ற குழுக்களின் ஆதரவு கிடைத்தது. காப்ரியல் கிறிஸ்துவ சியோனிச கை ராட்ஜர்ஸின் வழிகாட்டுதலுடன் தீர்மானங்களை ஒருங்கிணைத்து, மாகாண சபைகள் வழியே அவற்றைச் செலுத்தினார். அமெரிக்க வழக்குரைஞர் சங்கம் யெருஷால்மியின் 'ஷரீஆ எதிர்ப்பு முயற்சியை' அங்கீகரித்தது. இத்தகைய நடவடிக்கைகளை ஆதரிக்கும் பல மாகாண சியோனிச சட்டமன்ற உறுப்பினர்கள் அவருடைய மாதிரியைப் பின்பற்று கின்றனர் என்று பாராட்டியது. அவருடைய சட்டதிட்டங்கள் அச்சுப் பிசகாமல் மூன்று மாகாணங்களில் தோன்றின —அலாஸ்கா, தெற்கு கரோலினா, டெக்ஸாஸ். அதன் வடிவம் மேலும் பல மாகாண சபைகளில் மீண்டும் மீண்டும் பயன்படுத்தப்பட்டது.[23] இருபத்து மூன்று மாகாணங்கள் ஏதேனும் ஒரு வகையில் ஷரீஆ எதிர்ப்புச் சட்டங்களை வழங்கின. 'நமது சக ஊழியர்களிடம், இந்தச் சட்டப் பகுதி இருபது மாகாணங்களோடு ஒத்துள்ளது' என்று கூறமுடிந்தால் அது எப்பொழுதும் மிக உதவியாக இருக்கும்' என்றார் ஒக்லஹோமா மாகாணப் பிரதிநிதியான குடியரசுக் கட்சி உறுப்பினர் சாலி கேர்ன்.[17]

***

ராலே, வடக்கு கரோலினாவின் *நியூஸ் அண்ட் அப்சர்வர்* ஆகிய வற்றின் ஞாயிறு காலை பதிப்புகள் பிரச்சாரத்திற்கு உகந்தவையாக ஒன்றாக இருக்கவில்லை. பொதுவாக அந்தச் சிறுநகரின் நாளிதழ் தனது பக்கங்களுக்கிடையில் அங்காடிக் கூப்பன்களையும், மளிகைச் சாமான்கள் அல்லது சலவைத் தூள் விளம்பரங்கள் அச்சிட்ட துண்டுப் பிரசுரங்களையும் கொண்டிருக்கும். பாரம்பரியமான ஓய்வு நாளாகக் கருதப்படும் ஞாயிறன்று அந்த நாளிதழின் ஏறத்தாழ 200,000 பிரதிகள் விநியோகிக்கப்பட்டு வந்தன. ஆனால் 2008 செப்டம்பர் வித்தியாசமாக இருந்தது. நாட்டின் வரலாற்றில் முதல்முறையாக ஓர் ஆப்பிரிக்க வமிசத்தைச் சேர்ந்தவர் அதிபராக—முதன்மை இராணுவத் தளபதியாகத்—தேர்ந்தெடுக்கப்பட்டதற்கு இரண்டு மாதங்கள் முன்பு தர்ஹீல் மாகாணம் பலத்த போட்டி நடைபெறும் சூடான அரசியல் போர்க்களங்களுள் ஒன்றாக இருந்தது. அதை இலக்காகக்கொண்ட 77 நிமிட போர் முழக்கமிடும் வீடியோ பதிவு ஒன்று 'மேற்குக்கு எதிரான இஸ்லாத்தின் தீவிரப் போர்' என்ற கருத்தோடு வெளியானது.[24]

ஒப்செஷன் என்று தலைப்பிடப்பட்ட அந்தப் படம் நாட்டின் 70க்கும் மேற்பட்ட நாளிதழ்களின் சித்திரக் கதைகளுக்கும் துண்டுப் பிரசுரங்களுக்கும் இடையில் வைக்கப்பட்டிருந்தது. விவரமறியாத வாசகர்கள் பலரின் வரவேற்பறைகளை அந்தச் செய்திப்படத்தின் 28 மில்லியன் பிரதிகள் எட்டின. அமெரிக்கக் கொடிகளை எரித்துச் சாம்பலாக்கும் ஆவேசக் கும்பல்கள், பாலைவனத்தில் வெடிவைத்துத் தகர்க்கப்படும் டாங்கிகள், நாஸி ஜெர்மனியின் முடிவில்லாமல் தொடரும் காட்சித் தொகுப்புகள் ஆகியவை ஒரு கதைப் பின்னணியினூடே பின்னப்பட்டிருந்தன. இதைத் தயாரித்து வழங்கிய 'வல்லுநர்கள்' பிரபலமான முஸ்லிம் அடியாட்கள், கொள்கைவாதிகள் ஆகியோர்.

அப்படத்தில் முஸ்லிம்கள் மீது வெறுப்புக்காட்டுவது தவிர வர்ணனையாளர்களுக்கிடையே இருந்த பொதுவான மற்றொரு அம்சம் இஸ்ரேல் மீதான அபரிமிதமான ஆதரவு. இது மறைமுகமாக பாலஸ்தீனர்களுக்கு எதிரான காரசாரமான விமர்சனங்களாக வெளிப்படுத்தப்பட்டது. 2006இல் 'கார்டியன் ஆஃப் சியோன்' விருது பெற்ற டானியல் பைப்ஸ், முன்னாள் 'இஸ்லாமிய தீவிரவாதி' என்று கூறிக்கொண்டு பின்னாளில் 'இப்போது நான் அப்படி அல்ல' என்று போலிப் பிரச்சாரங்களை அழித்து உண்மையைக் வெளிக்

கொண்டுவருவதாகக் கூறும் பிரச்சாரக் கிறிஸ்துவரான வாலித் ஷோபாத், ஷரீஆ எதிர்ப்பு மோகத்தை நாடெங்கிலும் வளர்த்துவந்த ஆக்ட்! ஃபார் அமெரிக்காவின் பிரிகிட்டெ காப்ரியல் எனப் பலரும் அந்தப் படத்தின் நட்சத்திரங்களில் அடங்குவர்.[24]

இந்த வலிமையான இஸ்ரேல் ஆதரவு உணர்வுகள் திரையில் தோன்றியதைவிடவும் ஆழமாய் வேரோடியிருந்தன — பல கோடி டாலர்கள் புரளும் இந்த விஷயத்திற்கு நிதியுதவி அளிக்கும் நிழல் அமைப்பின் கஜானாவரை எட்டின. கிளாரியன் ஃபண்ட் என்று அழைக்கப்பட்ட அது, போர் தொடங்கவிருப்பதை அறிவிக்க ஊதப்படும் கிளாரியன் என்ற மத்திய கால மெலிந்த சீட்டுக் குடிலின் பெயரிலிருந்து தோன்றியது. ஆனால் மலைமுகட்டில் பெருமிதம் பொங்க நின்றபடி அருகிலுள்ள வட்டாரங்களில் வசிப்பவர்களுக்கு எச்சரிக்கை ஒலிகள் எழுப்புபவர்களைப் போலல்லாது, இந்த முஸ்லிம் எதிர்ப்பு அபாய அறிவிப்பாளர்கள் ரேடாருக்குக் கீழிருந்தபடி குலநாசம் விளையப் போவதை ஒலியெழுப்பியதுடன், தங்கள் சுவடுகள் தெரியாதவண்ணம் மூடிமறைத்துக் கொண்டனர்.

யூத குருவும் (ரப்பி), கனடா - இஸ்ரேலிய படத் தயாரிப்பாளரும் மதச்சார்புள்ள சியோனிசத்துடன் வரலாற்றுத் தொடர்புள்ளவருமான ரஃபேல் ஷோர், 2006இல் இஸ்ரேலிய குடியேற்றக்காரர்கள் இயக்கத்தை நிறுவியதோடு, அதை நியோ-பழமைவாத, இஸ்ரேல் ஆதரவு வலியுறுத்தல் குழுக்கள் ஆகியவற்றுக்கான களமாக்கினார். ஆனால் ஷோரின் அலுவலகம் அமைந்துள்ள மன்ஹட்டனின் பல மாடிக் கட்டடம் காலியாகக் கிடக்கிறது; க்ரேஸ் கார்ப்பரேட் பார்க் என்பது ஒரு 'கற்பனை அலுவலகம்' — பிக் ஆப்பிள் நிறுவனத்திற்கு ஒப்பான தோற்றம், வர்த்தக முகவரி, நியூயார்க் நகரத் தொலைப்பேசி எண் (மாதம் 79 டாலர்கள் என்ற சிறு தொகைக்கு) ஆகியவற்றோடு முழுமையாக இருந்தது. டிலாவேர் பதிவு ஆவணங்களின்படி ஷோரின் பணியிட முகவரி அய்ஷ் ஹத்தோரா என்ற அமைப்பிற்கும் சொந்தமாக இருந்தது. 'தோராவின் நெருப்பு' என்று பொருள்படும் அது, 'இணைந்துகொண்ட' யூதர்களை மிகவும் சம்பிரதாயமான யூத மதத்தைக் கடைப்பிடிக்கும்படி அழைக்கும் யூத இஸ்ரேலிய பிரச்சார அமைப்பாகும்.[24] *தி அட்லாண்டிக்* இதழின் ஜெஃப்ரீ கோல்ட்பெர்க் அந்தக் குழுவை இவ்வாறு வர்ணித்தார்: 'இன்றைய யூத மதத்தில் மிகவும் அடிப்படைவாதத்தைக் கொண்டுள்ள இயக்கம் அது.' நாப்லஸின் தெற்குப் பகுதியிலுள்ள யூதக் குடியிருப்புகள் —

அதிலும் வெஸ்ட் பாங்க்கின் வடக்குப்புறமாக உள்ள பகுதிகள், உலகெங்கிலும் உள்ள அவர்களுடைய புறக்காவல் நிலையங்கள் ஆகிய இடங்களில்தான் அதன் செயல்பாடுகள் அதிக அளவில் காணப் படுகின்றன. குறிப்பாக மலட்டுத்தன்மைகொண்ட, முறையற்ற பாலுறவுவாதிகள், பூமி மீட்புவாதிகள் பாணியிலான யூதவியம் — அதைத்தான் அவர்கள் பிரச்சாரம் செய்துவருகின்றனர்.[25]

2009இல் செகண்ட் டெம்பிளின் (இரண்டாம் கோயில்) அச்சு அசலான தோற்றம்கொண்ட குவிமாடத்தை, அசலில் அதே அளவு தங்கம், வெள்ளிகொண்டதாகத் தனது இண்டர்நேஷனல் அவுட்ரீச் சென்டரின் (பன்னாட்டு எல்லை மையம்) மேல் நிறுவியது, பல தலைகளைத் திரும்பிப் பார்க்க வைத்தது. இரண்டாயிரம் ஆண்டுகளுக்குமுன் ரோம் நாட்டினர் அந்தத் தொன்மையான ஆலயத்தை இடித்துத் தகர்த்தனர். இன்று *டோம் ஆஃப் த ராக்* (பாறைக் குவிமாடம்) என்று அழைக்கப்படும் அல்-அக்ஸா (பைத்துல் முகத்திஸ் என்றும் அழைக்கப்படும்) பள்ளிவாசல், அதாவது இஸ்லாத்தின் மூன்றாவது புனிதத்தலம், அதே மலை உச்சியில் நிற்கிறது. யூத பாரம்பரியப்படி, அந்த ஆலயம் மீண்டும் எழுப்பப்படும் வரையில் இறைவன் மறுபிறப்பு எடுக்கப்போவதில்லை. இந்த ஆடம்பரக் காட்சியானது அசலான ஒன்றாக இல்லாவிட்டாலும், 'இறைவனின் மறுபிறப்பை விரைவுபடுத்துவதாக' உள்ளது என்றார் ரிச்சர்ட் சில்வர்ஸ்டைன்.[26] ஒரு டன் எடையுள்ள அந்த மாதிரி வடிவம் கிரேன் மூலம் தூக்கப்பட்டு உரிய இடத்தில் பொருத்தப்பட்ட போது, ஒரு பெண்மணி கூறினார்: 'இப்போது நாம் கண்டது ஒரு சிறு ஒத்திகை, வரப்போவதை அடையாளம் காட்டும் ஒன்று. நமது காலத்திற் குள்ளாகவே விண்ணிலிருந்து இதேபோன்ற நிஜ ஆலயமொன்று இதேபோல இறங்கிவந்து அதோ அந்தத் தங்க நிறத்தில் பளபளக்கும் பொருள் (முஸ்லிம்களின் டோம் ஆஃப் த ராக்கைச் சுட்டிக் காட்டியபடி) உள்ள இடத்தில் உயர்ந்து நிற்கும்.'[26]

அந்த ஆலயத்திற்குக் கீழே, மேற்குச் சுவரை நோக்கியுள்ள அலுவலகத்தில் அமைந்துள்ளது ராஃபேல் ஷோரின் நிஜப் பணிக் கூடம். அவர் அய்ஷ் ஹ-தோராவின் சர்வதேசப் பிரிவில் இயக்குநராகப் பணியாற்றி வருகிறார். கல்விநிலையமாக இருந்த குழுவை ஆவேசமான அரசியல் பிரச்சாரக் குழுவாக மாற்றி, அமெரிக்க வாக்காளர்களுக்கிடையே இஸ்ரேல் ஆதரவு, முஸ்லிம் எதிர்ப்பு உணர்வுகளை ஊட்டி வளர்த்துவருகிறார்.[24] அவரின் சகோதரர்

எஃப்ராயிம் ஹானஸ்ட் ரிப்போர்ட்டிங் ஏஜென்ஸியின் இயக்குநராக அவரோடு இணைந்து பணியாற்றுகிறார். இந்த அமைப்பு ஒப்செஷன் படத்தைத் தயாரிக்க உதவியதுடன், உலகச் செய்திகளை மேற்பார்வை யிட்டு, இஸ்ரேலுக்கு எதிரான பாரபட்சக் கருத்துகளையும், இரு மாகாணத் தீர்வுக்கு எதிரான பிரச்சாரங்களையும் மேற்பார்வையிட்டு வருகிறார்.[27] ரான் டொரோசியான் என்பவர் அய்ஷ் ஹ-தோராவின் சார்புப் பேச்சாளர். 'கொல்லப்படும் யூதர்கள் ஒவ்வொருவருக்கும் பதிலாக ஆயிரம் அராபியர்கள் கொல்லப்பட வேண்டும்' என்று அவர் ஏகபோக உரிமையை ஒருமுறை பரிந்துரைத்தார். இந்த இரண்டு குழுவினருக்கும் 'சந்தேகப்படும் வகையிலான தொடர்பு இருக்கிறது என்பது வெறும் கற்பனைத் தோற்றம்' என்றார்.[28] 'பால் மக்கார்ட்னியை ஒரு பெண் சந்திக்கச் சென்றார் என்றுகூடத்தான் அய்ஷ் கூறுகிறது. அதனால் நமக்கும் அவருடன் தொடர்பு உள்ளது என்று அர்த்தமாகிவிடுமா?' என்று நொடித்தார் அவர்.[29] டொரோசியானின் எதிரிணையும், கிளாரியன் ஃபண்ட் என்னும் அறக்கட்டளையின் சார்புப் பேச்சாளருமான கிரிகரி ராஸ் அய்ஷ் ஹ-தோராவிற்கு சர்வதேச நிதி திரட்டுபவராகப் பட்டியலிடப்பட்டு, 2006இல் கிளாரியன் ஃபண்ட் நிறுவப்பட்டபோது அதன் மூன்று இயக்குநர்களில் இருவர் அய்ஷ் ஹ-தோராவின் வலைத்தளத்தில் ஊழியர்களாக அறிவிக்கப்பட்டனர்.[29]

அய்ஷ் ஹ-தோராவின் வலதுசாரிக் கொள்கைகளைப் பரப்புவ தற்கான கருவியாகக் கிளாரியன் ஃபண்ட் விளங்குவதுபோல, அய்ஷ் ஹ-தோராவும் அப்படிப்பட்ட ஒரு கருவிதான். 2001இல் அய்ஷ் ஹ-தோரா இஸ்ரேலிய வெளியுறவு அமைச்சகத்துடன் இணைந்து ஹஸ்பரா ஃபெல்லோஷிப் என்ற போராளி அமைப்பைத் தொடங்கியது. இதன் மூலம் இஸ்ரேலிய அரசின் அரசியல் நோக்கங் களை (குறிப்பாக பாலஸ்தீனப் பிரதேசங்களுக்குள் குடியிருப்பு களைப் பரவச் செய்தல்) செலுத்துவதே அதன் பணி. அந்தத் திட்டத்தின் நோக்கம் இதுதான்: 'பல்கலைக்கழக மாணவர்களுக்குக் கல்வியும் பயிற்சியும் அளித்து அவர்களின் வளாகத்திற்குள்ளேயே திறன்மிக்க இஸ்ரேல் ஆதரவுப் போராளிகளாக உருவாக்குதல்.'[30] இதில் பங்குபெறுபவர்கள் உயர்நிலை இஸ்ரேலிய அதிகாரிகளோடு பழகி, ஜெருசலேமில் பயிற்சி வகுப்புகளில் பங்கு பெற்று, 'தீவிரவாதத்திற்கு இலக்கானவர்களைச் சந்தித்து,' அதன்மூலம் 'இஸ்ரேலுக்குச் செம்மையான உருவம் கொடுத்து', 'பல்கலைக்கழக வளாகத்தில் செமிடிச எதிர்ப்பிற்குப் பதிலளிப்பார்கள்.' திரும்பிவந்ததும்

பாலஸ்தீன ஊடகக் கண்காணிப்பு பிரிவுகளை உருவாக்கும்படி ஊக்குவிக்கப்படுவார்கள். ஆக்ட்! ஃபார் அமெரிக்காவின் இயக்குநர் பிரிகிட்டெ காப்ரியலுக்கு அந்தக் குழுவினருடன் ஒரு வரலாற்றுத் தொடர்பு இருந்தது. அவருடைய படம் அதன் வலைத்தளங்களில் பரவலாக வெளியிடப்பட்டது. அவர்கள் சார்பாக அப்பெண் பல ஆதாயமிக்க பேச்சுவார்த்தைகளில் கலந்துகொண்டார்.[31]

2008இல் நியூயார்க் பல்கலைக்கழகத்தில் ஒப்செஷன் திரையிடப் பட்ட போது பார்வையாளர்கள் இஸ்ரேயிலிஆக்டிவிஸம்.காம் என்ற வலைதளத்தில் பதிவு செய்துகொள்ளும்படி கேட்டுக் கொள்ளப்பட்டனர். ரஃபேல் ஷோர் அந்த ஃபெல்லோஷிப்பின் இயக்குநராக இருந்தார். ஆனால் அந்தப் படத்திற்கும் இஸ்ரேலுக்கும் தொடர்பு உள்ளது என்ற கருத்தை ஆதரிக்கவில்லை. 'இது உதவாது. இந்தப் படம் யூதர்களுக்கும் இஸ்ரேலுக்கும் மட்டுமே தொடர்பு உடையதாக இருப்பதை நான் விரும்பவில்லை.'[32]

ஆனால், அது பெருமளவில் அப்படித்தான் இருந்தது.

சர்ச்சைக்குரிய நிலப்பகுதிகளில் தனது ஆக்கிரமிப்பைத் தொடரவும், அமெரிக்காவும் பிற உலக நாடுகளும் கண்டிக்காத வகையில் இதைச் செய்யவும், பாலஸ்தீனர்கள் அனைவரையும் தீவிரவாதிகளாகக் காட்டும் வகையில் ஓர் உருவகத்தை உண்டாக்க வேண்டும். யூதர்களை நிரந்தர இலக்குகளாகச் சித்திரிப்பதன் மூலம் மட்டுமே இஸ்ரேலின் கொள்கைகளுக்கு ஆதரவு திரட்ட முடியும் —முதலில் இரண்டாம் உலகப் போரின்போது ஐரோப்பாவில் அடால்ஃப் ஹிட்லரின் நாடுதழுவிய இனப்படுகொலை; பிறகு இப்போது இஸ்ரேலில் பாலஸ்தீன முஸ்லிம் போராளிகளின் கட்டுப்பாடற்ற வன்செயல். பாலஸ்தீனர்களின் உயிர், இஸ்ரேலிய உயிரைக் காட்டிலும் மதிப்புக் குறைந்ததாகவும் எளிதில் அப்புறப் படுத்தக்கூடியதாகவும் ஆகிவிடும்.

ஊடகங்கள் 'ஒழுக்கச் சமன்பாடு' என்ற பெயரில் ஊக்குவித்து வரும் பொதுக் கருத்து ஒன்று உள்ளது என்றார் ராஃபேல் ஷோர். அதாவது, இஸ்ரேலிய-பாலஸ்தீனியப் போரில் இருபுறமும் இலக்காவோரைச் சமமான துன்பம் அனுபவிப்பவர்களாகக் கருதும்படி மக்கள் கேட்டுக்கொள்ளப்படுகிறார்கள். எந்த உயிரானாலும் பறிபோவது சோகம்தான் என்றாலும் தீவிர வாதத்திற்கு இலக்காவோர், தீவிரவாதத்திலிருந்து பாதுகாக்க முயல்வோருக்கு

இலக்காவோர் என இரு பிரிவினரையும் ஒழுக்க அடிப்படையில் தெளிவாக வேறுபடுத்திப் பார்க்க வேண்டும். வேறுவிதமாகச் சொல்வதென்றால், கடந்த இரண்டரை ஆண்டுகளாக 18,000 தீவிரவாதத் தாக்குதல்களை விளைவித்த தீவிரவாதப் போரில் பாலஸ்தீனர்கள் ஈடுபட்டிருக்கவில்லையென்றால் தன்னைத் தற்காத்துக்கொள்ள இஸ்ரேலும் போராட வேண்டிய நிலை ஏற்பட்டிருக்காது. மேலும் பாலஸ்தீனர்கள் தரப்பிலும் காயங்களும் உயிரிழப்பும் ஏற்பட்டு இருக்காது.[33]

யூதர்களைக் கொல்வது தொடர்பான கதைகளும் நிகழ்வுகளும் *ஒப்செஷன்* படத்தின் மையக் கருவாய் அமைந்தன. இன அழிப்பின் (ஹாலோகாஸ்ட்) காட்சிகள் வரிசையாய்த் திரையில் தோன்றி, பார்வையாளர்களின் மனத்தில் விஷவாயு அறைகள், இறந்தவர்களை எரியூட்டும் இடங்கள், துப்பாக்கிச் சூடு நடத்தும் குழுக்கள், ஏராளமான பிணங்களை ஒன்றாகப் புதைப்பது போன்ற அதிர்ச்சியூட்டும் நினைவுகள் இரக்கமின்றித் தாக்கின. இடையிடையே ஐரோப்பாவின் கசாப்புக் கடைக்காரரின் கொலைக் காண்டங்கள் நடந்து கொண்டிருக்கும் போது அங்குமிங்குமாய் உலாத்தும் கறுப்பு-வெள்ளைப் படங்களுக்கு மத்தியில் இன்றைய இஸ்ரேலியப் பெண்கள் மற்றும் குழந்தைகளின் அங்கங்கள் துண்டாக்கப்பட்டு இரத்தம் சொட்டச் சொட்ட பாலஸ்தீன படைகளால் கொல்லப்படும் காட்சிகள். இஸ்லாமியப் பிறைச் சந்திரன் நாஸி ஸ்வஸ்திகாவின் மீது பொருத்தப்பட்டது போல இருந்த இந்தக் காட்சியமைப்பு தெளிவாக இல்லை என முன்னாள் நாஸியும் ஹிட்லர் இளைஞர் படை அதிகாரியுமான அல்ஃபோன்ஸ் ஹெக் அவற்றின் ஒப்புமைகளை, ‘நாமெல்லாம் ஞானம் பெற்றவர்கள். நாமே இதில் சிக்கிக்கொண்ட போது, முஸ்லிம்கள் ஏன் சிக்கமாட்டார்கள்? முஸ்லிம்கள் தங்கள் சொந்தக் குழந்தைகளிடம் செய்வது ஹிட்லரைவிட மோசமான கொடுமை’ என்று விளக்கினார். முன்னாள் பாலஸ்தீன தீவிரவாதியாகத் தன்னை வர்ணித்துக்கொண்ட வாலித் ஷோபாத் இனத் தூய்மைக்கான வழிகாட்டி என்று நாஸி தலைவர் ஹிட்லர் தமது *மைன் காம்ப்ஃப்* புத்தகத்தின் பக்கங்களில் விளக்கியுள்ளதற்கும் இஸ்லாத்தின் ஜிஹாத் கொள்கைகளுக்கும் அப்படியொன்றும் பெரிய வேறுபாடு இல்லை என்றார். இதை அலட்சியம் செய்தால், ‘லட்சக்கணக்கானவர்களுக்கு’ மனிதச் சவக்குழிகளின் ஓரங்களில் வரிசையாக அடுக்கப்பட்டிருக்கும் சடலங்களுக்கு ஏற்பட்ட அதே கதி தான் ஏற்படும்’ என்றார் வரலாற்று அறிஞரான மார்ட்டின் கில்பர்ட்.[33]

ஒப்செஷன் படத்தின் பிரதியைப் பெற்றுக்கொண்ட 28 மில்லியன் வாக்காளர்களுக்கும் தீவிரவாத இஸ்லாம் சமூகத்திற்கு உடனடியான அச்சுறுத்தலாக விளங்குகிறது என்று கூறிப் புரியவைத்தது ரஃபேல் ஷோரின் சமன்பாட்டில் ஒரு பகுதி மட்டுமே. இதற்கு எப்படி முடிவு கட்டுவது — அல்லது அதனினும் மேலாக, யார் முடிவு கட்டுவார்கள் என்பது மற்றொன்று. சரியான ஒருவரை அவர்கள் தேர்வு செய்ய வேண்டியிருந்தது — இஸ்ரேல் ஆதரவு வலதுசாரியின் நோக்கோடு நெருங்கிப் பொருந்தும் ஒருவராக அவர் இருக்க வேண்டும்.

வெஸ்ட் பாங்க் நிலப்பகுதிகளைத் தொடர்ந்து கைப்பற்றிவரும் இஸ்ரேலின் முயற்சிகளுக்கு ஆதரவளிக்கும் கொள்கைகள் கொண்டவ ராகவும் இருக்க வேண்டும். ஜனநாயகக் கட்சியைச் சேர்ந்த பராக் ஒபாமா ஒரு திரைமறைவு முஸ்லிம் என்பதும், இரட்டை நாடுகள் தீர்வுக்கு அவர் அளித்துவரும் வலிமையான ஆதரவை வெளிப் படுத்தும் அரசியல் நிஜங்களும் வதந்திகளாய்ப் பரவிவரும் நிலையில், குடியரசுக் கட்சியின் ஜான் மக்கெய்ன் இயல்பாகவே தேர்வு செய்யப்பட்டார். கைப்பற்றிய நிலப்பகுதிகளைத் திருப்பித் தரும்படி இஸ்ரேலிடம் கோரும் பாலஸ்தீன-இஸ்ரேலிய சமாதான உடன் படிக்கையை அவர் வெறுத்தார். அவர்கள் இருவருக்குமிடையே நிலவிவந்த பகையை அச்சுறுத்தல் மீதான போருக்குச் சமமாகப் பாவிக்கும் அவரின் நோக்கு இஸ்ரேலிய அரசாங்கத்தின் நோக்கோடு கச்சிதமாகப் பொருந்தியது.

2008இல் குடியரசுக் கட்சியின் தேசிய பொதுக்கூட்டம் நடைபெறுவதற்கு இரண்டு மாதங்கள் முன்பு மக்கெய்ன் வாஷிங்டனில் உள்ள அமெரிக்க இஸ்ரேலிய பொது உறவுக் குழுவுடன் (*அமெரிக்கன் இஸ்ரேல் பப்ளிக் அஃபைர்ஸ் கமிட்டி*) பேச்சுவார்த்தை நடத்தி, யூத நாட்டிற்கு இராணுவ உதவியை மேலும் அதிகமாக்குவதாக உறுதியளித்தார். இந்த உதவியானது தமது வட்டாரப் பகைவர்களுக்கு எதிராக ‘இஸ்ரேல் தனது சிறந்த இராணுவ வலிமையைப் பராமரித்துக் கொள்வதை உறுதிசெய்யும்.’ கிளாரியன் ஃபண்டின் வலைத்தளத்தின் முகப்புப் பக்கத்தில் அரிசோனா சபைத் தலைவரின் செய்தியொன்று எடுப்பாகச் சித்திரிக்கப்பட்டிருந்தது. ‘மக்கெய்னின் கொள்கைகள் இஸ்லாமியத் தீவிரவாதத்தை எதிர்கொண்டு புறந்தள்ள முயல்கின்றன. பராக் ஒபாமாவின் நோக்கமும் இதேதான் என்றாலும், உண்மையில் மேற்கத்திய நாடுகள் எதிர்கொண்டுவரும் சூழ்நிலையை இது மேலும் மோசமாக்கலாம்.’[34]

ஒப்செஷன் படத்தைப் பரவலாக விநியோகம் செய்வதன் பின்னணியிலிருந்த ஊக்கசக்தி எண்டோவ்மெண்ட் ஃபார் மிடில் ஈஸ்ட் ட்ரூத் (மத்திய கிழக்கு உண்மைக்கான அறக்கட்டளை) என்னும் வலதுசாரிப் பிரிவு. அது இஸ்ரேலை 'கரிச் சுரங்கத்தில் அகப்பட்டுக் கொண்ட பறவையாகக் கருதியது.' ஆகவே, 'இஸ்லாமியத் தீவிர வாதி'யை வழிநெடுகிலும் நோட்டமிட்டு வந்தது. ஏனெனில் அவன் 'இஸ்லாமிய மேலாதிக்கத்திற்கான தனது வேட்கையைத் தணித்துக் கொள்வதற்காக ஒவ்வொரு சிறுபகுதி நிலத்தைக் கைப்பற்றும் பொழுதும் அது அவனுடைய பசியை மேலும் மேலும் தூண்டி விடுகிறது.'[35] அந்தக் குழுவின் நிறுவனர் சாரா ஸ்டெர்ன் பல இஸ்ரேல் ஆதரவு தேசிய அமைப்புகளுடனும் அரசியல்வாதிகளுடனும் நெருங்கிய தொடர்புகொண்டிருந்தார். அவர்கள் இரட்டை நாட்டுத் தீர்வைக் கடுமையாக எதிர்த்தனர்—இதில் அமெரிக்க சியோனிய அமைப்பும் (ஸியோனிஸ்ட் ஆர்கனைசேஷன் ஆஃப் அமெரிக்கா) அடக்கம். முன்னாள் இஸ்ரேலிய அரசாங்க அதிகாரிகளும் நவீன பழமைவாதப் போராளிகளும் அடங்கிய குழு ஒன்றுடன் பணியாற்றியவாறே ஸ்டெர்ன் ஒரு விநியோக அமைப்பைத் தொடங்கினார். வார இறுதி நாளிதழ்கள் தவிர, வாஷிங்டனின் வலிமைமிக்க கொள்கை வரைவாளர்களின் பணிமேசைகளிலும் *ஒப்செஷன்* படத்தின் பிரதிகளை வைக்க ஏற்பாடுகள் செய்தார். *ஒப்செஷன்: ரேடிகல் இஸ்லாம்'ஸ் வார் அகைனிஸ்ட் வெஸ்ட்* (*ஒப்செஷன்:* மேற்கிற்கு எதிராகத் தீவிரவாத இஸ்லாத்தின் போர்) என்னும் படத்தை ஒவ்வொரு காங்கிரஸ் அலுவலகத்திற்கும் விநியோகம் செய்வதை மத்திய கிழக்கு உண்மைக்கான அறக்கட்டளை தனது தொழிலாகக் கொண்டுள்ளது என்றது அந்தக் குழுவின் வலைத்தளம்.[36]

காலப்போக்கில் மத்திய கிழக்கு உண்மைக்கான அறக்கட்டளையின் (எண்டோவ்மெண்ட் ஃபார் மிடில் ஈஸ்ட் ட்ரூத்) வியாபார அமைப்பு சற்று தடுமாறி உள்வாங்கியது. தீவிரமாகக் கண்காணித்துவந்த எச்சரிக்கையாளர்களின் பணி அமெரிக்கத் தேர்தல் ஆணையத்தை உஷார்ப்படுத்தியது. இலாபமீட்டா நிறுவனத்திற்குரிய விதிமுறைகள் மீறப்பட்டிருக்கலாம் என்ற குற்றச்சாட்டு எழுந்ததால், அந்தக் குழு தனது பட விநியோகத்தை நிறுத்திக்கொண்டது. ஆனால் அவர்கள் குறிப்பாக இஸ்ரேலிய விரிவாக்கங்களை ஆதரிக்கும் இயக்கங்கள் பிடித்துக்கொண்டதால் மத்திய கிழக்கு உண்மைக்கான அறக்கட்டளை யுடனான கூட்டு முயற்சிகள் உருவாயின.

கிறிஸ்டியன்ஸ் யுனைட்டெட் ஃபார் இஸ்ரேல் (இஸ்ரேலுக்கான ஐக்கிய கிறிஸ்துவர்கள்) என்னும் எதற்கும் துணிந்த பிரச்சாரக் கிறிஸ்துவக் குழுவின் வேண்டுகோளுக்கு இணங்க (இதை நிறுவியவர் தேவாலய போதகரும் பின்னாளில் மக்கெய்ன் ஆதரவாளருமான ஜான் ஹாகீ) ரிபப்ளிகன் ஜூயிஸ் கொயலிஷன் (குடியரசுக் கட்சியின் யூதக் கூட்டணி —ஆர்ஜேசி) என்னும் அமைப்பு அந்தப் படத்தின் பிரதிகளை *ஸ்டேண்டிங் வித் இஸ்ரேல்* (இஸ்ரேலுடன் நிற்றல்) என்னும் புத்தகத்தினுள் செருகி, ஃபிலிமில் பொதியமிட்டு, அதை 20,000 அமெரிக்க யூதக் குருமார்களுக்கும் யூதச் சமூகத் தலைவர்களுக்கும் அஞ்சல் மூலம் அனுப்பிவைத்தது.[37] பல மாதங்கள் கழித்து, *ஜூடோ-கிறிஸ்டியன் வியூ* (யூத-கிறிஸ்துவப் பார்வை) என்னும் இஸ்ரேல் ஆதரவு கிறிஸ்துவ வலதுசாரியின் மங்கலான பிரசுரம், இஸ்லாம் பற்றிய மனச்சிதைவு நோயைத் தேர்தல் நேரத்தில் கொண்டுவருவதும் போவதுமாக இருந்தது. இது அமெரிக்க யூத வழிபாட்டு இடங்களிலும் கிறிஸ்துவ தேவாலயங்களிலும் ஃபிலிமில் பொதிந்த அந்த 'வெற்றிச் சாதனத்தின்' 3,25,000 பிரதிகளை மக்களிடம் கொண்டுபோய்ச் சேர்த்தது. அந்தப் படத்தின் மேலும் 10 மில்லியன் பிரதிகள் மின்னணு வடிவில் கிடைக்கும்படி செய்யப்பட்டன. (அவர்களின் வலைத்தளம் இப்போது செயல்படவில்லை, 'மோசமான கடனுக்காக வணிகக் கடன்' என விளம்பரம் செய்கிறது.)

ஆனால் குடியரசுக் கட்சி அதிபர் வெற்றியை உறுதி செய்வதற்குக் கடைசி நிமிட அரசியல் சாகசங்களும் தந்திரங்களும் தேவைப்பட்டன. ஒட்டக் கத்திரிக்கப்பட்ட தலைமுடியும், விமானிகள் அணியும் குளுமைக் கண்ணாடியும், தசைகள் புடைப்பாய்த் தெரியும் இறுக்கமான மேல்சட்டையும் வலதுசாரியின் அஞ்சாநெஞ்சம் படைத்த கதாநாயகர் என்ற தோற்றத்தை டாம் ட்ரென்டோவிற்கு அளித்தன. ஐம்பதைக் கடந்த முஸ்லிம் எதிர்ப்புப் போராளியான அவர் அந்தப் பணிக்குக் கச்சிதமான தேர்வாக இருந்தார். இஸ்லாமிய வெறுப்புத் தொழிலின் பல்வேறு வலையங்களுக்கு இடையிலான உறவின் சிகரமாக விளங்கிய ட்ரென்டோ ஒரு பிரச்சாரக் கிறிஸ்துவர், டீ பார்ட்டி தலைவர், இஸ்ரேலின் மாபெரும் ஆதரவாளர். முஸ்லிம் எதிர்ப்பு தொடர்பாக எதுவாக இருந்தாலும் பேரார்வத்துடன் ஈடுபட்ட அவர், இஸ்லாமிய வெறுப்பின் பிதாமகர் என்று அழைக்கப்படும் டானியல் பைப்ஸ் செய்வதுபோல, 'முஸ்லிம்கள் வருகிறார்கள்!' என்று அறிவிக்கும் ஏறத்தாழ எல்லா

முயற்சிகளுக்கும் நாடித்துடிப்பாய் விளங்கினார். டீம் IIஇன் *ஷரீஆ: த ட்ரெட் டு அமெரிக்கா* (ஷரீஆ: அமெரிக்காவிற்கு ஓர் அச்சுறுத்தல்) என்னும் நூலின் இணை ஆசிரியர். யுனைடெட் வெஸ்ட் என்ற குழுவைத் தொடங்கியவர். அமெரிக்காவிற்கு எதிராகச் சதித்திட்டம் தீட்டியபடி நெருங்கிவரும் 'இருளின் ஆற்றல்' களைப் பற்றிய எச்சரிக்கைகளை அது அறிவித்தது. அந்தக் குழு ட்ரென்டோவின் முதல் அச்சத் தொழிலக முயற்சியான ஃபுளோரிடா செக்யூரிடி கவுன்சின் (ஃபுளோரிடா பாதுகாப்புக் கழகத்தின்) விரிவாக்கமாக விளங்கியது. ஃபுளோரிடா பாதுகாப்புக் கழகம் என்பது 'போராடும் தீவிரவாதிகளும் மேலாதிக்கவாதிகளுமான முஸ்லிம்கள்' லத்தீன் அமெரிக்க சர்வாதிகாரிகளுடன் சேர்ந்துகொண்டு, புதியதோர் 'நயவஞ்சகமான' அச்சுறுத்தலை உருவாக்கி, ஃபுளோரிடா மாகாணத்திற்கு ஏற்பட்டுள்ள 'தெளிவான, சமகால அபாயங்களை' எதிர்த்துப் போரிடும் பல்முனைத் திட்டங்கள் கொண்ட, பழமைவாதப் போராளிகளைக் கொண்ட குழு.[38]

தீவிரவாதிகளை எதிர்த்துப் போராடுவதைப் பொறுத்தமட்டில் யூத, கிறிஸ்துவ மத குருமார்கள் குறிப்பிடும்படியாக எதையும் செய்வ தில்லை என்று ட்ரென்டோ கருதினார். அவர்களுக்கு 'நெஞ்சுர மில்லை', 'துணிவில்லை', 'பலவீனமான மனசு' என்றார் அவர். தெய்வீகப் பெருமக்கள் எனப்படும் இவர்கள் அமெரிக்காவிலுள்ள கலாச்சாரப் பிரச்சினைகளையே வாய்விட்டுப் பேசாத போது, உயிர்த் தியாகத்திற்கும் தயாராக உறுதிபூண்டுவரும் இஸ்லாமிய ஜிஹாதிகளை (போராளிகளை) நேருக்கு நேராக எதிர்த்து நிற்பார்கள் என்று சுயபுத்தியுள்ள யாராவது கருதுவார்களா?'[39]

ஒப்செஷன் படத்தை விநியோகம் செய்வதற்கு இவர்கள் எடுத்த முயற்சிகள் எல்லாம் நல்லதுதான்; ஆனால் நல்லது என்பதெல்லாம் போதாது. மாபெரும் அச்சுறுத்தலுக்கான பதிலும் அதே அளவில் இருக்க வேண்டும். வாட்ச் *ஒப்செஷன் சிட்டிசன் எடுகேஷன் புரோக்கிராம்* (ஒப்செஷன் படத்தைப் பார்ப்பதற்கான குடிமக்கள் கல்வித்திட்டம்) மூலம் மாபெரும் அச்சுறுத்தலுக்கான மாபெரும் வரவேற்பைக் கோரிக்கையாக உருவாக்குவதன் மூலம், ட்ரென்டோ அந்தப் படத்தின் சந்தைப்படுத்தும் பிரச்சாரத்தை புதிய சிகரத்திற்குச் செலுத்தினார் —முஸ்லிம் அச்சுறுத்தலை மண்ணிலும் விண்ணிலும் எதிர்த்துப் போராடுவதற்காக.

அமெரிக்காவிலுள்ள பல நகரங்களின் மீதாக உஸாமா பின் லாதெனின் முகம் அச்சிட்ட படுதா 'ஒப்செஷன் படத்தைப் பாருங்கள்' என்ற வாசகத்துடன் காற்றடைந்த பலூன் ஒன்றின் பின்புறத்தில் காற்றைக் கிழித்துக்கொண்டு பறந்தது. டெட்ராய்ட் நகருக்கு வெளிப்புறமாக 48 அடி உயர விளம்பரப் பலகை ஒன்று (நாட்டில் மிக அதிக முஸ்லிம் மக்கள்தொகை கொண்ட நகரங்களுள் டெட்ராய்டும் ஒன்று) இன்டர் ஸ்டேட் 75 வழியாக வாகனம் ஓட்டிச் செல்பவர்களைப் பளிச்சென்ற சிவப்பு எழுத்துகளில் ஷரீஆ சட்டத்தின் அச்சுறுத்தல் பற்றி எச்சரித்தது. இதே படக்காட்சிகள் 18 சக்கர சரக்கு வாகனங்களின் பக்கங்களிலும் பரவிக்கொள்ள, நெடுஞ்சாலை வழியே செல்லும் பிற வாகனங்களின் மீது பின் லாதெனின் பார்வை கீழ்நோக்கிப் பதிந்தது. 'விமானத்திலும் சரக்கு வாகனங்களின் மீதும் உஸாமா பின் லாதெனின் படத்தை வைத்ததற்குக் குறிப்பிடத்தக்க வரவேற்பு கிடைத்துள்ளது' என்றார் ட்ரென்டோ. 'அமெரிக்காவின் மிகப்பெரிய எதிரி விமானத்திலிருந்தோ சரக்கு வாகனத்திலிருந்தோ தம்மைக் கீழ்நோக்கிப் பார்ப்பதைக் கண்டு மக்கள் நிஜமாகவே அதிர்ச்சியில் உறைந்து போய்த் தங்கள் பாதைகளில் அப்படியே நின்றுவிடுகிறார்கள்.'[40] ஜனநாயகக் கட்சி, குடியரசுக் கட்சி ஆகிய இரு கட்சிகளின் கூட்டங்களிலும் ட்ரென்டோ ஒப்செஷன் வீடியோ படத்தை விநியோகித்தார். 'நான் தனிப்பட்ட முறையில் ஜனநாயகக் கட்சி தேசியக் குழு (டிஎன்சி) சென்று, 50,000 டிவிடிக்களைப் பையில் பரிசாக இடச்சொல்லி அளித்துவிட்டுவந்தேன்' என்று பெருமையாய்க் கூறிக்கொண்டார் அவர். படத்தின் பிரதிகளை வழங்க அவர் குடியரசுக் கட்சியினர் தங்கியிருந்த ஹோட்டல்களுக்குக்கூடச் சென்றார்: 'என் தனிப்பட்ட கருத்தைச் சொல்ல வேண்டுமெனில், குடியரசுக் கட்சியினர் ஜனநாயகக் கட்சியினரைவிட நன்றாகப் புரிந்துகொள்வது போல் தெரிகிறது. இது போலீஸ் பிரச்சினை அல்ல; இராணுவப் பிரச்சினை என்பதை அவர்கள் நன்கு உணர்ந்துள்ளனர்.'[41]

***

இஸ்லாமிய வெறுப்புத் தொழில் இஸ்ரேல் ஆதரவுப் பிரமுகர்களால் நிரம்பியிருந்தது. அவர்கள் நிதி வழங்குபவர்களாக இருந்தார்கள்; அச்சம் தொடர்பான பல்வேறு பிரச்சாரங்கள் நடைபெறும் பொழுது விழி பிதுங்கும் அளவிற்குப் பணத்தைக் கணக்கில் வரவு வைத்தனர். பெரும்பாலும் அவர்கள் சத்தமின்றியே செயல்

பட்டனர்—இத்தகைய பெரும்பணம் புரளும் விஷயங்களில் வழக்கமாகக் காணப்படும் பொதுப் பாராட்டு நிகழ்ச்சிகள் எதுவுமின்றி. முன்னணிக் குழுக்களின் அதிகாரப் படலங்களால் பாதுகாக்கப்பட்ட நன்கொடைகள் வழங்குபவரிடமிருந்து பிரச்சாரகருக்கு ஒரு சீட்டுக்கட்டு விளையாட்டின் கலைநயத்தோடு கைமாறின. பல சந்தர்ப்பங்களில், சிறிய சுவடுடன் அல்லது சுவடே இன்றி இது நிகழ்ந்தது.

ஒப்செஷனின் பின்னணியில் இருந்த நிதித்தொகையைப் பற்றி அறிவது சுலபமாக இருக்கவில்லை. கிளாரியன் ஃபண்ட் அவர்களின் 17 மில்லியன் டாலர் அடங்கிய செயல்திட்டம் பற்றி மூச்சுவிடவில்லை. சற்று வலுக்கட்டாயப்படுத்திக் கேட்டபோது தயக்கத்துடன் நிதியுதவி அளித்தவர்களின் பெயர்களைக் கூறினர். பிறகுதான் அவை போலிப் பெயர்கள் என்பது தெரியவந்தது. உண்மையில் நிதி அளித்தவர்களின் விவரங்கள் பாதுகாக்கப் பட்டிருந்தன. என்றாலும், அந்நிறுவனத்தின் மூன்றாவது படமான ஈரானியம் வெளியிடப் படுவதற்குச் சற்று முன்பு (இந்தப் படம் ஈரானின் அணுஆயுதப்போர் அச்சுறுத்தல் பற்றியது) சலோன் செய்தியாளர் ஜஸ்டின் எலியட் அமெரிக்க உள்நாட்டு வருவாய் சேவையிடம் (ஐஆர்எஸ்) கிளாரியன் ஃபண்ட் சமர்ப்பித்திருந்த ஓர் ஆவணத்தைப் பெற்றார். அது மர்ம முடிச்சை அவிழ்ப்பது போல் தெரிந்தது. நிதி அளித்தவர்கள் பட்டியலில் 'பாரி செய்த்' என்ற நன்கொடையாளர் 2008இல் இந்த நிறுவனத்திற்கு ஏறத்தாழ 17 மில்லியன் டாலர் அளித்ததாகக் குறிப்பிடப்பட்டிருந்தது.

என்றாலும் 'பாரி செய்த்' என்று ஒருவர் உண்மையில் இருக்க வில்லை. ஆனால் 'பாரே' செய்த் என்ற பெயரில் ஒரு வயது முதிர்ந்த சிகாகோ தொழிலதிபர் இருந்தார். அவருடைய 'உயர் மின்னழுத்த பாதுகாப்புக் கருவி' சார்ந்த தொழில் சாம்ராஜ்ஜியம் பல கோடி டாலர்களைக் குவித்துவந்தது. அதில் குறிப்பிடத்தக்க பங்கு பல்வேறு வலதுசாரிச் செயல்திட்டங்களுக்காக நன்கொடையாய் அளிக்கப் பட்டது. செய்தின் உதவியாளர் அப்படிப்பட்ட தொடர்புக்கான வாய்ப்பு எதுவும் இல்லை என்று திட்டவட்டமாய் மறுத்துவிட்டார். 'செய்த் அவர்கள் கிளாரியன் ஃபண்டுக்கு எந்த நன்கொடையும் அளிக்கவில்லை. அவர் மிகவும் தனிப்பட்ட மனிதர். எந்த வகையான பொது விளம்பரங்களையும் விரும்புவதில்லை' என்றார் அவர் எலியட்டிடம்.[42]

உண்மையும் அதுதான். டோனார்ஸ் கேபிடல் ஃபண்ட் (நன்கொடையாளர் முதலீட்டு நிதியம்) என்பது நன்கொடையாளர் பற்றிய ஆலோசனை நிதியம் ஆகும். இது தனிப்பட்ட நன்கொடை யாளர்களின் விருப்பத்தைப் பொறுத்து பல்வேறு அமைப்புகளுக்கு நிதி விநியோகம் செய்துவந்தது. இரகசியமாய்க் காக்கப்பட்ட நிதிக்கான ஆதாரமும் அதுபோலத்தான் தெரிந்தது. அமெரிக்க முன்னேற்றத்திற்கான மையம் (சென்டர் ஃபார் அமெரிக்கன் புரோக்ரஸ்) கூறியதன்படி டோனார்ஸ் கேபிடல் ஃபண்ட் ஏறத்தாழ 21 மில்லியன் டாலர்களை 2007 முதல் 2009 வரை முஸ்லிம் எதிர்ப்புக் காரணங்களுக்காக அளித்திருந்தது. அவற்றுள் மத்தியகிழக்குக் கருத்தரங்கம், தீவிரவாதப் புலனாய்வு செயல்திட்டம், டேவிட் ஹொரோவிட்ஸ் ஃபிரீடம் சென்டர் (டேவிட் ஹொரோவிட்ஸ் சுதந்திர மையம்) ஆகியவை அடங்கும்.[43]

2008இல் *ஒப்செஷன்* வெளியிடப்பட்டது. அதே ஆண்டு டோனார்ஸ் கேபிடல் ஃபண்ட் (டிசிஎஃப்) 17 மில்லியன் டாலர்களை கிளாரியன் ஃபண்டுக்கு நன்கொடையாக அளித்தது. இத்தொகை முழுப் படத்தையும்எடுக்கப் போதுமானதாக இருந்தது. இதன்மூலம் அந்தக் குழு அங்கிருந்து அதிகபட்ச நிதியுதவி பெற்ற ஒன்றாக ஆனது. 'எங்கள் வாடிக்கையாளர்களுள் ஒருவர் கிளாரியனுக்குப் பரிந்துரை செய்தார்கள்; ஆகவே அதன்படி செய்தோம்' என்றார் டோனார்ஸ் கேபிடல் ஃபண்டின் தலைவர் விட்னி பால்.[42] 'அந்தப் பரிந்துரை பெரும்பாலும் செய்திடமிருந்துதான் வந்திருக்கும்' என்றார் சாலன்.

இதற்குமுன் செய்த் கிளாரியனுக்கும் மேலும் பல நவீன பழமைவாத முயற்சிகளுக்கும் இஸ்ரேலிய ஆதரவு வலதுசாரி அறநிறுவனங்களுக்கும் தனது சொத்துகளை அள்ளி வழங்கியிருந்தார். அவருடைய தர்மசிந்தனை கவனிக்கப்படாமல் போய்விடவில்லை. 2010இல் இஸ்ரேலின் இரண்டாவது பெரிய பல்கலைக்கழகத்திலிருந்து 'யூத மக்களின் வாழ்விற்காகவும் இஸ்ரேலின் முன்னேற்றத்திற் காகவும் அவர் தொடர்ந்து அளித்த ஆதரவைப் பாராட்டி' கௌரவப் பட்டம் வழங்கப்பட்டது.[44]

செய்த் தவிர முஸ்லிம்கள் பற்றிய திரிபுவாதத்திற்கு நிதியுதவி அளிப்பதற்குத் தமது கொழுத்த பணப்பையின் செல்வாக்கை ஆயுதமாகப் பயன்படுத்திய யூத வலதுசாரியின் மற்றொரு பணக்காரத் தொழிலதிபர் ஒருவர் இருந்தார். லாஸ் ஆஞ்சலெஸைச் சேர்ந்த அதிகம் பிரபலமாகாத பாதுகாப்பு மென்பொருள்

உற்பத்தியாளர் ஆப்ரே செர்நிக், இஸ்லாமிய வெறுப்புத் தொழிலின் பெரும்பாலான ஆவேசச் செயல்திட்டங்களுக்கும் பின்னணியில் இருந்துவருகிறார். 2004இல் கணினி ஜாம்பவானான ஐபிஎம், செர்நிக்கின் நிறுவனத்தை வாங்கிக்கொண்டபோது, அவருடைய மொத்தப் பெறுமானம் 750 மில்லியன் டாலர்களாக விண்ணை முட்டியது. அதே ஆண்டு அவரும் அவருடைய மனைவி ஜாய்ஸும் ஃபேர்ப்ருக் ஃபவுண்டேஷனை நிறுவினர். இந்த அறநிறுவனத்தைத் தங்களுடைய ஒத்த கொள்கைகளைப் பகிர்ந்துகொள்ளும் குழுக்களுக்கு நிதி உதவியளிக்க இருவரும் பயன்படுத்தினர். அந்தக் குழுக்களுள் ஒன்று ராபர்ட் ஸ்பென்ஸரின் முஸ்லிம் எதிர்ப்பு வலைத்தளமான *ஜிஹாத் வாட்ச்*. இது பமேலா கெல்லரின் *அட்லஸ் ஷ்ரக்ஸுக்கு* இணையாக மன்ஹட்டனின் பார்க் 51 சமூக மையம் தொடர்பாகப் பெரும் அமளியைக் கிளப்பிவிட்ட அதே வலைத்தளம் தான். 2005இல் செர்நிக் தம்பதி ஏறத்தாழ இரண்டு லட்சம் டாலர்களை நேரடியாக ஸ்பென்ஸருக்கு அளித்தனர். கடந்த மூன்று ஆண்டுகளாக அந்த வலைதளத்திற்குக் கிடைத்த ஏறத்தாழ பத்து லட்சம் டாலர் நிதியின் 'பெரும்பகுதி' ஃபேர்ப்ருக் ஃபவுண்டேஷன் *ஜிஹாத் வாட்ச்சின்* தாய்க்குழுவான டேவிட் ஹொரோவிட்ஸ் ஃப்ரீடம் சென்டருக்கு அளித்த நன்கொடைகள் வழியே ஸ்பென்ஸருக்குக் கிடைத்ததுதான்.[45] இதைப் பொலிடிகோ அறிக்கை 'புலிகளின் பங்கு' எனக் குறிப்பிட்டது.

செர்நிக் தம்பதியின் சொத்துகளைப் பெற்றுக்கொண்டது ஸ்பென்ஸர் மட்டுமல்ல. 'ஊர்ந்துவரும் ஷரீஆ', நாஸி போன்ற இரத்தக் களரி ஆகியவை பற்றிய அச்சத்தைக் கிளப்பிவிட்ட பிற அமைப்புகளும் அவர்களின் ஆதரவைப் பெற்றன. 2004க்கும் 2009க்கும் இடையில் ஃபேர்ப்ரூக் ஃபவுண்டேஷன் 125,000 டாலர்களை பிரிகிட்டே காப்ரியலின் ஆக்ட்! ஃபார் அமெரிக்கா விற்கும், ஃபிராங்க் காஃப்னியின் சென்டர் ஃபார் செக்யூரிடி பாலிசி (பாதுகாப்புக் கொள்கைக்கான மையம்)அமைப்புக்கு 67,000 டாலர்களும், டானியல் பைப்ஸின் மத்திய கிழக்குக் கருத்தரங்கத் திற்கு 410,000 டாலர்களும் நன்கொடையாக அளித்தது.[45] *ஒப்செஷன்* படத் தயாரிப்பின் பின்னணியில் இருந்த அய்ஷ் ஹ-தோரா, ஹானஸ்ட் ரிப்போர்ட்டிங் ஆகிய சகோதர அமைப்புகள் இணைந்து அதே ஐந்தாண்டு காலத்திற்குள் மொத்தமாக 100,000 டாலர்கள் திரட்டின.[46]

இத்தகைய குழுக்களுக்குச் சொர்நிக் நிதியுதவி அளித்ததற்குக் காரணம் இல்லாமல் செய்யவில்லை. உண்மையில் அதுபோல் 6.1 மில்லியன் குழுக்கள் இருந்தன. இதே அளவுக்கான தொகையை அவருடைய நேஷனல் சென்டர் ஃபார் கிரைசிஸ் அண்ட் கண்டினுடி கோஆர்டினேஷன் (கலவரம் மற்றும் தொடர் ஒருங்கிணைப்புக்கான தேசிய மையம் – என்சி 4) என்னும் அமைப்பு உள்நாட்டுப் பாதுகாப்புத் துறையிடமிருந்து (டிபார்ட்மெண்ட் ஆஃப் ஹோம் லாண்ட் செக்யூரிடி) 2007இல் பெற்றது —தீவிரவாதம் உள்பட பல்வேறு நிகழ்வுகளுக்கான தகவல் தொடர்பு தொழில்நுட்பங்களை மேம்படுத்துவதற்காக. இதுபோன்ற அச்சறுத்தல்கள் உள்ளதாக உணர வைக்கப்பட்டிருக்கவில்லை என்றால் இத்தகைய நடவடிக்கைகளும் இவ்வளவு நிதியுதவிகளும் தேவைப்பட்டிருக்காது. நான்கு ஆண்டுகளுக்குமுன், நேஷனல் சென்டர் ஃபார் கிரைசிஸ் அண்ட் கண்டினுடி கோஆர்டினேஷன் அமைப்பின் மேல்நிலை இயக்குநர் ரிச்சர்ட் ஆன்ட்ரூஸ் (இவர் மேனாள் அதிபர் ஜார்ஜ் வாக்கர் புஷ்ஷின் உள்நாட்டுப் பாதுகாப்பு ஆலோசனைக் குழுவின் உறுப்பினர்) 9/11 கமிஷனின் முன்னிலையில் அமெரிக்க அரசாங்கம் தனியார் நிறுவனங்களுடன் கூட்டுறவு வைத்துக்கொள்ள வேண்டும் என்று வலியுறுத்தினார். காரணம், அவற்றின் திறன் தேசிய பாதுகாப்பை வலுப்படுத்தக் கூடியதாக இருக்கிறது என்று கூறினார். இதை ‘நேஷனல் சென்டர் ஃபார் கிரைசிஸ் அண்ட் கண்டினுடி கோஆர்டினேஷன் அமைப்பின் அடிப்படைத் தத்துவம் என்ன வென்றால் செப்டம்பர் 11க்குப் பிந்தைய காலத்தில் புதிய குழுக்கள் தோன்றி, வளர்ந்து, இணைந்து செயல்பட்டு தீவிரவாதம், இயற்கைச் சீற்றங்கள் ஆகியவற்றை எதிர்கொள்ளத் தயாராக இருக்க வேண்டும் என்பதுதான்’ என்றார் அவர். ‘இந்த நோக்கைச் சாதிப்பதற்கு மையக் கருவாகப் பொது/தனியார் கூட்டணிகளை ஊக்குவிக்க வேண்டும்.’[47]

அமெரிக்காவில் முஸ்லிம் எதிர்ப்புப் பிரச்சாரத்திற்கு நிதியுதவி அளிப்பது ஒன்று. வெஸ்ட் பாங்க் பகுதியில் சட்டத்திற்குப் புறம்பான குடியிருப்புகள் விரிவடைந்து வருவதற்கு நிதியுதவி அளிப்பது மற்றொன்று. சொர்நிக் தம்பதியைப் பொறுத்தவரையில், இரண்டும் பின்னிப் பிணைந்தவை. ஒருபுறம் பல இஸ்ரேல் ஆதரவுக் குழுக்கள் அந்தத் தம்பதியின் நிதியுதவியை அனுபவித்து வந்துகொண்டிருக்க, சென்ட்ரல் ஃபண்ட் ஆஃப் இஸ்ரேல், அடெரெட் கோஹெனிம் ஆகியவைதான் தங்களுடைய வலதுசாரி நோக்கை மிகத் தெளிவாக

வெளிக்காட்டின. நியூயார்க்கைக் களமாகக்கொண்ட இந்த இரு இலாபமீட்டா நிறுவனங்கள் வழியாக ஆப்ரேயும் ஜாய்ஸ் சேர்நிக்கும் ஆயிரக் கணக்கான டாலர்களை வடக்கு வெஸ்ட் பாங்கிலுள்ள இட்ஸார் குடியிருப்பிற்கு அனுப்பிவைத்தனர்.[48] ஒருகாலத்தில் *நியூயார்க் டைம்ஸ்* பத்திரிகையால் 'பாலஸ்தீன நகரமான நாப்லஸை மலைமுகடுகளிலிருந்து கட்டுப்படுத்தும் தீவிரவாதக் கோட்டை' என்று வர்ணிக்கப்பட்ட, போரால் சீரழிந்த அந்த நிலப்பகுதி, பாலஸ்தீனர்களுக்கும் இஸ்ரேலியர்களுக்கும் இடையிலான பல ஆக்ரோஷமான மோதல்களைக் கண்ட ஒன்று.[49]

2010 ஜனவரியில் கிரீன் லைனிலிருந்து 20 கிலோ மீட்டர் தொலைவிலுள்ள ஒட் யொசெஃப் சாய் யேஷிவா என்ற மதப் பழமைவாத கல்வி நிறுவனத்தின் தலைவரான யூத குரு அந்த வட்டாரத்திலுள்ள பள்ளிவாசல் ஒன்றைத் தீ வைத்துக் கொளுத்தி யதற்காகக் கைது செய்யப்பட்டார்.[50] அந்தக் கட்டடம் தீப்பற்றி எரிந்து கொண்டிருக்கையில், 'உங்களைத் தீயிட்டுக் கொளுத்துவோம்', 'விலைச் சீட்டு' ஆகிய வாசகங்கள் சுவர்களின் குறுக்கே கிறுக்கப் பட்டன.[51] சர்ச்சையில் அவருக்கு இது முதல் அனுபவமல்ல. ஒருமுறை ஷாப்பிரா—யூதரல்லாதவர்கள் (இதில் குழந்தைகளும் அடக்கம்) 'இயல்பாகவே இரக்கமற்றவர்கள்' என்று அறிவித்து, அவர்களைக் கொல்லும்பொழுது கடைப்பிடிக்க வேண்டிய விதிமுறைகளைத் தமது மாணவர்களுக்குப் போதித்தார்.[48] 2006இல் தமது இளைய தொண்டர்களிடம் 13 வயதுக்கு மேற்பட்ட பாலஸ்தீனர்களைக் கொல்லும்படி கூறி, தாம் போதித்த பாடத்தை ஏறத்தாழத் தாமே பின்பற்ற முற்பட்டார். இதற்காக இஸ்ரேலிய போலீசார் அவரைக் காவலில் வைத்தனர்.[48] காலப்போக்கில் அரசாங்கம் இடைமறித்தது. தீவிரவாத யேஷிவா மாணவர்கள் பாலஸ்தீன இலக்குகளுக்கும் இஸ்ரேலிய தற்காப்புப் படைகளுக்கும் எதிராகத் தொடர்ந்து தாக்குதல்களை நடத்திவந்தனர். இதனால் கல்வி அமைச்சகம் டோர்ஷெய் யெகுச்சா உயர்நிலைப்பள்ளியை மூடும்நிலைக்கு அவை இட்டுச் சென்றன.[52]

6

வாஷிங்டனுக்கும் அதற்கு அப்பாலும்: அரசுக் கொள்கையாக இஸ்லாமிய வெறுப்பு

கானன் ஹவுஸ் அலுவலகக் கட்டடத்தில் அறை எண் 311 மிகவும் கம்பீரமானது. விக்டோரிய பாணி கரும்பச்சைக் கம்பளத்தின் நேர் மேலாக பலகைகள், பெட்டகங்கள் பொருத்தப்பட்ட உத்தரங்கள் — அவை பண்டைக்கால கிரேக்கத்தையும் ரோமாபுரியையும் நினைவூட்டின. ஆங்காங்கே காணப்படும் சரவிளக்கு (சாண்டெலியர்) உயர்ந்த வளைவுகளிலிருந்து தொங்கியபடி, வழவழப்பான சுவர்களின் மீது இளம் மஞ்சள் நிறத்தைப் படியவைத்தது. சுவர்களின் மேல் ஓரங்களில் தொலைக்காட்சிக் கண்காணிப்புத் திரையகங்கள்— தட்டைத் திரைகளோடு. அவை பார்க்கச் சகிக்கவில்லை; ஆனால் மரபைப் பேணவும் புதுமையைத் தழுவவும் நிகழும் போராட்டத்தில் தேவையான விட்டுக்கொடுத்தல்களாகவே அவை விளங்கின. சீமைநூக்கு மரத்தாலான கம்பீரமான மேடையை அமெரிக்கச் சின்னங்களான கழுகு போன்றவை அலங்கரித்தன. எதிரே, அமெரிக்கக் கடற்படைக் கப்பல்களின் அணிவகுப்பு —பாய்மரங்களும் நீராவி இஞ்சின்களுமாய் —ஸ்குவாட்ரன் ஆஃப் எவல்யூஷன் போர்க் கப்பல்களின் காட்சி நீர்வண்ண (வாட்டர் கலர்) கான்வாஸ் சித்திரத்தில் தீட்டப்பட்டிருந்தது. அதை வரைந்தவர் வால்ட்டர் லாஃப்ட்ஹவுஸ் டீன். அதன் தலைப்பு: 'அமைதி.'

காட்சிகள் அமெரிக்க ஜனநாயகத்தின் கம்பீரமான நினைவுச் சின்னங்களாக இருந்தபோதிலும், அந்த அறைக்கு மேலும் இருண்டதொரு வரலாறு இருந்தது. 1967 அக்டோபர் மாதத்தின் பிற்பகுதியில் ஹவுஸ் கமிட்டி ஆன் அன்-அமெரிக்கன் ஆகிடிவிடீஸ் (அமெரிக்கா சாரா நடவடிக்கைகளுக்கான புலனாய்வுக் குழு -எச்யூஏசி) அந்த அறையை எந்த அளவுக்கு, எப்படியென சில

விசாரணைகளுக்காக ஆக்கிரமித்துக்கொண்டிருந்தது. அப்போது 'கம்யூனிஸ்டுகளும் பிற நாசவேலை அமைப்புகளும் தனிமனிதர்களும் திட்டமிட்டு, ஊக்குவித்து, ஆதரித்த' இனக் கலவரங்கள், கொள்ளைகள், தீவைப்புத் தாக்குதல்கள் அமெரிக்கா முழுவதிலும் நடைபெற்றன.[1] ' இனவாத போலீஸ் அதிகாரிகளுக்கும் உள் நகரக் கறுப்பின மக்களுக்கும் இடையே வன்செயல்கள் நிகழ்ந்தன. வெள்ளை இனத்தைச் சேர்ந்த சமூகச் செல்வாக்கு உள்ளவர்கள் இயற்றிய குடியுரிமைச் சட்டங்களின் திறன், அவர்களுடைய கொடுங்கோன்மை ஆகியன குறித்து கறுப்பின மக்கள் அதிருப்தி கொண்டிருந்தனர். ஆகவே பெரிய நகரங்கள் முழுவதிலும் அவ்வப்போது இவ்வாறு மோதல்களில் ஈடுபட்டனர். டெட்ராய்டில் போலீசாருக்கும் குடிமக்களுக்கும் இடையே நடந்த மோதல்களில் 43 பேர் பலியாயினர். ஏறத்தாழ 500 பேர் காயமுற்றனர். இனவாத உணர்வுகளும் தொடர்ந்து நிலவிய சமூகச் சீர்குலைவும் ஆப்பிரிக்க-அமெரிக்க கலகக்காரர்களும் போராளிகளும் வகித்த பொறுப்புகள் கம்யூனிஸ்ட் எதிரியின் நோக்கங்களோடு பொருந்தியதாக அமெரிக்க அரசாங்கத்தை எண்ணத் தூண்டின.[2] வியத்நாம் போருக்கு எதிர்ப்புத் தெரிவித்த மார்ட்டின் லூதர் கிங் ஜூனியரின் பேச்சுகள் தெற்குப் பகுதி தேசியவாதிகளான வெள்ளை இனத்தவருக்கு எளிதான இலக்காயின. அவருடைய இயக்கத்தில் தங்கள் இன வேறுபாட்டுக் கொள்கைகளைப் பரப்பி ஆப்பிரிக்க அமெரிக்க கலகக்காரர்களுக்கு மாஸ்கோவின் கருவிகள் என்று பட்டம் கட்டிவிட அவர்களுக்கு ஒரு வாய்ப்புக் கிடைத்தது. தெற்கு கரோலினாவின் செனட்டர் (அமெரிக்க மேலவை உறுப்பினர்) ஸ்ட்ராம் தர்மண்ட் கிங்கைக் 'கலகம் விளைவிப்பவர்' என்றும் 'பதிவு செய்யப்பட்ட கம்யூனிஸ்ட்' என்றும் வர்ணித்தார்.[2] கார்ல் ப்ரஷ்யன் என்ற ஃபெடரல் பீரோ ஆஃப் இன்வெஸ்டிகேஷன் (அமெரிக்க உள்நாட்டு உளவுத்துறை– எஃப்பிஐ) ஒற்றர் தெற்குப் பகுதிகளில் விநியோகம் செய்யப்பட்ட துண்டுப் பிரசுரங்களை எழுதினார். 'கம்யூனிஸ்ட் குடியுரிமை இயக்கத்தின்' பிடியில் சோவியத் 'எழுச்சி' நிகழ்ந்ததை அவை விவரித்தன.[2]

வர்ஜினியாவின் பிரதிநிதி வில்லியம் டக் தொடக்கநிலை ஹவுஸ் கமிட்டி ஆன் அன்-அமெரிக்கன் ஆகிடிவிடீஸ் அமைப்பு விசாரணையை மேற்பார்வையிட்டார். அந்த ஆண்டு நடந்த 'நூற்றுக்கும் மேற்பட்ட' கலகங்களை அங்கீகரித்த அவர் இனவேறுபாடு, கல்வி வாய்ப்புகள் குறைந்திருத்தல், வறுமை போன்றவை ஓரளவிற்குக்

காரணமாக இருந்தாலும், அவற்றைவிடவும் மிக வலிமையான, தீவிரமான ஏதோ ஒன்று நிகழ்ந்துகொண்டிருப்பதாகப் பரிந்துரை செய்தார். 'வரலாறு முழுவதிலும் அரசியல் காரணங்களுக்காகக் கலகங்கள் பயன்படுத்தப்பட்டு வந்துள்ளன' என்றார் அவர். 'நடப்பில் உள்ள அரசாங்கங்களை பலவீனமாக்கி, மட்டம் தட்டுவதற்கும் புதிய, வித்தியாசமான அரசாங்க அமைப்பை நிலைநாட்டுவதற்கும் இவற்றைப் புகுத்தலாம், புகுத்தவும் செய்தார்கள்'[1] என்றார். மேலும் இதற்காக 'சமூகப் பிரச்சினைகளை ஆராயவேண்டிய அவசியம் இல்லை' என்றார் அவர். இதுபோன்ற சிறிய விஷயங்களுக்கெல்லாம் இப்போது நேரம் இருக்கவில்லை.

டக் விசாரணைகளை மேற்பார்வையிட்டது ஒரு குத்தலான பிரச்சினையாக இருந்தது. தெற்கத்திய பிரிவினைவாதியான அவர், 'பாரிய எதிர்ப்பு' என்ற வர்ஜீனியா மேலவை உறுப்பினர் (செனட்டர்) ஹாரி பர்டின் கொள்கையைத் தீவிரமாக ஆதரித்தார். இது வெள்ளை இனத்தவரான காங்கிரஸ்காரர்களையும் அரசியல் தலைவர்களையும் 'பாரிய எதிர்ப்புக்கு' ஒன்றுகூட்ட முயன்றது — அரசுப் பொதுப்பள்ளிகளை இன அடிப்படையிலான பிரிவினை யற்றதாக்கும் உச்சநீதிமன்றத்தின் 1954 பிரவுன் எதிர். கல்வி வாரியம் தீர்ப்பிற்குக் கண்டனம் தெரிவிப்பதற்காக. இன ஒருங்கிணைப்பைக் கடந்து செல்வதற்காக அவர் ஸ்டான்லி திட்டத்தை வகுப்பதில் உதவினார். 13 பகுதிகள் கொண்ட இந்தத் தொடரானது அமெரிக்க கூட்டாட்சி அரசாங்கத்தை எதிர்த்த பள்ளிகளுக்கு ஊக்கத் தொகையையும் ஆதரிக்கும் பள்ளிகளுக்குக் கடுமையான விளைவு களையும் அளித்தது. விசாரணைக்கும் அவர் எதிர்பார்த்த விடை களுடன்தான் வந்தார். முதல்கட்ட விசாரணை தொடங்குவதற்கு இரண்டு மாதங்கள் முன்பு டக் காங்கிரஸிடம் ஓர் அறிக்கை சமர்ப்பித்தார். அதில் 'கம்யூனிஸ்ட் தனியாகவோ அல்லது பல்வேறு நாசவேலை இயக்கங்களுடன் இணைந்தோ' 'குறிப்பிடத்தக்க அளவு' முனைப்புடன் முந்தைய கலகங்களில் ஈடுபட்டதாகத் 'தெளிவாகக் குறிப்பிடப்பட்டிருந்தது.'[3] இருந்தும் புலன்விசாரணை தொடர்ந்தது.

லாஸ் ஆஞ்சலெஸ் மாவட்ட வழக்கறிஞரும் முன்னாள் அமெரிக்க உள்நாட்டு உளவுத்துறை (எஃப்பிஐ) முகவருமான எவெல் யங்கர் அந்தக் குழுவின் முன்னிலையில் கலகக்காரர்களில் 20 சதவீதத்தினர் நாசவேலையைத் தூண்டுபவர்கள் என்று தெரிவித்தார். 'கலவரங்களை உண்மையிலேயே தூண்டும் அந்த 20 சதவீதத்தினர் இனவாதிகள்,

வெறுப்பாளர்கள், அரசியல் தீவிரவாதிகள், கலகக்காரர்கள், குற்றம் நிரூபிக்கப்பட்டவர்கள் ஆகியோர்தாம்' என்றார் அவர், ஒரு நூலிழை சாட்சிகூட இல்லாமல். இந்தக் குழுக்களோடு போரிடுவது எப்படி என்று கேட்டபோது, யங்கர் கூறினார்: 'முதலில் அமெரிக்கர்கள் அனைவரும் நமது எல்லாச் சட்டங்களையும் எப்பொழுதும் கடைப்பிடிக்க வேண்டும் என்று நாம் வலியுறுத்த வேண்டும். அவர்களுக்குப் பிடித்தமான சட்டங்களை மட்டுமல்ல, எல்லா வற்றையும்.'[1] மற்றொரு சாட்சியான ஹெர்மன் டி லெர்னரிடம் அந்தக் கலவரங்களில் நாசவேலை ஏதேனும் தென்பட்டதா என்று கேட்டபோது அவர் 'ஆமாம்' என்றார். இது தொடர்பாக 'நாசவேலை' என்ற சொல்லுக்கு அவர் அளித்த விளக்கத்தை வைத்துப் பார்த்தால் கலவரத்தில் ஈடுபட்டவர்கள் ஒவ்வொருவரையும் உள்ளடக்குவது போல் இருந்தது. 'நகரப் பகுதிகளில் அண்மையில் நடந்த கலவரங் களில் நாசவேலை இருந்தது என்பதில் கேள்விக்கே இடமில்லை. ஏனெனில் தனியாகவும் கூட்டாகவும் அந்தக் கலவரக்காரர்கள் செயல்பட்ட விதமே நாசவேலையாகத்தான் இருந்தது.'[3] கிளாரென்ஸ் மிட்ஷெல் நிறமுள்ள மக்கள் முன்னேற்றத்திற்கான தேசியக் கழகத்தின் (நேஷனல் அசோசியேஷன் ஃபார் அன்வான்ஸ்மெண்ட் ஆஃப் கலர்ட் பீப்பிள் — என்ஏஏசிபி) வாஷிங்டன் இயக்குநர். இவர் இந்தச் சூனிய வேட்டையைப் புறக்கணித்தார். சிலர் செய்த வன்செயலுக்கு ஒரு முழு இனத்தையே பழிகூறுவது மட்டுமின்றி, கம்யூனிஸ்டுகள் பற்றிய அச்சத்தினால் ஏற்பட்ட கலவரத்தில் நியாயமற்ற முறையில் கறுப்பின மக்களை ஹவுஸ் கமிட்டி ஆன் அன்-அமெரிக்கன் ஆகிடிவிடீஸ் (அமெரிக்காசாரா நடவடிக்கை களுக்கான புலனாய்வுக் குழு – எச்யூஏசி) உட்படுத்தியுள்ளது என்றார் அவர். சிவப்பு அச்சம் திடீரென்று சற்று வண்ணம் அடர்ந்தாற்போல் தோன்றியது. 'நமது சில நகரங்களில் நிகழ்ந்த பேரழிவிற்கும் வன்செயலுக்கும் சட்டம் ஒழுங்கைக் கடைப்பிடிக்கும் கறுப்பின மக்களைக் காரணம் காட்டுவது அவர்களை அவமதிப்பது போல் உள்ளது என்பது என் கருத்து' என்று கூறிய அவர் 'கம்யூனிஸ்டுகளால் கறுப்பின மக்களை வெற்றிகரமாக இணைத்துக்கொள்ள முடிந்த தில்லை. அத்துடன் இந்தக் காலகட்டத்தில் அவர்களுக்குக் கறுப்பின மக்களிடையே அப்படியொன்றும் அதிகமாகத் தொண்டர் களும் இல்லை.'[1]

1969இல் ஹவுஸ் கமிட்டி ஆன் அன்-அமெரிக்கன் ஆகிடிவிடீஸ் (அமெரிக்காசாரா நடவடிக்கைகளுக்கான புலனாய்வுக்குழு

— எச்யூஏசி) அமைப்பு இண்டர்னல் செக்யூரிடி கமிட்டி (உள்நாட்டுப் பாதுகாப்புக் குழு) என்று பெயர்மாற்றம் செய்யப்பட்டது. பிறகு, 1975இல் அது முழுவதுமாக நீக்கப்பட்டது. ஆனால் அரசியல் ரீதியான கம்யூனிச ஆதரவுப் பழிசுமத்தல் அதன் அழிவோடு மறைந்து விடவில்லை. கானன் ஹவுஸ் அலுவலகக் கட்டடத்தின் அறை 311 காங்கிரஸ் தலைவர்களின் ஆலோசனைக் கூடமாக அறிவிக்கப்பட்டது. அவர்கள் அமெரிக்கக் குடிமக்கள் தங்கள் தாய்நாட்டை எதிர்ப்பதாகச் சந்தேகித்தனர். ஆப்பிரிக்க அமெரிக்கர்கள் கம்யூனிச அச்சப் புயலுக்குள் இழுத்துச் செல்லப்பட்டு, 44 ஆண்டுகள் ஆகியிருந்த நிலையில் மற்றொரு அரசியல் ஆட்டம் நிகழ்ந்தது.

***

பீட்டர் கிங் சாய்வு மேசைக்குப் பின்னால் இருந்த பழுப்பு நிறத் தோல் நாற்காலியில் 'பொத்'தென்று அமர்ந்தார். அவருடைய கறுத்த புருவங்கள் உள்நோக்கிய கோணங்களில் பதிந்திருக்க, அவரின் இறுகிய தாடை அவர் பேச வந்திருக்கும் விஷயத்தின் தீவிரத்தை உணர்த்தியது. 'திரு. கிங், தலைவர்' என்றது அவருடைய பெயர்ப் பலகை (நேம் பிளேட்) தனது குறிப்புகளை அவர் புரட்டிக் கொண்டிருக்க, கடல்போல் சூழ்ந்திருந்த காமெராக்களின் ஒளிக் குமிழ்கள் சிமிட்டியபடி இருந்தன. தனது இருக்கையிலிருந்து அவர் அங்கு திரண்டிருந்த கூட்டத்தை உற்று நோக்கியபோது தாம் தலைமை தாங்க இருக்கும் நிகழ்ச்சி ஒரு சலசலப்பை உண்டாக்கப்போவதை அவர் நன்கு உணர்ந்திருந்தார்.

மணி ஓங்கி அடித்தது. 'த கமிட்டி ஆன் ஹோம்லாண்ட் செக்யூரிடி (உள்நாட்டுப் பாதுகாப்புக் குழு) இப்போதுகூட இருக்கிறது' என்று தனது பாணியிலான பேச்சுடன் கிங் அறிவித்தார். அதில் ஒரு நியூயார்க்வாசியின் இறுக்கமும் அறுபது வயது மனிதரின் தொங்கிய தாடைத் தோற்றமும் இணைந்து வெளிப்பட்டன. 'இன்றைய விசாரணை ஒரு விசாரணைத் தொடரின் முதலாவதாகும். இதில் முஸ்லிம் அமெரிக்கர்களைத் தீவிரமயமாக்கல் (முஸ்லிம் ரேடிகலைசேஷன்) என்ற முக்கிய விஷயம் பற்றி பேச உள்ளோம்' என்றார் அவர்.

அவருடைய குரல் வழக்கத்தைவிடவும் தீவிரமாகத் தோன்றியது. இது அவருடைய பணியின் கடுமையினால் விளைந்த ஒன்று. சாத்தியமுள்ள தீவிரவாதிகளை வேரோடு களையும் முயற்சியில்

இறங்கியிருந்த சட்டத்தை நிலைநாட்டும் அதிகாரிகளோடு முஸ்லிம் அமெரிக்கர்கள் ஒத்துழைக்கவில்லை என்று அவர் எச்சரித்தார். ஒருவேளை மேலும் ஒரு 9/11ஐ நிகழ்த்தச் சதிசெய்யும் தீய சக்திகளோடு ஏதோ ஒரு வகையில் இணைந்துகொண்டிருப்பதுதான் அவர்களின் இந்த மௌனத்திற்குக் காரணமாக இருக்குமோ என அவர் வியந்தார்.

'செப்டம்பர் 11 தாக்குதல்கள் முடிந்து பத்தாவது ஆண்டில் காலடி எடுத்து வைத்தும் இந்த வேளையில் அந்தத் துயரமிக்க நாளின் நினைவுகள் மங்கிப்போக நாம் அனுமதிக்க முடியாது. தாக்குதல் நடந்த அடுத்த சில நாள்களிலேயே நாம் அனைவரும் அல்-காயிதாவையும் அதன் கொள்கைகளையும் எதிர்த்துப் போரிட சபதம் செய்து ஒன்றுபட்டிருக்கிறோம் என்பதை நாம் மறந்துவிடக் கூடாது என்று முழங்கினார் கிங். 'இன்றைய நிலையில் அமெரிக்காவைத் தொடர்ந்து தாக்குவதற்கு உள்நாட்டிலேயே தீவிரவாதிகளை உருவாக்குவதுதான் அல்-காயிதாவின் திட்டத்தில் ஒரு பகுதி என்பதை நாம் முழுமையாக உணர வேண்டும். அல்-காயிதா அமெரிக்க முஸ்லிம் சமூகத்தை முனைப்போடு இலக்காக்கி, அதிலிருந்து பொருத்தமானவர்களைத் தேர்ந்தெடுத்து வருகிறது.'

விசாரணை அறை நிரம்பி வழிந்தது. பத்திரிகை நிருபர்கள், காங்கிரஸ் தலைவர்கள், இளம் ஊழியர்கள், மதக் குழுக்கள் ஆகியவை அந்தச் சிறு அறையில் இடத்திற்காக நெருக்கியடித்துக் கொண்டிருந்தன. வாசலுக்கு வெளியே ஆர்வமுடன் திரண்டிருந்தவர்களின் வரிசை அடுத்த அறைக்குள் நீண்டு சென்றது. தொலைக்காட்சியில் கிங்கின் முகம் தெரிந்தபோது கிசுகிசுப்புகளும் சிரிப்பொலிகளும் உரத்த சிரிப்பும் பார்வையாளர்கள் மத்தியில் எழுந்தன. இதுபோன்ற நாடக அரங்கேற்றங்களை, மறு ஒத்திகைகளை ஒரு காலத்தில் ஜோஸஃப் மக்கார்த்தி என்ற அச்ச வியாபாரி செய்ததை மீண்டும் காணும் வாய்ப்பு கிடைத்ததை எண்ணி அவர்கள் வெளிப்படையாகப் பூரித்தனர். இத்தகைய பெருந் திரளான மக்களை வெகுசில காங்கிரஸ்காரர்களால் மட்டுமே ஈர்க்க முடிந்தது.

இது கிங்கின் ராஜ்ஜியம் என்பது தெள்ளத் தெளிவாக இருந்தாலும், அவர் ஓர் உரையாடலில் பங்கேற்பவரின் பணியைத்தான் செய்துகொண்டிருந்தார் — தாம் நேசிக்கும் நாடு உள்சக்திகளின் கைப்பிடியில் அகப்பட்டுக்கொண்டுள்ளது என்ற தமது வாதத்தை நிரூபிக்கத் தேவையான ஆதாரங்களைத் தேடும் ஓர் உரையாடல் உறுப்பினராக. நீள்வட்ட வடிவிலான அந்த மேசையில் அவருடைய

காங்கிரஸ் தீர்ப்பாளர்களிடமிருந்து சில அடிகள் தள்ளி ஐந்து விருந்தினர்கள் அமர்ந்திருந்தனர். நியூயார்க் காங்கிரஸ் உறுப்பினரான அவர் அவர்களை அழைத்திருந்தார் — தமது சந்தேகங்களைச் சட்ட பூர்வமாக்கத் தேவையான வல்லுநர்களின் கருத்துகளையும் சம்பவக் குறிப்புகளையும் அளிப்பதற்காக. அவர்களுள் பிரதிநிதியான கெய்த் எல்லிசன்; மின்னசோட்டாவிலிருந்து ஒரு முஸ்லிம் சட்ட வரைவாளர்; மெல்வின் ப்ளெட்ஸோ, அப்திரிஸாக் பிஹி என இரண்டு வணிகர்கள் (இவர்களின் மகன்கள் இஸ்லாத்தைத் தழுவியதுடன், விரைவிலேயே தீவிரவாதச் செயல்களிலும் இறங்கியவர்கள்); லாஸ் ஆஞ்சலெஸ் கவுன்டியின் ஷெரீஃப் லெராய் டி.பகா (இவரைக் குழுவிலுள்ள ஜனநாயகக் கட்சியினர் எதிர்வாதத்திற்காக அழைத்திருந்தனர்) ஆகியோர்.

சாட்சி கூற கிங் அழைத்து வந்தவர்களில் நட்சத்திரமாய் விளங்கியவர் டாக்டர். எம். ஜுஹ்தி ஜாஸர். இவர் தமது நாற்பதுகளில் உள்ள, கம்பீரமான, அரிசோனாவைச் சேர்ந்த நகர்ப்புற மருத்துவர். தமது சக இஸ்லாமிய சமயத்தாரைப் பற்றிய அவரின் விமர்சனங்கள் சில பழமைவாத வட்டங்களில் அவரைப் பிரபல மாக்கின. ‘அமெரிக்காவில் முஸ்லிம் தீவிரமயமாக்கல் கடந்த இரண்டு ஆண்டுகளாகத் தொடர்ந்துவரும் பாதையைக் கருத்தில் கொண்டால் அமெரிக்காவில் முஸ்லிம்களாகிய நமக்குத் தீவிரமயமாக்கல் பிரச்சினையே இல்லை என்றெல்லாம் முகத்துக்கு நேராகக் கூறிவிட முடியாது’ என்றார் அவர் திட்டவட்டமாக.[4]

ஜாஸரின் அமைதியான உடல்மொழியும் நவீன பாணியும் நம்பத்தகுந்த ஆதாரமாக அவரை முன்நிறுத்தின —கட்சிப் போராளி களான பமேலா கெல்லரையும் ராபர்ட் ஸ்பென்ஸரையும்விட அதிகமாகவே. அவர் ஒரு ‘நல்ல முஸ்லிம்.’ வெளிப்படையாகவும் வலிமையாகவும் தனது மதத்தின் பல்வேறு கொள்கைகளைப் பழித்தார் —இஸ்லாம் மதத்தையும் அரசையும் இரண்டறக் கலக்க முயல்கிறது; இதனால் அதைப் பின்பற்றுபவர்களின் பரவலான தீவிரவாதக் கொள்கைகளோடு போரிடுவதில் சிரமப்படுகிறது.[5] இதைவிடவும் முக்கியமாக, அவர் ஒரு நல்ல பழமைவாதி, அடையாள அட்டை வைத்துள்ள குடியரசுக் கட்சி உறுப்பினர். தமது அரசியல் ஈடுபாட்டைப் பெருமையோடு கூறிக்கொண்டு வேட்பாளர்களுக்கு மிகுந்த ஆதரவு தருவார். இதனால் இஸ்லாத்தைத் தங்களுடைய பிரச்சாரங்களில் முக்கிய அம்சமாகக் கொள்ளும்

அவசரத்தில் மிகவும் கஷ்டப்பட்டு வென்ற கோப்பையை ஒரு விளையாட்டு வீரர் பெருமையோடு தூக்கிக் காட்டுவது போல அவரைத் தூக்கி வைத்துக்கொண்டாடினர். குடியரசுக் கட்சியும் ஜாஸரை மிகவும் நேசித்தது —2010இல் சிறுபான்மையினரின் தலைவர் மிட்ச் மக்கனெல் அவரை அரசுத்துறையின் அமெரிக்க பொது இராஜ தந்திரத்திற்கான ஆலோசனைக் குழுவிற்குப் பரிந்துரைக்கும் அளவிற்கு.

இஸ்லாமிய வெறுப்புத் தொழிலில் ஜாஸரின் வளர்ச்சி அவர் கிளாரியன் ஃபண்டுடன் உறவு வைத்திருந்த நாள்களிலேயே தொடங்கி யிருந்தது. கிளாரியன் ஃபண்ட் என்பது *ஒப்செஷன்* என்னும் முஸ்லிம் எதிர்ப்புப் படத்தின் பின்னணியில் இருந்த வலதுசாரி இஸ்ரேலிய குடியிருப்புக் குழு. 2008இல் அந்தப் படத்தயாரிப்பாளர் ரஃபேல் ஷோர் அதன் வெற்றியைத் தொடர்ந்து *த தேர்ட் ஜிஹாத் (மூன்றாம் போர்)* என்னும் 72 நிமிட செயல்படத்தை வெளியிட்டார். *ஒப்செஷன்* போலவே, அந்தப் படமும் அச்சுறுத்தும் காட்சிகளைக் கதையாகப் பின்னி ஒரு ‘கலாச்சார ஜிஹாத்’ நிகழ்ந்து வருவதாக எச்சரித்தது. கிளாரியனின் ஆலோசனைக் குழுவில் இருந்த ஜாஸர் அந்தப் படத்தைத் தொகுத்து வழங்கியதுடன் 2004இல் பெஸ்ஸன் பள்ளியில் குழந்தைகளைப் பணையக் கைதிகளாக்கிக் கொன்ற நிகழ்வின் காட்சிகளைத் தொடர்ந்து, ஏறத்தாழ 400 பேரின் உயிரைக் குடித்த அந்தக் குண்டு வீச்சாளர்களைப் போலவே தானும் ஒரு முஸ்லிம்தான் என்றார். ஆனால் அந்தத் தீவிரவாதிகளைப் போலல்லாது, ஜாஸர் ‘தனது வாழ்க்கையை தீவிரவாத இஸ்லாம் பற்றிய அச்சத்தோடு போரிடுவதற்காகவே அர்ப்பணித்துள்ளதாக ஒரு மருத்துவ மையக் கூடத்தின் வழியே கையில் ஸ்டெதஸ்கோப்பும் (இதயத்துடிப்பு, சுவாசத்தைச் சோதிக்க உதவும்) கிளிப்போர்டுமாய் (கவ்வுபலகையுமாய்) நடந்தபடி அறிவித்தார்.’[6]

அவருடைய விமர்சகர்கள் அவரை ‘கிளென் பெக்கிற்கு மிகவும் பிடித்தமான முஸ்லிம்’ என்று வர்ணிப்பார்கள். ஜாஸர் ஃபாக்ஸ் நியூஸ் வலையத்தின் நிரந்தர உறுப்பினரானார். தீவிரவாத இஸ்லாத்தில் மும்முரமாக ஈடுபட்டுள்ள பழமைவாதக் கொள்கைகள் கொண்ட வர்ணனையாளர்களோடு இணைந்து நிகழ்ச்சிகளில் தோன்றி அவர்களின் ஈடுபாட்டைப் பாராட்டிவந்தார். பார்க் 51 சமூக மையத்தை அவர் கடுமையாக எதிர்த்தார். இஸ்ரேலை ஆவேசத்துடன் தற்காத்தார். பச்சைக் கொடி கிடைத்தவுடன் ஒபாமா அரசாங்கத்தின்

பல்வேறு கொள்கைகளைக் கடுமையாக விமர்சிக்கத் தயாராக இருந்தார். 2010இல் அவர் *அமெரிக்கா அட் ரிஸ்க்: த வார் வித் நோ நேம்* (அபாயத்தில் அமெரிக்கா: பெயர் இல்லாத போர்) என்னும் நியூட் கிங்கிஹின் முஸ்லிம் எதிர்ப்புப் படத்தில் தோன்றினார். அதில் தமது பழமைவாதக் குடும்ப மதீப்பீடுகள் முஸ்லிம் சகோதரத்துவ இயக்கம் போன்ற இஸ்லாமிய இயக்கத்தினருக்கு 'ஒரு பொருட்டே அல்ல' என்றும், அவர்கள், 'நமது அரசியல் சாசனம், உரிமைத் தீர்மானம் ஆகியவற்றிலிருந்து வேறுபட்ட ஷரீஆ, அரசியல் இஸ்லாம் ஆகியவற்றை முன்னெடுக்கும் முஸ்லிம் அரசியல் இயக்கத்தை அமெரிக்காவில் தோற்றுவிக்க முயலும் கூட்டுவாதத்தை ஊக்குவிப்பவர்கள்' என்றும் கூறினார்.[5]

வதந்திகளை ஊதிவிட்டு, அவை காலப்போக்கில் வலதுசாரியின் குழுப்பாடலாகும் அளவிற்கு உதவியவர் ஜாஸர்தான். 1990களில் முஸ்லிம் சகோதரத்துவ இயக்கத்தின் அடையாளம் தெரியாத உறுப்பினர் ஒருவர் எழுதிய ஆவணம், அமெரிக்க முஸ்லிம்கள் அமெரிக்காவில் சட்டங்களை தலைகீழாக்கி, இஸ்லாமியக் கொள்கைகளை நிலைநாட்ட வைக்கும் ஒரு சதித்திட்டத்தில் கூட்டாக ஈடுபட்டிருப்பதாகக் கூறியது.'[5] கிங்கின் விசாரணைக் கூட்டத்திலும் இதே கதைதான். மத்திய கிழக்கில் நிகழ்ந்த சில சம்பவங்களால் (அங்கு வளர்ந்துவந்த புரட்சிகளைத்தான் ஜாஸர் இவ்வாறு குறிப்பிட்டார்) 'முஸ்லிம் சகோதரத்துவ இயக்கம் உலகளாவிய பாதுகாப்பிற்கு எதிராகத் தோற்றுவிக்கும் அச்சம் இப்போது முன்னணிக்கு வந்துள்ளது.' அவருடைய வாக்கு மூலத்தை வைத்துப் பார்த்தால் அதனால் எந்த வித்தியாசமும் ஏற்பட்டதாகத் தெரியவில்லை.[7] இந்தப் 'புற்றுநோய்' (அதை அவர் தமது மருத்துவப் பாணியில் அவ்வாறுதான் அழைத்தார்) நாட்டின் மைய உறுப்புக்கு ஏற்கனவே பரவியிருந்தது. நாம் அரசியல் சாசனத்தை ஜிஹாதிகளிடம் ஒப்படைத்திருக்கிறோம்' என்றார், வருத்தம் தோய்ந்த குரலில்.[8]

***

'பயங்கரவாதத்தின் மீதான போர்' (*வார் ஆன் டெர்ரர்*) என்று அழைக்கப்பட்ட அது, அதிபர் ஜார்ஜ் வாக்கர் புஷ்ஷால் 2001 செப்டம்பர் 11 நிகழ்வைத் தொடர்ந்து உடனடியாகத் தொடங்கப் பட்டது. இது இஸ்லாமிய வெறுப்பைப் பெருமளவில் தூண்டி

விட்டது. மேலும், முஸ்லிம்கள் அதிகபட்சம் வாழும் நாடுகள், அதிலும் குறைந்தபட்சம் இராக் போன்றவை, சந்தேகத்திற்குரியவை, ஆபத்தானவைகூட என்ற எண்ணத்தை அமெரிக்க அரசியல் வலதுசாரிகள் மத்தியிலும் பொதுமக்கள் மனதிலும் விதைத்தது. 'இந்த தேசம் (அமெரிக்கா) இஸ்லாமிய ஆதிக்கவாதிகளுடன் போரிட்டு வருகிறது' என்றார் அவர், 2006 ஆகஸ்டில்.[9] அமெரிக்கா மத்திய கிழக்கில் ஒரு 'புனிதப் போர்' நடத்தி வருவதாக 2001இல் கூறியபின், மிகச் சில சூழ்நிலைகளில் மட்டுமே இவ்வளவு மதச்சார்பான கூற்றுக்களை புஷ் பயன்படுத்தியிருந்தார். இந்தச் சம்பவத்தைத் தொடர்ந்து அதிபரின் கூட்டாளிகள் மேலும் கட்டுப்பாட்டோடு/ அடக்கத்துடன் பேசுமாறு கேட்டுக்கொண்டனர். சொல்லப் போனால், இது ஒரு மதம் சார்ந்த போர் அல்ல என்று மக்களை நினைவூட்ட அதிபர் மிகவும் முயற்சியெடுத்துக் கொண்டார்.

இருப்பினும் 2006இன் கோடைகாலம் முடிந்து இலையுதிர் காலம் தொடங்கியபோது, பொதுமக்களின் கருத்து குடியரசுக் கட்சிக்கு எதிராகத் திரும்பியது. அவருடைய கருத்துகள் குடியரசுக் கட்சியினரிடையே ஒரு புதிய உற்சாகத்தைத் தோற்றுவித்தன. 2008 தேர்தலைக் கருத்தில்கொண்டு பார்த்தால் இது குறிப்பாக முக்கியத்துவம் பெற்றது. பழமைவாதப் பிரச்சாரக் கிறிஸ்துவரான மைக் ஹக்க பீ, முன்னாள் நியூயார்க் நகர்மன்றத் தலைவர் ரூடி கியூலியானி, அரிசோனா செனட்டர் (மேலவை உறுப்பினர், காலப்போக்கில் குடியரசுக் கட்சி வேட்பாளராகத் தேர்ந்தெடுக்கப்பட இருந்தவர்) ஜான் மக்கெய்ன் போன்ற அரசியல்வாதிகள் அனைவரும் அமெரிக்கர்களுக்கும் 'இஸ்லாமியத் தீவிரவாதிகளுக்கும்' இடையே நிகழ்ந்துவரும் போர் பற்றிப் பேசினார்கள்.

இதனால் புதுப்புது வார்த்தைகள் தோன்றி முஸ்லிம்களையும் இஸ்லாத்தையும் தீவிரவாதத்துடன் நிரந்தரமாய் இணைத்துவிட்டன. '*இஸ்லாமிய பயங்கரவாதி, இஸ்லாமிய தீவிரவாதி, இஸ்லாமிய பாசிஸ்ட், பயங்கரவாதி*, அல்லது அதுபோன்ற எந்த ஒரு சேர்க்கையையும் எதிர்க் கட்சியான ஜனநாயகக் கட்சியினர் பயன்படுத்தியதே இல்லை' என்ற சிந்தனையைச் சாடினார் கியூலியானி.[10] மேலும், 'நீங்கள் *இஸ்லாமிய பயங்கரவாதி* என்று கூறினால் யாரை அவமதிக்கிறீர்கள் என்பதை என்னால் கற்பனை செய்ய முடியவில்லை. இஸ்லாத்தைப் பின்பற்றாதவர்களையோ, பயங்கரவாதியாக இல்லாத ஒருவரையோ நீங்கள் அவமதிக்கக் கூடாது' என்று கூறினார். மக்கெய்ன் 'போராட்ட

குணமுள்ள இஸ்லாமியத் தீவிரவாதம்' பற்றிய தமது அக்கறையால் தான் தேர்தலில் போட்டியிடுவதாகத் தெரிவித்தார். இருபத்தியோராம் நூற்றாண்டில் அமெரிக்கா எதிர்கொள்ளும் நாடு கடந்த சவாலாக அவர் இதனைக் கண்டார்.[11]

ஆஃப்கானிஸ்தானிலும் இராக்கிலும் அமெரிக்க இராணுவ நடவடிக்கைகள் மேற்கொள்ளப்பட்டது அமெரிக்கர்களுக்குத் தொடர்ச்சியாகக் கெட்ட செய்திகளைத் தரும் என்பதைக் காட்டியது. ஒவ்வொரு இரவும் மாலைச் செய்திகள் கேட்கும்பொழுது அன்று நடந்த தற்கொலைக் குண்டுவெடிப்புகள், சுரங்க வெடிப்புகள் அல்லது படைவீரர்களின் உயிரைக் குடித்த வேறு தாக்குதல்கள் பற்றி மக்கள் தெரிந்துகொண்டனர். மேலும், அந்நிய மண்ணில் நிகழும் 'பயங்கரவாதத்தின் மீதான போருக்கும்' உள்நாட்டில் நடக்கக்கூடிய பயங்கரவாதத்திற்கும் இடையே உள்ள தொடர்பு பற்றிய கேள்விகளும் எழுந்தன. அமெரிக்கா அந்நிய மண்ணில் உள்ள 'கெட்ட சக்தி'களுடன் போரில் ஈடுபட்டுள்ளது என்ற கருத்து ஒருபுறம் இருக்க, அந்தக் கெட்ட சக்திகளின் வலையம் போர்க்களத்தின் எல்லைகளையும் தாண்டி விரிவடைந்து அமெரிக்காவிற்குள் புகுந்துள்ளது என்ற கருத்தும் நிலவியது. உலக அரக்கன் சுதந்திரத்தையும் வளத்தையும் நேசிக்கும் மக்களிடையே பீதியைக் கிளப்பிவிட்டு, பயங்கரவாதம் என்ற எல்லைகள் அறியாக் கொள்கை அடிப்படையில் செயல்பட்டுக் கொண்டிருப்பதாக எல்லோரும் பேசிக்கொண்டார்கள். செப்டம்பர் 11 என்பது அடிக்கடி நினைவுபடுத்திக் கொள்ளப்பட்ட ஒரு நிகழ்வாகிப் போனது.

புஷ் மீண்டும் மீண்டும் இஸ்லாம் 'அமைதியை நேசிக்கும் மதம்' என்று வலியுறுத்தி வந்ததற்கும், அவருடைய ஆட்சியில் கொள்கை வரைவாளர்களுக்கும் இராணுவத் தளபதிகளுக்கும் பொதுவான அம்சமாக விளங்கிய இஸ்லாமிய வெறுப்புச் சொல்லாடலுக்கும் இடையே ஒரு தெளிவான வேறுபாடு பதிந்திருந்தது: 'நல்ல முஸ்லிம்'களும் 'கெட்ட முஸ்லிம்'களும் உள்ளனர்; மஹ்மூத் மம்தானி கூறுவது போல, வேடங்கள் தெளிவு படுத்தப்படும்வரை, அமெரிக்கர்கள் முஸ்லிம்கள் அனைவரையுமே சந்தேகிக்க வேண்டியிருந்தது:

> அதிபர் புஷ் ஒரு படி முன்னே சென்று 'நல்ல முஸ்லிம்கள்', 'கெட்ட முஸ்லிம்கள்' என்ற பிரிவுகளுக்கு இடையிலான வித்தியாசங் களைக் கூறினார்... 'கெட்ட முஸ்லிம்கள்'தான் பயங்கர

> வாதத்திற்குப் பொறுப்பானவர்கள் என்பது தெளிவாகத் தெரிந்த ஒன்று. அதே சமயம் அதிபர் அமெரிக்கர்களுக்கு உறுதியளித்தார்: 'நல்ல முஸ்லிம்கள்' இத்தகைய கொடூரமான குற்றங்களால் தங்கள் பெயர்களோ மனசாட்சிகளோ பாதிக்கப்படாமல் பார்த்துக்கொள்கிறார்கள்; அதனால் 'அவர்களோடு' புரியும் போரில் 'நம்மை' ஆதரிப்பார்கள்; ஆனால் இந்தக் கருத்தின் மையக்கரு தரும் செய்தியை அதனால் மறைக்க இயலவில்லை: 'நல்லவர்கள்' என்று நிரூபிக்கப்படும் வரையில் ஒவ்வொரு முஸ்லிமும் 'கெட்டவராக'த்தான் கருதப்படுவார். 'நல்ல', 'கெட்ட' என்ற தீர்மானங்கள் அனைத்தும் அரசியல்ரீதியானவை; கலாச்சார, மதரீதியானவை அல்ல.[12]

புஷ் அரசாங்கத்தின் பேச்சுகள், அலங்காரங்கள் எட்டு ஆண்டுகள் நீடித்தன. அவருக்குப்பின் பதவியேற்ற பராக் ஒபாமா பிரிவினையைத் தூண்டும் மொழியைப் பயன்படுத்துவது கூடாது என்று தடை விதித்தார். இஸ்லாமிய அச்சம் தொடர்பான சொற்களைத் தடை செய்திருந்தும், அது தமது நாசவேலையை தற்காலிகமாக முடித்திருந்தது. 'பயங்கரவாதத்தின் மீதான போர்', முஸ்லிம்களுக்கும் பயங்கரவாதத்திற்கும் இடையில் உருவாக்கப்பட்ட தொடர்புகள் என எல்லாமே அரசியலின் வட்டங்களுக்குள் அப்படியே இருந்தன — அதாவது 'நாசவேலை' செய்யக்கூடியவர்களை ஆய்ந்தறிய ஒரு விசாரணைக் குழுவைக் காங்கிரஸ் அமைக்கும் அளவிற்கு.

***

பீட்டர் கிங்கின் உலகம் என்பது நடுத்தரமான, தொழில்நுட்பம் கலந்த மர்ம நாவலில் வருவது போன்றது. அதில் பெரும்பாலும் வெளிநாட்டினர் அல்லது வேற்று மொழி பேசுபவர்கள் கெட்டவர் களாக வருவார்கள். ஒன்றுமறியா மக்களுக்கு எதிராக வன்முறை மிகுந்த சூழ்ச்சித் திட்டம் தீட்டுவார்கள். பிறகு அதில் ஒரு கதாநாயகன் மிகவும் கண்ணியமான, அடக்கமான, அறிவுள்ளவனாக, அவனது புத்திசாலித்தனமான செயல்களால் அவர்களின் திட்டம் கடைசி நிமிடத்தில் முறியடிக்கப்படும். ஊர்மக்கள் பெரும் ஆபத்திலிருந்து காக்கப்படுவார்கள். ஷான் கிராஸ்—லாங் ஐலன்டைச் சேர்ந்த ஐரிஷ்-அமெரிக்க காங்கிரஸ்காரர். அவர் இதற்கு ஓர் எடுத்துக்காட்டு. 'எனக்கு ஜேம்ஸ்பாண்ட் போல் ஆகத்தான் ஆசை. ஆனால் நான் வெறும் தூதுவன்தான்' என்கிறார், கிங் 2003இல் வெளியிட்ட *வேல் ஆஃப் டியர்ஸ்* (கண்ணீர்ப் பள்ளத்தாக்கு) என்ற கற்பனைக் கதையில்.

ஆனால் அது படிப்பதற்கு நல்ல புனைகதை என்பதைவிட, அவருடைய சுயசரிதை போலவே இருக்கிறது.

லாங் ஐலன்டையும் ப்ரூக்ளினையும் உலுக்கிய தொடர் குண்டு வெடிப்புகளில் ஏறத்தாழ நூறுபேர் இறந்துவிட, கிராஸ் அதற்குக் காரணமானவர்களை — முஸ்லிம் அமெரிக்கர்களை — தேடிக் கண்டறியும் கட்டாயத்திற்குத் தள்ளப்படுகிறார். இந்தத் தேடலின் போது வழியில் ஏற்படக்கூடிய தாக்குதல்களையும் அவர் சமாளிக்க வேண்டியிருக்கும். அந்த வட்டாரத்திலுள்ள பள்ளிவாசலில் பிரார்த்தனை செய்துகொண்டிருப்பவர்களை அவர் சந்தித்துக் கயவர்கள் நகரில் குண்டுவெடிப்பு நடத்தத் தீட்டிவரும் திட்டம் பற்றி ஏதேனும் தகவல்கள் தெரிந்தால் பகிர்ந்துகொள்ளும்படி கேட்கிறார். ஆனால் பீட்டர் கிங் தனது காங்கிரஸ் விசாரணைகளில் புலம்பும் முஸ்லிம்கள் போல, அவரின் கற்பனைக் கதையில் வரும் கதாபாத்திரங்களும் எதையோ மறைப்பது போலிருக்கிறது. 'கிராஸிற்கு ஒரு விஷயம் மெல்ல மெல்லத் தெளிவாகப் புரியத் தொடங்கியது: சகோதரத்துவம், நேசம், ஒற்றுமை ஆகிய அனைத்தும் ஒரே திசையில் சென்றுகொண்டிருந்தன — முஸ்லிம்களை நோக்கி —பதிலுக்குக் கிட்டியது மிகக் குறைவாகவே இருந்தது' என்று எழுதினார் கிங். காலப்போக்கில் இஸ்லாமிய மையத்தின் நிறுவனரை மடக்கி, சட்ட வல்லுநராக இருந்து துப்பறிவாளராக மாறியவர் கூறுகிறார்: 'உங்கள் மக்களில் சிலர் யாரிடம் விசுவாசம் வைத்திருக்கிறார்கள் என்பதில்தான் சிறிய இடைவெளி இருக்கிறது. பயங்கரவாதத் தாக்குதலை ஒருபுறம் கண்டித்து வந்தாலும், உங்கள் மக்கள் தாமாக முன்வந்து போலீசாருடனும் அமெரிக்க உள்நாட்டு உளவுத் துறையுடனும் (எஃப்பிஐ) ஒத்துழைக்க வேண்டும். வேறுவிதமாகச் சொல்வதானால், உங்கள் மக்களிடமிருந்து தொடங்குங்கள்.'[13]

கிங் நியூயார்க்கிலுள்ள ஒரு முஸ்லிம் சமூகத்தைப் பற்றியும் அது தீவிரவாதிகளுக்குத் தஞ்சமளித்து, சட்டத்தைப் புறக்கணிப்பது பற்றியும் கற்பனையாக எழுதிய இந்தக் கதை, பல ஆண்டுகளாக இருந்து வந்த ஒரு மோகத்தை வெளிக்கொண்டு வந்தது. 2001 செப்டம்பர் 11 அன்று பென்டகன் கட்டடம் பற்றி எரிவதை அவர் வாஷிங்டனிலுள்ள தனது அலுவலக அறையிலிருந்து பார்த்திருந்தார். இந்த அனுபவம் அவரை முற்றிலும் மாற்றிவிட்டது. 'அவர் எங்கள் இல்லத் திருமணங்களுக்கு வருவார். எங்கள் வீடுகளில் இரவு உணவருந்துவார்' என்று நினைவுகூர்ந்தார் ஹபீப் அஹ்மத். இவர்

மருத்துவத் தொழில்நுட்ப வல்லுநர். கிங்கின் மாகாணத்திலுள்ள லாங் ஐலன்டின் இஸ்லாமிய மையத்தின் தலைவர். '9/11க்குப் பிறகு எல்லாமே திடீரென்று தலைகீழாக மாறிவிட்டது. இப்போது அவர் விசாரணைகள் நடத்தி எங்களைப் போன்ற மக்களைப் பயங்கரவாதிகள் என்கிறார். எனக்கு இது புரியவில்லை.'[14] கிங்கின் காபிட்டால் ஹில் அலுவலகத்தின் சுவர்களில் ஓர் அங்குலம்கூட விடாத வகையில் தொகுதிமக்களின் இறுதிச் சடங்குகளும், புகைமண்டலம் சூழ்ந்த ப்ரூக்ளின் பாலக் காட்சிகளும் கொண்ட புகைப்படங்கள் அடைத்துக் கொண்டிருந்தன. *யுஎஸ்எஸ் நியூயார்க், நெவர் ஃபர்கெட்* என்று எழுதப்பட்ட பேஸ்பால் தொப்பியும் அந்தத் துயரச் சம்பவத்தை நினைவுபடுத்தும் அலங்காரப் பொருள்களும் அவரின் புத்தக அலமாரிகளில் வரிசையாய் நின்றன. 'தினமும் வேலைக்குச் செல்வது பற்றி என்ன நினைக்கிறேன் என்று கேட்டால், அது 9/11; மேலும் மற்றொரு 9/11 உண்டாவதைத் தடுப்பது. எனக்குத் தெரிந்த மிகப் பலர் பலியாகி இருந்தனர்' என்றார் அவர்.[15]

கிங் திரும்பிய திசையெல்லாம் முஸ்லிம் பயங்கரவாதிகளைக் கண்டார். 67 வயதான அந்தக் குடியரசுக் கட்சியின் சட்ட வரைவாளர் இந்தத் தலைப்பில் அதீத ஆர்வம் கொண்டிருந்தார். ஆகவே அதைப் பொழுது போக்காகவும் சட்ட வழிமுறையாகவும் வழங்கினார். ஷரீஆ ஈடுபாடுள்ள நாசவேலைக்காரர்களோடு போரிடுவதில் அவர் கொண்டிருந்த ஆர்வம் 320 பக்கங்களிலும் ஒரு விசாரணை அறிக்கையிலும் கொட்டியிருந்தார். 'இது என்னை முழுமையாக கவர்ந்துகொண்ட ஒன்று' என்று ஒருமுறை குறிப்பிட்டார்.[16]

கிங் உள்நாட்டுப் பாதுகாப்புக் குழுவின் தலைவராக ஆனதிலும், அதைத் தொடர்ந்து உள்நாட்டில் பயங்கரவாதக் கும்பல்களுக்கு ஆதரவு கிட்டுவது குறித்து விசாரணை நடத்துவதிலும் ஒரு பெரிய வேடிக்கை அடங்கியுள்ளது. ஐரிஷ் குடியரசுப் படையுடன் (*ஐரிஸ் ரிபப்ளிக் ஆர்மி- ஐஆஏ*) முப்பது ஆண்டுகளாக வளர்த்து வந்த ஓர் உறவில் அது அடங்கியிருந்தது. அது சிறியதானாலும் ஆவேசம் மிகுந்த போராளிகள் கொண்ட படை.

முப்பது ஆண்டுகளாக ஆங்கிலேயரை எதிர்த்து வடக்கு அயர்லாந்தில் அவர்கள் இட்ட மிகவும் இரத்தம் தோய்ந்த போர் காரணமாக, மேற்கத்திய நாடுகள் அந்தக் காலத்தில் மிகவும் அஞ்சி நடுங்கிய, பயங்கரவாத இயக்கங்களில் ஒன்றாக அது விளங்கியது.

1971க்கும் 2005க்கும் இடையில் ஏறத்தாழ 1800 பேர் ஐரிஷ் குடியரசுப் படையால் மாண்டனர். பத்திரிகையாளர் எட் மொலோனி இந்த எண்ணிக்கை அமெரிக்காவில் 360,000 பேருக்குச் சமம், 'அந்தக் குழு கார் வெடிகுண்டை நவீன பயங்கரவாத ஆயுதமாக மாற்றி உள்ளது. உலகம் முழுதும் உள்ள ஜிஹாதிகள் வழக்கமாகப் பயன்படுத்தும் உரத்தை அடிப்படையாகக் கொண்டு, வீட்டில் தயாரிக்கப்படும் வெடிகுண்டுகளின் தயாரிப்பைப் போல கச்சிதமாக்கி உள்ளது' என்று எழுதுகிறார் அவர். அவர்களின் தாக்குதல்கள் மார்கரெட் தாச்சர் ஏறத்தாழ கொல்லப்பட்டதிலிருந்து (அப்போது அவர் இங்கிலாந்தின் பிரதமராக இருந்தார்) 'இருண்ட வெள்ளிக் கிழமை' என்று அறியப்படும் பெல்ஃபாஸ்ட் நகரில் காலக் கணக்கோடு இடைவெளிவிட்டு வெடித்த 22 தொடர் வெடிகுண்டுகள் வரை நீடித்தன. அதில் 9 பேர் உயிரிழந்தனர்; ஏறத்தாழ 130 பேர் உடலுறுப்புகளை இழந்து காயப்பட்டனர். ஒரு பெரும் கொடூரத் தாக்குதலில் ஐரிஷ் குடியரசுப் படையுயின் (ஐஆஏ) உறுப்பினர்கள் இரகசியமாக ஒரு 50 பவுண்டு எடையுள்ள ரேடியோ கட்டுப்பாட்டில் இயக்கும் குண்டை இங்கிலாந்து அரசியின் சகோதரரான லூயி மவுன்ட்பாட்டன் பிரபுவின் படகில் வைத்துவிட்டனர். 1979 ஆகஸ்டில் அவர் அதில் புறப்பட்டு அயர்லாந்தின் மேற்குக் கடற்கரை அருகே உள்ள அவருக்கு மிகவும் பிடித்தமான ட்யூனா மீன்பிடிக்கும் இடத்திற்குச் சென்றுகொண்டிருந்த போது குண்டு இயக்கப்பட்டு அவரையும் அவரின் 30 அடி நீள மீன்பிடிக்கும் படகையும் தூள் தூளாகச் சிதறச் செய்தது.

அயர்லாந்துப் பயணங்களின்போது கிங் பிரபல ஐரிஷ் குடியரசுப் படையின் (ஐஆர்ஏ) தலைவர்களின் இல்லங்களுக்குச் சென்று அந்தக் குழுவின் பல்வேறு சமூக நிகழ்ச்சிகளிலும் பங்கெடுத்துக் கொண்டார்—இதில் பல ஆண்டுகள் சிறையில் கழித்திருந்த தீவிரவாதிகளின் துணைக்குழு ஒன்று நடத்திய மது விருந்தில் பங்குகொண்டதும் அடங்கும். இவர்களுடன் அவர் பழகிவந்தது இங்கிலாந்தின் புலனாய்வு அதிகாரிகளை அதிர்ச்சியடையச் செய்தது. காலப் போக்கில் அவரை அடையாளமிட்டு வைத்தனர். ஒருமுறை பெல்ஃபாஸ்ட் நீதிபதி ஒருவர் கிங்கை நீதிமன்ற அறையைவிட்டு வெளியேறச் செய்தார் — ஒரு கொலை வழக்கின் போது. மேலும் கிங் ஒரு ஐரிஷ் குடியரசுப் படை கூட்டாளி என்றார். அதுபோலவே யுனைடெட் ஸ்டேட்ஸ் சீக்ரெட் சர்வீஸ் (அமெரிக்க இரகசிய சேவை) அவரை 1984இல் பாதுகாப்புக்கு அச்சுறுத்தல்

செய்பவர் என்றது —அதிபர் ரொனால்ட் ரேகன் சிறப்பு ஒலிம்பிக்கைக் காண அந்தக் காங்கிரஸ்காரரின் லாங் ஐலன்ட் மைதானத்திற்குச் சென்றிருந்தபோது.

கிங் தமது ஐரிஷ் குடியரசுப் படை (ஐஆர்ஏ) தொடர்புகளைத் இலக்கியச் சிந்தனைகளிலும் செலுத்தினார். அவற்றின் மூலம் கடந்தகாலம் குறித்த சந்தேகங்களைத் தமது கதாபாத்திரங்கள் மூலம் போக்குவதற்காகத் தமது நண்பரான ஷான் கிராஸை விழிப்புணர்வு மிக்க அரசியல்வாதியாக, ஐரிஷ் துணை இராணுவப் படையினருக்கு ஆதரவு அளித்தது குறித்து எழுந்த கேள்விகளைச் சந்தித்தவராகச் சித்திரித்தார். ஒருநாள் நண்பகல், கிராஸ் லாங் ஐலன்ட் பள்ளிவாசல் தலைவர்களை, அவர்கள் பயங்கரவாதிகளை வேட்டையாடும் பணியில் கூட்டு முயற்சி எதுவும் செய்ய முன்வராதது குறித்து நேரடியாகக் கேட்டார். அவருடைய பாசாங்குத்தனம் மிகவும் தெளிவாக இருந்தது — ஒருவர் சட்டென்று நொடித்தார்: 'மன்னிக்க வேண்டும், காங்கிரஸ்காரரே... வடக்கு அயர்லாந்தில் உள்ள ஐரிஷ் மக்களை ஆங்கிலேயர்கள் துன்புறுத்தி வந்தது பற்றிய உங்களின் எல்லாச் சொற்பொழிவுகளையும் நான் தெளிவாக நினைவு வைத்திருக்கிறேன்.' கிராஸ் உடனே பதிலுக்கு நொடித்தார்: 'மன்னிக்க வேண்டும் டாக்டர், ஐரிஷ் குடியரசுப் படை மட்டும் அமெரிக்க மக்களைத் தாக்கியிருந்தால், அவர்களை ஒரே நொடியில் கைகழுவி விட்டிருப்பேன். மேலும், வடக்கு அயர்லாந்தில் நடப்பவை பற்றிப் பேசத் தொடங்குவதற்கே நீண்டகாலம் காத்துக்கொண்டு இருந்திருப்பேன்.'[17] இது நல்ல பயங்கரவாதத்திற்கும் கெட்ட பயங்கரவாதத்திற்கும் இடையிலான ஒப்பீட்டுக்கு ஒரு சிறந்த எடுத்துக்காட்டு. கிராஸையும் கிங்கையும் பொறுத்தமட்டில் இவற்றுக்கிடையே தெளிவான வேறுபாடு இருந்தது. அப்போதைய பிரச்சினையை அவை ஆதரிக்கின்றனவா இல்லையா என்பதில் தான் விஷயமே இருந்தது. ஐரிஷ் குடியரசுப் படையுடனான (ஐஆர்ஏ) தனது உறவைக் கிங் இப்படித்தான் தற்காத்துக் கொண்டிருந்தார். 'தவறான தகவல்களைப் பெற்றுள்ளவர்கள் இவ்விரண்டையும் ஒரே விதமாகப் பார்ப்பது ஏன் என்று எனக்குப் புரிகிறது' என்றார் அவர். 'உண்மை என்னவென்றால், ஐஆர்ஏ ஒருபோதும் அமெரிக்காவைத் தாக்கவில்லை. நான் அமெரிக்காவிற்கு விசுவாசமாக இருக்கிறேன்.'[18]

வேறொரு பத்தியில், கிராஸ் டாம் பார்ஃபீல்டுடன் உரையாடினார். பார்ஃபீல்ட் ஒரு தனியார் துப்பறியும் வல்லுநர். இரண்டு

குழுக்களுக்கும் இடையில் இருப்பதாகக் கருதப்படும் ஒற்றுமை பற்றிக் கவலைப்பட வேண்டாம் என்று அவர் கிராஸிடம் வலியுறுத்திக் கூறினார். 'முஸ்லிம் சமூகம்தான் இந்த நாட்டிற்குள் குடியேறி வந்தவற்றுள் தீவிரவாதமும் பயங்கரவாதமும் மிகுந்தது' என்று ஆறுதல் கூறினார் பார்ஃபீல்ட். 'என்னைப் பொறுத்தவரையில் அல்-காயிதாவிற்கும் ஐரிஷ் குடியரசுப் படைக்கும் (ஐஆஏ) இடையே ஒப்பீடு என்பதே கிடையாது. அடிப்படை விஷயம் என்னவென்றால் ஐரிஷ் குடியரசுப் படை ஒருபோதும் அமெரிக்காவிற்கு எதிராகச் செயல்பட்டதில்லை. இங்குள்ள பெரும்பாலானவர்கள் அயர்லாந்து ஐரிஷ் குடியரசுப் படையை ஆதரித்ததுடன், தங்களை 100 சதவீதம் அமெரிக்க ஆதரவாளர்களாகக் காட்டிக்கொண்டனர். என்னை நம்புங்கள்—இந்த முஸ்லிம்கள் அப்படிச் செய்யவில்லை. செப்டம்பர் 11 அதற்குச் சாட்சியாய் நின்றது.'[13]

***

தனது நாவலைத் தனது சட்டமன்றக்கூட்ட (காங்கிரஸ்) விசாரணையில் விளையாட்டு விதிமுறைப் புத்தகமாகக் கொண்டு, தனது வாசகர்களுக்கென உருவாக்கிய அதே காட்சிகளை அரங்கேற்றினார் கிங். சட்டச் செயலாக்கல், புலன்விசாரணை அதிகாரிகள் ஆகியோரிடமும் இரகசியங்களைப் பகிர்ந்துகொண்டிருந்தார். தனது கதாநாயகர் கிராஸ் போலவே, அவருக்குக் கிடைத்த தகவல்களும் ஓர் அச்சுறுத்தல் வரவிருப்பதை அறிவித்தன. தன்னைத் தூற்றுவோரிடம் அவர் அடிக்கடி வலியுறுத்திய விஷயம் அது. 'நான் எப்பொழுதும் போலீசாருடன் பேசிக்கொண்டிருக்கிறேன்' என்றார் அவர் எவ்வித உணர்ச்வெழுச்சியும் இன்றி. உள்நாட்டுப் பாதுகாப்புக் குழுவிலும் புலனாய்வுக் குழுவிலும் உள்ள ஒரே காங்கிரஸ் உறுப்பினர் நான்தான். ஆகவே எனக்கு ஓயாமல் தகவல்கள் கிடைத்தவண்ணம் இருக்கும் — வெளியிலிருந்து உள்ளே, உள்ளிருந்து வெளியே.'[19] அமெரிக்க முஸ்லிம்களைத் தீவிரமயமாக்கத்தில் பங்குகொள்ளச் செய்வது கவலையூட்டுவதாக அவர்கள் தெரிவித்தனர்.

அமெரிக்க உள்நாட்டு உளவுத்துறை (எஃப்பிஐ) முகவர்கள், சட்டச் செயலாக்க வல்லுநர்கள், போலீசார் ஆகியோரின் சாட்சி மொழிகளில் கிங்கின் காங்கிரஸ் பேச்சுக்கள் பதிவாகி இருந்தன என்றாலும், அமெரிக்க முஸ்லிம்களின் ஒத்துழைப்பின்மை, கொடூரம் ஆகியவற்றை உறுதிசெய்ததாகக் கூறப்பட்ட ஒருவருமே கிங்கின் விசாரணையின் போது வரவில்லை. கிங்கிற்குத் தகவல்களை

இரகசியமாக அளித்தவர்களை நம்பிக்கொண்டு பொதுமக்களுக்குத் தகவல் அளிக்க முயல்வதைவிட, கிங்கின் விசாரணைக் குழு தேர்ந்தெடுக்கப்பட்ட முஸ்லிம்களைச் சாட்சிகளாக விசாரித்து அவரின் சந்தேகங்களை உறுதி செய்தனர். இது ஜுஹ்தி ஜாஸரின் விஷயத்தில் நடந்ததுபோலவே இருந்தது. 'முஸ்லிம் நம்பிக்கையாளர் களும் அரபு வமிசாவழியினருக்கும் அதிகமான சோதனை நடப்பதை அமெரிக்கர்கள் கண்டால் அது அமெரிக்க மக்களின் மீது ஒரு தாக்கத்தை உண்டாக்கும் என நம்புகிறேன்' என்றார் அவர்.[20] அழைத்தால், அமெரிக்க உள்நாட்டு உளவுத்துறை (எஃப்பிஐ) தங்களுக்கு முஸ்லிம் சமூகத்தின் ஒத்துழைப்பு கிடைப்பதாகக் கூறும் என்றார் கிங். அதுமட்டுமின்றி, அவர் ஏற்கனவே எட்டியிருந்த முடிவுகளை கீழறுக்கச் செய்யும் சான்றாதரங்களுக்கு அதில் எந்த இடமும் இருக்கவில்லை. 'அவற்றுக்கு இடமில்லை என்பதும் எனக்குத் தெரியும்' என்று கடுப்பாகக் கூறினார் அவர்.[21]

ஆனால் அவர்கள் செய்தார்கள். கிரெய்க் மான்டெய்ல் என்ற வழுக்கை விழுந்துகொண்டிருக்கும் நடுத்தர வயது முன்னாள் கைதி. தெற்கு கலிஃபோர்னியாவில் உள்ள ஒரு பள்ளிவாசலில் 15 மாதகாலம் முஸ்லிமாக நடித்து வந்திருந்தார். அதுவே போதுமான சாட்சியாக இருந்தது.

2006இல் சிறையிலிருந்து வெளிவந்த புதிது. கள்ளக் கையெழுத்து, காசோலைகளை எழுதிக் கொடுத்து ஏமாற்றியது போன்ற குற்றங் களுக்காகச் சிறைத்தண்டனை அனுபவித்த பிறகு, விடுதலையாகி இருந்தார். ஆரஞ்சு கவுன்ட்டி கூட்டுத் தீவிரவாத சிறப்புப் பணிப் பிரிவு (*ஆரஞ்சு கவுன்ட்டி ஜாய்ண்ட் டெர்ரரிஸம் டாஸ்க் ஃபோர்ஸ்*) அவரை அணுகியது. இரண்டு எஃப்பிஐ முகவர்களை அனுப்பி வைத்து, கோஸ்டா மேசாவிற்கு வெளியே ஸ்டார் பக்ஸ் கஃபேயில் அவரைச் சந்திக்கும்படி அது கூறியிருந்தது. அந்த வட்டாரத்தில் முஸ்லிம் சங்கம் ஒன்று இருந்தது — இர்வின் இஸ்லாமிய மையம். அங்கு தீவிரவாத ஆதரவாளர்கள் பிரார்த்தனை செய்யக் கூடுவதாகத் தகவல்கள் கிடைத்ததன் பேரில் சந்தேகம் எழுந்திருந்தது. மேலும், அதன் உள்ளே செல்ல அரசாங்கத்திற்கு ஒரு வழி தேவைப்பட்டது.[22] 'நம் தேசத்தின் பாதுகாப்பிற்கு இஸ்லாம் ஓர் அச்சுறுத்தலாக உள்ளது' என்றார் ஒரு முகவர், அவரிடம்.[23] மதகுருமார் தங்கள் மக்களைச் சந்தேகிக்கத் தொடங்கமாட்டார்கள் என்று கருதினார் அந்த முகவர். ஆகவே கெட்டவர்களை இனம்காண ஒரே வழி அவர்களின் பதவிப்

பொறுப்புகளினூடே புகுந்து, அவர்களின் வன்செயல் நோக்கங்களை உள்ளிருந்து வெளிக்கொண்டு வருவதுதான். இதற்காக அவர்கள் மான்டெய்லின் உதவியை நாடினார்கள்.

'ஆரக்கிள்' என்ற புனைபெயரில் மான்டெய்ல் பல்வேறு ஏமாற்றும் செயல்திட்டங்களில் அமெரிக்க உள்நாட்டு உளவுத்துறைக்காக (எஃப்பிஐ) பங்கு பெற்றிருந்தார். அரசாங்க அதிகாரிகளின் பாராட்டையும் நன்மதிப்பையும் பெற்றிருந்தார். பல மத்தியகிழக்குத் தலைவர்களின் பெயரை அவர் மளமளவென்று ஒப்பித்தார் — தயக்கமின்றி. பிறகு குற்றவாளியாக இருந்து ஒற்றராக மாறிய அவர், 'அவர்கள் (புலன்விசாரணை அதிகாரிகள்) ஒருவரையொருவர் பார்த்துக்கொண்டு, *நீங்கள் ஏற்கனவே தேர்ச்சி பெற்றுவிட்டீர்கள். உங்களுக்கு ஏற்கனவே தெரிந்திருப்பதை நாங்கள் எடுத்துக்கொள்ளப் போகிறோம். அவற்றோடு வேறு சிலவற்றையும் சேர்த்து, உங்களை இன்டெலின் ஆயுதமாக உருவாக்கப் போகிறோம் என்றார்கள். நான் சரி என்றேன்*' என நினைவுகூர்ந்தார்.

மான்டெய்லை ஒரு பயிற்சி நிலையத்திற்கு அழைத்துச் சென்றார்கள். அங்கு அவரின் அடையாளம் மிகப்பெரிய மாற்றம் கண்டது. தனது அரபு மொழி அறிவைத் தூசு தட்டிக்கொண்டார் — குர்ஆன் வசனங்களையும் இஸ்லாம் பற்றிய பாடங்களையும் கற்றுத் தேர்ந்தார். அவருக்கு ஒரு புதிய பெயரும் வமிசாவழி அடையாளமும் கூடக் கிட்டியது: ஃபரூக் அஸீஸ், பிரெஞ்சு-சிரிய வமிசாவழியைச் சேர்ந்தவர் என்று. 'திட்டம் இதுதான்: இர்வின் இஸ்லாமிய மையத்தில் நுழைந்துகொள்வது, மெல்ல மெல்ல ஒவ்வொன்றாகத் தொடங்குவது, முதலில் மேற்கத்திய பாணி உடைகள் அணிவது, பிறகு இத்தாலிய சூட்டுகள், படித்துக்கொண்டு இருக்கையிலேயே முஸ்லிம்களின் வழிநடத்துதலோடு மேற்கத்திய உடைகளை விலக்குவது என இந்த மாற்றத்தைக் கூடியவரை உண்மைபோல் தோன்றச் செய்வது' என்றார் அவர்.[23]

உண்மையில் அந்த மாற்றம் நிஜம்போலத்தான் இருந்தது — அவருடைய அமெரிக்க உள்நாட்டு உளவுத்துறை (எஃப்பிஐ) அதிகாரிகள் முஸ்லிம் பெண் களுடன் உடலுறவு வைத்துக்கொள்ளக் கூட அனுமதிக்கும் அளவிற்கு நிஜம்போல. படுக்கையில் உள்ள போது அவர்களிடையே நடக்கும் தனிப்பட்ட உரையாடல்கள்கூடப் பதிவு செய்யப்பட்டன. 'நமக்கு மேலும் தகவல்கள் கிடைக்கும் என்றால், செல்லுங்கள்; அவர்களோடு உடலுறவு வைத்துக்

கொள்ளுங்கள் என்றார்கள். ஆகவே அப்படியே செய்தேன்' என்றார் மான்டெய்ல்.[24]

காலப்போக்கில் 48 வயது இர்வின்வாசியும் முன்னாள் உடல் நலப் பயிற்சியாளருமான அவர், வழிந்தோடும் வெள்ளை அங்கியும் தீவிர முஸ்லிம் ஆண்கள் சிலர் அணியும் தகியா என்ற குட்டையான, வட்ட வடிவிலான குரோஷே தொப்பியும் அணிந்துகொண்டார். அவருடைய சட்டைப் பொத்தான்களில் காமெராக்களும், கார் சாவிக் கொத்தில் ஓர் ஒலிப்பதிவுக் கருவியும் பொருத்தப்பட்டன. ஏறத்தாழ 200,000 டாலர்கள் செலவிலான அவருடைய இந்தப் பணி 'ஆபரேஷன் ஃபிளெக்ஸ்' என்று பெயர் சூட்டப்பட்டு, தொடங்கியது. அந்த வட்டாரத்து உடற்பயிற்சிப் பள்ளிக்கும் வாராந்தர பிரார்த்தனைக் கூட்டங்களுக்கும் தவறாமல் சென்றுவந்த மான்டெய்ல், சந்தேகப்படாத முஸ்லிம்களுடன் கலந்துகொண்ட உரையாடல்களும் செயல்களும் அவருடைய அமெரிக்கக் கையாளிகளுக்கு இரகசியமாகத் தெரிவிக்கப்பட்டன. விரைவிலேயே அவருடைய பேச்சுக்களில் ஒரு விநோதமான மாற்றம் உண்டானது. ஒரு மாணவர் கூறினார்: 'அவர் விசித்திரமாகப் பேசத் தொடங்கியுள்ளார் என்று கேள்விப் பட்டோம்.' 'என் நண்பர்களில் ஒருவரிடம் சென்று, *நீங்கள் அனைவரும் ஜிஹாதிற்குத் தயாராகிக் கொண்டிருப்பது நல்ல விஷயம்* என்று கூறுவார்.'[25] ஓர் இளைஞர் குழுவிடம் தனக்கு ஆயுதங்கள் எளிதில் கிடைக்குமென்றும், அவர்கள் ஒரு பேரங்காடியை வெடிகுண்டு வைத்துத் தகர்க்க வேண்டும் என்றும் கூறியபோது புதிதாக மதம் மாறிய அவர்மீது ஏற்பட்டிருந்த லேசான சந்தேகம் பயமாக உருவெடுத்தது. 'இந்த மனிதர் ஒரு தீவிரவாதி என்பது அவர்களுக்குப் புரிந்துவிட்டது' என்றார் அமெரிக்க இஸ்லாமிய உறவுக்குழு (சிஏஐஆர்) அமைப்பின் லாஸ் ஆஞ்சலெஸ் பிரிவின் செயல் இயக்குநர் ஹுஸ்ஸாம் அய்லூஷ்.[25] பள்ளிவாசல் தலைவர்களும் அதை ஆமோதித்தனர். அவர்கள் மான்டெய்லுக்கு எதிராகக் கட்டுப்பாடுகள் விதித்தனர். இதில் வேடிக்கையான விஷயம் என்னவென்றால், அவருடைய வன்செயல்கள் பற்றி அவர்கள் முறையிட்டது அவரை அங்கு அனுப்பி வைத்த அதே அமைப்பிடம் —அதாவது எஃப்பிஐ (அமெரிக்க உள்நாட்டு உளவுத்துறை).

***

சட்டச் செயலாக்க அதிகாரிகள் கிங்கின் விசாரணையில் அமெரிக்க முஸ்லிம் சமுதாயத்தினரின் ஒத்துழைப்பின்மையை விவாதிப்பதில்

அதிக ஆர்வம் காட்டாததற்குச் சாத்தியமான ஒரு காரணம் இருந்தது — முஸ்லிம்களிடையே உருவாகிவரும் தீவிரவாதிகளின் திட்டங்களை முறியடிப்பதில் முஸ்லிம்களே முக்கியப் பங்கு வகித்தார்கள். கலிபோர்னியாவிலுள்ள இர்வின் ஓர் எடுத்துக்காட்டு மட்டுமே. 2010 மே மாதம் நியூயார்க் நகரின் டைம் சதுக்கத்தில் நிகழவிருந்த குண்டுவெடிப்பு ஒன்று முறியடிக்கப்பட்டது — உணவு விற்பனை செய்யும் முஸ்லிம் குடியேற்றக்காரர் ஒருவர் அருகிலுள்ள போலீசாரிடம் சந்தேகத்திற்குரிய வகையில் அங்கு நிற்கும் கார் பற்றித் தகவல் தந்து எச்சரித்தார். ஐந்து மாதங்கள் கழித்து, வாஷிங்டன் டிசியில் உள்ள மெட்ரோ அமைப்பில் வெடிகுண்டு வைக்கும் திட்டம் முறியடிக்கப்பட்டது — இதுவும் முஸ்லிம் சமுதாயத்தினர் தகவல் அளித்ததன் பேரில்தான் சாத்தியமானது. அதைத் தொடர்ந்து சந்தேகத்திற்குரிய நபர் ஒருவர் கைது செய்யப் பட்டார். 2009 டிசம்பரில் ஒரு நிலையான ஒத்துழைப்பு முயற்சியால் அமெரிக்க உள்நாட்டு உளவுத்துறையும் (எஃப்பிஐ) அமெரிக்க இஸ்ரேலிய பொது உறவுக் குழுவும் இணைந்து ஐந்து அமெரிக்க முஸ்லிம்களைப் பாகிஸ்தானில் கைது செய்தனர்—அவர்கள் அமெரிக்க எதிர்ப்பு, தீவிரவாதம் ஆகியவற்றில் ஈடுபட்டுள்ள கும்பல்களோடு சேர்ந்துகொள்ள முயன்றதற்காக.

கிங்கின் வாதங்களை மேலும் சிக்கலாக்கும் வகையில் (ஒரு கட்டத்தில் தொலைக்காட்சி அறிஞர் ஷான் ஹானிட்டியிடம் 85 சதவீதப் பள்ளிவாசல்கள் 'தீவிரவாதிகளால் ஆளப்படுகின்றன' என்று பீற்றிக்கொண்டார்) சாப்பெல் ஹில்லில் உள்ள வடக்கு கரோலினா பல்கலைக்கழகம், டியூக் பல்கலைக்கழகம் ஆகியவை அவரின் முதல் விசாரணைக்கு வெறும் மூன்று வாரங்கள் முன்பு ஓர் ஆய்வை வெளியிட்டன. 2001 செப்டம்பர் 11க்குப் பிறகு நடந்த வன்முறைத் தாக்குதல்களில் மூன்றில் ஒரு பங்குக்கும் அதிகமானவற்றில்— அதாவது 121இல் 48 திட்டமிட்டபடி செயல்புரிவதற்காக முதலில் சட்டச் செயலாக்கல் அதிகாரிகளுக்குக் கையூட்டுக் கொடுத்தது அமெரிக்க முஸ்லிம்கள்தான் என்றது அந்த அறிக்கை.[26] அதை எழுதிய சார்ல்ஸ் குர்ட்ஸ்மன் அமெரிக்காவில் ஒவ்வொரு ஆண்டும் ஏறத்தாழ 15,000 பேர் கொலை செய்யப்படுவதாகக் குறிப்பிடுகிறார். 9/11க்குப் பிந்தைய உயிரிழப்புகளில் வெறும் மூன்று டஜன் மட்டுமே (அதாவது ஒரு மிகச்சிறிய சதவீதம்) முஸ்லிம்களால் நடத்தப்பட்டவை என்று தெரியவந்தது. 'கடந்த பத்தாண்டில் 200க்கும் குறைவான முஸ்லிம் அமெரிக்கர்களே தீவிரவாதத் திட்டங்களில் ஈடுபட்டு

வந்துள்ளனர். அதாவது ஏறத்தாழ 2 மில்லியன் மக்கள் கொண்ட மக்கள் தொகையில். இது தீவிரப் பிரச்சினைதான்; ஆனால் மக்கள் மத்தியில் பரவியுள்ள கவலையானது ஊகிக்கும் அளவிற்கு அருகில் கூட வராது' என்றார் அவர்.[27]

அமெரிக்க முஸ்லிம்களின் ஒத்துழைப்பு பற்றித் தனிப்பட்ட முறையில் கவலை தெரிவித்த சட்டச் செயலாக்கல் அதிகாரிகளின் பெயர்களை வெளியிட பீட்டர் கிங் தயங்கினாலும், பல தேசிய பாதுகாப்பு வல்லுநர்கள், அதிகாரிகள், போலீஸ் அதிகாரிகள், அமெரிக்க அரசாங்க ஊழியர்கள் அதே கதையை வேறுவிதமாகச் சொன்னார்கள். உதாரணமாக அமெரிக்க தலைமை வழக்குரைஞர் எரிக் ஹோல்டர் 2010 டிசம்பரில் 'முஸ்லிம்களின் ஒத்துழைப்பும் அரபு-அமெரிக்க சமூகங்களின் ஒத்துழைப்பும் தீவிரவாதத் தாக்குதல் களைக் கண்டறிவதற்கும் தடுப்பதற்கும் மிகவும் தேவைப் பட்டுள்ளன' என்றார்.[28]

அமெரிக்க உள்நாட்டு உளவுத்துறையின் (எஃப்பிஐ) இயக்குநர் ராபர்ட் முவெல்லர் 2008இல் ஹவுஸ் ஜூடிசியரி கமிட்டியிடம் 'எங்கள் வழக்குகளில் பலவும் அமெரிக்காவில் உள்ள முஸ்லிம் சமூகங்களின் ஒத்துழைப்பின் பலனாகவே நடந்துள்ளன' என்றார். ஓர் ஆண்டுக்குப் பிறகு 'செப்டம்பர் 11 முதலாகவே முஸ்லிம் சமூகம் அமெரிக்க உள்நாட்டு உளவுத்துறைக்கு மிகுந்த ஆதரவாக இருந்துவந்துள்ளது' என்று குறிப்பிட்டார். ஆர்வமூட்டும் வகையில், முவெல்லர் 2009இல் செனட் ஜூடிசியரி கமிட்டியின் முன்னிலையில் கிரெய்க் மான்டெய்ல் இர்வின் இஸ்லாமிய மையத்தில் ஊடுருவியதைப் பற்றிக் கூறுகையில், 'நாங்கள் அமைப்புகளில் கவனம் செலுத்துவ தில்லை; தனிமனிதர் மீதுதான் கவனம் செலுத்துகிறோம். பொதுவாக ஒரு தனி நபரோ, தனிப்பட்ட சிலரோ மதம்சார்ந்த அமைப்புகளில் இருந்துகொண்டு சட்டத்திற்குப் புறம்பான செயல்களில், அதுவும் உயர்மட்ட அங்கீகாரத்துடன் ஈடுபடுவதாகத் தகுந்த தகவல்களோ ஆதாரங்களோ இருந்தால், நாங்கள் புலன்விசாரணை மேற் கொள்வோம் —அது எந்த மதமாக இருந்தாலும் சரி' என்று குறிப்பிட்டிருந்தார். தேசிய பயங்கரவாத எதிர்ப்பு மையத்தின் இயக்குநர் மைக்கேல் லைட்டர் 'அமெரிக்காவில் முனைப்பாகச் செயல்படும் தீவிரவாதத் திட்டங்களை வெளிக் கொண்டு வருவதற்குப் பல துப்புகளைத் தந்தது முஸ்லிம் சமூகம் தான்' என்று உறுதி செய்தார்.[29]

சட்ட செயலாக்க முகாமைகளுடன் நன்கு ஒத்துழைத்திருந்தாலும், அமெரிக்க முஸ்லிம் சமூகம் அவர்களுக்கு எதிரான உணர்வுகளையும் நம்பிக்கையின்மையையும் வளர்த்துக்கொள்ளக் காரணம் இருந்தது. கலிஃபோர்னியாவில் அமெரிக்க உள்நாட்டு உளவுத்துறை செயல் படுத்திய நாசவேலைத் திட்டம் ஒரு உதாரணம் மட்டுமே — வளர்ந்துவரும் அதன் அரசாங்க வலையில் ஆங்காங்கு அமைத்திருந்த கொக்கிகள் அங்குள்ள வட்டாரங்கள், குடியிருப்புகள், பிரார்த்தனைக் கூடங்கள் ஆகியவற்றுக்கு இரகசியக் குழுக்களை அனுப்பி வைத்து, வளர்ந்துவரும் முஸ்லிம் குழுக்கள் பற்றிய தகவல்களைத் தேடி வந்தன.

மன்ஹட்டனில் அந்த வட்டாரக் காவல்துறை மத்திய புலனாய்வுத் துறையுடன் (சிஐஏ) கூட்டமைத்து, 'உளவாளி'களைச் சிறுபான்மை யினர் சமூகங்களுக்கும் அனுப்பி வைத்து, 'பள்ளிவாசல் பதுங்குநர் களைப்' பயன்படுத்தி, அங்கு நடக்கும் சொற்பொழிவுகளைப் பதிவு செய்யவும் தவறான நடவடிக்கைகளுக்கான ஆதாரங்களைச் சேகரிக்கவும் பயன்படுத்தின. அதிகாரிகள் பிறப்பு இறப்பு விவரங் களைச் சலித்தெடுத்து, ஒரே இனக்குடிகள் அதிகமாய் வாழும் பகுதி களையும் அதே பின்னணியைச் சேர்ந்த ரோந்துக்காரர்களையும் ஒப்பிட்டுப் பார்த்தனர். 'பாகிஸ்தானிய-அமெரிக்க அதிகாரிகள் பாகிஸ்தானிய வட்டாரங்களிலும், பாலஸ்தீன அதிகாரிகள் பாலஸ்தீன வட்டாரங்களிலும் ஊடுருவினர். அவர்கள் ஹுக்கா விடுதிகளிலும் காப்பி விடுதிகளிலும் அமர்ந்துகொண்டு தங்களைச் சுற்றியுள்ள சமூகங்களை அமைதியாய் நோட்டமிட்டுக்கொண்டிருந்தனர்' என்றது ஓர் அறிக்கை. புத்தகக் கடைகள், வெளிநாட்டு உணவு விடுதிகள், கூந்தல் அலங்கார நிலையங்கள், நூல் நிலையங்கள் என அனைத்தும் மனிதக் காமிராக்களாகச் செயல்பட்டுக்கொண்டிருக்கும் போலீசார் முஸ்லிம் மக்களை பூதக்கண்ணாடியால் ஆராயும் மன்றங் களாக விளங்கின. 'என்னைச் சாதாரணக் குடிமகனாக நடிக்கும்படி கூறினார்கள் —அந்த வட்டாரத்தில் சுற்றித்திரிந்து தகவல் சேகரிக்கச் சொன்னார்கள்' என்றார் வங்கதேசத்தைச் சேர்ந்த ஒரு போலீஸ் அதிகாரி.[30]

நியூயார்க் நகரக் காவல்துறை (நியூயார்க் சிட்டி போலீஸ் டிபார்ட்மென்ட்) ஆயிரக்கணக்கான ஷியா முஸ்லிம்களை அவர்களின் மதத்திற்காகவே அதிகமாகக் கண்காணிக்கும்படி பரிந்துரைத்தது. பொதுமக்களுக்குத் தெரியும்படி வெளியாகிவிட்ட ஓர் ஆவணம்

அரசாங்கத்திற்குள் ஈரானியத் தீவிரவாதிகள் குறித்த அச்சம் பரவி வருவதைத் தெளிவுபடுத்தியது. ஆய்வாளர்கள் கனெக்டிகட்டிலிருந்து ஃபிலடெல்ஃபியா புறநகர்ப் பகுதிகள்வரை சாத்தியமுள்ள இலக்குகள் என்று கூறிப் பல பள்ளிவாசல்களைப் பட்டியலிட்டனர்.[31] மேலும், அசோசியேட்டட் பிரஸ் 2012இன் தொடக்கத்தில் கண்டறிந்ததன்படி நியூயார்க் நகரக் காவல்துறை தங்கள் உள்நாட்டு ஒற்றுத் திட்டத்தை ஒருபடி முன்னே கொண்டு சென்று, வடகிழக்குப் பகுதிகளிலுள்ள கல்லூரி வளாகங்களில் முற்றுகையிட்டிருந்தனர். அங்கு முஸ்லிம் மாணவர் குழுக்களின் வலைத்தளங்களை தினமும் ஆராய்ந்து, அவர்கள் கல்லூரி வளாகத்தில் செய்யும் செயல்களைப் பார்வையிட்டு வந்தனர். யேல், ரட்கர்ஸ், பென்ஸில்வேனியா பல்கலைக்கழகம் தவிர வேறு 13 பல்கலைக்கழகங்களில் உள்ள மாணவர்கள் போலீஸ் அதிகாரிகளின் கண்காணிப்புப் பார்வையில் பதிந்தபடியே தங்கள் இயல்பு வாழ்க்கையைத் தொடர்ந்துவந்தனர். 2008இல் ஒருமுறை ஓர் இரகசிய அதிகாரி நியூயார்க்கின் சிட்டி கல்லூரியிலிருந்து 18 மாணவர்கள் அடங்கிய குழுவுடன் ஒரு வைட் வாட்டர் சாகசப் படகுப் பயணம் சென்றார். வழியில் அவர்களின் குழுத் தலைவர்களின் பெயர்களையும் குறித்துக்கொண்டார். 'வழக்கமாகத் திட்டமிடப்படும் நிகழ்ச்சிகளுடன் (படகுப் பயணம்) அந்தக் குழுவினர் ஒவ்வொரு நாளும் குறைந்தபட்சம் நான்குமுறை பிரார்த்தனை செய்தனர். அவர்களின் உரையாடல்கள் பெரும்பாலும் இஸ்லாத்தைப் பற்றியே இருந்தன; மதம் சார்ந்ததாகவும் இருந்தன' என்றது அந்த அறிக்கை.[32] அதற்கு முந்தைய ஆண்டு, 2007இல், நியூயார்க் நகரக் காவல்துறை ஒரு குடியேற்ற அறிக்கை தயாரித்தது —அதில் நெவார்க், நியூஜெர்சி ஆகிய இடங்களில் வசிக்கும் முஸ்லிம் சமூகத்தினர் பற்றி, அந்த நகரங்களின் வட்டாரங்கள், பள்ளிவாசல்கள், உணவுவிடுதிகள் போன்றவற்றின் புகைப்படங்கள், வரைபடங்கள் மூலமாக விளக்கப்பட்டிருந்தன.

'இந்த நகரைப் பாதுகாக்க என்ன செய்ய வேண்டும் என்று கருதுகிறோமோ அதைத்தான் செய்துகொண்டிருக்கிறோம்' என்றார் நியூயார்க் காவல்துறை ஆணையர் ரே கெல்லி.[33] கெல்லியும் பீட்டர் கிங்கும் நெருங்கிய நண்பர்கள். ஏறத்தாழ எல்லோருக்குமே கிங் நினைவூட்ட விரும்பிய ஒரு விஷயம் அது — குறிப்பாகக் தீவிர வாதிகளை உருவாக்குவது தொடர்பான அவரின் விசாரணைகள் பிரச்சினையூட்டுவதாகக் கூறுபவர்களுக்கு. 'எனக்கு ரே கெல்லியை நீண்ட காலமாகத் தெரியும். ரே கெல்லிக்குக் கருத்துவேறுபாடு

உள்ளதாக நான் கருதியிருந்தால் இந்த விசாரணைகளை நான் நிச்சயமாகத் தொடங்கியிருக்க மாட்டேன்' என்பார் அவர்.[34]

பீட்டர் கிங்கின் விசாரணைகளில் முக்கிய சாட்சியான ஜுஹ்தி ஜாஸரையும் கெல்லிக்குத் தெரியும். சொல்லப் போனால் *த தேர்ட் ஜிஹாத்* — மூன்றாவது ஜிஹாதில் இருவரும் இணைந்து பணியாற்றியிருந்தனர். *த தேர்ட் ஜிஹாத்* என்பது ஒப்செஷனின் தொடர்ச்சியாக வெளிவந்த முஸ்லிம் எதிர்ப்புத் தீவிரவாதப் படம். அய்ஷ் ஹ-தோரா என்ற இஸ்ரேலிய குடியிருப்புக் குழுவின் தயாரிப்பு. இந்தப் படம் நியூயார்க் காவல்துறைப் பயிற்சித் தொடரின் ஒரு பகுதியாகப் பயன்படுத்தப்பட்டது. ஏறத்தாழ 1500 அதிகாரிகள் கலந்துகொண்ட பயங்கரவாத எதிர்ப்பு வகுப்புகளில் திரையிடப்பட்டதுடன், மூன்று முதல் ஐந்து மாதங்களுக்குத் தொடர்ச்சியாக வலம்வந்தது.[35] வெடிகுண்டுச் சம்பவங்கள், வெள்ளை மாளிகை மீதாகப் பறக்கும் போராளிகளின் கொடிகள் ஆகியவற்றைச் சித்திரிக்கும் புகைப்படங்களுக்கு இடையில் மேலும் அதிர்ச்சியூட்டும் விதமாகக் கெல்லி ஒரு 20 நொடி நீள நேர்காணலில் தோன்றினார். முதலில் தான் இவை எதிலும் ஈடுபடவில்லை என்று அவர் மறுத்தார். அவருடைய துணை அதிகாரி பால் ஜெ. பிரவுன் நியூயார்க் நகரக் காவல்துறை பொதுப் பயன்பாட்டிற்காகச் சேகரித்து வைத்திருந்த பதிவுகளிலிருந்துதான் அந்தத் துண்டுப்படம் தேர்வு செய்யப்பட்டிருக்க வேண்டும் என்று வலியுறுத்தினார். முஸ்லிம்களை இவ்வளவு கொடூரமாகச் சித்திரிக்கும் ஒரு படத்தில் ஒருகாலும் கெல்லி பங்கு பெறவில்லை என்றார் அவர். நியூயார்க் காவல்துறை எப்பொழுதுமே முஸ்லிம் சமூகத்துடன் நல்லுறவை வளர்த்து வந்துள்ளது என்று கூறினார்கள் அவர்கள்.

அந்தப் படத்தின் தயாரிப்பாளர் ரஃபேல் ஷோர் ஓர் உரையாடல் ஒலிப்பதிவில் கெல்லி உண்மையிலேயே பங்குகொண்டதற்கான ஆதாரங்களைத் திரட்டியபோது, கெல்லியும் பிரவுனும் சற்று இறங்கி வந்தனர். 'அவர் சொல்வது சரிதான்' என்றார் பிரவுன், ஷோரின் ஆதாரத்தைத் தயக்கத்துடன் ஆமோதித்தபடி. 'நான் 2007 பிப்ரவரியில் ஆணையர் கெல்லியை பேட்டி காணும்படி பரிந்துரை செய்தேன்.'[35]

நியூயார்க் காவல்துறை நியூயார்க் நகரில் ஒரு திட்டத்தை வகுத்து, அதைச் செயல்படுத்தவும் செய்திருந்தது. விசுவாசம் இல்லாத அமெரிக்கர்கள், பயங்கரவாதிகளாகக் கூடியவர்கள் என அவர்கள் சந்தேகித்த முஸ்லிம்களைக் களையெடுப்பதற்கான முயற்சி

அது. அந்தச் சந்தேகங்கள் உண்மைகளின் அடிப்படையில் ஏற்பட வில்லை. மாறாக, அந்தத் திட்டங்களையும் அவற்றின் செயல் பாட்டையும் வகுத்த ஆணையர் கெல்லி பங்குபெற்றதுடன், துறையின் பிற முகவர்களுக்கு விநியோகித்தும் இருந்த பிரச்சாரப் படத்தின் அடிப்படையில் ஏற்பட்டிருந்தன. அந்தப் படத்திற்கான நிதிக்கு இஸ்ரேலில் உள்ள ஒரு மதம் சார்ந்த சியோனிச குழுவும், அதன் கதையைக் கூறுவதற்குப் பீட்டர் கிங்கின் முஸ்லிம் எதிர்ப்பு விசாரணைகளின் மையத்தில் இருந்த ஒருவரும் உதவினர். சுயதீர்வு செய்துகொள்ளும் முன்னறிவிப்புகளுக்கு இதைவிடச் சிறந்த உதாரணங்கள் இருக்கவில்லை.

நியூயார்க் காவல்துறையைவிடவும் மிக ஆழமாக வேரோடி யிருந்தது இஸ்லாமிய வெறுப்புத் தொழிலின் தாக்கம். அது அமெரிக்க கூட்டாட்சி சட்டத்தைச் செயலாக்கும் குழுக்கள்வரை விரிவடைந்தது—அவர்களிடம் அதிர்ச்சியூட்டும் காட்சித் தொகுப்புகளும், திகில் நாவல்களும், பிற அச்சுறுத்தும் முஸ்லிம் எதிர்ப்புப் புத்தகங்கள் போன்றவையும் இரகசியக் கூடங்களில் நிறையவே இருந்தன. அமெரிக்க உள்நாட்டு உளவுத்துறையின் (எஃப்பிஐ) பொது ஆலோசகர் வாலெரீ கப்ரோனி தமது துறையின் முகவர்கள் பள்ளிவாசல்களையோ வட்டாரங்களையோ ரோந்து செய்யவில்லை என்று குறிப்பிட்டார்—இத்தகைய நடவடிக்கைகள் குடிமக்களின் சுதந்திரத்தில் தேவையற்ற தலையீடு என்பதால். மேலும் புதிய முகவர்களுக்குப் பயிற்சி அளிப்பதற்காக ஏற்கனவே பயன்படுத்தப்பட்ட ஒருதலைபட்சமான பாடத்திட்டத்தின் ஒரு பெரிய குவியலை அவர் அனுமதிக்கவில்லை. ஆயினும் அமெரிக்க உள்நாட்டு உளவுத்துறை முஸ்லிம்களைப் பயங்கர வாதத்திற்கு இட்டுச்செல்லும் முயற்சி தொடர்பான சந்தேகங்களின் அடிப்படையில், உள்ளூர்ப் பள்ளிவாசல்களுக்கு ஒற்றர்களை அனுப்பிவைத்தது. அவர்களும்'பெரும்பாலான முஸ்லிம்களிடம் இருப்பதாகக் கூறப்படும்' பின்னோக்கிய, வன்செயல் கலந்த இயல்பை வெளிப்படுத்தும் பயிற்சி சாதனங்களை இளம் உளவாளிகளுக்காக தயாரித்தனர். இந்தச் செயல் அமெரிக்க உள்நாட்டு உளவுத்துறைக்கு ஒரு ஆரூடமாக அமைந்தது —தங்கள் விரும்பியது நிறைவேறியது போல .

குவான்டிகோ, வர்ஜினியா ஆகிய இடங்களில் உள்ள அமெரிக்க உள்நாட்டு உளவுத்துறைப் பயிற்சித் தளங்களில் திரையிடப்பட்ட

படக்காட்சிகளைக் காண வந்திருந்த புதிய ஊழியர்களிடம் ஒரு முஸ்லிம் எந்த அளவுக்குப் 'பக்தியாக' இருக்கிறாரோ, அந்த அளவுக்கு 'வன்முறையாளராக' இருக்க வாய்ப்பு உண்டு என்ற கருத்து வலியுறுத்தப் பட்டது. வழிகாட்டி நிகழ்ச்சி ஒன்றில், 'நம்பிக்கை வைக்காதவர்களுக்கு எதிராகத் தொடுக்கப்படும் எந்தப் போரும் முஸ்லிம் சட்டத்தின் கீழ் நியாயப்படுத்தப்பட்டுள்ளது' என்பதுடன், 'குர்ஆன் அல்லாஹ்வின் மாற்ற முடியாத சொல்லாகத் தொடர்ந்து கருதப்படும் வரையில் மிதமாக்கும் செயல்திட்டம் நடக்க வாய்ப்பே இல்லை' என்ற செய்தியும் சொல்லப்பட்டது. *மிலிடன்ஸி கன்சிடரேஷன்* (போர்க்குணப் பரிந்துரைகள்) என்னும் தலைப்பிட்ட குறுவெளியீடு ஒன்று ஆப்ரஹாமின் நம்பிக்கை கொண்ட யூதம், கிறிஸ்துவம், இஸ்லாம் ஆகிய மூன்று மதங்களின் நம்பிக்கை எப்படிப்பட்டது என்பதைக் கறுப்பு-வெள்ளை வரைபடமாகக் காட்டியது.

காலப்போக்கில் தோராவையும் பைபிளையும் பின்பற்றுபவர்கள் 'வன்முறை'யிலிருந்து 'வன்முறையற்ற' சமுதாயமாக மாறிவர, குர்ஆனை ஓதுபவர்கள் மட்டும் மாறவில்லை. படுக்கை வாட்டமாக முஸ்லிம்களைக் காட்டும் கோடு, அவர்களிடையே 'மிதவாதம் நடை பெறவே இல்லை' என்பதைத் தெளிவாகக் காட்டியது.[36] 'இஸ்லாமியச் சட்டத்தில் திட்டவகுப்பும் தூண்டுகோல்களும்' (*ஸ்ட்ரடெஜிக் தீம்ஸ் அண்ட் டிரைவர்ஸ் இன் இஸ்லாமிக் லா*) என்னும் தலைப்பிலான பவர்பாயின்ட் நிகழ்ச்சித் தொகுப்பு முஹம்மதை ஒரு 'வியாபாரி', 'பக்தி இயக்கத் தலைவர்' என்று வர்ணித்ததுடன், அவருடைய அரசியல் நோக்கங்கள் 'விமர்சகர்களின் படுகொலை, மரண தண்டனை' 'தகவல்களைக் கறப்பதற்காகச் சித்ரவதை செய்தல்' ஆகிய முறைகளைப் பின்பற்றியதில் சென்று முடிந்தது.[37]

பயங்கரவாத எதிர்ப்புக்கான கூட்டுப் படைகள் (*ஜாய்ண்ட் டெர்ரரிஸம் டாஸ்க் ஃபோர்சஸ்*) விநியோகித்த 'நுழைவோர் தகவல் பொதி' ஒன்று சன்னி எனப்படும் இஸ்லாத்தின் மிகப்பெரிய பிரிவானது 'பல்வேறு அடிப்படைவாத, பயங்கரவாத அமைப்பு களைத் தோன்றச் செய்வதில் முனைப்பாக ஈடுபட்டதாகவும், அதைப் பின்பற்றுபவர்கள் இறைவனை அடையும் வழியை அமைப்பதற்குத் தேவையான தூய்மையும் திறனும் குர்ஆனுக்கு இணையாக வேறு எதிலும் இல்லை என்ற குர்ஆனின் வலியுறுத்தலை நிரூபிப்பதற்காக உலகெங்கும் சன்னி இஸ்லாமிய ஆதிக்கத்தைப் பெறப் போராடி

வருவதாகவும்' குறிப்பிட்டிருந்தது. இந்தத் தகவல் ஏறத்தாழ 5000 முகவர்களைச் சென்றடைந்தது. அவர்கள் அனைவரும் பயங்கர வாதத்தைத் தடுக்கும் முயற்சியில் தீவிரம் காட்டுபவர்கள்.[38]

பயிற்சிப் புத்தகங்கள் தவிர, குவான்டிகோ என்ற இடத்திலுள்ள நூலகம் முஸ்லிம் எதிர்ப்பு அடிப்படையில் எழுதும் பிரபல எழுத்தாளர் களின் படைப்புகளால் நிரம்பிவழிந்தது. டானியல் பைப்ஸின், *மிலிடண்ட் இஸ்லாம் ரீச்சஸ் அமெரிக்கா* (போர்க் குணமுள்ள இஸ்லாம் அமெரிக்கவை அடைகிறது), ராபர்ட் ஸ்பென்ஸரின் *ஆன்வேர்ட் முஸ்லிம் சோல்ஜர்ஸ்: ஹவ் ஜிஹாத் ஸ்டில் த்ரெட்டன்ஸ் அமெரிக்கா அண்ட் த வெஸ்ட்* (முன்னேறும் முஸ்லிம் போராளிகள்: ஜிஹாத் அமெரிக்காவையும் மேற்குலகையும் இன்னும் எவ்வாறு மிரட்டுகிறது) உள்பட பல புத்தகங்கள் உளவு முகவர்களால் தேர்வு செய்யப்பட்டன. ஸ்பென்ஸரின் *த பொலிடிகலி இன்கரெக்ட் கைட் டு இஸ்லாம்* (இஸ்லாத்திற்கு அரசியல்ரீதியில் தவறான வழிகாட்டி), *த ட்ரூத் அபவுட் முஹம்மத்: ஃபவுண்டர் ஆஃப் த வேள்ட்'ஸ் மோஸ்ட் இன்டாலரண்ட் ரெலிஜியன்* (முஹம்மத் பற்றிய உண்மை: உலகின் மிகவும் சகிப்புத்தன்மையற்ற மதத்தின் நிறுவனர்) ஆகியவற்றையும் பயிற்சியாளர்கள் தங்கள் மாணவர்களிடம் படிப்பதற்காகப் பரிந்துரைத்தனர்.[38]

2010 ஜூலையில் வர்ஜினியாவின் டைட்வாட்டரில் பயங்கரவாத எதிர்ப்புப் படையின் (*டெர்ரரிஸம் டாஸ்க்ஃபோர்சஸ்*) முன்னிலையில் 'இஸ்லாமிய ஜிஹாதிகளின் நம்பிக்கைகள் பற்றிய இரண்டு இரண்டு மணிநேரக் கருத்தரங்கம்' (*டு-டு ஹார்ஸ் செமினார்ஸ்*) என்று அவர் பெயரிட்டு அழைத்த ஒன்றை வழங்க வந்திருந்தார்.[39] அமெரிக்க அரசாங்கச் சட்டச் செயலாக்க அதிகாரிகள் முன்னிலையில் இவ்வாறு வருவது அவருக்கு இது ஒன்றும் முதல்முறை அல்ல. யுஎஸ் சென்ட்ரல் கமாண்ட் (அமெரிக்க மையக் கட்டுப்பாடு) என்னும் இராணுவத்தின் சமச்சீரற்ற போர்க்குழுவும் (*த ஆர்மி'ஸ் ஏசிம் மெட்ரிக்கல் வார்ஃபேர் குரூப்*) புலனாய்வு பிரிவைச் சேர்ந்த பிற அமைப்புகளும் அவரைப் பேச அழைத்திருந்தன. குடியுரிமைக் குழு ஒன்று எஃப்பிஐ இவ்வாறு சர்ச்சைக்குரிய ஒருவரைத் தமது நட்புவட்டத்தில் வைத்திருப்பதைக் குற்றம் சாட்டியதற்குப் பதிலளித்த அமெரிக்க உள்நாட்டு உளவுத்துறை 'இன்றைய பயங்கரவாதச் சூழலை நன்கு புரிந்துகொள்ளப் பல்வேறு துறைகள் பற்றிய பரந்த அறிவு மிகவும் அவசியம்' என்றது.[38]

அங்கு வேறு சிலரும் இருந்தார்கள். நியூயார்க் நகரின் ஒரு மந்தமான அலுவலக அறையில் குழுமியிருந்த அமெரிக்க அரசாங்க முகவர்களின் சிறிய கூட்டத்தின் முன்னே நின்றுகொண்டு அமெரிக்க உள்நாட்டு உளவுத்துறையின் பயங்கரவாத எதிர்ப்பு ஆய்வாளர் வில்லியம் காத்ராப் (அமெரிக்க உள்நாட்டு உளவுத்துறை விநியோகித்த முஸ்லிம் எதிர்ப்புப் பயிற்சிப் பிரசுரங்களுக்குப் பொறுப்பானவர்) மற்றொரு ஆத்திரமூட்டும் செய்தியைச் சொன்னார். அல்-காயிதாவிற்கு எதிரான போர் என்பது இஸ்லாத்தின் அச்சுறுத்தல்களோடு ஒப்பிடும் போது 'பயனற்றது' என்று கூறினார். இறைத்தூதர், புனித நூல், மதத் தலைவர்கள் என அந்த மதத்தைப் பின்தொடர்ந்து செல்வதுதான் தீர்வு. 'உங்களுக்கு ஸ்டார் வார்ஸ் (அமெரிக்க விண்வெளி காவிய நாடகம்) நினைவிருந்தால் டெத் ஸ்டாரின் (கற்பனையான விண்வெளி நிலையங்களின்) ஆழங்கள் வரை செல்லுமே அந்தக் காற்றோட்டக் குழல், அதை வைத்துக்கொண்டு அடியாழத்தில் கடலடி ஏவுகணையையே வெடித்தனர்' என்றார் அவர். 'அது சிக்கலான பலவீனம்.' காத்ராப் தமது லேசர் ஒளிப் பொட்டைத் தமது படக்காட்சியின் மீது காட்டி, 'புனித நூல்கள்', 'மதகுருமார்கள்' ஆகிய சொற்களின் மீது படியவிட்டார்.[40] முகவர் குழுவினரின் பக்கம் திரும்பி, 'நாம் இவற்றின் மீது கவனம் செலுத்த வேண்டும்' என்றார்.

2001 செப்டம்பர் 11க்குப் பிறகு உடனடியாக நீதித்துறை நூற்றுக் கணக்கான சட்டத்திற்குப் புறம்பான குடியேற்றக்காரர்களைச் சுற்றி வளைத்துக்கொண்டது. எழுநூறுக்கும் மேல் இருந்தனர் — அவர்கள் அனைவருமே முஸ்லிம்கள். இரண்டு வாரங்களுக்கு அவர்கள் சிறையில் அடைக்கப்பட்டனர். இதற்கிடையில் அதிகாரிகள் அவர்கள் எங்கிருந்து வந்தவர்கள் என்று துப்புத் துலக்கினர். பெரும் பாலானோர் அவர்களின் தாய்நாடுகளுக்குத் திருப்பி அனுப்பப் பட்டனர். நான்கில் மூன்றுபேர் நியூயார்க் அல்லது நியூ ஜெர்சியைச் சேர்ந்தவர்கள். பலர் பாகிஸ்தானிலிருந்து வந்தவர்கள். ஓர் அறிக்கையின்படி 84 பேர் மிகவும் கடுமையான, 23 மணி நேரக் கடுங்காவலில் வைக்கப்பட்டனர் — கை-கால்கள் சங்கிலிகளால் பிணைக்கப்பட்டு. அதே அறிக்கை 'நியாயமற்ற அளவிற்குக் கடுமையான' கடுங்காவல், 'உடலளவிலும் வார்த்தைகளாலும் செய்த அவமானங்கள்' ஆகியவை தீவிரவாதத் தொடர்பு இருப்பதற்கான எவ்வித சாட்சியும் இல்லாத நிலையில் நடந்துள்ளன என்பதில் கவனம் பதித்தது. கைதிகளில் சிலரைச் சாலை நிறுத்தங்களில் கைது

செய்து, வேறு சிலரை வெறும் 'நிச்சயமற்ற வேலை நேரங்கள்' உள்ள முஸ்லிம்கள் என்று அதிகாரிகளிடம் அறிவித்தனர்.[41]

கிரெய்க் மான்டெய்ல் (அமெரிக்க உள்நாட்டு உளவுத்துறையின் போலி முஸ்லிம் உளவாளி—தெற்கு கலிபோர்னியா) கூறினார்: 'இவை அனைத்துமே சிறைப்படுத்துதல்தான். இந்த ஆட்டம் எனக்குத் தெரியும், இதன் செயல்களும் தெரியும். அது அப்படியொரு வேடிக்கை, நிஜமான வேடிக்கை; நிஜமான வேட்டை என்று ஏதுமில்லை. இது புனையப்பட்ட ஒன்று. இதன் காரணமாக முஸ்லிம் சமூகம் அமெரிக்க உள்நாட்டு உளவுத்துறையை இனி ஒருபோதும் நம்பப்போவது இல்லை.'[24]

2012 மார்ச் மாதம் நியூ ஜெர்ஸியிலுள்ள நியூஆர்க் என்னும் அமெரிக்க உள்நாட்டு உளவுத்துறையின் பிரிவு, நியூயார்க் நகரக் காவல் துறை முஸ்லிம்களை வேவு பார்க்கத் தீட்டிய திட்டம்தான் தீவிரவாதத்திற்கு எதிரான புலனாய்வுத் தகவல்களைப் பெறுவதில் தங்களுக்கு மிகுந்த சிரமங்களை உண்டாக்கியது என்றது. 'நியூஜெர்சியில் இப்போது உருவாகியுள்ள கொந்தளிப்பு எதைக் காட்டுகிறது என்றால் நமக்குக் கிடைத்துவந்த ஒத்துழைப்பு திரும்பப் பெற்றுக்கொள்ளப்படுவதைத்தான். தாங்கள் பின்தொடரப் படுகிறோம் என்ற கவலை மக்களுக்கு ஏற்பட்டுள்ளது. சட்ட அமலாக்கத்தை இனிமேலும் நம்ப முடியாது என்ற கவலை மக்களிடையே பரவியுள்ளது' என்றார் நியூஆர்க் அமெரிக்க உள்நாட்டு உளவுத்துறையின் (எஃப்பிஐ) சிறப்புப் பொறுப்பு வகிக்கும் முகவரான மைக்கேல் வார்ட். ஆனால் தமது முகாமையே அந்தச் செயல்களில்தான் ஆழ்ந்து கிடக்கின்றன என்ற உண்மையை அவர் அறியவில்லை.

***

1967 நவம்பர் 19 அன்று, அதாவது அமெரிக்கா சாரா நடவடிக்கை களுக்கான புலனாய்வுக் குழு (ஹவுஸ் கமிட்டி ஆன் அன்-அமெரிக்கன் ஆகிடிவிடீஸ்-எச்யூஏசி) நகரில் நடைபெறும் வகுப்புக் கலவரங்களுக்கும் கம்யூனிச ஊடுருவல்களுக்கும் தொடர்பு ஏற்படுத்த கறுப்பின அமெரிக்கர்களை விசாரணை செய்து இரண்டே வாரங்கள் ஆகியிருந்த நிலையில், அதன் பிரதிநிதியான வில்லியம் டக் (இவர் வயதாகிவரும் வர்ஜினிய காங்கிரஸ்காரர்) விசாரணைகள் நடப்பதை மேற்பார்வையிட்டு வந்தார். அவர் தாம் படித்த

கல்லூரியான வில்லியம் மேரி கல்லூரிக்கு வருகை தந்தார். முன்னாள் மாணவர்கள் கழகம் அங்கு ஒரு விழாவிற்கு ஏற்பாடு செய்திருந்தது. 1948இல் சட்டக்கல்லூரியில் பட்டம் பெற்ற அவருக்கு, அந்தச் சூழல் மனதுக்கு நெருக்கமானதாகவும் பழக்கப்பட்ட ஒன்றாகவும் இருந்தது. 'அது மிகவும் விசித்திரக் கவர்ச்சிகொண்ட இயற்கை எழில் மிகுந்த இடம்' என்று பின்னர் அவர் வாஞ்சையோடு நினைவு கூர்ந்தார்.[42]

மாணவர் கழகம் தனது 125ஆவது ஆண்டு விழாவைக் கொண்டாடும் தருணம் என்பதால் ஏறத்தாழ 3000 பேர் திரண்டிருந்தனர். அந்த வார இறுதி நிகழ்ச்சி கால்பந்து, ஊர்வலங்கள், இரவு விருந்துகள், விருது வழங்கும் விழாக்கள் என அமர்க்களப் பட்டது. ஆனால் டக் வந்திருந்தது அதற்குப் பிந்தைய நிகழ்ச்சிக்காக. அந்தக் கல்லூரியின் பட்டதாரி மாணவர்களுக்கு அளிக்கப்படும் மிகவும் கௌரவமிக்க விருதான முன்னாள் மாணவர் பதக்கத்தைப் பெறுவதற்காக அவர் அழைக்கப்பட்டிருந்தார். அந்தப் பெரிய தங்கப் பதக்கத்திற்காகப் பெரும் போட்டியே நடக்கும். பாரம்பரியமாக அது கௌரவமிக்க தனிமனிதர்களுக்கு அவர்களின் தொழில் சாதனை களுக்காக, தலைமைப் பண்புகளுக்காக, சமூக அர்ப்பணிப்பிற்காக அளிக்கப்படுவது. டக் ஆளுநரானது, பிரதிநிதிகள் மன்றத்தில் உறுப்பினராகச் சில காலம் இருந்தது அனைத்துமே பெருமைக்கு உரியவைதான் என்றாலும், அவர் வருகைப்பதிவு செய்த கல்லூரியால் போற்றப்படுபவை என்றாலும், அந்த ஆண்டு கானன் ரூம் 311இல் அரங்கேறிய கம்யூனிசத்திற்கு எதிரான அவருடைய போர் சூழ்ச்சிப் போரும் வகுப்பு மோதல்களும் மிகுந்த அன்றைய சூழலில் பலரின் பார்வைக்கும் மிகவும் கண்ணியமான முயற்சிகளாகத் தென்பட்டன.

***

2008 ஜனவரியில் ஜுஹ்தி ஜாஸர் அமெரிக்க உள்நாட்டு உளவுத் துறையின் (எஃப்பிஐ) அரிசோனா அலுவலகத்தை (ஃபீனிக்ஸ் கிழக்கு இந்தியானோலா அவென்யூவில் உள்ளது) நோக்கிச் சென்றார். அது அவருக்கு மகிழ்ச்சியான விஷயமாக இருந்தது. பகல் 1 மணியளவில் எஃப்பிஐ பத்திரிகையாளர் கூட்டத்திற்கு ஏற்பாடு செய்திருந்தது —நிர்வாகியின் சமுதாய ஆளுமைச் சேவை விருதுக்குத் தங்களின் தேர்வை அறிவிப்பதற்காக. அவரை அந்தக் கௌரவத் திற்காகத் தேர்ந்தெடுத்திருந்தார்கள். குற்றம், பயங்கரவாதம் அல்லது வன்செயலுக்கு எதிராகப் போரிடுவதில் குறிப்பிடத்தக்க பங்கு

ஆற்றிய, சமூகத்தில் போற்றத் தகுந்த தாக்கத்தை உருவாக்கிய ஒருவருக்கு அளிக்கப்படும் பரிசு அது. அதுவே வரப்போகும் கௌரவங்களுக்கு ஒரு தொடக்கமாகவும் அமைந்தது. 2012 ஏப்ரல் மாதம் குடியரசுக் கட்சியின் செனட்டர் மிட்ச் மக்கனெல் ஜாஸரை சர்வதேச மதச் சுதந்திரத்திற்கான அமெரிக்கக் குழு (யுஎஸ் கமிஷன் ஆன் இண்டர்நேஷனல் ரெலிஜியஸ் ஃபிரீடம்) என்று அழைக்கப்படும் கண்காணிப்புக் குழுவில் பொறுப்பில் அமர்த்தினார். இந்தக் குழு காங்கிரஸ், வெள்ளை மாளிகை, மாகாணத்துறை ஆகியவற்றுக்குப் பரிந்துரைகள் அளிக்கும் பணியைச் செய்துவந்தது.

***

காப்பிட்டால் ஹில்லில் நடந்த ஆக்ட்! ஃபார் அமெரிக்கா அமைப்பின் நண்பகல் விருந்தில் பிரிகிட்டெ காப்ரியல் ஒலிவாங்கிக்கு அருகில் வந்தார்—ஓர் அறிவிப்புச் செய்வதற்காக. பீட்டர் கிங் பார்வையாளர்களிடையே அமர்ந்திருக்கிறார் என்றும், அவரால் அதிக நேரம் அங்கு இருக்க முடியாது என்றும் அவர் கூறினார். தீவிரவாத முஸ்லிம்களை வேட்டையாடுதலில் அவ்வப்போது சில இடைவேளைகள் கிடைத்தாலும், வருகை தந்திருக்கும் வலதுசாரிப் பிரமுகர்களுடன் சுருக்கமாகச் செலவிடக்கூடிய அளவிற்குக் கால அவகாசம் எடுத்துக்கொண்டு, பிறகு அலுவலகம் செல்ல வகை செய்திருந்தார். காங்கிரஸ்காரர் 'கிங் தற்போது நம்மிடையே உள்ளார். ஏற்கெனவே ஒரு முன்னேற்பாட்டு நிகழ்ச்சி இருப்பதால் அவர் உடனடியாகச் செல்ல வேண்டியுள்ளது. அவர் எவ்வளவு பரபரப்பான மனிதர் என்பது உங்கள் அனைவருக்கும் தெரியும். ஆகவே நமது 2010 தேசியப் பாதுகாப்பு விருதைப் பெற்றுக் கொள்வதற்காக அவர் இங்கு வந்திருப்பது நமக்கு மிகுந்த கௌரவத்தை அளிக்கிறது' என்றார் காப்ரியல்.[43] கிங் அகலமாய்ப் புன்னகைத்தவாறே மேடைக்கு அருகே சென்றார். காப்ரியலைக் கட்டிக்கொண்டார். கண்ணாடியாலான விருதைக் கையில் பிடித்துக் கொண்டு, அதே அணைப்பில் இருந்தபடியே அதில் எழுதியிருந்ததைப் படித்தார். இருவருக்கும் இடையே நல்ல நெருக்கம் இருந்தது. 'ஆக்ட்! ஃபார் அமெரிக்கா நிறுவனர் காங்கிரஸ்காரர்களுக்குப் பயங்கரவாதம் தொடர்பான பிரச்சினைகளில் சில காலம் ஆலோசனை அளித்து வந்திருந்தார்.[44] ஆக்ட்! ஃபார் அமெரிக்கா நமது நாட்டிற்காக ஆற்றியுள்ள பணியை நான் எவ்வளவு பாராட்டுகிறேன் என்பதை முன்பு சொன்னது போலவே இப்பொழுதும் சொல்ல

விரும்புகிறேன். ஏனெனில் நாங்கள் ஒரு கொலைவெறி பிடித்த எதிரிக்கு, அதாவது இஸ்லாமியத் தீவிரவாதம் என்ற எதிரிக்கு எதிராகக் கொலைவெறி பிடித்த போரில் ஈடுபட்டுள்ளோம். மேலும் பிரிகிட்டே, உங்களுக்கு நான் சொல்ல விரும்புவதெல்லாம் உங்களைப் போன்ற நல்ல உள்ளங்களின் ஆதரவுள்ள வரையில், இந்தப் போரில் நிச்சயம் வெல்வோம்.' [43]

இதில் வருந்தத்தக்க விதமாக, அவர்களின் உழைப்பால் உருவான பழங்கள் ஐரோப்பாவில் இருக்கும் குளத்தின் மறுகரையில் கசப்பான, இரத்தம் தோய்ந்த காட்சியுடன் வன்செயலாக திரட்சியடைந்து வந்தன.

7

குளத்தின் மறுகரையில்: ஐரோப்பாவில் வெறுப்பின் கொடிய விளைவுகள்

கொள்கை விளக்க அறிக்கைகள் (மனிஃபெஸ்டோஸ்) என்பவை விசித்திரமான ஆவணங்கள். கொள்கைகளை விளக்கத் தகுந்த களமாக மின்னும் இவை, தம்மை எழுதியவரின் எண்ண ஓட்டத்தை அறிய உதவுகின்றன. அவர் பொதுமக்கள் படித்தறியும் வண்ணம் உரைநடைப் பாணியில் தனது நம்பிக்கைகளுக்கு வழிகாட்டும் கொள்கைகளையும் தனிப்பட்ட மனப்போக்குகளையும் தொகுத்து வழங்குகிறார். பெரும்பாலானவை அரசியல் அறிவிப்புகள், சமூக மேம்பாட்டுக்கான கம்பீரமான கற்பனை நோக்குகள், அவற்றை அலங்கார வார்த்தைகளால் வர்ணிக்கும் அரசியல் நடிகர்கள் — இதிலெல்லாம் மயங்கிவிடாதவர்களை ஈர்க்கும் முயற்சி அது. மற்றவை மேலும் தனிப்பட்டவை — நாளேடு போல, குறிப்புகளோடு. புகழ்பெற்ற சிலர் கைப்பட எழுதியவை. தங்களின் இலட்சிய நோக்குகளின் அடையாளத்தை இந்த உலகில் பதிக்க விரும்புபவர்கள் அவர்கள். மேலும் சில, நிலைகுன்றிய மனங்களில் மட்டுமே வாழும் ஓர் உலகிற்கான வரைபடங்கள்.

கொள்கை விளக்க அறிக்கையில் தனிப்பட்ட குணாதிசயம் ஒன்று உள்ளதென்றால் அது இதுதான்: அதை எழுதுபவர்கள் யாரோ பத்தோடு பதினொன்று என்பது போன்ற நாட்டுப்புறத்தான்களல்ல. அவர்கள் மனித சமுதாயத்திற்கென்று சிந்தித்துப் பொதிந்து வைத்திருப்பவை அந்த அறிவிப்பு ஆவணத்தின் பக்கங்களில் மைத்திட்டுக்களாய் ஊறிப் பரவும் வார்த்தைகளுமல்ல; அவர்கள் தீவிரவாதிகள், தலைவர்கள், கொள்கைபிடிப்புவாதிகள் நல்லதோ கெடுதலோ, அவர்கள் பெரிய விஷயங்களைச் செய்கிறார்கள். கார்ல் மார்க்ஸிற்கு கம்யூனிச கட்சியறிக்கை என்றால் அடால்ஃப்

ஹிட்லருக்கு *மைன் காம்ப்ஃப்*. பெர்ட்ரான்ட் ரஸ்ஸெல், ஆல்பர்ட் ஐன்ஸ்டைன் ஆகியோரின் சமாதானத்தைப் போற்றும் *ரஸ்ஸல்– ஐன்ஸ்டைன் மனிஃபெஸ்டோ* (ரஸ்ஸல்–ஐன்ஸ்டைன் அறிக்கை), தாமஸ் ஜெஃபர்ஸனின் *டெக்ளரேஷன் ஆஃப் இண்டிபெண்டன்ஸ்* (சுதந்திரத்திற்கான அறிவிப்பு) போன்றதொர் அறிவிக்கைதான் இது.

இதற்கிடையே ஆன்டர்ஸ் பெஹ்ரிங் பிரெய்விக் என்ற பாதுகாப்பற்ற, காதலற்ற, 32 வயது, ஆண் ஒஸ்லோவின் அருகிலுள்ள ஸ்கேரியனில் உலகின் பார்வைக்குத் தப்பிய தனது ஒண்டுக் குடித்தனத்தில் உட்கார்ந்து கொண்டு ஒன்பது ஆண்டு காலமாய்த் தனது *2083 – ஏ யூரோப்பியன் டெக்ளரேஷன் ஆஃப் இண்டிபெண்டன்ஸ்* (2083 – ஐரோப்பிய சுதந்திரத்திற்கான ஓர் அறிவிப்பு) என்னும் அறிக்கை எழுதியது விநோதம்தான். இது மார்க்ஸின் அறிக்கையைக் காட்டிலும் 65 மடங்கு நீளமானது. 1500 பக்கங்கள் கொண்ட பிரெய்விக்கின் '2083 – ஐரோப்பிய சுதந்திரத்திற்கான ஓர் அறிவிப்பு' என்று தலைப்பு இடப்பட்ட அது, நெருக்கியடித்து எழுதப்பட்ட வெறுப்பு உமிழும் கிறுக்கல் களாக இருந்தது. இரண்டாம் உலகப் போருக்குப் பிறகு நார்வே கண்டிராத ஓர் அட்டூழியத்திற்கு அது வழிகாட்டியாய் அமையவிருந்தது.

அதன் தலைப்பு ஐரோப்பா ஒருவழியாக அனைத்து முஸ்லிம் களையும் குடியேற்றக்காரர்களை வரவேற்கும் 'கலாச்சார மார்க்ஸிஸ்டு களையும் வெளியேற்றப்படுவதைக் காணக்கூடிய ஆண்டை வெளிப் படுத்துவதாக இருந்தது. பிரெய்விக்கின் சிக்கலும் சிடுக்குமான கற்பனையில் இந்தக் கழிவுப் பொருள்களை வெளியேற்றும் செயல்திட்டம் ஏறத்தாழ 72 ஆண்டுகள் நீடிக்கும் என்று குறிப்பிடப் பட்டிருந்தது. அது அவர் உடனடியாகச் செயல்படுத்தவிருந்த திட்டம். 'ஒரு பழமொழி உண்டு: *ஏதாவது ஒன்று நடக்கவேண்டும் என்று விரும்பினால், அதை நீங்களே செய்யுங்கள்.* அது அன்று எவ்வளவு பொருத்தமாக இருந்ததோ, அதே அளவு இன்றும் பொருந்துகிறது' என்று எழுதினார் அவர். 'இதுதான் எனது கடைசிப் பதிவாக இருக்கும் என்று எண்ணுகிறேன். இன்று வெள்ளிக்கிழமை, ஜூலை *22, 12:51.*'[1]

இதற்கு ஒரு மணி நேரம் கடந்து, நண்பகல் 2.09 மணிக்கு ஸ்கான்டி நேவியா முழுதும் ஒரு மின்னஞ்சல் சுற்றிவந்தது —ஏறத்தாழ ஆயிரம் மக்களை அது எட்டியது. அதில் பிரெய்விக்கின் ஆய்வுநூல் போன்ற ஆவணத்தின் மின்னணு வடிவம் இணைக்கப்பட்டிருந்தது. 'இது

உங்களுக்கு ஒரு பரிசு. உங்களுக்குத் தெரிந்த அனைவருக்கும் இதை அனுப்பி வைக்கவும்' என்று பெறுநர்களை அவர் கேட்டுக் கொண் டார்.[2] ஒரு வெள்ளை ஃபோல்க்ஸ்வாகன் கிராஃப்டர் வேனில் ஏறிக்கொண்டு அவர் ரெக்ஜெரிங்ஸ்க்வார்ட்டாலெட்டை நோக்கி விரைந்தார்—அது ஒஸ்லோ நகரின் மையப்பகுதியில் அமைந்த அரசு அலுவலகம்.

***

அது ஒரு மில்லியனுக்கும் அதிகமான மக்கள் வாழும் இடம். ஸ்காண்டிநேவிய நாட்டின் அரசியல், கலாச்சாரக் களமாக விளங்கும் அந்தப் பரபரப்பான நகரம், நீண்ட காலமாகவே அமைதியின் இருப்பிடமாகக் கருதப்பட்டது. ஒவ்வோர் ஆண்டும் அக்டோபர் மாதம் அமைதிக்கான நோபல் பரிசளிப்பு விழாவை நடத்தி வருகிறது; பீஸ் ரிசர்ச் இன்ஸ்டிட்டியூட் (அமைதி ஆராய்ச்சி நிலையம்) இங்குதான் உள்ளது. அத்துடன் 'ஒஸ்லோ அக்கார்ட்ஸ்' என்ற அமைதி ஒப்பந்தம் கையெழுத்தான இடம் என்ற பெருமையும் இதற்கு உண்டு. ஒஸ்லோ உடன்படிக்கை என்பது இஸ்ரேலிய-பாலஸ்தீனர்களுக்கிடையே நிலவிவந்த பல்லாண்டு காலப் பூசல்களுக்குப் பரஸ்பர புரிந்து கொள்ளுதல், பயங்கரவாதத்தைக் கைவிடுதல், இராணுவத்தைப் பின்வலித்துக்கொள்ளுதல் போன்றவை மூலம் தீர்வுகாண முயன்றது.

ஒஸ்லோ நகரில் கோடைகாலங்கள் மிகவும் சுகமாக இருக்கும் — 2011 ஜூலையின் கடைசிக்கு முந்தைய வார இறுதி நாள்களும் வழக்கம் போலவே இருந்தன. வெள்ளை வெளேரென்ற பஞ்சுப் பொதிகளாய் மேகங்களின் கூட்டம் நீலவானில் கையால் பதித்து வைத்ததுபோல... நமக்கும் மேலான சக்தியொன்று கவனமாய்த் தேர்ந்தெடுத்து, பார்த்துப் பார்த்து அடுக்கிய கலைப்படைப்பாய்... வெதுவெதுப்பாக இருந்தது. ஆனால் வெப்பமாய்த் தோன்றவில்லை. ஈரப்பதமும் வெப்பநிலையும் சேர்ந்து மிகவும் அசௌகரியமான உணர்வைத் தருவது அரிதாக இருந்தது. பெரும்பாலும் பிந்தையதற்கு முந்தையது விட்டுக்கொடுத்துவிடும். அதனால் கூடாரம் கட்டும் பயணங்கள், குடும்பங்கள் வசிக்கும் கோடை இல்லங்கள், சுற்றுலாக்கள் போன்ற வெளியிடப் பொழுதுபோக்குகளுக்குக் கச்சிதமான தட்பவெப்பநிலை உருவானது.

எல்லா ஸ்காண்டிநேவியர்களையும் போல நார்வே மக்களும் ஆண்டின் இந்தப் பருவகாலத்தை மிகவும் விரும்பினர். கோட்டும்

சூட்டுமாய் அலுவலகத்தில் குடியிருக்கும் மக்களல்ல அவர்கள்; மொத்த நாட்டு மக்களும் பலரும் கூறுவது போல 'விடுமுறை'க்குத் தயாராகப் பணியிடங்களை மூடிவிட்டனர்; கடுங்குளிர் மாதங்களின்போது பூட்டிக் கிடக்கும் காட்டு மரக்குடில்கள் நகரங்களின் நாகரிக வாழ்க்கையைப் பின்னுக்குத் தள்ளிவிட்டுக் காட்டுப் பிரதேசங்களைத் தேடிப் பொழுதுபோக்க வரும் மக்களுக்காகத் திறந்துகொண்டன... ஓடங்கள், கலங்கள், படகுகள், கரியடுப்புகள் என உல்லாசப் பயணங்களுக்கே உரித்தான அம்சங்கள் அனைத்தும் மற்றொரு அத்தியாவசிய விடுமுறை அம்சமான ஏரிக்கரைகளின் ஓரமாய் அணிவகுத்து நின்றன. பனிப்படலம் மூடிக்கொண்டதால் வெண்பனித் தரையோடு தரையாய் ஒன்றிக் கிடந்த ஏரிகள் என்றோ உருகிவிட்டிருந்தன... இயற்கையான நீச்சல் குளங்களில் முதல் முதலாய்க் குதிக்கும் இளம் குழந்தைகளின் உற்சாகக் கூக்குரல்கள்; செயற்கை நீர் மூழ்குதலுக்கான பலகைகளிலிருந்தான பின்னோக்கிய குட்டிக்கரணங்களும் நெஞ்சில் கைவைத்தபடி நீரில் முதலில் கால்கள் படும்படி குதிக்கும் கானன்பால் வித்தைகளும் உந்திவிட, அவர்கள் குதித்து விளையாடியது நீரின் குளிரான என்று சொல்லா விட்டாலும் குளிர்ச்சியான தன்மைக்குச் சாட்சியாக இருந்தது.

வெள்ளிக்கிழமை மாலை நேரங்கள் மெல்ல வார இறுதிகளோடு இரண்டறக் கலந்தன. அலுவலக வேலைகளிலிருந்து வெகுநாள்கள் விலகியிருப்பதால் என்ன கிழமை என்பதுகூட மறந்துபோனது. உண்மையில் இதுபோல் நேரம் பற்றியெல்லாம் கவலைப்படாமல் இருப்பதுதான் இந்த விடுமுறையைக் கழிக்க மிகச்சிறந்த வழியாக இருந்தது. ஆனால் இதுபோன்ற கடலோரப் பகுதிகளுக்குச் செல்லும் வாய்ப்புகளை அளிக்காத ஒரு தொழிலில் இருப்பவர்களுக்கு வெள்ளிக்கிழமைகள் வழக்கம்போல கைக்கடிகாரங்களையும் சுவர்க்கடிகாரங்களையும் உற்றுப் பார்ப்பதிலும் அரை மனதோடு வேலை செய்வதிலும் செலவாயின. மாலை 5 மணியை நோக்கி வினாடிமுள் நத்தையாய் நகர்ந்தது. சுருங்கியதாகவே இருந்தாலும் ஆவலோடு எதிர்பார்க்கும் வாரத்தின் இறுதி இரண்டு நாள்கள் குறைந்தபட்சம் நகரின் பல்வேறு விழாக்களைக் காணப் போதிய நேரம் தந்தன. கோடைகால இரவுகளின்போது சூரியன் வானில் ஒளி வீசுவது வடக்கு அட்சரேகைப் பிரதேசங்களில் காணப்படும் இயற்கை நிகழ்வு. இது நல்ல பலன் தருவதாக அமைந்தது. ஏனெனில் நகரில் கழிக்கும் நள்ளிரவுகள் மெல்ல மெல்ல அதிகாலை நேரங்களோடு ஒன்றிக் கலந்துவிடும்.

கார்ல் யோஹன்ஸ் கேட்டிற்குச் சற்று வடகிழக்கே ஒஸ்லோ நகரின் முதன்மையான நிழற்சாலையில் அமைந்த பழுப்பு– வெள்ளை கண்ணாடிக் கட்டடமொன்று நார்வே நாட்டின் பல்வேறு அமைச்சக அலுவலகங்களுக்குத் தலைமையகமாக விளங்கியது. வார நாள்களில் வேலை செய்து களைத்துப் போன ஊழியர்கள் மரங்கள் அடர்ந்த சதுக்கத்தைப் பார்த்தபடி இருந்தனர். விட்டுவிட்டு எழுந்த நீரூற்று ஒன்று ஹைட்ரஜனும் ஆக்ஸிஜனும் கலந்து கலைநயத்தோடு மனதை மயங்கச் செய்தது. வளாகத்தின் மையத்தில் கம்பம் ஒன்றின் உச்சியில் நார்வே நாட்டின் கொடி துவண்டு கிடந்தது —காற்று வீசாததால் கவலைகொண்டது போல. அதிலிருந்த நீலநிற நார்டிக் சிலுவை மையத்திலிருந்து சற்று விலகி, அந்நாட்டில் ஆதிக்கம் செலுத்திய கிறிஸ்துவ மதத்தைக் குறித்தது. அதை அள்ளிச் சூழ்ந்து கொண்டது போல இரத்தச் சிவப்புப் பின்னணி.

ஒரு கண்காணிப்புக் காமிரா க்ருபெக்கட்டா வீதியில் நுழைந்த அந்த வெள்ளைநிற வணிக வாகனத்தை உள்வாங்கிக்கொண்டது. எச்சரிக்கை விளக்குகள் எரிந்துகொண்டிருக்க, சறுக்கும் பின்கதவுகள் கொண்ட அந்த நீளமான வாகனம் நின்று, மீண்டும் புறப்பட்டது. ஒரு கட்டத்தில் பல நிமிடங்களுக்கு அப்படியே நின்றது. இது ஒன்றும் அசாதாரண நிகழ்வல்ல. சரக்கு வண்டிகள், அரசாங்கப் போக்குவரத்துகள், போலீஸ் வாகனங்கள் எனப் பலவும் அந்த அமைதியான வீதிகளில் இப்படித்தான் வலம்வந்தன. முன்னும் பின்னுமாகச் சென்று, நிறுத்த முயன்று தோற்று, கிறீச்சிட்டுத் திரும்பி, ஒரு வழியாக ஓட்டுநர் வசதியான ஓர் இடத்தைக் கண்டுபிடித்து நிறுத்தினார் — முதன்மையான அரசுக் கட்டடத்திற்கு முன்பாக.

ஓட்டுநரின் பக்கத்திலிருந்து கறுப்புக் கற்கள் பதித்த அந்த நடைபாதையில் இறங்கிய அந்த மனிதன் போலீஸ் உடையில் இருந்தான் - தலைக்கவசத்தின் முன்னே முகத்தை மறைக்கும் முகமூடி, குண்டு துளைக்காத உள்ளாடை, கறுத்த உயரமான நாடாவால் கட்டிக்கொள்ளும் வகை பூட்ஸ்கள். கையில் துப்பாக்கி ஏந்தியபடி ஹாமர்ஸ்பார்க் டார்க்கை நோக்கி அவன் நடந்தான். பட்டப்பகலில் நகரவீதிகளில் போர் ஆயத்தநிலையில் ஒரு போலீஸ் வீரர் இவ்வாறு அவசரமாக ஓடுவது என்றால், அங்கு நிச்சயமாக ஏதோ பயங்கர கைகலப்பு நிகழ்ந்திருக்க வேண்டும். இருந்தாலும் அங்கு சென்றடைந்த வுடன் அவனுடைய நடையில் வேகம் குறைந்தது. அந்த வட்டாரம் ஜூலை மாதத்தின் பிற்பகுதியில் ஒரு வெள்ளிக்கிழமை நண்பகல்

வேளையில் அதன் சுற்றுப்புறங்கள் இருப்பது போலவே அமைதியாய் இருந்தது. அன்று காலை முன்கூட்டியே அங்கு நிறுத்திவைக்கப் பட்டிருந்த காரின் கதவைத் திறந்துகொண்டு ஆண்டர்ஸ் பிரெய்விக் தனது போலீஸ் முகமூடியை உருவி, நாட்டில் ஐந்தாவது பெரிய டிரிஃபியார்டென் ஏரியை நோக்கி விரைந்தான். அவ்வழியே செல்லும் மற்றும் பலரைப் போலவே அவனும் காணப்பட்டான்: ஒஸ்லோவிற்கு ஏறத்தாழ 25 மைல்கள் வடமேற்கே அமைந்துள்ள அந்தக் கோடை வாசஸ்தலத்தில் வார இறுதி நாள்களைச் செலவிட ஆர்வமாக.

***

குண்டுவெடிப்பு அந்தக் கூட்டத்தினூடே மிகுந்த வலிமையோடு தாக்கியது. அதன் ஒவ்வொரு நிலையிலும் அதிர்ச்சியலைகள் ஜன்னல்களை ஊதித் தள்ளின. அந்த வண்டி கரிந்து சுருண்டு பக்கவாட்டில் சரிந்து கிடந்தது. அதன் உள்பாகங்களிலிருந்து புகை எழுந்தது. அது நிறுத்தப்பட்டிருந்த எண்ணெய் மற்றும் ஆற்றல் பிரிவில் நெருப்பு கொழுந்துவிட்டு எரிந்தது. இருந்தபோதிலும் பிரதமர் அலுவலகத்திற்கு வெளியே உள்ள வீதி அசாதாரண அமைதியோடு காட்சியளித்தது. முதல் வெடிப்பிற்கும் தூரத்தில் சைரன்களை ஊதிக்கொண்டு அவசரநிலைக் குழுக்கள் அருகே நெருங்குவதை அறிவிக்கும் ஏறி இறங்கும் ஒலிக்கும் இடையே, சாலையில் பரவிக் கிடந்த தூசுபடிந்த சிதிலங்கள் மீதாக ஒன்றும் புரியாமல் விழித்தபடி தொழிலதிபர்களும் பாதசாரிகளும் தாண்டிக் குதித்தபடி சென்றுகொண்டிருந்தனர். ஒருவர் கண்ணாடிச் சில்லுகள், வளைந்த தகரத் துண்டுகள், சிதறிய ஜன்னல்கள் ஆகியவற்றின் மீதாக ஜாகிங் செய்தபடி சென்றார் — பந்தயத்தின் எல்லைக்கோடு எனத் தோன்றிய ஒன்றை நோக்கி. அந்தப் பந்தயத்திற்கு ஏற்பாடு செய்திருந்தவர்கள் சற்றுமுன் நடந்த சம்பவம் பற்றி ஒன்றும் அறிந்திருக்கவில்லை. மற்றவர்கள் சிதிலங்களுக்கு மத்தியில் நின்றுகொண்டு தங்கள் கைபேசிகளை வெளியே உருவி, வீட்டில் பதிவுகளைத் தயாரிப்பதற்காகப் புகைப்படங்கள் எடுத்தனர். உரமும் எரியெண்ணெய்யும் கலந்த வாடை மூட்டமாக இருந்த காற்றினூடே பரவியது. எட்டு பேர் இறந்திருந்தனர். டஜன் கணக்கானவர்கள் அடையாளம் தெரியாத வகையில், கை கால்கள் பிய்த்தெறிந்தது போல. தெறித்துக் கிடந்த ஜன்னல்களில் தொங்கும் கோணல்மாணலான திரைச்சீலைகள் உள்ள அலுவலகங்களுக்குள்ளிருந்த அந்த உடல்கள் உருவியெடுக்கப்பட்டன.

ஒன்றரை மணி நேரம் கழித்து, அவசரநிலை மற்றும் பாதுகாப்புக் குழுக்கள் குண்டுவெடிப்பு நிகழ்ந்த அந்தச் சாலையோரங்களில் நிரந்தரமாய்க் குடியேறியவாறு இருந்தன. ஆன்டர்ஸ் பிரெய்விக் எம்எஸ் தார்பியோனில் ஏறிக்கொண்டார் — அது நாட்டின் உழைப்பாளர் கட்சியோடு இணைந்த இளைஞர் அணியினருக்குச் சொந்தமான சிறிய பயணியர் ஓடம். குழுவிற்குச் சொந்தமான உடோயா என்ற வருடாந்திர கோடை முகாம் நடக்கும் தீவை அடைந்ததும் அவர் ஓடத்தைவிட்டு இறங்கினார் — இன்னமும் முழு போலீஸ் சீருடையில். முகாம்வாசிகள், ஆலோசகர்கள் ஆகியோரைத் தன்னிடம் வரும்படி சைகை காட்டினார். ஒஸ்லோவில் சற்று முன்பு நடந்த குண்டுவெடிப்பு பற்றிக் கூறி அவர்களின் பாதுகாப்பிற்காக அங்கு வந்திருப்பதாகக் கூறினார். 'அவர் ஓடத்திலிருந்து இறங்கும் போது நாங்கள் வணக்கம் தெரிவித்தோம்' என்றார் ஒரு மாணவர். பிரெய்விக் வந்து இறங்கியபோது அவர் புறப்படத் தயாராகிக்கொண்டிருந்தார். 'ஒஸ்லோ குண்டு வெடிப்புச் சம்பவம் பற்றி நாங்கள் கேட்டறிந்திருந்தோம். ஆகவே எங்கள் பாதுகாப்பு பற்றி உறுதியளிப்பதற்காகப் போலீஸ் இவ்வளவு விரைந்து வந்தது மிகப்பெரிய விஷயம் என்று கருதினோம்.'

ஒரு தோட்டா வெடித்தது. ஒருவர் இறந்துபோனார். மேலும் இரண்டு கூர்மையான தோட்டா ஒலிகள் - இறந்தவர்களின் எண்ணிக்கை மும்மடங்கானது. வெகு விரைவில் நட்புணர்வு கொண்ட அந்த நார்வே போலீஸ்காரரைச் சூழ்ந்து நின்ற இளைஞர் கூட்டம் உயிரற்றுக் கிடந்தது. கால்ஃப் பந்து அளவிலான குண்டுக் காயங்களிலிருந்து இரத்தம் பீறிட்டு வழிந்தோடியது. உள்ளுக் குள்ளிருந்து விரிவடையும் அந்த 'டம்-டம்' குண்டுகளால் கொழ கொழவென்ற சதைப் பிண்டங்கள் தூசும் புல்பூண்டும் கலந்து சகதியாய்க் காட்சியளித்தன. 'கூச்சப்பட வேண்டாம்.. என்னோடு வந்து விளையாடுங்கள்' என்று கெஞ்சினான் பிரெய்விக். இதைச் சொன்ன கையோடு தனது 223 ரூகர் தாக்குதலுக்கான குழல் துப்பாக்கியிலிருந்து மற்றொரு சுற்று குண்டுகளை விடுவித்தான்.

இந்தப் படுகொலை மிக மெதுவாக, திட்டமிட்டு நடத்தப்பட்டது. கண்மூடித்தனமான வெறியோடு தோட்டாக்களை நாலாபுறமும் தெறிக்கவிடாமல், பிரெய்விக் மிகவும் கவனமாக ஒவ்வொரு தோட்டாவையும் திட்டமிட்டான். அவனின் இளைய தலைமுறை இலக்குகள் உயிரிழக்க வேண்டும் — நாலாபுறமும் தோட்டாக்களைச்

சிதறவிடுவது அந்தப் பலனைத் தராது. இது நுணுக்கமாகச் செய்ய வேண்டிய நேரம். 'அவன் வந்தான்; போலீஸிலிருந்து வந்ததாகச் சொன்னான்; எங்களுக்கு உதவுவதாகவும், எல்லோரும் பாதுகாப்பாக இருக்கிறார்களா என்பதை உறுதி செய்வதாகவும் கூறினான். ஆனால் போலீஸ்காரர் போல் வேடமிட்டிருந்த அவன் தான் கொலையாளி' என்று முகாமின் ஒருங்கிணைப்பாளர்களில் ஒருவர் கூறினார். 'அவனிடம் மிஷின் துப்பாக்கி இருந்தது; ஆனால் தானியங்கியாகச் சுடும்படி அது அமைக்கப்படவில்லை. ஒவ்வொரு தோட்டாவாகத் தான் சுட்டது. அவன் பித்துப்பிடித்தாற்போலவோ, பயமுறுத்துவதற் காகவோ சுடவில்லை. ஒற்றைத் தோட்டாக்களால் மக்களைக் கொல்வதற்காகவேதான் சுட்டான்.'[3]

அருகிலிருந்த கூடாரங்களை நோக்கி விரைந்த சில கூடாரவாசிகள் தங்களை இந்த இரத்தக்களரியிலிருந்து தற்காத்துக்கொள்ள முயன்றனர். பிரெய்விக் அவர்களைப் பின்தொடர்ந்தான் —அவர்கள் தூங்குமிடம் நோக்கி மெல்ல மெல்ல அடியெடுத்து வைத்தபடி. அவர்கள் ஒளிந்துகொள்வதற்கு இடம் தேடுபவர்கள் என்று முன்கூட்டியே ஊகித்திருந்தான். கூடார மடக்குகளைத் திறந்து தனது கொலைவெறிகொண்ட ஆயுதத்தை உள்ளே நீட்டினான். வேகமாக வெடிக்கும் தோட்டாக்களின் தொடர். அமைதி. பிணக் குவியலில் ஏதேனும் உயிர்த்துடிப்பு தென்பட்டால், எஃகு முனைகொண்ட கறுப்புநிற இராணுவ பூட்ஸை அவர்களின் விலாவில் வெறியுடன் திணித்தான். ஒரு மூச்சிழுப்போ, சுவாசமோ, முகச்சுளிப்போ போதும். இந்தச் செயல் அங்கு முழு அமைதி நிலவும்வரை தொடர்ந்தது.

கூடாரப் பகுதியில் விரைவில் இலக்காக இருப்பவர்கள் பலர் ஏரியை நோக்கி ஓடினர்; பூமியில் ஏற்பட்டுள்ள இந்த நரகச் சூழலிலிருந்து நீரும், மரக்கிளைகளும், பாறைகளும் தங்களைக் காக்கவேண்டும் என்று வேண்டிக்கொண்டனர். ஆனால் பிரெய்விக் அந்த ஏரிக்கரை நோக்கி மெல்ல மெல்ல நடந்தான் — ஒரு தானியங்கி போல, இயந்திர மனிதன் போல, உணர்ச்சியற்ற ஜடமாக. அவனைச் சுற்றி இறைந்து கிடந்த மனித உடல்கள் அவனை மேலும் முன்னேற ஊக்குவித்தன. அவர்கள் பதுங்கியிருந்த இடத்தைக் கண்டுபிடித்த வுடன், தனது துப்பாக்கியை நெஞ்சுக்கருகே பிடித்துக்கொண்டு அதன் குழல்வழியே உற்று நோக்கினான் ஏதோ திருவிழாவில் துப்பாக்கியால் சுட்டுப் பரிசு வெல்பவனைப்போல. தனது

இலக்குகளை அவன் ஒவ்வொன்றாக வீழ்த்த, அவர்களின் இரத்தம் அடர்நீல நீரில் சிவப்புத் திட்டுக்களாய்ப் படர்ந்தது.

இது நினைத்துப் பார்க்கக்கூட முடியாத துயரச் சம்பவமாக இருந்தது. இந்தப் படுகொலை ஒரு வழியாக முடிவுக்கு வந்தபோது, மரங்கள் அடர்ந்த அந்த நிலப்பகுதியில் 69 பேர் உயிரிழந்திருந்தனர்; ஏறத்தாழ 70 பேர் படுகாயமுற்றிருந்தனர். இரண்டு தாக்குதல் களிலிருந்தும் —உடோயா தீவு கூடார வேட்டையிலும் மைய நகர கார் குண்டுவெடிப்பு நிகழ்விலும் — பாதிக்கப்பட்டவர்கள் எண்ணிக்கை 200ஐயும் தாண்டியிருந்தது; உயிரிழந்தவர்கள் மட்டும் 77 பேர்; படுகாயமுற்றவர்கள் 150க்கும் மேல்.[4]

***

'அற்புதமானது' என்பதுதான் ஆன்டர்ஸ் பெஹ்ரிங் பிரெய்விக்கின் நோக்கை விவரிக்கச் சரியான பதமாகும். அவனது திட்டமிட்ட படுகொலைகளைத் தொடர்ந்து நடந்த உளரீதியான ஆய்வுகள் வாரக்கணக்கில், மாதக் கணக்கில் தொடர்ந்தன. அவனது மனச்சிதைவு இதுபோன்ற ஒரு வன்செயலுக்கு அவனை ஊக்குவித்திருக்கலாம் என்று அவை பரிந்துரைத்தன. ஆனால் இந்தக் கொடூரச் செயலை ஒன்பது ஆண்டுகளாகத் திட்டமிட்டு, பிறகு மிகுந்த நுட்பத்துடனும் பொறுமையுடனும் அதை நிறைவேற்றிய ஒருவன் கட்டுப்படுத்த இயலாத, பித்துப்பிடித்த மனம் கொண்டவனாக இருக்கமுடியுமா என்ற கேள்வி இன்னமும் நிலவியது. அவன் தனது உயிரை மாய்த்துக் கொள்ளவில்லை. தனது செயலுக்காக வெட்கப்படவும் இல்லை. தான் அதற்குத் தரப்போகும் விலையைப் பற்றியோ, அபராதம் பற்றியோ அஞ்சவில்லை.

புனித பூமியைக் கடந்து பயணிக்கும் கிறிஸ்துவர்களைப் பாதுகாப்பதற்காக ஜெருசலேமின் டெம்பிள் மவுண்ட்டைத் தலைமையகமாகக் கொண்ட மத்தியகாலக் கிறிஸ்துவ இராணுவப் படையான நைட்ஸ் டெம்ப்ளாரின் தற்காலத் தலைவனாகத் தன்னைக் கண்டான் பிரெய்விக். போர்க் கலைக்குப் புகழ்பெற்ற அந்தப் படை, ஒரு காலத்தில் ஜெருசலேம் நகரத்தின்மீது உரிமை கொண்டாடிய அரபு, முஸ்லிம் படைகளைக்கொன்று குவித்தது. பிரெய்விக் மேலும் ஒன்பது பேருடன் சேர்ந்து கொண்டு அந்தப் படையை 'மறுபடியும் தோற்றுவித்திருப்பதாக' நம்பினான். தனது வாக்குமூலத்தில் (அதன் அட்டைப்படத்தில் அந்தப் படையின் பெரிய சிவப்புச் சிலுவை

இருந்தது) தான் தனக்கு 'நியாயத்தை நிலைநாட்டும் வீரன்' என்று பட்டமளித்துக் கொண்டுள்ளதாக வெளிப்படுத்தியிருந்தான்.[5] 'எங்கள் நோக்கம், மேற்கு ஐரோப்பிய நாடுகளின் அரசியல் இராணுவக் கட்டுப்பாட்டைக் கையகப்படுத்திக்கொண்டு, கலாச்சார அடிப்படையிலான பழமைவாத அரசியல் நிரலை நடைமுறைப் படுத்துவதுதான்' என்று எழுதினான் அவன்.[6]

நார்வே நாட்டின் கலாச்சாரம் அழிவை எட்டிவிட்டது என்றும், அதைக் காப்பாற்ற வேண்டிய கடமை தனக்கிருப்பதாகவும் அவன் கருதினான். 'எனது வைகிங்* பாரம்பரியம் பற்றி நான் மிகவும் பெருமைப்படுகிறேன்' என்று கூறினான் அவன். 'பிரெய்விக் என்ற எனது பெயர்கூட வடக்கு நார்வே வட்டாரம் ஒன்றின் பெயர்தான். வைகிங் காலகட்டத்திற்கும் முந்தைய பழைமையான இடம் அது.'[6] அவன் 'சுத்தமான' நார்வேக்காரன். கலப்பினம் என்ற திருத்த முடியாத கறையால் தீண்டப்படாத பாரம்பரியத்தைச் சேர்ந்தவன், இனப்பண்பில் ஊறிப்போயிருந்த பிரெய்விக், தனது முக அமைப்பு ஆரிய வமிசத்தைப் பிரதிபலிக்கச் செய்வதற்காகப் பிளாஸ்டிக் அறுவை சிகிச்சைகூடச் செய்துகொண்டான். 'எனக்கு நினைவிருக்கிறது. நாங்கள் ஒரு விருந்தில் கலந்துகொண்டிருந்தோம். தனது மூக்கையும் தாடையையும் அமெரிக்காவைச் சேர்ந்த ஒரு பிளாஸ்டிக் அறுவை சிகிச்சை வல்லுநரிடம் சரிசெய்து கொண்டதாகக் கூறினான்' என்றான் அவனுடைய நண்பன்.[7] ஒரு நார்வே நாட்டு புலனாய்வுத் துறை அதிகாரி கூறினார்: 'அந்த 32 வயதுக் கொலை காரனின் தோற்றம் ஹிட்லர் அவனை ஓர் அடையாளச் சின்னமாகக் கூட ஏற்றுக் கொண்டிருப்பார் - அந்த அளவிற்கு யூதரல்லாத அம்சங்கள் கொண்டிருந்தன.'

சமவாய்ப்பு என்றாலே வெறுப்பை உமிழும் இயல்புடைய, தங்க நிறத் தலைமுடியும், நீலக் கண்களும்கொண்ட அந்த மக்கள்விரோதி வித்தியாசங்களை எள்ளி நகையாடினான். கலாச்சாரப் பிணைப்பை வெறுத்தான்; உலகமயமாக்கலின் நோக்கங்களை வெறுத்தான். அவனது தாய் மேற்கு ஒஸ்லோவின் ஒரு கௌரவமிக்க வட்டாரத்தில் தனது பிள்ளையை வளர்த்துவந்த ஒரு செவிலி. அவர்கூட அவனைப் பொறுத்த வரையில் பரந்த மனப்பான்மையுடையவர்தான். தனக்கு ஒருவிதப் பெண்மையை அளித்துவிட்டதால் தாய்வழி வளர்ப்பு

* வைக்கிங் என்பவர்கள், நோர்ஸ் இனத்தைச் சேர்ந்த, தேடலாய்வோரும், போர்வீரர்களும், வணிகரும், கடல் கொள்ளையரும் ஆவர். (ப-ஆ)

அவனுக்கு 'அறவே பிடிக்கவில்லை.' எழுத்தாளர் ஹென்னிங் மாங்கெல் எழுதுவதுபோல, 'பிரெய்விக் ஓர் ஈவிரக்கமற்ற டான் கியோதே —உயிருள்ள, சுவாசிக்கும் மனிதர்களைக் கண்டு வாளால் குத்துவதுபோல் சீண்டித் தாக்குபவன்.'[8]

பிரெய்விக்கின் நோய்பீடித்த உலகில் முஸ்லிம்களுக்கென்று ஒரு தனியிடம் இருந்தது. கட்டுப்படுத்த இயலாத குடியேற்றம், இனப் பெருக்கம் ஆகியவற்றின் மூலம் அவர்கள் வெகுவிரைவில் கண்டத்தை—அவனது கண்டத்தை—கைப்பற்றிக்கொண்டு, வெள்ளை இனத்தவரான ஆரியர்களின் மக்கள்தொகையைக் காணாமல் போகச் செய்துவிடுவார்கள் என்று அவன் எச்சரித்தான். இதைவிடவும் மோசம் என்னவென்றால் அவனைப் பொறுத்த வரையில் நார்வே நாட்டு மரபணுக்கள் பின்னடையும் தன்மை கொண்டவை. வேற்றினக் கலப்பு ஏதேனும் உண்டானால் —அதுவும் முஸ்லிம்கள் கைப்பற்றிய உலகில் நிச்சயம் நடக்கும்—அதைத் தடுக்கவில்லையென்றால், அது இன, கலாச்சாரத் தற்கொலைக்கு வழிவகுக்கும்.[6]

இது கூட்டத்தோடு 'மக்கள்தொகைசார் ஜிஹாத்.'[6] வெள்ளை இன ஐரோப்பிய நாகரிகத்தின் எதிர்காலம் அழிவின் விளிம்பை எட்டுவது இது முதல் முறையல்ல. 1683இல் வியென்னாப் போரில் கிறிஸ்துவப் படைகள் உஸ்மானிய பேரரசுடன் போரிட்டது வரலாற்று முக்கியத்துவம் வாய்ந்த ஒன்றாகும். உஸ்மானியர் வீழ்த்தப்பட்டார்கள். இதன்மூலம் ஐரோப்பா முஸ்லிம் பேரரசில் ஒரு பகுதியாகிவிடாமல் இருப்பதை உறுதிசெய்துகொள்ள முடிந்தது. பிரெய்விக்கின் வாக்குமூலத்தில் குறிப்பிடப்பட்ட ஆண்டு 2083. அந்தப் போரின் 400ஆவது ஆண்டு நிறைவைக் குறிக்கும். அவன் வரலாற்றை மீண்டும் உருவாக்கிவந்தான் — நார்வே நாட்டை ஊர்ந்து வரும் கேடு நிறைந்த இஸ்லாத்தின் தாக்கத்திலிருந்து காப்பதற்காக.[9]

அவன் இஸ்லாத்தின் தாக்கத்தை ஆராய்வதில் காட்டிய ஆவேசம் அவனது வாக்குமூலத்தில் காணப்பட்ட வரைபடங்களிலும் அட்டவணைகளிலும் தெளிவாகப் புரிந்தது. கொஸோவொ, லெபனான், காஷ்மீர், துருக்கி என அனைத்தும் முஸ்லிம் மக்கள்தொகையில் பெருகிக்கொண்டே போயின. இதுதான் ஓஸ்லோவிலும் ஐரோப்பா விலும் நிகழ்ந்துகொண்டிருந்தது என்று அவன் திடமாய்க் கூறினான். 'எங்கே, எனக்கு ஒரு நாட்டைக் காட்டுங்கள் பார்க்கலாம்... முஸ்லிம்கள் முஸ்லிமல்லாதவர்களோடு நல்லுணர்வும் அமைதியும்

காத்து, காஃபிருக்கு (திம்மித்துவம், திட்டமிட்ட படுகொலை, மக்கள்கூட்டத்தின் போர்) எதிராக ஜிஹாத் போர் தொடுக்காத ஒரு நாட்டை? தயவுசெய்து முஸ்லிம்கள் வெற்றிகரமாக வெளியேற்றப் பட்டதற்கு ஒரேயொரு எடுத்துக்காட்டைத் தர முடியுமா?' பிரெய்விக் கோரிக்கை விடுத்தான். 'கலப்பினக் கலாச்சாரமும் இஸ்லாமும் பயன்தராது என்று நீங்கள் புரிந்துகொள்வதற்குள் எத்தனை லட்சம் ஐரோப்பியர்கள் உயிரிழக்க வேண்டும், எத்தனை லட்சம் ஐரோப்பியப் பெண்கள் கற்பழிக்கப்பட வேண்டும், எத்தனை மில்லியன் மக்கள் கொள்ளையடிக்கப்பட வேண்டும், கொடுமைப் படுத்தப்பட வேண்டும்?'[10]

இதில் மிகப்பெரிய வேடிக்கை என்னவென்றால் பிரெய்விக்கின் இரத்தக்களரி முஸ்லிம்களை இலக்காகக் கொள்ளவில்லை; மாறாக, தொழிலாளர் கட்சிக் கூடாரத்தில் பங்கெடுத்துக்கொண்டிருந்த இளம் நார்வே நாட்டுப் போராளிகளை வேட்டையாடியது. இருப்பினும் அதில் ஒரு கண்ணி இருந்தது. அந்த நாட்டுத் தொழிலாளர் கட்சி தனது பரந்த மனப்பான்மைகொண்ட கொள்கைகளாலும், கலப்பினக் கலாச்சார ஆதரவினாலும் முஸ்லிம் குடியேற்றங்களை அனுமதித்ததன் மூலம் இனத்தால் ஒன்றுபட்ட நார்வே நாடு உருவாக வேண்டும் என்ற அவனது தாகத்திற்குத் தடையாக நின்றது என அவன் தீர்மானித்தான். ஆகவே அவன் கட்டவிழ்த்துவிட்ட சிம்மசொப்பனம் துரோகம் செய்ததாக அவன் குற்றம் சாட்டிய கட்சிக்குக் கொடுக்கப்பட்ட பதிலடி. 'நார்வே நாட்டுத் தடுப்பு இயக்கத்திலும் நைட்ஸ் டெம்ப்ளார் நார்வேயிலும் நான் இராணுவ அதிகாரி' என்றான் அவன் ஒரு நீதிபதியிடம். 'வெறுப்புக் கொள்கையை ஆதரிக்கும் நிறுவனங்களிலிருந்து நீங்கள் ஆணை பெற்றுள்ளீர்கள். மேலும் அது, பன்முகக் கலாச்சாரத்தை ஆதரிக்கிறது. ஆகவே நான் அதற்கு எதிர்ப்புத் தெரிவிக்கிறேன். சட்டங்கள் எல்லாம் சரிதான்; ஆனால் நான் குற்றமிழைத்ததாகக் கருதவில்லை.'[11] சில பார்வையாளர்கள் அவனை இரக்கமற்றவன், மனிதாபிமானம் அற்றவன் என்றார்கள். பலியான ஒருவரின் உறவினர் கூறினார்: 'அவன் பார்க்க அரக்கன் போல இருந்தால் சரியாக இருக்குமென்று நினைக்கிறேன். ஆனால் அவன் அப்படியில்லை. அப்படி இருந்தால் மிக எளிதாக இருக்கும்.'[11]

***

'ஜிஹாதை நீங்கள் அலட்சியப்படுத்தலாம், ஆனால் அப்படி அலட்சியப்படுத்துவதன் விளைவுகளை அலட்சியப்படுத்த முடியாது.' ஒஸ்லோ தாக்குதல் சம்பவங்களைத் தொடர்ந்து உடனடியாக பமேலா கெல்லர் எழுதினார். கூடவே அவருடைய வலைத்தளத்தில் ஒரு வீடியோ பதிவும் இருந்தது. அது ஹமாஸ் ஆதரவுப் பேரணி ஒன்று 2009இல் நார்வேயின் தலைநகரில் நடைபெறுவதைக் காட்டியது.[12] சமீபத்திய அவலநிலை வழக்கமான சந்தேகத்திற்குரிய நபர்களின் சதிவேலைதான் என்று அவர் கருதினார். 'இன்னொரு முறை ஏதாவது தொலைக்காட்சியோ, வானொலி நிருபரோ முஹம்மதை 'இறைத்தூதர் முஹம்மத்' என்று கூறுவதைக் கேட்டால் எனக்கு நிச்சயம் குமட்டிக் கொண்டுவரும். அவர் ஒன்றும் உங்களுக்கு இறைத்தூதரல்ல, முட்டாள்களே.' இது தாக்குதல்களின் 'முஸ்லிம் தனத்தை' அடுத்த அருவருப்பான நிலைக்கு இட்டுச் சென்றது.[13]

நார்வேயின் இந்தக் கொலைவெறிச் சம்பவம் பற்றிய செய்திகள் அமெரிக்காவைச் சென்றடைந்தபோது, வலதுசாரிகளால் பழியை முஸ்லிம்களின் மீது சுமத்தாமலிருக்க முடியவில்லை. இத்தகைய வெறிச்செயல் முஸ்லிமல்லாத ஐரோப்பியர்களும் அமெரிக்கர்களும் அடங்கிய மக்களோடு பொருந்தி வரவில்லை என்று அவர்கள் கருதினர். கொலைகாரனின் இன, மதப் பின்னணிகள் இன்னமும் பொதுமக்களுக்கு வெளிப்படுத்தப்படவில்லை என்றாலும் ஊகங் களுக்குச் சிறிதும் குறைவில்லை. இத்தகைய முயற்சிகளுக்குச் சாட்சி என்பது தேவைப்படவில்லை. இரண்டு தாக்குதல்களின் வீரியமே சிலர் பந்தயம் கட்டுவதற்கும், சூதாடுவதற்கும் வழியமைத்துத் தந்தது — முஸ்லிம்களுக்கும் பயங்கரவாதத்திற்கும் இடையேயுள்ள இணை பிரியாத் தொடர்பு குறித்த தங்களுடைய சந்தேகம் உண்மைதானென்று.

'நார்வேயில் இரண்டு கொடிய தாக்குதல்கள் மீண்டும் முஸ்லிம் தீவிரவாதிகளின் பணி என்று தோன்றுகிறது' என்றார் லாரா இன்க்ரஹாம். இவர் பில் ஓ'ரெய்லிக்குப் பதிலாக ஃபாக்ஸ் நியூஸ் செய்திகளை வழங்கினார். அன்று அவர் படுகொலை பற்றிய கதையைத் தொகுத்து அளிக்கவிருந்தார்.[14] *வாஷிங்டன் போஸ்டில்* பழமைவாத வலைப்பூ எழுத்தாளர் ஜென்னிஃபர் ரூபின் (இவர் முன்பு ஒருமுறை பாலஸ்தீன இனப்படுகொலை தேவை என்று கூறிய ஒரு கட்டுரையை மீள்கீச்சு *(ரீட்வீட்)* செய்ததற்காக விமர்சனங்களை எதிர்கொண்டவர்) ஒரு 'குறிப்பிட்ட ஜிஹாதி தொடர்பு' பற்றிக் கலந்துரையாடினார். அல்-காயிதா தொடர்புக்கான

வாய்ப்பு பற்றிப் பேசுகையில் 'இது ஜிஹாதிகளுக்கு எதிராகப் போர் தொடுப்பது மிகவும் விலையுயர்ந்ததாகும் என்று கருதுவோருக்கு ஒரு சோகமான நினைவூட்டல்' என்று கருத்துத் தெரிவித்தார்.[15]

அதே போல ரூபர்ட் முர்டோக்கிற்குச் சொந்தமான *வால் ஸ்ட்ரீட்* பத்திரிகை முஸ்லிம் தொடர்பு சாத்தியம்தான் என்றது. டென்மார்க்கில் வெளியான இறைத்தூதர் முஹம்மதின் கேலிச்சித்திரம் தொடர்பாக எழுந்த சர்ச்சை, டென்மார்க்கிற்கு எதிராக முழுவீச்சில் பயங்கரவாதப் பிரச்சாரத்தைத் தூண்டிவிட்டிருந்தது. நார்வேயும் ஜிஹாதிப் போராளிகளின் இலக்குப் பட்டியலில் இருந்தது. அந்த நாடு, 'பேச்சுச் சுதந்திரத்திற்கும் மனசாட்சிக்கும் கடமைப்பட்டிருப்பது' ஜிஹாதிகளுக்கு வெறுப்பூட்டியது. இந்தக் கொள்கைகளுக்காக நார்வே 'மிகப்பெரிய விலை கொடுத்துக்கொண்டிருந்தது.'[16] இஸ்லாமிய வெறுப்பாளர்களுக்கு என்றுமே ஒரு களமாக இருந்திராத *நியூயார்க் டைம்ஸ்* இதழ்கூட அறிவித்தது: 'இதற்குத் தீவிரவாதிகள் காரணமாக இருக்கலாம் எனக் கருதுவதற்குப் போதிய காரணம் உள்ளது. 2004இலும் பின்பு 2008இலும் அல்-காயிதாவின் இரண்டாவது பெரிய தலைவரான அய்மன்-அல்-ஜவஹ்ரி (இவர் உஸாமா பின் லாதெனுக்குப் பிறகு பொறுப்பேற்றவர்) நார்வேயை மிரட்டினான் — ஆஃப்கானிஸ்தானில் அமெரிக்கா தலைமையிலான வழிகாட்டுதலோடு நாட்டோ படை நடத்திய இராணுவ நடவடிக்கைகளுக்கு ஆதரவளித்ததற்காக.'[17]

முஸ்லிம்களைப் பயங்கரவாதத்துடன் தொடர்புபடுத்தும் நியாயமாகவும், நியாயமற்ற முறையிலும் இணைக்கும் பல்வேறு முறைகள் பற்றிப் பலவிதமாக மிகவும் அதிமாகப் பேசப்பட்டு வந்துள்ளன —குறிப்பாக செப்டம்பர் 11க்குப் பிந்தைய அறிவுசார் உலகில். ஆனால் ஒஸ்லோ தாக்குதல்களை வைத்துப் பார்த்தால் 'பயங்கரவாதம்' என்ற சொல் அர்த்தமற்றுப் போனதற்கு ஒரு உதாரணமாகத் திகழ்கிறது. சில வலதுசாரிக்காரர்கள் கட்டுப்படுத்திக் கொள்ள முடியாத வேட்கையுடன் அதை 'முஸ்லிம்களுடனோ', 'இஸ்லாத்துடனோ' இணைத்துப் பேசியும், தங்கநிறத் தலைமுடியும், நீலக் கண்களும் கொண்ட வெள்ளை இனத்துக் கிறிஸ்துவனான ஆன்டர்ஸ் பிரெய்விக் அந்த வாய்ப்பைத் தவிடுபொடியாக்கினான். அவனுக்கு முன் ஒக்லஹோமா நகர் சம்பவத்தை நடத்திவைத்த அவனின் அமெரிக்க வடிவமும் முன்னோடியுமான திமோத்தி மக்வெய்யும் இதேபோலத்தான். இவர்களும் இவர்களைப் போன்ற

பலரும் ஒரு விஷயத்தை நிரூபித்தார்கள் — பொதுவாக முஸ்லிம் களுக்கென்றே சொல்லப்பட்ட கொடுஞ்செயல்களை முஸ்லிம் அல்லாதவர்களும் செய்யக்கூடியவர்கள்தான் என்று.

வலதுசாரிகளுக்கு இது அதிர்ச்சியூட்டும் எண்ணமாக இருந்தது. ஏதோ ஒன்றிரண்டு பேர் செய்த காரியங்களால் இப்பொழுது தங்களோடு இணைத்துப் பேசப்படும் ஒரு கூட்டத்திலிருந்து தங்களை விடுவித்துக்கொள்வது எப்படி? 'பயங்கரவாதம்' என்ற சொல்லில் இருந்தே மொத்தமாய் விலகியிருப்பது ஒரு வழி. சொல்லப் போனால் அது வெறும் வார்த்தைதான் — இஸ்லாத்தைத் தீவிரமாகப் புரிந்து கொள்ளும் முயற்சியில் விளைந்த வன்செயலைக் குறிக்கும் ஒன்று. '9/11 அன்று முஸ்லிம்கள் நம்மைக் கொன்று குவித்தனர்' — ஃபாக்ஸ் நியூஸ் வழங்குநர் பில் ஓ'ரெய்லி ஒருமுறை கிறீச்சென்று கத்தினார்.[18] அவருடைய சக ஊழியர் பில் கில்மீட் பின்னர் உதவிக்கு வந்து 'எல்லா பயங்கரவாதிகளும் முஸ்லிம்கள்தான்' என்று திட்ட வட்டமாகக் கூறினார்.[19] இதில் உள்ள விஷ அம்சம் பயங்கரவாதமல்ல. அது அதை விவரிக்க உதவும் சொல், அவ்வளவுதான். ஓ'ரெய்லி, கில்மீட் ஆகியோரின் தர்க்க அடிப்படையில் இஸ்லாத்தில் குறிப்பிடும் படியான ஏதோ ஒன்று இருந்தது —அதுதான் இத்தகைய மிருகத்தன மான வன்செயல்களுக்கு ஆணிவேராக அமைந்தது.

ஒஸ்லோ துயர சம்பவத்தைப் பொறுத்தவரையில், ஓ'ரெய்லி கொதித்துப் போயிருந்தார். சில செய்தி ஆய்வாளர்கள் பிரெய்விக் ஒரு கிறிஸ்துவன் என்ற விஷயத்தைக் குறிப்பிட்டு எழுதியிருந்தனர். அவர் ஒருபடி மேலே சென்று 'பிரெய்விக் கிறிஸ்துவனே அல்ல' என்று ஒரு போடு போட்டு, அந்த நார்வே நாட்டுக் கொலைவெறியன் தன் மதத்தைச் சார்ந்தவன் என்ற எண்ணத்திற்கு முற்றுப்புள்ளி வைத்தார். 'இது நடக்காத காரியம். இயேசு கிறிஸ்துவின் மீது நம்பிக்கைகொண்ட ஒருவரும் இவ்வாறு பெருமளவில் கொலை புரிவதில்லை. அந்த மனிதன் வேண்டுமானால் இணையதளத்தில் தன்னைக் கிறிஸ்துவன் என்று கூறிக்கொண்டிருக்கலாம்.

ஆனால் நிச்சயமாக அவன் அந்த மதத்தைச் சார்ந்தவன் அல்ல' என்றார் அவர்.[20] ஃபாக்ஸ் அண்ட் ஃப்ரெண்ட்ஸ் என்னும் நிகழ்ச்சியின் ஒரு பகுதியைத் தொகுத்து வழங்கிய லாரா இன்கிரஹாம் கூறினார்: 'பிரெய்விக் எந்த விதத்திலாவது கிறிஸ்துவர்களின் பிரதிநிதியாக இருக்கிறார் என்ற எண்ணமே விசித்திரமானது; அபத்தமானது.' அவரைப் பொறுத்த வரையில் பிரெய்விக் 'கிறிஸ்துவ சமுதாயத்தை

குளத்தின் மறுகரையில் ❋ 247

மட்டுமல்ல, அதன் ஒரு விளிம்பைக்கூட' தொடாத ஒருவனாகவே இருந்தான்.[21] விரைவிலேயே, இந்தத் தாக்குதல் முஸ்லிம் தீவிர வாதிகளின் செயல் என்று வாதிட்டுவந்த ஊடகங்களைச் சேர்ந்த பலரும் தங்கள் கருத்தைத் திரும்பப் பெற்றுக்கொண்டனர். ஆனால் முழுவதுமாக அல்ல.

ஜென்னிஃபர் ரூபின் தமது தொடக்கக் கருத்தைச் சற்று திருத்திக்கொள்ளத்தான் செய்தார். ஆனால் அதற்கு முன் முஸ்லிம் அச்சுறுத்தல் ஒன்று பொதுவாக நிலவிவருகிறது என்பதைக் குறிப்பிட்டு நிலைநாட்டும் ஆர்வத்தைத் தனது எழுத்துகளில் கொட்டித் தீர்த்தார். 'தொடக்கத்தில் சென்ற ஆண்டு ஒஸ்லோவில் நடந்த குண்டு வெடிப்புச் சம்பவம் ஜிஹாதிகளின் நாசவேலையாக இருக்கலாம் என்ற சந்தேகமோ, சமீபத்தில் ஒரு இராக்கிய பயங்கரவாதி என நார்வேயில் வழக்குத் தொடரப்பட்டதோ நிரூபிக்கப்பட வில்லை' என்று எழுதினார் அவர். இருப்பினும், அவர் அந்த அளவோடு மட்டுமே ஒப்புக்கொண்டார். முஸ்லிம்கள் மீது குற்றம் இல்லை என்றாலும், அவர்களிடம் ஏதோ ஒரு தவறு உள்ளது; அது அவர்கள் உலவிவருகிறார்கள் என்ற வெறும் சந்தேகமாக இருந்தாலும் என்று அவர் வலியுறுத்தினார்: 'அமெரிக்கர்களைக் கொல்வதற்குத் தங்கநிறத் தலைமுடியுள்ள நார்வேக்காரர்களைவிட அதிக அளவில் ஜிஹாதிகள் புறப்பட்டு இருக்கிறார்கள். மேற்கத்திய நாடுகளுடனான கொள்கைப் போரிலிருந்து உருவெடுக்கும் திட்டமிட்ட, அதிக வலிமை கொண்ட அச்சுறுத்தல்களின் மீது நாம் எப்பொழுதும் ஒரு கண்வைத்துக் கொண்டிருக்க வேண்டும்.'[22]

நியூயார்க் டைம்ஸ் பத்திரிகையும் தனது தொடக்கநிலைக் கருத்தை இதே ரீதியில் மாற்றிக்கொண்டது: 'தீவிரவாத விஷயங்களில் வல்லுநர்கள் கூறுவதன்படி, வெள்ளியன்று நடந்த தாக்குதல்களுக்கு இஸ்லாமிய பயங்கரவாதம் காரணமாக இருக்க வாய்ப்பில்லை என்று அதிகாரபூர்வ வட்டாரங்கள் அறிவித்தாலும், வேறு சில கும்பல்களும் தனிமனிதர்களும் அல்-காயிதாவின் கொலை வெறியையும் பலமுனைத் தாக்குதல்களையும் பின்பற்றி வரத்தான் செய்கின்றன.' வாஷிங்டனின் நியூ அமெரிக்க ஃவுண்டேஷனில் தீவிரவாத எதிர்ப்பு ஆய்வாளரான பிரையன் ஃபிஷ்மான் அந்தப் பத்திரிகையிடம்: 'மேலும் அதிக அளவில் அரசியல் காரணங்களுக்காக இதைச் செய்யும் ஒருவராக அது இருக்கும்பட்சத்தில், அல்-காயிதாவின் செயல்களைக் கவனித்து அதிலிருந்து இவர்கள் கற்றுவருகிறார்கள் என்பது

தெளிவாகத் தெரிகிறது' என்றார்.[17] இதன்மூலம் பயங்கரவாதிகள் அதில் ஈடுபட்டிருக்கலாம் என்று கருதுவதற்குப் போதிய காரணங்கள் உள்ளன என்றது அந்தக் கட்டுரை. வேறுவிதமாகக் கூறினால், குண்டுவெடிப்பிலும் துப்பாக்கிச் சூட்டிலும் முஸ்லிம்கள் ஒருவரும் பங்கு பெறவில்லை என்றால், வரையறைப்படி பயங்கரவாதிகளும் ஈடுபடவில்லை என்று பொருளாகும். மாறாக, தொடக்கத்தில் முஸ்லிம்கள் ஈடுபட்டதாகக் கருதப்பட்டபோது, நார்வே சம்பவங்களும் தீவிரவாதச் செயல்களாக இருக்கும் என்று பரிந்துரைக்கப்பட்டது. 'அவன் மதம்மாறியவனா இல்லையா என்று ஒருவரும் கவலைப்படுவதாகத் தெரியவில்லை' என்று வலைப்பூ எழுத்தாளரும் போலி அறிவுஜீவியுமான ராபர்ட் ஸ்பென்ஸர் அங்கலாய்த்துக்கொண்டார். அவரும் சம்பவங்களுடன் முஸ்லிம் களுக்குத் தொடர்புகள் ஏதேனும் இருக்குமா என்று கண்டறிய முனைந்தார்.[23] வலைப்பூ எழுத்தாளர் பமேலா கெல்லர் ஸ்பென்ஸருடன் இணைந்து பார்க் 51 சமூக மையம் தொடர்பாகப் பொதுமக்களிடையே சர்ச்சையை உருவாக்கியவர். அவர் தம்மை விமர்சிப்பவர்களைக் கேலி செய்தார்: 'நினைவில் வைத்துக்கொள்ளுங்கள் — பிரச்சினை ஜிஹாத் அல்ல. நியூயார்க்கின் 9/11, லண்டனின் 7/7, மாட்ரடின் 3/11, பாலி, மும்பை, பெஸ்லன், மாஸ்கோ... கூட அல்ல. *இஸ்லாமிய அச்சம்தான் பிரச்சினை.* இறந்தவர்களைப் புதைக்கும் போது நான் சொல்வதைத் திரும்பச் சொல்லுங்கள்: *பிரச்சினை இஸ்லாமிய அச்சம்தான், பிரச்சினை இஸ்லாமிய வெறுப்புதான்*' என்று.[24]

***

பேரமில் உள்ள செங்கல்லால் ஆன ஐந்து மாடி ஐஎல்ஏ சிறைச் சாலை வேலைகள் 1940இல் பூர்த்தியடைந்த பொழுது, அது ஒரு பெண்களுக்கான சிறை என்பதைவிட ஒரு விடுதி போலத்தான் தோற்றமளித்தது. அந்தச் சமயத்தில் நார்வே மீதான நாஸி ஜெர்மனியின் படை யெடுப்பும் முன்னேறி வந்தது. சதுர வடிவிலான அந்த நிலையக் கட்டடத்தின் விளிம்புகளும் கோடுகளும் கச்சிதமான கோணங்களில் சந்தித்துக்கொண்டன. சங்கிலிகளாலான வேலி, கட்டடத்தை சூழ்ந்து நின்றது. அது சீராக, நேரான ஒன்றாக இருந்தது. அந்தக் கட்டடத்தின் சீரான அமைப்பில் சிறு பிசிறுகூட இருக்கவில்லை. ஐரோப்பா எப்படி இருக்க வேண்டுமோ அப்படி இருந்தது. அந்தக் கண்டத் திற்காகக் கற்பனை செய்யப்பட்ட சீர்மைக்கு ஒரு முன்மாதிரியாகத் திகழ்ந்தது. குறைந்தபட்சம் ஹிட்லர் அப்படித்தான் கருதினார்.

ஏனெனில், நார்வேயில் தமது இன ஒழிப்புப் பிரச்சாரத்தை அவர் தொடங்கிவைத்த போது, அந்தக் கட்டடம் ஒரு கான்சண்ட்ரேஷன் கேம்பாக (சிறிய பகுதியில் அதிகமான பேர்களை சிறைவைக்கும் முகாம்) மாற்றப்பட்டது.

இதற்குப் பொருத்தமாக, ஆன்டர்ஸ் பிரெய்விக் அதே கட்டடத்தின் தற்காலப் பாணி அறை ஒன்றில் அடைத்து வைக்கப்பட்டான். ஆனால் பாரம்பரியச் சிறைச் சீருடையில் அல்ல; அவன் வலியுறுத்திய சிவப்பு லாகோஸ்டெ ஜம்ப்சூட்டில் தனது தோற்றத்தின் ஒவ்வொரு சிறு அம்சம் பற்றியும் அவன் மிகுந்த கட்டுப்பாட்டு மோகம் கொண்டிருந்தான். இதில் பொதுமக்கள் பார்வைக்காக வெளியிடப் பட்ட அவனது படங்களும் அடக்கம். 2011 நவம்பரில் ஒரு மனநல மருத்துவர்குழு அவனைக் காண ஐஎல்ஏயிலிருந்த அவனது அறைக்கு வந்திருந்தது. பின்னர் வெளியிட்ட அறிக்கையில் அவன் ஒரு ‘மாய உலகத்தில்’ வாழ்ந்துகொண்டிருப்பதாகவும், அவன் யதார்த்தத்திலிருந்து வெகுதூரம் விலகிச் சென்றுவிட்ட ஒரு மனநோயாளி என்றும் குறிப்பிட்டிருந்தது.[25] தடயவியல் ஆணைக் குழு அதை ஒப்புக்கொண்டு அவனது கொடுஞ்செயலுக்கு அவனது பலவீனமான மனநிலையே காரணம் என்று தீர்மானித்தது. இந்தக் கருத்து அப்போதைய சூழ்நிலையில் தர்க்கரீதியான ஒன்றாகத் தோன்றியது. ஆரோக்கியமான மனநிலையில் உள்ளவர்கள் ஒருபோதும் இதுபோன்ற இரக்கமற்ற, கொடிய உந்துதல்களுக்கு ஆளாக மாட்டார்கள். அத்துடன் பிரெய்விக் தனது திட்டத்தைத் தர்க்க ரீதியாகவும் கச்சிதமாகவும் செயல்படுத்திய விதத்தையும் மீறி, அதைப் புரிந்துகொள்ள ஒரே வழி அவனின் மனநிலையை மனிதர்களுக்குப் பொருந்தாத ஒன்றாகக் கருதுவது மட்டுமே. ‘அவன் எங்கிருந்தோ திடீரென முளைத்து வந்தான்’ என்றார் ஒரு போலீஸ் அதிகாரி. ‘இது ஒரு புத்தி பேதலித்தவனின் செயல் போலத் தெரிகிறது.’[26]

ஆனால் பிரெய்விக் எங்கிருந்தோ முளைத்து வந்துவிடவில்லை. அவனது வாக்குமூலம் அதைத் தெளிவாகக் காட்டியது. அவனது கொடுஞ்செயலுக்கு வித்திட்ட நோக்கமும் ஊக்கமும் எங்கிருந்து தோன்றின என்பதை அறியப் பாதை வகுத்துத் தந்தது. வேகமாக நிலைபெற்று வரும் ஒரு வெறுப்புக் கொள்கை உருவான கதையையும் விரிவாய் விளக்கியது.

நிச்சயமாக அவனின் கொலை பாதகச் செயலுக்கு அவன் மட்டுமே பொறுப்பு. அதற்குத் தேவையான பொருள்களை வாங்கியது, போர்த்

திட்டம் வகுத்தது, கார் வெடிகுண்டை வைத்தது, இளம் கூடார வாசிகளைச் சுட்டுக்கொன்றது எல்லாமே அவன்தான். பின்னர் நடந்த சம்பவங்களில் இந்த விவரங்களை எளிதில் மறந்துவிட முடியாது. அவனுடைய உலகம் வலதுசாரிகளின் நோயுற்ற பகல் கனவுகளால் ஆட்டிவைக்கப்பட்ட ஒன்று — இதில் டீ பார்ட்டிக் காரர்கள், பிரச்சாரக் கிறிஸ்துவர்கள், தீவிரப் பழமைவாதிகளான மதச்சார்பு சியோனிஸ்டுகள், இஸ்லாமிய வெறுப்புத் தொழில் வணிகர்கள் என அனைவரும் அடக்கம். அவர்களின் வார்த்தைகள் அவனுடைய அச்சத்தை ஊட்டிவளர்த்து உருமாற்றின. அவனது மோகங்களைப் பெருக்கி, சந்தேகங்களைப் போற்றின. அத்துடன் அவனுடைய வாக்குமூலத்தின் பக்கங்களையும் அலங்கரித்தன. அவர்களுடைய முஸ்லிம் எதிர்ப்பு முழக்கங்களை பிரெய்விக் கவளங்களாய் விழுங்கிக்கொண்டான். சில சமயம் அவர்களின் எழுத்துகளைப் பத்தி, பத்தியாய்த் தனது படைப்பில் பிரதியெடுத்துப் புகுத்திக்கொண்டான். ஐரோப்பாவின் 'இஸ்லாமியமயமாக்கல்' என்பது அவனது கற்பனையில் உதித்த கருவல்ல, ஒரு வெல்ல முடியாத நிஜம் என்பதற்கு அவனுடைய வலுவான ஆதாரங்களாக அவை விளங்கின. முஸ்லிம்களற்ற உலகை நோக்கிச் செல்லும் பாதையில் அவர்களைத் தனது சக பயணிகளாக அவன் கண்டான் என்பது தெளிவாகத் தெரிகிறது.

'இஸ்லாத்தைப் பொறுத்தமட்டில் ராபர்ட் ஸ்பென்ஸர் எழுதிய அனைத்துப் புத்தகங்களையும் நான் பரிந்துரைக்கிறேன்' என்று புகழ்ந்தான் பிரெய்விக்.[27] அந்த அமெரிக்க வலைப்பூ எழுத்தாளரின் படைப்புகளின் மீது அவனுக்கிருந்த அளவுகடந்த காதல் அவன் அமைதிக்கான நோபல் பரிசு பெறத் தகுதியுடையவர் என்று அறிவிக்கும் அளவிற்குச் சென்றது. இதையே வேறு யார் கூறி இருந்தாலும் அந்த வரிகள் ஸ்பென்ஸரின் வலைப்பூவின் பக்கப்பட்டி (*சைடு பார்*) மடல்களையோ, புத்தகத்தின் பின்அட்டை மடக்கு களையோ அலங்கரித்திருக்கும்; அத்துடன் ஜிஹாத் எதிர்ப்பில் அவர் காட்டும் கடமை உணர்விற்குப் பாராட்டாகவும் அமைந்திருக்கும்.[28] ஆனால் ஒற்றையாளாய் நின்று இரண்டாம் உலகப்போருக்குப் பிறகு நார்வேயில் மீண்டும் இரத்தக் களரி ஏற்படக் காரணமான ஒருவனிடமிருந்து வந்ததால் அது எவ்வித வரவேற்பையும் பெறாமல் போனது. 'உண்மையிலேயே பிரெய்விக்கின் செயலுக்கு நான் ஊக்குவிப்பாக இருந்தேன் என்றால், *பீட்டில்ஸ் குழுவினரின் பாடல் களிலிருந்து எனக்குக் கிடைத்ததாகத் தோன்றிய செய்திகளை*

ஊக்குவிப்பாகக் கொண்டுதான் கொலை செய்தேன் என்று சார்ல்ஸ் மான்ஸன் கூறியதாகத் தெரியவந்தபோது பீட்டில்ஸ் குழுவினருக்கு எவ்வித உணர்வு ஏற்பட்டிருக்குமோ, அதுபோலத்தான் நானும் உணர்கிறேன்' என்று எழுதினார் ஸ்பென்ஸர். 'அப்படிப்பட்ட செய்திகள் எதுவுமே சொல்லப்படவில்லை. நல்ல மனநிலையிலுள்ள யாருக்கும், எக்காரணம் கொண்டும், எவரையும் காயப்படுத்துவதற்கான ஊக்கம் என்பது எனது படைப்புகளில் இல்லை. அவை என்றுமே எல்லா மக்களின் மனித உரிமைகளைப் பாதுகாப்பதற்காக மட்டுமே அர்ப்பணிக்கப்பட்டவை.'[29]

பீட்டில்ஸ் குழுவினர் பாடல்களின் மூலம் வெளிப்படுத்திய உலகநோக்கை சார்ல்ஸ் மான்ஸன், தமது செயல்களின் மூலம் வெளிப்படுத்தினான் என்று கூறுவதற்கில்லை. மாறாக, மொத்தமாய்க் குழம்பிப்போன மனநிலையில் இருந்த அவன், தன்னைப் போலவே குழம்பியிருந்த மற்ற தொண்டர்களின் மனதை மாற்றி, பீட்டில்ஸ் குழுவினரின் *வைட் ஆல்பம்* பாடல் தொகுப்பில் சொல்லப்படாத செய்திகளையெல்லாம் அதில் இருப்பதாகக் கூறி ஏற்க வைத்தான். இப்படியிருக்க, ஸ்பென்ஸர் ஏறத்தாழப் பத்து ஆண்டுகளாகத் தீவிரவாத இஸ்லாத்தின் அச்சுறுத்தலாகத் தாம் கண்டவை பற்றி எழுதிவந்திருந்தார். அவர் தீவிரக் கற்பனைகள், பயமுறுத்தும் எச்சரிக்கைகள் போன்றவற்றைத் தொடர்ந்து பயன்படுத்தினார். பேரழிவைச் செயல்படுத்துவதில் முனைப்பாய் இறங்கியுள்ள உலகமதம் ஒன்றின் வன்செயல் கலந்த, சமச்சீரற்ற உருவமாகத் தமது தொண்டர்களின் காலடிகளில் வைத்து, அதனைத் தடுத்து நிறுத்த ஏதாவது செய்தே தீரவேண்டும் என்று வலியுறுத்தினார். இந்த பயங்காட்டும் வணிகத்திற்கு எல்லாம் அடிப்படை நோக்கம் என்ன? இதற்கு என்ன செய்ய வேண்டும்? முஸ்லிம்கள் அவர் கூறுவது போன்றவர்கள்தான் என்றால், அவர்கள் சமூகத்தின் மீது செலுத்தும் ஆதிக்கத்திற்குப் பல்வேறு கலாச்சாரங்களின் சங்கமத்தைப் போற்றும் மதச்சார்பற்ற கொள்கைகள்தான் காரணம் என்றால், இதற்கான விடைதான் என்ன?

ஸ்பென்ஸர் தன்னை அந்த நார்வே நாட்டுக் கொலைகாரனிடமிருந்து விலக்கிக்கொள்ள நினைத்தாலும் அவரால் அது முடியவில்லை. ஸ்பென்ஸரின் எழுத்துகள் 162 முறை பிரெய்விக்கின் வாக்குமூலத்தில் இடம்பெற்றிருந்தன —சராசரியாக ஒன்பது பக்கங்களுக்கு ஒருமுறை.[30] அது ஒரு அம்பலப்படுத்தும் குற்றச்சாட்டாக

இருந்தது. பிரெய்விக் தனது கதைக்கு வலுவூட்டத் தேர்ந்தெடுத்த எல்லாப் போலி வல்லுநர்கள், முஸ்லிம் எதிர்ப்பாளர்கள் ஆகியோர் மத்தியில் ஸ்பென்ஸரைக் காட்டிலும் மையமாக விளங்கியவர் ஒருவருமில்லை. பல்வேறு ஆதாரங்களுக்கிடையே அவர் முக்கியமானவராகத் திகழ்ந்தார். தீவிரவாத முஸ்லிம்கள் விபரீதமாய்ப் புரிந்துகொண்டதற்குக் குர்ஆனின் வன்செயலைத் தூண்டும் போதனைகளே காரணம் என்ற அவருடைய வாதத்தை அடிப்படை யாகக் கொண்டு பார்த்தால், அவரே குற்றவாளியாக நின்றார். எப்படிச் சொன்னாலும் அவரின் எழுத்துகள்தான் பிரெய்விக்கின் வன்செயலுக்குத் தூண்டுகோல்களாய் அமைந்தன. ஸ்பென்ஸரும் அவரின் சகாக்களும் அரும்பாடுபட்டு முன்னோக்கிச் செலுத்திய கதையை பிரெய்விக் உள்வாங்கிக்கொண்டது மட்டுமல்ல, அதை அதன் வாதத்தின் முடிவிற்கே இட்டுச் சென்றுவிட்டான்.

சார்ல்ஸ் மான்ஸன் பற்றி ஸ்பென்ஸர் தரும் பயங்கரச் சித்திரிப்பிற்கு எழுத்தாளர் ஹுசைன் இபிஷ் பொருத்தமான உருவகம் ஒன்றைத் தருகிறார். 19, 20ஆம் நூற்றாண்டுகளில் யூத எதிர்ப்பாளர்கள் யூதர்களுக்கு எதிராகப் பரப்பிவந்த அச்சமும் வெறுப்பும் கலந்த செய்திகள் இனஅழிப்பு தொடர்பாக எந்தவிதப் பொறுப்பையோ, ஊக்குவிப்பையோ ஏற்க மறுத்தது பற்றி பின்வருமாறு அவர் குறிப்பிடுகிறார்:

'யூதர்களின் இனப்படுகொலைக்கு யூத எதிர்ப்பாளர்கள் நேரடிக் காரணமாக இருந்தார்களா?' என்று கேள்வி எழுப்பிய அவர், 'இல்லை. ஆனால் யூத எதிர்ப்பாளர்களின் தர்க்கரீதியாக தொடர்விளைவுகளை ஏற்படுத்தும் வார்த்தைகள், கொலைவெறி பிடித்த பைத்தியங்களை விபரீத எல்லைக்குக் கொண்டு சென்று, ஏற்படுத்திய விளைவு களுக்கான பொறுப்பு யூத எதிர்ப்பாளர்களுக்கு உள்ளதா? ஆம்.' இந்த ஒப்பீட்டை அறிவுப்பூர்வமான, பொருத்தமான மற்றொரு இடத்திற்கு எடுத்துச் செல்லும் போது, தீவிர முஸ்லிம் பிரச்சாரகர்கள் மேற்கத்திய நாடுகளின் தீமைகள் பற்றி தங்களுடைய உரைகளில் அந்த 'நாத்திகர்கள்', 'விசுவாசத் துரோகிகள்', 'நயவஞ்சகர்கள்' எனத் தங்களுடைய பேச்சைக்கொண்டே உருவப் படங்களை வரைந்து காட்டினர். ஆனால் தங்களுடைய நம்பிக்கையாளர்களிடம் தற்கொலைக் கவசங்களை அணிந்துகொண்டு, அருவருக்கத்தக்க அமெரிக்கர்களையும் ஐரோப்பியர்களையும் நரகத்தில் காலம் முழுவதும் கவண் விடும்படி நேரடியாகக் கூறவில்லை என்பது

மட்டுமே ஒரு குறையாக இருந்தது. இத்தகைய எதிர்பார்க்கப்பட்ட பின்விளைவுகளை ஏற்படுத்தக்கூடிய செய்திகளைப் பரப்பும் போதகர்களை ஒருபோதும் மன்னிப்பதற்கில்லை.[31]

பிரெய்விக்கின் வன்செயல் அரங்கேற்றங்களுக்கு ராபர்ட் ஸ்பென்ஸரின் எழுத்துகள் களம் அமைத்துத் தந்தன என்றாலும், அதற்கு அவர் மட்டுமே ஊக்குவிப்பாக இருந்தார் என்று சொல்லி விட முடியாது. இஸ்லாமிய வெறுப்புத்தொழில் போலவே, இங்கும் ஒரு பயங்காட்டும் வணிகர் உள்ள இடத்தில் உண்மையில் பலர் இருக்கின்றனர். இவர்கள் அனைவரும் ஒரே களத்தில் உலவும் இறுகப் பிணைக்கப்பட்ட கூட்டம். அனைவருக்கும் பொதுவாக ஒரு இரை. ஆகவே, பிரெய்விக்கின் வாக்குமூலத்தின் பன்னிரண்டு வெவ்வேறு பகுதிகளில் பமேலா கெல்லரின் எழுத்துகள் இடம் பெற்றிருப்பதில் வியப்பு ஏதுமில்லை.[30] அவருடைய சக ஊழியர் ஸ்பென்ஸர் போல நோபல் பரிசுக்கெல்லாம் தகுதியுடையவராகப் போற்றப்படவில்லை என்றாலும், பிரெய்விக்கின் கருத்துப்படி அவர் 'ஒரு கண்ணியமான மனிதப் பிறவி.'[27] மேலும், பமேலாவின் வலைப்பூவான *அட்லஸ் ஷ்ரக்ஸை* ஓர் ஆண்டின் பெரும்பகுதிக்குத் தொடர்ந்து படித்து வந்ததாகவும் பிரெய்விக் பெருமையுடன் கூறியிருந்தான்.

தொடக்கத்தில் பமேலா தனது விமர்சகர்களைக் கேலி செய்தார் — குறிப்பாகத் தாக்குதல்களுக்குப் பிறகு. இஸ்லாமியப் பீதிதான் அதற்குக் காரணம் என்று கிண்டலாகக் கூறியும் இருந்தார். ஆனால் அதே கூற்று தனக்கு எதிராகத் திரும்பியதைக் கேள்விப்பட்ட பொழுது தன்னைக் கட்டுப்படுத்திக் கொள்ளப் பமேலாவால் இயலவில்லை. இஸ்லாமிய வெறுப்புதான் பழிசுமந்து நின்றது. மேலும் அதை ஊக்குவிப்பதில் அவர் வகித்த பங்கும் மறுக்க இயலாத ஒன்றாக இருந்தது. விரைவில், பேரழிவு ஏற்பட்டுவிடாமல் தடுக்கும் விதமாகக் கட்டுப்பாடுகளைத் தன் கையிலெடுத்துக்கொண்டார் அவர். சில மணி நேரங்களுக்கு முன் ஸ்பென்ஸர் தந்த பதில் போலவே அவரும் அளித்தார். 'ஹெல்டர் ஸ்கெல்டர் பாடலில் மான்ஸன் கொலை களுக்கான அழைப்பை அடையாளம் கண்ட சார்ல்ஸ் மான்ஸனோடு ஒப்பிடுவது போல் உள்ளது இது' என்று உறுமினார் அவர். 'பீட்டிஸ்ல் குழுவினரைப் பழி கூறுவதுபோல் உள்ளது. மிகவும் விசித்திரமான குற்றச்சாட்டு.'[32] ஸ்பென்ஸரும் கெல்லரும் ஒரே மாதிரி விடை யளித்ததை அலட்சியப்படுத்திவிட முடியாது. இருவரும் ஒரே

சாயலில் கருத்துத் தெரிவித்தது வெறும் தற்செயலான ஒன்றாக இருக்க வாய்ப்பில்லை. இன்னும் கொஞ்சம் நம்பும்படியாகக் கூறவேண்டுமென்றால், 'பழி விளையாட்டு' என்று ஸ்பென்ஸர் குறிப்பிட்ட ஒன்றுக்கு அவர் முதலில் அளித்த பதிலை கெல்லர் விரைவில் உள்வாங்கிக்கொண்டு, எந்த நேரத்திலும் ஊடகங்கள் தன்னை மாட்டிவிடலாம் என்று அறிந்த நிலையில், தன்னைத் தற்காத்துக்கொள்ளப் புத்திசாலித்தனமான ஒரு வழியைக் கண்டு பிடித்தார் என்றுதான் கூறவேண்டும்.

அந்தப் 'படுதோல்வியடைந்தவர்' தனது 'மனிதநிலைக்குத் தாழ்ந்த,' 'அலுப்புத்தட்டும்' குணத்தால் 'முழுக்க முழுக்க அவனே பொறுப்பான' ஒரு குற்றத்தைச் செய்தது பற்றி எவ்வளவுதான் உரக்கக் கூவினாலும், பிரெய்விக்கின் இரக்கமற்ற காட்சி குறித்த தனது குதூகலிப்பைக் கெல்லரால் மறைத்துக்கொள்ள இயலவில்லை. உடோயா தீவிலிருந்த அந்த இளைஞர் முகாமை, அதாவது துப்பாக்கிச் சூடு நடந்த இடத்தை, 'ஒரு யூத எதிர்ப்பு போதனை மையம்' என்று குறிப்பிட்டார். அத்துடன் 'அங்குள்ள குழந்தைகள் தெளிவான இஸ்லாமிய ஆதரவு நிரலுடன் போர் விளையாட்டுகளில் ஈடுபட்டிருக்கலாம்' என்றார். 'கடந்த கோடை காலங்களின் போது குழந்தைகளும் அவர்களின் பாதுகாவலர்களுமாகச் சேர்ந்து இஸ்ரேல் எதிர்ப்புக் காட்சிகளில் ஈடுபட்டிருப்பதைச் சித்திரிக்கும் புகைப்படங்கள் அடங்கிய கட்டுரைகளில் குறைந்தது ஒன்றையாவது நான் பார்த்திருப்பேன்' என்று பொறுமினார் கெல்லர்.[33]

அந்தத் துயரச் சூழலுக்கு மத்தியிலும்கூட, கலப்படமற்ற இனவாதத்தில் ஈடுபடும் ஆர்வத்தைக் கெல்லரால் கட்டுப்படுத்திக் கொள்ள இயலவில்லை. குறிப்பாக, அவருடைய வலைத்தளத்தில் இடம்பெற்ற அந்த இளைஞர் குழுவின் புகைப்படமொன்றில் அவர்கள் நிச்சயம் யூத எதிர்ப்பாளர்களாகவும், 'தூய நார்வே பாரம்பரியத்தைக் காட்டிலும் மத்திய கிழக்கு அல்லது கலப்புச் சாயல் கொண்டவர்களாக' இருந்ததே காரணம். அவர்களைச் சுட்டு வீழ்த்தியவனைப் பொறுத்தவரையில் அவர்கள் அங்கு இருக்கக் கூடாதவர்கள். கெல்லர் நியாயம் பேசினார்: 'பிரெய்விக் குறி வைத்தது எதிர்காலக் கட்சித் தலைவர்களை. இவர்கள் நார்வேயை முஸ்லிம் மக்களால் நிரப்பக்கூடியவர்கள். நார்வே மக்களோடு சற்றும் பொருந்தாமல், அவர்களுக்கு எதிராகக் கூட்டுக் கற்பழிப்பு உள்பட பல வன்செயல்களில் ஈடுபட்டு, விலக்களிப்புடன் அரசாங்க உதவித்

தொகையில் வாழ்பவர்கள்—இவை அனைத்தும் நார்வே மக்களின் சம்மதம் ஏதுமின்றி.'³⁴ இது பிரெய்விக்கிற்கு ஆதரவான வாக்கியம் என்று சொல்லாவிட்டாலும், அதற்கு வியப்பூட்டும் அளவிற்கு மிக நெருங்கியதாகவே இருந்தது.

அதிர்ச்சியூட்டும்படியாக, இத்தகைய பயங்கரவாதிகளின் நெருக்கம் அவர்களின் வன்செயல் திட்டங்களில் தன்னைப் புகுத்திவிடக்கூடும் என்பது கெல்லருக்குத் தெரிந்திருந்தாற் போலத் தோன்றியது. ஊடகங்கள் புள்ளிகளை இணைத்து அவரின் ஈடுபாடு பற்றி அறிக்கைகள் விட்டுக்கொண்டிருக்க, அவர் தமது வலைத்தளத்திற்கு விரைந்து அத்தகைய தொடர்பைக் குறிக்கும் வாக்கியங்கள் எல்லாவற்றையும் நீக்கிவிட்டார். நான்கு ஆண்டுகளுக்குமுன், 2007 ஜூன் மாதம், 'நார்வேயிலிருந்து ஒரு மின்னஞ்சல்' என்ற தலைப்பில் ஒரு பதிவு செய்திருந்தார். அதை எழுதியவரின் விவரங்களைக் கெல்லர் வெளிப்படுத்தவில்லை. அந்த மனிதர் அதில் தனது கவலைகளைத் தனிப்பட்ட முறையில் கெல்லருடன் பகிர்ந்துகொண்டிருந்தார்—குறிப்பாக அதிகரித்துவரும் நார்வே முஸ்லிம்களின் எண்ணிக்கை பற்றி மக்கள்தொகை மாற்றங்களைக் குறிப்பிட்டபடி ('நாட்டின் மக்கள்தொகை ஏற்கனவே 50% முஸ்லிம் என்றாகியுள்ளது' போன்றவை) அந்தக் கடிதத்தை எழுதியவர் மற்றொரு கருத்தையும் பகிர்ந்துகொண்டார் — இஸ்ரேல்மீது முஸ்லிம் தலைமையிலான படையெடுப்பு உலகளாவிய ஆவேசத்தைத் தூண்டிவிடும். தங்களைச் சுற்றியுள்ள அனைவரையும் அவர்கள் தாக்கத் தொடங்கி விடுவார்கள். 'நாங்கள் ஒரு புதிய பொற்காலத்தில் காலடி எடுத்து வைத்துக்கொண்டிருக்கிறோம்—என் நாட்டு மக்களுக்காகவும், வேறு சில நாட்டினருக்காகவும்... ஆனால் அது போராட்டத்தின் மூலமாக மட்டுமே சாத்தியம். ஒருபோதும் அஞ்சாதீர்கள், பமேலா. வரும் காலங்களிலும் இறைவன் உங்களுக்குத் துணைநிற்பார்' என்று எழுதியிருந்தார் அந்த ஒஸ்லோக்காரர்.³⁴ அவருடைய 'உண்மையான தகவல்' எனக் கெல்லர் அதைப் பாராட்டினார்.

2011 ஜூலையில் அவரின் வலைப்பூவில் வெளிவந்த அந்த மின்னஞ்சலின் வடிவத்தில் அசலில் உள்ளடங்கிய ஒரு வரி காணாமல் போயிருந்தது: 'நாங்கள் ஆயுதங்கள், வெடிபொருள்கள், கருவிகள் என அனைத்தையும் சேகரித்து வருகிறோம். இது மிக வேகமாக நடக்கவிருக்கிறது.'

கெல்லருக்கு அனுப்பப்பட்ட செய்திக்கிடையில் புதைந்து கிடந்தாலும், அந்தப் பதினைந்து வார்த்தைகளும் அழிவுக்கு அறிவிப்பாய் அமைந்தன. நார்வே நாட்டு அதிகாரிகள் அந்த எழுத்தாளரை வெறுப்புப் பேச்சுகள் தொடர்பான சட்டங்களின் அடிப்படையில் வழக்குத் தொடரலாம் என்று கருத்துத் தெரிவித்தார் ஒரு வாசகர். 'ஆமாம். அதனால்தான் அதைப் பெயர் வெளியிடாமல் பதிவு செய்தேன்' என்றார் கெல்லர்.³⁵ அந்தக் கருத்து பிரெய்விக்கிடமிருந்து வந்திருந்தது என்றால், கெல்லரின் குற்றவுணர்வு அவர் அமைத்த கொள்கைக் களத்தையும் மிஞ்சி ஆழமாகச் சென்றது. இருந்தும், அந்த மர்மக் கொலைவெறியன் யாராக இருந்தாலும், ஐரோப்பாவில் முஸ்லிம்கள் (அதாவது அவர் மிகவும் வலிந்து வளர்த்துவிட்ட அச்சம்) பற்றிய குறைந்தபட்சம் ஒரு தனிமனிதனின் மனதில் இவ்வளவு தீவிரமான ஒரு வெறியுணர்வைத் தூண்டி, ஆயுதமேந்திய வன்முறைதான் ஒரே தீர்வு என்ற நிலைக்குத் தள்ளிவிட்டிருந்தது என்பதைக் கெல்லர் நன்கு உணர்ந்திருந்தார்.

சனிக்கிழமைகளில் வீட்டில் ஓய்வெடுக்கும் ஒரு சாதாரண மனிதன் என்ற நிலையிலிருந்து திட்டமிட்டுக் கொலை செய்யும் வெறியனாக ஆன்டர்ஸ் பிரெய்விக்கின் பாதை மாறிப்போனது. இதில் பிற இஸ்லாமிய வெறுப்புப் போராளிகளின் சிந்தனையோட்டங்களும் குறுக்கிட்டன. வண்ணமிகு, துணிச்சல்மிக்க புனிதப் போராளியான பிரிகிட்டே காப்ரியலும் அவர்களுள் ஒருவர். 2004இல் ஆக்ட்! ஃபார் அமெரிக்கா நிறுவனருடனான நேர்காணலின் வீடியோ பதிவில், பிரெய்விக்கின் கட்சியறிக்கையில் ஆறாவது அத்தியாயத்தில் குறிப்பிடப்பட்டுள்ளது. அதில் லெபனானின் கிறிஸ்துவ சமூகம் — அதாவது, காப்ரியல் தாம் பிறந்ததாகக் கூறிவந்த அதே சமூகம் — அழிவை எட்டிக்கொண்டிருக்கிறது என்ற அவனின் நம்பிக்கை தெளிவாகத் தெரிந்தது. நாட்டின் குடிமக்கள் தொடுத்த போரில் அவரின் அனுபவங்கள், அவருடைய சொற்பொழிவுகளின் சில பகுதிகள் ஆகியவை அந்த ஏறத்தாழ 45 நிமிடத் துண்டுப் படத்தை (கிளிப்பிங்ஸ்) நிரப்பியிருந்தன. அவை பிரெய்விக்கிற்கு ஒரு விஷயத்தை நிரூபிக்கவும் செய்தன: முஸ்லிம் மக்கள் 'பேச்சுவார்த்தை களைவிடப் போரையே விரும்புகிறார்கள்.'³⁶

இஸ்ரேலியக் குடியிருப்புக் குழுவான அய்ஷ் ஹ-தோரா தயாரித்த முஸ்லிம் எதிர்ப்புப் படமான ஒப்செஷனும் பிரெய்விக்கிற்கு ஊக்குவிப்பாக அமைந்தது. அந்தப் படத்தின் 17 'வல்லுநர்'களில்

குளத்தின் மறுகரையில் ✵ 257

7 பேரைக் குறிப்பிட்டு, யூ-ட்யூபில் அந்த வீடியோ செய்திப்படத்தின் பத்து பகுதிகளுக்கான இணைப்புகளையும் தந்திருந்தான்.[37] அவனுடைய ஆர்வம் எதிர்பாராத ஒன்றல்ல; குறிப்பாக அந்தத் திகிலூட்டும் படம் தீவிரப் பழமைவாதிகளான மதப்பற்றுள்ள சியோனிஸ்டுகள் உருவாக்கியது என்பதைக் கருத்தில் கொண்டு பார்த்தான். இஸ்ரேல் மீது சியோனிஸ்டுகளுக்கு இருந்த நேசம், இஸ்லாத்தின் மீது அவர்கள் கொண்டிருந்த வெறுப்பு, சுதந்திர சிந்தனை கொண்ட யூதர்கள் மீதான காழ்ப்புணர்ச்சி என அனைத்தையும் பிரெய்விக் பகிர்ந்து கொண்டான். 'நாட்டைப் பாழாக்கும் பன்மைக் கலாச்சாரங்களை ஆதரிக்கும் யூதர்களுக்கும் பழமைவாதிகளான யூதர்களுக்கும் இடையே உள்ள வேறுபாட்டைத் தயவுசெய்து புரிந்துகொள்ளுங்கள். ஒரு யூதரை அவர் யூதர் என்பதற்காகக் குறிவைக்காதீர்கள்; அவர் முதல் பிரிவையோ, இரண்டாம் பிரிவையோ சேர்ந்த சதிகாரர் என்பதற்காகக் குறிவையுங்கள்' என்று எழுதியிருந்தான் அவன். 'நாம் இஸ்ரேலுடன், நமது சியோனிச ஆதரவுச் சகோதரர்களுடன் இணைந்து எல்லா யூத எதிர்ப்பாளர்களையும், கலாச்சார மார்க்ஸியவாதிகள், பன்மைக் கலாச்சாரவாதிகளையும் எதிர்த்துப் போராடுவோம்.'[38]

பாதுகாப்புக் கொள்கை மையத்தின் (சென்டர் ஃபார் செக்யூரிடி பாலிசி) நிறுவனர் ஃபிராங்க் காஃப்னியிடம் (இவருடைய பெயரை பிரெய்விக் தனது போர் வழிகாட்டியில் ஏழுமுறை குறிப்பிட்டிருந்தான்) அவருடைய எழுத்துகள் வன்செயல்களுக்காகப் பயன்படுத்தப் பட்டிருப்பது குறித்துக் கேட்டபோது, தனது வழக்கமான சதித் திட்டங்களில் ஒன்றை எடுத்து விளம்பினார். அந்த வாக்குமூலம் பிரெய்விக் எழுதியதாகவே இல்லாமல் இருக்கக்கூட வாய்ப்புண்டு. அதுபோலவே, இஸ்லாமியச் சட்டத்தை நிலைநாட்ட விரும்பும் முஸ்லிம்கள் பரப்பிய வதந்தியாகக்கூட இருக்கலாம். 'அது உண்மையிலேயே அவன் எழுதியதுதானா அல்லது போலியான ஒரு செயல்திட்டமா, விமர்சனங்களைக் கட்டுப்படுத்தித் தனது நிரலை பற்றிய விழிப்புணர்வை ஏற்படுத்த ஷரீஆ செய்யும் முயற்சிகளுக்குப் பங்களிப்பதைத் தவிர வேறு ஏதேனும் செய்யும் நோக்கம் கொண்டதா என்பதையெல்லாம் அலசி ஆராயக் கோரி அது உரக்கக் குரல் கொடுக்கிறது' என்றார் அவர். ஒருவேளை இந்தக் கொலை பாதகச் செயலின் பின்னணியில் முஸ்லிம் சகோதரத்துவ அமைப்பு இருக்குமோ? 'நிச்சயமாக' என்று பதிலளித்தார் காஃப்னி.[39]

***

நெருங்கிய தொடர்புடைய அமெரிக்க இஸ்லாமிய வெறுப்பாளர்களின் எழுத்துகளை பீரெய்விக் ஆதாரமாகக் கொண்டிருக்கலாம். ஆனால் அவனது தாய்க் கண்டமே அவனது அழிவு மனப்பான்மைக்கு வளமான களம் அமைத்துத் தந்தது. ஐரோப்பாவில் முஸ்லிம் எதிர்ப்பு உணர்வுகள் மலிந்துகிடந்தன. மதமும் அரசியலும் ஒன்றோ டொன்று குறுக்கிட்டன. பலதரப்பட்ட, ஆனால் பிளவுபட்டுவரும் ஒரு சமூகத்தில் ஆழமான காயங்களை ஏற்படுத்தியிருந்தன.

ஐரோப்பாவில் நிலவிய இஸ்லாமிய வெறுப்பு அமெரிக்காவிலோ, பிற நாடுகளிலோ நிலவியதைப் போல இருக்கவில்லை. அது வேறு விதமான தன்மையைக் கொண்டிருந்தது. ஆனாலும் காரம் சற்றும் குறையவில்லை. ஐரோப்பியக் கண்டத்தின் பல்வேறு நாடுகளில் இஸ்லாம், முஸ்லிம்கள் பற்றிய அச்சம் இனவாத அரசாங்கக் கொள்கைகள் பரவலாக நிலைபெறக் காரணமாகியிருந்தது. முஸ்லிம் எதிர்ப்பு உணர்வு என்பது மக்களின் சில குறிப்பிட்ட பிரிவு களிடையே நிலவிய ஒன்றாக இருக்கவில்லை. அது பல்வேறு நாடுகளிலிருந்தும் வந்து குடியேறிய மக்களால் உருவான பன்மைக் கலாச்சாரக் கதைகளை முழுவதுமாய் அகற்றி, வெள்ளை இனத்தவ ரான கிறிஸ்துவர்களைக்கொண்ட ஐரோப்பாவை நிலைநிறுத்தும் நோக்குடன் உள்நாட்டில் உருவாக்கப்பட்ட திட்டமாகும்.

சுவிட்சர்லாந்தில் தொழுகை நேரங்களில் அழைக்கப்படும் 'பாங்கு' கோபுரங்கள் 2009இல் தடைசெய்யப்பட்டன. ஸ்விஸ் நாட்டு அரசியல் சாசனம் மதச் சுதந்திரத்தை ஆதரித்து உறுதியளிக்கிறது என்றாலும், ஐரோப்பாவின் பசுமை போர்த்திய பனிச்சறுக்குத் தலைநகரம் பல்லாண்டு காலமாக மதச் சகிப்புத்தன்மையைப் போற்றிவந்துள்ளது என்றாலும், வலதுசாரி அரசியல் ஆட்டக்காரர்களின் கண்களுக்கு அந்தக் கோபுரங்கள் ஸ்விஸ் கொள்கைகளுக்கு எதிரான அச்சுறுத்தல் களாகத் தோன்றின. கறுத்த, ஏவுகணை போன்ற அமைப்புகள். தேசியக் கொடியிலிருந்து எழும் காட்சியையும் கண்கள் மட்டுமே தெரியும்படி உடல் முழுவதையும் மூடி மறைக்கும் நிக்காப் அணிந்த பெண்ணின் உருவத்தையும் சித்திரிக்கும் சுவரொட்டிகள் நகரெங்கும் காணப்பட்டன —இஸ்லாம் பற்றிய பீதியை விசிறிவிட்டு, — எதிர்காலக் கோபுரங்களைத் தடுத்து நிறுத்துவதற்கான நிரல்களை முன்னோக்கிச் செலுத்தும் பிரச்சாரத்தின் அம்சமாக. இதில் வேடிக்கை என்னவென்றால், ஸ்விட்சர்லாந்தில் வெறும் நான்கு கோபுரங்களே இருந்தன.[40] அவற்றில் ஒன்றுகூடப் பிரார்த்தனை அழைப்புகளுக்குப்

பயன்படுத்தப்படவில்லை. இருந்தும், ஸ்விட்சர்லாந்து மக்களுக்கு முஸ்லிம்களின் அந்த வானளாவிய கோபுரங்கள் சுற்றிலுமுள்ள ஐரோப்பியக் கட்டடக் கலைக்குச் சற்றும் பொருந்தவில்லை என்பதுடன், அமைதியான அந்தச் சூழலில் ஒரு வலிய, அச்சுறுத்தும் குரலாய் ஒலித்தன —இஸ்லாம் அந்நாட்டில் கிறிஸ்துவ மதச் சூழலில் நிரந்தரமான ஒரு அம்சமோ என்று.

இரண்டு ஆண்டுகளுக்குப் பிறகு, பிரெஞ்சு அரசாங்கம் இதே போல் சர்ச்சைக்குரிய கொள்கை ஒன்றைச் செயல்படுத்தியது — முஸ்லிம் பெண்கள் பொது இடங்களில் முழுவதுமாக மூடி மறைக்கும் பர்தா (முகத்திரை) அணியக்கூடாது என்று. தனிப்பட்ட உடை விஷயங்களில் கட்டுப்பாடுகள் விதிக்கக்கூடிய முதல் தீர்மானமாக இது விளங்கியது. ஸ்விட்சர்லாந்திலுள்ள கோபுரங்கள் வெறும் சின்னங்களாகவே இருந்தன. ஆனால் முஸ்லிம்கள் பர்தாவை ஒரு மதக் கோட்பாடாகக் கருதினர். இந்தத் தீர்மானம் பிரெஞ்சுப் பாராளுமன்றத்தில் மிகவும் பிரபலமாக இருந்தது. ஒரே ஒரு எதிர்வாக்கு மட்டுமே கிட்டியது. ஃபிரான்ஸ் தேசிய ஒற்றுமையில் தனது பிடியை இழந்துவருவது பற்றிய அச்சமும், அதன் மதசகிப்புத் தன்மை மெல்ல மறைந்து வருவதும் மக்களிடையே ஊடுருவிவந்தன. லெ மாந் நாளிதழும் பொதுமக்கள் கருத்திற்கான பிரெஞ்சு நிலையமும் (ஐஎஃப்ஓபீ) 2011 ஜனவரியில் தீர்மானம் நிறைவேற்றப்படுவதற்கு மூன்று மாதங்கள் முன்பு ஒரு வாக்கெடுப்பை நடத்தின. அதில் முஸ்லிம்கள் 'சமூகத்துடன் ஒருங்கிணையவில்லை' என்று 68 சதவீத பிரெஞ்சு மக்கள் கருதுவது தெரியவந்தது.[41] 'இஸ்லாம் மிக அதிக அளவில் தென்படுகிறது' என்று 55 சதவீத மக்கள் கருதினர். முஸ்லிம்கள் பிரெஞ்சு சமூகத்தில் ஒருங்கிணைய மறுத்ததே பிரச்சினை களுக்குக் காரணம் என்று ஏறத்தாழ 60 சதவீத மக்கள் கருத்துத் தெரிவித்தனர்.[42] இதேபோன்ற எண்ணிக்கைகள் ஜெர்மனியிலும் அறிவிக்கப்பட்டன. அங்கு ப்யூ ஆய்வு வாக்கெடுப்பில் பங்கு பெற்றவர்களில் 79 சதவீத மக்கள் தங்கள் வெறுப்பை ஒருபடி முன்னே எடுத்துச் சென்று, இஸ்லாம்தான் 'எல்லா மதங்களைக் காட்டிலும் வன்முறையானது' என்று தெரிவித்தனர்.[43]

ஃபிரான்ஸைப் பின்தொடர்ந்து பெல்ஜியமும் பொது இடங்களில் பர்தா அணிவது கூடாது என்று தடைவிதித்தது. 2011 ஜூலையில் முழுமையாக நிறைவேற்றப்பட்ட அந்தச் சட்டம், குடியேற்றத்தோடும் சுய அடையாளத்தோடும் அந்த நாடு நீண்டகாலமாய்த் தொடுத்துவந்த

போரின் உச்சகட்டமாகும். வாஃபிள்களுக்கும் (ஒருவகை இனிப்பு ரொட்டி) சாக்லேட்களுக்கும் பெயர்பெற்ற அந்த மேற்கு ஐரோப்பிய தேசம் இப்படியொரு கொள்கையைக் கடைப்பிடிப்பதில் வியப்பு ஏதுமில்லை. தனது ஐரோப்பிய அண்டை நாடுகள் போலவே, பெல்ஜிய மக்களும் அயல்நாட்டினர் பற்றிய எதிர்மறை உணர்வு களையே கொண்டிருந்தனர். குடியேற்றங்களை வெறுக்கும் நாடுகளின் பட்டியலில் முதன்மை வகித்த பெல்ஜியத்தின் 72 சதவீத மக்கள் அது தங்களின் நாட்டில் 'பொதுவாக எதிர்மறையான தாக்கத்தையே கொண்டிருந்தது' என்று தெரிவித்தனர்.[44] ஆன்டர்ஸ் பிரெய்விக்கின் தாய்நாடான நார்வேயில் கோபுரங்களுக்கும் முகத்திரைகளுக்கும் விதிக்கப்பட்ட தடைகள் அவனுடைய கட்டுக்கடங்காத கோரச் செயலோடு ஒப்பிடுகையில் மிதமானவையாகவே தோன்றின. இருந்தும் 2009இல் ஓர் ஒஸ்லோ நாளிதழ் நடத்திய வாக்கெடுப்பில் 54 சதவீத நார்வே மக்கள் கோபுரத் தடைகளுக்கு எதிர்ப்புத் தெரிவித்தது வியப்பூட்டியது.[45] 2011 அக்டோபரில், அதாவது பிரெய்விக் கொலைகளுக்கு மூன்று மாதங்கள் கழித்து, நார்ஸ்டாட் ஆய்வு ஒன்றில் 24 சதவீத மக்கள் மட்டுமே இஸ்லாம் நார்வேயின் கலாச்சாரத்திற்கு அச்சுறுத்தலாக உள்ளதென்று கருதியதாகவும், குறிப்பாக 42 சதவீத மக்கள் தங்கள் குடும்ப உறுப்பினர் ஒரு முஸ்லிமைத் திருமணம் செய்துகொள்வதை ஏற்றுக்கொண்டதாகவும் தெரியவந்தது.[46]

இருப்பினும், இஸ்லாமிய வெறுப்பு என்பது பெரும்பாலோரிடம் நிலையான ஒன்றாக விளங்கியது. ஒரு காலத்தில் ஏற்றுக்கொள்ளப் பட்டிருந்த இன வெறுப்புவாதமும் அந்நிய நாட்டினர் மீதான தீவிர வெறுப்பும் அரசியல் கோட்பாடுகளில் நேர்கொண்ட தடைகள் எதையும் இஸ்லாமிய வெறுப்பு அறியவில்லை. அரசாங்கத்தில் அதன் வெளிப்பாடும் கிடைத்த இடமும், மக்களிடையே அது பரவலாகத் தோற்றுவித்த உணர்வும் ஐரோப்பிய வலதுசாரிகளிடையே ஒரு புதிய தலைமுறை உருவாகி வருவதை உணர்த்தியது. இதில் மரபு ரீதியான மதவெறியர்களும் தற்கால வெகுசனவாதிகளின் கூட்டமும் இணைந்துகொண்டது குறிப்பிடத்தக்க அம்சம். மாறிவரும் தங்கள் கண்டம் அவர்களுக்கு அலுப்பூட்டுகிறது.[47]

அவர்களைப் பொறுத்தவரையில், ஐரோப்பா மிகவும் அந்நியமாகி வந்தது. 1990இல் ஐரோப்பாவில் 30 மில்லியனாக இருந்த முஸ்லிம் மக்கள்தொகை 2010க்குள் 44 மில்லியனாக உயர்ந்து இருந்தது.

ஃபிரான்சில் முஸ்லிம்கள் மொத்த மக்கள்தொகையில் 10 சதவீதமாக இருந்தனர். ப்யூ ஆய்வின்படி, 2030க்குள் முஸ்லிம்கள் ஐரோப்பிய மக்கள்தொகையில் 8 சதவீதமாக இருப்பார்கள் என்று எதிர்பார்க்கப் பட்டது.[48] சிலர் இந்த எண்ணிக்கைகளுக்கும் முஸ்லிம் எதிர்ப்பு, குடியேற்றக்காரர்கள் எதிர்ப்பு உணர்வுகளுக்கும் ஏதோ காரண அடிப்படையிலான ஒரு தொடர்பு இருப்பதாகக் கருதினர். அந்தக் கதையின்படி, வலதுசாரி அரசியல்வாதிகளின் வெற்றியானது பரவலான பொதுக் கவலைகளுக்குத் தகுந்த பதிலளிக்கும் வகையில் செய்யப்படும் வீரியமிக்க பிரச்சாரங்கள் மட்டுமே. எனினும் அது கதையின் ஒரு பகுதிதான். முஸ்லிம்கள், இஸ்லாம் பற்றி நிலவி வரும் அச்சங்களைச் சாதகமாக்கிக் கொள்வதைவிட, சில வலதுசாரி ஆட்கள் அவற்றை உற்பத்தியும் செய்துவருகின்றனர்.

***

நெதர்லாந்து சுதந்திரக் கட்சியின் தலைவரான 48 வயது கெயர்ட் வில்டர்ஸ் பற்றிச் சொல்ல வேண்டுமென்றால், முதலில் தென்படுவது அவருடைய அலையலையான பெராக்ஸைடு தங்கநிற முடி. அவருடைய தலையோட்டிலிருந்து குத்திட்டு நிற்கும் அந்தத் தலைமுடி ஒரு கிறுக்கு விஞ்ஞானியையோ பாடலாசிரியரையோ நினைவூட்டும். ஆகவே அவருடைய கொத்தான தலைமுடி 'மொஸாத்' என்ற பட்டப்பெயரைப் பெற்றுத் தந்ததில் வியப்பில்லை. கம்பீரமான, பேச்சுத்திறன்மிக்க, இஸ்லாமிய வெறுப்பைக் கிளறிவிடுவதில் பேரார்வம்கொண்ட அவர், தனது டச்சு நாட்டில் மிகச் சிலரே குறிப்பிடக்கூடிய அரசியல் பாணி கொண்டவர்.[49] நெதர்லாந்தின் அரசியலமைப்பைச் சாடுவதில் எவ்வளவு ஈடுபாடு காட்டுகிறாரோ, அதே அளவு தனது நாட்டில் வாழும் எண்ணம் கொண்ட முஸ்லிம்கள் 'குர்ஆனின் பாதிப் பக்கங்களைக் கிழித்தெறிய' வேண்டும் என்று அறிவித்ததிலும் காட்டுகிறார். அது ஒரு 'பொதுவுடைமை எதிர்ப்புப் புத்தகம்' என்றும், அதைத் தடைசெய்ய வேண்டும் என்றும் அவர் குறிப்பிடுகிறார்.[50]

ஐரோப்பாவில் சில காலமாகவே உருவாகிவந்த ஓர் இயக்கத்தில் வில்டர்ஸ் மையமாக விளங்கினார். முஸ்லிம் வட்டாரங்களுக்குள் நெஞ்சுரத்தோடு காலடி எடுத்துவைக்கும் கனல் தெறிக்கும் அரசியல் வாதிகள், போராளிகளின் கூட்டம் அவர்களுடையது. அரசியல் கோட்பாடுகளின் வரையறைகளாலும், தேர்ந்தெடுக்கப்பட்ட

அதிகாரிகளிடம் எதிர்பார்க்கப்படும் நல்லொழுக்கத்தாலும் சலித்துப் போன சாதாரண மனிதர்களாகத் தங்களை அவர்கள் சித்திரித்துக் கொண்டார்கள். அது பல்வேறு தரப்பட்டவர்களின் பொது எழுச்சி யாக விளங்கியது. ஐரோப்பாவும் மேற்கத்திய உலகின் பெரும் பகுதியும் இஸ்லாத்தின் விஷக்கொடுக்குகளால் தீண்டப்படும் அபாயம் உள்ளது என்ற அடிப்படையை அது கொண்டிருந்தது. மேலும், அதற்கு நல்ல வரவேற்பும் கிட்டியது. 2005இல் நிறுவப்பட்ட வில்டரின் பார்ட்டி ஃபார் ஃப்ரீடம் 2006இன் பொதுத் தேர்தலில் 9 இடங்களில் வெற்றிபெற்று, பாராளுமன்றத்தின் ஐந்தாவது பெரிய கட்சியாகத் திகழ்ந்தது. 2009இல் 25 இடங்களில் நான்கை வென்று இரண்டாவதாக வந்தது. அதற்கு அடுத்த ஆண்டில், அதாவது 2010 பொதுத்தேர்தலில் 24 இடங்களைக் கைப்பற்றி நெதர்லாந்தின் மூன்றாவது பெரிய கட்சியாகத் திகழ்ந்தது.

அந்த வெற்றியுடன் ஒரு கண்டிப்பான நிரலும் இணைந்து வந்தது. 'நாங்கள் ஆட்சி செய்ய விரும்புகிறோம்' என்றார் வில்டர்ஸ். '1.5 மில்லியன் மக்கள் எங்களுக்காக வாக்களித்தனர். அதிகப் பாதுகாப்பு, குறைவான குடியேற்றங்கள், குறைவான இஸ்லாம் ஆகியவற்றுக் கான எங்களின் திட்டங்களை ஆதரித்தனர். நாங்கள் பெருவெற்றி பெற்றுள்ளோம். எங்களை அவர்கள் அலட்சியம் செய்ய முடியாது. எங்களை அவர்கள் தீவிரமாகக் கருதவேண்டும் என்று நாங்கள் விரும்புகிறோம்' என்றார் அவர்.[51] இஸ்லாத்திற்கு எதிரான தனது போர் வெறும் டச்சு முயற்சியாக இருக்காது; உலகளாவிய பிரச்சாரமாக இருக்கும் என்று அறிவிக்கும் அளவிற்கு வில்டர்ஸின் வெற்றி ஒரு தீவிரத்தை ஏற்படுத்தியிருந்தது.

இஸ்லாமியச் சட்டத்தைத் தடுத்து, மேற்கத்திய நாடுகளில் முஸ்லிம்கள் குடியேறுவதற்கு முற்றுப்புள்ளி வைக்கும் முயற்சியில் அமெரிக்கா, பிரிட்டனில் உள்ள முக்கிய இஸ்லாமிய வெறுப்புத் தொழிலகச் செயல்வீரர்களோடு கூட்டணி அமைத்துக்கொள்ளும் திட்டங்களை வில்டர்ஸ் வகுத்திருந்தார். 'இஸ்லாத்தைத் தடுத்து நிறுத்துங்கள்; சுதந்திரத்தைப் பாதுகாத்துக் கொள்ளுங்கள் என்ற செய்தி நெதர்லாந்திற்கு மட்டுமின்றி, சுதந்திர மனப்பான்மைகொண்ட மொத்த மேற்கத்திய உலகிற்கும் முக்கியத்துவம் வாய்ந்தது' என்றார் அவர். 'சுதந்திரத்திற்கான போர், இஸ்லாமிய எதிர்ப்புப் போர் என்பதெல்லாம் உலகளாவிய விஷயங்கள்; தீர்க்கவேண்டிய பிரச்சினைகள்.'[52]

அவர் முதலில் தொடங்கியது நியூயார்க் நகரில் — இது பொருத்தமாகவே இருந்தது. அங்கு 2001 செப்டம்பர் 11இன் 9ஆம் ஆண்டு நிறைவு நாளன்று பார்க் 51 சமூக மையத்திற்கு எதிர்ப்புத் தெரிவிக்கும் பேரணி ஒன்றை பமேலா கெல்லர் ஒருங்கிணைத்திருந்தார். நெதர்லாந்து உள்பட உலகின் பல்வேறு பகுதிகளில் எதிரொலித்த அந்தச் சர்ச்சை வில்டர்ஸை ஈர்த்தது. அவருக்கு அது மிகவும் சௌகரியமான களமாக இருந்தது — அவரின் அரசியல் ஆட்டங்களுக்கு உகந்த சூழலை அது அளித்தது.

கூச்சலிடும் கூட்டத்தினருக்கு அந்த டச்சு அரசியல்வாதியை அறிமுகம் செய்துவைத்தார் கெல்லர். 'இவர் ஹாலந்திலிருந்து வெகுதூரம் வந்திருக்கிறார்' என்றார் அவர். வில்டர்ஸ் மேடையில் ஊர்ந்துவந்து கெல்லருக்குப் பின்புறமாக நின்றபோது, உணர்ச்சி மேலீட்டால் மயங்கிய கெல்லர் தனது உரையைச் சுருக்கிக்கொண்டார். 'கடவுளே' என்று கத்தியபடி வில்டர்ஸை அணைத்துக்கொள்ளப் பின்புறம் திரும்பினார். 'இதைக் கேளுங்கள்... என்னுடைய அறிமுக உரையை நான் சுருக்கமாக முடித்துக்கொள்ளப் போகிறேன். ஆனால் இந்த மனிதர் எனது நாயகர் கெயர்ட் வில்டர்ஸ்!' அங்கு எழுந்த கூச்சலும் கைதட்டலும் தனது வழக்கமான அமைதியான பாணியில் நின்ற வில்டர்ஸைப் பாதித்ததாகத் தெரியவில்லை. அவர் ஒலிவாங்கிக்குள் சாய்ந்துகொண்டு தனது தொடக்கவுரையைச் சில வார்த்தைகளைக் கொண்டு தொடங்கிய போது, அங்கு கூடியிருந்தவர்களிடமிருந்து கைதட்டல் பெற்றது: 'கனவான்களே, சீமாட்டிகளே.. இங்கு பள்ளிவாசல் கூடாது! என்று கூறித் தொடங்கி வைக்கிறேன்.'[53]

அடுத்த 15 நிமிடங்களுக்கு வில்டர்ஸ் 'கிரவுண்ட் ஜீரோ பள்ளி வாசல்' என்று அழைக்கப்பட்ட அதை இஸ்லாமிய வெறுப்புத் தொழிலின் வழக்கமான சீறலோடு தாக்கினார். அது ஷரீஆவைப் போதிக்கும் நிலையமாகவும் இந்த மண்ணை அவமதிப்பதாகவும் எதிர்காலத் தீவிரவாதத் தாக்குதல்களுக்கான கட்டுப்பாட்டு மையமாகவும் விளங்கும் என்றார். அவரின் பேச்சு மனதில் தோற்றுவித்த காட்சிகளோ, தெரிவித்த செய்திகளோ புதியவையல்ல. மாறாக, அமெரிக்கர்கள், ஐரோப்பியர்கள் தலையில் மீண்டும் மீண்டும் துளையிட்டுத் திணிக்கப்பட்ட அச்சுறுத்தும் கதைகளின் மறுவடிவமாகவே அது இருந்தது: கலகங்கள், அழிவு, முஸ்லிம் அரக்கர்களின் கைகளால் ஏற்படும் பெரும் குழப்பம்.

வெறும் 15 நிமிடங்களுக்குள் இத்தனை அச்சத்தை ஊட்டும் வில்டர்ஸின் திறன் அசரவைத்தது. ஆனால் அவர் அதில் சிறிது பயிற்சி பெற்றிருந்தார். அதற்கு முந்தைய ஆண்டு அச்சத்தை வியாபாரம் பேசுவதற்காக அமெரிக்கா சென்றிருந்தார். மன்ஹட்டனில் கோபாவேசம் கொண்ட போராளிகளுக்கு முன் பேசியது போலன்றி, 2009இல் வில்டர்ஸின் பயணம் அட்லாண்டிக் பெருங்கடலைத் தாண்டி அமெரிக்காவின் காப்பிட்டால் கட்டடத்தின் வடகிழக்கு மூலைக்குக் கொண்டு வந்து சேர்த்தது. அங்கு லின்டன் பெய்ன்ஸ் ஜான்சன் ரூமில் குழுமியிருந்த காங்கிரஸ் பிரமுகர்களைச் சந்தித்து தமது 15 நிமிட முஸ்லிம் எதிர்ப்புப் படமான ஃபித்னாவைத் ('பெருங்குழப்பம்' என்பதற்கான அரபுச்சொல்) தனிப்பட்ட முறையில் திரையிட்டார். அரிசோனாவின் குடியரசுக் கட்சி செனட்டர் ஜான் கில் நிகழ்ச்சியை வழங்கினார். ஃபிராங்க் காஃப்னியின் பாதுகாப்புக் கொள்கை மையம் (சென்டர் ஃபார் செக்யூரிடி பாலிசி) நிகழ்ச்சிக்கான செலவுகளை ஏற்றுக் கொண்டது.[54]

அவருடைய படம் கொடூரமான காட்சிகளும் வெறுப்பூட்டும் குறிப்புகளுமாக நிரம்பியிருந்தது. இரத்தத்தில் புரளும் மனித உடல்கள், தீவிரவாதிகளால் உருக்குலைக்கப்பட்டவை, பெண்களின் பிறப்புறுப்புகளைத் தாக்குவது தொடர்பான செய்திகள் போன்றவை குர்ஆனிலிருந்து தேர்ந்தெடுக்கப்பட்ட வாசகங்களின் பின்னணியில் திரையில் ஓடின. சில காட்சிகள் மிகவும் தூண்டுதல் கொண்டவையாக இருந்ததால், முஸ்லிம் பெரும்பான்மைகொண்ட 26 நாடுகளின் தூதுவர்கள் அதைத் தடைசெய்யக் கோரினர்.[55] டச்சு பிரதமர் 'இந்தப் படம் அதிருப்தி ஏற்படுத்துவதைத் தவிர வேறு எந்தப் பயனும் கொண்டதாகத் தெரியவில்லை' என்றார்.

ஐக்கிய நாடுகளின் தலைமைச் செயலாளர் பான் கி-மூன் அதை 'அதிருப்தியூட்டும் அளவிற்கு இஸ்லாம் எதிர்ப்பைத் தூண்டும் படம்' என்றார்.[56] காப்பிட்டால் ஹில்லில் வில்டர்ஸ் தோன்றுவதற்கு ஒரு மாதம் முன்பு ஆம்ஸ்டர்டாம் நீதிமன்றம் ஒன்று அவரை டச்சு *வெறுப்புப் பேச்சுச் சட்டத்தின்கீழ்* 'அவமானப்படுத்தியதற்காகவும்', முஸ்லிம்களுக்கு எதிராக 'வெறுப்பைப் பரப்பியதற்காகவும்' வழக்குத் தொடரச் செய்யத் தீர்மானித்தது.(இஸ்லாமிய வெறுப்புத் தொழிலின் பிதாமகரான டானியல் பைப்ஸ், வில்டர்ஸின் வழக்குச் செலவுகளைத் தமது த மிடில் ஈஸ்ட் ஃபோரம் – மத்தியகிழக்கு மன்றம் – என்னும் அமைப்பு மூலம் ஏற்றுக்கொண்டார்).

வாஷிங்டனில் தோன்றுவதற்கு ஒரு வாரம் முன்பு வில்டர்ஸ் இங்கிலாந்தில் நுழைவதற்குத் தடை விதிக்கப்பட்டிருந்தது. அங்கும் இதே போல ஒரு திரையிடுதலுக்கு அவர் திட்டமிட்டிருந்தார். ஹவுஸ் ஆஃப் லார்ட்ஸில் அவருடைய படத்தைத் திரையிடும்படி இங்கிலாந்தின் இரண்டு பழமைவாதக் கட்சி அரசியல்வாதிகள் அழைத்திருந்தனர். நெதர்லாந்திலிருந்து அவர் புறப்படுவதற்குச் சிறிது நேரம் முன்பாக குடியேற்றப் பிரிவு அதிகாரிகளிடமிருந்து ஒரு கடிதம் வந்தது. அவர் அங்கு வருவது '...சமூக நல்லிணக்கத்திற்கு ஓர் உண்மையான, தற்கால, கூடுமானவரை கடுமையான அச்சுறுத்தலை ஏற்படுத்தும். மேலும், அதனால் இங்கிலாந்தில் பொதுமக்கள் பாதுகாப்புக்கு ஊறு விளையும்' என்று அது எச்சரித்தது. இருந்தாலும் அவர் விமானப் பயணத்தை மேற்கொண்டார். ஹீத்ரோ விமான நிலையத்தில் அவர் பணம் தந்து வரவழைத்திருந்த பத்திரிகையாளர் படையுடன் இறங்கினார். அங்கு தனது நாட்டிற்கே திரும்பிச் செல்லுமாறு வலியுறுத்தப்பட்ட அவர், சில வலதுசாரிகளால் 'வெளிப்படையான பேச்சின் நாயகர்' எனப் போற்றப்பட்டார்.[57]

வில்டர்ஸின் அரசியல் சுய விளம்பர முயற்சிகளாலானது. உண்மையில் தனது அரசியல் வாழ்க்கையின் பாய்மரத்தில் இஸ்லாத்தை மட்டும் அவர் இறுகப் பிணைத்திருக்காவிட்டால், சாதாரண ஐரோப்பிய பாராளுமன்றக்காரர்களைப் போல அவரும் அடையாளம் தெரியாமல் மறைந்து போயிருப்பார். ஒரு பேச்சுக்கு 20,000 டாலர்கள் என்ற கணக்கில் (இது ராபர்ட் ஸ்பென்ஸரின் ஆசானும் ஆதரவாளருமான டேவிட் ஹோரரோவிட்ஸ் கட்டிய தொகை) அது கச்சிதமாகவே இருந்தது.[40] இஸ்லாம் எதிர்ப்பு என்ற சவாரியை வில்டர்ஸ் நட்சத்திர அந்தஸ்தை எட்டும்வரை மேற்கொண்டார். நெதர்லாந்து நியூஸ்மானிட்டர் 2008 ஏப்ரலில் வெளியிட்ட அறிக்கை ஒன்று தனது சொந்த இலாபங்களுக்காக சர்ச்சைக்குரிய விஷயங்களைப் பயன்படுத்திக்கொள்வதில் அவருக்கு இருந்த திறமையை வெளிச்சமிட்டுக் காட்டியது.

> அறிவிப்பு வெளிவந்த 2007 நவம்பருக்கும் 2008 மார்ச் 27க்கும் இடைப்பட்ட காலத்தில், வில்டர்ஸ் ஃபித்னா படத்தை இணைய தளத்தில் பதிவுசெய்த அன்று, அந்த வழக்கு குறிப்பிடத்தக்க ஊடக நிகழ்ச்சியாக பரிணாம வளர்ச்சியடைந்தது. அந்தப் படம் ஜனவரியில் தொலைக்காட்சியில் திரையிடப்படும் என்றார் வில்டர்ஸ். முடிவில் அது நடப்பதாகவே தெரியவில்லை. அந்த

அரசியல்வாதி ஃபித்னா படத்தின் 'வெளியீட்டை'த் தள்ளி வைத்துக்கொண்டே சென்றார். ஆனாலும் எப்படியோ அதில் பதித்திருந்த கவனம் சிறிதும் குறையவில்லை. அதிலிருந்து வில்டர்ஸ், ஃபித்னா இஸ்லாம் ஆகியவை டச்சு சமூகத்தில் ஆக்ரோஷமான, எதிர்மறை உணர்வு நிரம்பிய ஒரு விஷயமாக உருவானது. இதற்கு ஊடகங்களில் பத்திரிகைத் துறையின் ஜனநாயகச் செயல்பாடும் பின்னணியாக அமைந்தது.[58]

படம் வெளியிடப்பட்டதற்கு அடுத்த நாளன்று, பெய்ல் என்னும் டச்சு கருத்துக்கணிப்பு நிறுவனம் ஒன்று அதைப் பார்த்தவர்களில் பாதிப்பேர் அது துல்லியமான ஒன்று என நம்பியதைக் கண்டறிந்தது. வில்டர்ஸ் பிரபலமாக விரும்பியிருந்தால், அவருக்கு அது கிட்டியது என்று தான் கூறவேண்டும். மாரிஸ் தெ ஹோந் நிறுவனம் வெளியிட்ட ஆய்வில், ஃபித்னா இணையதளத்தில் பதிவாகி, அடுத்தநாள் வில்டர்ஸ் தேர்தலில் நின்றிருந்தால், அவருடைய கட்சி சென்றமுறையைவிட ஆறு இடங்கள் அதிகமாக வென்றிருக்கும் என்று குறிப்பிட்டது.[59]

ஐரோப்பிய வலதுசாரி அரசியலில் அவர் உயர்ந்த அந்தஸ்தை அடைந்ததற்கு அவருடைய படம் மட்டும் காரணமாக இருக்கவில்லை. *விரிஜ் நெதர்லாண்ட்* என்னும் டச்சு பத்திரிகை கூறியதன்படி, அந்த வளர்ச்சிக்குக் காரணம் மற்றொரு படம் *ஒப்செஷன்* அய்ஷ் ஹ-தோரா என்னும் தீவிர இஸ்ரேலிய குடியேற்றக் குழு தயாரித்த முஸ்லிம் எதிர்ப்புப் படம்.

2009இல் வெளியிட்ட ஒரு கட்டுரையில் அந்தப் பத்திரிகை இரண்டு படங்களுக்கும் இடையில் உள்ள ஒற்றுமைகளை ஒப்பீடு செய்து, *ஒப்செஷன்* வில்டர்ஸின் படத்திற்கான நன்றிப் பட்டியலில் இடம் பெற்றிருந்தாலும், காட்சிவாரியாக ஆராய்ந்ததில் வில்டர்ஸ் 'முழுக் காட்சிகளைப் பிரதியெடுத்துப் பயன்படுத்தியிருந்தது' தெரியவந்தது. இரண்டு படங்களிலுமே ஓர் இளம் முஸ்லிம் பெண் தலையில் ஸ்கார்ஃப் ஒன்றை அணிந்துகொண்டு, யூதர்கள் அனைவரும் 'குரங்குகள், பன்றிகள்' என்று கூறுவதுபோல் காட்சிகள் வந்தன. அதைத் தொடர்ந்துவரும் காட்சிகளும் ஒரே வரிசையில் காணப்படுகின்றன: கரிந்துபோன உடல், நிர்வாண மனிதன் ஒருவன் தரையில் இழுத்துச் செல்லப்படுதல், தேவாலயத்திலிருந்து பிய்த்து எடுக்கப்பட்ட சிலுவை, முகமூடியணிந்த போராளிகள் நாஸி பாணியில் சல்யூட் அடிப்பது என. 'வில்டர்ஸ் எங்கள் திரைப்படத்தை டிவிடியிலோ இணையதளத்திலோ பார்த்திருக்கிறார் என்று

நினைக்கிறேன்' என்றார் *ஒப்செஷன்* படத்தின் இயக்குநர் வெய்ன் காப்பிங். 'அவர் *ஒப்செஷன்* படத்தில் வரும் காட்சிகளை (வெட்டி) எடுத்துப் பயன்படுத்தியிருக்கிறார். *ஃபித்னா*வில் எங்களுடைய துணைத் தலைப்புகள், இசை ஆகியவையும் பயன்படுத்தப் பட்டுள்ளன.'

வில்டர்ஸை ஒருபோதும் சந்தித்ததில்லை என்றும் மறுக்க முடியாத ஒற்றுமைகள் இருந்தாலும் அதனால் தனக்கு எந்தப் பிரச்சினையும் இல்லை என்றார் காப்பிங். 'நான் எதற்காகக் கோபப்படவேண்டும்? நாங்கள் ஒன்றும் அந்தத் தகவல்களுக்குச் சொந்தக்காரர்கள் அல்லவே' என்றார் அவர். 'எல்லாவற்றையும்விட முக்கியமாக, உண்மை கூறப்பட்டிருக்கிறது. *ஃபித்னா*, *ஒப்செஷன்* போன்ற படங்கள் விழிப்பூட்டுபவை.' பாலஸ்தீனியன் *மீடியா வாட்ச்*சின் (இது *ஒப்செஷ*னின் பின்னணியில் இருந்த ஒரு இஸ்ரேலிய ஆதரவு கண்காணிப்புக் குழு) இயக்குநர் இதாமார் மார்க்கஸ் வில்டர்ஸ் படத்தின் பகுதிகளைப் பயன்படுத்தியது பற்றி அவ்வளவு திருப்தி பட்டதாகத் தெரியவில்லை. '*ஃபித்னா*வில் உள்ள காட்சிகள் *ஒப்செஷ*னிலும் இருந்ததை நானும் அறிவேன். மற்றவர் களைப் போலவே, வில்டர்ஸும் என்னை அணுக வேண்டும் என்று எண்ணவில்லை. நாங்கள் அருமையாய்ச் சேகரித்துவைத்துள்ள காட்சிகள் எல்லாம் உலகெங்கும் பரவிக்கிடக்கின்றன' என்றார் அவர். இருந்தாலும், அந்த டச்சு அரசியல்வாதி இஸ்ரேல் ஆதரவும், முஸ்லிம் எதிர்ப்பும்கொண்ட ஒரு கதையைத்தான் முன்னோக்கிச் செலுத்தி வருகிறார் என்ற உண்மை அவரின் கவலைகளுக்கு ஆறுதலளிக்கப் போதுமானதாக இருந்தது. இதைப் 'பரவாயில்லை. வில்டர்ஸ் அபாயமணி ஒலிக்கிறார் என்பது நல்ல விஷயம்தான்' என்றார் அவர்.[60]

அந்த அபாயமணியின் ஒலிக்கு ஆன்டர்ஸ் பிரெய்விக் பதில் அளித்தான். அவனுடைய வாக்குமூலத்தில் வில்டர்ஸும் அவருடைய *ஃபித்னா* படமும் முப்பதுமுறை குறிப்பிடப்பட்டிருந்தன. பிரெய்விக் ஒருநாள் அந்த அரசியல்வாதியைச் சந்திக்க முடியும் என்று நம்பிக்கை கொண்டிருந்தான்.[61] ராபர்ட் ஸ்பென்ஸரைப் போலவே, அவரும் அமைதிக்கான நோபல் பரிசு பெறத் தகுதி உடையவர்தான் என்று அந்தக் கொலைகாரன் அறிவித்தான்.[62]

***

இங்கிலாந்து எப்படியோ, ஐரோப்பிய நாடுகளும் அப்படித்தான். ஆனால் இஸ்லாமிய வெறுப்பு என்பது ஏதோ இங்கிலாந்தின் தனித்தன்மை கொண்டது என்று அர்த்தமாகாது. ஆனால் லண்டனிலும் பிற நகரங்களிலும் உள்ள குடியேற்றக்காரர்களுக்குக் கொடுக்கப்படும் இடம் ஐரோப்பிய சமூகத்தில் வலதுசாரியின் வளர்ச்சியை ஆவேசமடைய வைத்தது உண்மைதான். உதாரணமாக, அமெரிக்கா வின் ஜெர்மன் மார்ஷல் நிதியம் (ஜெர்மன் மார்ஷல் ஃபண்ட் ஆஃப் அமெரிக்கா) நடத்திய ஓர் ஆய்வில், குடியேற்றம் பற்றிய கவலை ஐரோப்பியக் கண்டத்தில் மற்றெந்த இடத்தையும்விட இங்கிலாந்தில் தான் அதிகமாக உள்ளது என்று கண்டறியப்பட்டது. 2010 செப்டம்பர் மாதத்தோடு முடிவடைந்த ஓர் ஆண்டு காலத்தில் இங்கிலாந்தில் வரலாறு காணாத அந்நியக் குடியேற்றம் நிகழ்ந்தது: 586,000.[63] ப்யூ ஆய்வின் படி, அந்த ஆண்டு இங்கிலாந்தில் குடியேறியவர்களில் கால் பகுதிக்கும் அதிகமானவர்கள் முஸ்லிம்கள் என்று எதிர்பார்க்கப் பட்டது.[64] 2001 முதலாக, முஸ்லிம் மக்கள்தொகை 74 சதவீதம் அதிகரித்திருந்தது —1.65 மில்லியனிலிருந்து 2.87 மில்லியனாக. இந்தப் பெரிய அளவிலான மக்கள்தொகை மாற்றம் வரவேற்பைப் பெறவில்லை.

ஒரு வாக்கெடுப்பு பரிந்துரைத்ததன்படி ஏறத்தாழ ஐயாயிரம் ஆங்கிலேய வாக்காளர்களின் 52 சதவீதத்திற்கும் மேலானவர்கள் முஸ்லிம்கள் தங்கள் நாட்டில் பிரச்சினைகளை ஏற்படுத்துவதாகக் கருதினார்கள்.[64] த நியூ யார்க்கர் பத்திரிகையின் லாரன் காலின்ஸ் 'ஆங்கிலேய வாழ்க்கைமுறை ஹலால் இறைச்சியாலும் நிகாப் களாலும் (உடல் மறைப்புத் துணியாலும்) பாழாகி வருகிறது என்று த ஓல்ட் ஸ்மோகை (லண்டனுக்கு மற்றொரு பெயர். 19, 20ஆம் நூற்றாண்டுகளில் கரி அடுப்புகளிலிருந்து எழும் புகைமூட்டத்தைக் குறிக்கும் சொல்) பச்சையான கலீஃபா இராச்சியமாக மாற்ற முயன்றுவரும் முஸ்லிம் ரவுடிக் கும்பலிடமிருந்து ஆங்கிலேயச் சமூகத்தைக் காப்பாற்ற ஒரு அயோக்கியத்தனமான கூட்டம்— பெரும்பாலும் வெள்ளை இனத்தைச் சேர்ந்த, பச்சை குத்திய, மொட்டைத் தலையுடன் உள்ளவர்களைக் கொண்டது—போருக்குத் தயாராய் வீதிகளில் இறங்கியுள்ளது.

2009இல் நிறுவப்பட்ட இங்க்லிஷ் டிஃபென்ஸ் லீக் (இடிஎல்- ஆங்கிலப் பாதுகாப்புக் கூட்டமைப்பு) என்பது கால்பந்தை நேசிக்கும், வெள்ளாவியில் வைத்த ஜீன்ஸ்களையும் இறுகப் பிடிக்கும்

மேல்சட்டைகளையும் ஆதரிக்கும், முஸ்லிம்களை வெறுக்கும் ஈவு இரக்கமற்ற அடியாட்கள் குழு. தாங்கள் இனவாதிகள் அல்ல என்றும், முஸ்லிம்களைத் துன்புறுத்துவதாக உறுதியெடுத்துக் கொள்வார்கள் எனில் யூதர்கள், கறுப்பினத்தவர், ஒருபாலுறவுக் காரர்கள், பிற சிறுபான்மை இனத்தவர் என அனைவரையும் வரவேற்பவர்கள் என்றும் கூறினர். பெரும்பாலும் அவர்கள் பள்ளி விட்டவுடன் வாகனம் நிறுத்தும் இடத்தில் களேபரம் நடக்குமே, அது போன்ற செயல்களில் ஈடுபடுபவர்கள். அக்குழுவைச் சேர்ந்தவர்கள் ஆண் ஹார்மோனால் உந்தப்பட்டு, மின்னஞ்சல் அல்லது குறுஞ் செய்தி வழியே சந்திக்கும் இடத்தைத் தீர்மானித்துக்கொண்டு, (அவர்கள் அமைப்புமுறை என எதையும் பின்பற்றவில்லை) அந்த இடத்திற்குப் பாய்ந்து தற்காலிகமாய் நாசவேலைகளில் இறங்குவர் — காவல்துறையினர் வந்து அவர்களை வலிய அப்புறப்படுத்தும் வரை.

2010 அக்டோபரில் லைசெஸ்டரில் நடந்த ஒரு வீதிவழிப் போராட்டத்தின்போது இடிஎல்லின் குழு ஒன்று காவல்துறையினரின் வரிசையைக் கடந்து சென்று நகரில் ஹலால் (ஹலால் என்பது இஸ்லாமிய முறைப்படி அறுக்கப்பட்ட இறைச்சியுடன்) உணவு விற்கும் ஆசிய பாணி விடுதியான பிக்ஜான்ஸ் நோக்கிச் சென்றது. கும்பல் அந்தச் சிறிய துரித உணவுவிடுதியை அடைந்து, அதன் ஜன்னல்களை நொறுக்கி, உள்ளே புகுந்து, அங்கிருந்த முஸ்லிம் பெற்றோரையும் குழந்தைகளையும் பாதுகாப்பான இடம் தேடிச் சிதறியோடச் செய்தது. ‘மக்கள் அவர்கள் வருவதைக் கண்டனர். யாரோ கதவைத் தாழிட்டார்கள். அவர்கள் சில ஜன்னல்களை நொறுக்கினார்கள். இங்க்லிஷ் டிஃபென்ஸ் லீக் ஆட்களில் ஒருவன் காலால் கதவை எட்டி உதைத்து மக்களை மிரட்டியவாறு நின்று கொண்டிருந்தான்’ என்றார் பார்வையாளர் ஒருவர். ‘அங்கு குடும்பங்கள் மட்டுமே இருந்தன — ஆண்களும் பெண்களும் குழந்தை களும் நன்றாய் உணவு அருந்தியவாறு. எல்லாம் ஒரே நிமிடத்தில் முடிந்துவிட்டது. ஆனால் மிகவும் அச்சமூட்டுவதாக இருந்தது.’[65]

அவர்களின் கோபாவேச நிமிடங்கள் முஸ்லிம் விடுதி உரிமையாளர் களை அச்சுறுத்தி, வளர்ந்துவரும் ஒரு சமுதாயத்தினரின் தேவை களைப் பூர்த்திசெய்யவிடாமல் தடுப்பதற்காகவே திட்டமிடப் பட்டவை போலத் தோன்றின. ஹலால் உணவுவிடுதிகள், பிற இஸ்லாமியச் சந்தைகள் என அனைத்தும் இங்க்லிஷ் டிஃபென்ஸ்

லீலின் வீதிப்படைகளைப் பொறுத்தமட்டில் வளர்ந்துவரும் ஒரு பிரச்சினைக்குச் சாட்சிகளாக இருந்தன.

2010 மார்ச்சில் கெயர்ட் வில்டர்ஸின் வெறுப்புப் பேச்சு விசாரணையின்போது இங்க்லிஷ் டிஃபென்ஸ் லீக் (இடிஎல்) அவருக்கு ஆதரவாக ஹவுஸ் ஆஃப் லார்ட்ஸுக்கு முன்பாக ஒரு பேரணி நடத்தியது. ‘இங்க்லிஷ் டிஃபென்ஸ் லீகுடன் நானும் அங்கு இருந்திருந்தால் எவ்வளவு நன்றாக இருக்கும்’ என்றார் பமேலா கெல்லர், தனது வலைப்பூ பதிவில்.[66] ‘இங்க்லிஷ் டிஃபென்ஸ் லீகின் நோக்குகளை நானும் பகிர்ந்துகொள்கிறேன்’ என்று எழுதினார் அவர், தன் மனதுக்குப் பிரியமான குழுவின் ‘இரகசியங்களை வெளிச்சத்திற்குக் கொண்டு வரும்’ மற்றொரு பதிவில்.[67] பாராளுமன்றத்திற்கு வெளியே கூடியிருந்த கூட்டத்தினருக்கு மேலாகச் சில இஸ்ரேலியக் கொடிகள் பறந்தன. அந்தக் கூட்டம் இங்க்லிஷ் டிஃபென்ஸ் லீகின் கட்டுக்கடங்காத திரள்களின் ஒரு தொகுப்பு. போராளிகளின் கூச்சல்கள் எழுந்தன. ஒரு கட்டத்தில் அவர்கள் சாலையின் குறுக்கே அமர்ந்துகொண்டதால் போக்குவரத்து பாதிக்கப்பட்டது. இங்க்லிஷ் டிஃபென்ஸ் லீக் தொண்டர்களில் ஒருவர் அந்த வட்டாரத்தில் பள்ளிவாசல் கட்டப்படுவது தனக்குக் கோப மூட்டுவதாகக் கூறினார். அதேபோல பொதுவசதிக் (மளிகைக்)கடைகளை முஸ்லிம்கள் நடத்துவதும் பிடிக்கவில்லை என்றார். கூட்டத்தின் முடிவில் பேச்சாளர்களில் ஒருவர் ஒலிபெருக்கியில் உரக்கக் கத்தினார். ‘முஸ்லிம்களை இறைவன்தான் காப்பாற்ற வேண்டும்’ என்று. இந்த விநோதமான கூற்று கூட்டத்தாரை வியப்படையச் செய்தது. இங்க்லிஷ் டிஃபென்ஸ் லீகின் முக்கியமான ஆதரவாளர் ஒருவர் ஐரோப்பாவில் இந்த அளவிற்கு வெறுக்கப்படும் ஒரு கூட்டத்தினருக்காக இறைவனின் கருணையை வேண்டுவது என்றால் என்ன அர்த்தம்? ஒரு சிறிய இடைவேளைக்குப் பிறகு அவர் தமது வாக்கியத்தைப் பூர்த்தி செய்தார்: ‘ஏனெனில் பாழ் நரகத்தில் சிக்கித் தவிக்கும் பொழுது அது அவர்களுக்குத் தேவைப்படும்.’[68]

ஸர்ச்லைட் என்ற இனவாத எதிர்ப்புப் பிரச்சாரகர்கள் ஆன்டர்ஸ் பிரெய்விக்கின் ஒஸ்லோ படுகொலைக்குப் பிறகு அறிக்கைகள் வெளியிட்டனர் — அந்த நார்வே கொலைகாரனுக்கு இங்க்லிஷ் டிஃபென்ஸ் லீகுடன் ஆழ்ந்த தொடர்பு உள்ளதென்று. அவர்களின் அறிக்கைகளின்படி, 2011 மார்ச் 9 அன்று பிரெய்விக் அந்தக் குழுவின் இணையக்குழுவில் நுழைந்து போலியான பெயரில் ஒரு ஆதரவுச்

செய்தியைப் பின்வருமாறு பதிவு செய்தான்:

> வணக்கம். நல்ல மனம் படைத்த ஆங்கிலேய ஆண்களுக்கும் பெண்களுக்கும் ஒன்றைச் சொல்லிக்கொள்ள விரும்பினேன். நீங்கள் ஐரோப்பாவிற்குக் கிடைத்த வரம். இந்த இருண்ட காலகட்டத்தில் ஐரோப்பா முழுவதும் உங்களை ஊக்கமளிக்கும் சக்தியாக, தைரியமூட்டுபவர்களாக, நம்பிக்கையூட்டுபவர்களாகக் காண்கிறது. நமது கண்டம் முழுவதிலும் பரவியுள்ள இஸ்லாமிய மயமாக்கல் என்ற தீமையை ஒழிக்க முடியும் என்ற நம்பிக்கை யோடு இருக்கிறோம். இந்த நல்ல காரியத்தைத் தொடர்ந்து செய்யுங்கள் என்று கேட்டுக்கொள்ள விரும்பினேன். நாட்டையும் பாரம்பரியத்தையும் அக்கறையோடு கட்டிக்காக்கும் பிறரைப் பார்க்கையில் மகிழ்ச்சியாக இருக்கிறது. உங்கள் அனைவருக்கும் எனது வாழ்த்துகள். சிகர்ட்.[69]

பிரெய்விக் தனது வாக்குமூலத்தில் இந்தத் தொடர்பைத் தெளிவாக்கி யிருந்தான். 'எனக்கு 600க்கும் மேற்பட்ட இங்க்லிஷ் டிஃபென்ஸ் லீக் உறுப்பினர்கள் ஃபேஸ்புக் நண்பர்களாக இருந்தார்கள். பல இங்க்லிஷ் டிஃபென்ஸ் லீக் உறுப்பினர்கள், தலைவர்களுடன் பேசியும் இருக்கிறேன்' என்று எழுதினான் அவன். 'சொல்லப் போனால், அவர்களுக்குப் பதப்படுத்திய கொள்கைக் குறிப்புகளை (திட்டங்கள் உள்பட) முதன்முதலில் அளித்த தனிமனிதர்களுள் நானும் ஒருவன்.'[70] சிலர் அவனை வெவ்வேறு நிகழ்ச்சிகளில் கண்டதாக எழுதினர். வியப்படைந்த இங்க்லிஷ் டிஃபென்ஸ் லீக் ஆதரவாளர் ஒருவர், வேறொரு களத்தில், 'அடக் கடவுளே... அவனா? சில புத்தகங்கள் எழுதி, மேடைப் பேச்சுகள்கூடச் செய்தானே, அவன் தானே?' என்று எழுதினார்.[69]

***

இரண்டாயிரம் ஆண்டுகளின் முடிவில் ஐரோப்பாவில் இஸ்லாமிய வெறுப்பு பல மோசமான சூழல்களில் வெளிப்பட்டது. ஆன்டர்ஸ் பெஹ்ரிங் பிரெய்விக் நார்வே பாராளுமன்றத்திற்கு வெளியிலும் உடோயா தீவிலும் செய்த துயர்மிக்க செயல்கள் அளவிற்குப் பரவலாகவோ, கீழ்த்தரமாகவோ இல்லாவிட்டாலும், முஸ்லிம்கள் பற்றிய அச்சமும் சந்தேகமும் வளர்ந்துவரும் நிலையில் திருப்பித் தாக்கும் செயல்கள் பலவும் நடைபெறும் வாய்ப்புக்கான காலம் கனிந்து வந்தது. 2011 ஏப்ரலில், கெயர்ட் வில்டர்ஸின் கட்சி நெதர்லாந்து அரசியை அரசாங்கத்தின் தலைமைப் பொறுப்பில்

இருந்து பதவியிறக்கம் செய்வதற்கான சட்டங்களை அறிமுகப்படுத்தும் திட்டத்தை அறிவித்தது. அதே நாளில் பெல்ஜியத்தின் பிரஸ்ஸெல்ஸில் உள்ள ஓர் உள்ளூர்ப் பள்ளிவாசலில் பிரார்த்தனை செய்ய வந்தவர்கள் ஒரு சிலுவையின் கீழே வெட்டப்பட்ட பன்றியின் தலையொன்றைக் கண்டனர். 'முஹம்மத் இங்குதான் படுத்திருக்கிறான்' என்று ஒரு குறிப்பும் காணப்பட்டது.[71] அது ஒரு போக்கின் தொடக்கம். இரண்டு மாதங்களுக்குப் பிறகு ஜூனில் பெல்ஜியத்தின் சமவாய்ப்பு களுக்கும் இனவாத எதிர்ப்பிற்குமான மையம் (சிஇஓஆர்-பெல்ஜியம் சென்டர் ஃபார் இகுவல் ஆப்பர்சுனிடீஸ் அண்ட் அப்போசிஷன் டு ரேசிஸம்) முஸ்லிம்களுக்கு எதிரான உணர்வுகள் முன்பு எப்போதையும் விட அதிகமாக இருப்பதாகக் கண்டறிந்தது. மையத்தில் அறிவிக்கப்பட்ட விரோத வழக்குகளில் 84 சதவீதம் அதன் இயல்பிலேயே முஸ்லிம் எதிர்ப்பு பாகுபாடு கொண்டிருந்தது மிரட்சி அடையவைத்தது.[72] அதே ஆண்டு நவம்பரில், எதிர்காலப் பள்ளிவாசல் நிறுவப்படவிருந்த இடத்திலிருந்து முஸ்லிம்கள் செய்த தொலைப் பேசி அழைப்பு ஒன்று ஸ்விட்சர்லாந்தின் க்ரெஹ்ஹென் நகரின் காவல்துறைக்கு வந்தது. கலகக்காரர்கள் பன்றிகளின் உடல் உறுப்பு களைப் புதைத்து 120 லிட்டர் இரத்தத்தை அவ்விடமெங்கும் கொட்டி, கட்டட வேலைகளுக்கு முற்றுப்புள்ளி வைக்க முயன்றிருந்தார்கள். 'இந்தச் செயல் ஸ்விட்சர்லாந்தில் விரிவடைந்து வரும் இஸ்லாத்திற்கு எதிர்ப்புத் தெரிவிக்க நடத்தப்பட்டது என்றது கலகக்காரர்கள் விட்டுச் சென்றிருந்த ஓர் அறிவிப்புப் பதாகை.[73]

பிரான்சில் முதலாம் உலகப்போரில் ஈடுபட்ட 30 முஸ்லிம் வீரர்களின் கல்லறைகள் இடிக்கப்பட்டன. சிலவற்றின் மீது வண்ணப் பூச்சில் 'அராபியர்கள் வெளியேறுக!' என்று தெளித்து எழுதப் பட்டிருந்தது.[74] இங்கிலாந்தில் தெருப்படக் கலைஞர்கள் பள்ளிவாசல் களைத் தாக்கினார்கள் — அவமதிக்கக்கூடிய படங்களை வெளிச் சுவர்களில் வரைந்து. 2010இல் இங்கிலாந்தில் 1200க்கும் அதிகமான முஸ்லிம் எதிர்ப்புத் தாக்குதல்கள் நடைபெற்றன. இந்த இலக்கங்களை எக்ஸீட்டர் பல்கலைக்கழகம் நாட்டில் வேகமாய் அதிகரித்துவரும் முஸ்லிம்களுக்கு எதிரான வெறுப்புக் குற்றங்களைக் குறிப்பதற்குப் பயன்படுத்தியது:

> நேர்காணல் காணப்படுபவர்களில் விவரமறிந்தவர்களுக்குத் தெளிவாகத் தெரியும் — முஸ்லிம்களுக்கு எதிரான தரம்தாழ்ந்த வெறுப்புக் குற்றங்களைச் செய்பவர்கள் ரௌடிக் கும்பல்களல்ல,

பல்வேறு பின்னணிகளைச் சேர்ந்த தனிமனிதர்கள் என்று. கடந்த பத்தாண்டில் ஊடகங்களும் அரசியல் விமர்சனங்களும் செய்ததுபோலவே, முஸ்லிம்களைத் தூற்றவும், தாக்கவும், அச்சுறுத்தவும் தங்களுக்கு உரிமம் உள்ளதாக அவர்கள் கருதுகிறார்கள்.[75]

ஐக்கிய அமெரிக்க நாடுகளில் அமெரிக்க உள்நாட்டு உளவுத்துறை (எஃப்பிஐ) முஸ்லிம்களுக்கு எதிரான வன்செயல்கள் மிக வேகமாக அதிகரித்து வருவதைக் கண்டது. 2011 நவம்பரில் வெளியிடப்பட்ட அறிக்கை ஒன்றின்படி, முஸ்லிம் அமெரிக்கர்களுக்கு எதிராகத் தீட்டப்பட்ட குற்றங்கள் கடந்த ஓர் ஆண்டு காலத்தில் 50 சதவீதம் அதிகரித்திருந்தன. குறிப்பாக, 2009இல் அமெரிக்காவில் வாழும் முஸ்லிம்களுக்கு எதிரான குற்றங்கள் குறைந்திருந்தன. இஸ்லாமிய வெறுப்புத் தொழில் உருவாக்கிய அச்சம் மிகுந்த சூழல்தான் (குறிப்பாக 2010 கோடை காலத்தின் போது) வெறுப்பு அதிகரிக்கக் காரணமானது என்பதை அது தெளிவாகக் காட்டியது.

முடிவுரை

டென்னெஸ்ஸீயிலுள்ள முர்ஃபீஸ்போரோவைச் சேர்ந்த ஐம்பதுகளில் இருக்கும் உடற்பயிற்சி வல்லுநர் ஸஃபா ஃபாத்தி, ‘இதுபோல் ஒன்றைக் கண்டதே இல்லை’ என்றார். ஆனால் அவர் கூறியதன் பொருள் பைபிள் பெல்ட் பகுதியின் பொன்பூட்டாக விளங்கும், அவருடைய சிறுபட்டினத்தில் வாழும் இஸ்லாமிய சமுதாயத் தினருக்கு ஏற்பட்ட, அழிவுக்கு வழிவகுக்கும் மனப்போராட்டம் சமீபத்தில் தோன்றிய ஒன்றுதான் என்பதல்ல. சுழற்சியாய்த் தோன்றிவரும் வெறுப்பு, இயல்பாகவே அதுபோன்ற பிற தவறான எண்ணங்களால்—முன்முடிவுகளால்/முற்சாய்வுகளால்—மேலும் ஊட்டம் பெறுகிறது. ‘அமெரிக்க ஐக்கிய நாடுகள் முழுவதும் ஏதோ ஒன்று பரவிக் கிடக்கிறது. அது மிகவும் வித்தியாசமான ஏதோ ஒன்று’ என்றார் அந்தப் பெண். ‘நான் 1982 முதல் இங்கு வசித்து வருகிறேன். எனக்கு மூன்று குழந்தைகள். இதுவரை எந்தவிதமான பிரச்சினையும் ஏற்படவில்லை. என் குழந்தைகள் சாரணியர் இயக்கத்திற்குச் செல்கிறார்கள்; கூடைப்பந்து விளையாடுகிறார்கள்; வழக்கமான அனைத்து விஷயங்களிலும் அவர்கள் ஈடுபட்டுவந்தனர். இதெல்லாம் இந்த ஆண்டுதான் தொடங்கியுள்ளது. மிகவும் விநோதமாக இருக்கிறது. ஏனெனில் 9/11க்குப் பிறகு இங்கு எந்தப் பிரச்சினையும் இருக்கவில்லை.’[1]

அந்த ஆண்டின் தொடக்கத்தில், ஃபாத்தியின் ஊரிலுள்ள வழிபாட்டு மன்றமான முர்ஃபீஸ்போரோ இஸ்லாமிய மையம் தங்களின் வளாகத்தை மேலும் விரிவுபடுத்தும் திட்டத்தை அறிவித்தது. உள்ளூர்ப் பாப்டிஸ்ட் தேவாலயத்திலிருந்து அதிகத் தொலைவு இல்லாத, நகரின் 15 ஏக்கர் பரப்பளவுள்ள, பசுமையான நிலப் பகுதியில் கட்டப்படவிருக்கும் பள்ளிவாசலுக்கான ஓர் அறிவிப்புப் பலகை நாட்டப்பட்டது அதில்: ‘முர்ஃபீஸ்போரோ இஸ்லாமிய மையத்திற்கான மனை’ என்று குறிப்பிடப்பட்டிருந்தது,

சில நாள்களுக்குள்ளாகவே, காலித்தனம் செய்யும் கூட்டமொன்று அந்த நிலத்திற்குள் புகுந்து, அந்த அறிவிப்புப் பலகையை இரண்டாக

முறித்தது. இதனால் சற்றும் தளராத மைய உறுப்பினர்கள் மீண்டும் அதுபோன்ற மற்றொரு அறிவிப்புப் பலகையை நிறுவினார்கள். அதுவும் விரைவிலேயே அழிக்கப்பட்டிருப்பதை அவர்கள் பார்த்தார்கள். இம்முறை செய்தி மேலும் தெளிவாக, வெளிப்படை யாகவே இருந்தது: வெண்ணிற மரப்பலகையிலான அறிவிப்பின் குறுக்கே 'இது வரவேற்புக்குரியதல்ல' என்று ஊதா மற்றும் பழுப்பு வண்ணத்தால் பீய்ச்சி எழுதப்பட்டிருந்தது.

சிறு அளவில் தோன்றிய காலித்தனம், விரைவில் பூதாகரமான குற்றமாக உருவெடுத்தது. பள்ளிவாசல் கட்டப்படுவதைத் தடுக்க எண்ணிய முஸ்லிம் எதிர்ப்புத் தீவிரவாதிகள் அதற்கான நடவடிக்கை களில் தாங்களே நேரடியாக இறங்கினர்—கைகளில் பெட்ரோல் நிரம்பிய டப்பாக்களையும் தீப்பந்தங்களையும் ஏந்திச் சென்று பள்ளிவாசல் கட்டடம் எழுப்பப்படவிருந்த நிலத்தையும், அங்கிருந்த கட்டுமானச் சாதனங்களையும் கொளுத்தினர். சட்டம் பள்ளிவாசல் கட்டுமானத்தையும் வெறுப்பையும் போதனையையும் நிறுத்தா விட்டால் ஷரீஆவைப் பின்பற்றும் வழிபாட்டாளர்கள் அந்தக் கட்டடத்தைப் பயன்படுத்துவார்கள். கண்டிப்பாக, அதைத் தீயிட்டுக் கொளுத்தித் தரைமட்டமாக்குவதன் மூலம், தாங்களே அதைச் செய்வோம் என்று அவர்கள் இதன்வழி உணர்த்தினர்[2]

நியூயார்க் நகரத்திலிருந்து ஏறத்தாழ ஆயிரம் மைல்களுக்கு அப்பால், பார்க் 51 சமுதாய மைய எதிர்ப்பாளர்கள் தங்கள் கூக்குரலை எழுப்பியவண்ணம் இருந்தார்கள்: 'கிரவுண்ட் ஜீரோ மிகவும் புனிதம் வாய்ந்த இடம்; அதில் இத்தகைய கட்டுமானங்களுக்கெல்லாம் இடம் தர இயலாது' என்று. இந்நிலையில், அமெரிக்காவை இஸ்லாமியர்கள் கையகப்படுத்துவதை ஏறத்தாழ உறுதிசெய்யும் ஒரு சம்பவமாகவே அதைக் கண்ட தங்களுடைய ஆர்ப்பாட்டக்காரர்கள், சக நகரவாசிகளையே திருப்பித் தாக்கினர். 'இவை உண்மையில் மே மாதத்திலேயே தொடங்கிவிட்டன' என்றார் ஃபாத்தி. 'நான் என்னையே கேட்டுக்கொண்டவாறு இருந்தேன் —இதெல்லாம் ஏன் இந்த ஆண்டு நடக்க வேண்டும்? திடீரென்று ஏன் இவர்கள் நம்மைப் பற்றிப் பொய்யான தகவல்களைக் கூறுகிறார்கள்?'[2]

பள்ளிவாசலின் இமாம் உஸாமா பஹ்லூல், டென்னெஸ்ஸீயை ஆட்டிப்படைக்கும் பிற முற்சாய்வுகளிலிருந்து—தப்பெண்ணங் களிலிருந்து—அந்த இனவாதம் வேறுபட்டதல்ல என்று சுட்டிக் காட்டினார்: இனவேறுபாட்டுக் கொள்கைகளுக்கு எதிராகப் போராடி,

சமூக உரிமைகளுக்கு ஆதரவாகச் செயல்பட்டதால், ஒரு தலைமுறைக்கு முன், ஆப்பிரிக்க-அமெரிக்கப் போராளிகள் உடலளவில் துன்புறுத்தப் பட்டு, அடிக்கப்பட்டு, கொளுத்தப்பட்ட அவர்களின் வீடுகளிலிருந்து வெளியே துரத்தப்பட்டனர். சில கத்தோலிக்க, கிறிஸ்தவ சிறுபான்மையினரும் கு-கிலக்ஸ்-கிளான் (கேகேகே) அமைப்பால் குறிவைக்கப்பட்டனர்:

> நாங்கள் உண்மையிலேயே பயங்கரமானவர்கள் என்றால், இதோ இங்கிருக்கும் மையத்தையும் மூடட்டும். இந்தச் சமுதாயம் ஒரு வன்செயலில்கூட இறங்கவில்லை. ஒருவேளை இது தேர்தலுடனோ, நம் நாட்டில் நிலவும் பொருளாதாரப் பிரச்சினை களுடனோ, செப்டம்பர் 11 உடனோ தொடர்புகொண்டிருக்கலாம். ஆனால் எனக்கு இதில் கொஞ்சம் சந்தேகம்தான்; ஏனெனில் சென்ற ஆண்டும், அதற்கு முந்தைய ஆண்டும், அதற்கு முன்பும் நன்றாகத்தானே இருந்தோம்—செப்டம்பர் 11இன் நினைவுகள் அனைவரின் மனதிலும் புதிதாக இருந்தபோதிலும்கூட?[2]

***

முஸ்லிம்களுக்கு எதிரான வெறுப்பு இவ்வாறு திடீரென்று அலை போல் பொங்கி எழுவதற்கு அரசியல் பொருளாதாரச் சூழல்கள் மட்டும்தான் காரணமா என்று பஹ்லூலுக்கு இன்னமும் சற்று சந்தேகமாகத்தான் இருந்தது. இதற்கு அவரிடம் வலுவான காரணமும் இருந்தது. இஸ்லாமிய வெறுப்புத் தொழில் பல பத்தாண்டுகளாகப் பொறுமையுடன் நுணுக்கமாய்ச் செயலாற்றி வந்திருக்கிறது. பொருளாதாரம் ஆரோக்கியமாகவோ, சீர்குலைந்தோ எப்படி இருந்தாலும் அது ஊக்கத்தோடு பிரச்சாரம் செய்தபடி முன்னேறி, தேர்தல் ஆண்டுகளையும் தேர்தல் இல்லாத ஆண்டுகளையும் கடந்து வந்திருக்கிறது. சாதகமான காலங்களில் மட்டும் அச்சத்தைப் பரவவிடுபவர்களாக அல்லாமல், எதற்கும் துணிந்தவர்களாக, எத்தகைய பாதகமான சூழல்களையும் எதிர்கொள்ளத் தயாராக இருந்தார்கள். அவர்களால் உருவான சமூகப் புற்றுநோய் இணைய தளத்தில் அடைகாத்து, ஊடகங்கள் வழியே வீரியத்துடன் பரவி யிருக்கிறது. அமெரிக்காவிலுள்ள பிரச்சாரக் கிறிஸ்துவர்களின் தேவாலயங்களில் ஊட்டி வளர்க்கப்பட்டு, இஸ்ரேலுக்கு ஆதரவளிக்கும் வலதுசாரி அபிவிருத்தியாளர்கள், நிதியுதவியாளர்கள் ஆகியோரின் பெருத்த ஆதரவு பெற்று வளர்ந்திருக்கிறது. லண்டன், பாரிஸ், நெதர்லாந்து நகர வீதிகளில் ஏற்றம் பெற்று, ஐரோப்பிய,

அமெரிக்க அரசியல் இயந்திரங்களின் சட்டச் சக்கரங்கள் வழியே ஒரு முறையான அமைப்பின் வேகத்தோடும் லாகவத்தோடும் உந்தப்பட்டிருக்கிறது.

நல்வாய்ப்பாக, இதுபோன்ற ஓர் அரசியல் அமைப்பு கொண்ட ஒக்லஹோமா மாநிலத்தில், ஷரீஆ சட்டத்தைத் தடைசெய்யக்கோரும் நன்கு அறியப்பட்ட மாநில இயற்றுச் சட்டம், அரசியல் சாசனத்திற்குப் புறம்பானது என்று மேல்முறையீட்டுக்கான ஃபெடரல் நீதிமன்றம் தீர்ப்பு வழங்கியது. மேலும் தனது தீர்ப்பில், ஒக்லஹோமாவின் எந்த ஒரு நீதிமன்றமும் இஸ்லாமியச் சட்டத்தையோ வேறு ஏதேனும் அந்நியக் கொள்கைகளையோ ஒருபோதும் பயன்படுத்தியதாகத் தங்களுக்குத் தெரியவில்லை என்று அந்தச் சட்ட வல்லுநர்கள் ஒப்புக்கொண்டதாகக் குறிப்பிட்டது.[3]

மற்றொரு ஒப்புக்கொள்ளுதலும் இருந்தது —அது நாட்டின் ஏறத்தாழ எல்லா ஷரீஆ-எதிர்ப்புச் சட்டங்களையும் உருவாக்குவதில் முக்கியப் பங்குவகித்து, வரைபடம் வரைந்து கொடுத்த, தீவிர சியோனிஸ்டான வலதுசாரி வழக்கறிஞர் டேவிட் யெருஷால்மியின் தரப்பிலிருந்து வந்தது. 'இந்த இயற்றுச் சட்டம் எல்லா மாநிலங் களிலும் உரசல்கள் இல்லாமல் ஏற்றுக்கொள்ளப்பட்டிருந்தால், தனது இலக்கையே எட்டி இருக்காது' என்று யெருஷால்மி ஒக்லஹோமாவின் ஷரீஆ எதிர்ப்பு சட்ட முன்வரைவு (மசோதா), முதன்முதலாக விமர்சனங்களைக் கவர்ந்த அந்தக் காலக்கட்டத்தில் கூறினார். 'நோக்கம் கண்டுணரும் முறையிலானது—-மக்களை இந்தக் கேள்வி கேட்க வைக்கவேண்டும்: *ஷரீஆ என்றால் என்ன?*.' [4]

யெருஷால்மி மற்றவர்களை எது குறித்து எச்சரித்துவந்தாரோ, அதைக்கண்டு உண்மையில் அவர் அஞ்சியதாகத் தோன்றவில்லை. இதை அவருடைய வார்த்தையில் கூறினால், ஷரீஆவிற்கு எதிரான சட்டங்களை ஊக்குவிக்கும் அவருடைய திட்டம் அனுபவபூர்வமான தீர்வுகளைக் கண்டறியும் ஓர் எளிய முயற்சி அவ்வளவுதான். புலனாய்வை முன்னோக்கிச் செலுத்தி, பொதுமக்களின் ஆர்வத்தைத் தூண்டிவிட அது ஒரு வழியாக இருந்தது. அமெரிக்காவில் இஸ்லாமியச் சட்டத்தின் இருப்பு யெருஷால்மி கூறிய விதத்திலல்ல.

உண்மையில் அது அங்கு இருக்கவே இல்லை. ஆனால், அப்படி ஒன்று இருப்பதாகக் கூறி மக்களை அச்சுறுத்துவதன் மூலம், பொது மக்களிடையே சித்தப்பிரமையை (திரிபுணர்வை) பூதாகரமாக

வளரவிட்டு, அமெரிக்கர் களையும் அந்த முஸ்லிம் எதிர்ப்புப் பிரச்சார அணியில் இறுகப் பொருத்தி இணைக்க அவரால் முடிந்தது.

ஒக்லஹோமாவின் மற்றொரு பெயர் சூனர் ஸ்டேட். அங்குள்ள பள்ளிவாசல் எதிர்ப்பு அணியினருக்கு, இஸ்லாமியச் சட்டத்தைப் பெயர்த்தெறிய யெருஷால்மி செய்துவரும் பிரச்சாரம், அனுபவ அறிவு கொண்டு பிரச்சினைகளுக்குத் தீர்வு காணும் ஒரு பயிற்சியே என்பது தெரிந்திருக்க வாய்ப்பில்லை. 'ஷரீஆ சட்டம் என்பதன் உண்மையான தன்மை என்று தாங்கள் கருதியிருந்த' ஒன்றைக் கண்டு அவர்கள் அஞ்சி நடுங்கினார்கள். அதேபோல, மன்ஹட்டனிலும் மூர்ஃபீஸ் போரோவிலும் வாசகங்கள் எழுதிய அட்டைகளை ஏந்தி, முஷ்டிகளை முறுக்கிக்கொண்டு, வீறுநடை போடும் ஏராளமான எதிர்ப்பாளர் களும் அவரின் திட்டத்தை அறிந்திருக்க வாய்ப்பில்லை. அவர்களும் ஷரீஆ (இஸ்லாமியச் சட்டம்) உண்மையிலேயே தங்களுடைய அரசியல் அமைப்பை வேரோடு பெயர்த்தெறிந்துவிடும் என்றுதான் நம்பினார்கள். தனது அறிக்கையில் ஷரீஆ என்று 252 முறை குறிப்பிட்டிருந்தான்— நார்வேயைச் சேர்ந்த அந்தக் கொலைகாரனான ஆன்டர்ஸ் பிரெய்விக். இவன்கூட ஷரீஆ பரவுவதைத் தடுப்பதற்கான யெருஷால்மியின் சட்டரீதியான முயற்சிகள் அனைத்தும் மக்களிடையே விழிப்புணர்வை ஏற்படுத்தவும், நிச்சயமில்லாத ஒரு மிரட்டலை வைத்துப் பொதுமக்களிடையே ஓர் ஆர்வத்தைத் தூண்டவும் அவர் கையாளும் வெற்று போதனைக் கருவிதான் என்பதை நம்பவில்லை. 'இஸ்லாமியமயமாக்கல் பற்றிய அச்சம் என்பது பகுத்தறிவுக்குப் பொருந்தாதது' என்று அவனே கூறியிருந்தான்.[5]

***

இஸ்லாமிய வெறுப்புத் தொழில் என்பது வளர்ந்துவரும் ஒரு வணிகம்; சமூகத்தில் அச்சம் தோற்றுவிக்கும் பயங்கர விளைவுகளை நன்கு அறிந்துவைத்துகொண்டு, அதை உற்பத்திசெய்து, தனக்குச் சாதகமாகப் பயன்படுத்திக்கொள்ள விரும்புவது. அவர்கள் சிறு குழுக்களாக இருக்கலாம்; ஆனால் அவர்களின் வீச்சும், அவர்களின் திட்டங்களின் விளைவுகளும் பலவீனமான உணர்வுகளுடைய மக்களிடையே, முஸ்லிம்களுக்கு எதிரான வெறுப்புணர்வைத் தூண்டுகின்றன. இத்தகைய பிரச்சாரங்களால் தூண்டப்பட்டவர்களும் அவர்களோடு இணைந்து செயல்படுகிறார்கள். அவர்கள் உருவாக்கும் முற்சாய்வின் (தப்பெண்ணத்தின்/முன்முடிவின்) விளைவுகள் விபரீதமானவை. இந்தக் குழுக்கள் அமைப்பால் சிறியவை அல்ல.

அவர்கள் அமெரிக்க, ஐரோப்பிய சமூகங்களுக்குள் விஷத்தைக் கொஞ்சம் கொஞ்சமாய்ச் செலுத்துவதை நாம் அலட்சியப்படுத்தி விடமுடியாது. இவர்கள் வலதுசாரியின் கொள்கைகளோடு இஸ்லாமிய வெறுப்பை நிரந்தரமாய் இணைத்து, அதைத் தொடர்ந்து செய்தும் வருகிறார்கள். அது காலப்போக்கில் இரத்தவெறியுடன் மிகவும் பயங்கரமான, நிஜ உருவெடுத்த, யூத எதிர்ப்பு உணர்வுபோல நிலைபெற்றுவிட்ட பிற வெறுப்புணர்வுகளுக்கு ஒப்பான ஓர் அமைப்பாக வேகமாய் உருவாகி வருகிறது. போர் பற்றிய தாராளமான கற்பனைகளும் சிறுபான்மையினரின் சமூகச் சுதந்திரங்களைப் பறிக்கும் எண்ணங்களும் இஸ்லாமிய வெறுப்புத் தொழிலால் ஆக்கிரமித்திருக்கும் நாளங்கள் வழியே செலுத்தப்படுகின்றன. இவை கொள்கைகளை வகுக்கும் அதிகார வலிமைமிக்கவர்கள், உலகத் தலைவர்கள் ஆகியோரால் மீண்டும் மீண்டும் உருவாக்கப் படுகின்றன. இத்தகைய விஷத்தன்மை வாய்ந்த சித்திரிப்புகளால், இவர்களின் தீர்மானங்கள் சாயம் ஏற்றப்பட்டால், அவை வாழ்வைப் பேரழிவு நோக்கி இட்டுச்செல்லும் வல்லமை பெற்றுவிடும். முஸ்லிம்களும் இஸ்லாமும் அச்சத்திற்குரியவை அல்ல; கறுப்பின மக்களும், யூதர்களும், கத்தோலிக்கர்களும் அமைப்புசார் பாகுபாட் டிற்கு உட்படும் பல்வேறு குழுவினரும் அப்படித்தான்.

மாறாக, நாம் வன்மையாக எதிர்த்து நிற்கவேண்டிய கூட்டம் ஒன்று உண்டு. அவர்களின் நோக்கம் இதுதான்—மனித குலத்தை வெவ்வேறு சிறுபான்மைக் குழுக்களாகக் கூறுபோட்டு, அவற்றை ஒன்றோடு ஒன்று மோதவிட்டு, அரசியல் அல்லது வணிக இலாபங்களுக்காகப் பிற மக்களின் சுதந்திரத்தைப் பகடைக் காயாகப் பயன்படுத்துதல். காலம் முன்னோக்கிச் செல்லச் செல்ல, இந்தப் போர் மேலும் சிக்கலாகும்; பந்தயங்கள் அதிகரிக்கும்; விரிவாக்கங்கள் தோற்றுவிக்கும் ஆபத்துகள் வீரியம்கொண்ட நிஜங்களாக உருவெடுக்கும்; முற்சாய்வுகள் (பிரீஜுடிஸ்) மேலும் ஆழமாகப் பதியும். சமூகங்களின் முறிவுகளிலிருந்து ஒருவரை ஒருவர் பாதுகாக்க வேண்டும்; அமெரிக்கா, ஐரோப்பா மற்றும் உலகெங்கிலும் உள்ள முஸ்லிம்களுக்கு எதிராக விரோதமூட்டி, அவர்களை ஒதுக்கிவைத்து, இரக்கமின்றித் துன்புறுத்தும் கெட்ட, ஓயாத இயக்கங்களுக்கு இரையாகிவிட மறுக்கவேண்டும். அப்படிச் செய்தால் மட்டுமே, இஸ்லாமிய வெறுப்புத் தொழில் என்னும் இந்த அச்ச உற்பத்திச்சாலையை உரிமையோடு, வலிமையோடு, இறுதியாக வெளியேற்ற முடியும்.

பின்னுரை

அமெரிக்காவில் மட்டுமா நடக்கிறது இந்தத் தொழில்?

அ. மார்க்ஸ்

அமெரிக்காவில் செழித்து வளரும் இஸ்லாமிய வெறுப்புத் தொழிலில் முன்னணியில் உள்ள மிக முக்கியமான நபர்களில் ஒருவர் ராபர்ட் ஸ்பென்ஸர். இந்த வேலையில் அவர் படு 'பிசி.' Truth About Muhammed என்பதைப் போல நபிகளாரையும் இஸ்லாமையும் பற்றிய அவதூறுகள் நிரம்பிய நூற்களை எழுதுதல், 'அமெரிக்காவை இஸ்லாமியமயமாக்குவதை நிறுத்து' (Stop Islamisation of America) முதலான இயக்கங்களை மிதக்க விடுதல், இஸ்லாமிய வெறுப்பு 'ப்ளாக்' ஒன்றில் வெறுப்பைக் கொட்டி எழுதித் தள்ளுதல், பல்கலைக் கழகக் கருத்தரங்குகளில் கலந்துகொண்டு இப்படியான கருத்துகளை முன்வைத்தல், ஏராளமான வெறுப்புப் பிரச்சாரக் கூட்டங்களில் முழங்குதல் என ஓய்வறியாமல் இயங்குபவர்.

2010 அக்டோபரில் த டென்னெஸ்ஸீயன் எனும் புலனாய்வு இதழ் மேற்கொண்ட ஆய்வொன்று இவர் பற்றி, 'இஸ்லாம் குறித்த வெறுப்பையும் அச்சத்தையும் ஊட்டிக் காசு சம்பாதிக்கும் பலரில் ஒருவர்' எனக் குறிப்பிட்டது. அமெரிக்க உள்நாட்டு வருவாய்த் துறையின் (ஐஆர்எஸ்) ஆவணங்களை 2008 முதல் அந்த இதழ் ஆய்வு செய்து ஒரு குறிப்பிட்ட ஆண்டில் இப்படியான வெறுப்புப் பேச்சுக் களின் மூலம் டேவிட் ஹொரோவிட்ஸின் ஃப்ரீடம் சென்டர் எனும் அமைப்பிலிருந்து ஸ்பென்ஸர் பெற்ற ஊதியம் 132,537 டாலர் என்பதையும், இவருடைய நிகழ்ச்சிகளின் வழியாக டேவிட் ஹொரோவிட்ஸுக்கு அந்த ஆண்டில் கிடைத்த வருமானம் 400,000 டாலர் என்பதையும் வெளிக்கொணர்ந்தது. டேவிட் ஹொரோவிட்ஸ் அமெரிக்காவின் இன்னொரு பெரிய இஸ்லாமிய வெறுப்புத் தொழில் முதலாளி. இங்கே குறிப்பிட்டுள்ளது ஒரு நிறுவனத்துடன் செய்து கொண்ட ஒப்பந்தத்தின் மூலம் மட்டும் ஸ்பென்ஸரும் அந்த

நிறுவனமும் சம்பாதித்த தொகை என்பதை நாம் கவனத்தில்கொள்ள வேண்டும்.

இவர்கள் நடத்தும் நிகழ்ச்சிகள் எப்படியானவை என்பதற்கு ஒரே ஓர் எடுத்துக்காட்டைப் பாருங்கள்.

ஸ்பென்ஸர் குறித்து நான் தகவல்களைத் தேடிக்கொண்டிருந்த போது அவரது அட்டகாசமான உரை ஒன்றின் *Live* வீடியோ பதிவு கிடைத்தது. மேலே சொன்ன டேவிட் ஹொரோவிட்ஸின் ஃப்ரீடம் சென்டர் சார்பில் 2017நவம்பர் 16-19 தேதிகளில் ஃபுளோரிடா பாம் பீச்சிலுள்ள ப்ரீகர்ஸ் ஹோட்டலில் நடந்த நிகழ்ச்சி அது.

'எல்லோருக்கும் நன்றி' – என உரையைத் தொடங்கும் ஸ்பென்ஸர் தனது சமீபத்திய 'அனுபவம்' என்று ஒரு 'கதை'யைச் சொல்கிறார்: 'சில நாள் முன்னர் நான் ஒரு சூப்பர் மார்க்கெட்டுக்குப் போயிருந்தேன். கூட்ட நெருக்கடியில் தன் அம்மாவைவிட்டுப் பிரிந்து வந்திருந்த ஒரு சிறுவன் மேனேஜர் அறையில் நின்றிருந்தான். மேனேஜர் அவனை விசாரித்துக் கொண்டிருந்தார்.

'உன் பெயர் என்ன?'

'முஹம்மது'

'ம்.. உன் அம்மாவைக் காணோமா?'

'ஆமாம்'

'உன் அம்மா பாக்குறதுக்கு எப்படி இருப்பாங்கன்னு சொல்ல முடியுமா?'

'இல்லை எனக்கு அதைப் பற்றி ஒரு கருத்தும் கிடையாது (No, I don't have any idea)'

இந்த இடத்தில் ஒரு புன்னகையோடு ஸ்பென்ஸர் சொல்லுகிறார்: 'இதுதான் Clash of Civilization —நாகரிகங்களின் மோதல்.'

கொல்லென்று அரங்கில் ஒரே சிரிப்பு. அவ்வளவுதான். ஸ்பென்ஸர் தன் பேச்சைத் தொடர்கிறார்.

Clash of civilization (நாகரிகங்களின் மோதல்) என்பது சோவியத் ரஷ்யாவின் வீழ்ச்சிக்குப்பின் சாமுவேல் ஹட்டிங்டன் எழுதிய நூலின் தலைப்பு. பனிப்போர்க் காலம் முடிந்துவிட்டது. 'இனி உலக அளவில் முரண்பாடுகள் மோதல்கள் எல்லாம் *முதலாளித்துவம் X கம்யூனிசம்* என்பது போன்ற பழைய வடிவங்களில் நடக்கப்போவது இல்லை. இனி மோதல் என்பது நாகரிகங்களுக்கு இடையேதான்' – என்பதுதான்

அந்த நூல் சொல்லும் சேதி. ஒரு பேரரசாக (Empire) தனக்குக் கீழுள்ள நாடுகளைத் தன் அதிகாரத்தின் கீழ் தொடர வைப்பதற்கு இப்போது முதலாளியக் கருத்தியலாளர்கள் கண்டுபிடித்ததுதான் இந்த 'நாகரிகங்களின் மோதல்.' பச்சையாகச் சொல்வதானால் இனி நமக்கு எதிரி இஸ்லாம்தான். இஸ்லாமிய பயங்கரவாதம்தான் என்கிறது அந்நூல்.

இந்தப் பின்னணியில் உருவாக்கப்பட்டதுதான் இந்த இஸ்லாமிய வெறுப்புத் தொழில் (Islamophobia Industry). மேலே உள்ள ஸ்பென்ஸரின் பேச்சைக் கூர்மையாகக் கவனியுங்கள். 'முஹம்மது' என்கிற பெயரின் ஊடாக அந்தச் சிறுவன் ஒரு முஸ்லிம் எனப் பார்வையாளர்கள் முன் அடையாளம் காட்டப்படுகிறான். நமது பண்பாட்டில் அம்மாவைப் பற்றிச் சொல்லச் சொன்னால் நமது குழந்தைகள் அம்மா அப்படி இருப்பார்கள், இப்படி உடுத்தி இருப்பார்கள் என்றெல்லாம் சொல்லும். அதற்குத் தன் அம்மாவைப் பற்றி ஒரு கருத்து இருக்கும். 'நமது பண்பாட்டில்' மட்டுமல்ல எந்தப் பண்பாட்டிலும் குழந்தைகள் அப்படிச் சொல்லும். ஆனால் ஒரு முஸ்லிம் குழந்தையால் அப்படிச் சொல்ல முடியாது என்கிறார் ஸ்பென்ஸர். ஒரு முஸ்லிம் குழந்தை அத்தகைய பண்புடன் உருவானதோ, வளர்க்கப்பட்டதோ அல்ல என்றெல்லாம் இந்தக் கதை மூலம் அவர் சொல்லிவிடுகிறார். அது மட்டுமல்ல. ஒரு முஸ்லிம் குழந்தையால் என்ன அடையாளத்தைத்தான் சொல்லிவிட முடியும்? கருப்பு ஹிஜாப் அணிந்திருப்பாள் என்பதைத் தவிர என்றும் கேட்பவர்கள் பொருள்கொள்ள முடியும்.

இன்னொன்றையும் கவனியுங்கள். இது தாயைப் பிரிந்து வந்த 'ஒரு' முஸ்லிம் குழந்தையின் கதை மட்டுமல்ல. எல்லா முஸ்லிம்களுமே அப்படித்தான். பெற்ற தாய் குறித்துக்கூட 'எந்தக் கருத்தும்' இல்லாதவர்கள் அவர்கள் என்பதும் அதில் உட்பொதிந்துள்ளது.

கதையின் முடிவில் 'முஸ்லிம்கள் வேறு, நாம் வேறு; இருவரும் எந்தப் புள்ளியிலும் சந்திக்கவே இயலாத இருவேறுபட்ட பண்பாட்டுக்குரியவர்கள். இந்த இரு துருவங்களுக்கும் இடையில் உரையாடல் சாத்தியமே இல்லை' என்கிற எண்ணம் பார்வையாளர்கள் மனத்தில் பதிக்கப்படுகிறது. ஒரு கேலியில் தொடங்கி வெறுப்பில் முடிகிறது ஸ்பென்ஸர் அவிழ்க்கும் கதை.

இஸ்லாமிய வெறுப்பு வெளிப்படும் விதங்களில் மேலே சொன்னது ஒரு வகை. முஸ்லிம்களைக் 'கேலி', 'கிண்டல்' (derison) செய்வது

என்கிற வகையில் இதை அடக்கலாம். முஸ்லிம்களின் பேச்சு, பழக்க வழக்கங்கள் ஆகியவற்றைக் கேலிக்குரியதாக்குவதன் ஊடாக அவர்களை மற்றவர்களிடமிருந்து வேறுபட்ட பண்புடையவர்களாய்ச் சித்திரிக்கும் போக்கு இது. அவர்கள்மீது வெறுப்பை (hatred) விதைப்பது, அவர்கள் பற்றி அச்சத்தை (fear) ஊட்டுவது என்பன இஸ்லாமிய வெறுப்புத் தொழிலின் இதர இரண்டு வடிவங்கள்.

இது டேவிட் ஹொரரோவிட்ஸ் போன்றோருக்குப் பெரிய வருமானத்தை ஈட்டித் தரக்கூடிய தொழிலாகவும் உள்ளதைப் பார்த்தோம். ஜூன் 2016இல் பெர்க்லியில் உள்ள கலிஃபோர்னியா பல்கலைக்கழகமும் அமெரிக்க-இஸ்லாமிய உறவுகளுக்கான கழகமும் (Council on American-Islamic Relations - CAIR) இணைந்து ஒரு ஆய்வை மேற்கொண்டு அறிக்கை ஒன்றையும் வெளியிட்டன. '2008-2013 காலகட்டத்தில் மட்டும் இப்படியான பல்வேறு அமைப்புகள் இந்தத் தொழிலில் செய்த முதலீடு 200 மில்லியன் டாலர். இது தன்னளவில் முழுமையான ஒரு தொழிலாக உள்ளது. கோடிக் கணக்கான டாலர் லாபத்தை இப்படி அவர்கள் ஈட்டுகின்றனர். தம்மை இஸ்லாமியர் மற்றும் இஸ்லாம் தொடர்பான பிரச்சினைகளில் பெரிய அறிஞர்கள் போல அவர்கள் காட்டிக்கொள்கிறார்கள். அப்படி அல்ல என்பதுதான் உண்மை. இப்படியான 74 அமைப்புகளை நாங்கள் எங்கள் ஆய்வில் அடையாளம் கண்டோம்' – என்கிறது அந்த அறிக்கை.

2

அஸ்லான் மீடியா எனும் ஊடக நிறுவனத்தின் தலைமை ஆசிரியராக உள்ள நாதன் லீன் 2012இல் எழுதிய இந்நூல் பல மொழிகளில் பெயர்க்கப்பட்டுப் பெரிய அளவில் வரவேற்பிற்குள்ளான ஒன்று. இஸ்லாம், மேற்கு நாடுகள், இரண்டுக்குமான உறவு ஆகியன குறித்துத் தொடர்ந்து எழுதிவருபவர் நாதன் லீன். *Understanding Islam and the West* எனும் அவருடைய இன்னொரு நூல் விரைவில் வெளிவர உள்ளது. இந்நூலில் அவர் இப்போது அமெரிக்காவிலும் பிற ஐரோப்பிய நாடுகளிலும் இஸ்லாமிய வெறுப்பு எப்படி மிகப் பெரிய தொழிலாகவும் ஆபத்தாகவும் வளர்ந்துள்ளது என்பதை விரிவான ஆதாரங்களுடன் நிறுவுகிறார். இந்நூலின் தொடக்கத்தில் முஸ்லிம் என்பதற்காகவே ஒரு டாக்சி ஓட்டுநர் முன்பின் தெரியாத ஒரு நபரால் எந்தக் காரணமும் இன்றிக் கத்தியால் குத்தப்படும் ஒரு சம்பவம் உள்ளது. வாசிக்கும் யாரும் இதை அவ்வளவு எளிதாகப் புரிந்து

கொள்ள முடியுமா எனத் தெரியவில்லை. இப்படியுமா நடக்கும் என்றுதான் யோசிக்கத் தோன்றும். ஆனால் அப்படித்தான் நடக்கிறது. 'இஸ்லாமிய ஆபத்து' குறித்து ஊட்டப்படும் அச்சமும் வெறுப்பும்தான் இத்தகைய சம்பவங்களின் பின்னணியாக அமைகின்றன

முன்னதாக நோ நத்திங் (Know Nothing), இப்போது டீ பார்ட்டி, அமெரிக்கப் பாதுகாப்புக் கழகம் (ஏபீஏ) முதலான அமைப்புகள் ட்ரம்ப், நியூட் கிங்ரிஷ், புஷ் போன்ற அரசியல்வாதிகள், அரசு அதிகாரிகள், அரசு நிறுவனங்கள் எனப் பல மட்டங்களில் இந்த வெறுப்பு ஒவ்வொரு நிமிடமும் பொது வெளியில் விதைக்கப்பட்டு க்கொண்டே இருக்கிறது.

'முஸ்லிம் பயங்கரவாதம்' என்கிற சொல்லாடலைத் தாண்டி இப்போது 'இஸ்லாம்' என்பதே அடிப்படையில் ஆபத்தானது, எல்லா முஸ்லிம்களுமே பயங்கரவாதத்தை மனத்தளவில் ஏந்தி இருப்பவர்கள்தான், திருக்குர்ஆன் என்பது வன்முறையை ஒரு வழிமுறையாகப் பரிந்துரைக்கும் நூல், நபிகள் நாயகம் பயங்கர வாதத்தின் முன்னோடி என்கிற கருத்தாக்கங்கள் பல மட்டங்களில் மக்களிடம் கொண்டு செல்லப்படுகின்றன. அமெரிக்க இராணுவப் பயிற்சியகங்களில் (யூஎஸ் மிலிடர் அகாடெமி), 'மிதவாத இஸ்லாம் (Moderate Islam) என எதுவும் இல்லை' என மாணவர்களுக்குப் பாடம் கற்பிக்கப்படுகின்றது. 'அல்-காயிதா ஒன்றுமில்லாமல் ஆக்கப்பட்டுவிட்டது. அதை மறந்துவிடுங்கள். இப்போது நாம் இஸ்லாமிய நம்பிக்கையின் மீதே (Islamic Faith itself) கவனம் செலுத்த வேண்டும்' என அவர்களுக்குச் சொல்லித் தரப்படுகிறது.

எழுத்தாளர்கள் மற்றும் சிந்தனையாளர்களிடத்திலும்கூட இந்தப் போக்கை அடையாளம் காண முடியும். கிறிஸ்டோபர் ஹிட்சன்ஸ் ஒரு புகழ்பெற்ற நாத்திகப் பிரசாரகர். 'புதிய நாத்திகர்கள்' என அழைக்கப்படுவோரில் ஒருவர். இஸ்லாமிய எதிர்ப்புப் படைகள் உலகெங்கும் நிறுத்தப்படுவது குறித்து அவர், 'அந்தப் படையினர் வீசும் கிளஸ்டர் (கொத்துக்) குண்டுகளிலிருந்து தெறிக்கும் எஃகுச் சில்லுகள் அவர்களின் (அதாவது முஸ்லிம்களின்) உடல்களை மட்டுமல்ல அவர்களின் இதயங்களில் சுமந்துள்ளார்களே அந்தக் குர்ஆனையும் துளைத்துச் செல்லட்டும்' எனப் புளகித்துச் சொல்வதை அவருடைய *God is not Great* எனும் நூலில் காணலாம். இப்படியான முற்போக்குகள் தம் இனவெறுப்பை வெளிப்படையாகக் காட்ட மாட்டார்கள். சொல்லப்போனால் வெறுப்புத் தொழிலில் தங்களுக்கு

உடன்பாடு இல்லை என்றுகூடக் காட்டிக்கொள்வார்கள். ஆனால் இனவாதம், மதவாதம், ஆணாதிக்கம் ஆகியவற்றைக் கண்டிப்பது என்கிற சாக்கில் முஸ்லிம்கள் மீது தம் பங்கு இனவெறுப்பைச் சந்தர்ப்பம் வாய்க்கும்போது கொட்டுவார்கள்.

நாங்கள் X அவர்கள் என்கிற எதிர்வு இன்று மிக நுணுக்கமாக எல்லா மட்டங்களிலும் முன்வைக்கப்படுகிறது. 'நாங்கள்' என்பது அமெரிக்கர்கள், வெள்ளையர்கள், யூதர்கள், மேற்கத்தியப் பண்பாட்டை ஏற்போர். 'அவர்கள்' என்பது இன்றைய நிலையில் முஸ்லிம்களையே குறிக்கிறது. 'பதுங்கு ஜிஹாத்' (stealthy jihad), 'ஊர்ந்துவரும் ஷரீஆ' (creeping sharia) என்பன போன்ற வெறுப்புச் சுமையுடன் கூடிய சொற்பாவனைகளை முஸ்லிம்கள் குறித்த அவர்களின் எழுத்துக்களில் நிறையக் காணமுடியும்.

'முஸ்லிம்கள்', 'இஸ்லாம்' என்பவற்றின் ஊடாக அவர்கள் இந்தப் பரந்துபட்ட உலகின் பல்வேறு பகுதிகளிலும் எண்ணற்ற பண்பாட்டு வேறுபாடுகள், மொழிகள், உணவுப் பழக்கவழக்கங்கள் ஆகியவற் றுடன் வாழும் முஸ்லிம்கள் எல்லோரையும் ஒரே மாதிரியான, ஆபத்தான அச்சுப்பதிவுகளாகக் (stereotype) கற்பிக்கின்றனர்.

தீவுக்கூட்டமாக உள்ள தென்கிழக்கு ஆசியா, இந்தியத் துணைக் கண்டம், உயர்நிலப் பகுதியான ஆப்கானிஸ்தான், யூரேசிய ஸ்தெப்பிகள், டைக்ரிஸ் மற்றும் யூப்ரேட்ஸ் நீரிடைப் பகுதிகள், பாலைவன அரேபியத் தீபகற்பம், துருக்கி, கிழக்கு ஐரோப்பாவின் அல்பேனியா, போஸ்னியா, மத்திய ஆசிய டர்கிக் நாடுகள் எனப் பல்வேறு தட்ப வெப்பப் பகுதிகள், பண்பாடுகளின் ஊடாகப் பரவியுள்ள உலகு தழுவிய ஒரு மதத்தைப் பின்பற்றும் பல்லின மக்களை 'முஸ்லிம்' என ஒரே அச்சுப்பதிவாகக் குவித்து நோக்க இப்படியான வெறுப்புப் பார்வை ஒன்றால் மட்டுமே இயலும். இதன் மூலம் ஏதேனும் ஒரு பண்பாட்டுக்குரிய வழமையை ஒட்டுமொத்த முஸ்லிம்களின் பண்பாகவே அடையாளப்படுத்த முடிகிறது. எடுத்துக்காட்டாக ஒன்றைச் சொன்னால் எளிதில் விளங்கும். 'இருக்கும்' எனும் தமிழ்ச் சொல்லை 'இரிக்கும்' என ஒரு குறிப்பிட்ட பகுதியில் வாழும் மக்கள் பாவிக்கிறார்கள் என வைத்துக் கொள்வோம். அந்தப் பகுதியில் முஸ்லிம்கள் அதிகம் வாழ்ந்தால் ஒட்டுமொத்தமாக முஸ்லிம் மக்களையே அந்தச் சொல்லிக் கொண்டு கிண்டல் செய்வதைத் தமிழில் ஒரு முஸ்லிம் நாவலாசிரியர் சுட்டிக் காட்டுகிறார். பிர்தௌஸ் ராஜகுமாரன் எழுதியுள்ள ரணங்கள்

எனும் நாவலில், தான் பள்ளி மாணவனாக இருந்தபோது பிற மாணவர்கள் அப்படி அழைத்துக் கேலி செய்தது தன்னை எந்த அளவு பாதித்தது என்பதைச் சொல்லுவார். முஸ்லிம்கள் எல்லோருமே இப்படித்தான் என்பதாகச் சில நகைச்சுவைகளும் இங்கு உண்டு. 'பாலிருக்கும் பழமிருக்கும்' என்கிற திரைப்பாடலை ஒரு முஸ்லிம் பாடினால் எப்படி இருக்கும் எனக் கேட்டு, விடையாக 'பாலிரிக்கிம், பழமிரிக்கிம்' எனப் பாடுவார்கள் என நான் பள்ளியில் படித்த காலத்தில் மாணவர்கள் கேலி செய்வது நினைவுக்கு வருகிறது. இப்படி நிறையச் சொல்லலாம்.

இப்படி இஸ்லாமை ஒற்றை அடையாளமாக்கி 'இஸ்லாமிய மூர்க்கம்' (Islamic Rage) என்றெல்லாம் சித்திரிப்பது கேட்பவர்களுக்கு அச்சத்தை ஊட்டி வெறுப்பை உருவாக்குவதற்கு ஒரு எடுத்துக்காட்டு. பேருந்தில் பக்கத்தில் வந்து உட்காரும் எந்த ஒரு முஸ்லிமையும் ஒரு பயங்கரவாதியாகக் கருதித் துணுக்குறச் செய்யும் உத்தி இது.

இப்படியான வெறுப்பூட்டல்கள் அவர்களுக்கு வேறு பல அரசியல் பயன்களையும் ஈட்டித் தருகின்றன. மேலாதிக்க நோக்குடன் ஆஃப்கானிஸ்தான், ஈராக் முதலான நாடுகளின் மீது அவர்கள் மேற்கொண்ட படையெடுப்புகள், ஈரான் முதலான நாடுகளின் மீது அவர்கள் விதித்த தடைகள், எல்லை மீறி அவர்கள் புகுந்து மேற்கொள்ளும் 'துல்லியத் தாக்குதல்கள்' (surgical strikes) ஆகிய எல்லாவற்றையும் அவர்கள் இப்படி நியாயப்படுத்திக் கொள்கின்றனர். இப்படியான நடவடிக்கைகளால் அவர்கள் உலக அளவில் சம்பாதிக்கும் கெட்ட பெயர்களையும் முஸ்லிம்கள் பற்றிப் பரப்பப்படும் இத்தகைய வெறுப்புக் கருத்துகளால் கழுவித் தூய்மைப்படுத்திக்கொள்கிறார்கள். இவர்கள் மேற்கொள்ளும் இத்தகைய போர்கள் வேறு வகைகளிலும் அவர்களுக்குப் பயனீட்டித் தருகின்றன. லாபம் ஈட்டும் போர் தொடர்பான தொழில்கள் (war industry) செழிக்கவும், நிதிநிலை அறிக்கைகளில் இராணுவத்துறைக்குப் பிற நலத்துறைகளைக் காட்டிலும் அதிக நிதி ஒதுக்கீடு செய்து ஊழலுக்கு வழி வகுக்கவும் பயன்படுகின்றன. 'தேசபக்திச் சட்டம்' (Patriotic Act) போன்ற உள்நாட்டு அடக்குமுறைச் சட்டங்களை இயற்றவும், மக்களின் சிவில் உரிமைகளைக் கட்டுப்படுத்தவும், பேச்சுரிமையைக் குறைக்கவும், கல்வி நிலையங்களில் தலையிட்டுக் கல்விச் சுதந்திரத்தை (academic freedom) அழிக்கவும், எல்லாவிதமான மாற்றுக் கருத்துகளையும் ஒடுக்கவும் முஸ்லிம் வெறுப்பு இவர்களுக்குப் பயன்படுகிறது. இப்படி

ஒரு வெறுப்பு மொழியினூடாக பொதுச் சிந்தனை, பேச்சு, பார்வை ஆகியவற்றைக் கட்டுப்படுத்துவது என்பது அரசியல், அடக்குமுறை, பொருளீட்டல் என்கிற பொருளாயதப் பலன்களைக் குவிப்பதாகவும் ஆகிறது.

இன்னொன்றையும் நாம் புரிந்துகொள்ள வேண்டும்; இப்படியான அடக்குமுறைச் சட்டங்கள் அவர்களுக்கு முஸ்லிம்களை ஒடுக்குவதற்கு மட்டுமல்லாமல் ஒட்டுமொத்தச் சமுதாயத்தையும் மிரட்டி வைக்கவும் அவர்களுக்குப் பயன்படுகிறது.

இன்னொரு பக்கம் தங்களின் ஒரு சார்புக் கொள்கைகளுக்கு மக்களிடம் ஆதரவு தேடுவது என்பதற்கு அப்பால் மக்களின் பார்வைகளையே திருத்தித் தங்களுக்கு இயைபாக்கவும் வெறுப்புத் தொழில் அவர்களுக்குப் பயன்படுகிறது.

3

அமெரிக்க வரலாற்றைப் பார்த்தீர்களானால் இப்படிப் பிற சமூகங்களின் மீது வெறுப்பைக் கக்குவது அவர்களுக்குப் புதிதல்ல என்பது விளங்கும். உலக நாடுகளுடன் ஒப்பிடும்போது இன்றைய அமெரிக்கா என்பது வெகு சமீபத்தில் ஐரோப்பிக் குடியேற்றங்களால் உருவாகிய நாடு. நீண்ட வரலாற்றுப் பின்னணியற்ற அந்நாட்டில் சுதந்திரம் அடைந்த காலந் தொட்டே (1776) பிற நாடுகள், பிற மக்கள், பிற மதங்கள், புதிய சிந்தனைகள் ஆகியவற்றின் மீது அதற்கு ஒரு ஐயமும் அச்சமும் இருந்து வருகிறது. தொடர்ந்து அது வெளியுலகில் மட்டுமின்றி தன் நாட்டுக்குள்ளேயும் ஒரு ஆபத்தான எதிரியைத் தேடிக்கொண்டே இருந்தது எனலாம். அமெரிக்கர்கள் மத்தியில் உள்ளார்ந்து இருந்த இந்த உளவியல் சிக்கல் அவர்களின் அரசியலில் எவ்வாறு வெளிப்பட்டது என்பது குறித்த வரலாற்றறிஞர் ரிச்சர்ட் ஹாஃப்ஸ்டாடர் எழுதியுள்ள 'The Paranoid Style in American Politics' (https://blog.lix.cc/wp-content/uploads/2011/05/Hofstadter-Paranoid-Style&American&Politics.pdf) எனும் கட்டுரை முக்கியமான ஒன்று.

1790களில் அமெரிக்கர்களின் இந்த அச்சமும் வெறுப்பும் அறிவொளிக்கால இல்லுமினாட்டிகளுக்கு எதிராக இருந்தது. பவேரியன் இல்லுமினாட்டி என்பது மூடநம்பிக்கைகள், பொது வாழ்வில் மதத்தின் தலையீடு முதலானவற்றை எதிர்த்து 1770 களில்

உருவான ஒரு இரகசிய அமைப்பு. அது குறித்த அச்சமும் வெறுப்பும் அப்போது மிகப் பெரிய அளவில் அமெரிக்கர்கள் மத்தியில் வெளிப்பட்டன. 1850களில் இல்லுமினாட்டிகள் குறித்த அச்சம் விலகி, பதிலாகக் கத்தோலிக்கக் கிறிஸ்தவர்கள் இப்போது அமெரிக்கர்களின் வெறுப்புக்கு இலக்காயினர். கத்தோலிக்கர்களின் புலப்பெயர்வு குறித்து மிகப் பெரிய அச்சம் அப்போது பரப்பப்பட்டது. இருபதாம் நூற்றாண்டில் அமெரிக்கர்களின் வெறுப்புக்கும் அச்சத்திற்கும் அப்போது உலகெங்கிலும் வளர்ந்து வந்த கம்யூனிசம் காரணமாகியது.

1940களில் விஸ்கான்சின் செனட்டராக இருந்த ஜோசப் மெக்கார்த்தியின் காலத்தில் கம்யூனிஸ்டுகள் என்கிற ஐயத்திற்கு உள்ளான அனைவரும் பெரிய அளவில் துன்புறுத்தப்பட்டனர்; கொல்லப்பட்டனர். எந்தவித ஆதாரமும் இல்லாமல் கைது செய்து, அவதூறு செய்து, தண்டனைக்கும் உள்ளாக்கப்படும் அவலத்தைக் குறிக்க மெக்கார்த்தியிசம் (McCarthyism) என்றொரு சொல்லே உருவானது. Americans Battling Communism *(ஏபிசி)* என்றொரு அமைப்பும் அப்போது கம்யூனிஸ்டுகளுக்கு எதிராகச் செயல்பட்டது.

21ஆம் நூற்றாண்டு விடிந்தபோது அமெரிக்கர்களின் வெறுப்பு அரசியலுக்கு முஸ்லிம்கள் இலக்காக்கப்பட்ட வரலாற்றை நாம் எல்லோரும் அறிவோம். முஸ்லிம்கள் மீது 1970கள் தொடங்கியே வெறுப்பு பரப்பப்பட்டு வந்தபோதும் அது சீறி வெளிப்படும் புள்ளியாக 9/11 அமைந்தது. அதையொட்டி அப்போது குடியரசுத் தலைவராக இருந்த ஜார்ஜ் புஷ் கக்கிய விஷச் சொற்கள் வெளிப்படையாக வெறுப்பைக் கக்கின.

'அந்தத் தேவடியா மகன்களை (bastards) துரத்திப் பிடிப்போம்'

'ஆப்கானிஸ்தானில் உள்ள தாயோழிகளை (mother fuckers) குண்டு வீசி அழிப்போம்'

'ஆப்கானிஸ்தான் மீது குண்டு வீசி அதைக் கற்காலத்துக்கு அனுப்புவோம்.'

என்றெல்லாம் ஒரு மிக முன்னேறிய நாட்டின் தலைவர் சொற்களை உதிர்த்ததை உலகம் வேடிக்கை பார்த்தது. அக்கால கட்டத்தில் அமெரிக்கர்களின் மொழி நன்மை x தீமை (Good x Evil) என்கிற வடிவில் கட்டமைத்த இருமை எதிர்வுகளை இவ்வாறு வகைப்படுத்தலாம்:

நாம் x அவர்கள்
நாகரிகம் x காட்டுமிராண்டித்தனம்

ஜனநாயகம் X பயங்கரவாதம்
சட்டம் ஒழுங்கு X சட்டவிரோதம்
நீதி X அநீதி
கோழை X வீரம்
சகிப்புத்தன்மை X சகிப்பின்மை

இடப்புறம் உள்ள அனைத்தும் மேற்குலகையும் (West), வலப்புறம் உள்ளவை முஸ்லிம்களையும் இஸ்லாமையும் (Islam) குறிப்பன. இந்த இரண்டு எதிர்வுகளும் ஒன்றை ஒன்று சந்திக்க இயலாதவை, முற்றிலும் வேறுபட்டவை, சாராம்சமான பண்புகளைக் கொண்டவை என்பது இதன் உட்கிடக்கை. Evil என்கிற கிறிஸ்தவக் கருத்தாக்கம் இங்கே முஸ்லிம்களைக் குறிக்கப் பயன்படுத்தப்படுவது குறிப்பிடத் தக்கது. 'மீட்பரின்' (Messiah) வருகைக்குத் தயார் செய்ய இங்குள்ள யூதரல்லாதவர்கள் அனைவரையும் வெளியேற்றித் தூய்மைப்படுத்த வேண்டும் என்பது சியோனிச மதவாதம் முன்வைக்கும் ஒரு கருத்தாக்கம். அதை ஒட்டி முஸ்லிம்கள் அனைவரையும் வெளி யேற்றுவதுதான் மேற்குலகின் மீட்சிக்கு (redemption) அவசிய நிபந்தனை என்கிற வடிவில் இந்த இஸ்லாம் குறித்த அச்சம் மதச் சிந்தனைகளின் ஊடாகவும் புனிதப்படுத்தப்பட்டது.

மொத்தத்தில் முஸ்லிம் = பயங்கரவாதி ; இஸ்லாம் = பயங்கரவாதம் என்கிற சமன்பாடு மேற்குலகம் முழுவதும் உறுதியாகப் படிந்தது.

தற்போதைய அமெரிக்கக் குடியரசுத் தலைவர் டொனால்ட் ட்ரம்ப் தனது தேர்தல் பிரச்சாரத்தின் போதே, 'முஸ்லிம்கள் அமெரிக்காவுக்கு வருவது தடுக்கப்பட வேண்டும்' எனப் பேசியதையும், அவர் அதிகாரத்திற்கு வந்த கையோடு ஏழு முஸ்லிம் நாடுகள்மீது அத்தகைய தடை விதிக்கப்பட்டதையும் அறிவோம்.

இப்படியான அமெரிக்க மனநிலையை எப்படிப் புரிந்து கொள்வது?

கோட்பாட்டாளரும் தத்துவச் சிந்தனையாளருமான ஸ்லாவோஜ் சிஸெக் 1975இல் வெளிவந்த ஸ்பீல்பெர்கின் புகழ்பெற்ற jaws எனும் திரைப்படம் குறித்து வைத்த விமர்சனத்தை இதற்குப் பொருத்திப் பார்க்கலாம். பீட்டர் பெஞ்ச்லியின் நாவலை அடிப்படையாகக் கொண்டு எடுக்கப்பட்ட படம் அது. அமிட்டி தீவில் கடற்கரைக்கு வரும் மக்களைத் தாக்கிக் கொன்று சாப்பிடும் ஒரு சுறாமீன் பற்றிய கதை அது. ஆனால் சிஸெக் அது சுறாமீன் பற்றிய படம் அல்ல

என்றார். சுறாமீன் அதில் ஒரு குறியீடுதான். உண்மையில் அது 'பாசிசம்' குறித்த ஒரு கதையாடல் என்பது அவர் முன்வைக்கும் கருத்து.

ஒவ்வொரு கோடையிலும் எண்ணற்ற 'டூரிஸ்டுகள்' அமிட்டி தீவில் வந்து குவிகின்றனர். அந்த வருகை அங்கு வாழும் மக்களுக்குப் பல்வேறு விதமான அச்சங்களையும் மனஅழுத்தத்தையும் ஏற்படுத்துகிறது. டூரிஸ்டுகளின் இந்தப் படைஎடுப்பு பெரிய அளவில் அத்தீவைக் குப்பையாக்குகிறது, பொது ஒழுங்கு குலைகிறது, குற்றச் செயல்பாடுகளுக்கு வழிவகுக்கிறது. மொத்தத்தில் அவர்களின் பாரம்பரியத் தீவு வாழ்க்கை சிதைகிறது. இந்த அச்சங்கள் அச்சமூகத்தின் கூட்டுமனத்தில் ஒரு அழுத்தத்திற்குக் காரணமாகிறது. இங்கே அந்தச் சுறாமீன் என்பது இத்தகைய பல்வேறு அச்சங்களையும் உள்ளடக்கும் ஒரு குடையாக அவர்கள் முன் அமைகிறது என்கிறார் சிஸெக்.

சரி மொத்தப் பிரச்சினைகளுக்கான அச்சங்களையும் இப்படி ஒரு புள்ளியில் குவிப்பதால் அவர்களுக்கு என்ன ஆறுதல் கிடைக்கிறது? இந்த ஒரு பூதத்தை ஒழித்துக் கட்டுவதன் மூலம் அந்தச் சமூகம் சந்திக்கும் எல்லாப் பிரச்சினைகளுக்கும் தீர்வு கிடைக்கும் என்கிற பொய்யான ஆறுதல்தான் அது.

ஹிட்லரின் ஜெர்மனியில் அன்று அந்தச் சமூகம் சந்தித்த அனைத்துப் பிரச்சினைகளுக்கும் யூதர்கள் இலக்காக்கப்பட்டது அப்படித்தான். யூதர்கள்தான் அவர்களின் ஆட்கொல்லிச் சுறா. 9/11 க்குப் பிந்திய மேற்குலகிற்கு முஸ்லிம்கள்தான் அந்தச் சுறாமீன். அவர்களை ஒழித்தால், வெளியேற்றினால் தங்களின் அனைத்துப் பிரச்சினைகளும் தீரும் என்கிற உளவியல் சிக்கலில் பாதிக்கப் பட்டவர்களாக அவர்கள் இன்று உள்ளனர்.

அவர்கள் வெளிப்படுத்தும் வெறுப்பு உரையாடல்களைக் கூர்ந்து கவனித்தால் இதை எளிதாக விளங்கிக்கொள்ள முடியும். ஏழு முஸ்லிம் நாடுகளிலிருந்து முஸ்லிம்கள் வரத் தடைவிதித்ததற்கு ட்ரம்ப் என்ன காரணம் சொன்னார்? 9/11 இரட்டைக் கோபுரத் தாக்குதலைத்தான் சுட்டிக் காட்டினார். ஆனால் இரட்டைக் கோபுரத் தாக்குதலை நடத்தியவர்களில் யாரும் இந்த ஏழு நாடுகளைச் சேர்ந்தவர்கள் இல்லை. அது மட்டுமல்ல 1975 முதல் 2015 வரையிலான இந்த நாற்பது ஆண்டுகளில் இந்த ஏழு நாடுகளிலிருந்து வந்தவர்கள் யாரும் ஒரு அமெரிக்கரையும் கொன்றதாக ஆதாரங்கள் இல்லை. ஆனால் அமெரிக்க உளவியல் அந்த நாடுகளின் மக்களை

வெளியேற்றினால் பிரச்சினைகள் தீர்ந்துவிடும் என நம்புகிறது. அமிட்டி தீவு மக்கள் அந்தச் சுறாவைக் கொன்றுவிட்டால் அவர்களின் பிரச்சினைகள் எல்லாம் ஒழிந்துவிடும் என நம்பியதைப் போல.

இப்படி ஏதோ ஒன்றைத் தங்களின் எல்லாப் பிரச்சினைகளுக்கும் காரணம் எனக் கற்பித்துக்கொள்வதன் மூலம் அந்தப் பிரச்சினை களுக்கு எல்லாம் தாங்கள் எவ்வாறு காரணமாக உள்ளோம் என்பதை அவர்கள் எளிதாக மறந்து விடவும் முடிகிறது.

4

அமெரிக்க மண்ணில் 1970 தொடங்கியே முஸ்லிம் வெறுப்பு கொஞ்சம் கொஞ்சமாக அதிகரித்தது. முஸ்லிம்கள் எல்லோரையும் ஒரே மாதிரியான அச்சுப்பதிவாகவும், பயங்கரவாதிகளாகவும், பயங்கர வாதத்துக்குத் துணை போகிறவர்களாகவும் சித்திரிக்கும் நிலை ஏற்பட்டது. 9/11 ஐ ஒட்டி இது ஒரு மிகப் பெரிய பரிணாம மாற்றத்தை எட்டிய வரலாற்றைத்தான் நாம் இப்போது பார்த்துக்கொண்டு உள்ளோம்.

இது என்ன மாதிரியான விளைவுகளை ஏற்படுத்தியது?

1. முஸ்லிம்கள் மீதான தாக்குதல்கள் ஆங்காங்கு அதிகரித்தன. முன் குறிப்பிட்ட அமெரிக்க-இஸ்லாமிய உறவுகளுக்கான கழகமும் (சிஏஐஆர்) அமைப்பைச் சேர்ந்த வில்ஃப்ரெடோ அம்ர் ரூயிஸ், கலிஃபோர்னியா பல்கலைக்கழகத்துடன் தாங்கள் இணைந்து மேற்கொண்ட ஆய்வறிக்கையை வெளியிட்டுப் பேசும்போது (ஜூன் 2016), 'ஃபுளோரிடா மாநிலத்தில் மட்டும் சென்ற ஆண்டில் முஸ்லிம்களுக்கு எதிரான வெறுப்புக் குற்றங்கள் 500 மடங்கு அதிகரித்துள்ளன' என்றார். இவற்றில் முஸ்லிம்கள் மீதான நேரடியான தாக்குதல்கள் தவிர மசூதிகள், முஸ்லிம் சந்திப்பு மையங்கள் ஆகியவை தாக்கப்படுதல், முஸ்லிம் அமைப்புகளுக்கு வெடிகுண்டுத் தாக்குதல் மிரட்டல் விடுத்தல் ஆகியவையும் அடங்கும். அமெரிக்காவில் வாழும் பல்வேறு இனங்கள் மத்தியிலும் ஆய்வு மேற்கொண்டு வெளியிடப்பட்ட அந்த அறிக்கை முஸ்லிம்கள்தான் அதிக இனவெறுப்புக்கு ஆளாகின்றனர் என்கிறது. 18 சத முஸ்லிம்கள் தாங்கள் எப்போதும் (regularly) இன வெறுப்புக்கு ஆளாவதாகவும், 26 சதம் பேர் அவ்வப்போது இன வெறுப்பை அனுபவிப்பதாகவும்,

16 சதம் பேர் எப்போதாவது இப்படியான அனுபவங்களைச் சந்தித்துள்ளதாகவும் கூறியுள்ளனர். இன்ஸ்டிட்யூட் ஃபார் சோசியல் அண்ட் அண்டர்ஸ்டேண்டிங் (சமூகக் கொள்கை மற்றும் புரிந்துணர்வுக்கான நிறுவனம்— ஐஎஸ்பீயூ) எனும் அமைப்பின் இயக்குநர் மெய்ரா நகாஸ், 'ஒவ்வொரு ஐந்து அமெரிக்க முஸ்லிம்களிலும் ஒருவர் தொடர்ந்து இஸ்லாமிய வெறுப்புச் செயல்களால் பாதிக்கப்பட்டுள்ளது ஒரு கருத்துக்கணிப்பில் அறிய வந்துள்ளது' எனக் கூறியதை *அல்ஜஸீரா* தளத்தில் (2016 ஜூன் 24) காணலாம்.

2. கடந்த பத்தாண்டுகளில் இந்த முஸ்லிம் வெறுப்பு இன்னொரு பரிமாணத்தை எட்டியுள்ளது. முஸ்லிம் தொழுகைத் தலங்கள் (mosques) மற்றும் சமுதாய மையங்கள் (community centers) கட்டுவதற்கு எதிர்ப்புகள் மிகுகின்றன. இதன் அடுத்த கட்டமாக இப்போது, 'முஸ்லிம்கள் தங்களின் ஷரீஆ சட்டத்தை அமெரிக்காவில் திணிக்கப் பார்க்கிறார்கள்' என்கிற கருத்து மிகப் பெரிய அளவில் பரப்பப்படுகிறது. கிட்டத்தட்ட முப்பதுக்கும் மேற்பட்ட மாநிலங்களில் ஷரீஆவுக்கு எதிராகச் சட்டங்கள் இயற்றும் நிலை ஏற்பட்டுள்ளது. 2013 தொடங்கி முஸ்லிம்களின் மத நடவடிக்கைகளுக்கு எதிராகக் கொண்டுவரப்பட்ட புதிய சட்ட வரைவுகள் மற்றும் திருத்தங்களின் எண்ணிக்கை மட்டும் 81. பெரும்பாலும் இவற்றை முன்மொழிந்தது குடியரசுக் கட்சிதான். குடியரசுக் கட்சி செனட்டர் ஆலன் ஹேய்ஸ் பேசும்போது, 'எங்களின் மதம், அரசியல், அமைதியான வாழ்க்கை எல்லாமே ஷரீஆ மற்றும் இஸ்லாமின் தாக்குதலுக்கு ஆளாகியுள்ளன. எனது நாட்டின் மீதும் மதத்தின் மீதும் மேற்கொள்ளப்படும் இந்தப் படையெடுப்பிலிருந்து (invasion) என் சந்ததியைக் காப்பாற்ற வேண்டும். அவர்கள் செய்வது தேசத் துரோகம் (sedition). எங்கள் அரசையும் தேசத்தையும் (country) அவர்கள் கவிழ்க்க (overthrow) முனைகிறார்கள்' என்று கூறியதை நீங்கள் இணையதளங்களில் காணலாம் (*அல்ஜஸீரா, ஜூன் 24, 2016*). இந்த வெறுப்புரையில் அவர் பயன்படுத்தியுள்ள சொற்களைக் கவனியுங்கள். இப்படி ஏராளமாகச் சொல்ல முடியும். சுருக்கம் கருதி நிறுத்திக்கொள்கிறேன்.

அமெரிக்கர்களை நாம் பண்பாட்டிலும் அறிவிலும் முன்னேறியவர்கள் என நினைப்பது எத்தனை அபத்தம். அமெரிக்காவின் மொத்த மக்கள் தொகையில் முஸ்லிம்கள் சுமார் ஒரு சதம்தான். ஐரோப்பாவில் அவர்கள் 6 சதம். இந்த ஒரு சதம் மக்கள் அமெரிக்காவின்

பண்பாட்டையும் வரலாற்றையும் அழித்துவிடப் போகிறார்கள் என ஒரு அரசியல்வாதி பேசுகிறார். அதை ஏற்றுக் கொள்வதற்கும் அங்கு ஒரு மக்கள் கூட்டம் இருக்கிறது.

அமெரிக்காவில் அமெரிக்கச் சட்டம்தான் இறுதியானது. இந்நிலையில் ஷரீஆ சட்டம் அமெரிக்கச் சட்டத்தை அழித்துவிடும் என்பதன் பொருளென்ன? இப்படியான ஒரு சூழல் இருப்பதாகச் சொல்லி இதற்கு எதிராகச் சட்ட வரைவுகள் மொழியப்படுவதும் முஸ்லிம்கள் ஷரீஆவைக் கைவிடவேண்டும் என முழக்கங்கள் உருவாவதும் எத்தனை அபத்தம். அமெரிக்காவில் கூட்டாட்சி நடுவர் சட்டம் (Federal Arbitration Act - 1925) ஒன்று நடைமுறையில் உள்ளது. இதன்படி அமெரிக்கச் சட்டங்களின்படிச் செயல்படும் நீதிமன்றங்களுக்கு வெளியே 'மத்தியஸ்த' முறையில் (arbitration) இரு தரப்பினர் தமக்குள்ளான விவகாரங்களைத் தீர்த்துக்கொள்வதற்கான உரிமை உண்டு என்பது உண்மைதான். ஆனால் இருதரப்பும் அதை ஏற்றுக்கொண்டால்தான் அது சாத்தியம். ஏதேனும் ஒரு தரப்பு அதை ஏற்றுக்கொள்ளாதபோது அமெரிக்கச் சட்டத்தின்படி நீதிமன்றத்தில் தான் பிரச்சினையைத் தீர்த்துக்கொள்ள வேண்டும். பெரிய சிக்கல்கள் ஏதுமின்றி இது பல ஆண்டுகளாக நடைமுறையில் உள்ளது.

ஷரீஆ குறித்து அது கையை வெட்டுவது, பொது வெளியில் தலையைக் கொய்வது என்பது போன்ற சொல்லாடல்களை முன்வைத்து அவற்றை முஸ்லிம்கள் கைவிடவேண்டும் என்கிற கருத்தைப் பரப்புவதும் அபத்தம். ஷரீஆ என்பது தண்டனைச் சட்டமல்ல. இந்தியாவில் முஸ்லிம்கள் ஷரீஆவைக் கடைப்பிடிக்கிறார்கள் எனில் அது இங்கு குற்றச் செயல்களை விசாரித்துத் தண்டனை வழங்குவது என்கிற வடிவில் அல்ல. ஷரீஆ என்பது அடிப்படையில் முஸ்லிம்களின் வாழ்க்கை முறைக்கான ஒரு வழிகாட்டி. அது முற்றிலும் தனிநபர் சார்ந்த (personal), இறைவனுக்கும் அவனை விசுவசித்து வணங்குபவருக்குமான தனிப்பட்ட உறவுசார்ந்த ஒன்று. ஐந்துவேளை தொழுவது, ரமளான் நோன்பிருப்பது முதலான மதக் கடமைகளைச் சொல்வது அது. அமெரிக்காவிலோ இந்தியாவிலோ வாழ்கிற எந்த முஸ்லிமும் தங்களின் ஷரீஆ சட்டம் அமெரிக்க அல்லது இந்தியச் சட்டங்களை எல்லா அம்சங்களிலும் மீறிச் செயல்படவேண்டும் என நினைக்கவில்லை.

இந்நிலையில் ஒரு முஸ்லிமை நோக்கி நீ ஷரீஆவைக் கைவிட வேண்டும் எனச் சொல்வது நீ முஸ்லிம் மதத்தையே கைவிடு எனச் சொல்வதுதான்.

முஸ்லிம்களுக்கு மட்டுமின்றி எல்லா மதங்களிலுமே இப்படியான மத வழிகாட்டல்கள் உண்டு. கத்தோலிக்க கிறிஸ்தவர்களுக்குக் Canon Law, யூதர்களுக்கு ஹலகாஹ் என்பனவெல்லாம் ஷரீஆவுக்கு இணையாக அம்மதங்களில் வழங்கப்படும் சட்டங்கள் தான். 'மதத்தைக் கடைப்பிடிப்போர் நடக்க வேண்டிய பாதை' என்பதாகவே இவை பொருள் கொள்ளப்படுகின்றன.

2012இல் மன்ஹட்டன், டென்னெஸ்ஸீ, விஸ்கான்சின், கலிஃபோர்னியா, இல்லினாய்ஸ் முதலான இடங்களில் பள்ளிவாசல் கட்டுவதற்கு எதிரான தீவிர இயக்கங்கள் எழும்பின. பள்ளி வாயில்களை 'பேய்வீடு' என்னும் பொருள்பட Monster Mosques என இவர்கள் முன்வைத்தனர். மன்ஹட்டனில் பார்க் 51 இஸ்லாமிய மையம் ஒன்றை முஸ்லிம்கள் அமைக்கத் தொடங்கியபோது அதற்குப் பெரிய அளவில் எதிர்ப்புகள் உருவாயின. வலதுசாரி இயக்கங்களான டீ பார்டி, கிராண்ட் ஓல்ட் பார்டி (GOP) என அழைக்கப்படும் குடியரசுக் கட்சி ஆகியவை வெளிப்படையாக இம்முயற்சியை எதிர்த்துக் களம் இறங்கின. கட்டுவதற்கு முன்னதாகவே 'Not Welcome', 'No More Mosques in America' முதலான முழக்கங்களை அந்தப் பகுதிகளில் எழுதுவது, வளர்ப்பு நாய்களுடன் வந்து மசூதிகளுக்கு எதிராக ஆர்ப்பாட்டம் நடத்துவது எனப் பல வடிவங்களில் எதிர்ப்புகள் காட்டப்பட்டன. வாகனங்களை நிறுத்த இடஞ்சலாக இருக்கின்றன என்பனபோன்ற (parking issues) அற்பப் பிரச்சினைகள் எல்லாம் ஊதிப் பெருக்கப்பட்டன. இதை ஒட்டி இந்த மாதிரியான இடங்களில் தான் இத்தகைய கட்டிடங்கள் கட்ட வேண்டும் என மாநில அரசுகள் அவசர ஆணைகளை (Zoning Ordinances) இட்டன.

பார்க் 51க்கு எதிராகத் தீவிரமாகப் பிரச்சாரம் செய்தவர்களில் அமெரிக்காவின் புகழ்பெற்ற இஸ்லாமிய வெறுப்பாளி பமீலா கெல்லர் முக்கியமானவர். American Freedom Defense Initiative (http://www.islamophobia.org/islamophobic-organizations/american-freedom-defense-initiative.html), Stop Islamization of America முதலான இஸ்லாமிய வெறுப்பு அமைப்புகளின் ஊடாகவும் அவரது Pamela Geller.com தளத்தின் ஊடாகவும் அவர் வெளிப்படுத்தும் மிக வன்முறையான வெறுப்புப் பேச்சுக்கள் மற்றும் கருத்துகளை நீங்கள் இணையத்தில் ஏராளமாகக் காண முடியும். இவரது நிறுவனங்களால் உற்பத்தி செய்யப்படும் Islamofacism முதலான கருத்தாக்கங்களும் சொல்லாட்சிகளும் பெரிய அளவில் இஸ்லாமிய வெறுப்புத் தொழில்

முனைவர்களால் பயன்படுத்தப்படுகின்றன. பார்க் 51 இஸ்லாமிய மையம் கட்டும் முயற்சிக்கான எதிர்ப்பில், 'the ground zero mega-mosque', 'monster mosque' முதலான சொல்லாட்சிகளை உருவாக்கியும் 'stab in the eye of America' (அமெரிக்காவின் கண்ணில் குத்து) முதலான முழக்கங்களை முன்வைத்தும் வெறியூட்டியவர் இவர். இந்தியாவில் 'லவ் ஜிகாத்' என்பன போன்ற உண்மைக்குப் புறம்பான கருத்தாக்கங்கள் எல்லாம் உருவாக்கப்பட்டு அவை முஸ்லிம்களுக்கு எதிராக இங்கு பயன்படுத்தப்படுவதையும், அதை ஊடகங்கள் முதல் நீதிமன்றங்கள்வரை ஏற்றுக்கொண்டு உள்ளதையும் நாம் இத்துடன் ஒப்பிட்டுப் பார்க்க வேண்டும். இப்படியான விஷம்தோய்ந்த சொல்லாட்சிகளின் உருவாக்கம் எப்படி அப்பாவி மக்களைப் பாதிக்கிறது என்பதற்கு இன்று கேரளப் பெண் ஹாதியாவின் வாழ்க்கை ஒரு சான்று.

2011 ஆகஸ்டில் நார்வே நாட்டில் நடந்துகொண்டிருந்த இளைஞர் பயிற்சி முகாம் ஒன்றில் புகுந்து 77 பேர்களைச் சுட்டுக் கொன்று 200 பேர்களைக் காயமாக்கிய பிரெய்விக் தன் 1500 பக்க அறிக்கையில் பமேலா கெல்லரின் இணையதளத்தைக் குறிப்பிட்டுத் தான் அதனால் தான் எழுச்சி பெற்றதாகக் கூறியுள்ளது குறிப்பிடத்தக்கது. பிரெய்விக்கின் இந்தப் பயங்கரவாத நடவடிக்கையைக் கெல்லர் வெளிப்படையாகப் பாராட்டினாள். 'நார்வேயை எதிர்காலத்தில் முஸ்லிம்களால் நிரப்ப இருந்த கட்சியின் வருங்காலத் தலைவர் களைத்தான் பிரெய்விக் சுட்டுத் தள்ளியுள்ளான்' எனச் சொன்ன கெல்லர், '(கொல்லப்பட்டவர்களின்) அந்த மூஞ்சிகளைப் பாருங்கள். தூய நார்வேஜிய முகங்கள் அல்ல அவை. மத்திய கிழக்குச் சாயல் கலந்த மூஞ்சிகள் அவை' என அப்பட்டமாக அந்தப் பயங்கரவாதத்தை கெல்லர் ஆதரித்து எழுதியதையும் நீங்கள் காணலாம்.

ஆக மத்திய கிழக்கு, அதாவது முஸ்லிம் சாயல் உள்ள யாரையும் சுட்டுத் தள்ளலாம்.

5

இப்படியாக இஸ்லாமிய வெறுப்புத் தொழில் மிகத் தீவிரமாக மேலை நாடுகளில் நடந்துகொண்டுள்ளது. இங்கிருந்து சென்று வாழ்கிற இந்திய உயர்சாதியினர் அவற்றால் ஊக்கம் பெறுகின்றனர். அவர்களுடன் இணைந்து வேலை செய்கின்றனர்.

இஸ்லாமிய வெறுப்புத் தொழிலில் ரிச்சர்ட் டாவ்கின்ஸ், கிறிஸ்டோபர் ஹிட்செஸ் போன்ற நவ நாத்திகர்கள், பமேலா கெல்லர் போன்ற பெண்கள், ஃபரீத் ஸகரியா போன்ற முஸ்லிம்கள் எனப் பல தரப்பினரும் உண்டு. மதங்களை விமர்சிப்பது, பெண்ணியச் சிந்தனைகளை ஆதரிப்பது முதலான வடிவங்களில் தம்மை மிகவும் முற்போக்காகக் காட்டிக் கொண்டு இப்படி இஸ்லாமிய வெறுப்பை முன்வைப்பவர்கள் இந்த முஸ்லிம் வெறுப்புத் தொழிலில் மிக எளிதாக முன்னுக்கு வருவதையும் நீங்கள் காணலாம். தாங்கள் அப்படி ஒன்றும் முஸ்லிம்களை ஒதுக்குகிறவர்கள் அல்ல, எங்கள் நிகழ்ச்சி களிலும் ஊடகங்களிலும் அவர்களுக்கும் இடமுண்டு எனக் காட்டு வதற்குத் தொழில்முறை முஸ்லிம் வெறுப்பாளர்கள் இவர்களைப் பயன்படுத்திக்கொள்வதை உலகெங்கிலும் காணமுடியும். இவர்களும் அந்த மேடைகளில் ஏறி நின்று வழக்கத்துக்கு அதிகமாகவே முஸ்லிம் வெறுப்பைக் கூவுவர்.

மூடநம்பிக்கைகளை எதிர்ப்பது, பெண்ணுரிமைகளைப் பேசுவது என்கிற போர்வையில் அவர்கள் அந்த மேடைகளில் நின்றுகொண்டு வெறுப்புத் தொழிலுக்கு வலுசேர்ப்பர். இந்தியா, அமெரிக்கா முதலான நாடுகளில் முஸ்லிம்களுக்கு எதிராக உள்ள நிலையில் இப்படியானவர்களை ஊடகங்களும் பெரிய அளவில் கண்டுகொள்ளும். இஸ்லாமிய வெறுப்பின் ஊடாகக் கிடைக்கும் பொருட் பலன்கள் தவிர இப்படி எத்தனையோ பலன்கள் அவர் களுக்கு உண்டு.

முஸ்லிம்கள் விமர்சனத்துக்கு அப்பாற்பட்டவர்கள் என்றோ, முஸ்லிம்மதம் குறைகளற்றது என்றோ இதன் பொருளல்ல. இன்று முஸ்லிம்களை இலக்காக்கி உலக அளவில் வளர்ந்துவரும் இஸ்லாமிய வெறுப்புக்குத் தீனி போடுவதாக அந்த விமர்சனங்கள் அமைந்து விடக்கூடாது என்பதுதான். ஆனால் இப்படியானவர்களின் செயல்கள் அப்படித்தான் ஆகிவிடுகின்றன. இதை அவர்கள் அறியாமல் செய்கிறார்கள் என்பதல்ல. அறிந்தே செய்கிறார்கள். பலன் கருதிச் செய்கிறார்கள்.

இப்படியான ஒரு இக்கட்டான நேரத்திலும் சூழலிலும் இந்நூல் வெளிவருகிறது. இந்நூல் 2012இல் வெளிவந்தபோது எழுதப்பட்ட விமர்சனங்கள் அத்தனையிலும் 'சரியான தருணத்தில்' வந்துள்ள நூல் என்கிற வாசகத்தைக் காண இயலும். தமிழிலும் அது மிகச் சரியான தருணத்தில் வெளிவருகிறது.

இஸ்லாமிய வெறுப்பு குறித்து இது மட்டுமல்ல, இன்னும் ஏராளமான நூல்கள், கட்டுரைகள் ஆய்வுகள் ஆகியனவும் வந்துள்ளன. Charis Allen, *Islamophobia* (2010); Deepak Kumar, *Islamophobia and Politics of Empire* (2012); Arun Kundnani, *End of Tolerance: Racism in 21st Century* (2007); Bikhu Parekh, *A New Politics of Identity* (2008); George Morgan & Scot Poynting,*Global Islamophobia: Muslims and Moral Panic in the West* (2012); Stephen Sheehi, *Islamophobia: The Ideological Campaign Against Muslims* (2011) முதலியன சில முக்கியமான நூல்கள். இத்தனை நூல்கள் வந்துள்ளன என்பதே இது இன்றைய உலகில் எத்தனை முக்கியமான பிரச்சினையாக உருவெடுத்துள்ளது என்பதற்குச் சான்று..

இஸ்லாமிய வெறுப்பு என்பது எப்படி இன்று ஒரு தொழிலாகவே உருப்பெற்றுள்ளது என்பதற்கு அழுத்தம் கொடுத்து எழுதப்பட்ட நூல் இது. எப்படி வரலாற்றில் நாஜிகளின் கீழ் யூதர்கள் பட்ட கொடுமை களையே மூலதனமாக்கி இன்றைய யூதர்களும் இஸ்ரேலும் தங்களின் எல்லா அநீதிகளையும் நியாயப்படுத்துகிறார்கள் என்பதை உலகிற்கு வெளிச்சம் போட்டுக் காட்டிய நூல் ஒன்று — *Halocaust Industry* — *2010*இல் வெளிவந்தது. இதை எழுதிய நோர்மன் ஃபிங்கல்ஸ்டீன் ஒரு யூதர். பேராசிரியர், செயல்பாட்டாளர். வார்ஸா நாஜி வதை முகாமில் அவரும் அவருடைய பெற்றோரும் துன்பங்களை அனுபவித்தவர்கள். இருந்த போதிலும் கண்முன் இன்று இஸ்ரேலும் யூதர்களும் அவர்களின் துயரங்களையே விற்பனைப் பண்டமாக்கி இலாபகரமான தொழிலை நடத்துகின்றனர், பலஸ்தீனர்களைக் கொன்று குவிக்கின்றனர் என்பதைக் காணப் பொறாமல் அதைத் தோலுரித்து எழுதிய நூல்தான் அது. அதையே ஒரு முன்னோடியாகக் கொண்டு நாதன் லீன் இந்தத் தலைப்பைத் தேர்வு செய்துள்ளார்.

இந்த நூல் அமெரிக்கப் பின்னணியில் எழுதப்பட்டதாக இருக்கலாம். ஆனால் இது முழுக்க முழுக்க இன்றைய நமது அனுபவங்களுக்கு மிகவும் நெருக்கமான நூல். இதில் நடமாடும் அத்தனை பாத்திரங் களையும், நிகழ்வுகளையும் நீங்கள் சற்று யோசித்துப் பார்த்தால் இங்கு இந்தியாவில், தமிழ்நாட்டில் அடையாளம் காண முடியும்.

சரியான தருணத்தில் சிறப்பாக இந்நூலைக் கொணரும் அடையாளம் பதிப்பகத்திற்குப் பாராட்டுக்கள்.

சென்னை, ஜனவரி 21, 2018

குறிப்புகள்

(நூலின் பக்கங்களைக் குறைப்பதற்கு *ஒரு இயலில்* மீண்டும் மீண்டும் வரும் ஒரு மேற்கோளுக்கு *ஒரே எண்* தரப்பட்டிருக்கிறது. எடுத்துக்காட்டாக, பக்கம் 2இல் *குறிப்பு எண்* [2] *இரண்டுமுறை வருவது ஒரே ஆதாரத்தைச் சுட்டுகிறது.)*

அறிமுகம்

1 'Rider asks if cabby is a Muslim, then stabs him' *(டாக்சி ஓட்டுநர் முஸ்லிமா என்று கேட்டார் பயணி; பிறகு அவரைக் கத்தியால் குத்தினார்)*, என்.ஆர். க்ளைன்ஃபெல்ட், ஆகஸ்ட் 25, 2010, *நியூயார்க் டைம்ஸ்.*

2 'Michael Enright, crazed student charged with stabbing Muslim cabbie, told cops he was a patriot' *(மைக்கேல் என்ரைட் என்ற கிறுக்குப் பிடித்த மாணவன் டாக்சி ஓட்டுநரைக் கத்தியால் குத்தியதாகக் குற்றச்சாட்டு. காவல்துறையினரிடம் தான் ஒரு தேசபக்தன் என்று கூறினான்)*, மெலிஸ்ஸா க்ரேஸ், சாமுவெல் கோல்ட்ஸ்மித், செப்டம்பர் 22, 2010, *நியூ யார்க் டெய்லி நியூஸ்.*

3 'Michael Enright, Cabbie stabber, had *anti-Muslim* diary' *(டாக்சி ஓட்டுனரைக் குத்திய மைக்கேல் என்ரைட் என்ற மாணவனிடம் முஸ்லிம் எதிர்ப்பு வாசகங்கள் நிரம்பிய குறிப்பேடு)*, அலெக்ஸ் பரீன், ஆகஸ்ட் 26, 2010, *சலோன்* <http:/www.salon.com/2010/08/26/michael_enright_hate_diary/>

4 'Fears rise over growing anti-Muslim feeling in U.S' *(ஐக்கிய அமெரிக்க நாடுகளில் பெருகிவரும் முஸ்லிம் எதிர்ப்பு உணர்வுகள் பற்றிய அச்சம் வளர்ந்துவருகிறது)*, மார்க் ஈகன், செப்டம்பர் 12, 2010, *ராய்ட்டர்ஸ்* <http:/www.reuters.com/article/2010/09/12/us-usa-muslims-view-idUSTRE68B1O920100912>

5 'FBI sees leap in anti-Muslim bias hate crimes' *(முஸ்லிம் வெறுப்பும் பாரபட்ச உணர்வுகளும் கொண்ட குற்றங்கள் பெருமளவில் நிகழ்ந்து வருவதை எஃப்பிஐ காண்கிறது)*, தான்யா ஷெவிட்ஸ், நவம்பர் 26, 2002, *சான்ஃபிரான்சிஸ்கோ கிரானிக்கிள்* .

6 'Views of Islam remain sharply divided' *(இஸ்லாம் பற்றிய கருத்துகள் இன்னமும் எதிரும் புதிருமாகவே உள்ளன)* ப்யூ ஆய்வு மையம், செப்டம்பர் 9, 2004, <http:/www.people-press.org/files/2011/02/96.pdf>

7 'Poll: Americans skeptical of Islam and Arabs' *(வாக்கெடுப்பு: இஸ்லாம், அராபியர்கள் பற்றி அமெரிக்கர்கள் சந்தேகம் கொண்டுள்ளனர்), ஜான் கொஹென், மார்ச் 8, 2006, ஏபிசி நியூஸ்* <http:/www.abcnews.go.com/US/story?id=1700599>

8 'Negative perception of Islam increasing' *(இஸ்லாம் பற்றிய எதிர்மறையான கண்ணோட்டங்கள் அதிகரித்துவருகின்றன), கிளவுடியா டீன், டாரில் ஃபியர்ஸ், மார்ச் 9, 2006, த வாஷிங்டன் போஸ்ட்.*

9 *ஜான் எஸ்பொசிட்டோ,* The Future of Islam *(இஸ்லாத்தின் எதிர்காலம்), 2010, பக்.18, ஆக்ஸ்ஃபோர்ட் யுனிவர்சிட்டி பிரஸ்.*

10 'More Muslims arrive in the U.S after 9/11 dip' *(9/11 அழிவைத் தொடர்ந்து அமெரிக்காவிற்கு முஸ்லிம்கள் அதிக எண்ணிக்கையில் வந்து இறங்குகிறார்கள்), ஆன்ட்ரியா எலியட் , செப்டம்பர் 10, 2006, நியூ யார்க் டைம்ஸ்.*

11 The Future of the Global Muslim population Projections for 2010-2030 *(உலகளாவிய முஸ்லிம் மக்களின் எதிர்காலம்: 2010-2030க்கான கணிப்புகள்), ப்யூ கலந்துரையாடல், மதம், பொதுவாழ்க்கை, ஜனவரி 27, 2011.*

12 'The Muslims are coming, The Muslims are coming' *(முஸ்லிம்கள் வருகிறார்கள், முஸ்லிம்கள் வருகிறார்கள்), டானியல் பைப்ஸ், நவம்பர் 19, 1990, நேஷனல் ரிவ்யூ.*

13 'Views of Islam' *(இஸ்லாம் பற்றிய கருத்துகள்) ஏபிசி நியூஸ், வாஷிங்டன் போஸ்ட் வாக்கெடுப்பு, செப்டம்பர் 8, 2010* <http:/a.abcnews.go.com/images/US/ht_cordoba_house_100908.pdf>

14 'TIME Poll: Majority oppose Mosque, many distrust Muslims' *(டைம் கருத்தாய்வு: பெரும்பாலானோர் பள்ளிவாசலுக்கு எதிர்ப்புத் தெரிவிக்கிறார்கள்; பலர் முஸ்லிம்கள் மீது அவநம்பிக்கை கொள்கிறார்கள்), அலெக்ஸ் ஆல்ட்மன், ஆகஸ்ட் 19, 2010, டைம்.*

15 'Poll: Anti-Muslim sentiment grew after Bin Laden's death' *(பின் லாதென் இறந்தபின் முஸ்லிம் எதிர்ப்பு உணர்வுகள் அதிகரித்தன) ஓமர் சசிர்பே, ஜூலை 22, 2011* <http:/www.religionnews.com/politics/government-and-politics/poll-anti-muslim-sentiment-grew-after-bin-laden-death>.

16 'Poll: Many Americans uncomfortable with Muslims' *(வாக்கெடுப்பு: பல அமெரிக்கர்கள் முஸ்லிம்களோடு பழகுவதில் அசௌகரியமாக உணர்கிறார்கள்), எரிக் மர்ரொபொடி, செப்டம்பர் 6, 2011, சிஎன்என்* <http:/www.religion.blogs.cnn.com/2011/09/06/poll-many-americans-uncomfortable-with-muslims>.

17 'Muslim-American Terrorism since 9/11: An Accounting' *(9/11 முதல்*

தொடரும் முஸ்லிம்-அமெரிக்கத் தீவிரவாதம்: ஒரு விளக்கம்), சார்ல்ஸ் குர்ட்ஸ்மன், பிப்ரவரி 2, 2011, தீவிரவாதம் மற்றும் உள்நாட்டுப் பாதுகாப்பிற்கான ட்ரையாங்கிள் மையம்.

18 சார்ல்ஸ் குர்ட்ஸ்மன் - *The Missing Martyrs: Why There Are So Few Muslim Terrorists* (காணாமல்போன தியாகிகள்: முஸ்லிம் பயங்கர வாதிகள் இவ்வளவு குறைவாக இருப்பது ஏன்), 2011, பக். 11, ஆக்ஸ்ஃபோர்ட் யுனிவர்சிட்டி பிரஸ்.

19 'Latest Mosque issue: The Money Trail' (சமீபத்திய பள்ளிவாசல் விவகாரம்: பணம் போன வழி), கென்னத் ஃபோகெல், செப்டம்பர் 4, 2010, *பொலிடிகோ* <http:/www.politico.com/news/stories/0910/41767_Page4.html>.

20 *டீ பார்ட்டி* என்பது பொதுவாக பழமைவாதிகளும் சுதந்திர வாதிகளும் அடங்கியதாகக் கருதப்படும் ஒரு அமெரிக்க சமூக அரசியல் இயக்க மாகும். இவர்கள் 1773இல் நிகழ்ந்த சரித்திர முக்கியத்துவம் வாய்ந்த 'பாஸ்டன் டீ பார்ட்டி' யைத் தழுவிப் பெயர்சூட்டிக் கொண்டவர்கள். அந்தச் சம்பவத்தில் தேநீர்த்தூள் மீது ஆங்கிலேயர்கள் வரி விதித்தபோது, குடியிருப்புவாசிகள் பாஸ்டன் துறைமுகத்தில் நங்கூரம் பாய்ச்சியிருந்த இங்கிலாந்துக் கப்பல்களிலிருந்து இங்கிலாந்தின் தேநீர்த்தூள் பைகளை எடுத்துக் கடல்நீருக்குள் கவிழ்த்துக் கொட்டித் தங்கள் எதிர்ப்பைத் தெரிவித்தார்கள்.

21 நியூஸ்வீக் வாக்கெடுப்பு, ஆகஸ்ட் 27, 2010, பிரின்ஸ்டன் சர்வதேச கருத்தாய்வாளர்கள் சங்கம், அமேசான்நோஸ்.காம்.

22 'Very close race in both Alabama and Mississippi' (அலபாமாவிலும் மிசிசிபியிலும் நெருக்கமான போட்டி) பொதுக் கொள்கை வாக்கெடுப்பு, மார்ச் 12, 2012, பப்ளிக்பாலிசிபோலிங்.காம்.

23 'What it means to be an American: Attitudes in an increasingly diverse America ten years after 9/11' (அமெரிக்கராக வாழ்வதென் அர்த்தம்: 9/11 சம்பவம் நடந்து 10 ஆண்டுகள் ஆகியுள்ள நிலையில் மேலும் அதிகரித்துவரும் பிரிவினையின் மத்தியில் மக்களின் மனப்போக்கு) புருக்கிங்ஸ் இன்ஸ்டிட்யூஷன், பொது மத ஆய்வு நிலையம்- செப்டம்பர் 6, 2011, புருக்கிங்க்ஸ்.எடு.

24 *Islamophobia: A Challenge For Us All: Report of the Runnymede Trust Commission on British Muslims and Islamophobia* (இஸ்லாமியப் வெறுப்பு: நம் அனைவருக்கும் ஒரு சவால்: இங்கிலாந்து முஸ்லிம்கள், இஸ்லாமியப் பீதி பற்றிய ரன்னிமீட் அறக்கட்டளைக் குழு அறிக்கை), 1997. லண்டன்: ரன்னிமீட் அறக்கட்டளை.

25 திமோத்தி பாகம் 2 வசனம் 1:7.

26 ஜாக்கரி லாக்மன், *Contending Visions of the Middle East: The History and Politics of Orientalism* (மத்திய கிழக்கு நாடுகளின் நோக்குகள்: கீழைநாட்டு வரலாறும் அரசியலும்), 2010, பக். 6. கேம்ப்ரிட்ஜ்: கேம்ப்ரிட்ஜ் யுனிவர்சிட்டி பிரஸ்.

இயல் 1

1 *'Messages to the World: The Statements of Osama Bin Laden'* (உலகத்திற்கான செய்தி: ஓசாமா பின் லாதெனின் அறிக்கை), புரூஸ் லாரென்ஸ், 2003, பக்: 104. லண்டன்: வெர்சோ பிரஸ்.

2 WNYW 9/11 8:48 & 8:57, செப்டம்பர் 11, 2001 <http:/www.youtube.com/watch?v=Ev6YQd2jOp4>..

3 'Remarks by the President in Photo opportunity with the National Security Team' (தேசிய பாதுகாப்புக் குழுவினருக்குப் புகைப்பட வாய்ப்புடன் பேட்டி ஒன்றை அளித்தபோது அதிபர் கூறிய கருத்துகள்), ஜார்ஜ் புஷ், செப்டம்பர் 12, 2001, <http:/georgewbush-white-house.archives.gov/news/releases/2001/09/20010912-4.html>.

4 'Apocalypse now' (இப்பொழுது பேரழிவுகாலம்), டாலீ லிப்கின், ஷஹக், செப்டம்பர் 14, 2001, *ஜெருசலேம் போஸ்ட்,*

5 'World must stand together to defeat the monsters' (இந்த அரக்கர் களைத் தோற்கடிக்க உலகம் கைகோர்த்து நிற்கவேண்டும்), செப்டம்பர் 13, 2001, *தி எக்ஸ்ப்ரஸ்* தலையங்கம்.

6 'We must kill the monster of Terrorism' (தீவிரவாதம் என்ற அரக்கனை நாம் அழிக்கவேண்டும்), அலிசன் லிட்டில், செப்டம்பர் 18, 2001, *எக்ஸ்ப்ரஸ்,*

7 'Saudi Arabia: Bin Laden branded *A monster,* by envoy (சவூதி அரேபியா: பின் லாதென் தூதுவரால் 'அரக்கன்' என்று சித்தரிக்கப் பட்டார்), ஆன்டன் ல கார்டியா, செப்டம்பர் 26, 2001, *த டெலிக்ராஃப்,*

8 'Slaying the Hydra: Eliminating Bin Laden cuts off one Al-Qaeda head, but not all' (ஹைட்ராவை அழித்தல்: பின் லாதனை ஒழிப்பது அல்-காயிதாவின் தலைகளுள் ஒன்றை மட்டும்தான் வெட்டியெறியும்; எல்லாவற்றையும் அல்ல), டேவிட். எஸ். கிளௌட், நீல் கிங் ஜூனியர், நவம்பர் 28, 2011, *வால் ஸ்ட்ரீட் ஜர்னல்.*

9 'Monster grows a thousand heads' (ஆயிரம் தலைகள் முளைத்துவரும் அரக்கன்) ஆடம் ஹார்வே, செப்டம்பர் 8, 2006. *கூரியர் மெயில்,*

10 'Combatting a modern Hydra: Al Qaeda and the global war on Terrorism' (தற்கால ஹைட்ராவுடன் போரிடுதல்: அல்- காயிதாவும் தீவிரவாதத்திற்கு எதிரான உலகளாவிய போர்களும்), ஷான் காலிக்,

கம்பாட் ஸ்டடீஸ் இன்ஸ்டிட்யூட் <http:/www.au.af.mil/au/awc/awcgate/army/csi_kalic_qaeda.pdf>.

11 *Strangers, Gods and Monsters: Interpreting otherness* (அந்நியர்களும் கடவுள்களும் அரக்கர்களும்: மற்றதைப் புரிந்துகொள்ளுதல்), ரிச்சர்ட் கியார்னி, *2003* ப. *121*, லண்டன்: ரூட்லெட்ஜ்.

12 'The Lenox Globe' *(த லெனாக்ஸ் குளோப்)* பிஎஃப்டி கோஸ்டா, *1879*, *மெகஸீன் ஆஃப் அமெரிக்கன் ஹிஸ்டரி.* நியூயார்க்: ஏஎஸ் பார்ன்ஸ், *3 (9): 12.*

13 'CNN: Text of Bush's Address' *(புஷ் உரையின் உள்ளுரை)*, செப்டம்பர் *11, 2001* <http:/tinyurl.com/86r3d38>.

14 *Religion and its Monsters* (மதமும் அதன் அரக்கர்களும்) திமோத்தி கே. பீலே, நியூ யார்க்: ரூட்லெட்ஜ் *2003*, பக்: *84*.

15 'There is no such thing as Osama Bin Laden' *(ஒசாமா பின் லாதென் என்று ஒரு விஷயம் இல்லவே இல்லை)* திமோத்தி கே. பீலே, த *ஹஃபிங்டன் போஸ்ட்*, மே *25, 2011* <http:/www.huffingtonpost.com/timothy-beal/no-such-thing-as-osama-bin-laden_b_866532.html>.

16 'Monsters and moral imagination' *(அரக்கர்களும் ஒழுக்கரீதியான கற்பனையும்)*, ஸ்டீஃபென் டீ. அஸ்மா, *கிரானிக்கிள் ஆஃப் ஹையர் எஜுகேஷன்*, அக்டோபர் *25, 2009* <http:/chronicle.com/article/MonsterstheMoral 48886/>.

17 'The evolutionary origins of the storied mind: Modeling the pre-history of narrative consciousness and its discontents' *(பல்லடுக்கு கொண்ட மனதின் பரிமாணத் தொடக்கங்கள்: உரைவடிவிலான விழிப்பு உணர்வின் பூர்வீக வரலாறும் அதன் அதிருப்தியும்)* எச். போர்ட்டர் ஆபட், அக்டோபர் *2000*, *உரைவடிவம் 8(3), 247-56.*

18 *The Paranoid style in American politics and other essays* (அமெரிக்க அரசியலில் சித்தபிரமை பாணி மற்றும் பல கட்டுரைகள்), ரிச்சர்ட் ஹோஃப்ஷ்டாட்டர், கேம்ப்ரிட்ஜ் எம்ஏ: ஹார்வார்ட் பல்கலைக்கழகப் பதிப்பகம், *1952*, பக்: *11*.

19 *The writings of Washington* (வாஷிங்டனின் படைப்புகள்), தொகுதி: *36*. ஜான் ஃபிட்ஸ் பாட்ரிக், வாஷிங்டன் டிசி: யூஎஸ் ப்ரிண்டிங் ஆஃபீஸ், *1941*, பக்: *453*.

20 '1732-1799: The writings of George Washington from the original manuscript sources' *(மூல வடிவிலிருந்து தேர்வு செய்யப்பட்ட ஜார்ஜ் வாஷிங்டன் படைப்புகள்)*, எலக்ட்ரானிக் டெக்ஸ்ட் சென்டர், வர்ஜினியா பல்கலைக்கழக நூலகம் <http:/tinyurl.com/yhha3w>.

21 '*New England and the Bavarian Illuminati*' (நியூ இங்கிலாந்தும் பவேரிய இல்யூமிநாட்டி அமைப்பினரும்), வெர்னான் ஷ்டாஃபர், நியூ யார்க்:

இன்விசிபிள் காலேஜ் பிரஸ், 2005, பக்: 76.

22 See <http:/tinyurl.com/7gy5pwm3w>.

23 *Ireland: A social, Cultural and Literary History* (அயர்லாந்து: சமூக, பண்பாட்டு, இலக்கிய வரலாறு) ஜேம்ஸ் எச். மர்ஃபி, டப்ளின் ஃபோர் கோர்ட்ஸ் பிரஸ், 2003, பக்: 24.

24 'Recalling bloody Monday' (இரத்தக்களரியான அந்தத் திங்கட் கிழமையை நினைவுகூர்தல்) பீட்டர் ஸ்மித், லூயிஸ்வில் கூரியர்-ஜர்னல், ஜூன் 23, 2006.

25 *The Catholic question in Politics: Comprising a series of letters addressed to George D.Prentice, Esq.* (கத்தோலிக்கப் பிரச்சினை: ஜார்ஜ் டி. பிரென்டிஸுக்கு எழுதப்பட்ட கடிதத்தொடர் அடங்கிய தொகுப்பு), கென்டகி கத்தோலிக்கர் (லூயிவில்,கென்டகி: வெப், கில், லெவெரிங்), 1856, பக்: 7.

26 'American Protective Association' (அமெரிக்கப் பாதுகாப்புக் கழகம்) காலியே புதிய கலைக்களஞ்சியம் தொகுதி: 1, நியூயார்க் பிஎஃப்: காலியே அண்ட் சன்), 1921, பக்: 144.

27 புனித ஜான் 6:54.

28 'The Religious issue: Hot and getting hotter' (மதப் பிரச்சினை: சூடாக, மேலும் சூடாக), செப்டம்பர் 19, 1960, நியூஸ் வீக்.

29 *This New Ocean: The Story of the First Space Age* (இந்தப் புதிய பெருங்கடல்: முதல் விண்வெளி யுகத்தின் கதை) வில்லியம் இ. பர்ரோஸ், 1998, பக்: 192. நியூயார்க்: ராண்டம் ஹவுஸ்.

30 'Sputnik and the Origins of the Space Age' (ஸ்புட்னிக்கும் விண்வெளி யுகத்தின் தொடக்கங்களும்) ரோஜர் லௌனியஸ், நாஸா விண்வெளி வரலாறு <http:/history.nasa.gov/sputnik/sputorig.html>.

31 டைம்லைன்ஸ், *The Cold War* (பனிப்போர்) மன்காட்டோ, 2008, பக்: 20. எம்என்: ஆர்க்டுருஸ் பதிப்பகம்.

32 *When even Angels wept: The Senator Joseph McCarthy Affair: A story without a hero* (தேவதைகளும் கண்கலங்கிய நேரம்: சபாநாயகர் மக்கார்த்தி விவகாரம்: கதாநாயகன் இல்லாத கதை) லேட்லி தாமஸ், 1973, பக்: 93. நியூ யார்க்: மாரோ.

33 *Joe McCarthy and the Press* (ஜோ மக்கார்த்தியும் பத்திரிகைத் துறையும்) எட்வின் ஆர். பெய்லி, 1981, பக்: 184. மாடிசன்: விஸ்கான்சின் பல்கலைக் கழகப் பதிப்பகம்.

34 *Anti-Communism and Popular Culture in mid-Century America* (நூற்றாண்டின் மத்தியில் அமெரிக்காவில் கம்யூனிச எதிர்ப்பும் மக்கள்

பண்பாடும்) சின்டிஹென்டர்ஷாட், 2003. பக்: 2. ஜெஃபர்சன் என்சி: மக்ஃபார்லன்ட் அண்ட் கோ பப்ளிசர்ஸ்.

35 *Monsters and the Monstrous* (அரக்கர்களும் அரக்கத்தனமும்: தீமையைத் தாங்கிக்கொள்ளுதல் தொடர்பான கட்டுக்கதைகளும் உவமானங்களும்) நியால் ஸ்காட், 2007. பக்: 82. நியூ யார்க்: ரோடோப்பி,

36 *Atomic Audit: The costs and consequences of U.S.nuclear weapons since 1940* (அணு ஆயுத ஆய்வு: 1940 ஐத் தொடர்ந்து ஐக்கிய அமெரிக்க அணுஆயுதங்களின் செலவும் அவற்றின் விளைவுகளும்) ஸ்டீஃபென் ஷ்வார்ட்ஸ், வாஷிங்டன் டி.சி: ப்ரூகிங்ஸ் இன்ஸ்டிட்யூஷன், 1998. பக்:319.

37 ஜான் எஃப் கென்னடி, 1962, தேசிய மாகாண உரை, *யூ எஸ் நியூஸ் அண்ட் வேள்ட் ரிப்போர்ட்*, தொகுதி 52, இதழ் 1.

38 'The Berlin Wall: An enduring memory of a dark period' (பெர்லின் சுவர்: இன்றளவும் நிலவும் இருண்ட யுகத்தின் நினைவுகள்) *குளோபல் டைம்ஸ்*, நவம்பர் 9, 2009, குளோபல்டைம்ஸ்.சிஎன்.

39 *Monsters and the Monstrous: Myths and Metaphors of Enduring Evil* (அரக்கர்களும் அரக்கத்தனமும்: தீமையைத் தாங்கிக்கொள்ளுதல் தொடர்பான கட்டுக்கதைகளும் உவமானங்களும்) பால் எல். யோடர், பீட்டர் மரியோ கிராய்ட்டர், 2004, பக்.5. ஆக்ஸ்ஃபோர்ட் பதிப்பகம்.

40 'Remembering the Iran hostage crisis' (ஈரானியப் பணயக் கைதிகளின் பிரச்சினையை நினைவுகூர்தல்) *பிபிசி நியூஸ்*, நவம்பர் 4, 2004 <http:/news.bbc.co.uk/2/hi/3978523.stm>.

41 'The Oklahoma city bombing: The Jihad that wasn't' (ஒக்லஹோமா நகர குண்டுவெடிப்புச் சம்பவம்: ஜிஹாத் அல்லாத ஜிஹாத்)ஜிம் நாரெக்காஸ் *எக்ஸ்ட்ரா*, ஜூலை/ஆகஸ்ட் 1995 <http:/www.fair.org/index.php?page=3606>.

42 ஒசாமா வீடியோ படம், டிசம்பர் 13, 2001, *பிபிஎஸ் நியூஸ்ஹவர்* <http://www.pbs.org/newshour/bb/terrorism/july-dec01/video_12-13a.html>.

43 'Instructions for the last night: Inside the Terrorist network' (கடைசி இரவுக்கான ஆலோசனைக் குறிப்புகள்: தீவிரவாத வலையத்திற்குள்), பிபிஎஸ் ஃபிரண்ட்லைன் <http:/www.pbs.org/wgbh/pages/frontline/shows/network/personal/instructions.html>.

44 'Broad skepticism of Islam marks post-9/11 sentiment' (9/11க்குப் பிந்தைய உணர்வுகளில் இஸ்லாம் பற்றிய பரவலான சந்தேகம்), ஏபிசி நியூஸ், வாஷிங்டன் போஸ்ட் வாக்கெடுப்பு, மார்ச் 5, 2006, <http:/abcnews.go.com/images/International/Islam_views.pdf>.

45 'Understanding anti-Arab reactions post 9/11: The role of threats,

social categories and personal ideologies' *(9/11க்குப் பிந்தைய அரபு எதிர்ப்புச் செயல்களைப் புரிந்துகொள்ளுதல்: மிரட்டல்கள், சமூகப் பிரிவுகள், தனிமனித சிந்தனைகள் ஆகியவற்றின் பங்கு)* டெப்ரா எல். ஆஸ்வால்ட், *ஜர்னல் ஆஃப் அப்ளைட் சோஷியல் சைக்காலஜி* இதழ், 35(9) (2005) : 1775-99.

46 'The status of Muslim civil rights in the United States: Unequal protection' *(ஐக்கிய அமெரிக்க நாடுகளில் முஸ்லிம் குடியுரிமையின் நிலை: சமச்சீரற்ற பாதுகாப்பு)* அமெரிக்க-இஸ்லாமிய உறவுக்குழு (சிஏஐஆர்), 2005.

47 'Muslims widely seen as facing discrimination' *(முஸ்லிம்கள் பாகுபாட்டைப் பரவலாக எதிர்கொள்கிறார்கள்)* மதம், பொதுவாழ்க்கை பற்றிய ப்யூ கருத்தாய்வு, செப்டம்பர் 9, 2009.

48 'Is New York cabbie stabbing result of *anti-Muslim hysteria*' *(நியூ யார்க்கில் டாக்சி ஓட்டுநர் குத்தப்பட்டது முஸ்லிம் எதிர்ப்பு ஆவேசத்தின் விளைவா?)*, ரான் ஷெரர், ஆகஸ்ட் 26, 2010, *கிறிஸ்டியன் சயன்ஸ் மானிட்டர்.*

இயல் 2

1 'Muslim prayers and renewal near Ground Zero' *(கிரவுண்ட் ஜீரோவிற்கு அருகில் முஸ்லிம் பிரார்த்தனைகளும் புதுப்பித்தலும்)* ரால்ஃப் புளூமெந்தால், டிசம்பர் 8, 2009, *நியூயார்க் டைம்ஸ்.*

2 எடுத்துக்காட்டுக்காக பார்க்க வீடியோ: <http:/www.mediamatters.org/research/201008230058>.

3 'Monster mosque pushes ahead in shadow of World Trade Center Islamic death and destruction' *(உலக வர்த்தக மையத்தின் இஸ்லாமிய மரணங்கள் மற்றும் அழிவின் நிழலில் பூதாகரப் பள்ளிவாசல் முன்னோக்கிச் செல்கிறது)*, பமேலா கெல்லர், மே 2010, *அட்லஸ் ஷ்ரக்ஸ்.*

4 'Outraged and Outrageous' *(கோபாவேசமும் திமிரும்)*, ஆனி பெர்னார்ட், அலன் ஃபாயே, அக்டோபர் 8, 2010, *நியூயார்க் டைம்ஸ்.*

5 'Papa' *(அப்பா)*, பமேலா கெல்லர், ஜூன் 21, 2009, *அட்லஸ் ஷ்ரக்ஸ்.*

6 'The passions (and perils) of Pamela Geller' *(பமேலா கெல்லரின் ஆர்வங்களும் -ஆபத்துகளும்)* , டக் சான்ட்லர், செப்டம்பர் 1, 2010, *த ஜூயிஷ் வீக்* <http:/www.thejewishweek.com/news/new_york/passions_and_perils_pamela_geller>.

7 'Atlas VLOGS from the beach' *(கடற்கரையிலிருந்து அட்லஸ் வீடியோ வலைப்பூ பதிவுகள்)*, பமேலா கெல்லர், ஆகஸ்ட் 23, 2006, *அட்லஸ் ஷ்ரக்ஸ்.*

8 'Atlas Shrugs Vlogs a very Merry Christmas to our soldiers' *(நம் படைவீரர்களுக்கு அட்லஸ் ஷ்ரக்ஸின் இனிய கிறிஸ்துமஸ் வீடியோ வலைப்பூ பதிவுகள்),* பமேலா கெல்லர், டிசம்பர் 24, 2007, *அட்லஸ் ஷ்ரக்ஸ்.*

9 'BOYCOTT NIKE! Submits to Islam, Withdraws and apologizes for sneakers' *(நைக்கியைப் புறக்கணிப்போம்! இஸ்லாத்திடம் தலை வணங்குதல், காலணிகளைப் பின்வலித்துக்கொண்டு மன்னிப்புக் கோருதல்),* பமேலா கெல்லர், பிப்ரவரி 15, 2005, *அட்லஸ் ஷ்ரக்ஸ்.*

10 'Muslim sister swim' *(முஸ்லிம் சகோதரி நீந்து),* பமேலா கெல்லர், ஆகஸ்ட் 16, 2005. *அட்லஸ் ஷ்ரக்ஸ்.*

11 'Preserving modesty, in the pool' *(நீச்சல் குளத்தில் கண்ணியம் காத்தல்),* லார்னர் டர்ன்புல், ஜூலை 19, 2005, *சியாட்டில் டைம்ஸ்.*

12 பிரபல வலைத்தளங்களுக்கும் வலைப்பூக்களுக்கும் தகவல்களை அளவீடு செய்துதரும் அலெக்ஸா எனும் வலைத்தள ஆய்வுக் கருவியைப் பயன்படுத்தித் திரட்டப்பட்ட தகவல்கள்.

13 'Public lives: A Muslim in the middle hopes against hope' *(பொது வாழ்க்கை: மத்தியிலுள்ள ஒரு முஸ்லிம், நம்பிக்கைக்கு எதிராக நம்பிக்கை கொள்கிறார்),* கிறிஸ் ஹெட்ஜஸ், ஜூன் 23, 2004, *நியூயார்க் டைம்ஸ்.*

14 'How the *Ground Zero mosque* fear mongering began' *(கிரவுண்ட் ஜீரோ பள்ளிவாசல் பற்றிய அச்சதைப் பரப்பிய விதம்),* ஜஸ்டின் எலியட், ஆகஸ்ட் 16, 2010, *சலோன்* <http:/www.salon.com/2010/08/16/ground_zero mosque_origins/>.

15 *பார்க்க:* <http://park51.org/mission/>.

16 *பார்க்க:* <http:/www.newsy.com/videos/mosque-moves-in-near-ground-zero/>.

17 'SIOA campaign offensive; Stop the 911 mosque!' *('அமெரிக்கவில் இஸ்லாமியமயமாக்கத்தை நிறுத்துங்கள்' பிரச்சாரம் ஆபாசமாக உள்ளது; 911 பள்ளிவாசலை நிறுத்துங்கள்!),* பமேலா கெல்லர், மே 7, 2010, *அட்லஸ் ஷ்ரக்ஸ்.*

18 'Thoughts while looking for Masjids in Lower Manhattan... And then some...' *(லோயர் மன்ஹட்டனில் பள்ளிவாசல்களைத் தேடிச் செல்லும் வழியில் தோன்றிய சிந்தனைகள்... பிறகு சில...),* பமேலா ஹால், பிப்.1, 2010 <http://nomosquesatgroundzero.wordpress.com/2010/02/01/thoughts-while-looking-for-masjids-in-lower-manhattan-and-then-some/>.

19 Mosque at the World trade Center: Muslim renewal or insult near Ground Zero' *(உலக வர்த்தக மைய வளாகத்தில் பள்ளிவாசல்: கிரவுண்ட் ஜீரோ அருகே முஸ்லிம் புதுப்பித்தல் அல்லது அவமானம்),* யூசுஃப்

இப்ராஹீம், டிசம்பர் 16, 2009, ஸ்டோன்கேட் இன்ஸ்டிட்யூட் <http://www.stonegateinstitute.org/960/mosque-at-the-world-trade-center-muslim-renewal-or-insult-near-ground-zero>.

20 'With terrorists, let Israel succeed where America has failed' (தீவிரவாதிகளுடன் அமெரிக்கா தோற்ற இடத்தில் இஸ்ரேல் வெல்லட்டும்), யூசுஃப் இப்ராஹீம், ஜூன் 30, 2006, *நியூ யார்க் சன்.*

21 'Youssef Ibrahim, truth teller' *(யூசுஃப் இப்ராஹீம்: உண்மை விளம்பி),* பமேலா கெல்லர், ஜூன் 30, 2006, *அட்லஸ் ஷ்ரக்ஸ்.*

22 <http://www.hudson.org/files/publications/annual Report Web 2010.pdf>.

23 <http://en.moqawama.org/essaydetailsf.php?eid=10304&fid=16>.

24 '*I don't hate Muslims, I hate Islam*' says Holland's rising political star' (*'நான் முஸ்லிம்களை வெறுக்கவில்லை; இஸ்லாத்தைத்தான் வெறுக்கிறேன்' என்கிறார் ஹாலந்தின் வளர்ந்துவரும் அரசியல் நட்சத்திரம்*), அயன் ட்ரேனார், பிப்ரவரி 16, 2008, *த கார்டியன்.*

25 'Anti-Mosque rally all about how it is not about tolerance' *(பள்ளிவாசல் எதிர்ப்புப் பேரணி: அது சகிப்புத்தன்மை பற்றியதல்ல என்பது குறித்து முழுவிவரங்கள்),* ஜில்லியன் ரேஃபீல்ட், செப்டம்பர் 11, 2010, *டிபிஎம் மக்ரேக்கர்* <http:/ tpmmuckraker. talking points memo.com/2010/09/anti-park51_rally_all_about_how_not_intolerant_the.php>.

26 'SIO rally calls for halt to plans for Ground Zero Mosque' *(கிரவுண்ட் ஜீரோ பள்ளிவாசலுக்கான திட்டத்திற்கு முற்றுப்புள்ளி வைக்க இஸ்லாமியமயமாக்கத்தை நிறுத்துங்கள் அமைப்பின் கோரிக்கைகான பேரணி),* ராபர்ட் ஸ்பென்ஸர், மே 11, 2010 <http://www.jihad watch.org/2010/05/sioa-rally-calls-for-halt-to-plans-for-ground-zero-mosque.html>.

27 'Mosque madness at Ground Zero' *(கிரவுண்ட் ஜீரோவில் பள்ளி வாசல் தொடர்பாக ஆவேச அலை),* ஆன்ட்ரியா ஃபெய்சர், மே 13, 2010, *நியூயார்க் போஸ்ட்.*

28 'Mosque madness' *(பள்ளிவாசல் தொடர்பாக ஆவேச அலை),* பமேலா கெல்லர், மே 13, 2010, *அட்லஸ் ஷ்ரக்ஸ்.*

29 *பார்க்க: பத்திரிகைச் செய்தி:* <http://freedomdefense.typepad.com/fdi/2010/01/freedom-defense-initiative-inaugural-event-html>.

30 'Speaking truth to Islam: The forum for truth' *(இஸ்லாத்திடம் உண்மை பேசுதல்: உண்மைக்கான கருத்தரங்கம்),* பமேலா கெல்லர், நவம்பர் 11, 2006, *அட்லஸ் ஷ்ரக்ஸ்.*

31 *பார்க்க:* <http://atlasshrugs2000.typepad.com/about.html>.
32 *பார்க்க:* <http://freedomdefense.typepad.com/about.html>.
33 *பார்க்க:* <http://wintersoldier2008.typepad.com/about.html>.
34 'The Leftist leviathan...Its origins explained by Angelo Codevilla... The *not so* benevolent totalitarianism of Barack Obama' *(இடதுசாரி பூதம்... அதன் தொடக்கங்களுக்கு ஆஞ்ஜெலோ கோடவில்லாவின் விளக்கம்... பராக் ஒபாமாவின் 'அவ்வளவாக'க் கருணை காட்டாத பூரணத்துவம்),* ஜான் ஜோசஃப் ஜே, ஜூலை 19, 2010 <http://wintersoldier2008.typepad.com/summer_patriot_winter_sol/2010/07/the-leftist-leviathan-its-origins-explained-by-angelo-codevilla-the-not-so-benevolent-totalitarianis.html>.
35 'The death of innocence... and Islam shall reap what it has sown... It shall ride the wild whirlwind' *(அப்பாவித்தனத்தின் மரணம்... இஸ்லாம் தாம் விதைத்ததைத் தாமே அறுவடை செய்யும். அது ஆவேசச் சுழல்காற்றில் சிக்கி உழலும்),* ஜான் ஜோசஃப் ஜே, ஜூலை 14, 2010 <http://wintersoldier2008.typepad.com/summer_patriot_winter_sol/2010/07/the-death-of-innocence-and-islam-shall-reap-what-it-has-sown-it-shall-ride-the-wild-whirlwind-html>.
36 'The coming war' *(போர் வருகிறது),* பமேலா கெல்லர், மே 7, 2010, அட்லஸ் ஷ்ரக்ஸ்.
37 'Articles of Incorporation for American defense Initiative' *(அமெரிக்க சுதந்திரப் பாதுகாப்பு முயற்சிக்கான நிறுவன விதிமுறைகள்),* பார்க்க: <http://www.scribd.com/doc/35847782/Articles-of-Incorporation-for-American-Freedom-Defense-Initiative>.
38 'Tea Party, delivers taxation message' *(டீ பார்ட்டி, வரி தொடர்பாக ஒரு செய்தி அறிவிக்கிறது)* டான் கிறிஸ்டி, ஏப்ரல் 5, 2009, டெய்லி லோக்கல் நியூஸ்.
39 'Our friend Pamela Geller in New York City. Her book is due in July' *(நியூ யார்க் நகரத்தில் நமது தோழி பமேலா கெல்லர். அவருடைய புத்தகம் ஜூலையில் வெளிவர உள்ளது),* ரிச்சர்ட் டேவிஸ், ஜூன் 2, 2010 <http://americansheepdogs.com/2010/06/02/our-friend-pamela-geller-in-new-york-city-her-book-is-due-in-july/>.
40 'Pamela Geller and Robert Spencer named new leaders of Stop the Islamization of America' *(அமெரிக்காவில் இஸ்லாமியமயமாக்கத்தை நிறுத்துவதற்கான புதிய தலைவர்களாக பமேலா கெல்லரும் ராபர்ட் ஸ்பென்ஸரும்),* ஏப்ரல் 2, 2010 <http://freedomdefense.typepad.com/fdi/2010/04/pamela-geller-and-robert-spencer-named-new-leaders-

of-stop-the-islamization-of-america.html>.

41 பார்க்க: முன்வைப்பு, <http://images2.americanprogressaction.org, Think Progress/Galler-Book-Proposal1.pdf>.

42 'SIOA rally with Robert Spencer at ground Zero' (கிரவுண்ட் ஜீரோவில் ராபர்ட் ஸ்பென்ஸரின் அமெரிக்காவில் இஸ்லாமியமயமாக்கத்தை நிறுத்துங்கள் அமைப்பின் பேரணி), ஜூன் 6, 2010, யூ-ட்யூப்.

43 'Q & A with Robert Spencer, Director, Jihad watch' ஜிஹாத் வாட்ச் நிர்வாகி ராபர்ட் ஸ்பென்ஸருடன் கேள்வி-பதில் <http://www.q-and-a.org/Transcript/?ProgramID=1086>. ஆகஸ்ட் 20, 2010.

44 'The truth about Pope Honorius' (திருத்தந்தை ஆனோரியஸ் பற்றிய உண்மை), செப்டம்பர் 1994. திஸ் ராக்.

45 பார்க்க: <http://www.jihawatch.org/about-report-paencer.html>.

46 'Understanding Islam and the theology of Jihad: Robert Spencer on Muslim belief and the sources of extremism' (இஸ்லாம், ஜிஹாத் கொள்கை ஆகியவற்றைப் புரிந்துகொள்ளுதல்: முஸ்லிம் நம்பிக்கை, தீவிரவாதத்தின் ஆதாரங்கள் பற்றி ராபர்ட் ஸ்பென்ஸர்), நவம்பர் 27, 2003 <http://www.zenit.org/article-8802?1=English>.

47 பார்க்க: <http://www.jihadwatch.org/why-jihad-watch.html/>.

48 'Announcing Dhimmi watch' (திம்மி வாட்ச் பற்றிய அறிவிப்பு), ராபர்ட் ஸ்பென்ஸர், அக்டோபர் 28, 2003. www.jihadwatch.org.

49 'Spencer defends Geller...in the Guardian!' (ஸ்பென்ஸர் கெல்லருக்கு ஆதரவாகப் பேசுகிறார்... கார்டியனில்!), ராபர்ட் ஸ்பென்ஸர், அக்டோபர் 18, 2010 <http://www.jihadwatch.org/2010/10spencer-defends-geller-inthe-guardian.html>.

50 பார்க்க: <http://www.jihadwatch.org>.

51 'Notes on the ideological patrons of an Islamophobe, Robert Spencer' (ராபர்ட் ஸ்பென்ஸர் என்ற இஸ்லாமிய வெறுப்பாளருக்குக் கொள்கை ரீதியாக ஆதரவளிப்பவர்கள் பற்றிய குறிப்புகள்), கார்ல் டபிள்யூ. எர்னெஸ்ட், 2004, <http://www.unc.edu/-cernst/courses/2004/026/001/spencer.html>.

52 'Imam: Mosque near Ground Zero would prove American religious tolerance' (இமாம்: கிரவுண்ட் ஜீரோவிற்கு அருகே உள்ள பள்ளிவாசல் அமெரிக்க மத சகிப்புத்தன்மையை நிரூபிக்கும்), மாரிசால், மே 7, 2010. <http://www.jihadwatch.org/2010/05/imam-mosque-near-ground-zero-would-prove-american-religious-tolerance.html>.

53 'Why there should be no mosques at Ground Zero' (கிரவுண்ட்

ஜீரோவில் பள்ளிவாசல்களே இருக்கக்கூடாது என்பதற்கான காரணம்), ராபர்ட் ஸ்பென்ஸர், மே 24, 2010, ஹ்யூமன் இவென்ட்ஸ் <http://www.humanevents.com/article.php?id=37131>.

54 'Gingrich sounds the alarm about the stealth Jihad' (பதுங்கு ஜிஹாத் பற்றி கிங்ரிஹ்யின் அபாய அறிவிப்பு), ராபர்ட் ஸ்பென்ஸர், ஆகஸ்ட் 3, 2010, ஹ்யூமன் இவென்ட்ஸ் <http://www.humanevents.com/article.php?id=38356>.

55 'Ground Zero mosque Imam tied to group behind Gaza Jihad Flotilla' (காஜா ஜிஹாத் ஃபுலோட்டில்லாவின் பின்னணியிலுள்ள கூட்டத்தோடு கிரவுண்ட் ஜீரோ இமாம் இணைவு), மாரிசால், ஜூன் 6, 2010 <http://www.jihadwatch.org/2010/06/ground-zero-mosque-imam-tied-to-group-behind-gaza-jihad-flotilla.html>.

56 'New Gingrich at AEI: America is at risk' (அமெரிக்கன் எண்டர்பிரைசிஸ் இன்ஸ்டிட்டியூட்டில் புதிய கிங்ரிஹ்: ஆபத்தில் அமெரிக்கா), ஜூலை 29, 2010, யூ-ட்யூப் <http://www.youtube. com/watch?v=1EYLh4HDLwY/>.

இயல் 3

1 'What it means to be American: Attitudes in increasingly diverse America' (அமெரிக்கராக இருப்பதன் அர்த்தம்: 9/11க்குப் பிறகு மேலும் வகைப்படுத்தப்பட்டு வரும் அமெரிக்காவில் மக்களின் மனப்போக்கு), பொது மத ஆய்வு, புரூக்கிங்ஸ் இன்ஸ்டிட்யூட், செப்டம்பர் 2011.

2 பார்க்க வீடியோ: <http://mediamatters.org/embed/clips/2010/08/23/8871/o-reilly-20091231-ingrahampark51>.

3 பார்க்க வீடியோ: <http://mediamatters.org/research/201008230058>.

4 'Pamela Geller debates Michal Ghouse' (பமேலா கெல்லர் மிகால் கௌஸுடன் விவாதம்), ஷான் ஹானிட்டி நிகழ்ச்சி, மே 13, 2010 <http://www.youtube.com watch?v=Kk6efimxK_g&feature= player_ embedded>.

5 'FOX provides megaphone to New York City mosque opponents' (நியூ யார்க் நகர் பள்ளிவாசல் எதிர்ப்பாளர்களுக்கு ஃபாக்ஸ் ஒலி பெருக்கிகளை அளிக்கிறது), ஆகஸ்ட் 13, 2010, ஃபாக்ஸ் நியூஸ். மீடியாமேட்டர்ஸ்.ஆர்க்.

6 'O'Reilly brings up Juan Williams' NPR credentials on *The Factor*' (த ஃபாக்டரில் ஓ'ரெய்லி யுவான் வில்லியம்ஸின் நேஷனல் பப்ளிக் ரேடியோ தகுதிகளை எடுத்துரைக்கிறார்), பில் ஓ' ரெய்லி, அக்டோபர்

18, 2010 <http://mediamatters.org/mmtv/201010180055>.

7 'In wake of NPR controversy, FOX News gives Juan Williams an expanded role' *(நேஷனல் பப்ளிக் ரேடியோ சர்ச்சையைத் தொடர்ந்து, ஃபாக்ஸ் யுவான் வில்லியம்ஸுக்கு மேலும் விரிவான பொறுப்பை அளிக்கிறது)*, மட்டியா கோல்ட், அக்டோபர் 21, 2010, *லாஸ் ஆஞ்சலெஸ் டைம்ஸ்*

8 'FOX News watchers consistently more likely to have negative views of Muslims' *(ஃபாக்ஸ் நிகழ்ச்சிகளைத் தொடர்ந்து பார்த்து வருபவர்கள் முஸ்லிம்கள் பற்றிய எதிர்மறையான கண்ணோட்டம்கொள்ள வாய்ப்பு அதிகம்)*, அலெக்ஸ் சைட்ஸ்-வால்ட், பிப்ரவரி 16, 2011, *திங்க் புரோக்ரஸ்* <http://thinkprogress.org/media/2011/02/16/144856/fox-news-watchers-consistently-more-likely-to-have-negative-views-of-muslims/>.

9 மைக் கல்லகர், *டேசைட்*, ஆகஸ்ட் 15, 2006.

10 பிரையன் கில்மீட், *ஃபாக்ஸ் அண்ட் ஃபிரெண்ட்ஸ்* (ஃபாக்ஸும் நண்பர்களும்), நவம்பர் 6, 2009

11 பில் ஓ'ரெய்லி, அக்டோபர் 18, 2010.*தி ஓரெய்லி ஃபாக்டர்.*

12 கிளென் பெக், ஆகஸ்ட் 10, 2010, *தி கிளென் பெக் ஷோ.*

13 காலப்போக்கில் ஃபாக்ஸ் அந்தக் கட்டுரையை நீக்கிவிட்டது என்று சலோன் நிருபர் ஜஸ்டின் எலியட் குறிப்பிட்டார். என்றாலும், அந்தக் கட்டுரையின் ஒரு பிரதியைத் திரைக் காட்சியாக எடுத்து, அளிக்க அவரால் முடிந்தது <http://twitpic.com/49f8e9>.

14 'How Roger Ailes built the FOX News fear factory' *(ரோஜர் ஐல்ஸ் ஃபாக்ஸ் நியூஸ் வெறுப்புத் தொழிற்சாலையை உருவாக்கிய விதம்)*, டிம் டிக்கின்சன், மே 25, 2011, *ரோலிங் ஸ்டோன்.*

15 *'Covering Islam'* (இஸ்லாத்தை உள்ளடக்குதல்) எட்வர்ட் சைத், 1997, பக். xiv.நியூ யார்க்: ரான்டம் ஹவுஸ்.

16 'Steven Emerson: Stereotyping Muslims' *(ஸ்டீவென் எமர்சன்: முஸ்லிம்களை ஒரே தன்மையாக்குதல்)*, *சிபிஎஸ் நியூஸ்*, பிப்ரவரி 13, 2007 <http://www.youtube.com/watch?v=ogim0DC-xAQ>.

17 'The Oklahoma city bombing: The Jihad that wasn't' *(ஒக்லஹோமா நகர குண்டுவெடிப்புச் சம்பவம்: ஜிஹாத் அல்லாத ஜிஹாத்)*, ஜிம் நாரெக்காஸ், ஜூலை-ஆகஸ்ட் 1995 *எக்ஸ்ட்ரா!* <http://www.fair.org/index.php?page=3606>.

18 *'Drudgery Divine: On the comparison of early Christianity and the religions of late antiquity'* (தெய்வீக தெய்வம்: தொடக்ககால கிறிஸ்துவமும் பழங்கால இறுதியில் நிலவிய மதங்கள் ஆயகிவற்றின்

ஒப்பீடு), ஜோனதன் இசட் ஸ்மித், சிகாகோ II: சிகாகோ பல்கலைக் கழகப் பதிப்பகம், 1990, பக். 145.

19 *Rules of experts: Egypt, Techno-politics, Modernity* (வல்லுநர்களின் வரைமுறைகள்: எகிப்து, தொழில்நுட்ப-அரசியல், நாகரிகம்), திமோத்தி மிட்ஷெல், பெர்க்லீ, 2002, பக். 118. கலிஃபோர்னியா பல்கலைக்கழகப் பதிப்பகம்.

20 'Anti-Muslim crusader makes millions spreading fear' (*முஸ்லிம் எதிர்ப்புப் போராளி அச்சத்தை விதைத்தே கோடிகளில் புரள்கிறார்*), பாப் ஸ்மியெதானா, அக்டோபர் 24, 2010, *த டென்னெஸ்ஸியன்* <http://www.tennessean.com/article/20101024/NEWS01/10240374/The+price+of+fear>.

21 *பார்க்க:* <http://www.meforum.org/about.php>.

22 'Can the Palestinians make peace?' (*பாலஸ்தீனியர்களால் அமைதியை நிலைநாட்ட முடியுமா?*), டானியல் பைப்ஸ், ஏப்ரல் 1990, *கமென்டரி.*

23 *The Oklahoma city bombing and the politics of terror* (ஒக்லஹோமா நகர் குண்டுவெடிப்பும் வெறுப்பு அடிப்படையிலான அரசியலும்), டேவிட் ஹாஃப்மன், 1998, பக். 24. நியூ யார்க்: ஃபெரல் ஹவுஸ்.

24 'The madness over All-American Muslim' (*ஆல்-அமெரிக்கன் முஸ்லிம் தொலைக்காட்சித் தொடர் தொடர்பான ஆவேச அலை*), ஜான் எல். எஸ்பொசிட்டோ, டிசம்பர் 16, 2011, *வாஷிங்டன் போஸ்ட்.*

25 'TLC's *All-American Muslim*': More educational than the cast will admit' (*டிஎல்சியின் ஆல்-அமெரிக்கன் முஸ்லிம்: அதில் பங்கு பெற்றவர்கள் ஒத்துக்கொள்வதைவிடவும் கல்வி புகட்டக்கூடியது*), ஜெத்ரோ நெடெடாக், ஜூலை 29, 2011, *ஹாலிவுட் ரிப்போர்ட்டர்.*

26 '64 companies to pull out ads from *All-American Muslim*' (*ஆல்-அமெரிக்கன் முஸ்லிம் நிகழ்ச்சியிலிருந்து விளம்பரங்களை விலக்கிக்கொள்ள 64 நிறுவனங்கள் முடிவு*), பமேலா கெல்லர், *அட்லஸ் ஷ்ரக்ஸ்*, டிசம்பர் 13, 2011 <http://atlasshrugs 2000. typepad.com/atlas-shrugs/2011/12/64-companies-to-pull-ads-from-all-american-muslim.html>.

27 '*All-American Muslim* misleads on Islam' (*ஆல்-அமெரிக்கன் முஸ்லிம் நிகழ்ச்சி இஸ்லாம் பற்றி தவறாக வழிநடத்திச் செல்கிறது*), ராபர்ட் ஸ்பென்ஸர், *ஜிஹாத் வாட்ச்*, நவம்பர் 15, 2011, *ஹ்யூமன் இவென்ட்ஸ். காம்.*

28 'Controversy drives advertisers from *All-American Muslim*' (*சர்ச்சை ஆல்-அமெரிக்கன் முஸ்லிம் நிகழ்ச்சிக்கான விளம்பரதாரர்களை விரட்டிவிடுகிறது*), ஸ்டூவர்ட் எலியட், பிரையன் ஷ்டெல்டர், டிசம்பர் 13, 2011, *நியூ யார்க் டைம்ஸ்.*

இயல் 4

1 'Bill Keller, Muslim-hating Pastor, wants to build Christian Center to rival Ground Zero Mosque' *(பில் கெல்லர் என்ற முஸ்லிம் வெறுப்புப் போதகர், கிரவுண்ட் ஜீரோ பள்ளிவாசலுக்குப் போட்டியாகக் கிறிஸ்துவ மையம் தொடங்க விருப்பம்)*, லூகாஸ் ஆல்ப்பெர்ட், செப்டம்பர் 5, 2010, *நியூ யார்க் டெய்லி நியூஸ்.*

2 'Evangelist near Ground Zero assails Islam and Mosque' *(பிரச்சாரக் கிறிஸ்துவர் கிரவுண்ட் ஜீரோவிற்கு அருகில் இஸ்லாத்தையும் பள்ளி வாசலையும் தாக்குகிறார்)*, ஃபெர்னான்டோ சான்டோஸ், செப்டம்பர் 5, 2010, *நியூ யார்க் டைம்ஸ்.*

3 'God's man for the Internet Age' *(வலைத்தள யுகத்திற்கான இறைவனின் தூதுவர்)*, எரிக் ஸ்னைடர், டிசம்பர் 4, 2003. க்லடாம்பா.காம்.

4 'A prodigal son turns preacher' *(ஓர் ஊதாரி மகன் பிரச்சாரகனாக மாறுகிறான்)*, லிபர்ட்டி யூனிவர்சிட்டி நியூஸ், லைவ்பிரேயர்.காம்.

5 'Highway to Heaven' *(சொர்க்கத்திற்கான நெடுஞ்சாலை)*, ட்விலா டெக்கர், பிப்ரவரி 15, 2000. எஸ்பிடைம்ஸ்.காம்.

6 *'டெய்லி டிவோஷனல்: 9/11'* பில் கெல்லர், செப்டம்பர் 12, 2001, லைவ்பிரேயர்.காம்.

7 'Daily devotional: A holy war' *(டெய்லி டிவோஷனல்: ஒரு புனிதப்போர்)*, பில் கெல்லர், செப்டம்பர் 19, 2001, லைவ்பிரேயர்.காம்.

8 'Daily devotional 9/11: Is this the start of the end times?' *(டெய்லி டிவோஷனல் 9/11: இது முடிவுக் காலங்களின் தொடக்கமா?)*, பில் கெல்லர், , செப்டம்பர் 10, 2002, லைவ்பிரேயர்.காம்.

9 'Cyberfaith: How Americans pursue religion online' *(வலைத்தள விசுவாசங்கள்: அமெரிக்கர்கள் வலைத்தளம் வழியே மதத்தைப் பின்பற்றும் விதம்)*, எலீனா லார்சன், இணையதளம் மற்றும் அமெரிக்க வாழ்க்கை பற்றிய ப்யூ திட்டம், டிசம்பர் 23, 2001.

10 'Growing number says Islam encourages violence among followers' *(பெருகிவரும் எண்ணிக்கை, இஸ்லாம் தனது நம்பிக்கையாளர் களிடையே வன்முறையைத் தூண்டுகிறது என்று காட்டுகிறது)*, மக்கள், பத்திரிகைகளுக்கான ப்யூ ஆய்வு மையம், மதம், பொது வாழ்க்கை பற்றிய ப்யூ மன்றம், ஜூலை 24, 2003.

11 'Florida Televangelist Bill Keller loses show after Muslims complain' *(முஸ்லிம்களின் முறையீட்டைத் தொடர்ந்து ஃபுளோரிடா தொலைக் காட்சிப் பிரச்சாரகர் பில் கெல்லர் நிகழ்ச்சியை இழக்கிறார்)*, ஆகஸ்ட் 24, 2007, *அசோசியேட்டட் பிரஸ்.*

12. 'Vote for Romney is vote for Satan' *(ராம்னிக்கு வாக்களிப்பது சாத்தானுக்கு வாக்களிப்பது போல),* மே 10, 2007. வேள்ட் நெட் டெய்லி.
13. 'Challenging the IRS' *(ஐஆர்எஸ்ஸுக்கு சவால்விடுதல்)* லாரி குட்ஸ்டைன், ஜூன் 23, 2008.
14. பார்க்க: <http://www.youtube.com/watch?v=Lv-Wwv7ZrwE>.
15. 'The religious context of prejudice' *(முற்சாய்வில் மதத்தின் களம்),* கார்டன் டபிள்யூ. ஆல்ப்போர்ட், ஜர்னல் ஃபார் த சயிண்டிஃபிக் ஸ்டடி ஆஃப் ரெலிஜியன்,* இலையுதிர்காலப் பதிப்பு, 1966, 447-57.
16. 'Christian Right's favourite Muslim convert exposed as Jihadi fraud' *(கிறிஸ்துவ வலதுசாரிக்குப் பிரியமான மதம்மாறிய முஸ்லிம் போலி ஜிஹாதி என்பது வெளிச்சமாகிறது),* பீட்டர் மாண்ட்கோமெரி, மே 10, 2010.
17. பார்க்க: <http://www.youtube.com watch?v=e35nJ61PRNQ&feature=player_embedded#at-232>.
18. 'Church membership trends unchanged' *(தேவாலய உறுப்பினர்களின் போக்கில் மாற்றமில்லை),* பாப் அலென், பிப்ரவரி 16, 2011.
19. 'Focus on the family, From Jihad to Jesus' *(குடும்பத்தில் கவனம்: ஜிஹாதிலிருந்து இயேசு வரை),* <http://castroller.com/podcasts/FocusOnThe/1602749-From%20Jihad%20to%20Jesus>.
20. 'Profiteering off the Prophet: The unfortunate case of Ergun Caner' *(இறைத்தூதரை வைத்து இலாபமீட்டுதல்: எர்கன் கானரின் துரதிருஷ்ட நிலை),* நிக்கோலஸ் ஜி. முமேஜியான், ஜூலை 2011. முஸ்லிம் வேள்ட்.
21. 'Muhammad: A demon-posessed pedophile?' *(முஹம்மத்: பேயால் ஆட்டுவிக்கப்பட்ட, குழந்தைகளோடு உடலுறவுகொள்ளும் காம வெறியனா?),* ஜெர்ரி ஃபால்வெல், ஜூன் 15, 2002. www.wnd.com.
22. பார்க்க: <http://www.youtube.com/watch?v=wvXCj9LVEz4>.
23. 'Is it the goal of Islam in this country that by 2013 they will have proselytized every American family at least once?' *(2013க்குள் ஒவ்வொரு அமெரிக்கக் குடும்பத்தையும் ஒரு முறையாவது மதம் மாற்றியிருக்கவேண்டும் என்பதுதான் இந்த நாட்டில் இஸ்லாத்தின் நோக்கமா?),* த ஜான் அங்கெர்பெர்க் ஷோ.
24. 'Controversy follows Baptist Theologian to North Texas' *(சர்ச்சை, பாப்டிஸ்ட் கொள்கைவாதியை வடக்கு டெக்சாஸ்வரை துரத்திச் செல்கிறது),* ப்ரெட் ஷிப், ஜூன் 21, 2011.www.wfaa.com.
25. 'A court affidavit signed by Caner's mother' *(கானரின் தாயார் கையெழுத்திட்ட நீதிமன்ற ஆவணம்),* விட்னஸ்அண்டோம்.காம்.
26. 'Ergun Caner trains US Marines' *(எர்கன் கானர் அமெரிக்க கடற்*

படைக்குப் பயிற்சியளிக்கிறார்), <http://www.viddler.com/expolore/jsin/videos/2/>.

27 *பார்க்க:* <http://www.youtube.com watch?v=ZYaFU9EDUEI&feauture=player_embedded#at=612>.

28 'Separation Agreement' *(பிரிவு ஒப்பந்தம்)*, <http://www.witnessesuntome.com/caner/caner-seperation-agreement-web.pdf>.

29 'A US News and World Report study on women and Islam' *(பெண்கள், இஸ்லாம் பற்றிய அமெரிக்க தகவல் மற்றும் உலக அறிக்கையின் ஆய்வு)*, www.issuesetcarcheive.org/03nov.php>.

30 *பார்க்க:*<http://turretinfan.blogspot.com/2010/05/who-is-dr-ergun-caner.html>.

31 *பார்க்க:* <http://www.erguncaner.com/home/faq/default.php>.

32 'Liberty U. removing Ergun Caner as Seminary Dean over contradictory statements' *(முரண்பட்ட கருத்துகளைக் கூறியதால், லிபர்ட்டி பல்கலைக்கழகம் எர்கன் கானரை டீன் பதவியிலிருந்து நீக்குகிறது)*, *வில்லியம் வான், மிஷெல் பூர்ஸ்டைன், ஜூன் 30, 2010, வாஷிங்டன் போஸ்ட்.*

33 'Ergun Caner called as Provost and Vice-President of Academic Affairs at Arlington Baptist College' *(அர்லிங்டன் பாப்டிஸ்ட் கல்லூரியில் எர்கன் கானர் புரோவோஸ்ட் மற்றும் கல்வி உறவுகளுக்கான துணைத் தலைவர் என்று அழைக்கப்படுகிறார்), மே 17, 2011* <http://www.erguncaner.com/2011/05/17/arlingtonbiblecollege/>.

34 'Villa park council woman Deborah Pauly ignites controversy with speech at Islamic charity event' *(இஸ்லாமிய அறக்கட்டளை நிகழ்ச்சியில் வில்லா பார்க் குழுத்தலைவர் டெபோரா பவுலி தமது பேச்சால் சர்ச்சையைக் கிளப்புகிறார்), மோனா ஷாதியா, பலோமா ஈஸ்கிவேல், மார்ச் 24, 2011, லாஸ் ஆஞ்ஜலெஸ் டைம்ஸ்.*

35 'The ugly face of Islamophobia' *(இஸ்லாமிய வெறுப்பின் அருவருப்பான முகம்), ரிச்சர்ட் ஆடம்ஸ், மார்ச் 3, 2011, கார்டியன்.*

36 'The non-existent Tea party - Religious Right God gap' *(நிலவில் இல்லாத டீ பார்ட்டி-மதரீதியான வலதுசாரி-இறைவனுக்கான இடைவெளி), சாரா போஸ்னர், செப்டம்பர் 10, 2010, ரிலிஜியன் டிஸ்பாச்சஸ்.*

37 *பார்க்க:* <http://www.youtube.com watch?v=t3ifsm0napY&feauture=player_embedded>.

38 'Religion and the Tea party in the 2010 election: An analysis of the Third Biennial American Values Survey' *(2010 தேர்தலில் மதமும் டீ பார்ட்டியும்: இரண்டு ஆண்டுகளுக்கு ஒருமுறை நடைபெறும் அமெரிக்க விழுமியங்கள் பற்றி கருத்துக்கணிப்பின் மூன்றாவது ஆய்வு)*,

ராபர்ட் பி. ஜோன்ஸ், அக்டோபர் 2010. டானியல் சாக்ஸ் பொதுமத ஆய்வு நிலையம்.

39 *American Grace: How religion divides and unites us* (*அமெரிக்க மேன்மை: மதம் நம்மை ஒன்றுபடுத்தி, வேறுபடுத்தும் விதம்*), டேவிட் இ. காம்ப்பெல், ராபர்ட் டி. புட்னம், 2010. நியூ யார்க்: சைமன்- ஷுஸ்டர்

40 'Crashing the Tea party' (*டீ பார்ட்டியை நாசமாக்குதல்*) டேவிட் இ. காம்ப்பெல், ராபர்ட் டி. புட்னம், ஆகஸ்ட் 16, 2011, *நியூ யார்க் டைம்ஸ்.*

41 'The Brody File: Teavangelicals for President?' (*பிராடி கோப்புகள்: 'டீ பிரச்சாரகர்கள் அதிபர் தேர்தலில் நிற்பதா?*), மே 10, 2011. கிறிஸ்டியன் பிரோட்காஸ்ட் நெட்வொர்க்.

42 *பார்க்க:* <http://islamoncapitolhill.com/>.

43 'Clash over *Islamization* at DC Muslim prayer Rally' (*டிசி முஸ்லிம் பிரார்த்தனைக் கூட்டத்தில் 'இஸ்லாமியமயமாக்கல்' தொடர்பான மோதல்*), நிசான் ராட்ஸ்லாவ்-காட்ஸ், செப்டம்பர், செப்டம்பர் 15, 2009, *அருட்ஸ் ஷேவா.*

44 'Urgent call for prayer: Signs of the times' (*பிரார்த்தனைக்கான அவசர அழைப்பு: காலத்தின் குறிப்புகள்*) லூ எங்கிள், செப்டம்பர் 18, 2009, *கரிஸ்மா.*

45 'Religious Right mobilises to fight Muslim prayer rally' (*மத ரீதியான வலதுசாரி, முஸ்லிம் பிரார்த்தனைக் கூட்டத்தை எதிர்த்துப் போரிட ஆயத்தமாகிறது*), கைல் மான்டிலா, செப்டம்பர் 23, 2009, *ரைட்விங் வாட்ச்.*

46 'Muslims pray on Capitol Hill, The Ethics and Religious Liberty Commission of the Southern Baptist Convention' (*'முஸ்லிம்கள் காபிடால் ஹில்லில் பிரார்த்தனை செய்கிறார்கள்' சதர்ன் பாப்டிஸ்ட் கன்வென்ஷனின் கொள்கைகளும் மதச் சுதந்திரக் குழுவும்*), டோனி பெர்க்கின்ஸ், செப்டம்பர் 29, 2009.

47 'Tony Perkins questions Obama's faith: He seems to be advancing the idea of the Islamic religion' (*டோனி பெர்க்கின்ஸ் ஒபாமாவின் மதம் பற்றிக் கேள்வி எழுப்புகிறார்: அவர் இஸ்லாம் மதத்தைப் பரப்புவது போல் தெரிகிறது*), லீ ஃபாங், *திங்க் புரோக்ரெஸ்,* செப்டம்பர் 21, 2010.

48 *Kingdom coming: The rise of Christian nationalism* (*இராச்சியம் வருகிறது: கிறிஸ்துவ தேசியம் வளர்கிறது*), மிஷெல் கோல்ட்பெர்க், நியூ யார்க்: டபிள்யூ டபிள்யூ நோர்டன், 2006.

49 *பார்க்க:* <http://www.au.org/media/church-and-state/archieves /2004/07/white-evangelica.html>.

50 'The public renders a split verdict on changes in family structure'

(குடும்ப அமைப்பில் மாற்றங்கள் பற்றிப் பொதுமக்கள் வேறுபட்ட தீர்ப்புகளை வழங்குகிறார்கள்), பிப்ரவரி 16, 2011. ப்யூ ஆய்வு மையம்.

51 *The scandal of the Evangelical conscience: why are Christians like the rest of the world?* (பிரச்சாரகர்களின் மனசாட்சி ஊழல்: கிறிஸ்துவர்கள் உலகிலுள்ள பிற எல்லோரையும்போல இருப்பது ஏன்?), ரொனால்ட் சைடர், கிராண்ட் ராபிட்ஸ்: பேக்கர் புக்ஸ், 2005.

52 *American fascists: The Christian Right and the War on America* (அமெரிக்க ஆதிக்கவாதிகள்: கிறிஸ்துவ வலதுசாரியும் அமெரிக்கா மீதான போரும்), க்றிஸ் ஹெட்ஜஸ், சைமன்-ஷூஸ்டர், 2006.

53 பார்க்க: <http://cofcc.org/introduction/statement-of-principles/>.

54 *Colonial subjects: Puerto Ricans in a global perspective* (குடியிருப்பு வாசிகள்: உலக நோக்கில் புவெர்ட்டோ ரிக்கோ மக்கள்) ரமோன் க்ரோஸ் ஃபோகுவெல், 2003, பக். 25.பெர்க்லீ: கலிஃபோர்னியா பல்கலைக் கழகப் பதிப்பகம்.

55 'Anti-Islamic sentiment cheered at Values Voter Summit' (வேல்யூஸ் வோட்டர் சப்மிட் மாநாட்டில் இஸ்லாமிய எதிர்ப்பு உணர்வுகளுக்குப் பலத்த ஆதரவு) நிக்கோல் அல்லென், செப்டம்பர் 17, 2010. தி அட்லாண்டிக்.

56 'Pocahontas shows what could have been' (என்ன நடந்திருக்கலாம் என்று காட்டுகிறது போக்கஹாண்டாஸ்), பிரையன் ஃபிஷர், அமெரிக்கன் ஃபாமிலி அசோசியேஷன், ரைட்லி கன்சர்ன்ட், <http:/www.afa.net/Blogs/BlogPost.aspx?id=214750 3523>. பிப்ரவரி 15, 2011.

57 'Native Americans morally disqualified themselves from the land' (பூர்வீக அமெரிக்கர்கள் தங்கள் ஒழுக்கமின்மையால் நாட்டில் வாழும் தகுதியை இழந்தனர்), பிரையன் ஃபிஷர், பிப்ரவரி 10, 2011. ராக்மார்டன்.காம்.

58 'Obama wants to give America back to the Indians' (அமெரிக்காவை இந்தியர்களுக்கே திருப்பிக் கொடுத்துவிட விரும்புகிறார் ஒபாமா) பிரையன் ஃபிஷர், அமெரிக்கன் ஃபாமிலி அசோசியேஷன், ரைட்லி கன்சர்ன்ட், டிசம்பர் 21, 2010, <http://www.afa.net/Blogs/Blogs Post.aspx?id=2147501360>.

59 'President Obama cannot possibly be a Christian' (அதிபர் ஒபாமா கிறிஸ்துவராக இருக்க வாய்ப்பில்லை), பிரையன் ஃபிஷர், ஆகஸ்ட் 30, 2010. ரினிவ்அமெரிக்கா.காம்.

60 'Bryan Fischer says unlike Obama, Herman Cain is authentically black' (அதிபர் ஒபாமாவைப் போலல்லாது, ஹெர்மன் கெய்ன் தூய கறுபினத்தவர் என்கிறார் பிரையன் ஃபிஷர்), ஹ்ராஃப்ன்கெல் ஹரால்ட்ஸன், மே 24, 2011, ரினிவ்அமெரிக்கா.காம்.

61 'Herman cain to Brody file: Obama intentionally omitting God's name from Declaration of Independence speeches' *(பிராடி கோப்புக்கு ஹெர்மன் கெய்ன்: ஒபாமா வேண்டுமென்றே சுதந்திர அறிவிப்பில் இறைவனின் பெயரைத் தவிர்த்து வருகிறார்)*, டேவிட் பிராடி, மார்ச் 18, 2011, *த பிராடி ஃபைல்.*

62 'Jesus groomed His Apostles for political office' *(இயேசுநாதர் தமது சீடர்களை அரசியல் பதவிகளுக்கென்று உருவாக்கி வந்தார்)*, பிரையன் ஃபிஷர், *ரைட்லி கன்சர்ன்ட்,* ஏப்ரல் 5, 2011, <http://www.afa.net/Blogs/BlogPost.aspx?id=2147505124>.

63 'Fringe conservative: Welfare makes African Americans rut like rabbits' *(குறும்பழமைவாதம்: நலத் திட்டங்கள் ஆப்பிரிக்க- அமெரிக்கர் களை முயல்கள் போல் மந்தமாக இருக்கச் செய்கிறது)*, எரிக் டபிள்யூ. டோலன், ஏப்ரல் 5, 2011, *ரா ஸ்டோரி.*

64 'A huge Muslim problem: Inbreeding' *(மாபெரும் முஸ்லிம் பிரச்சினை: உள்ளினப் பெருக்கம்)*, பிரையன் ஃபிஷர், *ரைட்லி கன்சர்ன்ட்,* செப்டம்பர் 10, 2010, <http://www.afa.net/Blogs/BlogPost.aspx?id-2147498193>.

65 'Time to restrict Muslim immigration to the US., Send them back home' *(அமெரிக்காவில் முஸ்லிம் குடியேற்றத்தைத் தடுப்பதற்கான நேரம் வந்துவிட்டது. அவர்களை மீண்டும் தாய்நாட்டிற்கே அனுப்பி வைத்துவிடுங்கள்)*, பிரையன் ஃபிஷர், *ரைட்லி கன்சர்ன்ட்,* <http:/action.afa.net/Blogs/BlogPost.aspx?id=2147493343>.ஏப்ரல் 8, 2010

66 'Brigitte Gabriel draws crowds in the US with Anti-Islam message' *(பிரிகிட்டே காப்ரியல் தமது இஸ்லாமிய எதிர்ப்புச் செய்தியால் அமெரிக்காவில் ஏராளமான கூட்டத்தினரை ஈர்க்கிறார்)*, லாரி குட்ஸ்டைன், மார்ச் 7, 2011, *நியூ யார்க் டைம்ஸ்.*

67 *Because they hate: A survivor of Islamic terror warns America* (அவர்களின் வெறுப்புதான் காரணம்: இஸ்லாமிய அச்சுறுத்தலில் தப்பிப் பிழைத்தவர் அமெரிக்காவை எச்சரிக்கிறார்), பிரிகிட்டே காப்ரியல், 2006. நியூ யார்க்: செண் மார்ட்டின் பதிப்பகம்.

68 'Lost from Lebanon' *(லெபனானிலிருந்து தொலைந்து...)*, ஃபிராங்க்ளின் லாம், மார்ச் 6- 12, 2008, இதழ், 887. *அல்அஹ்ரம்*

69 *பார்க்க:* <http://www.youtube.com/watch?v-IU5yHXP89fk>.

70 'The world according to Brigitte Gabriel' *(பிரிகிட்டே காப்ரியலின் பார்வையில் உலகம்)*, ஜேஸன் ஃப்ரெங்க்கெல், ஜூன் 6, 2007, *ஆஸ்திரேலியன் ஜூயிஷ் நியூஸ்.*

71 'American Muslims face growing prejudice' *(அமெரிக்க முஸ்லிம்கள் வளர்ந்துவரும் முற்சாய்வை எதிர்கொள்கிறார்கள்)*, உல்ரிஹ் ஃபிஹ்ட்னர்,

செப்டம்பர் 13, 2011, *ஷ்பீகெல் ஆன்லைன்.*

72 'Christian coalition enters New York City' *(கிறிஸ்துவக் கூட்டணி நியூ யார்க் நகருக்குள் நுழைகிறது)*, ஜோ கொனாசன், ஜூன் 1992, *ஃப்ரீடம் ரைட்டர்.*

73 'Inside the covert coalition' *(கூட்டணிக்கு உள்ளே)*, ஃபிரெட்ரிக் கிளார்க்ஸன், நவம்பர் 1993, *சர்ச் அண்ட் ஸ்டேட்.*

74 'The Gospel according to Ralph Reed' *(ரால்ஃப் ரீடின் பார்வையில் தெய்வீக வேதம்)*, ஜெஃப்ரீ பிர்ன்பௌம், லாரென்ஸ் பாரெட், மே 15, 1995, *டைம் மாகஸீன்.*

75 'Anti-Islamic groups go mainstream' *(இஸ்லாம் எதிர்ப்புக் குழுக்கள் முன்னணி வருகின்றன)*, பென் ஸ்மித், பைரன் டௌ, மே 17, 2011, *பொலிடிகோ.*

76 'Anti-Shari'a initiative to *save* Oklahoma' *(ஒக்லஹோமாவைக் 'காப்பாற்ற' ஷரீஆ எதிர்ப்பு முயற்சி)*, சாட் க்ரோனிங், அக்டோபர் 27, 2010, *ஒன் நியூஸ் நௌ.*

77 'Anti-Islam group finds fertile ground in Nashville' *(இஸ்லாம் எதிர்ப்புக் குழு நாஷ்வில்லில் வளமான களத்தைக் காணுகிறது)*, பாப் ஸ்மியெதானா, ஜூலை 10, 2011, *த டென்னெஸ்ஸீயன்.*

78 'Educating or fear-mongering? The controversy over ACT!' *(கல்வியா, அச்சமூட்டுதலா? ஆக்ட்! பற்றிய சர்ச்சை)*, தெயர்த்ரெ கானர், டிசம்பர் 26, 2010, *ஃப்ளோரிடா டைம்ஸ் யூனியன்.*

79 'Gingrich blasts democratic establishment at Annual Summit' *(வருடாந்தரக் கூட்டத்தில் கிங்ரிஹ் ஜனநாயக நிலையத்தைச் சாடுகிறார்)*, அலெக்சாண்டர் மூனி, செப்டம்பர் 18, 2010, *சிஎன்என்.*

80 *பார்க்க:* <http://www.aei.org/docLib Address%20by%20 Newt%20 Gingrich 07292010. pdf>.

81 *பார்க்க:* <http://www.youtube.com/watch?v=263zKge7nI&feature-player_ embedded>.

82 'Is Newt preparing for a 2012 run?' *(நியூட் 2012 ஓட்டத்திற்குத் தயாராகிறாரா?)*, மாக்ஸ் புளூமெந்தால், மார்ச் 29, 2009, *டெய்லி பீஸ்ட்.*

83 'Newt Gingrich earned $ 8,000 from American Family Association' *(அமெரிக்கன் ஃபேமிலி அசோசியேஷனிடமிருந்து நியூட் கிங்ரிஹ் 8,000 டாலர்கள் சம்பாதித்தார்)*, அலெக்சாண்டர் பர்ன்ஸ், அமெரிக்கன் ஃபேமிலி அசோசியேஷன் உரைகளிலிருந்து; ஜூலை 25, 2011, *பொலிடிகோ.*

84 'The GOP's favourite fringe historian' *(குடியரசுக் கட்சிக்குப் பிரியமான வரலாற்று வல்லுநர்)*, சித்தார்த்த மஹந்தா, ஏப்ரல் 28, 2011, *மதர் ஜோன்ஸ்.*

85 பார்க்க: <http://www.youtube.com/watch?v=8mwGYr0OWzw>.
86 'When David barton talks, conservative candidates listen' (டேவிட் பார்ட்டன் பேசுகையில், பழமைவாத வேட்பாளர்கள் கூர்ந்து கேட்கிறார்கள்), எரிக் எக்ஹோம், மே 4, 2011, நியூ யார்க் டைம்ஸ்.
87 'David barton at work' (பணியிடயே டேவிட் பார்ட்டன்), கைல் மான்டிலா, ஜனவரி 25, 2008, ரைட் விங் வாட்ச்.
88 'Consumer alert! Wallbuilders shoddy workmanship' (பயனீட்டாளர்கள் கவனிக்க! சுவரெழுப்புபவர்களின் பாழ்வேலை), ராப் பாஸ்டன், ஜூலை-ஆகஸ்ட் 1996, 11-13.சர்ச் அண்ட் ஸ்டேட்.
89 பார்க்க: <http://www.wallbuilderslive.com/listen.asp?cs=high&mf=wma&file Name=WBLive2011-04-04>.
90 பார்க்க: <http://www.wallbuilders.com/downloads/newsletter/Winter 2006.pdf>.
91 பார்க்க: <http://www.youtube.com/atch?v=XMvGPMWI14Y&feature=player_ embedded>.
92 பார்க்க: <http://skylinechurch.org/resources/audio/1252001CD. mp3>.
93 பார்க்க: <http://www.youtube.com/watch?v=9gNc0Bh2z5c>.
94 *A Christian's response to islam* (இஸ்லாத்திற்கு ஒரு கிறிஸ்துவரின் பதில்), ஜேம்ஸ் கார்லோ (துல்சா, ஓகே: ரிவர் ஓக் பதிப்பகம், 2002),
95 பார்க்க: <http://www.tjameier.com/garlow.html>.
96 'General casts war in religious terms' (தளபதி மதச்சார்புச் சொற்களால் போரிடுகிறார்), ரிச்சர்ட் டி. கூப்பர், அக்டோபர் 16, 2003, லாஸ் ஆஞ்ஜலெஸ் டைம்ஸ்.
97 *Quoting God: How media shape ideas about religion and culture* (இறைவன் அருளியவை: மதம், பண்பாடு பற்றி ஊடகங்கள் சிந்தனைகளை வடிக்கும் விதம்), கிளேர் பதாராக்கோ, 2005. பேலர் பல்கலைக்கழகப் பதிப்பகம்.
98 'Pentagon deleted part of official's apology' (அதிகாரபூர்வ மன்னிப்பின் ஒரு பகுதியைப் பென்டகன் நீக்கியது), அக்டோபர் 20, 2003. சிஎன்என்.
99 'Inquiry sought over Evangelical's video' (பிரச்சாரக் கிறிஸ்துவர்கள் வீடியோப் படத்தின் மீது விசாரணை கோரப்படுகிறது), அலன் கூப்பர்மன், டிசம்பர் 11, 2006, வாஷிங்டன் போஸ்ட்.
100 'US soldiers launch campaign to convert Iraqis to Christianity' (இராக்கியர்களை கிறிஸ்துவர்களாக மதம்மாற்ற அமெரிக்கப் படை வீரர்கள் பிரச்சாரம்), மே 30, 2008. பப்ளிக் ரெக்கார்ட்.

101 *பார்க்க:* <http://65583.netministry.com/apps/articles/default.asp?articleid= 66032&c olimnid>.

102 'Ahead of Presidential bid, Rick Perry and Evangelical leaders court each other' *(அதிபர் தேர்தலுக்கு முன்பாகவே, ரிக் பெர்ரியும் பிரச்சாரக் கிறிஸ்துவர்களும் ஒருவரை ஒருவர் சந்தித்து உறவாடிக்கொள்கின்றனர்), டான் கில்காஃப், ஆகஸ்ட் 12, 2011, சிஎன்என்.*

103 *பார்க்க:* <http://www.youtube.com/watch?v=hrbpjFY3sb8&feature= player_ embedded>.

104 'The University of Texas and Aga Khan University memorandum of Understanding' *(டெக்சாஸ் பல்கலைக்கழகமும் ஆகா கான் பல்கலைக் கழகமும் ஒப்பந்தம் செய்துகொள்கின்றனர்), ஆளுநர், ரிக் பெர்ரியின் அலுவலகம், ஏப்ரல் 12, 2008, ஜூன் 2002.*

105 'Text of Governor Rick Perry's remarks at the dinner hosted by His Highness the Aga Khan' *(மேதகு ஆகா கான் அவர்கள் அளித்த விருந்தில் ஆளுநர் ரிக் பெர்ரி வெளியிட்ட கருத்துகளின் உரைவடிவம்), ஆளுநர் ரிக் பெர்ரியின் அலுவலகம், ஜூன் 2002.*

106 'Perry's problematic pals' *(பெர்ரியின் பிரச்சினை மிகுந்த தோழர்கள்), பமேலா கெல்லர், ஆகஸ்ட் 15, 2011, அமெரிக்கன் திங்கர்.*

107 *பார்க்க:* <http://www.jihadwatch.org/2011/08/here-is-the-aga-khanrick-perry-curriculum-scrubbed-from-the-web-cache-scrubbed-from-google-search>.

108 'The real perry/Aga Khan curriculum is bad for children' *(உண்மையான பெர்ரி/ஆகா கான் கல்வித்திட்டம் குழந்தைகளுக்குக் கெடுதலானது), பமேலா கெல்லர், செப்டம்பர் 19, 2011, அமெரிக்கன் திங்கர்.*

109 'Tancredo bashes Perry on illegal immigrants and Muslims' *(சட்டத் திற்குப் புறம்பாகக் குடியேறுபவர்கள், முஸ்லிம்கள் ஆகியோர் தொடர்பாக டான்க்ரெடோ பெர்ரியைச் சாடுகிறார்), எலி ஸ்டொக் கொல்ஸ், செப்டம்பர் 28, 2011, கேடிவீஆர் நியூஸ்*

இயல் 5

1 'Grab and settle: The story of Ma'ale Adumim' *(கவர்ந்துகொண்டு நிலைபெறுதல்: ம'ஆலே அடுமீமின் கதை), ஜெஃப்ரீ அரான்சன், மே-ஜூன் 2005, செட்டில்மெண்ட் ரிப்போர்ட்.*

2 'Settlers violate Israeli law' *(குடியேற்றக்காரர்கள் இஸ்ரேலியச் சட்டத்தை மீறுகிறார்கள்), நவம்பர் 21, 2006, பிபிசி நியூஸ்.*

3 'David Yerushalmi: The man behind the Anti-Sharia movement'

(டேவிட் யெருஷால்மி: ஷரீஆ எதிர்ப்பு இயக்கத்தின் பின்னணியிலுள்ள மனிதர்), ஆன்ட்ரியா எலியட், ஜூலை 30, 2011, *நியூ யார்க் டைம்ஸ்.*

4 'David Yerushalmi threatens defamation lawsuit' *(டேவிட் யெருஷால்மி மானநஷ்ட வழக்குத் தொடர்வதாக மிரட்டல்)*, ரிச்சர்ட் சில்வர் ஸ்டைன், ஏப்ரல் 2, 2011, பார்க்க: ரிச்சர்ட்சில்வர்ஸ்டைன்.காம்

5 'Tables turn on Arab School critics' *(அரபுப் பள்ளி விமர்சகர்களுக்கு எதிரான திருப்பங்கள்)*, டக் சான்ட்லர், லாரி கோலர்-எஸ்செஸ், ஆகஸ்ட் 30, 2007, *ஜூயிஷ் வீக்.*

6 *Global Rebellion: Religious challenges to the secular state, from Christian Militias to Al- Qaeda* (உலகளாவிய கலக்கம்: சகிப்புத்தன்மை கொண்ட நாட்டிற்கு மதரீதியான சவால்கள்: கிறிஸ்தவப் படைகள் முதல் அல்-காயிதாவரை), மார்க் யூர்கென்ஸ்மேயர், பெர்க்லீ: கலிஃபோர்னியா பல்கலைக்கழகப் பதிப்பகம், 2008.

7 'Jew hatred?' *(யூத வெறுப்பா?)*, டேவிட் யெருஷால்மி, பிப்ரவரி 5, 2007, *இன்டெலெக்சுவல் கன்சர்வேடிவ்.*

8 டாய்டரானமி 7: 1-7.

9 'The real partner' *(நிஜமான பங்காளர்)*, டொவ் கோல்ட்ஸ்டைன், அக்டோபர் 10, 2001, *மா'அரிவ்.*

10 'A day of terror: The Israelis: Spilled blood is seen as bond that draws two nations closer' *(அச்சமூட்டிய நாள்: இஸ்ரேலியர்கள்; சிந்திய இரத்தம் இரு நாடுகளை நெருங்கச் செய்யும் இணைப்பாகக் கருதப் படுகிறது)*, ஜேம்ஸ் பென்னெட், செப்டம்பர் 11, 2001, *நியூ யார்க் டைம்ஸ்.*

11 'Speech by Prime Minister Ariel Sharon on September 11, 2002' *(செப்டம்பர் 11, 2001 அன்று பிரதமர் ஏரியல் ஷரோன் பேச்சு)*, , செப்டம்பர் 11, 2002, *ஹாரெட்ஸ்.*

12 *Iranophobia: The logic of an Israeli obsession* (ஈரானிய வெறுப்பு: இஸ்ரேலிய மோகத்தில் தர்க்கரீதியான கருத்துகள்), ஹதை ராம், 2009, பக். 76. சிஏ: ஸ்டான்ஃபோர்ட் பல்கலைக்கழகப் பதிப்பகம்.

13 'Terror in one nation or Islam and Marxism' *(ஒரு நாட்டில் நிலவும் பயங்கரம் அல்லது இஸ்ரேலும் மார்க்ஸியமும்)*, டேவிட் யெருஷால்மி, நவம்பர் 12, 2001.www. iaspas.org.

14 'What peaceful Islam' *(என்ன அமைதியான இஸ்லாம்)*, டேவிட் யெருஷால்மி, மார்ச் 2, 2006, *அமெரிக்கன் ஸ்பெக்டேட்டர்.*

15 'On race: a tentative discussion' *(இனம் பற்றி: ஒரு தற்காலிகக் கலந்துரையாடல்)*, டேவிட் யெருஷால்மி, மே 12, 2006 *மக் ஆடம் அறிக்கை*, எண்: 585:7.

16 *பார்க்க:* <http://bit.ly/944NEW>.

17 'Lawyer who promotes anti-Sharia laws publishes new study on Islamic extremism' *(ஷரீஆ எதிர்ப்புச் சட்டங்களை ஆதரிக்கும் வழக்கறிஞர் இஸ்லாமியத் தீவிரவாதம் பற்றிப் புதிய ஆய்வை வெளியிடுகிறார்), பால் பர்கர், ஜூலை 12, 2011, ஜூயிஷ் டெய்லி ஃபார்வர்ட்.*

18 'The coordinates of Radicalism' *(பயங்கரவாதத்தின் ஒருங்கிணைப்புகள்), ஆண்ட்ரூ மக்கார்த்தி, ஜூன் 8, 2011, மாப்பிங் ஷரீஆ.*

19 'Most U.S. mosques teach violence' *(அமெரிக்காவிலுள்ள பெரும்பான்மையான பள்ளிவாசல்கள் வன்முறையைக் கற்பிக்கின்றன), ராபர்ட் ஸ்பென்ஸர், ஜிஹாத் வாட்ச், ஜூன் 14, 2011, ஹ்யூமன் இவென்ட்ஸ்.*

20 'Mordechai Kedar and David Yerushalmi: Shari'a and violence in American mosques, 81% promote violent Jihad' *(மோர்தெக்சாய் கேதார், டேவிட் யெருஷால்மி: அமெரிக்கப் பள்ளிவாசல்களில் ஷரீஆவும் வன்முறையும்; 81% பேர் வன்முறை மிகுந்த ஜிஹாத்தை ஆதரிக்கின்றனர்), பமேலா கெல்லர், ஜூன் 7, 2011, அட்லஸ் ஷ்ரக்ஸ்.*

21 'Sharia: A threat to America: An exercise in competitive analysis' *(ஷரீஆ: அமெரிக்காவிற்கான அச்சுறுத்தல்: போட்டி ஆய்வில் ஒரு பயிற்சி), செப்டம்பர் 15, 2010. பாதுகாப்புக் கொள்கைக்கான மையம்.*

22 '*Team B II* members: Israel, you are not alone' *(டீம் பி II உறுப்பினர்கள்: இஸ்ரேலே! நீ தனியாக இல்லை), மே 23, 2011. டீம் பி II உறுப்பினர்கள்.*

23 'Fear Inc., The roots of Islamophobia in America' *(அச்சம் தொழிற்குழுமம்: அமெரிக்காவில் இஸ்லாமிய வெறுப்பு வலையத்தின் வேர்கள்), ஆகஸ்ட் 2011. அமெரிக்க முன்னேற்ற மையம்.*

24 'Who put hate in my Sunday paper? Uncovering the Israeli-Republican-Evangelical networks behind the *Obsession* DVD.' *Muslims and Jews in America: Commonalities, Contentions and Complexities* *(என்னுடைய ஞாயிறு நாளிதழில் அச்சத்தைப் புகுத்தியது யார்? அமெரிக்காவிலுள்ள முஸ்லிம்களிடமும் யூதர்ககளிடமும் ஒப்செஷன் திரைப்படத்தின் பின்னணியிலுள்ள இஸ்ரேலிய-குடியரசு-பிரச்சாரக் கிறிஸ்துவ வலைப்பின்னல்களை திரைவிலக்குதல். அமெரிக்காவில் முஸ்லிம் களும் யூதர்களும்: பொது விஷயங்கள், திருப்திகள், சிக்கல்கள்), ஒமித் சாஃபி, (ப-ஆ) ரெஸா அஸ்லான், ஆரோன் ஜே. ஹான் டாப்பெர், 2011, பக். 21. நியூ யார்க்: பால்க்ரேவ்.*

25 'Rabbi Noah Weinberg, Founder of Aish Ha-Torah, dies' *(அய்ஷ் ஹ-தோராவின் நிறுவனர் ரப்பிபை நோவா வைன்பர்க் மறைவு), பென் ஹாரிஸ், பிப்ரவரி 6, 2009. ஜெடிஏ.ஆர்க்.*

26 'Aish Ha-Torah erects Third Temple' *(அய்ஷ் ஹ-தோரா மூன்றாவது*

கோவிலை எழுப்புகிறது), ரிச்சர்ட் சில்வர்ஸ்டைன், ஆகஸ்ட் 10, 2009. சில்வர்ஸ்டைன்.காம்

27 'Short cuts' (குறுக்கு வழிகள்), ஆடம் ஷட்ஸ், அக்டோபர் 9, 2008: 10. *லண்டன் ரிவ்யூ ஆஃப் புக்ஸ்.*

28 'The Jewish extremists behind *Obsession*' (ஒப்செஷன் படத்தின் பின்னணியிலுள்ள யூதத் தீவிரவாதிகள்), ஜெஃப்ரீ கோல்ட்பெர்க், அக்டோபர் 27, 2008, *தி அட்லான்டிக்.*

29 'Senders of Islamic movie *Obsession* tied to Jewish charity' (இஸ்லாமியத் திரைப்படமான ஒப்செஷனை அனுப்பி வைத்தவர்கள் யூத அறக் கட்டளையோடு தொடர்புடையவர்கள்), மெக் லாலின், செப்டம்பர் 26, 2008, *செண்ட்.பீட்டர்ஸ்பெர்க் டைம்ஸ்.*

30 *பார்க்க:* <http://www.hasbarafellowships.org/israel-program/about-the-fellowship>.

31 'Lost from Lebanon' (லெபனானிலிருந்து தொலைந்தது...), ஃபிராங்க்ளின் லாம்ப், எண் 887, மார்ச் 12, 2008. *அல் அஹ்ரம் வீக்லி.*

32 'The merchants of hatred' (வெறுப்பு வியாபாரிகள்), அஸ்லம் அப்துல்லா, செப்டம்பர் 28, 2008, இஸ்லாமிக்சிட்டி.காம்.

33 'Media coverage of the Israeli-Palestinian conflict' (இஸ்ரேல்-பாலஸ்தீனிய மோதல் பற்றிய ஊடகச் செய்திகள்), ரஃபேல் ஷோர், ஜனவரி 21, 2005, *யூஎஸ்ஏ டுடே.*

34 'DVD on radical Islam offends Lemoyne recipient' (புரட்சிகர இஸ்லாம் பற்றிய குறுவட்டு லெமாய்ன் விருது பெற்றவரை எரிச்சலூட்டுகிறது), கரென் காஸ்டெல்லி, செப்டம்பர் 11, 2008, பென்லைவ்.காம்

35 *பார்க்க:* <http://www.emetonline.org/about.html>.

36 *பார்க்க:* <http://www.theamericanmuslim.org/tam.php/features/articles/who_is_behind_relentless_obession_and_the_third_jihad1/0016736>.

37 'Aish Ha-Torah's new *Obsession*' (அய்ஷ் ஹ-தோராவின் புதிய ஒப்செஷன்) சாரா பாஸ்னர், அக்டோபர் 29, 2008, *ஜூயிஷ் வீக்.*

38 *பார்க்க:* <http://test.floridasecuritycouncil.org/about.html>.

39 'Battling with a billboard' (விளம்பரப் பலகையோடு போரிடுதல்), ஜாமி க்ளாஜோவ், டிசம்பர் 22, 2008. ஆர்கிவ்ஃப்ரண்ட்பேஜ்.காம்.

40 '*Obsession* DVD receiving mixed response at Democratic national Convention' (ஒப்செஷன் குறும்படம் ஜனநாயக தேசியக் கூட்டத்தில் கலவையான கருத்துகளை உருவாக்குகிறது), மெரெடித் டர்னி, ஆகஸ்ட் 26, 2008, ஜனநாயக தேசிய மாநாடு. கிறிஸ்டியன் நியூஸ்வைர்.காம்

41 'Insertion of millions of *Obsession* DVDs in Swing-state newspapers appears to Aid McCain campaign' *(தேசிய நாளிதழ்களில் லட்சக் கணக்கான ஒப்செஷன் திரைப்படக் குறுவட்டுகளைச் செருகியது மக்கெய்ன் பிரச்சாரத்தை ஆதரிப்பதுபோல் தெரிகிறது)*, மக்கெய்ன் பிரச்சாரம், செப்டம்பர் 14, 2008, *ஐஆயிஸ் ஆன்ஃபர்ஸ்ட்.ஆர்க்.*

42 'Mystery of who funded right-wing radical Islam campaign deepens' *('வலதுசாரி புரட்சிகர இஸ்லாமிய' பிரச்சாரத்திற்கு நிதி உதவி அளித்தது யார் என்ற புதிர், மேலும் ஆழமாகிறது)*, ஜஸ்டின் எலியட், நவம்பர் 16, 2008, *சலோன்.காம்.*

43 வஜாஹத் அலீ, எலி க்ளிஃப்டன், மாத்யூ டஸ், லீ ஃபாங், ஸ்காட் கேயெஸ், ஃபைஜ் ஷகீர், மேலும் பார்க்க: குறிப்பு எண்23. அமெரிக்கன் புரோக்ரஸ்.ஆர்க்.

44 பார்க்க:<http://www.biu.ac.il/bot/10/imagesHonDoc/Bar re-Seid. jpg>.

45 'The Park 51 money trail' *(பார்க் 51 பணம் சென்ற வழி)*, லாரா ரோஜன், செப்டம்பர் 4, 2010, *பொலிடிகோ.*

46 பார்க்க: ஃபேர்ப்ருக் ஃபவுண்டேஷன், 2005, 2006க்கான I-190 விண்ணப்பப் படிவங்கள். www.dynamodata.fdncenter.org.

47 'Department of Homeland security selects NC4 to deliver secure 360 degree Intelligence Exchange' *(உள்நாட்டுப் பாதுகாப்புத் துறை பாதுகாப்பான 360 டிகிரி புலனாய்வுப் பரிமாற்றத்திற்கு என்சி4யைத் தேர்ந் தெடுக்கிறது)*, அக்டோபர் 22, 2007. *பிசினஸ் வயர்.*

48 'The Great Islamophobic crusade' *(மாபெரும் இஸ்லாமிய வெறுப்பு சிலுவைப்போர்)*, மாக்ஸ் புளூமெந்தால், டிசம்பர் 19, 2010. www. tomedispatch.com.

49 'Radical settlers take on Israel' *(புரட்சிகரக் குடியேற்றக்காரர்கள் இஸ்ரேலை ஆக்ரமித்துக் கொள்கிறார்கள்)*, இஸபெல் கெர்ஷ்னர், செப்டம்பர் 15, 2008, *நியூ யார்க் டைம்ஸ்.*

50 'Yeshiva Rabbi arrested over mosque arson' *(பள்ளிவாசல் ஊழல் தொடர்பாக யேஷிவா ரப்பி கைது)*, எஃப்ரத் வைஸ், ஜனவரி 26, 2010, *YNetNews.*

51 பார்க்க: குறிப்பு எண் 50. 'விலைச்சீட்டு' - சட்டத்திற்குப் புறம்பாகத் தாங்கள் கட்டிய குடியிருப்புகளிலிருந்து இஸ்ரேலியப் போலீசார் தங்களை அப்புறப்படுத்தியதற்குப் பதிலளிக்கும் வகையில், பாலஸ்தீனியர் களுக்கு எதிராக வன்முறையில் இறங்கும் பயங்கரவாதிகள் பயன்படுத்திய கோஷம்.

52 'Israel closes down Yitzhar due to violent acts against Palestinians' *(பாலஸ்தீனியர்களுக்கு எதிரான வன்முறைச் செயல்களின் காரணமாக இஸ்ரேல் இட்ஸாரை மூடுகிறது)*, சைம் லெவின்சன், ஜனவரி 11, 2011, ஹஅரெட்ஸ்.காம்.

இயல் 6

1 'House Un-American Activities Committee (HUAC). Subversive influences in riots, looting and burning' *(அமெரிக்கா சாரா நடவடிக்கைகளுக்கான புலனாய்வுக் குழு -எச்யூஏசி. கலகங்கள், கொள்ளைகள், தீவைப்புகள் ஆகியவற்றில் தாக்கங்கள்)*, காங்கிரஸ் வாஷிங்டன் டிசி, *ஜிபிஓ 1967-68.*

2 *Black struggle, Red scare: Segregation and Anti-Communism in the South* (கறுப்புப் போராட்டம், சிவப்பு அச்சுறுத்தல்: தெற்கில் வகைப் படுத்துதலும் கம்யூனிச எதிர்ப்புகளும்), ஜெஃப் உட்ஸ், பாட்டன் ரூஜ்: லூசியானா மாகாணப் பல்கலைக் கழகம், *2004.*

3 'Waging cold war in a model city: The investigation of *subversive* influence in the Detroit riot' *(மாதிரி நகரத்தில் சூழ்ச்சிப்போர் நடத்துதல்: டெட்ராய்ட் கலகத்தின் தாக்கங்கள்)*, ஆன்ட்ரியா ஏ. பர்ன்ஸ், *மிஷிகன் ஹிஸ்டொரிகல் ரிவ்யூ* 30 (1), வசந்தகாலம், 2004.

4 'King opens committee on Homeland Security hearing on radicalization' *(பயங்கரவாதம் பற்றிய உள்நாட்டுப் பாதுகாப்புக் குழு விசாரணையை கிங் தொடங்கிவைக்கிறார்)*, மார்ச் 10, 2011, <http://www.house.gov/apps/list/hearing/ny03_king/openshomelandhearingonrad.html>.

5 'Meet Dr. Zuhdi Jasser, star witness in Peter King's anti-Muslim show trial' *(டாக்டர் ஜுஹ்தி ஜாஸருடன் சந்திப்பு, பீட்டர் கிங்கின் முஸ்லிம் எதிர்ப்பு நிகழ்ச்சி விசாரணைக் காட்சியில் ஒரு நட்சத்திரச் சாட்சி)*, சாரா போஸ்னர், மார்ச் 8, 2011, *த நேஷன்*.

6 *பார்க்க:* <http://www.youtube.com/watch?v=QeMId55avpk>.

7 *உரைவடிவம்:* <http://homeland.house.gov/sites/homeland.house.gov/files/Zuhdi%20Jasser%20FINAL.pdf>.

8 'We have surrendered the Constitution to the Jihadists' *(நாம் அரசியல் சாசனத்தை ஜிஹாதிகளிடம் ஒப்படைத்துவிட்டோம்)*, <http://www.youtube.com/watch?v=pG2drJvvR5g>.

9 'Bush: US at war with Islamic fascists' *(புஷ்: இஸ்லாமிய பாசிஸ்டுகளோடு அமெரிக்கா போரில் இறங்குகிறது)*, ஆகஸ்ட் 10, 2006, *சிஎன்என்.*

10 'Democratic candidates avoid linking terrorism with Islam, unlike Republicans' *(ஜனநாயகக் கட்சி வேட்பாளர்கள் குடியரசுக்கட்சி வேட்பாளர்களைப் போலல்லாது, இஸ்லாத்துடன் தீவிர வாதத்தை இணைத்துப் பேசுவதைத் தவிர்க்கிறார்கள்)*, கென் ஹெர்மன், ஜூலை 1, 2007, *காக்ஸ் நியூஸ் சர்வீஸ்.*

11 'A *challenge* worth challenging' *(சவால்விடுவதற்கேற்ற 'சவால்')*,

இ.ஜே. டியோனி ஜூனியர், பிப்ரவரி 19, 2008, *வாஷிங்டன் போஸ்ட்.*

12 *Good Muslim, Bad Muslim: America, the Cold War and the roots of terror* (நல்ல முஸ்லிம், கெட்ட முஸ்லிம்: அமெரிக்கா, சூழ்ச்சிப் போர் மற்றும் தீவிரவாதத்தின் வேர்கள்), மஹ்மூத் மம்தானி, நியூ யார்க்: பாந்தியன், 2004, பக். 15.

13 *Vale of tears* (கண்ணீர்ப் பள்ளத்தாக்கு), பீட்டர் கிங், நியூ யார்க்: டெய்லர் ட்ரேட் பதிப்பகம், 2003.

14 'N.Y Muslims fear Congress man's hearings could inflame Islamophobia' (காங்கிரஸ்காரரின் விசாரணைகள் இஸ்லாமிய வெறுப்பை மேலும் விசிறிவிடலாம் என்று நியூ யார்க் முஸ்லிம்கள் அச்சம்), வில்லியம் வான், ஜனவரி 24, 2011, *வாஷிங்டன் போஸ்ட்.*

15 'Peter King: The man behind the Muslim hearings' (பீட்டர் கிங்: முஸ்லிம் விசாரணைகளின் பின்னணியிலுள்ள மனிதர்), டானா பாஷ், மார்ச் 9, 2011, *சிஎன்என்.*

16 'New York Rep. Peter King *fixated* since 9/11' (நியூ யார்க்கின் பிரதிநிதி பீட்டர் கிங் 9/11 முதல் 'கட்டுப்படுத்தப்பட்டுள்ளார்'), அன்னா பால்மர், டேவிட் எம் ட்ரக்கர், மே 3, 2011, *ரோல் கால்.*

17 'The hypocrisy of Peter King' (பீட்டர் கிங்கின் இரட்டைவேஷம்), எட் மொலோனி, டிசம்பர் 2, 2010, *கௌன்டர் பஞ்ச்.*

18 'For Peter King, lawmaker examining terror, a pro-IRA past' (தீவிர வாதத்தை ஆராயும் வழக்கறிஞர் பீட்டர் கிங்கிற்கு ஐஆர்ஏ ஆதரவுக் கடந்தகாலம் உண்டு), ஸ்காட் ஷே ன், மார்ச் 9, 2011, *நியூ யார்க் டைம்ஸ்.*

19 'Peter King's Muslim problem' (பீட்டர் கிங்கின் முஸ்லிம் பிரச்சினை), ராபர்ட் கொல்க்கர், மார்ச் 6, 2011, *நியூ யார்க் மாகஸீன்.*

20 'Muslims to be Congressional hearings' main focus' (காங்கிரசின் விசாரணைகளில் முஸ்லிம்கள் மீது முக்கியமாகக் கவனம் செலுத்தப் படும்), லாரி குட்ஸ்டைன், பிப்ரவரி 7, 2011, *நியூ யார்க் டைம்ஸ்.*

21 பீட்டர் கிங், மார்ச் 10, 2011, *தி டான் ஐமஸ் ஷோ.*

22 'The FBI, the Islamic Center of Irvine and Craig Monteilh: Who was conning whom?' (எஃப்பிஐ, இர்வீன், கிரெய்க் மான்டீல் ஆகியோரின் இஸ்லாமிய மையம்: யார் யாரை ஏமாற்றி நம்பவைக்கிறார்கள்?), நிக் ஷவ், ஏப்ரல் 30, 2009, *ஓசி வீக்லி நியூஸ்.*

23 'FBI informant scares Muslim suspects so much with his talk of violent Jihad that they report HIM to authorities' (எஃப்பிஐக்குத் தகவல் அளிப்பவன் வன்முறை கலந்த ஜிஹாத் பற்றிய தனது பேச்சால் சந்தேகிக்கப்படும் முஸ்லிம்களை மிகவும் அச்சுறுத்துகிறான்; ஆகவே,

அவர்கள் உயர் அதிகாரிகளிடம் அவனைப் பற்றி முறையீடு), டிசம்பர் 6, 2010, *மெயில் ஆன்லைன்.*

24 'The ex-FBI informant with a change of heart: There is no real hunt. It's fixed' *(மனம் மாறிய முன்னாள் எஃப்பி ஐ தகவல் அளிப்பவன்: 'உண்மை யான வேட்டை என்று எதுவுமில்லை. எல்லாமே முன்கூட்டியே பேசிவைத்துக்கொண்டதுதான்)*, பால் ஹாரிஸ், மார்ச் 20, 2012, *கார்டியன்.*

25 'FBI plant banned by Mosque—because he was too extreme' *(எஃப்பிஐயால் அனுப்பிவைக்கப்பட்டவனுக்குப் பள்ளிவாசல் தடை: அவன் மிகவும் தீவிரமாக இருந்ததால்)*, கை ஆடம்ஸ், டிசம்பர் 7, 2010, *இன்டிபென்டன்ட்.*

26 'Muslim American terrorism since 9/11: an accounting' *(9/11 லிருந்து முஸ்லிம்-அமெரிக்கத் தீவிரவாதம்)*, சார்ல்ஸ் குர்ட்ஸ்மன், பிப்ரவரி 2, 2011, ட்ரையாங்கிள் மையம்.

27 'Where are all the Islamic terrorists?' *(இஸ்லாமியத் தீவிரவாதிகள் அனைவரும் எங்கே?)*, சார்ல்ஸ் குர்ட்ஸ்மன், ஜூலை 31, 2011, *கிரானிக்கிள் ஆஃப் ஹையர் எஜுகேஷன்.*

28 'Attorney-General Eric Holder speaks at the Muslim advocates annual dinner' *(முஸ்லிம் வழக்கறிஞர்கள் ஆண்டு விருந்தில் தலைமை வழக்குரைஞர் எரிக் ஹோல்டர் பேசுகிறார்)*, டிசம்பர் 10, 2010, ஐக்கிய அமெரிக்க சட்ட ஆவணத்துறை.

29 'Peter King's claim that Muslim Americans don't co-operate with law enforcement rejected by law enforcement' *(சட்ட அமலாக்கலில் முஸ்லிம் அமெரிக்கர்கள் ஒத்துழைப்பு அளிப்பதில்லை என்ற பீட்டர் கிங்கின் கோரிக்கை சட்ட அமலாக்கலால் நிராகரிக்கப்படுகிறது)*, மார்ச் 7, 2011, மீடியா மாட்டர்ஸ் ஆக்சன் நெட்வர்க்.

30 'NYPD and CIA had secret *Mosque crawlers* operation' *(நியூ யார்க் காவல்துறை, மத்திய புலனாய்வுத்துறை ஆகியவை 'பள்ளிவாசல் புலனாய்வாளர்களை' இரகசியமாக ஏற்பாடு செய்திருந்தனர்)*, ஆகஸ்ட் 24, 2011, *நியூஸ் ஒன்.*

31 'Document shows NYPD eyed Shiites based on religion' *(நியூ யார்க் காவல்துறை ஷியா மக்களை மத அடிப்படையில் கண்காணித்து வந்தது என்று ஆவணங்கள் ஆதாரம் காட்டுகின்றன)*, ஆடம் கோல்ட்மன், பிப்ரவரி 2, 2012, *அசோசியேட்டட் பிரஸ்.*

32 'NYPD monitored Muslim students all over Northeast' *(வடகிழக்குப் பகுதிகள் முழுவதிலுமுள்ள முஸ்லிம் மாணவர்களை நியூயார்க் காவல்துறை கண்காணித்தது)*, க்றிஸ் ஹாலி, பிப்ரவரி 20, 2012, *அசோசியேட்டட் பிரஸ்.*

33 'NYPD CIA anti-terror operations conducted in secret for years'

(நியூ யார்க் காவல்துறை, மத்திய புலனாய்வுத்துறை ஆகியவை பல ஆண்டுகளாக தீவிரவாத-எதிர்ப்பு நடவடிக்கைகளை இரகசியமாக மேற்கொண்டிருந்தன), ஆகஸ்ட் 24, 2011, *ஹஃபிங்டன் போஸ்ட்.*

34 'Peter King's unlikely ally' (பீட்டர் கிங்கின் சாத்தியமற்ற கூட்டாளி), லாய்ட் குரோவ், மார்ச் 9, 2011, *டெய்லி பீஸ்ட்.*

35 'In shift, police say leader helped with anti- Islam film' (இஸ்லாமிய எதிர்ப்பு திரைப்படத்திற்குத் தலைவர் அவ்வபோது உதவியதாகக் காவல் துறை கூறுகிறது), மைக்கேல் பவெல், ஜனவரி 24, 2010, *நியூ யார்க் டைம்ஸ்.*

36 'FBI teaches agents: *Mainstream* Muslims are *violent, radical* (பெரும்பான்மையான முஸ்லிம்கள் 'வன்முறையாளர்கள்', 'பயங்கர வாதிகள்' என்று தமது முகவர்களுக்கு அமெரிக்க உள்நாட்டு உளவுத்துறை போதனை), ஸ்பென்ஸர் அக்கெர்மன், செப்டம்பர் 14, 2011, *டேஞ்சர் ரூம்.*

37 'FBI chided for training that was critical of Islam' (இஸ்லாம் பற்றி விமர்சனக் கண்ணோட்டத்தில் பயிற்சியளித்ததற்காக எஃப்பிஐ கடிந்து கொள்ளப்பட்டது), எரிகா கூட், செப்டம்பர் 16, 2011, *நியூ யார்க் டைம்ஸ்.*

38 'New evidence of anti-Islam bias underscores deep challenges for FBI's reform pledge' (அமெரிக்க உள்நாட்டு உளவுத்துறையின் மறுசீரமைப்பு உறுதிமொழிக்கு ஆழமான சவால்கள் உள்ளதை இஸ்லாமிய எதிர்ப்பிற்கான புதிய ஆதாரங்கள் கூறுகின்றன), ஸ்பென்ஸர் அக்கெர்மன், செப்டம்பர் 23, 2011, *டேஞ்சர் ரூம்.*

39 'Spencer and the God of the sea' (ஸ்பென்ஸரும் கடல் தெய்வமும்), ராபர்ட் ஸ்பென்ஸர் / *ஜிஹாத் வாட்ச்,* ஜூலை 24, 2010.

40 'Video: FBI trainer says: Forget *irrelevant* al-Qaeda, target Islam' (வீடியோப் படம்: எஃப்பிஐ பயிற்சியாளர் கூறுகிறார்: 'பொருத்தமற்ற' அல்-காயிதாவை மறந்துவிடுங்கள்; இஸ்லாத்தைக் குறிவையுங்கள்), ஸ்பென்ஸர் அக்கெர்மன், செப்டம்பர் 20, 2011, *டேஞ்சர் ரூம்.*

41 'US Report faults the round-up of illegal immigrants after 9/11' (9/11 க்குப் பிறகு சட்டத்திற்குப் புறம்பாகக் குடியேறியவர்களைப் பிடித்ததில் தவறு என்கிறது அமெரிக்க அறிக்கை), எரிக் லிட்ச்பெள, ஜூன் 2, 2003, *நியூ யார்க் டைம்ஸ்.*

42 'William M. Tuck Oral history' (வில்லியம் எம். டக் வாய்வழி வரலாறு), வில்லியம் முன்ஸ்ஃபோர்ட் டக், ஏப்ரல் 19, 1976. *டிஜிடல் ஆர்கிவ்.*

43 'Rep. Peter King receives National award' (பீட்டர் கிங் தேசிய விருது பெறுகிறார்), ஜூலை 1, 2010, யூ-ட்யூப்.

44 'Radical Islamophobe activist explains King's *Muslim Messenger* strategy' (கிங்கின் 'முஸ்லிம் தூதர் திட்ட'த்தை பயங்கரவாத இஸ்லாமிய

வெறுப்புப் போராளி விளக்குகிறார்), லீ ஃபாங், மார்ச் 8, 2011. திங்க்புரொக்ரஸ்.ஆர்க்.

இயல் 7

1. 'Norway massacre: Anders Breivik and his 1500-page Manifesto of Hate' (நார்வே படுகொலை: ஆன்டர்ஸ் பிரெய்விக்கும் அவனுடைய 1500 பக்க வெறுப்பின் அறிக்கையும்), சாரா டிலோரென்சோ, ஜூலை 25, 2011, டெய்லி ரெக்கார்ட்.

2. 'Breivik sent *Manifesto* to 250 UK contacts hours before Norway killings' (பிரெய்விக் நார்வே கொலைகளுக்குச் சில மணிநேரங்கள் முன்னதாகவே இங்கிலாந்திலுள்ள தனது 250 தொடர்புவட்டங்களுக்கு 'அறிக்கையை' அனுப்பிவைத்தான்), மாத்யூ டெய்லர், ஜூலை 26, 2011, கார்டியன்.

3. 'Utoya, the island paradise turned into hell by Anders Behring Breivik' (உட்டோயா, ஆன்டர்ஸ் பெஹ்ரிங் பிரெய்விக்கால் நரகமாக உருமாறிய சொர்க்கத்தீவு), மார்க் டவுன்சென்ட், ட்ரேசி மக்வெய், ஜூலை 23, 2011, கார்டியன்.

4. 'Survivors of the Norway shooting return to island of Utoya' (நார்வே துப்பாக்கிச் சூட்டில் பிழைத்தவர்கள் உட்டோயாவிற்குத் திரும்புகின்றனர்), மார்க் டவுன்சென்ட், ஆகஸ்ட் 20, 2011, கார்டியன்.

5. 'Knight's Templar: Norway *Crusader's* group explained' (நைட்டின் டெம்ப்ளார்: நார்வே புனிதப் போராளியின் குழு பற்றிய விளக்கம்), எலிசபெத் ஃப்ளாக், ஜூலை 25, 2011, வாஷிங்டன் போஸ்ட்

6. '2083—A declaration of Independence' (2083—ஆன்டர்ஸ் பிரெய்விக் அறிக்கை).

7. 'Breivik had plastic op to look Aryan' (ஆரியத் தோற்றத்திற்காக பிரெய்விக் பிளாஸ்டிக் அறுவைச் சிகிச்சை செய்துகொண்டான்) செய்தியாளர், ஜூலை 30, 2011, தி சன்.

8. 'Norway attacks: Anders Behring Breivik will join history's human monsters' (நார்வே தாக்குதல்கள்: ஆன்டர்ஸ் பெஹ்ரிங் பிரெய்விக் வரலாற்றில் மனித அரக்கர்களுள் ஒருவனாகக் கருதப்படுவான்), ஹென்னிங் மான்கெல், ஜூலை 25, 2011, கார்டியன்.

9. 'Is Norway's suspected murderer Anders Breivik a Christian terrorist?' (நார்வேயின் சந்தேகத்திற்குரிய கொலைகாரன் ஆண்டர்ஸ் பிரெய்விக் ஒரு கிறிஸ்தவத் தீவிரவாதியா?), மார்க் யூர்கென்ஸ்மெயர், ஜூலை 24, 2011 ரிலிஜியன் டிஸ்பாச்சஸ்.

10. 'Anders Breivik is not Christian but anti-Islam' (ஆன்டர்ஸ் பிரெய்விக்

கிறிஸ்துவனல்ல; ஆனால் இஸ்லாத்திற்கு எதிரானவன்), ஆன்ட்ரூ பிரௌன், ஜூலை 24, 2011, *கார்டியன்.*

11 'Cold and inhuman: Anders Behring Breivik makes first public court appearance' (இரக்கமற்றவன்; மனிதநேயமற்றவன்: ஆன்டர்ஸ் பெஹ்றிங் பிரெய்விக் முதல்முறையாக நீதிமன்றத்தில் பொதுமக்கள் பார்வைக்கு வருகிறான்), வில்லீ லீ ஆடம்ஸ், நவம்பர் 4, 2011, *டைம் மாகசீன்.*

12 'Long peaceful Norway ... NOT' (நீண்டநாள் அமைதியில் நார்வே இல்லை), பமேலா கெல்லர், *அட்லஸ் ஷ்ரக்ஸ்,* ஜூலை 22, 2011.

13 'Norway bombing, mass shooting leave at least 20-30 dead, *Kids have started to swim in panic*' (நார்வே குண்டுவெடிப்பு: ஆயிரக் கணக்கானவர்களைச் சுட்டதில் குறைந்தபட்சம் 20-30 பேர் உயிரிழந்தனர்; குழந்தைகள் அச்சத்துடன் நீந்தத் தொடங்கியுள்ளனர்), பமேலா கெல்லர், ஜூலை 22, 2011.

14 லாரா இன்கிரஹாம், *ஃபாக்ஸ் நியூஸ்* அறிக்கை, ஜூலை 22, 2011. மீடியா மேட்டர்ஸ். ஆர்க்.

15 'Norway bombing' (நார்வே குண்டுவைப்பு), ஜென்னிஃபர் ரூபின், ஜூலை 22, 2011, வாஷிங்டன் போஸ்ட்.காம்.

16 'Terror in Oslo' (ஒஸ்லோவில் பயங்கரம்), ஜூலை 22, 2011, *வால்ஸ்ட்ரீட் ஜர்னல்,*

17 'At least 80 dead in Norway shooting' (நார்வே துப்பாக்கிச் சூட்டில் குறைந்தது 80 பேர் பலி) எலிசா மாலா, டேவிட் குட்மன், ஜூலை 22, *நியூ யார்க் டைம்ஸ்* .

18 'Bill O'Reilly on *The view*: Muslims killed us on 9/11' ('தி வியூ'வில் பில் ஓ'ரெய்லி: 9/11 அன்று முஸ்லிம்கள் எங்களைக் கொன்றார்கள்), டேவன் தாமஸ், அக்டோபர் 11, 2010, *சிபிஎஸ் நியூஸ்*

19 'All terrorists are Muslims' (எல்லாத் தீவிரவாதிகளும் முஸ்லிம்களே) ஃபாக்ஸ் நிகழ்ச்சி <http://www.youtube.com/watch?v= c06UapL1fnw >.

20 'Bill O'Reilly on Christian killer Breivik' (கிறிஸ்துவக் கொலையாளி பிரெய்விக் பற்றி பில் ஓ'ரெய்லி), ஜூலை 26, 2011. யூ-ட்யூப்

21 லாரா இன்கிரஹாம், *ஃபாக்ஸ் அண்ட் ஃப்ரெண்ட்ஸ்,* ஜூலை 27, 2011, மீடியா மேட்டர்ஸ். ஆர்க்

22 'Evil in Norway' (நார்வேயில் தீமை) ஜென்னிஃபர் ரூபின், ஜூலை 23, 2011, வாஷிங்டன் போஸ்ட்.காம்.

23 'Norwegians now saying Oslo attack by *Extreme Right,* not Jihadists (நார்வேக்காரர்கள் இப்போது கூறுவது: 'ஒஸ்லோ தாக்குதல் தீவிர வலதுசாரிக் கட்சியினர்; ஜிஹாதிகளல்ல'), ராபர்ட் ஸ்பென்ஸர்,

ஜூலை 22, 2011, ஜிஹாத் வாட்ச்.ஆர்க்.

24 'Oslo bombed, dead, injured at Government HQ UPDATE: Multiple attacks, blasts and gun attacks, 16 dead, hundreds hurt' *(ஒஸ்லோ குண்டுவெடிப்பு: உயிரிழப்புகள், காயமுற்றவர்கள் அரசு தலைமை யகத்தில். புதிய செய்தி: பல்முனைத் தாக்குதல்கள், வெடிப்புகள், துப்பாக்கிச் சூடு), பமேலா கெல்லர், ஜூலை 22, 2011, அட்லஸ் ஷ்ரக்ஸ்.*

25 'Norway's killer Anders Breivik *is not psychotic*' *(நார்வே கொலை காரன் ஆன்டர்ஸ் பெஹ்ரிங் பிரெய்விக் மனநோயாளியல்ல), ஜனவரி 4, 2012, டெலிகிராஃப்.*

26 'A madman's work: Suspect baffles police' *(ஒரு பைத்தியக்காரனின் கைவண்ணம்: சந்தேகத்திற்குரியவன் காவல்துறையை அசரவைக்கிறான்) கார்ல் ரிட்டர், ஜூலை 24, 2011, தி ஏஜ்.*

27 *பிரெய்விக் அறிக்கை, பக்.754.*

28 *ஸ்பென்ஸர் எழுதிய நூல்: Religion of Peace? Why Christianity Is and Islam Isn't (அமைதிகாக்கும் மதமா? ஏன் கிறிஸ்துவம், ஏன் இஸ்லாம் அல்ல என்பதற்கான காரணம்). நவீன பழமைவாத எழுத்தாளரும் ஊடகப் பிரபலமுமான டான் ஃபெடர் பெருமையாக அறிவித்த எடுத்துக் காட்டுகளுள் இது ஒன்று: 'அறிவீனத்தை ஒழிப்பதற்கான நோபல் பரிசு ஒன்று உண்டென்றால் அதற்கு ராபர்ட் ஸ்பென்ஸரின் பெயரைத்தான் நான் பரிந்துரைப்பேன்.'*

29 'Anders Breivik stole Counter Jihad movement from freedom fighters— we are stealing it back' *(ஆன்டர்ஸ் பிரெய்விக் சுதந்திரப் போராளி களிடமிருந்து ஜிஹாத் எதிர்ப்பு இயக்கத்தைத் களவாடிக் கொண்டான் —நாங்கள் அதைத் திரும்பக் களவாடிக்கொள்கிறோம்) ராபர்ட் ஸ்பென்ஸர், ஜூலை 25, 2011, ஜிஹாத் வாட்ச்.*

30 'CHART: Oslo terrorist's manifesto cited many Islamophobic bloggers and pundits' *(ஒஸ்லோ தீவிரவாதியின் அறிக்கை, பல இஸ்லாமிய வெறுப்பு வலைப்பூ எழுத்தாளர்களையும் அறிஞர்களையும் குறிப்பிடு கிறது) எலி க்ளிஃப்டன், ஜூலை 25, 2011, திங்க் புரோக்ரஸ்.*

31 'Encountering evil: My *conversation with Robert Spencer*' *(தீமையை எதிர்கொள்ளுதல்: ராபர்ட் ஸ்பென்ஸருடன் எனது 'கலந்துரை யாடல்'), ஹுசைன் இபிஷ், ஆகஸ்ட் 6, 2011 இபிஷ் ப்ளாக்* <http://www.ibishblog.com/blog/hibish/2011/08/06/encountering_evil_my_'conversation'_robert_spencer>.

32 'Pamela Geller strikes back at NY times for tying her to Oslo shooter' *(ஆஸ்லோ துப்பாக்கிச் சூடு நடத்தியவனோடு தன்னை இணைத்துப் பேசியதற்காக நியூ யார்க் டைம்ஸ் இதழை பமேலா கெல்லர்*

சாடுகிறார்), மாத்யூ பாய்ல், ஜூலை 25, 2011, *டெய்லி காலர்.*

33 'Summer camp? Anti-Semitic Indoctrination Training Center' *(கோடை முகாமா? யூத எதிர்ப்பு கொள்கை பரப்புப் பயிற்சி மையம்),* பமேலா கெல்லர், ஜூலை 31, 2011, *அட்லஸ் ஷ்ரக்ஸ்.*

34 'Oslo victims weren't *pure Norwegians,* just *Middle eastern* or *mixed*' (ஆஸ்லோவில் பலியானவர்கள் தூய நார்வேக்காரர்கள் அல்ல; வெறும் 'மத்திய கிழக்கத்தவர்' அல்லது 'கலப்பினம்'), பமேலா கெல்லர், ஆகஸ்ட் 3, 2011, *இஸ்லாமோஃபோபியா டுடே.*

35 'Pamela Geller edits post to conceal violent rhetoric in *Email from Norway*' *('நார்வேயிலிருந்து வந்த மின்னஞ்ச'லில் உள்ள வன்முறைப் பேச்சை மறைப்பதற்காகப் பமேலா கெல்லர் தம் பதிவைத் திருத்தி எழுதுகிறார்),* ஜூலை 29, 2011, *லூன் வாட்ச்.*

36 பிரெய்விக் அறிக்கை. பக். 216.

37 'Anders Breivik recommended popular Anti-Muslim documentary *Obsession* for further study' *(மேலும் ஆழ்ந்த ஆய்விற்கு ஆண்டர்ஸ் பிரெய்விக் பிரபல ஒப்செஷன் திரைப்படத்தைப் பார்க்கும்படி பரிந்துரை செய்தான்)* எலி க்ளிஃப்டன், ஜூலை 26, 2011, *திங்க் பிரோக்ரஸ்.*

38 பிரெய்விக் அறிக்கை, பக்.1166.

39 'Gaffney on Norway' *(நார்வே பற்றி காஃப்னி),* ஆகஸ்ட் 1, 2011, யூ-ட்யூப்.

40 'Swiss ban building of minarets on mosques' *(பள்ளிவாசல்களின் மீது கோபுரங்கள் கட்டுவதைச் சுவிட்சர்லாந்து தடைசெய்கிறது),* நிக் கம்மிங் புரூஸ், ஸ்டீவென் எர்லாங்கர், நவம்பர் 29, 2009, *நியூ யார்க் டைம்ஸ்.*

41 'European poll: An Islamic threat?' *(ஐரோப்பியக் கருத்தாய்வு: ஓர் இஸ்லாமிய அச்சுறுத்தலா?),* நபீலா ரம்தானி, ஜனவரி 6, 2011, *அல் ஜஸீரா.*

42 'Islam now considered *a threat* to national Identity by almost half of French and Germans, according to a new poll' *(புதிய ஒரு கருத்தாய்வின்படி ஜெர்மானிய, பிரெஞ்சு மக்களில் பாதிக்கும் மேற் பட்டவர்கள் இஸ்லாத்தை, தேசிய அடையாளத்திற்கு ஓர் 'அச்சுறுத்தலாகக்' கருதுகிறார்கள்)* பீட்டர் அலென், ஜனவரி 6, 2011, *டெய்லி மெய்ல்.*

43 'Muslim-Western tensions persist' *(முஸ்லிம்-மேற்கத்திய அழுத்தங்கள் தொடர்ந்து இருந்துவருகின்றன),* ப்யூ ஆய்வு மையம், ஜூலை 21, 2011.

44 'IpsosGlobal@dvisory: Nearly half (45%) of World citizens believe immigration has had a negative impact on their country' *(இப்சாஸ் உலகளாவிய ஆலோசனைக்குழு: உலகக் குடிமக்களில்*

ஏறத்தாழ பாதிபேர் (45%) தங்கள் நாட்டில் குடியேற்றத்தால் எதிர்மறை விளைவு உண்டாகியிருப்பதாகக் கருதுகின்றனர்), ஆகஸ்ட் 4, 2011, இப்சாஸ்.

45 *பார்க்க:* <http://www.vgno/nyheter/inneriks/artikkel.php?artid=590430>. *ஏப்ரல் 24, 2009.*

46 <http://www.nrk.no/nyheter/norgel/1.7847186>, *அக்டோபர் 27, 2011*

47 'Europe's rising Islamophobia' *(ஐரோப்பாவில் அதிகரித்துவரும் இஸ்லாமிய வெறுப்பு) பால் ஹாகேனாஸ், மே 9, 2011, தி நேஷன், பக். 24.*

48 'The future of the global Muslim population: Projections for 2010-2030' *(உலக முஸ்லிம் மக்கள்தொகையின் எதிர்காலம்: 2010-2030 க்கான கணிப்புகள்), ப்யூ ஃபோரம், ஜனவரி 27, 2011.*

49 'Continent of fear: The rise of Europe's Right-wing populists' *(அச்சக் கண்டம்: ஐரோப்பாவில் வலதுசாரி மக்கள் அதிகரிப்பு), செப்டம்பர் 28, 2010, டெர் ஷ்பீகெல்.*

50 'Ban Koran like *Mein kampf,* says Dutch MP'*(மைன் காம்ப்ஃப் போலவே திருக்குர்'ஆனுக்கும் தடைவிதியுங்கள் என்கிறார் டச்சு பாராளுமன்ற உறுப்பினர்), புரூனோ வாட்டர்ஃபீல்ட், ஆகஸ்ட் 9, 2007, த டெலிக்ராஃப்.*

51 'Geert Wilders to enter Dutch Government after support for anti-Islamic party triples' *(இஸ்லாமிய-எதிர்ப்புக் கட்சிக்கான ஆதரவு மும்மடங்காகப் பெருகிய பிறகு, கேர்ட் வில்டர்ஸ் டச்சு அரசாங்கத்தில் சேர்ந்துகொள்ள இருக்கிறார்), புரூனோ வாட்டர் ஃபீல்ட், ஜூன் 10, 2010, த டெலிக்ராஃப்.*

52 'Geert Wilders to take anti-Islam party global' *(இஸ்லாம்-எதிர்ப்புக் கட்சியை கேர்ட் வில்டர்ஸ் உலக அளவிற்கு எடுத்துச் செல்லவிருக்கிறார்), எலியர்ட் செஃப்டன், ஜூலை 16, 2010, த வீக்.*

53 'Geert Wilders speaks at the 9-11 rally of remembrance' *(9-11 நினைவுப் பேரணியில் கேர்ட் வில்டர்ஸ் பேசுகிறார்), யூ-ட்யூப்.*

54 'Kyl hosts anti-Islamic Dutchman' *(இஸ்லாம் எதிர்ப்பு டச்சுக்காரருக்கு கைல் உபசரிப்பு), பிப்ரவரி 24, 2009, வாஷிங்டன் டைம்ஸ்.*

55 'Islamic countries want Dutch to ban Wilders movie' *(வில்டர்ஸ் திரைப்படத்திற்குத் தடைவிதிக்குமாறு டச்சுக்காரர்களுக்கு இஸ்லாமிய நாடுகள் கோரிக்கை), மார்ச் 31, 2008, ரேடியோ நெதர்லாண்ட் வேள்ட்வைட்.*

56 'Relief over Dutch MP's anti-Islam film' *(டச்சுப் பாராளுமன்ற உறுப்பினரின் இஸ்லாமிய எதிர்ப்புப் படம் பற்றி ஒரு நிவாரணம்), ஆண்டி கிளார்க், மார்ச் 28, 2008, பிபிசி.*

57 'The flying Dutchman' *(பறக்கும் டச்சுக்காரர்)*, மார்க் ஹோசென்பால், *பிப்ரவரி 16, 2009, டெய்லி பீஸ்ட்..*

58 *Fitna and the media: The investigation of attention and role patterns (ஃபித்னாவும் ஊடகங்களும்: கவனம், பொறுப்பு வடிவங்கள் ஆகிய வற்றின் புலனாய்வு)* ஓட்டோ ஷால்டென், *2008, நெதர்லாந்து நியூஸ் மானிட்டர்.*

59 'An obsession renewed: Islamophobia in the Netherlands, Austria and Germany' *(ஒரு மோகம் புதுப்பிக்கப்படுகிறது: நெதர்லாந்து, ஆஸ்திரியா, ஜெர்மனி ஆகிய நாடுகளில் இஸ்லாமியப் வெறுப்பு)*, சாம் செர்ரிபி, ஆக்ஸ்ஃபோர்ட் பல்கலைக்கழகப் பதிப்பகம்.

60 *Vrij Nederland, அக்டோபர் 15, 2009* <http://www.vn.vl/Archief/Politiek/Artikel-Politiek/De-Israelconnetie-van-Geert-Wilders.html>.

61 *பிரெய்விக் அறிக்கை, பக்.1408.*

62 *பிரெய்விக் அறிக்கை, பக்.653.*

63 'England, their England' *(இங்கிலாந்து, அவர்களுடைய இங்கிலாந்து) லாரென் காலின்ஸ், ஜூலை 4, 2011, நியூ யார்க்கர்.*

64 'The future of the global Muslim population' *(உலக முஸ்லிம் மக்கள்தொகையின் எதிர்காலம்)*, *ஜனவரி 27, 2011, ப்யூ கருத்தாய்வு,*

65 'Surge of a *hardcore elemen*t before trouble during EDL protests' *(இங்க்லிஸ் டிஃபென்ஸ் லீக் எதிர்ப்புப் போராட்டங்களின் போது உண்டாகும் பிரச்சினைகளுக்குமுன் ஒரு 'வலிய அம்சம்' பொங்கிப் பாய்கிறது)*, <http://www.thisisleicestershire.co.uk/Surge-hardcore-element-trouble/story-12057240-detail/story.html>. *அக்டோபர் 12, 2010.*

66 'English Defense League (EDL) London rally in defense of Geert Wilders, Friday 2PM Go!' *(வெள்ளி மதியம் 2 மணிக்கு கேர்ட் வில்டர்ஸுக்கு ஆதரவாக லண்டனில் இங்க்லிஸ் டிஃபென்ஸ் லீக் பேரணி)*, பமேலா கெல்லர், *மார்ச் 3, 2010, அட்லஸ் ஷ்ரக்ஸ்.*

67 'The English Defense League... in their own words' *(இங்க்லிஷ் டிஃபென்ஸ் லீக்... அவர்களின் சொற்களில்)*, பமேலா கெல்லர், *பிப்ரவரி 28, 2010, அட்லஸ் ஷ்ரக்ஸ்.*

68 'EDL protest in support of Geert Wilders visiting London' *(கேர்ட் வில்டர்ஸின் லண்டன் பயணத்திற்கு ஆதரவாக இங்க்லிஷ் டிஃபென்ஸ் லீக் எதிர்ப்பு)*, <http://www.demotix.com/news/268164/edl-protest-support-geert-wilders-visiting-london>. *மார்ச் 5, 2010.*

69 'Anders Behring Breivik had links to far-Right EDL, says anti-Racism group' *('ஆன்டர்ஸ் பெஹ்ரிங் பிரெய்விக் தீவிர வலதுசாரிக்*

இங்க்லிஷ் டிஃபென்ஸ் லீக்யினரோடு தொடர்புவைத்திருந்தான்' என்கிறது இனவாத எதிர்ப்புக் குழு) மாத்யூ டெய்லர், ஜூலை 26, 2011, *கார்டியன்..*

70 பிரெய்விக் அறிக்கை, பக்.1436.

71 'Pig's head found on Belgian Mosque site' *(பெல்ஜியம் பள்ளிவாசல் நிலத்தில் பன்றியின் தலை கண்டெடுப்பு)* <http://www.presstv.ir/detail/175847.html>. ஏப்ரல் 20, 2011.

72 'Discrimination against Muslims at all-time high in Belgium' *(முஸ்லிம்களுக்கு எதிரான பாரபட்சம் பெல்ஜியத்தில் இதுவரை இல்லாத அளவு அதிகம்)*, ஹாட்டிஸ் அவ்சி, ஜூன் 23, 2011, *டுடேஸ் ஜமான்.*

73 'Muslims outraged over pig parts dumped at Swiss Mosque site' *(சுவிட்சர்லாந்து பள்ளிவாசல் நிலத்தில் பன்றியின் உடல் பகுதிகள் வீசப்பட்டது குறித்து முஸ்லிம்கள் ஆவேசம்)*, பிரையன் வாக்கர், நவம்பர் 12, 2011, *சிஎன்என்.*

74 'Muslim war graves attacked' *(முஸ்லிம்களின் போர் புதைவிடங்கள் தாக்கப்படுகின்றன)*, டிசம்பர் 27, 2011, *தலோக்கல்.*

75 'Media and politicians *fuel rise in hate crimes against Muslims*' *(ஊடகங்களும் அரசியல்வாதிகளும் 'முஸ்லிம்களுக்கு எதிரான குற்றங்கள் பெருகுவதை விசிறிவிடுகிறார்கள்')* விக்ரம் டாட், ஜனவரி 27, 2010, *கார்டியன்.*

முடிவுரை

1 'Muslims in America increasingly alienated as hatred grows in Bible belt' *(விவிலியப் பகுதிகளில் வெறுப்புணர்வு கூடுவதன் விளைவாக அமெரிக்க முஸ்லிம்கள் மேலும் அதிக அளவில் ஒதுக்கிவைக்கப் படுகிறார்கள்)* க்றிஸ் மக்கரீல், செப்டம்பர் 10, 2010, *கார்டியன்.*

2 'Fire at Tennessee mosque building ruled as arson' *(டென்னெஸ்ஸீ பள்ளிவாசல் கட்டட வளாகத்தில் ஏற்பட்ட தீவிபத்து திட்டமிட்ட நாச வேலை என்று தீர்ப்பு)* ஆகஸ்ட் 30, 2010, *சிபிஎஸ் நியூஸ். காம்.*

3 'Appeals Court affirms order blocking Oklahoma Sharia law ban' *(ஒக்லஹோமா ஷரீஆ சட்டத்திற்கான தடையை முடக்கும் ஆணையை நீதிமன்றம் உறுதிசெய்கிறது)*, ஸ்டீஃபென் சீசர், ஜனவரி 10, 2012, *லாஸ் ஆஞ்ஜலெஸ் டைம்ஸ்.*

4 'The man behind the anti-Sharia movement' *(ஷரீஆ எதிர்ப்பு இயக்கத்திற்குப் பின்னணியாக உள்ள மனிதர்)*, ஆன்ட்ரியா எலியட், ஜூலை 30, 2011, *நியூ யார்க் டைம்ஸ்.*

5 ஆன்டர்ஸ் பிரெய்விக் அறிக்கை, பக். 11.

உசாத்துணை

அலீ, வஜஹாத், எலி க்ளிஃப்டன், மாத்யூ டஸ், லீ ஃபாங், ஸ்காட் கெயெஸ், ஃபைஸ் ஷகீர். *Fear, inc.: The Roots of the Islamophobic Network in America*—*அமெரிக்காவில் இஸ்லாமியப் வெறுப்பு வலையத்தின் வேர்கள்.* சென்டர் ஃபார் அமெரிக்கன் புரோக்ரஸ், ஆகஸ்ட் 2011.

அஸ்லான், ரெஸா, ஆரன் ஜே, ஹான் டாப்பர். *Muslims and Jews in America: Commonalities, Contentions, and Complexities* — *அமெரிக்காவில் முஸ்லிம்களும் யூதர்களும்: பொது அம்சங்கள், சிக்கல்கள்.* நியூயார்க்: பால்கிரேவ், 2011.

_______.*How to Win a Cosmic War: God, Globalization, and the End of the War on Terror*—*காஸ்மிக் போரை வெல்லும் விதம்: இறைவன் உலகமயமாக்கல், தீவிரவாத அடிப்படையிலான போரின் முடிவு.* நியூ யார்க்: ராண்டம் ஹவுஸ், 2010.

உட்ஸ் ஜெஃப். *Black Struggle, Red Scare: Segregation and Anti-Communism in the South, 1948-1968. கறுப்புப் போராட்டம், சிவப்பு அச்சம்: தென்பகுதிகளில் இனப் பாகுபாடும் கம்யூனிச எதிர்ப்பும் 1948-1968.* பாட்டன் ரூஜ்: லூசியானா ஸ்டேட் யூனிவர்சிடி, 2004. (மாகாணப் பல்கலைக்கழகம்)

எஸ்பொஸிட்டோ, ஜான். *The Future of Islam* — *இஸ்லாத்தின் எதிர்காலம்.* ஆக்ஸ்போர்ட்: ஆக்ஸ்ஃபோர்ட் பல்கலைக்கழகப் பதிப்பகம், 2010.

_______.*The Islamic Threat: Myth or Reality* — *இஸ்லாமிய அச்சுறுத்தல்: கட்டுக்கதையா, உண்மையா.* நியூ யார்க்: ஆக்ஸ்ஃபோர்ட் பல்கலைக்கழப் பதிப்பகம். 1999.

எஸ்பொஸிட்டோ, ஜான் மற்றும் இப்ராஹீம் கலீல் (ப.ஆ). *Islamophobia: The Challenge of Pluralism in The 21st Century* — *இஸ்லாமி வெறுப்பு: 21ஆம் நூற்றாண்டில் பன்மைத்துவத்தின் சவால்,* ஆக்ஸ்ஃபோர்ட் பல்கலைக்கழகப் பதிப்பகம் 2011.

ஏப்ரஹாம் நபீல். 'Anti-Arab Racism and Violence in the United States' — அமெரிக்காவில் அரபு எதிர்ப்பு வகுப்புவாதமும் வன்முறையும். *The Development of Arab-American Identity*—அரபு-அமெரிக்க அடையாளத்தின் வளர்ச்சி. எர்னஸ்ட் மக்காரஸ், பக்கம் 155.214. ஆன் ஆர்பர்: மிஷிகன் பல்கலைக்கழகப் பதிப்பகம், 1994.

ஐக்கிய அமெரிக்க காங்கிரஸ். 'House Un-American Activities Committee (HUAC). Subversive Influences in Riots, Looting and Burning' - 'HUAC. கலகங்கள், கொள்ளைகள், தீ வைப்புகள் ஆகியவற்றில் நாசவேலைத் தாக்கங்கள்.' வாஷிங்டன் டி.சி, GPO, *1967, 1968.* புள்ளி *1:* கலகங்கள், கொள்ளைகள், தீ வைப்புகள் ஆகியவற்றில் நாசவேலைத் தாக்கங்கள் *(அக்டோபர் 25, 26, 31, நவம்ப்ர் 28, 1967)*

ஃபிட்ஸ்பாட்ரிக், ஜான். *The Writings of Washington — வாஷிங்டனின் எழுத்துகள்.* தொகுப்பு: 36. வாஷிங்டன் டி.சி: யூஎஸ் அச்சகம், 1941, ப. 453.

க்ரோஸ் ஃபோகுவெல், ரமோன். *Colonial Subjects: Puerto Ricans in a Global Perspective — காலனிய ஆட்சியின் குடிமக்கள்: உலகின் பார்வையில் புவெர்ட்டோ ரிக்கோ மக்கள்.* பெர்க்லீ. கலிஃபோர்னியா பல்கலைக் கழக அச்சகம், 2003.

கரோல், ஜேம்ஸ். *House of War: The Pentagon and the Disastrous Rise of American Power — போர் வீடு: பெண்டகனும், அமெரிக்க வல்லரசின் பேரழிவூட்டும் வளர்ச்சியும்.* நியூ யார்க்: ஹாட்டன் மிஃப்லின், 2006.

காம்ப்பெல், டேவிட் இ. ராபர்ட். டி, புட்னம். *American Grace: How Religion Divides and Unites Us — அமெரிக்க நளினம்: மதம் நம்மை வேறுபடுத்தி, ஒன்றுபடுத்தும் விதம்.* நியூ யார்க்: சைமன் அண்ட் ஷுஸ்டர், 2010.

காலிக், ஷான். 'Combatting A Modern Hydra: Al Qaeda and the Global War on Terrorism' — 'தற்கால ஹைட்ராவுடன் போரிடுதல்: அல்-காயிதாவும் தீவிரவாத அடிப்படையிலான உலகளாவிய போரும்.' தீவிரவாத அடிப்படையிலான உலகளாவிய போர், கட்டுரை 8, 2001. காம்பாட் ஸ்டடீஸ் இன்ஸ்டிட்யூட்.

கிங், பீட்டர். *Vale of Tears.* நியூ யார்க்: டெய்லர் டிரேட் பப்ளிஷிங், 2003.

கியார்னி, ரிச்சர்ட். *Strangers, Gods, and Monsters: Interpreting Otherness—அறிமுகமற்றவர்கள், கடவுள்கள், அரக்கர்கள்: வேற்றுத் தன்மை யைப் புரிந்துகொள்ளுதல்.* லண்டன்: ரூட்லெஜ், 2003.

கில்பர்ட் மார்ட்டின். *Jerusalem in the Twentieth Century —இருபதாம் நூற்றாண்டில் ஜெருசலேம்.* ஹொபொகென்: நியூஜெர்சி: ஜான் வைலி & சன்ஸ்.

கென்டகியைச் சேர்ந்த ஒரு கத்தோலிக்கர். *The Catholic &Question in Politics: Comprising A Series of Letters Addressed to George D. Prentice, Esq — அரசியலில் கத்தோலிக்கப் பிரச்சினை: ஜார்ஜ் டி.ப்ரெண்டிஸிற்கு எழுதப் பட்ட கடிதங்களின் தொகுப்பு.* லூயிவில், கென்டகி: வெப், ஜில், லெவரிங்.

கேப்ரியல் பிரிகிட்டெ. *Because They Hate: A Survivor of Islamic Terror Warns America —அவர்கள் வெறுப்பதே காரணம்: இஸ்லாமிய அச்சுறுத்தலுக்கு ஆளாகிப் பிழைத்தவர் அமெரிக்காவிற்கு எச்சரிக்கை.* நியூ யார்க் செென். மார்ட்டின் அச்சகம், 2006.

குர்ட்ஸ்மன், சார்ல்ஸ். 'Muslim-American Terrorism Since 9/11: An Accounting' — '9/11 முதலாக முஸ்லிம் அமெரிக்கத் தீவிரவாதம்: ஒரு தொகுப்பு' பிப்ரவரி 2, 2011. ட்ரயாங்கிள் சென்டர் ஃபார் டெரரிஸம் அண்ட் ஹோம்லாண்ட் செக்யூரிட்டி.

______. *The Missing Martyrs: Why There Are So Few Muslim Terrorists*— *தொலைந்துபோன தியாகிகள்: முஸ்லிம் தீவிரவாதிகள் மிகக் குறைவாக இருப்பதன் காரணம்.* ஆக்ஸ்ஃபோர்ட்: ஆக்ஸ்ஃபோர்ட் பல்கலைக்கழகப் பதிப்பகம், 2011.

கோல்ட்பெர்க், மிஷெல். *Kingdom Coming—இராச்சியம் வருகிறது.* நியூ யார்க் நார்ட்டன் 2007.

சைத், எட்வர்ட். *Covering Islam — இஸ்லாத்தை ஆய்தல்.* நியூ யார்க்: ராண்டம் ஹவுஸ் 1997.

தாமஸ், லேட்லி. *When Even Angels Wept: The Senator Joseph McCarthy Affair: A Story Without A Hero — தேவதைகளும் அழுத வேளையில்: சபைத் தலைவர் ஜோஸஃப் மக்கார்த்தி விவகாரம்: கதாநாயகன் இல்லாமல் ஒரு கதை.* நியூ யார்க்: மாரோ, 1973.

பதாரக்கோ, கிளேர். *Quoting God: How Media Shape Ideas about Religion and Culture—கடவுளின் பொன்மொழிகள்: மதம், கலாச்சாரம் பற்றி ஊடகங்கள் சிந்தனை வடித்தல்.* வாக்கோ, டெக்ஸாஸ்: பேலர் பல்கலைக் கழகப் பதிப்பகம், 2005.

பர்ன்ஸ், ஆன்ட்ரியா A. 'Waging Cold War in a Model City: The Investigation of *Subversive* Influences in the Detroit Riot'—'ஒரு முன்னுதாரண நகரத்தில் சூழ்ச்சிப்போர்: டெட்ராய்ட் கலகங்களில் 'நாச வேலை' தாக்கங்கள் குறித்த புலனாய்வு', *Michigan Historical Review 30 (1) — மிஷிகன் சரித்திர ஆய்வு 30(1)* (2004 வசந்தகாலப் பதிப்பு): 17.

பர்ரோஸ், வில்லியம் இ. *This New Ocean: The Story of the First Space Age— இந்தப் புதிய பெருங்கடல்: முதல் விண்வெளியுகத்தின் கதை.* நியூ யார்க், ராண்டம் ஹவுஸ், 1998.

பீல், திமோத்தி கே. *Religion And Its Monsters—மதமும் அதன் அரக்கர்களும்.* நியூ யார்க்: ரூட்லெட்ஜ், 2003.

பேலி எட்வின் ஆர். *Joe McCarthy and the Press —ஜோ மக்கார்த்தியும் பத்திரிகைகளும்.* மாடிசன்: விஸ்கான்சின் பல்கலைக்கழகப் பதிப்பகம், 1981.

யூர்கென்ஸ்மெயர், மார்க். *Global Rebellion: Religious Challenges to the Secular state, from Christian Militia — உலகளாவிய எதிரெழுச்சி: மதச் சகிப்புத்தன்மை கொண்ட நாட்டிற்கு மதம் சார்ந்த சவால்கள், கிறிஸ்துவப் போராளிகள் முதல் அல்-காயிதா வரை.* பெர்க்லீ: கலிஃபோர்னியா பல்கலைக்கழகப் பதிப்பகம், 2008.

______. *Terror in the Mind of God: The Global Rise of Religious Violence* — *இறைவனின் மனதில் அச்சம்: மதம் சார்ந்த வன்முறையின் உலகளாவிய வளர்ச்சி.* பெர்க்லீ: கலிஃபோர்னியா பல்கலைக்கழகப் பதிப்பகம், 2008.

யோடர், பால் எல். மற்றும் பீட்டர் மரியோ கிராய்ட்டர் (ப.ஆ). *Monsters and the Monstrous: Myths and Metaphors of Enduring Evil* — *அரக்கர்களும் பூதாகரங்களும்: தீமைகளைத் தாங்கிக்கொள்வது பற்றிய கட்டுக்கதைகளும் உருவகங்களும்.* ஆக்ஸ்ஃபோர்ட்: Inter-Disciplinary பதிப்பகம், 2004.

லாரன்ஸ், புரூஸ். *Message to the World: The Statements of Osama bin Laden* — *உலகத்திற்கு ஒரு செய்தி: உஸாமா பின் லாதெனின் கருத்துகள்.* லண்டன்: வெர்ஸோ, 2005.

ராம், ஹக்காய். *Iranophobia: The Logic of an Isreali Obsession* — *ஈரானியப் பீதி: இஸ்ரேலிய மோகத்தின் தர்க்கரீதியான சிந்தனை.* ஸ்டான்ஃபோர்ட் கலிஃபோர்னியா: ஸ்டான்ஃபோர்ட் பல்கலைக்கழகப் பதிப்பகம், 2009.

ரன்னிமீட் அறக்கட்டளை. *Islamophobia: A Challenge For Us All: Report of the Runnymede Trust Commission on British Muslims and Islamophobia* — *இஸ்லாமிய வெறுப்பு: நம் எல்லோருக்கும் ஒரு சவால்: இங்கிலாந்தி லுள்ள முஸ்லிம்கள், இஸ்லாமிய வெறுப்பு ஆகியவை பற்றி ரன்னிமீட் அறக்கட்டளைக் குழுவின் ஆய்வுக்கட்டுரை.* லண்டன்: ரன்னிமீட் அறக்கட்டளை, 1997.

மக்அலிஸ்டர், மெலானி. *Epic Encounters: Culture, Media, and U.S. Interests in the Middle East Since 1945* — *இதிகாச மோதல்கள்: மத்திய கிழக்கு நாடுகளில் கலாச்சாரம், ஊடகங்கள், அமெரிக்க ஆர்வங்கள் - 1945 முதல்.* பெர்க்லீ: கலிஃபோர்னியா பல்கலைக் கழகப் பதிப்பகம், 2001.

மர்ஃபி, ஜேம்ஸ், எச். *Ireland: A Social, Cultural and Literary History: 1791-1891* — *அயர்லாந்து: ஒரு சமூக, கலாச்சார, இலக்கிய வரலாறு. 1791 1891.* டப்ளின்: ஃபோர் கோர்ட்ஸ் பதிப்பகம், 2003.

மிட்ஷெல், திமோத்தி. *Rules of Experts: Egypt, Techno-Politics, Modernity* — *வல்லுநர்களின் விதிமுறைகள்: எகிப்து, தொழில்நுட்ப அரசியல், தற்கால நாகரிகம்.* பெர்க்லீ: கலிஃபோர்னியா பல்கலைக்கழக பதிப்பகம், 2002.

முமெஜியான், நிகலஸ், ஜி. 'Profiteering Off of the Prophet: The Unfortunate Case of Ergun Caner' — 'இறைத்தூதரை ஆதாரமாகக் கொண்ட இலாப நோக்கு: எர்கன் கானரின் பரிதாப அனுபவம்', *முஸ்லிம் உலகம் 101* (ஜூலை 2011)

ஷ்வார்ட்ஸ் ரிச்சர்ட் ஏ. *Eyewitness History: The 1950s* — *சாட்சி வரலாறு: 1950கள்.* நியூ யார்க்: ஃபாக்ட்ஸ் ஆன் ஃபைல் பதிப்பகம், 2003.

ஷ்வார்ட்ஸ், ஸ்டீஃபன். *Atomic Audit: The Costs and Consequences of U.S. Nuclear Weapons Since 1940* — அணு ஆயுதக் கணக்கு ஆய்வு: 1940 முதல் அமெரிக்க அணுஆயுதங்களின் செலவும் விளைவுகளும். வாஷிங்டன் டி.சி. த ப்ருக்கிங்ஸ் இன்ஸ்டிட்யூஷன், 1998.

ஷீஹி ஸ்டீஃபன். *Islamophobia: The Ideological Campaign Against Muslims* — இஸ்லாமிய வெறுப்பு: முஸ்லிம்களுக்கு எதிரான கருத்தியல் *Ideological* பிரச்சாரம். அட்லாண்டா, ஜியார்ஜியா: கிளாரிட்டி பிரஸ், 2011.

ஸ்காட், நியால் (ப.அ). *Monsters and the Monstrous: Myths and Metaphors of Enduring Evil* — அரக்கர்களும் பூதாகரங்களும். தீமையைத் தாங்கிக் கொள்வது பற்றிய கட்டுக்கதைகளும் உருவகங்களும், நியூ யார்க், ரொடொபி, 2007.

ஸ்மித், ஜோனதன், இசட். *Drudgery Divine: On the Comparison of Early Christianity and the Religions of Late Antiquity* —கடினவேலை தெய்வீகம்: ஆதிகாலக் கிறிஸ்துவம், பழங்கால முடிவில் தோன்றிய மதங்கள் ஆகியவற்றின் ஒப்பீடு. சிகாகோ IL; சிகாகோ பல்கலைக்கழகப் பதிப்பகம்.

ஸ்பெக்டர், ஸ்டீஃபென். *Evangelicals and Israel: The Story of American Christian Zionism* — பிரச்சாரகர்களும் இஸ்ரேலும்: அமெரிக்க கிறிஸ்துவ சியோனிசத்தின் கதை. ஆக்ஸ்ஃபோர்ட்: ஆக்ஸ்ஃபோர்ட் பல்கலைக் கழகப் பதிப்பகம்.2009.

ஸ்டௌஃப்பர், வெர்னான். *New England and the Bavarian Illuminati* — நியூ இங்கிலாந்தும் பவேரிய இலுமினாட்டியும். நியூ யார்க்: இன்விசிபுள் காலேஜ் பிரஸ், 2005.

ஹாஃப்மன், டேவிட். *The Oklahoma City Bombing and the Politics of Terror* — ஒக்லஹோமா நகர குண்டுவெடிப்புகளும் அச்சுறுத்தல் அடிப்படையிலான அரசியலும். நியூ யார்க் ஃபெரல் ஹவுஸ், 1998.

ஹெட்ஜஸ், க்றிஸ். *American Fascists* — அமெரிக்க ஃபாசிஸ்டுகள். நியூ யார்க். ஃப்ரீ பிரஸ் 2006.

ஹென்டர்ஷாட், சின்டி. *Anti-Communism and Popular Culture in Mid-Century America* — மத்திய நூற்றாண்டு அமெரிக்காவில் கம்யூனிச எதிர்ப்பும் நாட்டுக் காலாச்சாரமும். ஜெஃபர்சன், நார்த் கரோலினா: மக்ஃபார்லன்ட் அண்ட் கோ. பதிப்பகத்தார், 2003.

ஹோஃப்ஷ்டாட்டர், ரிச்சர்ட். *The Paranoid Style in American Politics and Other Essays* — அமெரிக்க அரசியலில் பிரமைபிடித்த பாணி மற்றும் பல கட்டுரைகள். கேம்ப்ரிட்ஜ், மஸாச்சூஸெட்ஸ்: ஹார்வர்ட் பல்கலைக்கழகப் பதிப்பகம், 1952.